വരുവിൻ
കാണുവിൻ
രസിപ്പിൻ

Varuvin Kanuvin Rasippin
Novel

Prasanth Chinmayan

CHINTHA PUBLISHERS
Thiruvananthapuram

First Edition
May 2025

Published & Typesetting
Chintha Publishers, Thiruvananthapuram

Printed at
Time Offset Printers, Thiruvananthapuram

Cover Design
Vinod Mangoes

ISBN : 978-93-48573-84-1

CO - 3633 / 7467

₹ 560

Email: chinthapublishers@gmail. com
Website: www. chinthapublishers. com

A version is available at National Libraries
Kolkata, Mumbai, Chennai and Delhi

Distribution
DESHABHIMANI BOOK HOUSE
H O Thiruvananthapuram 695035

Branches & Agencies
Head Office Kunnukuzhi • Statue Thiruvananthapuram
Saphalyam Complex Thiruvananthapuram
Machingal Lane Thrissur • IG Road Kozhikode
Mavoor Road Kozhikode • NGO Union Building Kannur
Central Bus Terminal Complex Thavakkara Kannur
Revenue Tower Ernakulam • Sulthanpetta Palakkad
Postoffice Road Kottaym • Hospital Road Nilamboor
Old Municipal Bus Stand Kalpatta

വരുവിൻ കാണുവിൻ രസിപ്പിൻ

പ്രശാന്ത് ചിന്മയൻ

ചിന്ത പബ്ലിഷേഴ്സ്
തിരുവനന്തപുരം 695 035
വില: ₹ **560**

പ്രശാന്ത് ചിന്മയൻ

തിരുവനന്തപുരത്ത് മണികണ്ഠേശ്വരം എന്ന ഗ്രാമത്തിൽ ജനിച്ചു. അച്ഛൻ: പി ചിന്മയൻ നായർ, അമ്മ: എസ് മഹേശ്വരിയമ്മ.

മെക്കാനിക്കൽ എഞ്ചിനീയറിങ്ങിൽ ഡിപ്ലോമ, ചരിത്രത്തിൽ ബിരുദം, മലയാള സാഹിത്യത്തിൽ ബിരുദാനന്തര ബിരുദം. *ആറടി* എന്ന ചലച്ചിത്രത്തിന് തിരക്കഥയും സംഭാഷണവും എഴുതി. *വർത്തമാനപുസ്തകം, സ്റ്റാച്യു ജങ്ഷൻ* എന്നീ നോവലുകൾ രചിച്ചു. തദ്ദേശസ്വയംഭരണ വകുപ്പിൽ ഉദ്യോഗസ്ഥനാണ്.

ഭാര്യ : അഖില ജി എസ്

മകൻ : അഭിനവ് എ പി

വിലാസം : ശ്രീഗീത്, നട്ടുവത്തറ ലെയ്ൻ
നെട്ടയം പി ഒ
തിരുവനന്തപുരം-13.

ഫോൺ : 9526982621, 8848162038

E-mail : prasanthsreegeeth@gmail.com

ഉള്ളടക്കം

റീൽ – ഒന്ന്

ഉത്സവമേളം 13
ഗാന്ധർവ്വം 28
കൗതുക വാർത്തകൾ 44

റീൽ – രണ്ട്

പാസഞ്ചർ 55
മറുനാട്ടിൽ ഒരു മലയാളി 73

റീൽ – മൂന്ന്

കാവ്യമേള 95
ചട്ടമ്പിനാട് 117
വരത്തൻ 132
വെള്ളിത്തിര 138
പിറവി 146
സ്വയംവരം 161

റീൽ – നാല്

കാഴ്ച 171
ആരാധന 175
കുമാരസംഭവം 185
അനുഭവങ്ങൾ പാളിച്ചകൾ 193
ഇരുൾ 200

റീൽ – അഞ്ച്

ദോസ്ത് 214
ഓർക്കാപ്പുറത്ത് 226
യവനിക 238
അസ്തമയം 250

റീൽ – ആറ്

സർവകലാശാല 260
പുതിയ വെളിച്ചം 270
ഛോട്ടാ മുംബൈ 285

റീൽ – ഏഴ്

ചിറകൊടിഞ്ഞ കിനാക്കൾ 298
പൈതൃകം 313

റീൽ – എട്ട്

നോട്ടം 321
പിന്നെയും 334
കാലം മാറി കഥ മാറി 343
മാലയോഗം 351
കൈയെത്തും ദൂരത്ത് 363
കുറ്റവും ശിക്ഷയും 373

റീൽ – ഒമ്പത്

ഞാൻ സംവിധാനം ചെയ്യും 383
നായകൻ 391
അവിചാരിതം 397

മൊണ്ടാഷ്

കാലചക്രം 403
പുനർജന്മം 412
ശേഷം 422

പ്രസാധകക്കുറിപ്പ്

ദൃശ്യവും ശബ്ദവും വേറിട്ടുനിന്ന ഒരുകാലം സിനിമയ്ക്കുണ്ടായിരുന്നു. സ്ക്രീനിൽ തെളിയുന്ന ദൃശ്യങ്ങളുടെ വ്യാഖ്യാനം ഒരാൾ മെഗാഫോൺ വഴി ഉച്ചത്തിൽ വിളിച്ചുപറഞ്ഞിരുന്നു. അക്കാലം മുതൽ ഡിജിറ്റൽ സിനിമയുടെ വർത്തമാനം വരെ ഒരു പ്രദേശത്ത് കൊണ്ടുവന്ന സ്വപ്നങ്ങളും ആ സ്വപ്നത്തിനുപിറകേ പോയവർ നേരിടേണ്ടിവന്ന പ്രതിസന്ധികളുമാണ് ഈ നോവൽ ആലേഖനം ചെയ്യുന്നത്. സൈക്കിൾയജ്ഞം, ചന്തവക്കിൽ ചപ്പാംകട്ട കൊട്ടിപ്പാടുന്ന കാവ്യഗായകർ, ഓലപ്പുര തിയേറ്റർ, ഫിലിംപെട്ടി വരുന്നതും കാത്തുനില്ക്കുന്ന പ്രേക്ഷകർ, സിനിമ രൂപപ്പെടുത്തിയ മനുഷ്യർ, സിനിമയുടെ മായികലോകം തേടി മദ്രാസിലേക്കുള്ള വണ്ടി കയറ്റങ്ങൾ മടങ്ങിവരവുകൾ... നമ്മളിൽ ചിലർ കണ്ടതും നമ്മളേവരും കേട്ടറിഞ്ഞതുമായ ഒരു ലോകത്തേക്കാണ് പ്രശാന്ത് ചിന്മയൻ നമ്മെ കൂട്ടിക്കൊണ്ടുപോകുന്നത്.

ചിന്ത പബ്ലിഷേഴ്സ്

ലൂമിയർ സഹോദരങ്ങൾക്ക്

സെല്ലുലോയ്ഡ്

അലുമിനിയം ചതുരപ്പെട്ടി മെല്ലെ തുറന്ന് ഒരു ഫിലിം റീൽ പുറത്തെടുത്ത് രോഹിത്, അച്ഛനുനേർക്കു നീട്ടി. വീൽച്ചെയറിൽ ഇരിക്കുകയായിരുന്ന ആ വൃദ്ധൻ, നഷ്ടപ്പെട്ടെന്നു കരുതിയത് വർഷങ്ങൾക്കു ശേഷം തിരിച്ചുകിട്ടുമ്പോഴുള്ള ഭാവപ്പകർച്ചകളോടെ വിറയ്ക്കുന്ന കൈകൾ കൊണ്ട് ആ സെല്ലുലോയ്ഡ് റീൽ ഏറ്റുവാങ്ങി. ചുറ്റിലും നിന്നവർ ആ അപൂർവ്വനിമിഷത്തെ അവരുടെ മൊബൈൽ ഫോണുകളിൽ നിശ്ചല-ചലന ദൃശ്യങ്ങളായി പകർത്തിക്കൊണ്ടിരുന്നു. അയാൾ ആ ഫിലിംറോളിന്റെ ചുരുൾ നിവർത്തി, തുറന്നിട്ട ജനാലയിലൂടെ കടന്നുവരുന്ന സൂര്യപ്രകാശത്തിനു നേർക്ക് നീട്ടി, ആകാംക്ഷയോടെ അതിലേക്ക് ഉറ്റു നോക്കി. അയാളുടെ കണ്ണുകൾ തിളങ്ങി. സെല്ലുലോയ്ഡിലൂടെ കടന്നു വന്ന സൂര്യവെളിച്ചം, അയാളുടെ മുഖത്ത് ചെറുചതുരചിത്രങ്ങൾ തീർത്തു. അവയിൽ തെളിഞ്ഞത് അയാളുടെ തന്നെ മുഖമായിരുന്നു. നരകയറിയ കുറ്റിത്താടിയിലൂടെ കണ്ണീരൊലിച്ചിറങ്ങി. നിറമുള്ളതും നിറംമങ്ങിയതും നിറമേതുമില്ലാത്തതുമായ പലവിധദൃശ്യങ്ങൾ അയാളുടെ കൈവിരലുകളുടെ ചലനത്തിനൊപ്പം മാറിമറിഞ്ഞുകൊണ്ടേയിരുന്നു.....

ഫ്ലാഷ്ബാക്ക്

റീൽ - ഒന്ന്

ഉത്സവമേളം

"**പാ**ർവ്വതി തന്റെ വിവാഹത്തിന്
മാരാരിതാനമൊരുങ്ങിച്ചെന്നു.
മാമല മങ്കെവിവാഹം ചെയ്തു
ശ്രീ കൈലാസത്തിൽ കുടിയുംവച്ചു
വേളി കഴിഞ്ഞു സുഖിച്ചു വാണു. . . . "

പന്ത്രണ്ട് തരുണീമണികൾ കൈകൊട്ടിപ്പാടി ചുവടു വച്ചു. അവരുടെ അരക്കെട്ടുകളിളകി. നിതംബവടിവ് തെളിഞ്ഞു. ഇടയ്ക്ക് മന്ദ ചലനം. ചിലപ്പോൾ ദ്രുതചലനം. ഇടയ്ക്കിടയ്ക്ക് അവർ ഉയർന്നു ചാടി. ചിലപ്പോഴെല്ലാം അമർന്നിരുന്നു.

ശിഷ്യകളുടെ പ്രകടനം സസൂക്ഷ്മം വിലയിരുത്തിക്കൊണ്ട് കുഞ്ഞു കൃഷ്ണപിള്ള ആശാൻ ചാരുകസേരയിൽ ചാരിക്കിടന്ന് രസിച്ച് കൈത്താളമിട്ടു.

അംഗനമാരാരെങ്കിലും ചുവടൊന്നു തെറ്റിച്ചാൽ ആശാന്റെ വിധം മാറും. ഞൊടിയിടയിൽ മുന്നോട്ടാഞ്ഞ്, നിലത്തിരിക്കുന്ന കോളാമ്പി കൈയിലെടുത്ത്, വായിലെ രക്തവർണ ചർവ്വിത താംബൂലക്കുഴമ്പിനെ അതിലേക്കൊഴുക്കിവിട്ട്, തോളിലിട്ട തോർത്തെടുത്ത് ചിറി തുടച്ച്, ചുമലോളം മുട്ടിയ തന്റെ തലമുടിയിലൂടെ വിരലോടിച്ച് ദുർനാട്യക്കാരിയെ നോക്കി ആശാൻ ഇങ്ങനെ പറയും:

"എന്ത് ചെല്ലാ, കഞ്ഞീം പറ്റും കുടിച്ചില്ലേ? ഒരാവതില്ലല്ല്. ചോടിനൊന്നും ഒരൊറപ്പുമില്ല. ഇഞ്ഞനെ കളിച്ചാ നീ പെരുത്ത് കളിക്കും. ആ കല്യാണിക്കുട്ടി കളിക്കണ നോക്ക്. എന്തൊരു താളം! എന്തൊരു ചന്തം!"

ഓരോ തവണയും ആശാൻ ഇതാവർത്തിക്കുമ്പോൾ പതിനൊന്നു പെണ്ണുങ്ങളുടേയും കുശുമ്പു കലർന്ന നോട്ടം കല്യാണിക്കുട്ടിയുടെ മേൽ പതിയും -"ഓ! അവള് വലിയൊരു കളിക്കാരി!"

കല്യാണിക്കുട്ടിയെ ആശാൻ ചുമ്മാ പുകഴ്ത്തിയതൊന്നുമല്ല. ചന്ദന നിറവും ആകാര സൗഷ്ഠവവുമുള്ള ആ പതിനേഴുകാരിക്ക് അസാമാന്യമായ താളബോധവും ലാസ്യഭാവവുമുണ്ടെന്നത് പച്ചപ്പരമാർത്ഥം. പന്ത്രണ്ടംഗനമാർ നിറഞ്ഞാടുമ്പോഴും കാണികളെ തന്നിലേക്കു മാത്രം ആകർഷിക്കാനുള്ള കാന്തികശക്തിയുള്ളവളായിരുന്നു കല്യാണിക്കുട്ടി. അവളുടെ ജഘനയൊതുക്കവും സ്തനദ്വയ മുറുക്കവും നിതംബ കുലുക്കവും പ്രേക്ഷകവൃന്ദത്തിന് നയനാനന്ദമേകി. അതുകൊണ്ടാണല്ലോ മൂന്നു കൊല്ലം മുമ്പ്, കവടിയാർ കൊട്ടാരത്തിൽ നടന്ന ശ്രീചിത്തിര തിരുനാൾ പൊന്നുതമ്പുരാന്റെ കിരീടധാരണച്ചടങ്ങിൽ, താലപ്പൊലിയേന്തിയ പെൺകൊടികളിലൊരുവളാവാൻ അവൾക്ക് ഭാഗ്യമുണ്ടായത്.

ആലിൻപുറം മുടിപ്പുരയിലെ മീനഭരണി മഹോത്സവത്തിൽ അവതരിപ്പിക്കാനുള്ള തിരുവാതിരക്കളിയുടെ പരിശീലനമാണ് തെക്കനാലപ്പുറത്ത് വീട്ടിൽ സുബേദാർ രാമകൃഷ്ണപിള്ളയുടെ വീടിനോടു ചേർന്ന കളിയലിൽ തകൃതിയായി നടക്കുന്നത്. ഏഴു ദിവസം നീണ്ടുനിൽക്കുന്ന, ആണ്ടുതോറുമുള്ള ഉത്സവപരിപാടികളിലെ പ്രധാന ഇനങ്ങളിലൊന്നാണ് തിരുവാതിരക്കളി. മീനമാസത്തിലാണ് ഉത്സവമെങ്കിലും മകരം അവസാനിക്കുമ്പോഴേ തയ്യാറെടുപ്പുകൾ തുടങ്ങും. എത്രയോ കാലമായി കുഞ്ഞുകൃഷ്ണപിള്ള ആശാനാണ് പരിശീലകൻ. രണ്ടു കൊല്ലം മുമ്പുവരെ കല്യാണിക്കുട്ടിയുടെ അമ്മ ജാനകിക്കുട്ടിയും തിരുവാതിര കളിച്ചിരുന്നു. കല്യാണിക്കുട്ടിയെപ്പോലെ തന്നെ നടനചാതുരിയുള്ളവളായിരുന്നു അവരും. പക്ഷേ, വാതം കടുത്ത്, മനസ്സിനനുസരിച്ച് കാൽ ചലിക്കാതായതോടെ അവർ അരങ്ങൊഴിഞ്ഞു. ആ ഒഴിവിലേക്കാണ് മകൾ കളിക്കാരിയായിയെത്തിയത്.

"നേരം ഇരുട്ടിത്തൊടങ്ങിയല്ല്. ഇന്നത്തേക്ക് ഇത്രേം മതി."

ആശാൻ തൊഴുതുകൊണ്ട് കസേരയിൽ നിന്നെണീറ്റ് കളിയലിനു പുറത്തേക്കു നടന്നു. തറയിൽ തൊട്ട് വന്ദിച്ച്, നെറ്റിയിലെ വിയർപ്പും തുടച്ച് കളിക്കാരികൾ ആശാനെ അനുഗമിച്ചു. കളിയലിന്റെ തെക്കുവശത്തേക്കു നടന്ന ആശാൻ, അവിടെ ചായ്പിലെ അയയിൽ കെട്ടിയിട്ടിരുന്ന ഓലച്ചൂട്ടുകളിലൊന്നെടുത്ത്, മുണ്ടിന്റെ കോന്തലയിൽ നിന്നൊരു തീപ്പെട്ടിയെടുത്തുരച്ച് ചൂട്ടിന്റെ തുമ്പിൽ തീ കൊളുത്തി രണ്ട് വീശുവീശി നടക്കാൻ തുടങ്ങി. പന്ത്രണ്ടു ശിഷ്യകളും പിന്നാലെ ചെന്നു. തെക്കനാലപ്പുറം വീടിന്റെ കൊട്ടിയമ്പലവും കടന്ന്, മകരമഞ്ഞ് വീണു തുടങ്ങിയ വയൽവരമ്പിലൂടെ, വിളഞ്ഞു പാകമായ പുന്നെല്ലിന്റെ മണവും ഉള്ളിലേ

ക്കെടുത്ത് ആ പതിമൂന്നംഗ സംഘം വരിവരിയായിനടന്നു. രണ്ടു നാഴിക അപ്പുറത്തുള്ള ആശാന്റെ വീട്ടിലേക്കുള്ള യാത്രയ്ക്കിടയിൽ അവിടവിടായാണ് പന്ത്രണ്ടു ശിഷ്യകളുടേയും വീടുകൾ.

കളി പറഞ്ഞും കുറുമ്പുകാട്ടി അടക്കിച്ചിരിച്ചും ആ പെൺകൂട്ടം, വെട്ടം തെളിച്ച് മുന്നിൽ നടക്കുന്ന ഗുരുവിനു പിന്നാലെ വയൽ വരമ്പും കടന്ന് ആലിൻ പുറം നാഗര് കാവിനടുത്തെത്തിയപ്പോൾ, കാവിനു പിറകിലെ ചാത്തൻ കുന്നിനടുത്തുള്ള തെങ്ങിൻ കട്ടയ്ക്കാലിൽ നിന്ന് വന്നലച്ച പാട്ട് കേട്ട് ചെവി കൂർപ്പിച്ചു:

"ചെല്ലപ്പനെന്നൊരു മല്ലനുണ്ടേ
ചെറുകോണത്തിൽ വീട്ടുള്ള മല്ലനാണേ.... "

കല്യാണിക്കുട്ടി ഒഴികെയുള്ള പതിനൊന്നു പെണ്ണുങ്ങളും പാട്ടുകേട്ട് കുണുങ്ങിച്ചിരിച്ചു. പിന്നിൽ നടന്ന ഗൗരിക്കുട്ടി, കല്യാണിക്കുട്ടിയുടെ കൈയിലൊന്നു നുള്ളിക്കൊണ്ടു പറഞ്ഞു:

"എടീ പെണ്ണേ കേട്ടാ. പാക്കരയണ്ണനാണ് പാടണത്."

"അതിനിപ്പം ഞാനെന്തര് വേണം?"

അവൾക്ക് കലി വന്നു. പെണ്ണുങ്ങൾ പിന്നെയും കൂട്ടത്തോടെ ചിരിച്ചു. ശിഷ്യകളുടെ കൂട്ടച്ചിരി കേട്ട ആശാൻ ചൂട്ട് വീശി തിരിഞ്ഞു നോക്കിയപ്പോഴേക്കും ചിരി നിലച്ചു. അപ്പോൾ, കട്ടയ്ക്കാലിലെ പാട്ട് സംഘഗാനമായി പരിണമിച്ചു കഴിഞ്ഞിരുന്നു:

"ചെല്ലപ്പനെന്നൊരു മല്ലനുണ്ടേ
ചെറുകോണത്തിൽ വീട്ടുള്ള മല്ലനാണേ. .
തന്നന താനന തന്നാനേ തന താനന തന്നന തന്നാനേ..."

മീനഭരണി മഹോത്സവത്തിലെ മറ്റൊരു പ്രധാന കലാപരിപാടിയായ തന്നന്നക്കളിയുടെ പരിശീലനത്തിനിടയിൽ നിന്ന് ഉയർന്നു കേട്ടതായിരുന്നു ആ പാട്ട്. തന്നന്നക്കളിയുടെ പരിശീലകനും മുഖ്യ കളിക്കാരനുമൊക്കെ ഭാസ്കരനെന്ന ചെറുപ്പക്കാരനായിരുന്നു. പാട്ടിന്റെ വരികളും അയാളുടേതാണ്. നാട്ടിലെ പലരേയും കഥാപാത്രങ്ങളാക്കി, അവരുടെ ധീരോദാത്തതയും സാഹസികതകളും അബദ്ധങ്ങളും അമളികളും ഒക്കെ സമാസമം ചേർത്ത് കാണികളെ രസിപ്പിക്കുന്ന രീതിയിലാണ് പല പാട്ടുകളും. അതുകൊണ്ടുതന്നെ ഓരോ തവണ ഉത്സവം നടക്കുമ്പോഴും തന്നന്നക്കളിപ്പാട്ടിലെ കഥാപാത്രങ്ങളാരാണെന്നറിയാൻ നാട്ടുകാർ ആകാംക്ഷയോടെ കാത്തിരിക്കും. ആലിൻപുറത്തെ കല്ലുംപൊറ്റക്കാട്ടിൽ കാട്ടുമുയലിനെയും മരപ്പട്ടിയെയും ഊളനെയുമൊക്കെ വേട്ടയാടാൻ വലിയ വീരവാദം മുഴക്കി പോയിട്ട് വെറും കൈയോടെ ഇളിഭ്യനായി മടങ്ങുന്നവഴി, കണ്ണിൽകണ്ട ഏതോ കണ്ടൻ പൂച്ചയെ ഓടിച്ചിട്ട് പിടിച്ച് തല്ലിക്കൊന്ന് ഇറച്ചിയാക്കി അത് കാട്ടുമുയലിന്റേതാണെന്ന് വീമ്പിള

ക്കിയ ചെറുകോണത്തെ മല്ലൻചെല്ലപ്പൻപിള്ളയുടെ പൊങ്ങച്ചക്കഥയാണ് ഇത്തവണത്തെ പാട്ടുവിഷയം.

കല്യാണിക്കുട്ടിയുടെ അമ്മ ജാനകിക്കുട്ടിയുടെ മൂത്ത സഹോദരൻ പരമു പിള്ളയുടെ രണ്ടാമത്തെ മകനാണ് ഭാസ്കരൻ. അതായത് കല്യാണിക്കുട്ടിയുടെ മുറച്ചെറുക്കൻ. കല്യാണിക്കുട്ടിയും ഭാസ്കരനുമായുള്ള കല്യാണക്കാര്യമൊക്കെ ഇരുവീട്ടുകാരും പണ്ടേ ഉറപ്പിച്ചതാണ്. പക്ഷേ, എന്തുകൊണ്ടോ കല്യാണിക്കുട്ടിക്ക് അതിനോടു വലിയ താല്പര്യമില്ല. അവൾ അമ്മയോടത് തുറന്നുപറഞ്ഞിട്ടുമുണ്ട്.

"ഓ... നിന്നെക്കെട്ടാൻ പിന്നെ മയിസ്രേട്ടറ് വരും."

ചിണുങ്ങി നിൽക്കുന്ന മകളെ ജാനകിക്കുട്ടി കൈയോങ്ങി, കണ്ണുരുട്ടി വിരട്ടും.

ഭാസ്കരനാകട്ടെ മുറപ്പെണ്ണിനെ കാണുമ്പോഴേ ഒരു പരവേശമാണ്. കല്യാണീദർശനത്തിൽ അയാളുടെ തൊണ്ട വരണ്ടു. ഒച്ച വിറച്ചു. ഉള്ള് കിടുങ്ങി. തന്നെ കാണുമ്പോഴുള്ള മുറച്ചെറുക്കന്റെ ഈ ഭാവമാറ്റമാണ് കല്യാണിക്കുട്ടിയുടെ അതൃപ്തിയുടെ കാരണങ്ങളിൽ പ്രധാനം. കണ്ണും തള്ളി, ഉമിനീരിറക്കി തന്റെ അംഗോപാംഗങ്ങളിലൂടെ ഓട്ടപ്രദക്ഷിണം നടത്തുന്ന ആ യുവതരുണനെ അല്പം പോലും ഗൗനിക്കാതെ അവൾ നിർദാക്ഷിണ്യം തലവെട്ടിത്തിരിക്കും. സൗന്ദര്യത്തിന്റെ കാര്യത്തിൽ തനിക്കു യോജിച്ചവനാണോ ആ ഇരുനിറക്കാരനെന്നും അവൾക്ക് സന്ദേഹമുണ്ട്. ഇതൊക്കെ നന്നായി അറിയാവുന്ന കൂട്ടുകാരികൾ തരം കിട്ടുമ്പോഴൊക്കെ 'പാക്കരയണ്ണ'ന്റെ കാര്യം പറഞ്ഞ് ചുമ്മാ അവളെ ശുണ്ഠി പിടിപ്പിച്ചു കൊണ്ടേയിരുന്നു.

"അയ്യോ! വാത!"

ആശാൻ അലറി.

കളിചിരികളിലിളകി നടന്ന അംഗനമാർ 'അമ്മച്ചീ' എന്ന നിലവിളിയോടെ അഞ്ച് ചുവട് പിറകിലോട്ടു വച്ച് ശ്വാസമറ്റു നിന്നു. ആശാന്റെ കൈയിലെ ചൂട്ട് വിറച്ചു. അയാൾ കണ്ണുംതള്ളി വായും തുറന്നങ്ങനെ നിന്നു. നാഗര്കാവ് കഴിഞ്ഞ്, ചാത്തൻ കുന്നിന് വടക്കുള്ള പാലമരച്ചോട്ടിനു മുന്നിലാണ് ആശാനും ശിഷ്യകളും പേടിച്ച് വിറച്ച് നിശ്ചലരായത്. പാലയുടെയടുത്തുള്ള വാഴപ്പണയിൽ ആരോ നിൽക്കുകയാണ്. പാലപ്പൂവിന്റെ ഗന്ധം മൂക്കിലേക്ക് അടിച്ചു കയറി. പണ്ടും പലരും 'ബാധ'യേയും യക്ഷിയേയും അറുകൊലയേയുമൊക്കെ കണ്ടിട്ടുള്ള സ്ഥലമാണ്. അതുകൊണ്ടുതന്നെ മുന്നിൽ നിൽക്കുന്നത് 'വാത' തന്നെയെന്ന് ആശാൻ ഉറപ്പിച്ചു.

"ആ...രാ? ആരാ...ന്ന്?"

കുറച്ചുനേരം പതറി നിന്ന ആശാൻ, ശിഷ്യകളുടെ മുന്നിൽ വെറും

പേടിത്തൊണ്ടനാകുന്നത് കുറച്ചിലാണെന്ന കരുതി ഇല്ലാത്ത ധൈര്യം വല്ലവിധേനെയും വരുത്തി വിക്കിവിക്കിയാണത് ചോദിച്ചത്. പക്ഷേ, മറുപടിയൊന്നും കിട്ടിയില്ല. പെണ്ണുങ്ങൾ വിറച്ച് വിയർത്ത് പരസ്പരം ഒട്ടിനിന്നു. നിമിഷങ്ങൾ ഇഴഞ്ഞു. അനക്കമറ്റ ആശാനും ശിഷ്യകളും, പ്രതികരണമേതുമില്ലാത്ത ബാധയും മുഖാമുഖം അങ്ങനെ കുറച്ചുനേരം നിന്നു.

മിനുമിനുപ്പും മുഴുമുഴുപ്പുമുള്ള പന്ത്രണ്ട് പെണ്ണുങ്ങളേയും, എല്ലുന്തനാണെങ്കിലും അത്യാവശ്യം ചോരയും നീരുമൊക്കെയുള്ള ആണൊരുത്തനേയും കടിച്ചുപറിക്കാൻ കൺവെട്ടത്തു കിട്ടിയിട്ടും 'വാത'യെന്തൊണ് മടിച്ചു നിൽക്കണത്? കല്യാണിക്കുട്ടി ചിന്തിച്ചു.

ചൂട്ടുവെട്ടത്തിൽ അവൾ വാതയെ സൂക്ഷിച്ചു നോക്കി. ഉച്ചയ്ക്ക് തിരുവാതിരക്കളിക്കളരിയിലേക്കു വരുന്നവഴി കണ്ട കാഴ്ച പെട്ടെന്നവൾക്കോർമ്മ വന്നു-സമൃദ്ധമായി കുലച്ചു കിടക്കുന്ന ഏത്തവാഴകൾക്ക് കണ്ണുതട്ടാതിരിക്കാൻ വൈക്കോലും മൺചട്ടിയുംകൊണ്ട് നോക്കുകുത്തി ഉണ്ടാക്കുന്ന കാളപ്പുലയൻ!

ഉള്ളിലല്പം കിടുങ്ങലുണ്ടായിരുന്നെങ്കിലും എങ്ങനെയൊക്കെയോ ധൈര്യം സംഭരിച്ച കല്യാണിക്കുട്ടി, മെല്ലെ നിലത്തേക്കു കുനിഞ്ഞ് ഒരു കല്ലെടുത്ത്, ആലിൻപുറം ഭഗവതിയെ മനസ്സാസ്മരിച്ചുകൊണ്ട് ബാധയെ ലക്ഷ്യമാക്കി ഒരൊറ്റ ഏറ്! ഉന്നം തെറ്റിയില്ല. ' ഠപ്പോ' എന്ന ശബ്ദത്തോടെ 'വാത'യുടെ തല തകർന്നു താഴെവീണു! എന്താണു സംഭവിച്ചതെന്നറിയാതെ മറ്റു പെണ്ണുങ്ങളും ആശാനും അന്തിച്ചു നിൽക്കേ, ആശാന്റെ കിടുകിടുപ്പുള്ള കൈയിൽനിന്ന് ചൂട്ടുവാങ്ങി അവൾ സധൈര്യം മുന്നോട്ടു നടന്നു. തകർന്നു വീണത് നോക്കുകുത്തിയുടെ തലയാണെന്നുറപ്പു വരുത്തിയ അവൾ വിളിച്ചു പറഞ്ഞു:

"ആശാനേ, അതൊരു വാണിയനായിരുന്ന്."

പെണ്ണുങ്ങളുടെ കൂട്ടച്ചിരി മുഴങ്ങി. ആശാന്റെ മുഖം വിവർണമായി. അയാൾ തല ചൊറിഞ്ഞു കൊണ്ടു പറഞ്ഞു:

"എനിക്കപ്പഴേ തോന്നി."

നാട്യസംഘം യാത്ര തുടർന്നു.

പ്ലാവിളവീട്ടിലെ അമ്മുവിനേയും മടക്കുഴിവീട്ടിലെ സരസുവിനെയും അവരവരുടെ വീടുകളിൽ ഭദ്രമായി ഏല്പിച്ച് ആശാനും പത്ത് ശിഷ്യകളും പുന്നച്ചിറത്തോട്ടിന്റെ കരയിലൂടെ നടന്നു. തോട്ടിനു കുറുകെയിട്ട തെങ്ങിൻതടിപ്പാലത്തിനക്കരെയുള്ള ഓല മേഞ്ഞ വീടാണ് കല്യാണിയുടേത്. സംഘം അവിടെയെത്തിയപ്പോൾ, മോളേയും കാത്ത് ചിമ്മിനിവിളക്കും പിടിച്ച് ജാനകിക്കുട്ടിയും കെട്ടിയോൻ നാരായണനും വീടിന്റെ തിണ്ണയിൽത്തന്നെ ഇരിപ്പുണ്ടായിരുന്നു. തടിപ്പാലം കടന്ന് കല്യാണിക്കുട്ടി

വീട്ടുമുറ്റത്തേക്കു നടന്നതും തിണ്ണയിൽ കുത്തിയിരുന്ന നാരായണൻ താടി ചൊറിഞ്ഞു കൊണ്ട് ചാടിയെണീറ്റ് പാലത്തിനടുത്തേക്കു ചെന്നു.

"ആശാനേ, കെട്ടുപ്രായമായ പെണ്ണാണ്. കൊറച്ചൂടെ നേരത്തേ വന്നൂടേ?"

പാലത്തിനക്കരെ നിന്നാണ് ഭവ്യതമുറ്റിയ ആ 'കുഴഞ്ഞ' ചോദ്യമുണ്ടായതെങ്കിലും ചോദ്യത്തിനൊപ്പം പുറത്തു വന്ന പുളിച്ച കള്ളിന്റെ വാട ആശാന്റെ മൂക്കിന്റെ പാലത്തിനിരുവശങ്ങളിലൂടെയും അകത്തേക്ക് കടന്നു. എന്നും സന്ധ്യക്ക്, കൃഷിപ്പണികൾ കഴിഞ്ഞ് മടങ്ങുന്ന വഴി, നാണച്ചോവന്റെ കൈയീന്നാണ് നാരായണൻ അന്തിക്കള്ള് വാങ്ങി മോന്തുന്നത്.

"അതെങ്ങനാ നാരായണാ. മാങ്കുന്നത്തേയും ചെറുകുന്നത്തേയും കളരി കഴിഞ്ഞല്ലേ ഇവിടെ വരാൻ?"

മൂക്കു ചുളിച്ചുകൊണ്ട് ആശാൻ പറഞ്ഞു.

നാരായണൻ കൂട്ടുതലെന്തെങ്കിലും ന്യായം പറയുന്നതിനായി നാക്കു വളയ്ക്കും മുമ്പുതന്നെ മൂന്നു കളരിക്കും നാഥനായ ആശാൻ നടത്തം തുടങ്ങിക്കഴിഞ്ഞു. പിന്നാലെ ഒമ്പതംഗനമാരും. എന്തൊക്കെയോ പിറുപിറുത്തുകൊണ്ട് നാരായണൻ വീട്ടിലേക്കു തിരിഞ്ഞു നടന്നു.

മുറിക്കകത്തു കയറിയ കല്യാണിക്കുട്ടി, വിയർത്തൊട്ടിയ ജമ്പറും പാവാടയും മാറ്റി, മുണ്ടുകൊണ്ട് മുലക്കച്ചകെട്ടി, ഈഞ്ചയും പയറുപൊടിയുമെടുത്ത് തോട്ടിലേക്കു നടന്നു. ചിമ്മിനി വിളക്കും പിടിച്ച് ജാനകിക്കുട്ടി പിന്നാലെയും. തിരുവാതിരക്കളിയിലെ ഏതോ വരികളും മൂളി, തണുതണുത്ത വെള്ളത്തിൽ കല്യാണിക്കുട്ടി മുങ്ങി നിവർന്നപ്പോൾ തോട്ടിൻ കരയിലെ കൈതക്കാടിനടുത്ത് ചിമ്മിനിയും പിടിച്ച് കുത്തിയിരുന്ന് ജാനകിക്കുട്ടി മകൾക്ക് കാവലാളായി.

നീരാട്ട് കഴിഞ്ഞ് കളിക്ഷീണം മാറ്റി വന്ന മകൾക്ക് പുഴുങ്ങിയ ചേമ്പും ചെറുകിഴങ്ങും കാന്താരിച്ചമ്മന്തിയും കാഞ്ഞവെള്ളവും ജാനകിക്കുട്ടി ചട്ടിയിലെടുത്തു വച്ചു. വിശപ്പ് കത്തിനിന്ന കല്യാണിക്കുട്ടി, നിമിഷ നേരംകൊണ്ട് ചട്ടി ശൂന്യമാക്കി ദീർഘമായൊരു ഏമ്പക്കവും വിട്ട് എണീറ്റു.

പാത്രങ്ങളെല്ലാം കഴുകി, അടുക്കള വാതിലും വലിച്ചടച്ച്, അമ്മയും മകളും കോട്ടുവാവിട്ട് അവരവരുടെ കിടപ്പുമുറികളിലേക്കു കയറി. തന്റെ മുറിയുടെ വാതിലടയ്ക്കുമ്പോഴും അമ്മയുടെ മുറിയിൽ നിന്നുള്ള അച്ഛന്റെ കൂർക്കംവലി കല്യാണിക്കുട്ടിക്കു കേൾക്കാമായിരുന്നു. അവൾ കുണുങ്ങിച്ചിരിച്ചുകൊണ്ട്, ചാണകം മെഴുകിയ നിലത്തേക്ക് പനയോലപ്പായ നീട്ടി വിരിച്ചു.

എന്നും ഉറങ്ങുന്നതിനുമുമ്പ് കുറേനേരം പായയിൽ മലർന്നുകിടന്ന്

അന്നന്ന നടന്ന കാര്യങ്ങളെക്കുറിച്ച് ചുമ്മാ ചിന്തിക്കുന്നത് കല്യാണിക്കു ട്ടിയുടെ പതിവാണ്. രാവിലെ എണീറ്റ് മുറ്റമടിച്ചതു മുതൽ പശുത്തൊ ഴുത്തു വൃത്തിയാക്കിയതും കുറുമ്പിയാടിനെ കറന്നപ്പോൾ കുറുമ്പിയായ ആ കുറുമ്പിയുടെ കാൽ തട്ടി പാല്പ്പാത്രം കമിഴ്ന്നതും, നെല്ല് പുഴുങ്ങിയതു ചിക്കു പായയിൽ ഉണക്കാനിട്ടതും, ആടിന് കൊഴയൊടിക്കാൻ മാമ്പ ഴക്കുന്ന് കയറിയപ്പോൾ, തന്നെ നോക്കി മീശ പിരിച്ച് വഷളൻചിരി ചിരിച്ച ചട്ടമ്പിക്കുഞ്ഞച്ചനെ അരിവാള് കാട്ടി വിരട്ടിയതും, തിരുവാതിര ക്കളരിയിൽ പോയതും, കൂട്ടുകാരികൾക്കൊപ്പം മടങ്ങുന്ന വഴി പാക്കരയ ണ്ണന്റെ തന്നന്നക്കളിപ്പാട്ടു കേട്ടതും വരെ എത്തിയപ്പോഴേക്കും അവളുടെ കണ്ണുകൾ അടഞ്ഞുതുടങ്ങി. അതോടെ, കല്യാണിക്കുട്ടിയുടെ ഒരുദിവസ ത്തിനു കൂടി വിരാമമായി. അങ്ങനെയങ്ങനെ നാല്പത്തഞ്ചു രാവും പകലും കണ്ണടച്ചുതുറക്കുന്ന വേഗത്തിൽ കടന്നുപോയതോടെ ഒരു കൊല്ലക്കാലം കാത്തിരുന്ന ഉത്സവനാളുകൾക്ക് കൊടിയേറ്റമായി.

മാഞ്ചരിവുവീട്ടിൽ ഗോപാലപിള്ളയുടെ കൊയ്ത്തൊഴിഞ്ഞ രണ്ടര പ്പറ വയലിന്റെ ഒത്ത നടുക്ക്, ആകാശം മുട്ടെ പൊക്കമുള്ള കമുകിൻ കൊടിമരമുയർന്നു. ദേവിയെ കുടിയിരുത്താനുള്ള പച്ചപ്പന്തൽ, പാട്ടുപുര, കുരുത്തോലത്തോരണങ്ങൾ, വാഴത്തട വിളക്കുകൾ, പാട്ടുപുര, സ്റ്റേജ്, മുറുക്കാൻ കട, ചായക്കട, വെടിപ്പുര എന്നിങ്ങനെ ആലിൻപുറംഏലാ ഉത്സവസജ്ജമായി.

കണ്ണകീചരിതത്തെ അനുസ്മരിപ്പിക്കുന്ന തോറ്റംപാട്ടിന്റെ ശീലുക ളാൽ ആലിൻപുറം ദേശം ഭക്തിസാന്ദ്രമായി മാറുകയാണ് ഇനിയുള്ള ഏഴുദിനരാത്രങ്ങൾ. പാട്ടുപുരയിൽ നിന്ന് പാട്ടാശാൻ വേലുപ്പിള്ളയും സംഘവും ചിങ്കിയടിച്ച് പാടിത്തുടങ്ങി:

"പത്തുനൂറായിരക്കോടി കനകവിളക്കു കൊളുത്തി വെച്ച്
പിറന്തവാൻ ഗണപതിയെ തായോടും പൂജിക്കാൻ തുടങ്ങുന്നേ
മാതാവേ... സ...
ശോഭകലർന്നൊരു തമ്പുരാൻ തൻമകൾ
ശോഭയോടെ വന്നിട്ട് അമൃത് പെയ്‌വാൻ
സ..."

സ്വർണക്കരക്കസവുള്ള മുണ്ടും മേൽമുണ്ടും ധരിച്ച സുബേദാർ രാമകൃഷ്ണപിള്ളയും ആറ് ആൺമക്കളും ഉത്സവത്തിന്റെ മേൽനോട്ടം നടത്തിക്കൊണ്ട് മുടിപ്പുര വയലിൽത്തന്നെയുണ്ട്. കാലാകാലങ്ങളായി ആലിൻപുറം മുടിപ്പുര മഹോത്സവത്തിന്റെ മുഖ്യ നടത്തിപ്പുകാർ തെ ക്കനാലപ്പുറത്തു വീട്ടുകാരാണ്. ഉത്സവത്തിന് ഒരാഴ്ച മുമ്പുതന്നെ അവർ വയലിലിറങ്ങും. ഒന്നിനും ഒരു കുറവും വരുത്താതെ എല്ലാം മംഗളമായി നടത്തേണ്ടത് കുടുംബത്തിന്റെ അഭിമാനപ്രശ്നം കൂടിയാണ്. പണ്ട് പട്ടാ

ളത്തിലായിരുന്നപ്പോഴും മുടിപ്പുര ഉത്സവം കണക്കാക്കിയാണ് സുബേദാരദ്ദേഹം രണ്ടു മാസത്തെ അവധിക്കു നാട്ടിൽ വന്നിരുന്നത്. ഒന്നാം ലോകമഹായുദ്ധം കൊട്ടുമ്പിരിക്കൊണ്ടിരുന്ന ആയിരത്തി തൊള്ളായിരത്തി പതിനേഴിൽ മാത്രമേ അതിനൊരു മാറ്റമുണ്ടായിട്ടുള്ളൂ.

സുബേദാർ രാമകൃഷ്ണപിള്ളയ്ക്ക് മക്കൾ ഏഴാണ്. എല്ലാം തണ്ടും തടിയുമുള്ള പുരുഷ കേസരികൾ. എല്ലാ കാര്യങ്ങൾക്കും അവരേഴു പേരും അച്ഛനോടൊപ്പമുണ്ടാകും. പക്ഷേ, ഇത്തവണത്തെ ഉത്സവത്തിന് ഏറ്റവും ഇളയവനായ പരമേശ്വരൻ മാത്രം കൂടെയില്ല.

"പരമേശരൻ കുഞ്ഞിനെ കണ്ടില്ലല്ലാ അങ്ങുന്നേ..."

പരമേശ്വരന്റെ അസാന്നിദ്ധ്യം ശ്രദ്ധിച്ച കൊല്ലൻ അപ്പുവിന്റേതായിരുന്നു ചോദ്യം. സാധാരണഗതിയിൽ അങ്ങത്തമാരുടെ മുന്നിൽ ഓച്ഛാനിച്ചു മാത്രം നിൽക്കാറുള്ള അയാൾക്ക് ഇങ്ങനെയൊരു ചോദ്യം ചോദിക്കാൻ ധൈര്യം കിട്ടിയതിനു കാരണമുണ്ട്. ഇനിയുള്ള ഏഴുദിവസവും മുടിപ്പുരയിലെ പൂജാരിയാണയാൾ. ദൈവത്തിന്റെ പരികർമ്മിയോട് ഏത് അങ്ങത്തയ്ക്കും സ്വാഭാവികമായും ബഹുമാനമുണ്ടാകുമെന്ന ഉറപ്പിലാണ് അപ്പു ആ ചോദ്യം ചോദിക്കാൻ ഒരുമ്പെട്ടത്.

"ഒന്നും പറയണ്ട. അവനിപ്പം വലിയ കാംഗ്രസ്കാരനല്ലേ. ഗാന്തിയല്ലേ അവന്റെ ദൈവം. വടക്കെങ്ങാണ്ടോ ഗാന്തി വരുന്നൂന്നും പറഞ്ഞ് അവൻ വീട്ടീന്നെറങ്ങീറ്റ് മാസം മൂന്നു കഴിഞ്ഞ്. ഇനിയിപ്പോ സ്വാതന്ത്ര്യോം വാങ്ങിച്ചോണ്ടേ വീട്ടിക്കേറിറൊള്ളായിരിക്കും."

ഇളയസന്തതിയോടുള്ള കലി കടിച്ചമർത്തിയാണ് സുബേദാരദ്ദേഹം മറുപടി പറഞ്ഞത്.

"നല്ല കുടുമ്പത്തിലൊള്ള പിള്ളകൾക്ക് ഇഞ്ഞനെ പോതോം പൊക്കണവുമില്ലാതായിപ്പോയാ എന്തര് ചെയ്യും? ദേവീ, കാത്തോണേ..."

മുടിപ്പുരയ്ക്കുള്ളിൽ ചാരി വച്ചിരുന്ന ഉടവാളിനെ നോക്കി അപ്പു നടുവളച്ച് കൈക്കൂപ്പി.

തെക്കനാലപ്പുറത്തുവീട്ടിൽ നിന്ന് സ്കൂൾ ഫൈനൽ പാസായ ഒരേയൊരു ആൺതരിയായിരുന്നു പരമേശ്വരൻ. കണ്ടമാനം ഭൂസ്വത്തുക്കൾ ഉള്ളതുകൊണ്ട് കൃഷികാര്യങ്ങളും മറ്റും നോക്കി നടത്താൻതന്നെ സമയം തികയാത്തതിനാൽ പഠിക്കാനൊന്നും അയാളുടെ സഹോദരങ്ങൾ മിനക്കെട്ടില്ല. പരമാവധി ഏഴാം ക്ലാസുവരെയൊക്കെയായിരുന്നു അവരിൽ ആറു പേരുടേയും വിദ്യാഭ്യാസം. കുടുംബത്തിലെ കടശ്ശിസന്തതി എന്ന ആനുകൂല്യം കിട്ടിയ പരമേശ്വരൻ മാത്രം പഠിത്തത്തിൽ ശ്രദ്ധിച്ചു. സ്കൂൾ ഫൈനൽ പാസായി അത്ഭുതം സൃഷ്ടിച്ച അവനെ ഡോക്ടറാക്കണമെന്നായിരുന്നു സുബേദാരുടെ മോഹം. എന്നാൽ, നാടിന്റെ സ്വാതന്ത്ര്യം സ്വപ്നം കണ്ട മകൻ അച്ഛനെ ഞെട്ടിച്ചുകൊണ്ട് കോൺഗ്രസ്

പ്രവർത്തനങ്ങളിലേക്ക് എടുത്തുചാട്ടുകയായിരുന്നു.

വായിച്ചും കേട്ടും മാത്രം അറിവുള്ള മോഹൻദാസ് കരംചന്ദ് ഗാന്ധിയെ നേരിൽ കാണണമെന്ന അദമ്യമായ ആഗ്രഹം നിറവേറ്റാനാണ് ഇരുപത്തിരണ്ടുകാരനായ പരമേശ്വരൻ മലബാറിലേക്ക് ജനുവരി മാസത്തിൽ യാത്ര തിരിച്ചത്. നാലു ദിവസത്തെ കേരള സന്ദർശനവും കഴിഞ്ഞ് ഗാന്ധി മടങ്ങിപ്പോയെങ്കിലും പരമേശ്വരൻ വീട്ടിൽ ഇനിയും മടങ്ങിയെത്തിയിട്ടില്ല. പാർട്ടി പ്രവർത്തനങ്ങൾക്കായി കോഴിക്കോട്ടും മലപ്പുറത്തുമൊക്കെ സഞ്ചരിക്കുകയാണെന്നും അധികം താമസിയാതെ വീട്ടിൽ മടങ്ങിയെത്താമെന്നും എഴുതിയ അയാളുടെ കത്ത് രണ്ടാഴ്ച മുമ്പ വന്നതിന്റെ ആശ്വാസത്തിലാണ് ഇപ്പോൾ തെക്കനാലപ്പുറത്തു വീട്ടുകാർ. ഉത്സവം തുടങ്ങുമ്പോൾ എന്തായാലും അയാൾ വരാതിരിക്കില്ല എന്നു തന്നെ അവർ കരുതി. പക്ഷേ, പരമേശ്വരൻ ഇനിയും എത്തിയിട്ടില്ല.

ഉത്സവത്തിന്റെ ഒന്നാം ദിവസം തോറ്റംപാട്ട് പാടി ദേവിയെ കുടിയിരുത്തുന്ന ചടങ്ങു മാത്രമേ ഉണ്ടായിരുന്നുള്ളൂ. രണ്ടാം ദിവസം മുതലാണ് കലാപരിപാടികൾ. ഓച്ചിറ പരബ്രഹ്മോദയം സംഗീതനടനസഭയുടെ 'കരുണ അഥവാ വേശ്യാനിർവാണം' എന്ന സംഗീത നാടകമായിരുന്നു പ്രധാന ഇനം. രണ്ടു കാളവണ്ടികളിലും വില്ലുവണ്ടികളിലുമൊക്കെയായി വൈകുന്നേരത്തോടെ തന്നെ നാടക സംഘം ആലിൻപുറം കവലയിലെത്തി. അവിടെ നിന്നും നാട്ടുകാരുടെ കൂടി സഹായത്തോടെ, വയൽ വരമ്പിലൂടെ തലച്ചുമടായാണ് നാടകസാമഗ്രികൾ സ്റ്റേജിലെത്തിച്ചത്. നടന്മാർക്കും വാദ്യവിദ്വാന്മാർക്കുമൊക്കെ വിശ്രമിക്കാനുള്ള സൗകര്യവും വിഭവസമൃദ്ധമായ ഭക്ഷണവും തെക്കനാലപ്പുറത്തെ കളിയലിൽ ഒരുക്കിയിരുന്നു.

സന്ധ്യാ ദീപാരാധനയും ഭജനയുമൊക്കെ കഴിഞ്ഞ് എട്ടര മണിക്കാണ് നാടകം. ഏഴു മണിയായപ്പോഴേ ഉത്സവപ്പറമ്പ് ജനസമുദ്രമായി. നാഴികകൾക്കപ്പുറത്തു നിന്നു പോലും ആളുകൾ കാൽനടയായി ആലിൻപുറം ഏലായിലേക്കു ഒഴുകിക്കൊണ്ടിരുന്നു. കടല -കപ്പലണ്ടിക്കച്ചവടക്കാരുടെ വായ്ത്താരികൾ ഉയർന്നു കേട്ടു. ഉടുമുണ്ടിന്റെ കോന്തലയിൽ പൊതിഞ്ഞെടുത്തിരുന്ന വറുത്ത അയണിക്കുരുവും പുളിങ്കുരുവും കൊറിച്ചുകൊണ്ട്, തിക്കിത്തിരക്കിയാണെങ്കിലും കല്യാണിക്കുട്ടിയും ജാനകിക്കുട്ടിയും സ്റ്റേജിന്റെ മുൻ നിരയിൽത്തന്നെ ഇരിപ്പിടമുറപ്പിച്ചു. കൃത്യം എട്ടര മണിക്കു തന്നെ സ്റ്റേജിലെ തിരശ്ശീലയുയർന്നു. അരങ്ങിൽ പെട്രോമാക്സിന്റെ മഞ്ഞവെട്ടം പരന്നു. ഹാർമോണിയശ്രുതിയൊഴുകി. മൃദംഗദ്ധ്വനി മുഴങ്ങി. ഗായക സംഘം പാടിത്തുടങ്ങി:

"ശരണമിയേ പരമഗുരോ,
ജനി മരണതരണ നിപുണവിഭോ..."

ശ്രീബുദ്ധനും ബുദ്ധഭിക്ഷുവും അരങ്ങിൽ പ്രത്യക്ഷരായി. ബുദ്ധധർമ്മ സംഭാഷണങ്ങളിലൂടെ അല്പനേരം ഇഴഞ്ഞുനീങ്ങിയ നാടകം അഭിസാരികയായ വാസവദത്തയുടെ രംഗപ്രവേശത്തോടെ പെട്ടെന്ന ചടുലമായി. മദാലസയായ വാസവദത്ത തൊണ്ട പൊട്ടുമാറ് പാടിക്കൊണ്ട് ഇളകിയാടി. അവളുടെ മേനിയഴക് കണ്ടും സ്വരമാധുരി കേട്ടും സ്ത്രീ പുരുഷഭേദമെന്യേ ജനം കോരിത്തരിച്ചു - പെണ്ണുങ്ങൾക്ക് ഇങ്ങനെയുമുണ്ടോ ഒരു ചന്തം!

പെൺവേഷം കെട്ടിയ ഓച്ചിറ വേലുക്കുട്ടിയെന്ന ആണൊരുത്തനെയാണ് തങ്ങൾ കാമിച്ചു കൊണ്ടിരിക്കുന്നതെന്ന പരമാർത്ഥം തിരിച്ചറിയാത്ത ആലിൻപുറത്തെ പുരുഷകേസരികൾ അന്തം വിട്ട് കണ്ണും മിഴിച്ച് ഉമിനീരിറക്കിയങ്ങനെ ഇരുന്നു. വാസവദത്തയുടെ മാദകഭാവങ്ങളിൽ അവർ പുളകിതഗാത്രരായി. ഒടുവിൽ, കരചരണങ്ങളറ്റ് മരണവും കാത്തു കിടക്കുന്ന ആ മനോഹരാംഗിയെയോർത്ത് കാണികൾ നൊമ്പരപ്പെട്ടു. അമ്മയുടെ തോളിലിട്ടിരുന്ന തോർത്തിന്റെ തുമ്പുകൊണ്ട് കണ്ണു തുടച്ചാണ് കല്യാണിക്കുട്ടി സങ്കടം തീർത്തത്.

നീണ്ടുനിന്ന കരഘോഷങ്ങളുടെ അകമ്പടിയോടെ നാടകത്തിനു തിരശ്ശീല വീണു. രണ്ടര മണിക്കൂറോളം തങ്ങളെ ആനന്ദത്തിലാറാടിച്ച വാസവദത്തയെ ഒന്നു തൊട്ടുനോക്കി നിർവൃതിയടയാനായി ആണുങ്ങൾ കൂട്ടത്തോടെ സ്റ്റേജിനു പിറകിലേക്കു പാഞ്ഞു. ഇരമ്പിയെത്തിയ ആ ആൺകൂട്ടത്തെ നോക്കി 'ഞാൻ ആണാണ്. എന്റെ പേര് വേലുക്കുട്ടിയെന്നാണ്' എന്ന് 'വാസവദത്ത' ദയനീയമായി വിളിച്ചു പറഞ്ഞെങ്കിലും വിജൃംഭിതപുരുഷാവലി അടങ്ങിയില്ല. ആർത്തിപൂണ്ട ആൺകൈകൾ 'വാസവദത്ത'യുടെ അംഗോപാംഗങ്ങളിലൂടെ പരക്കംപാഞ്ഞു. 'നായിക'യുടെ രക്ഷയ്ക്കായി നാടകസംഘം ഒന്നടങ്കം കിണഞ്ഞു പരിശ്രമിച്ചു. ഉപഗുപ്തന്റെ വേഷം കെട്ടിയ നായകനടൻ സെബാസ്റ്റ്യൻ കുഞ്ഞുകുഞ്ഞു ഭാഗവതർ, തന്റെ നായിക ആണാണെന്ന നഗ്നസത്യം ആവർത്തിച്ച് വിളിച്ചുപറഞ്ഞ് 'വാസവദത്ത'യെ രക്ഷിക്കാൻ കിണഞ്ഞുശ്രമിച്ചു. ആരു കേൾക്കാൻ? കോലാഹലം കേട്ട് ഓടി വന്ന സുബേദാരും ആറു മക്കളും ചേർന്ന് ആൾക്കൂട്ടത്തെ വിരട്ടി നോക്കി. ഫലിച്ചില്ല. ഒടുവിൽ, സഹികെട്ട്, നിതംബം വരെ മുട്ടിക്കിടന്ന മുട്ടൻതിരുപ്പൻ വലിച്ചൂരിയും ഉടുത്തിരുന്ന പളപളപ്പുള്ള ചുവപ്പുസാരിയും ജമ്പറും വലിച്ചഴിച്ചും തന്റെ പൗരുഷം തുറന്നു കാട്ടിയപ്പോഴേ പാവം വേലുക്കുട്ടിക്ക് ആരാധകവൃന്ദത്തിൽ നിന്ന് മോചനം കിട്ടിയുള്ളൂ!

ഉത്സവത്തിന്റെ മൂന്നാം ദിവസമായി. ദേവിയുടെ വിവാഹം വർണി

ക്കുന്ന മാലപ്പുറംപാട്ട് ഈ ദിവസമാണ്. തോറ്റംപാട്ടുകാർ പാടുന്നതു കേൾക്കാൻ ഒരു പാട്ടുപേർ മുടിപ്പുര വയലിൽ ഒത്തുകൂടി. മാലപ്പുറം പാട്ടിനുശേഷം രാത്രി ഏഴര മണി മുതലാണ് തിരുവാതിരക്കളി. കുഞ്ഞുകൃഷ്ണപിള്ള ആശാനും സംഘവും ആറര മണി മുതലേ ഒരുക്കങ്ങൾ തുടങ്ങി.

നേര്യത് സാരിയും ചുവന്ന ജമ്പറുമണിഞ്ഞ്, മുടി നിറയെ മുല്ലപ്പൂവും ചൂടി, വാലിട്ട് കണ്ണെഴുതി, വലിയ പൊട്ടുതൊട്ട്, ആഭരണവിഭൂഷിതരായ പന്ത്രണ്ടംഗനമാരും കൃത്യസമയത്തുതന്നെ മുടിപ്പുര വയലിൽ അണിനിരന്നു. ആശാന്റെ കാൽതൊട്ടു വന്ദിച്ച ശേഷം, കത്തിച്ചു വച്ച നിലവിളക്കിനു മുന്നിൽ കൈകൂപ്പിക്കൊണ്ട് അവർ മെല്ലെ ചുവടുവച്ചു തുടങ്ങി:

"പങ്കജാക്ഷൻ കടൽവർണൻ വാസുദേവൻ ജഗന്നാഥൻ
നാരദാദി മുനിജന വന്ദിതൻ കൃഷ്ണൻ
ഭാര്യമാരും പതിനാറായിരത്തെട്ടുമൊരുമിച്ച
സാന്ദ്രമോദം ദ്വാരകയിൽ വസിക്കും കാലം..."

കല്യാണിക്കുട്ടിയുടെ ഇളകിയാട്ടം കാണാൻ കാണികളുടെ മുൻനിരയിൽത്തന്നെ ഭാസ്കരനുണ്ടായിരുന്നു. അവൻ കണ്ണിമ ചിമ്മാതെ അവളെ സാകൂതം നോക്കിനിന്നു. കാണികളെയാരെയും ഗൗനിക്കാതെ, കളിച്ചുവടുകളിൽ മാത്രമായിരുന്നു കല്യാണിയുടെ ശ്രദ്ധ. മകളുടെ നടനമികവു കണ്ട് ജാനകിയും നാരായണനും ആത്മനിർവൃതിയടഞ്ഞു. പാട്ടുകളും ചുവടുകളും ഓരോന്നോരോന്നായി മാറിക്കൊണ്ടിരുന്നു. തിരുവാതിരക്കളി അതിന്റെ അന്ത്യപാദത്തിലെത്തി.

"വീരവിരാടകുമാര വിഭോ!
ചാരുതരഗുണ സാഗര! ഭോ!
മാരലാവണ്യ! നാരീമനോഹാരിതാരുണ്യ!
ജയജയ ഭൂരികാരുണ്യ!വന്നീടുക..."

കളിയിൽ ഹരം പിടിച്ച പ്രേക്ഷകവൃന്ദം താളത്തിൽ കൈയടിച്ചുകൊണ്ടിരുന്നു. ശിഷ്യകളുടെ നടനനൈപുണ്യം കണ്ടും പ്രേക്ഷകരുടെ കൈത്താളം കേട്ടും ആഹ്ലാദാവേശചിത്തനായി മാറിയ കുഞ്ഞുകൃഷ്ണപിള്ള ആശാന്റെ ഉടലാകെ ഒരു വിരുവിരുപ്പ് പടർന്നു. അയാൾ തോളിലെ രണ്ടാംമുണ്ടെടുത്ത് അരയിൽ കെട്ടിക്കൊണ്ട് ശിഷ്യകളുടെ ഇടയിലേക്കു ചെന്ന് ചുവടു വയ്ക്കാൻ തുടങ്ങി:

"പാണി വളകൾ കിലുങ്ങീടവേ, പാരം
ചേണുറ്റ കൊങ്ക കുലുങ്ങീടവേ..."

ആശാൻ കളി തുടങ്ങിയതോടെ കാണികൾ ആവേശക്കൊടുമുടിയേറി. അവർ ആർത്തുവിളിച്ചു. ആർപ്പുവിളിച്ചു. പെട്ടെന്ന്, എന്തോ ഉൾവിളി തോന്നിയിട്ടെന്നവണ്ണം കാണികൾക്കിടയിൽ നിന്ന കോലപ്പനാശാരി ആൾക്കാരെ വകഞ്ഞു മാറ്റി ഉത്സവപ്പറമ്പിലെ മുറുക്കാൻ കടയിലേക്ക്

പാഞ്ഞു. അല്പസമയത്തിനുള്ളിൽ തിരക്കിട്ട് തിരികെ വന്ന അയാളുടെ കൈയിൽ ഒരു വെറ്റിലമാല! ആൾക്കൂട്ടത്തിനിടയിലൂടെ വീണ്ടും നുഴഞ്ഞു കയറി അയാൾ കളിക്കാരുടെ അടുത്തെത്തി. പിന്നെ ഒട്ടും അമാന്തിച്ചില്ല. ആവേശനടനത്തിൽ ആറാടി നിന്ന ആശാന്റെ കഴുത്തിൽ അയാൾ ആ താംബൂലമാല ചാർത്തിക്കൊടുത്തു! കരഘോഷങ്ങളുയർന്നു. ചുവടുകളിൽ മാത്രം ബദ്ധശ്രദ്ധനായ ആശാനുണ്ടോ ഇതു വല്ലതുമറിയുന്നു. വെറ്റിലമാലധാരിയായ അയാൾ ചടുലനടനം തുടർന്നു കൊണ്ടേയിരുന്നു:

"...കല്യാണീ! ഘനവേണീ! ശുക വാണീ! സുശ്രോണീ
നാമിണങ്ങിക്കുമ്മിയടിച്ചിടേണം.
നന്നായി വണങ്ങിക്കുമ്മിയടിച്ചിടേണം."

കാണികളുടെ ഹർഷാരവങ്ങളോടെ തിരുവാതിരക്കളി അവസാനിച്ചു. ആശാനേയും ശിഷ്യഗണങ്ങളേയും അനുമോദിക്കാൻ നാട്ടുകാർ തിക്കിത്തിരക്കി. തിരക്കൊഴിഞ്ഞപ്പോൾ, ഭാസ്കരൻ മെല്ലെ കല്യാണിയുടെ അടുത്തെത്തി.

"കല്യാണീ, കളി...നന്നായിരുന്ന്. കൂട്ടത്തിൽ...നിന്റേതായിരുന്ന് ...നല്ല കളി."

ഭാവിഭർത്താവിന്റെ വിക്കിവിക്കിയുള്ള പ്രശംസാവചനങ്ങൾ കേട്ട കല്യാണി 'ഓ' എന്ന അലക്ഷ്യ ശബ്ദത്തിൽ പ്രതികരണമൊതുക്കി.

"നാളെയാണ്... നമ്മളെ...തന്നന്നക്കളി. നീ...വര്വേലേ?"

'ങ്ഉം' എന്ന് അമർത്തി മൂളിക്കൊണ്ട് അവൾ കൂട്ടുകാരികൾക്കിടയിലേക്കു വലിഞ്ഞു.

ഉത്സവത്തിന്റെ നാലാം ദിവസം രാത്രി ഏഴരമണിക്കായിരുന്നു തന്നന്നക്കളി. മുണ്ടുടുത്ത്, തോർത്തു തലയിൽ കെട്ടി, കൈകളിൽ ചെറുകോലുകളുമായി പതിനാറംഗ സംഘം ഭാസ്കരന്റെ നേതൃത്വത്തിൽ വയലിൽ അണിനിരന്നു. കാണികളിൽ കൂടുതലും ആണുങ്ങളായിരുന്നു. തന്നന്നക്കളിപ്പാട്ടിലെ കഥയും കഥാപാത്രങ്ങളും ആരെന്നറിയാനുള്ള ജിജ്ഞാസയിലാണ് അവർ.

കളി തുടങ്ങുന്നതിനു മുമ്പ്, കാണികൾക്കിടയിൽ ഭാസ്കരന്റെ കണ്ണുകൾ രണ്ടുപേരെ തിരഞ്ഞു. തന്റെ കളിപ്പാട്ടിലെ നായകനായ മല്ലൻ ചെല്ലപ്പനായിരുന്നു അതിൽ ഒന്നാമത്തെയാൾ. പാട്ടുപുരയുടെ അടുത്ത് മുറുക്കിച്ചുവപ്പിച്ച് മീശപിരിച്ച് നിൽക്കുന്ന നിലയിൽ അയാളെ അവൻ കണ്ടെത്തി. ചെറുചിരിയോടെ അവന്റെ കണ്ണുകൾ പിന്നെത്തിരഞ്ഞത് കല്യാണിയെയായിരുന്നു. വെടിപ്പുരയ്ക്കു താഴെയുള്ള വാഴത്തട വിളക്കിനടുത്തു നിൽക്കുകയായിരുന്ന അവളേയും അവന്റെ കണ്ണുകൾ പിടിച്ചെടുത്തു. ആത്മവിശ്വാസത്തോടെ അവൻ ചുവടുവച്ചു തുടങ്ങി:

"ചെല്ലപ്പനെന്നൊരു മല്ലനുണ്ടേ

ചെറുകോണത്ത് വീട്ടുള്ള മല്ലനാണേ..."

കഥാനായകനാരെന്നു പിടികിട്ടിയ കാണികൾ ഒന്നടങ്കം പൊട്ടി ച്ചിരിച്ചുകൊണ്ട് മല്ലൻചെല്ലപ്പനെ നോക്കി. അയാൾ ഒരു വളിച്ച ചിരിചി രിച്ച് തല ചൊറിഞ്ഞു നിന്നു. തന്റെ പൊങ്ങച്ചത്തെ കളിയാക്കുന്ന പാ ട്ടാണതെന്ന് ഏറെ താമസിയാതെ തിരിച്ചറിഞ്ഞ അയാൾ ആരുടേയും ശ്രദ്ധയിൽപ്പെടാതെ മെല്ലെ വീട്ടിലേക്കു വലിഞ്ഞുകളഞ്ഞു.

വൻകരഘോഷത്തോടെ കാണികൾ കളി കണ്ടു രസിച്ചു. കളി ക്കാർ കൂടുതൽ ഊർജ്ജസ്വലരായി കമ്പടിച്ച് ചുവടു വച്ചു:

"....പാശക്കുരുക്കും മുറുക്കി ചെല്ലപ്പനും
മൂശകവീരനെ ലാക്കുനോക്കി
മേക്കുവശത്തുള്ള ചാപ്പിന്നരികത്തു
നോക്കിപ്പതുങ്ങിയിരിപ്പുമായി.
വീശിയെറിഞ്ഞു കുരുക്കി ചെല്ലപ്പനും
മാർജാരവീരൻ പിടഞ്ഞു മോങ്ങി..."

മല്ലൻ ചെല്ലപ്പന്റെ ഗതികേടോർത്ത് ജനം അറഞ്ഞു ചിരിച്ചു. കല്യാ ണിക്കുട്ടിക്കും ചിരിക്കാതിരിക്കാനായില്ല. അവളും വാ പൊത്തിച്ചിരിച്ചു. കളിക്കിടയിലും മുറപ്പെണ്ണിനു മേൽ ഒരു കണ്ണുണ്ടായിരുന്ന ഭാസ്കരൻ കൂടുതൽ ആവേശഭരിതനായി:

"...വെട്ടുവാനോങ്ങിയ നേരത്തു പാച്ചുവും
വെട്ടരുതേ തൊലി നല്ലതാണ്.
കത്തിമിനുക്കാനിതുപോലൊരു തൊലി
കിട്ടിയാലെത്രയും കേമമാണ്."

ആ വരികൾ കേട്ടതും കാണികൾക്കിടയിൽ നിന്ന അമ്പട്ടൻ പാച്ചു വിന് രോമാഞ്ചമുണ്ടായി. തന്നെക്കൂടി പാട്ടിലെ കഥാപാത്രമാക്കിയതും ക്ഷൗരക്കത്തി രാകിമിനുക്കാൻ പൂച്ചത്തൊലി നല്ലതാണെന്ന പരാമർശ വും അയാളെ സന്തോഷചിത്തനാക്കി. ഭാസ്കരനെ അഭിനന്ദിക്കണമെ ന്ന ആത്മാർത്ഥമായ ആഗ്രഹമുണ്ടായ അയാൾ നേരെ ഉത്സവപ്പറമ്പിലെ ചായക്കടയിലേക്കോടി. അല്പം കഴിഞ്ഞ് ഓടിക്കിതച്ചു മടങ്ങിവന്നത് കൈയിലൊരു നീണ്ട വടമാലയുമായിട്ട്! നല്ല മൊരിഞ്ഞ ഉഴുന്നു വടകൾ ചരടിൽ കോർത്ത വടമാല !

പാച്ചു കഴുത്തിലണിയിച്ച വടമാലയുമായി ഭാസ്കരൻ നിറഞ്ഞാടി. കാണികളുടെ ആർപ്പുവിളികളോടെ, ഒരു മണിക്കൂറോളം നീണ്ടുനിന്ന തന്നന്നക്കളി അവസാനിച്ചപ്പോഴേക്കും ഭാസ്കരനും സംഘവും വിയർത്തു കുളിച്ചിരുന്നു.

കളി കഴിഞ്ഞ്, നാട്ടുകാരുടെ അഭിനന്ദനവാക്കുകൾ കേട്ടുനിന്ന ഭാ സ്കരന്റെ കണ്ണുകൾ പരവേശത്തോടെ തിരഞ്ഞത് കല്യാണിക്കുട്ടിയെ.

എന്നാൽ, അവളെ അവിടെയെങ്ങും കാണാതെ നിരാശപ്പെടാനായിരുന്നു അയാളുടെ വിധി. ഒരു വാക്കു പോലും ഉരിയാടാതെ പോയ മുറപ്പെണ്ണിനെയോർത്ത് അയാൾ ഒരു നീണ്ട നെടുവീർപ്പിട്ടു.

ചതിപ്രയോഗത്തിലൂടെ ഭർത്താവിനെ നഷ്ടപ്പെട്ട ദേവിയുടെ കദനകഥ പാടുന്ന ഉത്സവത്തിന്റെ അഞ്ചാം ദിവസം, പൂജകളല്ലാതെ കലാപരിപാടികളൊന്നുമുണ്ടായിരുന്നില്ല. ആറാം ദിവസമാകട്ടെ ഭജന മാത്രം.

ഉത്സവത്തിന്റെ സമാപനദിവസമായി. രാവിലെ, വയലിൽ നിറഞ്ഞ മണ്ണടുപ്പുകൾക്കുമീതേ പൊങ്കാലക്കലങ്ങൾ നിരന്നു. ഭക്തി പാരവശ്യത്തിൽ, ദേവീസ്തുതികളോടെ ആലിൻ പുറത്തെ നൂറോളം പെണ്ണുങ്ങൾ ദേവിക്ക് പൊങ്കാലയർപ്പിച്ചു. അടുപ്പിൽ നിന്നുയർന്ന പുകച്ചുരുളുകൾ മഴമേഘങ്ങൾ പോലെ ആലിൻപുറത്തെയാകെ മൂടിനിന്നു.

രാത്രി ഏഴുമണിക്ക് നാടിനെയാകെ ഇളക്കി മറിച്ചുകൊണ്ട് ആലിൻപുറം കവലയ്ക്കടുത്തുള്ള തെന്നൂർക്കോണം ദേവീക്ഷേത്രത്തിൽ നിന്ന് മുടിപ്പുരയിലേക്ക് താലപ്പൊലി ഘോഷയാത്ര തുടങ്ങി. അതു കാണാനായി വഴിക്കിരുവശത്തും ആബാലവൃദ്ധം അണിനിരന്നു. മുത്തുക്കുട, പഞ്ചവാദ്യം, ചെണ്ടമേളം, പൂക്കാവടി, വിളക്കുകെട്ട് എന്നിവയുടെ അകമ്പടിയോടെയായിരുന്നു ഘോഷയാത്ര. ദേവിയുടെ ഉടവാളും കൈയിലെടുത്ത് ചെക്കക്കോണത്തു വീട്ടിൽ ചെന്താമരാക്ഷൻപിള്ള ഉറഞ്ഞുതുള്ളിക്കൊണ്ട് ഘോഷയാത്രയുടെ മുൻനിരയിൽത്തന്നെയുണ്ട്. നെറ്റിയിൽ വാരിപ്പൂശിയ കുങ്കുമം, വിയർപ്പിൽ കുതിർന്ന് മുഖമാകെ പടർന്നതിനാൽ ചെന്താമരാക്ഷൻപിള്ളയ്ക്ക് ഒരു രൗദ്രഭാവമായിരുന്നു. മഞ്ഞ ജമന്തിഹാരമിട്ട്, ദേഹമാസകലം ഭസ്മം വാരിപ്പൂശി, അരയിൽ പട്ടു ചുറ്റി, ചിലങ്ക കിലുക്കി, ഉടവാൾ കുലുക്കി ഉറഞ്ഞുതുള്ളിവരുന്ന ആ ഉഗ്രരൂപനെക്കണ്ട് കൊച്ചുകുട്ടികൾ അലറിക്കരഞ്ഞു. മുതിർന്നവരാകട്ടെ ഭയഭക്തികളോടെ തൊഴുതു നിന്നു. ഇടയ്ക്കിടെ, ഉറഞ്ഞു തുള്ളിക്കൊണ്ട് ചെന്താമരാക്ഷൻപിള്ള, കാണികൾക്കിടയിലേക്ക് ഓടിക്കയറി, അവരിൽ ചിലരുടെ തലയിൽ തൊട്ട്, 'അമ്മ പറയുന്നൂ...നിനക്കുടനേ ഒരാൺ സന്തതിയുണ്ടാകുമെന്ന്...', 'അമ്മ കോപിച്ചിരിക്കുന്നൂ... നാളെത്തന്നെ അമ്മയ്ക്കൊരു കരിങ്കോഴിയെ കൊടുക്കണം' എന്നിങ്ങനെ ചില അരുളപ്പാടുകൾ നടത്തിക്കൊണ്ടിരുന്നു.

മുടിപ്പുരവയലിനടുത്തുള്ള തെങ്ങിൻ കട്ടയ്ക്കാലിലാണ് കല്യാണിക്കുട്ടിയും ജാനകിക്കുട്ടിയും ഘോഷയാത്ര കാണാൻ നിന്നത്. ഘോഷയാത്ര അവിടെ എത്തിയപ്പോഴേക്കും ഏതാണ്ട് എട്ടു മണിയായി. കുരവയിട്ട് അവർ ഘോഷയാത്രയെ വരവേറ്റു. ചെണ്ടമേളത്തിന്റെ രൗദ്രതാളത്തിൽ ചെന്താമരാക്ഷൻപിള്ള ഉറഞ്ഞുതുള്ളി അവരുടെ അടുത്തെത്തി. അയാൾ കട്ടയ്ക്കാലിൽ നിൽക്കുന്ന സ്ത്രീജനങ്ങളെ സാകൂതം നോക്കി. തൊഴുതു

നിൽക്കുന്ന കല്യാണിക്കുട്ടിയിൽ ദൃഷ്ടി പതിഞ്ഞ അയാൾ തുള്ളിത്തു ള്ളി അവളുടെ അടുത്തേക്കു ചെന്നു. ഭയഭക്തിയിൽ നിൽക്കുന്ന അവളെ അയാൾ അടിമുടിയൊന്നു നിരീക്ഷിച്ചു. അവളുടെ നെറ്റിയിൽ കൈവച്ച്, കണ്ണടച്ചുകൊണ്ട് അയാൾ ഇങ്ങനെ വിളിച്ചു പറഞ്ഞു:

"അമ്മ പറയുന്നൂ...നീ നാടാകെ അറിയുന്നവളാകും..."

ദേവിയുടെ അരുളപ്പാട് കിട്ടിയ മകളെ നോക്കി ജാനകിക്കുട്ടി 'ദേവീ...' എന്നു നിലവിളിച്ച ശേഷം നീട്ടിപ്പിടിച്ചൊരു കുരവയിട്ടു.

ഘോഷയാത്ര മുടിപ്പുരയിലെത്തിയതോടെ കരിമരുന്നു പ്രയോഗം തുടങ്ങി. ഉഗ്രശബ്ദത്തോടെയുള്ള വെടിക്കെട്ടിൽ ആലിൻപുറംദേശം വിറച്ചു. ബഹുവർണക്കുടകൾ മാനത്ത് വിരിഞ്ഞു കൊഴിഞ്ഞു. ഒരു മണി ക്കൂറോളം നീണ്ട വെടിക്കെട്ടടങ്ങിയതോടെ ഏഴു ദിവസം നീണ്ട ഉത്സവ ത്തിന് കൊടിയിറക്കമായി.

അന്നുരാത്രി, ഉറങ്ങാൻ കിടക്കുമ്പോൾ കല്യാണിക്കുട്ടിയുടെ ഹൃദയം വല്ലാതെ മിടിച്ചു കൊണ്ടിരുന്നു. ദേവിയുടെ പ്രവചനത്തിന്റെ പൊരുളെന്തായിരിക്കും? വലിയ തിരുവാതിരക്കളിക്കാരിയായി പേ രെടുക്കുമെന്നാകുമോ?അതോ...? അവളുടെ ചിന്തകളിൽ ഉൽക്കണ്ഠയുടെ കരിമേഘങ്ങൾ ഉരുണ്ടുകൂടിത്തുടങ്ങിയപ്പോൾ, പുറത്ത് അത്യുഗ്രമായൊ രു ഇടിനാദം മുഴങ്ങി. ആ മേഘഗർജ്ജനത്തിൽ നടുങ്ങിപ്പോയ അവൾ 'ദേവീ...' എന്നു വിളിച്ചു കൊണ്ട്, പുതപ്പു വലിച്ച് തലവഴി മൂടി.

മീനച്ചൂടിൽ പൊള്ളിപ്പിടഞ്ഞു കിടന്ന ആലിൻപുറം ദേശത്തെ കു ളിർപ്പിച്ചുകൊണ്ട് പെരുമഴ തുടങ്ങി. അപ്പോൾ, കവലയിൽ ഒരു വില്ലുവ ണ്ടി വന്നു നിന്നു. അതിൽ നിന്ന് തൂവെള്ള വസ്ത്രധാരിയായ ഒരു ചെറുപ്പ ക്കാരൻ പുറത്തേക്കിറങ്ങി. ആ പാതിരാമഴയെ വകവയ്ക്കാതെ അയാൾ ആലിൻപുറം ഏലായിലൂടെ നടന്നു. നനഞ്ഞുകുതിർന്ന അയാൾ മുടിപ്പുര വയലിനടുത്തെത്തിയപ്പോൾ മിന്നലിന്റെ വെള്ളിവെളിച്ചം തെളിഞ്ഞു മറഞ്ഞു. ആ കണ്ണഞ്ചിക്കുന്ന പ്രഭാപൂരത്തിൽ അയാളുടെ മുഖം സുവ്യക്ത മായി -തെക്കനാലപ്പുറം വീട്ടിൽ പരമേശ്വരൻ!

ഗാന്ധർവ്വം

"വരുവിൻ! കാണുവിൻ! രസിപ്പിൻ! ലോകത്തെ എട്ടാമത്തെ അത്ഭുതം ഇനി നിങ്ങളുടെ നാട്ടിലും. ആടുന്ന മയിലുകൾ, ചാടുന്ന മാനുകൾ, ഓടുന്ന കുതിരകൾ.. വിസ്മയിപ്പിക്കുന്ന കാഴ്ചകളുടെ അത്ഭുത തിരശ്ശീല ഇനി ഈ ആലിൻപുറം ദേശത്തും. നാളെ വൈകിട്ട് ആറുമണിക്ക് ആലിൻപുറം കവലയ്ക്കു സമീപം തെന്നൂർക്കോണം മൈതാനത്തെ അതിവിശാലമായ മജസ്റ്റിക് ടൂറിങ് ടാക്കീസ് കൂടാരത്തിൽ ആദ്യപ്രദർശനത്തോടെ ഈ അത്ഭുത ബയോസ്കോപ് മേള സമാരംഭിക്കുന്നു. നാളെക്കഴിഞ്ഞ് മറ്റന്നാൾ മുതൽ ദിവസേന രണ്ടു പ്രദർശനങ്ങൾ. കേവലം പത്തുദിവസം മാത്രമാണ് ഈ നാട്ടിലെ പ്രദർശനം.ഈ അസുലഭാവസരം പാഴാക്കാതിരിക്കൂ...... ഡും... ണ്ടും ....ഡും.... ണ്ടും ....."

അതിരാവിലെ, മെഗാഫോണിൽ നിന്നുയർന്ന ഈ വിളംബരശബ്ദവും ചെണ്ടയടിയും കേട്ടാണ് ആലിൻപുറം ദേശവാസികൾ കണ്ണു തുറന്നത്. അവർ കണ്ണുതിരുമ്മി കണ്ണുമിഴിച്ചു.ചെണ്ടയടി കേട്ടതുകൊണ്ട്, വല്ല രാജകല്പനയോ ചാവടിയിലെ അധികാരിയുടെ വിളംബരമോ ആയിരിക്കുമെന്നാണ് പലരും ആദ്യം കരുതിയത്. പക്ഷേ, മെഗാഫോണിലൂടെ വന്നലച്ച വാചകങ്ങൾ ശ്രദ്ധിച്ച അവർക്ക് കാര്യമതല്ല എന്ന് അധികം വൈകാതെ തന്നെ ബോധ്യപ്പെട്ടു. പിന്നെ ഇതെന്താണ്? കാര്യം പിടികിട്ടാതെ അവർ പരസ്പരം നോക്കി.

ആലിൻപുറം കവലയിൽ നിന്നാരംഭിച്ച ആ വിളംബരയാത്രയിൽ രണ്ടു ചെണ്ടയടിക്കാരും ഒരു വിളംബരക്കാരനും ഒരു നോട്ടീസ് വിതരണക്കാരനുമാണുണ്ടായിരുന്നത്. കൈയിലിരുന്ന നോട്ടീസിലെ

വാചകങ്ങളാണ്, ചുവന്ന തൊപ്പിയും കോട്ടും സ്യൂട്ടുമൊക്കെയിട്ട ആ വിളംബരക്കാരൻ അലറിവിളിച്ചുകൊണ്ടിരുന്നത്. അവരാരും തന്നെ ആ നാട്ടുകാരായിരുന്നില്ല. നോട്ടീസ് വിതരണക്കാരൻ ഇടയ്ക്കിടെ നോട്ടീസ് വഴിയിൽ വലിച്ചെറിഞ്ഞു കൊണ്ടിരുന്നു. വിളംബരശബ്ദം കേട്ട് ഉറക്കപ്പായയിൽ നിന്ന് ചാടിയെണീറ്റോടിവന്ന കുറേ പിള്ളേർ ഇളംമഞ്ഞനിറത്തിലുള്ള നോട്ടീസ് പെറുക്കിക്കൂട്ടിക്കൊണ്ട് കലപില ശബ്ദത്തോടെ ആ വിളംബരയാത്രയെ അനുഗമിച്ചു.

"എന്തരണ്ണാ എവമ്മാര് വെള്ക്കണേനു മുമ്പേ കെടന്ന് ഈ വിളിച്ചുകൂവണത്?"

വീണു കിട്ടിയ നോട്ടീസ് കൈയിൽ നിവർത്തിപ്പിടിച്ചു കൊണ്ട് ക്ഷുരകൻ പാച്ചുവാണ് പഞ്ചാപകേശൻ പിള്ളയോട് ആ ചോദ്യം ഉന്നയിച്ചത്. മാവിൻമൂട് വീട്ടിലെ കാരണവരായ കരുണാകരൻ തമ്പിയുടെ വീട്ടിൽച്ചെന്ന് തമ്പിയുടേയും ആറു പിള്ളേരുടേയും മുടി വെട്ടാൻ വേണ്ടി കത്തിയും കൂട്ടുമായി രാവിലേ വീട്ടീന്നെറങ്ങിയ പാച്ചു, ഒരു വെറ്റ ചായ കുടിക്കാനാണ് ആലിൻപുറം കവലയിലുള്ള പഞ്ചാപകേശൻപിള്ളയുടെ ചായക്കടയിൽ കയറിയത്. ബ്രൂക് ബോണ്ടിന്റെ ചുവന്ന കവർ പൊട്ടിച്ച്, സമോവറിൽ നിന്നെടുത്ത തിളയ്ക്കുന്ന വെള്ളത്തിൽ തേയിലപ്പൊടി തട്ടിക്കൊണ്ടിരുന്ന പഞ്ചാപകേശൻ പിള്ളയ്ക്ക് പക്ഷേ, ആ ചോദ്യം തീരെ ഇഷ്ടമായില്ല.

"കാര്യങ്ങളെഴുതിയ കടലാസും കയ്യീവച്ചിട്ടാണാ നീ എന്റ്രടെ ചോതിക്കണത്?"

"ഇത് വായിക്കാനറിയാങ്കി പിന്നെ ഞാൻ ചോതിക്കായിരുന്നാ?"

പാച്ചുവിന്റെ മറുപടി നിഷ്കളങ്കവും സത്യസന്ധവുമായിരുന്നു. കാരണം, അയാളുടെ പള്ളിക്കൂടസാന്നിദ്ധ്യം കേവലം ഒരാഴ്ച മാത്രമായിരുന്നു. പഞ്ചാപകേശൻ പിള്ളയുടെ കാര്യവും തഥൈവ. അതുകൊണ്ടുതന്നെ, പാച്ചു നീട്ടിയ നോട്ടീസ് അയാൾ വാങ്ങിയുമില്ല. ഇരുവരും പരസ്പരം നോക്കി ഇളിഭ്യച്ചിരി ചിരിച്ചു. അപ്പോഴാണ് ഒരു കെട്ട് പെരുമരത്തിന്റെ ഇലയും തലയിൽ ചുമന്ന് മാമ്പഴക്കുന്നിലെ മണിയൻനാടാരുടെ വരവ്. ഇല വിൽക്കാനായി ചാലക്കമ്പോളത്തിലേക്ക് പോകുന്നവഴിയാണയാൾ.

"അറിഞ്ഞില്ലേ പിള്ളേ, നമ്മള നാട്ടിലും സിലിമ വരണെന്ന്."

തലച്ചുമടിനെ ചായക്കടയുടെ പുറത്തു കിടന്ന ബെഞ്ചിൽ വച്ചിട്ട് മണിയൻ പറഞ്ഞു.

"സിലിമയാ. അതെന്തര്?"

പഞ്ചാപകേശൻപിള്ളയും പാച്ചുവും ഒരുമിച്ച് ഒരേ സ്വരത്തിലാണ് ചോദിച്ചത്.

"അയ്യേ! സിലിമയെന്ന് കേട്ടിട്ടില്ലേ? നമ്മളെ ഹജ്ജർ കച്ചേരീരെ അട്ത്ത് ഒരു സിലിമാപ്പെരയൊള്ളത് നിങ്ങക്കറിഞ്ഞൂടേ? അയിന്റെ പേരെന്തരാണ്....."

തീയേറ്ററിന്റെ പേര് ഓർത്തെടുക്കാനാകാതെ മണിയൻ കുറച്ചു നേരം തല ചൊറിഞ്ഞു. പെട്ടെന്ന് പേര് തെളിഞ്ഞുകിട്ടിയ അയാൾ ആവേശത്തോടെ പറഞ്ഞു:

"ങാ... കപ്പിത്താൾ..."

"നീയീ സിലിമ കണ്ടിട്ടൊണ്ടാ മണിയാ? അതെങ്ങനെയിരിക്കും?"

പഞ്ചാപകേശൻപിള്ളയുടെ ചോദ്യം കേട്ട മണിയൻ ഒന്നു പരുങ്ങി. 'കാപ്പിറ്റോൾ' തീയേറ്ററിന്റെ മുന്നിലൂടെ നടന്നുപോകുമ്പോഴെല്ലാം അതിനകത്തു കയറണമെന്നും സിനിമ കാണണമെന്നും മണിയന് വലിയ ആഗ്രഹമുണ്ടെങ്കിലും ഇന്നുവരെ അതിനു സാധിച്ചിട്ടില്ല. തറടിക്കറ്റിനുള്ള അരച്ചക്രം തന്നെയാണ് പ്രശ്നം. പെരുമരത്തിന്റെ ഇല ചുമന്നുകെട്ടി ചാലയിൽ കൊണ്ടു കൊടുത്താൽ കിട്ടുന്നത് കഷ്ടിച്ച് രണ്ടു ചക്രമാണ്. അതെടുത്ത് സിനിമ കാണാൻ മുടക്കിയാൽ പിന്നെ വീട്ടുചെലവ് നടത്തുന്നതെങ്ങനെ? മണിയന് പിള്ളേര് അഞ്ചാണ്.

"ഞാൻ.... ഞാൻ .... കണ്ടിറ്റില്ല. പക്ഷേ, അറിയാം...."

പഞ്ചാപകേശൻപിള്ളയുടെ ചായക്കടയിലെ ബെഞ്ചിലിരുന്ന് ചൂടുചായ ഊതിക്കുടിച്ചുകൊണ്ട്, സിനിമയെക്കുറിച്ചുള്ള തന്റെ കേട്ടറിവുകൾ മണിയൻ വിശദീകരിച്ചുകൊണ്ടിരിക്കെ, വിളംബരയാത്ര ആലിൻപുറം ഏലായിലേക്ക് കടന്നുകഴിഞ്ഞിരുന്നു.

ആടിനെ കറക്കാൻ വലിയൊരു മൊന്തയുമായി ആട്ടിൻകൂടിലേക്കു നടന്നപ്പോഴാണ് ഏലായിൽ നിന്നുള്ള ചെണ്ടയടിയുടെ 'ഡുംഢും' രവം കല്യാണിക്കുട്ടി കേട്ടത്. മെഗാഫോണിലൂടെ കേട്ട വിളംബരവിവരത്തിനായി കാതു കൂർപ്പിച്ചുകൊണ്ട് അവൾ കറുമ്പിയാടിന്റെ അകിട് കഴുകി വൃത്തിയാക്കി. അടുത്തടുത്തു വന്ന വിളംബര ശബ്ദം വ്യക്തമായി കേട്ടുവെങ്കിലും അതിൽ പറയുന്ന കാര്യങ്ങളെന്തെന്ന് പിടികിട്ടാതെ പുരികം ചുളിച്ചുകൊണ്ട് അവൾ ആടിന്റെ ക്ഷീരമുള്ളോരകിടിൻ ചുവട്ടിൽ മൊന്ത വച്ച്, കാമ്പിൽ വിരലുകളമർത്തി.

കറന്നെടുത്ത പാൽ അടുപ്പിൽ വച്ച് തിളപ്പിച്ചുകൊണ്ടിരുന്നപ്പോൾ ചെണ്ടയടി ശബ്ദം തൊട്ടടുത്തെത്തിയതായി തിരിച്ചറിഞ്ഞ കല്യാണിക്കുട്ടി, പാൽ വാങ്ങി പാതാമ്പുറത്തു വച്ച്, വേഗം മുറ്റത്തേക്കിറങ്ങി. പുന്നത്തറ തോടിന്റെ വരമ്പിലൂടെ വരികയാണ് വിളംബര യാത്ര. മുറ്റത്ത്, പരമ്പിൽ നെല്ല് ചിക്കിക്കൊണ്ടിരുന്ന ജാനകിക്കുട്ടിയും കാലുകളെ നിശ്ചലമാക്കി, വീട്ടരികിലെത്തിയ ശബ്ദത്തിനു കാതോർത്തു. ഇളകിയാടുന്ന മൺവെട്ടിയിൽ കമുകിൻ തടിച്ചീളിന്റെ ആപ്പ് ഉറപ്പിച്ചു കൊണ്ട് മുറ്റത്തിരിക്കുക

യായിരുന്ന നാരായണനും തലയുയർത്തി. ഒരു നിമിഷം ശങ്കിച്ചുനിന്ന കല്യാണിക്കുട്ടി ഓടി തടിപ്പാലത്തിലേക്കു കയറി, നോട്ടീസ് വിതരണക്കാരന്റെ കൈയിൽ നിന്ന് ഒരു നോട്ടീസ് വാങ്ങി. നോട്ടീസിലെ കറുത്ത അക്ഷരങ്ങളിലൂടെ ആ നാലാം ക്ലാസ് പഠിപ്പുകാരിയുടെ കണ്ണുകൾ മെല്ലെ മെല്ലെ തപ്പിത്തടഞ്ഞ് സഞ്ചരിച്ചു. തടിപ്പാലത്തിന്റെ മധ്യത്തിൽ നിന്നു കൊണ്ടുതന്നെ അവൾ വായന തുടർന്നു:

"വരുവിൻ.... കാണുവിൻ... രസിപ്പിൻ....."

നോട്ടീസ് മുഴുവനും വള്ളിപുള്ളി വിടാതെ വായിച്ചിട്ടും അതിൽ പറയുന്ന കാര്യമെന്താണെന്നു മാത്രം പിടി കിട്ടാതെ, അകന്നകന്നു പോകുന്ന വിളംബര യാത്രയെ അവൾ വായും പൊളിച്ച് നോക്കി നിന്നു.

അങ്ങനെ, സാക്ഷരരും നിരക്ഷരരുമായ പലരും, കൈയിൽക്കിട്ടിയ നോട്ടീസ് വായിച്ചും വായിക്കാതെയും നാടിന്റെ നാനാഭാഗങ്ങളിലായി അന്തവും കുന്തവുമില്ലാതെ കണ്ണും തള്ളി നിൽക്കേ, ഇതിനെല്ലാം കാരണഭൂതനായ പരമേശ്വരൻ, തെക്കനാലപ്പുറത്തു വീട്ടിലെ തന്റെ കിടപ്പുമുറിയിലെ കട്ടിലിൽ ചാരിക്കിടന്ന് കഴിഞ്ഞയാഴ്ചത്തെ *മാതൃഭൂമി* പത്രം വായിക്കുകയായിരുന്നു. ആഴ്ചയിലൊരിക്കലാണ് തപാലിൽ പത്രം വന്നിരുന്നത്. ക്ഷേത്രപ്രവേശനത്തിന്റെ പ്രാധാന്യത്തെക്കുറിച്ച് പത്രാധിപർ കെ പി കേശവമേനോൻ എഴുതിയ മുഖപ്രസംഗം അയാൾ ആവേശത്തോടെയാണ് വായിച്ചത്.

ടൂറിങ് ടാക്കീസുകാർ ആലിൻ പുറത്തെത്താൻ നിമിത്തമായത് പരമേശ്വരന്റെ മലബാറിലേക്കുള്ള യാത്രയായിരുന്നു. തലശ്ശേരിയിലെ പൊതുയോഗസ്ഥലത്തു പോയി ഗാന്ധിയെയും കണ്ട്, കണ്ണൂരിലെ കോൺഗ്രസ് പ്രവർത്തകരോടൊപ്പം ചില പാർട്ടി പരിപാടികളിലും പ്രക്ഷോഭങ്ങളിലുമൊക്കെ പങ്കെടുത്ത പരമേശ്വരൻ, ഒന്നര മാസക്കാലം അവിടെത്തന്നെ തങ്ങുകയായിരുന്നു. പാർട്ടി പ്രവർത്തകരുടെ വീടുകളിലായിരുന്നു അയാളുടെ താമസം. കേളുനമ്പ്യാരെന്ന പ്രവർത്തകനുമായി അയാൾ നല്ല സൗഹൃദത്തിലായി. വീട്ടിലേക്കു മടങ്ങാറായപ്പോൾ കേളുനമ്പ്യാർ, ചങ്ങാതിയെ തന്റെ കുടുംബവീട്ടിലേക്കു ക്ഷണിച്ചു. കോഴിക്കോട് ബാലുശ്ശേരിയിലായിരുന്നു നമ്പ്യാരുടെ വീട്. അങ്ങനെ നമ്പ്യാരുടെ വീട്ടിലേക്കുള്ള യാത്രയിൽ അവർ ഒരു സന്ധ്യാനേരത്ത് തീവണ്ടിയിൽ കോഴിക്കോടിറങ്ങി. ബാലുശ്ശേരിയിലേക്കു പോകാൻ മാനാഞ്ചിറ മൈതാനത്തിനു മുന്നിൽ ജഡ്കയും കാത്തു നിൽക്കുമ്പോഴാണ് മൈതാനത്തിനുള്ളിൽ നിന്ന് അവർ ബാൻഡ് മേളം കേട്ടത്. ആളുകൾ തിക്കിത്തിരക്കി മൈതാനത്തിനുള്ളിലേക്കു കയറുന്നുമുണ്ട്. എന്താണു കാര്യമെന്നറിയാനായി നമ്പ്യാരും പരമേശ്വരനും അവരോടൊപ്പം മൈതാനത്തിനുള്ളിലേക്കു കയറി. 'മെജസ്റ്റിക് ടൂറിങ് ടാക്കീസ്' എന്നെ

ഴുതിയ വലിയൊരു കൂടാരത്തിനു മുന്നിലാണ് അവരെത്തിയത്. കൂടാരത്തിനു മുന്നിലെ പ്രവേശന കവാടത്തിൽ നിൽക്കുന്നയാളോടു കാര്യം തിരക്കി. ബയോസ്കോപ്പ് പ്രദർശനമാണ് നടക്കുന്നതെന്നറിഞ്ഞപ്പോൾ അതു കാണാൻ ഇരുവർക്കും മോഹമായി. ടിക്കറ്റെടുത്ത് അവർ കൂടാരത്തിനകത്തു കയറി.

അഞ്ചാറു വർഷം മുമ്പ് 'കാപ്പിറ്റോൾ തീയേറ്ററിൽ' *വിഗതകുമാരൻ* പ്രദർശിപ്പിച്ചപ്പോൾ അത് കാണണമെന്ന് പരമേശ്വരന് ആഗ്രഹമുണ്ടായിരുന്നു. പക്ഷേ, പുലയ ക്രിസ്ത്യാനിയായ പി കെ റോസിയെ നായികയാക്കിയതിൽ പ്രതിഷേധിച്ച് നായർ പ്രമാണിമാർ തീയേറ്ററിൽ അക്രമം നടത്തിയപ്പോൾ, രണ്ടു ദിവസം കൊണ്ടുതന്നെ സിനിമയുടെ പ്രദർശനം നിർത്തി. റോസിക്ക് തിരുവനന്തപുരത്ത് കാവല്ലൂരിലെ കുടിയും കുടുംബവും ഉപേക്ഷിച്ച് നാടുവിടേണ്ടിയും വന്നു. പിന്നെ 'മാർത്താണ്ഡവർമ' പ്രദർശനത്തിനു വന്നെങ്കിലും, സി വി രാമൻപിള്ളയുടെ നോവലിന്റെ പകർപ്പവകാശം വാങ്ങിയില്ലെന്ന മള്ളൂർ വക്കീലിന്റെ 'പാരവയ്പ്' കേസിൽ കോടതി, ഫിലിംപെട്ടി കണ്ടു കെട്ടി. ഒരാഴ്ച മാത്രമായിരുന്നു 'മാർത്താണ്ഡവർമ'യുടെ ആയുസ്സ്. ഹിന്ദി, തമിഴ് സിനിമകൾ തീയേറ്ററിൽ ഇപ്പോഴും കളിക്കുന്നുണ്ടെങ്കിലും ഇതുവരെയും ഒന്നും കാണാൻ കഴിഞ്ഞിട്ടില്ല.

ബയോസ്കോപ്പ് പ്രദർശനം കണ്ട് പരമേശ്വരനും നമ്പ്യാരും അത്ഭുതപരതന്ത്രരായി. ഷോ കഴിഞ്ഞ് അവർ നേരേ പോയത് ടൂറിങ് ടാക്കീസിന്റെ മാനേജർ ഗജലിംഗ ചെട്ടിയാരുടെ അടുത്തേക്കാണ്. തന്റെ നാട്ടിൽ വന്ന് ഷോ അവതരിപ്പിക്കാമോ എന്ന പരമേശ്വരന്റെ അഭ്യർത്ഥന ചെട്ടിയാർ സ്വീകരിച്ചു. പല നഗര പ്രദേശങ്ങളിലും സ്ഥിരം തീയേറ്ററുകളും അവിടങ്ങളിലെല്ലാം ശബ്ദചിത്രങ്ങളും വന്നുതുടങ്ങിയതു കാരണം നിശ്ശബ്ദസിനിമകൾ പ്രദർശിപ്പിക്കുന്ന ടൂറിങ് ടാക്കീസുകൾക്ക് പഴയ പ്രതാപം നഷ്ടപ്പെടുകയാണെന്ന സത്യം തിരിച്ചറിഞ്ഞതുകൊണ്ടു കൂടിയാണ് പരമേശ്വരന്റെ അഭ്യർത്ഥനയെ യാതൊരു വൈമനസ്യവും കൂടാതെ ചെട്ടിയാർ സ്വീകരിച്ചത്. മുതലക്കുളത്തെ രണ്ടാഴ്ചത്തെ പ്രദർശനവും കൂടി കഴിഞ്ഞ് ഒരു മാസത്തിനുള്ളിൽ ആലിൻ പുറത്തെത്തിക്കൊള്ളാമെന്ന് അയാൾ വാക്കു കൊടുത്തു. വിലാസം എഴുതി നൽകി, വേണ്ട സഹായങ്ങളെല്ലാം ഉറപ്പും കൊടുത്ത് പരമേശ്വരൻ മടങ്ങി. അങ്ങനെയാണ് ബയോസ്കോപ്പ് സംഘം ആലിൻപുറത്തെത്തുന്നത്.

പത്രപാരായണവും കഴിഞ്ഞ് പരമേശ്വരൻ വരാന്തയിലേക്കു നടന്നു. ചാരുകസേരയിൽ കണ്ണടച്ച് ചാരിക്കിടക്കുകയാണ് അച്ഛൻ സുബേദാർ രാമകൃഷ്ണപിള്ള. കൈവരിയിലിരിക്കുന്ന സ്വർണ്ണനിറത്തിലുള്ള ഗ്രാമഫോണിന്റെ വലിയ നാലു മണിപ്പൂവിലൂടെ ഒരു ഹിന്ദി ഗാനം

ഒഴുകിയിറങ്ങുകയാണ്:

"ദേ ദേ ഖുദാ കേ നാം...."

മകന്റെ കാലൊച്ച കേട്ട് അച്ഛൻ കണ്ണു തുറന്നു.

"പരമേശ്വരാ, കളിയലിലൊള്ളവര് സിനിമാക്കാരാണാ?"

"ങാ... അവര് ടൂറിങ് ടാക്കീസ് നടത്തണവരാ."

"സിനിമ ശബ്ദമുള്ളതാണോ?"

"ഇത് ബയോസ്കോപ്പ് ഷോയാ."

സുബേദാർ അമർത്തിയൊന്നു മൂളിക്കൊണ്ട് വീണ്ടും കണ്ണടച്ചു. പണ്ട് പട്ടാളത്തിലായിരുന്നപ്പോൾ ബോംബെയിലെ റോയൽ ടൂറിങ് ടാക്കീസിൽ വച്ച് ചാർളിചാപ്ലിന്റെ *ദി ട്രാംപ്* കണ്ട് ചിരിച്ചു മറിഞ്ഞത് അയാൾക്കോർമ്മ വന്നു. ജീവിതത്തിൽ ഇതുവരെ ആകപ്പാടെ കണ്ടിട്ടുള്ള സിനിമ അതാണ്. ഏതായാലും സ്വന്തം നാട്ടില് സിനിമ വന്ന സ്ഥിതിക്ക് അതൊന്നു കാണണമെന്ന് അയാളുറപ്പിച്ചു.

വീട്ടിൽ നിന്നിറങ്ങിയ പരമേശ്വരൻ, കളിയലിനുള്ളിലേക്കു കയറിയപ്പോൾ, ചാരുകസേരയിൽ വിഷണ്ണനായി കിടക്കുകയാണ് മാനേജർ ഗജലിംഗ ചെട്ടിയാർ. അയാളെ സഹതാപത്തോടെ നോക്കി താടിക്ക് കൈയും കൊടുത്ത്, ടാക്കീസിലെ മറ്റു ജോലിക്കാർ തറയിൽ കുത്തിയിരിപ്പുണ്ട്. പരമേശ്വരനെക്കണ്ടതും എല്ലാവരും ചാടിയെണീറ്റു തൊഴുതു നിന്നു.

"എന്തു പറ്റി മുതലാളീ?"

"അയ്യാ, റൊമ്പ പ്രചനമായി. നമ്മ കഥൈ ശൊല്ലും പയല് ഇനിയും വന്തിട്ടേ ഇല്ലൈ."

"സമയം കിടക്കുകയല്ലേ. നാളെ വൈകിട്ടല്ലേ ഷോ."

പരമേശ്വരൻ അയാളെ സമാധാനിപ്പിക്കാൻ നോക്കി.

"അത് വന്ത് അപ്പടിയല്ല പിള്ളേ. നേരത്തേ വന്ത് ഇന്ത ഊരെയും ഊരാളരേയും പറ്റി പടിക്കണം. അപ്പടി പടിച്ചാലേ രസമാന രീതിയിൽ കതൈ ശൊല്ലാൻ പറ്റു."

ചെട്ടിയാരുടെ വെപ്രാളത്തിന്റെ പൊരുൾ അപ്പോഴാണ് പരമേശ്വരന് പിടി കിട്ടിയത്. നിശ്ശബ്ദസിനിമകളുടെ പ്രദർശനത്തിലെ ആണിക്കല്ലാണ് സ്ക്രീനിലെ ദൃശ്യങ്ങൾക്കനുസരിച്ച് കഥ വിളിച്ചു പറയുന്നയാൾ. ഷോ നടക്കുന്ന പ്രദേശത്തെ ആളുകളെക്കൂടി കഥാപാത്രങ്ങളാക്കി കഥ പറഞ്ഞാണ് അയാൾ കാണികളെ രസിപ്പിക്കുന്നത്. അയാളുടെ പ്രകടനത്തിനെ ആശ്രയിച്ചാണ് പ്രദർശനത്തിന്റെ വിജയപരാജയങ്ങൾ. അയാൾ വരാതിരുന്നാൽ.....?

ബയോസ്കോപ്പ് പ്രദർശനത്തിനു നേരിട്ടേക്കാവുന്ന പ്രതിസന്ധിയെക്കുറിച്ചോർത്ത് ഗജലിംഗ ചെട്ടിയാരും സംഘവും ഇങ്ങനെ വേവലാതി

പൂണ്ടിരിക്കേ, ആലിൻപുറം കവലയ്ക്കടുത്തുള്ള തെന്നൂർക്കോണത്തെ തരിശായിക്കിടന്ന വിശാലമായ പുരയിടത്തിൽ ഒരു വലിയ കൂടാരം ഉയർന്നു തുടങ്ങി. നരച്ച് തുടങ്ങിയ ചുവപ്പും കറുപ്പും നിറത്തിലുള്ള, അവിടവിടെ പിഞ്ഞിത്തുടങ്ങിയ കാൻവാസിലായിരുന്നു കൂടാരത്തിന്റെ നിർമ്മാണം. പലവർണ്ണങ്ങളിലുള്ള കടലാസുതോരണങ്ങൾ കൂടാരമാകെ കെട്ടി അലങ്കരിച്ചു.കൂടാരത്തിനു മുന്നിൽ സ്ഥാപിച്ച പ്രവേശനകവാടത്തിൽ വലിയ കുലവാഴകൾ കെട്ടി നിർത്തി. അതിനു മുകളിൽ, 'മജസ്റ്റിക് ടൂറിങ് ടാക്കീസ്' എന്ന് വെളുത്ത അക്ഷരങ്ങളിലെഴുതിയ വലിയൊരു ബോർഡ് തൂങ്ങി. കൂടാരത്തിനു ചുറ്റിലും കവാടത്തിലുമൊക്കെയായി ചെറിയ ചെറിയ വർണ്ണബൾബു മാലകൾ നിറഞ്ഞു.

ടൂറിങ് ടാക്കീസ് എത്തിയ വാർത്ത നാട്ടുകാരുടെ മൊത്തം ചെവികളിലെത്താൻ അധിക സമയം വേണ്ടിവന്നില്ല. ബയോസ്കോപ്പ്, സിനിമ എന്നീ വാക്കുകൾ അവരിൽ പലരുടേയും നാവുകൾ ആദ്യമായി ഉച്ചരിച്ചു തുടങ്ങി. ബയോസ്കോപ്പിനെ 'സ്കോപ്പ് ' എന്ന് ലോപിപ്പിച്ചും 'കോപ്പ്'എന്ന് ഭാഷാഭേദം വരുത്തിയും ഉച്ചരിച്ച അവർ സിനിമയെ 'സിലിമ'യുമാക്കി. സംഗീതനാടകങ്ങളും തിരുവാതിരക്കളിയും തന്നന്നക്കളിയുമൊക്കെ ഇത്രയും നാൾ ആസ്വദിച്ചു വന്നിരുന്ന അവർക്ക് ഈ 'കോപ്പ്' അതിനോളമൊക്കെ പോന്നതായിരിക്കുമോ എന്ന കാര്യത്തിൽ സംശയവുമുണ്ടായിരുന്നു.

"എനിക്കും സിലിമ കാണണം."

ഉച്ചയ്ക്ക് കഞ്ഞി കുടിച്ചുകൊണ്ടിരുന്നപ്പോൾ കല്യാണിക്കുട്ടി മടിച്ചു മടിച്ചാണ് അമ്മയോടു തന്റെ ആഗ്രഹം പറഞ്ഞത്.

"അയിന് ചുമ്മാ പോയി കാണാൻ പറ്റോ? കാശ് കൊടുക്കണ്ടേ? നീ നിന്റെ തന്ത്യാനോടു പറഞ്ഞ് നോക്ക്."

സിനിമയോടുള്ള ഇഷ്ടക്കേടല്ല, കാണാനുള്ള പണമില്ലാത്തതാണ് ജാനകിക്കുട്ടിയുടെ പ്രശ്നം. സത്യത്തിൽ അവർക്കും സിനിമ കാണാൻ ആഗ്രഹമുണ്ട്.

വൈകിട്ട്, പതിവുപോലെ ആടിക്കുഴഞ്ഞ് നാരായണനെത്തി. അല്പമാത്രമായ ബോധത്തോടെ വീടണഞ്ഞ അച്ഛനോട് എങ്ങനെ തന്റെ ആഗ്രഹം പറയുമെന്ന ചിന്തയിൽ താടിക്ക് കൈയും കൊടുത്ത് കല്യാണിക്കുട്ടി വരാന്തയുടെ കൈവരിയിലിരുന്നു. മകളെ സഹതാപത്തോടെ നോക്കി വാതിലിന്റെ കട്ടിളപ്പടി ചാരി അമ്മയും നിന്നു. വീടിന്റെ തിണ്ണയിൽ ഇരിപ്പുറപ്പിച്ച നാരായണൻ അവ്യക്തമായി എന്തൊക്കെയോ പുലമ്പിക്കൊണ്ടിരിക്കുകയും പെട്ടെന്ന്, 'എഴീ, പെണ്ണേ....' എന്ന് ഉറക്കെ വിളിക്കുകയും ചെയ്തു. വിളി കേട്ട കല്യാണിക്കുട്ടി പ്പാറ്റിക്കൊണ്ട് ചാടിയെണീറ്റു. എന്നത്തേയും പോലെ, വീട്ടുകാര്യങ്ങൾ - ആടിനെക്കു

ളിപ്പിച്ചോ, കൊഴയറുത്തോ, നെല്ല് ഉണക്കിയോ, കുളിക്കാനുള്ള വെള്ളം ചൂടാക്കിയോ... തിരക്കാനുള്ള വിളിയാണതെന്ന് അവൾക്കുറപ്പായിരുന്നു. അവൾ തലമുടി വാരിച്ചുറ്റിക്കെട്ടി, തറ ചവിട്ടിക്കുലുക്കി തന്തയുടെ അടുത്തേക്കു ചെന്നു. അയാൾ അവളെ അടിമുടിയൊന്നു നോക്കി. പിന്നെ കുഴഞ്ഞ സ്വരത്തിൽ പറഞ്ഞു:

"എഴീ, നമക്കും കാണാൻ പോണം... തെന്നൂർക്കോണത്തെ കോപ്പ്."

ഒരു നിമിഷം, അയാളെന്താണു പറഞ്ഞതെന്ന് തിരിച്ചറിയാതെ നെറ്റി ചുളിച്ചെങ്കിലും പെട്ടെന്നു തന്നെ കല്യാണിക്കുട്ടിയുടെ തലച്ചോറിൽ ' സിലിമ ' മിന്നി മറഞ്ഞു. അച്ഛനെ കെട്ടിപ്പിടിച്ചൊരു ഉമ്മ കൊടുത്താൽ കൊള്ളാമെന്ന് അവൾക്കു തോന്നി.

അന്നു രാത്രി ഉറങ്ങാൻ കിടക്കുമ്പോൾ അവളുടെ മനസ്സ് നിറയെ നാളെ കാണാൻ പോകുന്ന 'സിലിമ'യെക്കുറിച്ചായിരുന്നു. എങ്ങനെയായിരിക്കും 'സിലിമ'?

പിറ്റേന്ന് നേരം പരപരാ വെളുത്തുതുടങ്ങിയപ്പോൾ, ചെറുപയർ പൊടിയും ഈഞ്ചയുമായി കല്യാണിക്കുട്ടി തോട്ടിലേക്കു നടന്നു. തീണ്ടാരിനാളുകളിൽ അവൾക്ക് പതിവുള്ളതാണ് ഈ പ്രഭാതസ്നാനം. ജമ്പറും പാവാടയും അഴിച്ച്, മുണ്ടുകൊണ്ട് മുലക്കച്ചകെട്ടി അവൾ തണുത്ത വെള്ളത്തിലിറങ്ങി. ഉടലാകെ കുളിർന്നുവെങ്കിലും അത് വകവയ്ക്കാതെ അവൾ ഒന്നു മുങ്ങി നിവർന്നു. മൂളിപ്പാട്ടും പാടി, ഈഞ്ചപ്പട്ട കൊണ്ട് പയർപൊടി ഒപ്പിയെടുത്ത് അവൾ ദേഹമാസകലം തേച്ചു പിടിപ്പിച്ചശേഷം വീണ്ടും മുങ്ങാനൊരുങ്ങിയതും കൈതക്കാടിനു പിന്നിൽ ഒരനക്കം! പരിഭ്രാന്തയായ അവൾ മാറിൽ കൈവച്ചുകൊണ്ട് അവിടേക്കുതന്നെ സൂക്ഷിച്ചു നോക്കിയപ്പോൾ അതാ ഒരു പുരുഷമുഖം! നിലവിളിക്കാനായി അവൾ വാ തുറന്നപ്പോഴേക്കും ആ 'അജ്ഞാതൻ' അപ്രത്യക്ഷനായി. അവൾ പരിഭ്രാന്തിയോടെ തോട്ടിൻകരയിലേക്ക് ഓടിക്കയറി കൈതക്കാടിനടുത്തേക്കു ദൃഷ്ടി പായിച്ചെങ്കിലും ആരെയും കണ്ടില്ല. ഇനി തനിക്കു തോന്നിയതാകുമോ? അതോ വല്ല ഗന്ധർവ്വനുമാണോ? ഒളിഞ്ഞുനോട്ടക്കാരനാണെങ്കിലും ചന്തമുള്ള മുഖമായിരുന്നു അയാൾക്ക്. കുറച്ചുനേരം ചിന്തിച്ചു നിന്ന ശേഷം അവൾ വീണ്ടും തോട്ടിലേക്കിറങ്ങി.

കുളിർവെള്ളത്തിൽ നിന്നുകൊണ്ട്, അല്പം മുമ്പ് മിന്നി മറഞ്ഞ ആ മുഖം അവൾ ഓർത്തെടുക്കാൻ ശ്രമിച്ചു. നല്ല ചുരുണ്ട തലമുടി, മീശയില്ലാത്ത സുന്ദര മുഖം, വെളുത്ത നിറം... ഇങ്ങനൊരാളെ ഇതിനുമുമ്പ് ഈ നാട്ടിലെങ്ങും കണ്ടിട്ടില്ലല്ലോ എന്നവൾ അതിശയപ്പെട്ടു. തണുത്ത വെള്ളത്തിൽ കുറെനേരം നിന്നപ്പോൾ, ദേഷ്യവും അമ്പരപ്പുമൊക്കെ കൂടിക്കലർന്ന് ഉടലാകെ വ്യാപരിച്ചിരുന്ന കിരുകിരുപ്പ് മെല്ലെ മെല്ലെ വിട്ടൊഴിഞ്ഞ്

ശരീരം പൂർവ്വസ്ഥിതി വീണ്ടെടുത്തു തുടങ്ങി. അവൾ ആ അജ്ഞാതവദനത്തെക്കുറിച്ച് ചുമ്മാ ഒന്നുകൂടി ഓർത്തു. അവളുടെ നുണക്കുഴി മെല്ലെ തെളിഞ്ഞു. ലജ്ജാവതിയായ അവൾ വെള്ളത്തിലേക്കു മുങ്ങി.

വൈകിട്ട് അഞ്ചു മണിക്ക് നാരായണനും ജാനകിക്കുട്ടിയും കല്യാണിക്കുട്ടിയും ഉടുത്തൊരുങ്ങി തെന്നൂർക്കോണത്തേക്കു പുറപ്പെട്ടു. ചുവപ്പ് ജമ്പറും വെള്ളപ്പുള്ളികളുള്ള നീളൻ നീലപ്പാവാടയുമുടുത്ത്, വാലിട്ടു കണ്ണെഴുതി, സിന്ദൂരപ്പൊട്ടുമിട്ട്, കുടമുല്ലപ്പൂവും ചൂടി സുന്ദരിയായിട്ടായിരുന്നു കല്യാണിയുടെ പുറപ്പാട്. ജാനകിക്കുട്ടിയാകട്ടെ, പെട്ടകത്തിൽ അലക്കി വച്ചിരുന്ന പുടവയും കവിണിയുമാണ് ഉടുത്തിരുന്നത്. ജീവിതത്തിലാദ്യമായി കാണാൻ പോകുന്ന 'കാഴ്ച' മങ്ങാതിരിക്കാൻ വൈകിട്ടത്തെ പതിവുസേവ ഉപേക്ഷിച്ചാണ് നാരായണൻ ഭാര്യയേയും മകളേയും നയിച്ചുകൊണ്ട് ഏലാവരമ്പിലൂടെ നടന്നത്. നാലു കമുകിൽക്കയറി പറിച്ച എട്ടുകുല പാക്കും വീട്ടുവളപ്പിലെ തെങ്ങിൽ നിന്നടത്ത പത്തു തേങ്ങയും മരുതമ്മൂട് ചന്തയിൽ കൊണ്ടുപോയി വിറ്റുകിട്ടിയ ചക്രത്തിൽ നിന്നാണ് 'കോപ്പ്' കാണാനുള്ള പണം അയാൾ സ്വരൂപിച്ചത്.

മൂവർ സംഘം മജസ്റ്റിക് ടൂറിങ് ടാക്കീസിനു മുന്നിലെത്തിയപ്പോൾ, പ്രവേശന കവാടത്തിനു മുന്നിൽ ബാന്റ് മേളം നടക്കുകയായിരുന്നു. താളം പിടിച്ചുകൊണ്ട് സാമാന്യം നല്ലൊരു ആൾക്കൂട്ടം അവർക്കു മുന്നിലുണ്ട്. അതിൽ പരിചിതമുഖങ്ങളും അപരിചിത മുഖങ്ങളുമുണ്ടായിരുന്നു. നാട്ടുകാർ മാത്രമല്ല, നാഴികകൾക്കപ്പുറത്തു നിന്നുപോലും ആളുകൾ എത്തിയിരിക്കുകയാണ്.

വെള്ളപ്പാന്റും ചുവപ്പ് ഉടുപ്പുമിട്ട് മഞ്ഞത്തൊപ്പി വച്ചവരായിരുന്നു ബാന്റ് മേളക്കാർ. പല വർണ്ണങ്ങളിൽ മിന്നിമിന്നിത്തിളങ്ങുന്ന ചെറു ബൾബുമാലകൾ കണ്ട്, ഇന്നേവരെ തീവെളിച്ചം മാത്രം കണ്ടു ശീലിച്ച നാരായണന്റെയും കുടുംബത്തിന്റെയും കണ്ണുകൾ മിഴിച്ചു. ബാൻഡ് മേളത്തിന്റെ ഉഗ്രശബ്ദത്തേയും കടത്തിവെട്ടി ഒരു ഇരമ്പൽ ശബ്ദം കേട്ടുകൊണ്ടിരിക്കുന്നതെന്തെന്ന് അവർ അതിശയപ്പെട്ടു. ടാക്കീസിന്റെ ജീവനാഡിയെന്നു തന്നെ പറയാവുന്ന ജനറേറ്ററിന്റെ മുരൾച്ചയൊച്ചയായിരുന്നു അതെന്ന് അവർക്കറിയില്ലല്ലോ.

പ്രവേശന കവാടത്തിനടുത്തായിരുന്നു ടിക്കറ്റ് കൗണ്ടർ. അവിടെ ആൾക്കാരുടെ നീണ്ട വരി കണ്ട നാരായണൻ മുണ്ടിന്റെ മുന്തിയിൽ പൊതിഞ്ഞു വച്ചിരുന്ന പണവും കൈയിലെടുത്ത് ധൃതിയിൽ അങ്ങോട്ടു നടന്നു. അപ്പോഴാണ് കവാടത്തിൽ 'ഇന്നത്തെ സിനിമ' എന്നെഴുതിയ ബോർഡിൽ ഒട്ടിച്ചിരുന്ന പോസ്റ്റർ കല്യാണിക്കുട്ടിയുടെ ശ്രദ്ധയിൽ പെട്ടത്. തൊപ്പി വച്ചൊരു മദാമ്മയും സായിപ്പും ഒരു ബോട്ടിനോടു ചേർന്നുനിൽക്കുന്ന ചിത്രത്തിനു നടുവിലായി മലയാളത്തിൽ 'ദി ജേർണി'

എന്ന് വലുതായി എഴുതിയിട്ടുണ്ട്. പോസ്റ്ററിന്റെ ഏറ്റവും താഴെ ഇങ്ങനെ എഴുതിയിരുന്നു: കഥ വിളിച്ചു പറയുന്നത് -ചമ്പക്കുളം ചന്ദ്രപ്പൻ.

ടിക്കറ്റെടുത്ത നാരായണനും കുടുംബവും കൂടാരത്തിനകത്തു കയറി. വൈദ്യുത ദീപങ്ങളുടെ പ്രഭാപൂരമായിരുന്നു അതിനകവശം. വിശാലമായ കൂടാരത്തിനു മുൻവശത്ത് ബെഞ്ചുകളുടെയും, പിന്നിൽ തടിക്കസേരകളുടെയും നിരകളായിരുന്നു. ബെഞ്ചിലിരിക്കാനുള്ള ടിക്കറ്റാണ് നാരായണൻ എടുത്തിരുന്നത്. ഇടതു വശത്ത്, സ്ത്രീകൾക്കായി പ്രത്യേകം സീറ്റുകളുള്ളതിനാൽ കല്യാണിയും ജാനകിയും അവിടെയാണിരുന്നത്. കൂടാരത്തിനുള്ളിൽ പരിചിതമുഖങ്ങൾ പലതിനേയും അവർ കണ്ടു. സുബേദാറും ഏഴുമക്കളും മുൻനിരക്കസേരകളിൽ തന്നെയുണ്ട്.

ഇരിപ്പിടങ്ങൾ നിറയാൻ അധികനേരം വേണ്ടി വന്നില്ല. നീണ്ട വിസിൽ മുഴങ്ങി. വെളിച്ചങ്ങളെല്ലാം ഒന്നിച്ചണഞ്ഞു. കൂടാരത്തിനു പിറകിലെവിടെനിന്നോ വെളിച്ചത്തിന്റെ നാളം പാഞ്ഞു വന്നു. കാണികൾക്കഭിമുഖമായി കെട്ടിയിരുന്ന വലിയ വെള്ളത്തുണിയിൽ ജോർജ് അഞ്ചാമൻ ചക്രവർത്തിയുടെ ചിത്രം തെളിഞ്ഞു. കാണികൾ കരഘോഷം മുഴക്കി. ആ ചിത്രം മാഞ്ഞതോടെ ഒരു കൂപ്പുകൈ ചിത്രം പ്രത്യക്ഷമായി. അതിനു താഴെ സ്വാഗതം എന്നെഴുതിയിട്ടുണ്ടായിരുന്നു. വെള്ളത്തുണിയിലെ പ്രകാശം മായുകയും അതിന് ഇടതു വശത്ത്, മുകളിൽ തൂക്കിയിരുന്ന വലിയ ബൾബ് അരണ്ട നീല നിറത്തിൽ പ്രകാശിക്കുകയും ചെയ്തു. ഒപ്പം പ്രകമ്പനം കൊള്ളിക്കുന്ന സംഗീതവും മുഴങ്ങി. പ്രകാശവട്ടത്തിനു ചുവട്ടിൽ, ഒരു വലിയ സ്റ്റൂളിന് പുറത്ത് കറുത്ത കോട്ടും സ്യൂട്ടും തൊപ്പിയും ചുവന്ന ടൈയുമൊക്കെ ധരിച്ച ഒരു യുവാവ് പ്രത്യക്ഷനായി. അയാളുടെ പിറകിലായിട്ടായിരുന്നു സംഗീതവാദകരുടെ സ്ഥാനം. കൈയിലിരുന്ന മെഗാഫോണിനെ വായോടു ചേർത്തുവച്ച് യുവാവ് ഉറക്കെ വിളിച്ചു പറഞ്ഞു:

"ലേഡീസ് ആന്റ് ജെന്റിൽമെൻ, വെൽക്കം റ്റു ദി ഗ്രേറ്റ് ബയോസ്കോപ്പ് ഷോ.

സഹൃദയരായ ആലിൻപുറം നിവാസികളേ, മജസ്റ്റിക് ടൂറിങ് ടാക്കീസിന്റെ ഈ ബയോസ്കോപ് ഷോയിലേക്ക് ഏവർക്കും സ്വാഗതം.. സ്വാഗതം.... സുസ്വാഗതം. ഞാൻ ചമ്പക്കുളം ചന്ദ്രപ്പൻ. നിങ്ങൾക്കു വേണ്ടി ഈ സിനിമയുടെ കഥ വിളിച്ചു പറയുന്നത് ഞാനാണ്. എല്ലാവരും സ്ക്രീനിലെ ചിത്രവും എന്റെ ശബ്ദവും ശ്രദ്ധിച്ചിരിക്കുക. ഇന്ന് നമ്മൾ കാണുന്ന സിനിമയുടെ പേര്...."

സ്ക്രീനിലേക്ക് വീണ്ടും വെളിച്ചം പാഞ്ഞെത്തി. *ദി ജേർണി* എന്ന് ആംഗലേയ അക്ഷരങ്ങൾ തെളിഞ്ഞു. അതിലേക്കു നോക്കി ചന്ദ്രപ്പൻ അലറി വിളിച്ചു:

ദി ജേർണി.

വീണ്ടും അത്യുഗ്രസംഗീതം മുഴങ്ങി. വെള്ളത്തുണിയിൽ ദൃശ്യങ്ങൾ ചലിച്ചു തുടങ്ങി.

ഒരു മായികലോകത്തിലകപ്പെട്ടവരെപ്പോലെ അത്ഭുതപരതന്ത്രരായി ഇരിക്കുകയാണ് കാണികൾ. ജീവിതത്തിലാദ്യമായി സിനിമ കാണുന്നവരായിരുന്ന അവരിൽ മഹാഭൂരിപക്ഷവും. തങ്ങളുടെ പിന്നിൽ നിന്നും വരുന്ന വെളിച്ചം വെള്ളത്തുണിയിലേക്ക് വീഴുമ്പോൾ എങ്ങനെയാണ് ജീവനുള്ള ചിത്രങ്ങളായി മാറുന്നതെന്ന് അവർ അതിശയപ്പെട്ടു. തുണിക്കു പിന്നിൽ ഒളിഞ്ഞിരിക്കുന്നവർ, വെട്ടമടിക്കുമ്പോൾ അഭിനയിച്ചു തുടങ്ങുന്നതായിരിക്കുമെന്നാണ് ഏറ്റവും മുൻനിരയിലുള്ള ബെഞ്ചിൽ വായും പൊളിച്ച് ഇരുപ്പുറപ്പിച്ചിരുന്ന തണ്ടാൻ കൊച്ചുണ്ണി കരുതിയത്. പക്ഷേ, വണ്ടിയും വെള്ളവും വീടും കാടുമൊക്കെ തെളിയണതോ? കൊച്ചുണ്ണിക്ക് ഒരെത്തുംപിടിയും കിട്ടിയില്ല.

എല്ലാ കണ്ണുകളും സിനിമാ ദൃശ്യങ്ങളിലും, കാതുകൾ കഥ വിളിച്ചു പറയൽകാരന്റെ ശബ്ദത്തിലും ശ്രദ്ധിച്ചിരിക്കേ, കല്യാണിക്കുട്ടിയുടെ മാത്രം കണ്ണും കാതും കൂടുതൽ ശ്രദ്ധിച്ചത് വിളിച്ചുപറയൽകാരനെയായിരുന്നു. രാവിലെ, കൈതക്കാടിനിടയിൽ ഒളിഞ്ഞിരുന്ന് കുളിനോട്ടം നടത്തിയ 'ഗന്ധർവ്വൻ' ഇയാളായിരുന്നല്ലോ എന്നവൾ ഉൾക്കുളിരോടെ ഓർത്തു. എന്തൊരു ചന്തവും ശബ്ദവുമാണയാൾക്ക് !

സിനിമ പുരോഗമിക്കുകയാണ്. തന്റെ വാക്ചാതുരിയിലൂടെ ചമ്പക്കുളം ചന്ദ്രപ്പൻ കാണികളെ അതിനകംതന്നെ സിനിമയ്ക്കുള്ളിലാക്കി കഴിഞ്ഞിരുന്നു. വെറും കഥപറച്ചിൽകാരനായിരുന്നില്ല ചന്ദ്രപ്പൻ. അയാൾ ശബ്ദാനുകരണത്തിലും വിദഗ്ധനായിരുന്നു. സ്ക്രീനിൽ പട്ടി വന്നപ്പോൾ അയാൾ 'ബൗബൗ' കുരച്ചു. പൂച്ച വന്നപ്പോൾ 'മ്യാവൂ മ്യാവൂ' കരഞ്ഞു.'കൊക്കരക്കോ' കൂവി കോഴിയുമായി. ആണുങ്ങൾക്ക് ആൺ ശബ്ദം. പെണ്ണുങ്ങൾക്ക് പെൺ ശബ്ദം. ശബ്ദങ്ങളിലൂടെയുള്ള അയാളുടെ ഈ പരകായപ്രവേശം കണ്ട പ്രേക്ഷകർ അത്ഭുതസ്തബ്ധരായി.

പത്തു മിനിട്ടോളമായപ്പോൾ നായികയായ മദാമ്മ പ്രത്യക്ഷയായി. ചന്ദ്രപ്പൻ ആവേശഭരിതനായി.

"പ്രിയപ്പെട്ടവരേ, നോക്കൂ. ഇതാണു നമ്മുടെ സിനിമയിലെ നായിക. എന്തൊരു ചന്തമാണവൾക്ക്. അഴകിന്റെ നിറകുടമായ ഇവളെ നമുക്ക് കല്യാണിക്കുട്ടി എന്നു വിളിക്കാം..."

അതു കേട്ടതും കാണികൾ ആർപ്പുവിളികളോടെ കൈയടിച്ചു. ചിലർ കല്യാണിക്കുട്ടിയുടെ ഇരിപ്പിടത്തിലേക്ക് ഏന്തിവലിഞ്ഞു നോക്കി. അവൾ നാണംകൊണ്ടു ചൂളിപ്പോയി.

അധികനേരം വേണ്ടി വന്നില്ല, കഥാനായകനായ സായിപ്പും പ്ര

ത്യക്ഷനായി. സായിപ്പിന് ചന്ദ്രപ്പനിട്ട പേര് ചന്ദ്രൻ! കഥ പുരോഗമി ക്കേ സായിപ്പും മദാമ്മയും അനുരാഗബദ്ധരായി. പ്രണയപരവശനായ സായിപ്പ്, തന്റെ പ്രണയിനിയെ നോക്കി ചന്ദ്രപ്പന്റെ തൊണ്ടയിലൂടെ ഇങ്ങനെ പാടി:

"ഇരിക്കപ്പൊറുതി ഇല്ലാതായെടീ കല്യാണീ,
നിന്റെ കരള് കീറണ നോട്ടമെന്തിന് കല്യാണീ?
മിന്നമിമിനുപ്പുള്ള നിന്റെ മേനി കാണുമ്പോൾ
എന്റെ സകല കണ്ട്രോളും പോണല്ലോടീ കല്യാണീ....."

കൈയടിച്ച് താളമിട്ടാണ് പ്രേക്ഷകർ ആ പാട്ട് ആസ്വദിച്ചത്. ചില യുവപ്രേക്ഷകരാകട്ടെ, വായ്ക്കുള്ളിൽ വിരലുകൾ കേറ്റി ചൂളം വിളി ച്ചാണ് ചന്ദ്രപ്പന് വേണ്ട പ്രോത്സാഹനം നൽകിയത്. കല്യാണിമദാ മ്മയെ ചന്ദ്രൻസായിപ്പ് പാട്ടുപാടിവീഴ്ത്തി. പ്രേമ പരവശരായ അവരുടെ ചുണ്ടുകൾ കോർത്തു. കാണികളായ പെണ്ണുങ്ങൾ നാണിച്ചു മുഖം താഴ്ത്തിയ പ്പോൾ ചില പുരുഷ പ്രേക്ഷകർ കൈയടിച്ചു കൂകി വിളിച്ചു. സ്ക്രീനിലെ ദൃ ശ്യങ്ങളും, വൈകാരികത മുറ്റി നിന്ന ചന്ദ്രപ്പന്റെ തത്സമയവിവരണങ്ങളും അവരെ ഹരം പിടിപ്പിച്ചു. തലതാഴ്ത്തിയവരുടെ കൂട്ടത്തിലെങ്കിലും, ഇടയ്ക്ക് തല അല്പമൊന്നുയർത്തി, വെള്ളത്തുണിയിലെ ശൃംഗാരകേളികൾ ഒളി കണ്ണിട്ടു നോക്കാതിരിക്കാൻ കല്യാണിക്കുട്ടിക്കായില്ല.

ചടുലമായ കഥപറച്ചിലിലൂടെ കഥ പുരോഗമിച്ചുകൊണ്ടിരിക്കെ, സ്ക്രീനിലെ ദൃശ്യങ്ങൾ പൊടുന്നനേ നിലച്ചു. തീയേറ്ററിനുള്ളിലെ ലൈറ്റുക ളെല്ലാം തെളിഞ്ഞു.

"അല്പസമയം ഇടവേള. ചായ, വട, സോഡ, സർബത്ത്, കടല, കപ്പ ലണ്ടി എന്നിവ ടാക്കീസിനു പുറത്ത് വിൽക്കുന്നുണ്ട്. ആവശ്യക്കാർ പുറ ത്തിറങ്ങി വേണ്ടത് വാങ്ങി പെട്ടെന്നു തന്നെ അവരവരുടെ സീറ്റുകളിൽ വന്നിരിക്കണം."

ഘനഗംഭീര സ്വരത്തിൽ അനൗൺസ്മെന്റ് നടത്തിയശേഷം ചന്ദ്ര പ്പൻ സ്ക്രീനിനു പിറകിലേക്കു നടന്നു. കാണികൾ പലരും ഇരിപ്പിടങ്ങ ളിൽ നിന്നെണീറ്റു. പുറത്തിറങ്ങിയ നാരായണൻ, മൂന്നു പൊതി കടലയും മൂന്നു കളർ സോഡയും വാങ്ങിയാണ് അകത്തു കയറിയത്.

സോഡ കുടിച്ച് ഏമ്പക്കവും വിട്ട് കടല കൊറിക്കുന്നതിനിട യിൽ, കല്യാണിക്കുട്ടിയുടെ ചിന്ത മുഴുവൻ ചന്ദ്രപ്പനെക്കുറിച്ചായിരുന്നു. അയാളുടെ ശബ്ദവൈവിധ്യവും അഭിനയിച്ചുകൊണ്ടുള്ള കഥ പറച്ചിലും അവളെ ഇതിനകംതന്നെ അയാളുടെ ആരാധികയാക്കി മാറ്റിയിരുന്നു. സിനിമയിലെ നായികയ്ക്ക് തന്റെ പേര് നൽകിയതിൽ അവൾ ഗൂഢമായി ആനന്ദിക്കുകയും ചെയ്തു.

നീണ്ട വിസിൽ മുഴങ്ങി. ലൈറ്റുകൾ അണഞ്ഞു. വെള്ളിത്തിരയിൽ

വീണ്ടും വെളിച്ചം വീണു. കഥ തുടർന്നു. സിനിമയിലെ വില്ലൻസായിപ്പ് രംഗപ്രവേശം ചെയ്തു. വില്ലന് ചന്ദ്രപ്പനിട്ട പേര് മല്ലൻചെല്ലപ്പൻ! കാണികൾ കൂക്കിവിളിച്ചു. പിരിച്ചുവച്ച മീശയുമായി രണ്ടാംനിര ബെഞ്ചിൽ ശ്വാസം പിടിച്ച് ഞെളിഞ്ഞിരുന്ന മല്ലൻചെല്ലപ്പൻ ശ്വാസം വിട്ട് ഒരു ഇളിഭ്യച്ചിരിയുമായി ചുറ്റുമുള്ളവരെ നോക്കി. പാറയിൽ ചിരട്ടയുരച്ചതു മാതിരിയുള്ള ശബ്ദത്തിലാണ് വില്ലന്റെ ഡയലോഗുകൾ ചന്ദ്രപ്പൻ പറഞ്ഞത്.

സിനിമാക്കഥ അതിന്റെ പരിണാമഗുപ്തിയിലേക്കു നീങ്ങുകയാണ്. വില്ലന്റെ കൈയിലകപ്പെട്ട നായികയുടെ രക്ഷകനായി നായകൻ എത്തുന്നു. തുടർന്ന് സംഘട്ടനം. 'ഡിഷ്യൂം ഡിഷ്യൂം....' ശബ്ദം നൽകിയാണ് ചന്ദ്രപ്പൻ സംഘട്ടനരംഗത്തെ പൊലിപ്പിച്ചത്. ഒടുവിൽ, നായികയും നായകനും ഒന്നാകുന്നതോടെ സ്ക്രീനിൽ 'ദി എൻഡ്' തെളിഞ്ഞു. കാണികൾ നിറഞ്ഞ മനസ്സോടെ കൈയടിച്ചുകൊണ്ട് ഇരിപ്പിടത്തിൽ നിന്നെണീറ്റു. കാണികളിൽ പലരും കൂട്ടത്തോടെ ചന്ദ്രപ്പനടുത്തേക്കു ചെന്നു. അവരുടെ അഭിനന്ദന വാക്കുകൾ കേട്ട് അയാൾ പുഞ്ചിരിച്ചു നിന്നു. അയാളുടെ കണ്ണുകൾ ആൾക്കൂട്ടത്തിനിടയിലൂടെ പെൺഇരിപ്പിടങ്ങളിലേക്കു നീണ്ടു. അതാ ആരാധന മുറ്റിയ രണ്ടു കണ്ണുകൾ! കഥ പറഞ്ഞുകൊണ്ടിരിക്കുമ്പോഴേ അയാൾ ശ്രദ്ധിച്ചിരുന്നതാണ് തന്നെത്തന്നെ ഉറ്റുനോക്കിയിരുന്ന ആ കണ്ണുകളുടെ ഉടമയെ. കഥ പറച്ചിലുകാരൻ തന്നെ നോക്കുന്നതായി തിരിച്ചറിഞ്ഞ കല്യാണിക്കുട്ടി നാണിച്ചു ചിരിച്ചുകൊണ്ട് ടാക്കീസിനു പുറത്തേക്കു നടന്നു തുടങ്ങിയെങ്കിലും ഇടയ്ക്കൊന്നു തിരിഞ്ഞ് അയാൾക്കു നേരെ ഒരു കടാക്ഷമെറിയാൻ അവൾ മറന്നില്ല.

അന്നു രാത്രി കിടക്കപ്പായയിൽ കിടന്ന കല്യാണിക്കുട്ടിയുടെ ചിന്തകളിൽ തെളിഞ്ഞുനിന്നത് മജസ്റ്റിക് ടൂറിങ് ടാക്കീസായിരുന്നു. സിനിമയെക്കാളും കൂടുതൽ അവൾ ചിന്തിച്ചത് കഥപറച്ചിലുകാരനെപ്പറ്റിയായിരുന്നു. ഗന്ധർവ്വനെപ്പോലെയാണല്ലോ അയാളെന്ന് അവളോർത്തു. നിമിഷനേരംകൊണ്ട് എന്തെല്ലാം വേഷപ്പകർച്ചകളാണ് അയാൾക്ക്. ആണായും പെണ്ണായും പട്ടിയായും പൂച്ചയായും മയിലായും കുയിലായും......ചന്ദ്രപ്പനെക്കുറിച്ചുള്ള സുന്ദരചിന്തകളിൽ മുഴുകി അവൾ മെല്ലെ കണ്ണുകളടച്ചു.

പിറ്റേന്ന്, ഉച്ചയാകാറായപ്പോൾ ആടിന് കൊഴയറുക്കാനായി പുല്ലറുപ്പോത്തിയുമെടുത്ത് കല്യാണിക്കുട്ടി മാമ്പഴക്കുന്നിലേക്കു നടന്നു. അവിടുത്തെ വലിയ ചാമ്പവരിക്ക മാവിനു ചുറ്റുമുള്ള തെറ്റിക്കാടാണ് അവളുടെ ലക്ഷ്യം. കറുമ്പിയാടിന് പ്രിയപ്പെട്ടതാണ് തെറ്റിയില.

പുന്നച്ചിറത്തോടിനെ മുറിച്ചുകടന്ന് കല്യാണിക്കുട്ടി മാമ്പഴക്കുന്നിലേക്കു കയറി. മാവിനു ചുറ്റും പട്ടു വിരിച്ചതുപോലെ തെറ്റികൾ പൂത്തുകിടക്കുകയാണ്. ചുവന്നു തുടുത്ത തെറ്റിപ്പഴങ്ങളും ധാരാളം. അവൾ ഒരു

കുലപ്പഴം പറിച്ചെടുത്ത്, അതിൽ നിന്നൊരെണ്ണം വായിലേക്കിട്ടു.ആ മധുരക്കനി വായിലിട്ട് അലിയിച്ചുക്കൊണ്ടിരിക്കേ, 'ഒരു തെച്ചിപ്പഴം എനിക്കും കൂടിത്തരുമോ?' എന്ന ചോദ്യം കേട്ട് അവൾ ഞെട്ടിത്തിരിഞ്ഞു. ഗന്ധർവ്വൻ! വെള്ളമുണ്ടും ജുബ്ബയുമിട്ട ചമ്പക്കുളം ചന്ദ്രപ്പൻ തൊട്ടുപിന്നിലുള്ള പുന്നമരത്തിനടുത്തു പുഞ്ചിരിച്ചു നിൽക്കുകയാണ്. കല്യാണിക്കുട്ടിയുടെ ഞെട്ടൽ മെല്ലെ പുഞ്ചിരിയിലേക്കു വഴിമാറി.

"ഇതെങ്ങനെ ഇവിടെ വന്നു?"

കൈയിലിരുന്ന തെറ്റിപ്പഴം നീട്ടിക്കൊണ്ട് അവൾ ചോദിച്ചു.

"പ്രിയപ്പെട്ടവർ എവിടെയുണ്ടോ അവിടെ ഞാനുണ്ടാകും."

പ്രണയമസൃണസ്വരത്തിൽ അയാൾ പ്രത്യുത്തരമോതി. അവൾ നാണിച്ചു ചിരിച്ചു.

"സിലിമയിലെ മദാമ്മയ്ക്കെന്തിന് എന്റെ പേരിട്ടു?"

അവൾ പ്രണയപരിഭവത്തിൽ ചോദിച്ചു.

"ഇഷ്ടമുള്ളതുകൊണ്ട്."

ആ ഉത്തരം കേട്ട് അവളുടെ മുഖം തെറ്റിപ്പൂ പോലെ ചുവന്നുതുടുത്തു.

അയാൾ അവളെ അടിമുടി നോക്കിക്കൊണ്ട് തെറ്റിപ്പഴം വായിലേക്കിട്ട് ചവയ്ക്കാൻ തുടങ്ങി. തന്റെ കുളി ഒളിഞ്ഞു നോക്കിയതിൽ അവൾ പരിഭവപ്പെട്ടപ്പോൾ അയാൾ സംഭവിച്ചതു പറഞ്ഞു:

"അയ്യോ ഞാൻ മന:പൂർവം നോക്കിയതല്ല. നാട്ടിൽ ചില അത്യാവശ്യങ്ങളുള്ളതുകൊണ്ട് എനിക്ക് ടാക്കീസുകാരോടൊപ്പം വരാൻ കഴിഞ്ഞില്ല. നാട്ടിലെ കാര്യങ്ങൾ കുറച്ചു നീണ്ടു പോയി. ഇന്നലെ വൈകിട്ടത്തെ ഷോയ്ക്ക് രാവിലെയെങ്കിലും എത്തിയാലല്ലേ നാട്ടുകാരെ അറിഞ്ഞ് കഥ പറയാൻ പറ്റൂ. അതുകൊണ്ട് മിനഞ്ഞാന്ന് രാത്രി തന്നെ നാട്ടീന്ന് പുറപ്പെട്ടു. നടന്നും ജഡ്കയിലും കാളവണ്ടീലും കയറി നേരം വെളുത്തപ്പോ ഇവിടെ എത്തി. പക്ഷേ, സുബേദാരുടെ വീട്ടിലേക്കുള്ള വഴി ചോദിക്കാൻ ആരെയും കാണാതെ അലഞ്ഞുതിരിയുന്നതിനിടയിലാണ് തോട്ടിലെ അനക്കം ശ്രദ്ധിച്ചത്. പക്ഷേ, ഒരു പെണ്ണാണ് കുളിക്കുന്നതെന്നറിഞ്ഞപ്പോൾ ഞാനോടി."

അയാൾ വിശ്വസനീയമായ രീതിയിൽത്തന്നെ കാര്യങ്ങൾ അവതരിപ്പിച്ചു.

"ഞാൻ വിചാരിച്ചു വല്ല ഗന്ധർവ്വനുമായിരിക്കുമെന്ന്."

ഒരു പാവം മനുഷ്യനെ തെറ്റിദ്ധരിച്ചതിലുള്ള ഖിന്നതയോടെ കല്യാണിക്കുട്ടി പറഞ്ഞു:

"അതെ. ഞാനുമൊരു ഗന്ധർവ്വൻ തന്നെ."

അയാൾ പൊട്ടിച്ചിരിച്ചുകൊണ്ടു പറഞ്ഞു. അതു കേട്ടപ്പോൾ, തനിക്കു ചുറ്റുമുള്ള മാമ്പഴക്കുന്ന് കാട് മുഴുവൻ തെറ്റിപ്പൂക്കൾ കൊണ്ടു നി

റഞ്ഞതായി അവൾക്കു തോന്നി. ആ ചുവന്ന കാടിനു നടുവിൽ താനും ഗന്ധർവ്വനും മാത്രം!

സമയം കടന്നുപോയി. അവർ പിന്നെയും എന്തൊക്കെയോ സംസാരിച്ചു. അതിലൂടെ ചന്ദ്രപ്പന്റെ ലഘു ജീവചരിത്രവും തെളിഞ്ഞു. ചമ്പക്കുളത്തുകാരനായ അയാൾ പ്രശസ്ത വിളിച്ചു പറയൽകാരനായ കൈനകരി പപ്പനാവനാശാന്റെ ശിഷ്യനാണ്. വീട്ടിൽ അമ്മയും മൂന്നു സഹോദരിമാരും. ടൂറിങ് ടാക്കീസിനൊപ്പം പല നാടുകളിൽ അലഞ്ഞു തിരിയുന്നതു കാരണം വല്ലപ്പോഴുമേ വീട്ടിൽ പോകാറുള്ളൂ. ശബ്ദമുള്ള സിനിമകൾ കൂടുതൽ വരുന്നതോടെ കഥ പറയുന്ന ജോലി കുറയാൻ സാധ്യതയുണ്ട്. അങ്ങനെയെങ്കിൽ സിനിമയിൽ അഭിനയിക്കാനാണ് താല്പര്യം.

ഒടുവിൽ, ആരോ പുന്നത്തറത്തോടിലേക്കിറങ്ങി നടന്നു വരുന്ന ശബ്ദം കേട്ടതും, 'കാണാം' എന്നു പറഞ്ഞ് 'ഗന്ധർവ്വൻ' കാട്ടിനുള്ളിൽ അപ്രത്യക്ഷനായി.

അങ്ങനെ കല്യാണിക്കുട്ടിയുടെ സ്വപ്നനായകനായി മാറി ചന്ദ്രപ്പൻ. ഊണിലും ഉറക്കത്തിലും ഇരിപ്പിലും നടപ്പിലും അവൾ അയാളെ കിനാവു കണ്ടു. അയാളെ എപ്പോഴും നേരിൽ കാണണമെന്ന് അവൾ അതിയായി ആഗ്രഹിച്ചു. ബയോസ്കോപ്പ് ഷോ കാണാൻ പോയ നാട്ടുകാർ കഥപറച്ചിലുകാരന്റെ പ്രകടനത്തെ പുകഴ്ത്തിപ്പറയുന്നതു കേട്ട് അവൾ ഉൾപ്പുളകമണിഞ്ഞു. കാഴ്ചക്കാരിൽ ചിലർ വിലപിടിപ്പുള്ള വസ്തുക്കൾ പോലും അയാൾക്ക് സമ്മാനമായി നൽകുന്നുണ്ടത്രേ!

ബയോസ്കോപ്പ് ഷോയുടെ നാലാം ദിനം രാത്രി. വീടിനു പുറത്തു നിന്നുള്ള മധുരമായൊരു ചൂളം വിളി കേട്ട് കല്യാണിക്കുട്ടി പായയിൽക്കിടന്ന് കണ്ണു മിഴിച്ചു. സിലിമയിലെ മദാമ്മയെ നോക്കി കാമുകൻ സായിപ്പ് പാടിയ പാട്ടിന്റെ ഈണമാണതെന്ന് അവൾ പെട്ടെന്നു തന്നെ തിരിച്ചറിഞ്ഞു. അപ്പോൾ ചൂളം വിളിക്കുന്നത്..... ?

അവൾ പായയിൽ നിന്നെണീറ്റ് ജനൽപ്പാളി മെല്ലെ പകുതി തുറന്നു. അവളുടെ ഊഹം തെറ്റിയില്ല. ഇരുട്ടിൽ, തൂവെള്ള വേഷധാരിയായി നിൽക്കുന്നു 'ഗന്ധർവ്വൻ'! അവൾ ജനൽപ്പാളികൾ മുഴുവനും തുറന്നു.

ജനലിനപ്പുറവും ഇപ്പുറവുമായി ഏറെനേരം അവർ മിണ്ടിയും പറഞ്ഞും നിന്നു. പിന്നീടുള്ള അഞ്ചു രാത്രികളിലും ഇതാവർത്തിച്ചു. ആറാം ദിനം, പ്രണയ പരവശനായ ' ഗന്ധർവ്വൻ' കാമുകിയോട് ഒരഭ്യർത്ഥന നടത്തി:

"നാളെ രാത്രി പുറത്തേക്കു വരണം."

ജനലഴികൾക്കപ്പുറമിപ്പുറം നിന്ന് കൈവിരലുകൾ മാത്രം തഴുകി നെടുവീർപ്പതിർത്തു മടുത്ത കാമുകന്റെ കെഞ്ചൽ കേട്ട് കാമുകി പരിഭവം

നടിച്ചെങ്കിലും പിറ്റേന്ന രാത്രിയിലെ നേർത്ത ചൂളമടിയിൽ വീടിന്റെ വട ക്കേപ്പുറത്തെ വാതിലിന്റെ സാക്ഷയിളകി.

വീടിന്റെ വടക്കുവശത്തുള്ള പരന്ന പാറയ്ക്കടുത്തുള്ള പൂത്തുലഞ്ഞ ഇലഞ്ഞിമരത്തിന്റെ ചുവട്ടിൽ കാമുകീകാമുകന്മാർ ഇരുന്നു. ചന്ദ്രികാ ചർ ച്ചിതമായ രാത്രി. തോട്ടുവക്കത്തുനിന്ന് താഴമ്പൂവിന്റെ മണമുള്ള കാറ്റ്. പ്രണയസമാഗമത്തിന് എന്തുകൊണ്ടും അനുയോജ്യമായ അന്തരീക്ഷം. അവർക്കു സംസാരിക്കാൻ അധികമൊന്നുമുണ്ടായിരുന്നില്ല. ചന്ദ്രപ്പൻ മെല്ലെ കല്യാണിക്കുട്ടിയെ ചേർത്തുപിടിച്ചു. അവൾ പ്രതിഷേധഭാവ ത്തിൽ ചുമ്മാ ചെറുതായൊന്നു കുതറി.

"ഈ നാട്ടിലെ ഷോ കഴിഞ്ഞാലുടൻ ഞാൻ നാട്ടിൽ പോയി അമ്മാവന്മാരെയും കൂട്ടി നിന്റെ വീട്ടിലേക്കു വരും, പെണ്ണ് ചോദിച്ച്. നീ ഒന്നു കൊണ്ടും പേടിക്കണ്ട."

ഗന്ധർവ്വവാഗ്ദാനത്തിൽ അവളുടെ മനസ്സിളകി. അയാൾ ജുബ്ബയുടെ പോക്കറ്റിൽ നിന്നൊരു ചുവന്ന മുത്തുമാലയെടുത്ത് അവളുടെ കഴുത്തി ലണിയിച്ചു. സിനിമ കാണാൻ വന്ന ഏതോ ആരാധകൻ അയാൾക്ക് സമ്മാനിച്ചതായിരുന്നു ആ മാല. മുത്തുമാല കഴുത്തിൽ വീണതോടെ താൻ ഗന്ധർവ്വപത്നിയായി മാറിയെന്നു തന്നെ കല്യാണിക്കുട്ടി ഉറപ്പിച്ചു. അവൾ അയാളെ ഗാഢാലിംഗനം ചെയ്തു. ഗന്ധർവ്വന്റെ ചുണ്ടുകൾ കല്യാ ണിയുടെ ചുണ്ടുകളെ വിഴുങ്ങി. സിനിമയിലെ സായിപ്പും മദാമ്മയുമായി അവർ മാറി...

ഇലഞ്ഞിപ്പൂ ശയ്യയിൽ ചന്ദ്രപ്പനും കല്യാണിയും വിയർത്തൊഴുകിയ ഉടലുകളുമായി തളർന്നുകിടന്നു. വരാനിരിക്കുന്ന ഗന്ധർവ്വപരിണയവും മോഹിച്ച്, രോമാവൃതമായ ഗന്ധർവ്വനെഞ്ചിൽ അവൾ ആലസ്യത്തോടെ വിരലോടിച്ചു. അപ്പോൾ, കല്യാണിയെ ചേർത്തുപിടിച്ച്, മാനത്തെ പൂർ ണചന്ദ്രനെയും നോക്കി ചെറുചിരിയോടെ കിടന്ന ചമ്പക്കുളം ചന്ദ്രപ്പന്റെ മനസ്സിന്റെ വെള്ളിത്തിരയിൽ ഒന്നിനു പിറകെ ഒന്നായി കുറേ മുഖങ്ങൾ മിന്നിമറയുകയായിരുന്നു. പയ്യന്നൂരിലെ സൗദാമിനി, കല്യാശ്ശേരിയിലെ കാർത്ത്യായനി, തൃശ്ശിവപേരൂരിലെ തങ്കമ്മ, മുതലക്കുളത്തെ മാധവി, മാനാഞ്ചിറയിലെ ഗോമതി, തത്തമംഗലത്തെ കൃഷ്ണാംബിക വാരസ്യാർ, നാഗമ്പടത്തെ സ്വർണ്ണമ്മ...... ഒടുവിൽ ആലിൻപുറത്തെ കല്യാണിക്കു ട്ടിയും!

കൗതുക വാർത്തകൾ

പത്തു ദിവസത്തെ പ്രദർശനവും കഴിഞ്ഞ് ടൂറിങ് ടാക്കീസുകാർ ആലിൻപുറം വിട്ടെങ്കിലും ടാക്കീസിലെ വെള്ളത്തുണിയിൽ തെളിഞ്ഞ സിനിമാക്കാഴ്ചകളിൽ നിന്ന് മോചനം നേടാൻ ദേശവാസികളിൽ പലർക്കും കഴിഞ്ഞില്ല. പിന്നെയും പിന്നെയും സിനിമ കാണണമെന്ന അദമ്യമായ ആഗ്രഹം ഒരുപാടുപേരെ പിടികൂടി. അക്കൂട്ടത്തിൽ കടുത്ത സിനിമാ ജ്വരം പിടിപെട്ടത് ഭാസ്കരനെയായിരുന്നു. ടൂറിങ് ടാക്കീസിലെ *ജേർണി* അയാൾ കണ്ടത് മൂന്നു തവണയാണ്! ശബ്ദമുള്ള സിനിമകൾ കാപ്പിറ്റോൾ തീയേറ്ററിൽ പ്രദർശിപ്പിക്കുന്നുണ്ടെന്നറിഞ്ഞപ്പോൾ പിറ്റേ ആഴ്ച തന്നെ അയാൾ അങ്ങോട്ടേക്കു വച്ചുപിടിച്ചു.

ഉച്ചയ്ക്ക് മൂന്നര മണിക്കുള്ള ഷോ കാണാൻ പന്ത്രണ്ട് മണിക്കുതന്നെ വീട്ടീന്ന് കഞ്ഞിയും കുടിച്ച് ഭാസ്കരൻ നടന്നു. ചുട്ടുപൊള്ളുന്ന വെയിലിൽ എട്ടു പത്ത് കിലോമീറ്റർ നടന്നാലേ തീയേറ്ററിലെത്തൂ. കവടിയാർ കൊട്ടാരം പിന്നിട്ട് വെള്ളയമ്പലത്തെത്തിയപ്പോൾത്തന്നെ അവിടവിടെ മതിലുകളിൽ പതിച്ചിരുന്ന സിനിമാ പോസ്റ്ററുകൾ കണ്ടുതുടങ്ങി: തിരുവനന്തപുരം കാപ്പിറ്റോൾ സിനിമാ തീയേറ്ററിൽ *വള്ളിത്തിരുമണം.* ശിവനും പാർവ്വതിയും മുരുകനും വള്ളിയുമൊക്കെ സർവ്വാഭരണവിഭൂഷിതരായി പുഞ്ചിരിച്ചു നിൽക്കുന്ന ചിത്രങ്ങൾ ഭാസ്കരൻ കുറെനേരം വിസ്മയത്തോടെ നോക്കി നിന്നു.

നടന്നു തളർന്ന് തീയേറ്റർ നടയിൽ ഭാസ്കരനെത്തിയപ്പോൾ സമയം ഒന്നര കഴിഞ്ഞിരുന്നു. തീയേറ്ററിന്റെ ഗേറ്റിനു പുറത്ത്, റോഡിൽ വൻ ജനക്കൂട്ടം. തീയേറ്ററിന്റെ മേൽക്കൂരയ്ക്കു മുകളിൽ സ്ഥാപിച്ചിരുന്ന

കോളാമ്പിയിലൂടെ ഒഴുകി വന്ന ഏതോ തമിഴ് പാട്ടുകേട്ട് താളം പിടിച്ചു നിൽക്കുകയാണവർ. തീയേറ്ററിലെ ഭിത്തിയിൽ ഒട്ടിച്ചിരുന്ന കൂറ്റൻ കളർ പോസ്റ്റർ കണ്ട് ഭാസ്കരൻ അത്ഭുതപ്പെട്ടു. രണ്ടര മണി കഴിഞ്ഞപ്പോൾ നീണ്ട വിസിൽ മുഴങ്ങി. ഗേറ്റ് തുറക്കപ്പെട്ടു.ജനം തീയേറ്ററിന് ഇടതുവശത്തുള്ള ടിക്കറ്റ് കൗണ്ടറിലേക്ക് ഇരമ്പിപ്പാഞ്ഞു. അതിശക്തമായ ഉന്തിലും തള്ളിലും പെട്ട് ശ്വാസം കിട്ടാതെ താൻ ചത്തുപോകുമോയെന്ന് ഭാസ്കരൻ ഭയന്നു. ഇത്രയും ദൂരം പൊരിവെയിലിൽ നടന്നു വന്നിട്ട് വെറുതേ മടങ്ങുന്ന കാര്യം ചിന്തിക്കാനേ വയ്യ. അയാൾ തള്ളി. തള്ളിത്തള്ളിത്തള്ളി വല്ലവിധേനെയും കൗണ്ടറിനടുത്തെത്തി രണ്ടു ചക്രം കൊടുത്ത് ടിക്കറ്റു വാങ്ങുക തന്നെ ചെയ്തു.

സിനിമാപ്പുരയ്ക്കുള്ളിലെ ബഞ്ചിൽ ഏതാണ്ട് ഒരു മണിക്കൂറോളം നീണ്ട കാത്തിരിപ്പിനൊടുവിലാണ് സിനിമ തുടങ്ങിയത്. ബയോസ്കോപ്പ് സിനിമ മാത്രം കണ്ടിട്ടുള്ള ഭാസ്കരനെ അതിശയിപ്പിച്ചുകൊണ്ട് കൂറ്റൻ വെള്ളിത്തിരയിൽ ശബ്ദങ്ങളുടെ അകമ്പടിയോടെ ദൃശ്യങ്ങൾ വന്നു വീണു. തമിഴ് പേശുന്ന ജീവനുള്ള മുരുകനെ കൺമുന്നിൽക്കണ്ട കാണികളിൽ ചിലർ നിറഞ്ഞ ഭക്തിയോടെ കൈകൂപ്പിക്കൊണ്ട് 'ഹര ഹരോ ഹര ഹര' വിളിച്ചു. സിനിമ തമിഴായിരുന്നെങ്കിലും അതിന്റെ കഥ മനസ്സിലാക്കാൻ ഭാസ്കരന് ഒരു ബുദ്ധിമുട്ടും തോന്നിയില്ല. പാട്ടും നൃത്തവും നിറഞ്ഞ ആ സിനിമ കണ്ട്, താൻ ദേവലോകത്തിലെത്തിയോ എന്നുപോലും ഒരു നിമിഷം അയാൾ സംശയിച്ചു.

നിറഞ്ഞ മനസ്സോടെയാണ് ഭാസ്കരൻ സിനിമാപ്പുര വിട്ടത്.

പിറ്റേന്നു രാത്രി, കൂട്ടുകാരോടൊപ്പം മാമ്പഴക്കുന്നു കയറി കാട്ടുമുയലുകളെ പിടികൂടി തൊലിയുരിഞ്ഞ് മഞ്ഞളും മുളകും പുരട്ടി തീയിൽ ചുട്ടെടുത്ത് ചവച്ചുകൊണ്ടിരിക്കേ, ഒരു ചെറുപാറയുടെ മുകളിൽ കയറി ചമ്രം പടിഞ്ഞിരുന്ന് ഭാസ്കരൻ *വള്ളിത്തിരുമണ*ത്തിന്റെ കഥ പറഞ്ഞു. ഭാവഹാവാദികളോടെയും ഇടയ്ക്കിടയ്ക്ക് മനോധർമ്മം തിരുകിക്കയറ്റിയുമുള്ള ഭാസ്കരന്റെ ആ സിനിമാക്കഥ പറച്ചിൽ കേട്ട് കൂട്ടുകാർ ആറുപേരും അയാൾക്കു ചുറ്റും വായും പൊളിച്ചിരുന്നു. പിറ്റേ ആഴ്ച അയാളോടൊപ്പം സിനിമ കാണാൻ അവരും കൂടി. അങ്ങനെ ആലിൻ പുറത്ത് ആദ്യമായി സിനിമാപ്രാന്തന്മാരുടെ ഏഴംഗ സംഘം രൂപംകൊണ്ടു. ഓരോ ആഴ്ചയും മാറി മാറി വരുന്ന സിനിമകൾ അവർ വിടാതെ കണ്ടു. ഭാഷയൊന്നും പ്രശ്നമേയല്ലായിരുന്നു. ആലം ആറയും കീചകവധവും കാളിയമർദ്ദനവും കാളിദാസയും ബെൻഹറും കോവലനമൊക്കെ അവർ ആവേശത്തോടെ കണ്ട് കൈയടിച്ചു.

"എടീ, കിട്ടണ ചക്രം മുഴുവൻ എവനിങ്ങനെ സിലിമാപ്പെരേല് കൊണ്ട് കളഞ്ഞാ എന്തര് ചെയ്യും?"

മകന്റെ സിനിമാപ്രാന്ത് തിരിച്ചറിഞ്ഞ പരമുപിള്ള ഭാര്യ മംഗലാക്ഷിയോടു പരിഭവം പറഞ്ഞു.

"എവനെയിങ്ങനെ കാളകളിച്ച് നടക്കാൻ തമ്മസിക്കാതെ അവന്റെ പെടവട നടത്തിയാലേ പറ്റൂ."

ഭാര്യയുടെ പരിഹാരനിർദ്ദേശം ശരിയാണെന്ന് പരമുപിള്ളയ്ക്കു തോന്നി. ഒരു കുടുംബമൊക്കെയായാലേ ചെറുപ്പക്കാർക്ക് ഉത്തരവാദിത്വബോധമുണ്ടാകൂ. അയാൾ പിറ്റേന്ന് രാവിലെ തന്നെ സഹോദരിയുടെ വീട്ടിലെത്തി നാരായണനോടു പുടവകൊടക്കാര്യം അവതരിപ്പിച്ചു.

"അയിനെന്ത് മച്ചമ്പീ. അവര് കൊച്ചുങ്ങളായിരുന്നപ്പഴേ നമ്മളൊറപ്പിച്ചതല്ലേ. വരണ ചിങ്ങത്തിത്തന്നെ നടത്തിക്കളയാം."

നാരായണന്റെ മറുപടി കേട്ട് പരമുപിള്ളയ്ക്കു സന്തോഷമായി. ജാനകിക്കുട്ടിക്ക് സന്തോഷമായി. മംഗലാക്ഷിക്കും ഭാസ്കരനും സന്തോഷമായി. പക്ഷേ, പുടവ വാങ്ങേണ്ട കല്യാണിക്കുട്ടി മാത്രം വിഷണ്ണയായി. കാരണവന്മാരെയും കൂട്ടി മടങ്ങി വരാമെന്ന ഉറപ്പിൽ വിടചൊല്ലി മറഞ്ഞ അവളുടെ ഗന്ധർവ്വൻ ചമ്പക്കുളം ചന്ദ്രപ്പനെക്കുറിച്ച് രണ്ടു മാസമായിട്ടും വിവരമൊന്നുമില്ല. രണ്ടു മാസത്തോളമായി താൻ തീണ്ടാരിയായിട്ടില്ലെന്നും അവൾ ഞെട്ടലോടെ ഓർത്തു.

ഉച്ചയ്ക്ക്, ആവി പാറുന്ന കഞ്ഞി കുടിക്കാതെ പ്ലാവിലക്കരണ്ടികൊണ്ട് പിഞ്ഞാണത്തിൽ ചുമ്മാ ഇളക്കി, ചിന്താവിഷ്ടയായിരിക്കുന്ന മകളെ നോക്കി ജാനകിക്കുട്ടി ചോദിച്ചു:

"എന്തര് പെണ്ണേ.. കഞ്ഞി കുടിക്കാതെ ചിന്തിച്ചോണ്ടിരിക്കണത്?"

അമ്മ ചോദിച്ചതൊന്നും മകൾ കേട്ടില്ല. അവൾ അന്തവും കുന്തവുമില്ലാത്ത ആലോചനയിൽത്തന്നെയായിരുന്നു.

"കേട്ടോടീ.. നിന്റടെയാണ് ചോതിച്ചത്."

അമ്മയുടെ ഒച്ച ഉയർന്നതോടെ മകൾ ചിന്താമുക്തയായി. അവൾ 'ഒന്നുമില്ല' എന്നു പറഞ്ഞുകൊണ്ട് കഞ്ഞി കുടിക്കാൻ തുടങ്ങി. രണ്ട് പ്ലാവിലക്കഞ്ഞി വായിൽ വച്ചതേയുള്ളൂ. ആമാശയത്തിൽ നിന്നൊരു വേലിയേറ്റം അന്നനാളം വഴി തന്റെ തൊണ്ടയിലേക്ക് ഇരമ്പിയാർക്കുന്നതായി അവൾക്കു തോന്നി. കൈയിലിരുന്ന പ്ലാവിലക്കുമ്പിൾ പിഞ്ഞാണത്തിലേക്കെറിഞ്ഞ്, വാ പൊത്തിക്കൊണ്ട് അവൾ ചാടിയെണീറ്റ് അടുക്കള വാതിലിലൂടെ വടക്കേപ്പുറത്തേക്കോടി. കോഴിക്കൂടിനരികിലെ മൊന്തൻവാഴച്ചുവട്ടിലെത്തിയപ്പോഴേക്കും ഇളകിവന്നതെല്ലാം പുറത്തേക്കു തെറിച്ചു. പരിഭ്രാന്തിയോടെ ഓടി വന്ന ജാനകിക്കുട്ടി മകളുടെ മുതുകു തടവിക്കൊടുത്തു. രണ്ടു തവണ കൂടി ഛർദ്ദിച്ച് തളർന്നവശയായ കല്യാണിക്കുട്ടി അമ്മയുടെ കൈകളിലേക്കു കുഴഞ്ഞു വീണു.

വളരെ ആയാസപ്പെട്ടാണ് ജാനകിക്കുട്ടി മകളെ താങ്ങി നടത്തി

ച്ച് മുറിയിലെത്തിച്ചത്. നിലത്തെ പായയിൽ അവളെ കിടത്തി, ഇഞ്ചി ചതച്ച നീര് കൊടുത്തുകൊണ്ടിരിക്കുമ്പോൾ അവളുടെ മാസമുറ തെറ്റിയിട്ട് രണ്ടു മാസത്തോളമായല്ലോയെന്ന് അവർ ഉൾക്കിടിലത്തോടെ ഓർത്തു. ഈയവസ്ഥയിൽ അവളോട് ഒന്നും ചോദിക്കണ്ടെന്നു കരുതി അവർ മുറി വിടാനൊരുങ്ങിയപ്പോൾ കല്യാണിക്കുട്ടി പായയിൽ നിന്ന് മെല്ലെ എണീറ്റ് വിക്കി വിക്കി പറഞ്ഞു:

"അമ്മാ.... എനിക്ക് .... എനിക്ക് ... ഈ പെടവട വേണ്ട."

"ങും?"

പുരികം ചുളിച്ചുകൊണ്ടുള്ള തീക്ഷ്ണമായ ആ മൂളലിൽ കല്യാണിക്കുട്ടി കുറച്ചുനേരം നിശ്ശബ്ദയായി. പിന്നെ പൊട്ടിക്കരഞ്ഞുകൊണ്ട് അവൾ ഗന്ധർവ്വസമാഗമം വിവരിച്ചു. നെഞ്ചിൽ കൈവച്ച നിന്ന് എല്ലാം കേട്ട ശേഷം ജാനകിക്കുട്ടിയിൽ നിന്നുയർന്നത് ഒരലർച്ചയായിരുന്നു:

"കുടുംബത്തിന്റെ മാനം കളഞ്ഞല്ലോടീ മൂധേവീ...."

കലിയും സങ്കടവുമൊക്കെക്കലർന്ന് ഉടലാകെ വിറച്ച അവർ മകളെ തലമുടി ചുറ്റിപ്പിടിച്ച് അടിക്കാൻ തുടങ്ങി. വായിൽ വന്നതെല്ലാം വിളിച്ചു പറഞ്ഞ് അവർ ഏങ്ങലടിച്ചു. മകൾ പൊട്ടിപ്പൊട്ടിക്കരഞ്ഞു. പെട്ടെന്ന്, നിലവിളിയും കരച്ചിലുമൊക്കെ ആരെങ്കിലും കേട്ടാലുണ്ടാകുന്ന ഭവിഷ്യത്തിനെക്കുറിച്ചോർത്തപ്പോൾ ജാനകിക്കുട്ടി ഒന്നടങ്ങി. മകളും താനും ഭർത്താവുമല്ലാതെ വീടിനു പുറത്തുള്ള ഒരു കുഞ്ഞു പോലും അറിയാതെ എങ്ങനെയെങ്കിലും ഇതിനൊരു പോംവഴി കണ്ടെത്തണം. അവർ നീണ്ടൊരു നെടുവീർപ്പിട്ടു. എന്നാൽ, ഇതിനകം തന്നെ വീടിനു പുറത്തുള്ള ഒരാളുടെ ചെവിയിലേക്ക് ഈ ചൂടുവർത്തമാനം എത്തിയ കാര്യം ആ പാവം അമ്മ അറിഞ്ഞതേയില്ല.

പുന്നച്ചിറ വയൽ പൂട്ടിക്കൊണ്ടിരുന്ന കോഴിയാങ്കോണത്തെ സുന്ദരൻപിള്ള ദാഹിച്ചുവലഞ്ഞപ്പോൾ ഒരു പിഞ്ഞാണം കഞ്ഞിവെള്ളം വാങ്ങാൻ വേണ്ടിയാണ് പുന്നച്ചിറത്തോടിനു കുറുകെയുള്ള തടിപ്പാലവും താണ്ടി ജാനകിക്കുട്ടിയുടെ വീട്ടുപടിക്കലെത്തിയത്. വീട്ടുകാരെ വിളിക്കാനായി മുരടനക്കിത്തുടങ്ങിയപ്പോഴാണ് വീടിനകത്തെ കോലാഹലങ്ങൾ അയാൾ കേട്ടത്. തന്റെ ശ്രവണശക്തി മുഴുവൻ വിനിയോഗിച്ച് അയാൾ വീട്ടിനുള്ളിൽ നിന്നുള്ള ആ സ്ഫോടനാത്മകമായ വാർത്ത പിടിച്ചെടുത്തു - നാരായണന്റെ മോൾക്ക് ആ 'കോപ്പകാരൻ' വയറ്റിലൊണ്ടാക്കി!

അമ്പരപ്പിക്കുന്ന വിശേഷം കേട്ടതിന്റെ ഉത്സാഹത്തിൽ ദാഹമെല്ലാം മറന്നേ പോയ സുന്ദരൻപിള്ള, അതിവേഗം വയലിലേക്കു തിരിഞ്ഞു നടന്ന്, പണി മതിയാക്കി കാളകളേയും തെളിച്ച് കലപ്പയുമെടുത്ത് വീട്ടിലേക്കു നടന്നു. ഉള്ളിൽ തിളച്ചുമറിയുന്ന രഹസ്യം ചൂടാറാതെതന്നെ ആർക്കെങ്കിലും പകർന്നു കൊടുത്തില്ലെങ്കിൽ താൻ ശ്വാസംമുട്ടി ചത്തു

പോകുമെന്ന് ആ കലപ്പയേന്തിയ കർഷകനു തോന്നി. അതിവേഗം വീട്ടിലെത്തി, എരിത്തിലിൽ കാളകളെ കെട്ടിക്കൊണ്ടിരിക്കുമ്പോൾത്തന്നെ അയാൾ ഭാര്യയെ നീട്ടി വിളിച്ചു:

"എടീ, പങ്കാഷിയേ..."

വീടിനു വടക്കേപ്പുറത്ത് അരി പാറ്റിക്കൊണ്ടിരുന്ന പങ്കജാക്ഷി, ഭർത്താവിന്റെ പരവേശത്തോടെയുള്ള വിളികേട്ട് അയാൾക്ക് എന്തോ അത്യാഹിതം സംഭവിച്ചുവെന്നു കരുതി, തവിട് പുരണ്ട കൈയുമായി ഓടിക്കിതച്ചു മുറ്റത്തെത്തി. എന്നാൽ, എരിത്തിലിൽ കാളകളെ കെട്ടി, നെഞ്ചും വിരിച്ച് മുറ്റത്തേക്കിറങ്ങിയ ഭർത്താവിന് ആപത്തൊന്നും പിണഞ്ഞിട്ടില്ലെന്നു കണ്ട് പങ്കജാക്ഷി പല്ലിറുമ്മി നെടുവീർപ്പിട്ടു.

"പേടിപ്പിച്ച് കളഞ്ഞല്ല്."

കെറുവിച്ച സ്വരത്തിൽ അവർ പറഞ്ഞു.

"എടീ, നീയാരോട്ടും പറയല്ല്......"

വെളിപ്പെടുത്താൻ പോകുന്ന രഹസ്യത്തിനു മുഖവുര പറഞ്ഞുകൊണ്ട് സുന്ദരൻപിള്ള ഭാര്യയുടെ കാതിനെ ലക്ഷ്യമാക്കി നടന്നടുത്തു..

ആരോടും പറയരുതെന്ന ആമുഖത്തോടെ സുന്ദരൻപിള്ള പങ്കജാക്ഷിയോടു പറഞ്ഞ ആ ഗർഭരഹസ്യം നിമിഷങ്ങൾക്കകം അതേ ആമുഖത്തോടെ തന്നെ പങ്കജാക്ഷി അയൽ വീട്ടിലെ സുഗന്ധിയോടു പറഞ്ഞു. പങ്കജാക്ഷി പറഞ്ഞ അതേ ആമുഖത്തോടെ സുഗന്ധി തൊട്ടടുത്ത വീട്ടിലെ ഗൗരിക്കുട്ടിയോടു പറഞ്ഞു. ഗൗരിക്കുട്ടിയോ, അതേ ആമുഖത്തോടെ തന്നെ മണ്ണാത്തി പാറുക്കുട്ടിയോടും പറഞ്ഞു.... അങ്ങനെയങ്ങനെയങ്ങനെ, നേരം ഇരുട്ടിത്തുടങ്ങിയപ്പോഴേക്കും ആലിൻ പുറംദേശം മുഴുവൻ കല്യാണിക്കുട്ടിയുടെ ഗർഭവാർത്ത പടർന്നു.

പക്ഷേ, നാരായണൻ മാത്രം അക്കാര്യം അറിഞ്ഞില്ല. അന്തിക്കള്ള് മോന്താനായി നാണുച്ചോവന്റെ കുടിയിലേക്ക് അയാൾ നടന്നപ്പോൾ, വഴിവക്കിൽ കണ്ടവരെല്ലാം അയാളെ നോക്കി വല്ലാത്തൊരു ചിരി ചിരിച്ചു. കള്ളടിക്കാൻ പോകുന്നവനെ കാണുമ്പോഴുള്ള നാട്ടുകാരുടെ പതിവ് പരിഹാസച്ചിരിയായേ അയാൾ അതിനെ കണക്കാക്കിയുള്ളൂ.

കള്ളുസേവ കഴിഞ്ഞ് കുഴഞ്ഞുമറിഞ്ഞ് വീടണഞ്ഞ നാരായണനോട് മകളുടെ ഗർഭകാര്യം എങ്ങനെ അവതരിപ്പിക്കണമെന്നറിയാതെ ജാനകിക്കുട്ടി കുഴങ്ങി. അയാളെ അറിയിക്കാതിരുന്നാലോ എന്നാലോചിച്ചെങ്കിലും തനിക്കൊറ്റയ്ക്ക് ഈ പ്രശ്നം കൈകാര്യം ചെയ്യാനാകില്ലെന്ന് അവർ ഒടുവിൽ തിരിച്ചറിഞ്ഞു. രാത്രി, ഉറങ്ങാൻ കിടന്നപ്പോൾ, ഭർത്താവിന്റെ കെട്ട് ഏറെക്കുറെ വിട്ടുമാറി എന്നുറപ്പിച്ചുകൊണ്ട് ജാനകിക്കുട്ടി നാരായണനോടു കാര്യം പറഞ്ഞു. ഭാര്യയുടെ വെളിപ്പെടുത്തൽ കേട്ട് അയാൾ കിടക്കപ്പായയിൽ നിന്ന് ചാടിയെണീറ്റു. അയാൾ കലി തുള്ളി

ക്കൊണ്ട് കല്യാണിക്കുട്ടിയുടെ മുറിയിലേക്കു ചെന്ന് അവളെ തല്ലിത്തു ലയ്ക്കുമോ എന്ന് അവർ ഭയപ്പെട്ടു. എന്നാൽ,നാരായണൻ കുറേ നേരം എന്തോ ആലോചിച്ചങ്ങനെ നിന്ന ശേഷം ജാനകിക്കുട്ടിയെ അതിശയി പ്പിച്ചു കൊണ്ട് വാവിട്ടുകരയാൻ തുടങ്ങി. ഭർത്താവിന്റെ ഉള്ളു പിടഞ്ഞ കരച്ചിൽ കേട്ട് അന്ധാളിച്ചു പോയ ജാനകിക്കുട്ടിക്കും സങ്കടം സഹിക്കാ നായില്ല. ഒരു കൊച്ചു കുഞ്ഞിനെയെന്നപോലെ അവർ ഭർത്താവിനെ തന്റെ നെഞ്ചോടു ചേർത്തുപിടിച്ചു. അവരുടെ കവിളിലൂടെയും കണ്ണീ രൊലിച്ചിറങ്ങി. ഒരു മൂലയിൽ നിന്ന് കല്യാണിയുടെ തേങ്ങലും അതി നോടിടകലർന്നു. കുറേനേരം കരഞ്ഞു തളർന്ന ഭാര്യയും ഭർത്താവും, കി ടക്കുന്നതിനു മുമ്പ് ഒരു തീരുമാനത്തിലെത്തി - ഗർഭം കലക്കുന്നതിൽ വിദഗ്ധയായ വേങ്കവിള തങ്കച്ചിയെ നാളെ രാവിലെത്തന്നെ കൂട്ടിക്കൊ ണ്ടുവന്ന് ഇരുചെവിയറിയാതെ കാര്യം നടത്തണം.

അതിരാവിലെ തന്നെ ഉണർന്നെണീറ്റ നാരായണൻ, വേങ്കമലയി ലേക്കു പോകാൻ വേഷം മാറി മുറ്റത്തേക്കിറങ്ങിയതും ആരോ തടിപ്പാല ത്തിലൂടെ വീട്ടിലേക്കു വരുന്നത് അരണ്ട വെളിച്ചത്തിൽ കണ്ടു. അടുത്തെ ത്തിയപ്പോൾ പിടി കിട്ടി. അളിയനും ഭാര്യയുമാണ്.

"എന്തു മച്ചമ്പീ, രാവിലെ.?"

നാരായണൻ ചോദിച്ചു.

"മച്ചമ്പി വേഷോം മാറി രാവിലെ എങ്ങോട്ടു പോണ്?"

പരമു പിള്ളയുടെ ചോദ്യം കേട്ട് നാരായണൻ ഒന്നു പരുങ്ങി.

"അത് പിന്നെ.... ഞാൻ....പെടവടേരെ പന്തല് കെട്ടണ അടങ്കലി ന്റെ കാര്യം ചോദിക്കാൻവേണ്ടി ആ പെരകെട്ടണ കിഷന്റെ വീട് വരെ പോവാനെറങ്ങിയതാ...."

ചെറിയൊരു ചിരി വരുത്തിക്കൊണ്ട് നാരായണൻ അപ്പോൾ തോ ന്നിയൊരു കള്ളം പറഞ്ഞു.

"ങാ... ഇനി എന്തരിന് മച്ചമ്പീ, പന്തലും പെടവടേം? എല്ലാം ആ എന്തരവള് തൊലച്ചില്ലേ ...."

നാരായണന്റെ നെഞ്ചിലൊരു ഇടിനാദം മുഴങ്ങി. അയാൾ മെല്ലെ തല തിരിച്ച്, വരാന്തയുടെ തൂണും ചാരി നിൽക്കുന്ന ഭാര്യയെ നോക്കി. അവർ വായും തുറന്നു നിൽക്കുകയാണ്.

"എന്നാലും എവിടുന്നോ വന്ന ആ കോപ്പകാരനേ എവക്ക് കിട്ടി യൊള്ളാ..ത്ഫൂ..."

മംഗലാക്ഷി മുറ്റത്തേക്കു നീട്ടിത്തുപ്പി.

നാരായണനും ജാനകിക്കുട്ടിയും വീണ്ടും ഞെട്ടി. തങ്ങൾ മൂന്നു പേരുമല്ലാതെ ഭൂമിയിൽ വേറൊരു കുഞ്ഞു പോലും അറിഞ്ഞിട്ടില്ലെന്ന് അവർ ഉറച്ചു വിശ്വസിച്ചിരുന്ന പരമരഹസ്യം എങ്ങനെ പുറത്തായി

എന്ന് ഒരെത്തും പിടിയും കിട്ടാതുള്ളതായിരുന്നു ആ ഞെട്ടൽ. ഒന്നും പറയാതെ അവർ തല കുനിച്ച നിന്നു. കലികയറി വായിൽ തോന്നിയതെല്ലാം കുറെനേരം വിളിച്ച പറഞ്ഞശേഷം പരമു പിള്ളയും മംഗലാക്ഷിയും ചവിട്ടിത്തുള്ളി പാലം കടന്നു പോയി. ബഹളം കേട്ട് ഉറക്കപ്പായയിൽ നിന്നെണീറ്റ കല്യാണിക്കുട്ടി ഓടിക്കിതച്ച് വന്നു വരാന്തയുടെ കതക് മറഞ്ഞു നിൽക്കവേ, നാണക്കേടിന്റെ വാർത്ത നാട്ടു മുഴുവൻ പടർന്ന സ്ഥിതിക്ക് ഇനി എന്തു ചെയ്യുമെന്നറിയാതെ നാരായണനും ജാനകിക്കുട്ടിയും താടിക്ക് കൈയും കൊടുത്ത് വീടിന്റെ തിണ്ണയിൽ തളർന്നിരുന്നു കഴിഞ്ഞിരുന്നു.

"ഞാൻ നോക്കീറ്റ് ഇനി ഒരൊറ്റ വഴിയേയുള്ളൂ. ആ കോപ്പുകാരനെ എങ്ങനെയെങ്കിലും കണ്ടു പിടിക്കണം."

നാരായണൻ നെടുവീർപ്പിട്ടു കൊണ്ടു പറഞ്ഞു.

"അയാളെ എവിടെപ്പോയി കണ്ടുപിടിക്കും?"

ജാനകിക്കുട്ടി നിരാശയോടെ ചോദിച്ചു. അപ്പോൾ, വരാന്തയുടെ വാതിൽ മറഞ്ഞുനിന്ന കല്യാണിക്കുട്ടി പതിയെ പറഞ്ഞു:

"ആലപ്പൊഴേല് ചമ്പക്കുളത്താണ് വീട്."

അതു കേട്ടതും ജാനകിക്കുട്ടിയുടെ ഉള്ളം കാലിൽ നിന്നൊരു കലി വിറയൽ ഉണ്ടായെങ്കിലും അവർ പല്ലിറുമ്മിക്കൊണ്ട് അതടക്കി.

"നമ്മളെ എനജാതി തന്നേയെന്ന് ആർക്കറിയാം!"

നാരായണൻ പിന്നെയും നെടുവീർപ്പിട്ടു.

"നല്ല നായന്മാരാണെന്നാണ് പറഞ്ഞത്."

മകളുടെ അഭിമാനമസൃണമായ മറുപടി കേട്ട് നാരായണനും ജാനകിക്കുട്ടിയും മുഖാമുഖം നോക്കി കണ്ണുമിഴിച്ചു.

ചമ്പക്കുളം ചന്ദ്രപ്പനെ കണ്ടുപിടിച്ച് എങ്ങനെയെങ്കിലും അയാളെക്കൊണ്ട് മകൾക്ക് പുടവ കൊടുപ്പിക്കുന്നതാണ് ബുദ്ധിയെന്ന് നാരായണനും ജാനകിക്കുട്ടിയും ഉറപ്പിച്ചു. അയാളെ കണ്ടെത്തണമെങ്കിൽ തെക്കനാലപ്പുറത്തു വീട്ടിൽ പരമേശ്വരൻ സഹായിക്കണം.

നാരായണൻ തെക്കനാലപ്പുറത്തു വീട്ടിലെത്തി.

"അയ്യോ അണ്ണാ, എനിക്ക് ടൂറിങ് ടാക്കീസുകാരുമായി അങ്ങനെ വലിയ ബന്ധമൊന്നുമില്ല. ഏതായാലും നമുക്കൊരു കാര്യം ചെയ്യാം. ആലപ്പുഴ വരെ ഒന്നു പോയി തെരക്കാം. ടൂറിങ് ടാക്കീസില് കഥ പറയണയാളായതുകൊണ്ട് ഇയാളെ കണ്ടു പിടിക്കാൻ പ്രയാസം കാണില്ല."

മകളുടെ ഗർഭവിവരവും പറഞ്ഞ് വീട്ടിലെത്തിയ നാരായണനെ പരമേശ്വരൻ ആശ്വസിപ്പിച്ചു. ഇങ്ങനെയൊക്കെ സംഭവിച്ചതിനു പിന്നിൽ പരോക്ഷമായിട്ടാണെങ്കിലും തനിക്കും പങ്കുണ്ടല്ലോ എന്ന് പരമേശ്വര

ന്ന തോന്നി. കാരണം, ബയോസ്കോപ്പുകാരെ ക്ഷണിച്ചു കൊണ്ടുവന്നത് അയാളായിരുന്നല്ലോ.

പിറ്റേന്ന തന്നെ നാരായണനും പരമേശ്വരനും ആലപ്പുഴയിലേക്കു തിരിച്ചു. പുടവയുമായി വരുന്ന ഗന്ധർവ്വനേയും കിനാവു കണ്ട് കല്യാണിക്കുട്ടി പ്രതീക്ഷയോടെ കാത്തിരുന്നു.

പ്രതിശ്രുതവധുവിന്റെ അവിഹിതഗർഭവാർത്ത നാട്ടിലെങ്ങും ചർച്ചയായപ്പോൾ സങ്കടവുംനാണക്കേടും കാരണം ഭാസ്കരൻ വീടിനു പുറത്തിറങ്ങിയില്ല. രാത്രി, ക്യാപ്പിറ്റോൾ തീയേറ്ററിൽ നിന്ന് *ദ്രൗപദി* എന്ന ഹിന്ദി സിനിമയും കണ്ട് കൂട്ടുകാരോടോപ്പം മടങ്ങുന്ന വഴി, പഞ്ചാപകേശൻപിള്ളയുടെ ചായക്കടയിൽ കയറിയപ്പോഴാണ് അയാൾ കാര്യങ്ങളറിയുന്നത്. ആ ഞെട്ടലിൽ വീട്ടിലേക്കു കയറിയ ഭാസ്കരൻ പിന്നെ വെളിയിലിറങ്ങിയതേയില്ല. വാർത്ത ആദ്യം കേട്ടപ്പോഴുണ്ടായ ആഘാതം ക്രമേണ മാറിമാറി വന്ന അയാൾക്ക്, കല്യാണിക്കുട്ടിയെപ്പോലൊരു പെണ്ണിനെ വീഴ്ത്താൻ ചമ്പക്കുളം ചന്ദ്രപ്പന് കഴിഞ്ഞതിൽ അതിശയമൊന്നും തോന്നിയില്ല. ഏതു പെണ്ണും മോഹിക്കുന്ന ചന്തവും വാക്ചാതുരിയുമുള്ളയാളാണല്ലോ ചന്ദ്രപ്പൻ. പാവം കല്യാണിക്കുട്ടി അതിൽ വീണു പോയതായിരിക്കുമെന്ന് സഹതപിക്കാനാണ് അയാൾ ശ്രമിച്ചത്. സിനിമയിലെ സുന്ദരിമാരെക്കണ്ട് താനും മോഹിക്കാറുള്ളതാണല്ലോ. പാവം കല്യാണിക്കുട്ടിയുടെ കാര്യം ഇനി എന്താവും?

ആലപ്പുഴയിലെത്തിയ പരമേശ്വരനും നാരായണനും കോൺഗ്രസ് പ്രവർത്തകനായ കാവാലം രാമകൃഷ്ണപിള്ളയുടെ സഹായത്തോടെയാണ് ചന്ദ്രപ്പനെ അന്വേഷിച്ചിറങ്ങിയത്. വേമ്പനാട്ടു കായലിന്റെ തീരത്തുള്ള ഒരു കൊച്ചു കുടിലിനു മുന്നിലാണ് അവരുടെ അന്വേഷണം ചെന്നെത്തി നിന്നത്. ഒരു വൃദ്ധയും രണ്ട് കൊച്ചു പെൺകുട്ടികളുമാണ് ആ വീട്ടിലുണ്ടായിരുന്നത്. ചന്ദ്രപ്പനെന്ന പേര് കേട്ടപ്പോൾത്തന്നെ വൃദ്ധ കരച്ചിലും പ്രാക്കലും തുടങ്ങി:

"ആണ്ട് രണ്ടായി ആ ദ്രോഹി ഇങ്ങോട്ടൊന്ന് വന്നിട്ട്. വലിയ കത പറച്ചിലുകാരനെന്നും പറഞ്ഞ് നാടു മുഴുവൻ നടക്കയല്ലേ. പോണടുത്തെല്ലാം സമ്മന്തങ്ങളുണ്ടെന്നാണ് പറയണത്. അവനെ പെറ്റ എന്നെ നോക്കണ്ട. അവന്റെ ചോരയിലുള്ള ഈ പിഞ്ചു കൊച്ചുങ്ങളെന്തു പെഴച്ചു? അവരെയെങ്കിലും ഇടയ്ക്ക് വന്നു നോക്കണ്ടേ? ആ പെണ്ണ് തൊണ്ടു തല്ലാൻ പോണതു കൊണ്ടാ ഇവിടെ അടുപ്പെരിയണത്."

കാര്യങ്ങളെല്ലാം സുവ്യക്തമായതോടെ കൂടുതലൊന്നും പറയാതെ അന്വേഷകസംഘം മടങ്ങി.

വീടിന്റെ തിണ്ണയിൽ തളർന്നിരുന്ന് പതിഞ്ഞ സ്വരത്തിൽ അച്ഛൻ വിവരിച്ച ചന്ദ്രപ്പവിശേഷങ്ങൾ കേട്ട കല്യാണിക്കുട്ടി പൊട്ടിപ്പൊട്ടി

കരഞ്ഞു. ഇനി എന്തു ചെയ്യണമെന്നറിയാതെ നാരായണനും ജാനകി ക്കുട്ടിയും മുഖത്തോടു മുഖം നോക്കി.

രാത്രി ഉറങ്ങാൻ കിടന്നപ്പോഴും കല്യാണിക്കുട്ടിയുടെ കരച്ചിൽ അവസാനിച്ചിരുന്നില്ല. കെട്ടിത്തൂങ്ങിച്ചത്താലോ എന്നും മാമ്പഴക്കുന്നി ലെ വലിയ പാറയിൽ നിന്ന് താഴേക്കു ചാടിച്ചത്താലോ എന്നുമൊക്കെ അവൾ ചിന്തിച്ചുകൂട്ടി. ഒന്നുമറിയാത്തൊരു ജീവൻ വയറ്റിലുണ്ടല്ലോ എന്നോർത്തപ്പോൾ അവൾ പിന്നെയും കരഞ്ഞു.

പിറ്റേന്നു രാവിലെ മുറ്റത്തു നിന്നും 'മാമാ.. മാമീ .... മാമാ... മാമീ...' എന്ന വിളി കേട്ടാണ് നാരായണനും ജാനകിക്കുട്ടിയും കല്യാണിക്കുട്ടി യും കണ്ണു തുറന്നത്. പരിചിത ശബ്ദമാണല്ലോ കേൾക്കുന്നത് എന്ന് ചി ന്തിച്ചുകൊണ്ട് നാരായണൻ കതകു തുറന്നു. മുറ്റത്ത് ഭാസ്കരൻ!

"മാമാ, ഞാനൊരു കാര്യം പറയാനാണ് വന്നത്."

ഇനി ഇവന്റെ വായിലിരിക്കുന്നതു കൂടി കേൾക്കണമല്ലോ എന്ന ആധി നാരായണന്റെ മുഖത്ത് പ്രകടമായി. ഭാസ്കരൻ വരാന്തയിലേക്കു കയറി. വാതിലിനകത്തു നിന്ന ജാനകിക്കുട്ടിയുടെയും കല്യാണിക്കുട്ടി യുടെയും മുഖത്ത് ഉദ്വേഗത്തിന്റെ പിരിമുറുക്കം. ഭാസ്കരൻ നാരായണന്റെ മുഖത്ത് നോക്കി. അകത്തു നിൽക്കുന്ന മാമിയേയും മുറപ്പെണ്ണിനേയും ഏന്തിവലിഞ്ഞൊന്നു നോക്കി. എന്നിട്ട് ഉറച്ച സ്വരത്തിൽ ഇങ്ങനെ പറഞ്ഞു:

"കല്യാണിക്കുട്ടിക്ക് ഞാൻ പുടവ കൊടുക്കാം."

നാരായണൻ ഞെട്ടി. ജാനകിക്കുട്ടി ഞെട്ടി. കല്യാണിക്കുട്ടി ഞെട്ടി. തങ്ങൾ കണ്ട പുലർകാലസ്വപ്നമാണോ ഇതെന്ന് അവർ മൂവരും ഒരുമിച്ച് ചിന്തിച്ചു. അതോ പ്രതിശ്രുതവധുവിന്റെ അവിഹിതഗർഭവാർത്തയിൽ ഭാസ്കരന്റെ സമനില തെറ്റിയോ?

അസ്തപ്രജ്ഞരായി നിൽക്കുന്ന മൂവരേയും നോക്കി ഭാസ്കരൻ തുടർ ന്നു:

"പാവം കല്യാണിക്ക് അബദ്ധം പറ്റിയതായിരിക്കും. എനിക്കതിൽ കുഴപ്പമില്ല."

അല്പസമയത്തിനകം തന്നെ സ്ഥലകാലബോധം വീണ്ടെടുത്ത നാരായണൻ ഏതോ വിസ്മയക്കാഴ്ച കാണുന്ന ഭാവത്തോടെ മരുമകനെ നോക്കി.

"അപ്പോ ഗർഭം?"

വാതിലിനു പുറത്തേക്കിറങ്ങിയ ജാനകിക്കുട്ടിയുടേതായിരുന്നു ആ നിർണായക ചോദ്യം.

"അവള് പെറ്റോട്ടെ."

ലാഘവത്തോടെയുള്ള ഭാസ്കരന്റെ മറുപടി. സന്തോഷം സഹിക്കാനാകാതെ നാരായണൻ മരുമകനെ കെട്ടിപ്പിടിച്ചു.

പിന്നെ അധികം വൈകിയില്ല. കത്തിച്ചു വച്ച നിലവിളക്കിനെ സാക്ഷിയാക്കി പിറ്റേന്നുതന്നെ പുടവകൊടച്ചടങ്ങ് നടന്നു. ഭാസ്കരന്റെ വീട്ടുകാരോ ബന്ധുക്കളോ നാട്ടുകാരോ ആരും തന്നെ ചടങ്ങിനെത്തിയില്ല. ആരോ വയറ്റിലുണ്ടാക്കിയ ഒരുത്തിക്ക് പുടവ കൊടുക്കാൻ തയ്യാറാണെന്ന് വീട്ടുകാരോട് ഭാസ്കരൻ പറഞ്ഞപ്പോൾ അയാളുടെ കരണക്കുറ്റി നോക്കി ഒന്നു കൊടുത്താണ് പരമുപിള്ള പ്രതികരിച്ചത്. പക്ഷേ, കുട്ടിക്കാലം മുതലേ കല്യാണിക്കുട്ടിയെ ആത്മാർത്ഥമായി സ്നേഹിച്ച ഭാസ്കരനെ പിന്തിരിപ്പിക്കാൻ ആ പ്രഹരത്തിന് ശേഷിയില്ലായിരുന്നു. നാരായണനും ജാനകിക്കുട്ടിക്കും പുറമേ ചടങ്ങിന് ആകെയുണ്ടായിരുന്നത് പരമേശ്വരൻ മാത്രമായിരുന്നു.

കല്യാണിക്കുട്ടിയുടെ ഗർഭവും അവളുടെ പുടവ കൊടയും ആലിൻപുറംദേശത്തു മാത്രമല്ല അന്യദേശങ്ങളിലും കൗതുകവാർത്തയായി പടർന്നു. ആ വാർത്തയിലെ കല്യാണിക്കുട്ടി എന്ന കേന്ദ്രബിന്ദുവിന്റെ പേരിനൊപ്പം 'കോപ്പ്' എന്ന വിശേഷണവും കൂടി ചേർക്കപ്പെട്ടു. കല്യാണിക്കുട്ടിയിൽ മാത്രം ഒതുങ്ങാതെ, ഭാവിയിൽ, അവളുടെ അനന്തരതലമുറകളിലേക്കു കൂടി വ്യാപരിക്കാൻ ശേഷിയുള്ളതായിരുന്നു ആ വിശേഷണം.

റീൽ – രണ്ട്

പാസഞ്ചർ

ഭീമാകാരനായ ഒരു നീളൻ പുഴുവിനെപ്പോലെ തമ്പാനൂർ റെയിൽവേ സ്റ്റേഷനിലെ ഒന്നാം നമ്പർ പ്ലാറ്റ്ഫോമിലേക്ക് ഇഴഞ്ഞിഴഞ്ഞു വന്നു നിന്ന തീവണ്ടിയെ വാസുദേവൻ അതിശയത്തോടെ നോക്കി. വയസ്സ് ഇരുപത് പിന്നിട്ടെങ്കിലും അയാൾ ഒരു തീവണ്ടി നേരിൽ കാണുന്നത് ആദ്യമായിട്ടായിരുന്നു. എഞ്ചിൻ കുഴലിൽ നിന്ന് പുറത്തേക്കു നിർഗമിച്ചുകൊണ്ടിരുന്ന കരിമ്പുക പ്ലാറ്റ്ഫോമിലേക്കും പടർന്നു. പ്ലാറ്റ്ഫോമിൽ കൂടിനിന്ന ആളുകൾ തീവണ്ടിയിൽ കയറാനായി പരക്കം പാഞ്ഞു.

ഇത് മദിരാശിയിലേക്കുള്ള വണ്ടിയാണോ? ആരോടു ചോദിക്കണം? വാസുദേവൻ വായും പൊളിച്ചങ്ങനെ നിന്നു.

"ഏയ്, ഇതൊന്നു പിടിച്ചു തരോ?"

പിന്നിൽ നിന്നുള്ള ശബ്ദം കേട്ട് അവൻ തിരിഞ്ഞു നോക്കി. താടിയുള്ളൊരു തലേക്കെട്ടുകാരൻ മധ്യവയസ്കൻ നിലത്തിരിക്കുന്ന ഒരു വലിയ ട്രങ്ക് പെട്ടി ചൂണ്ടിയാണ് സഹായം തേടുന്നത്. തന്റെ കൈയിലിരുന്ന ചെറിയ ട്രങ്ക്പെട്ടി തറയിൽ വച്ചിട്ട് അവൻ അയാളുടെ അടുത്തേക്കു ചെന്നു.

"ഇത് മദിരാശിയിലേക്കുള്ള വണ്ടിയാണോ?"

ഭാരമേറിയ ട്രങ്ക് പെട്ടി പൊക്കി അയാളുടെ തലയിലേക്കു വയ്ക്കുന്നതിനിടയിൽ വാസുദേവൻ ചോദിച്ചു.

"ങാ... കുഞ്ഞ് മദിരാശിയിലേക്കാ? ഞാനും അങ്ങോട്ടാ."

അയാൾ ധൃതിയിൽ നടന്നു തുടങ്ങി. തന്റെ പെട്ടിയുമെടുത്ത്, ഉടുപ്പിന്റെ പോക്കറ്റിലിട്ടിരുന്ന തീവണ്ടിടിക്കറ്റ് അവിടെത്തന്നെയുണ്ടെന്ന്

ഉറപ്പുവരുത്തിക്കൊണ്ട് അയാളുടെ പിന്നാലെ വാസുദേവനും നടന്നു. ആൾത്തിരക്കിനിടയിലൂടെ ഉന്തിത്തള്ളി അവരിരുവരും ജനറൽ കമ്പാർട്ട്മെന്റിൽ കയറിപ്പറ്റി. ആളുകൾ തിങ്ങി ഞെരുങ്ങി നിൽക്കുന്നതിന്റെ ഇടയിൽ തന്റെ പെട്ടി എവിടെ വയ്ക്കുമെന്നറിയാതെ താടിക്കാരൻ വിഷമിച്ചു. അയാൾ പെട്ടിയും തലയിൽ വച്ച് വിയർത്തു തുടങ്ങി.

"ദാ ഇവിടെ സ്ഥലമുണ്ട്."

ഇതിനകം, ആൾക്കൂട്ടത്തിനിടയിലൂടെ നുഴഞ്ഞുകയറിയ വാസുദേവന്റെ ശബ്ദം കേട്ട് അയാളും തിക്കിത്തിരക്കി മുന്നോട്ടു നീങ്ങി. തീവണ്ടിയിലെ കക്കൂസിനു മുന്നിലായിരുന്നു വാസുദേവൻ കണ്ടെത്തിയിരുന്ന സ്ഥലം. കരിപുരണ്ടു കിടന്നനിലത്ത് പെട്ടി ഇറക്കിവയ്ക്കാൻ വാസുദേവനും സഹായിയായി. പെട്ടിയുടെ പുറത്ത് അവർ ഇരുന്നു. തലയിൽ ചുറ്റിയിരുന്ന തോർത്തഴിച്ച് താടിക്കാരൻ മുഖത്തെ വിയർപ്പൊപ്പി.

"പേരെന്തര്?"

വാസുദേവൻ ചോദിച്ചു.

"ബീരാൻ."

അവർ കുശലാന്വേഷണം തുടങ്ങി.

നെടുമങ്ങാടുകാരനായ ബീരാൻ, കുടുംബത്തോടൊപ്പം അഞ്ചാറു വർഷമായി മദ്രാസിലാണു താമസിക്കുന്നത്. ഒരു തുണിമില്ലിലാണ് ജോലി. വയസ്സായ ഉമ്മയെ കാണാനാണ് അയാൾ നാട്ടിൽ വന്നത്.

"കുഞ്ഞെന്താ മദിരാശിയിലേക്ക്? ജോലിയെന്തെരെങ്കിലും ശരിയായോ?"

ബീരാന്റെ ചോദ്യം കേട്ട് വാസുദേവൻ ഒന്നു പരുങ്ങി. പിന്നെ മുഖത്ത് നാണം വിരിഞ്ഞ ചിരിയോടെ പറഞ്ഞു:

"ജോലിയൊന്നുമായില്ല....അഭിനയിക്കാനാ..സിനിമേല്."

ബീരാൻ അതിശയത്തോടെ വാസുദേവനെ നോക്കി-സുന്ദരൻ. നല്ല പൊക്കവും നല്ല തടിയും. നിറവും തരക്കേടില്ല. കാഴ്ചയിൽ ഒരു സിനിമാനടനാകാനുള്ള യോഗ്യതയൊക്കെയുണ്ട്.

"സിനിമാക്കാരാരെയെങ്കിലും പരിചയമൊണ്ടോ?"

"ഇല്ല."

"പിന്നെ....?"

"അന്വേഷിക്കണം."

അഭിനയമോഹം മൂത്ത് മദിരാശിയിലേക്ക് പുറപ്പെട്ടു പോകുന്ന ചെറുപ്പക്കാരനാണ് മുന്നിൽ ഇരിക്കുന്നതെന്ന് ബീരാന് പിടി കിട്ടി. ഇതുപോലെ സിനിമാഭ്രമം പിടിപെട്ട് മദിരാശിയിൽ അലഞ്ഞു തിരിയുന്ന ഒരുപാടു പേരെ അയാൾ കണ്ടിട്ടുണ്ട്.

"വിചാരിക്കണപോലെ അത്ര എളുപ്പമൊന്നുമല്ല സിനിമയിൽ കേറാൻ."

ബീരാൻ ഓർമ്മിപ്പിച്ചു.

"അറിയാം. പക്ഷേ, ഞാൻ നന്നായി പാട്ടും. അഭിനയിക്കും. നാട്ടില് നാടകങ്ങളൊക്കെ കളിച്ചിട്ടൊണ്ട്."

വാസുദേവൻ ആവേശത്തിലാണ്.

"മദിരാശിയിൽ പോണ കാര്യം വീട്ടുകാർക്കറിയാമോ?"

അവൻ ഒന്നും മിണ്ടാതെ അല്പനേരം തല കുനിച്ചിരുന്നു. പിന്നെ പതിയെ എണീറ്റ് തീവണ്ടിയുടെ വാതിലിനടുത്തെത്തി പുറത്തേക്കു നോക്കി നിന്നു. മരങ്ങളും പുഴകളും കായലും അങ്ങിങ്ങായി കാണുന്ന ചെറു വീടുകളും ആളുകളുമൊക്കെ കൺമുന്നിലൂടെ അതിവേഗം പിന്നിലേക്ക് പോകുകയാണ്. പിന്നിലേക്ക് .... പിന്നിലേക്ക്.. പിന്നിലേക്ക് ......

"നീതിമൺട്രം വിചിത്രം നിറൈന്ത പല വഴക്കുകളെ സന്തിത്തിരുക്കിറതു! പുതുമയാന മനിതർകളെ കണ്ടിറുക്കിരാത്. ആനാൽ ഇന്ത വഴക്ക് വിചിത്തിറം അല്ലൈ. വഴക്കൈപ്പൊതയിലേ സർവ്വസാതാരണമാകതെൻപടക്കൂടിയ ഒരു ജീവൻ താൻ നാൻ!........... കല്യാണിക്കു കരുണൈ കാട്ടിനാർകൾ പലർ, അവർകളിലേ കാലൈയർ ചിലർ, കൈമാറാക അവൾ കാതലൈക്ക്

കേട്ടനർ! കാലൈ വഴക്കിലേ സംബന്ധപ്പെട്ട് കൈതിയാക നിർക്കിനാനേ..."

കൗമാരക്കാരനായ വാസുദേവന്റെ മുഖത്ത് മിന്നിമറയുന്ന നവരസങ്ങൾ കണ്ടും നെട്ട നെടുങ്കൻ ഡയലോഗുകൾ കേട്ടും പ്രേക്ഷകരായ അവന്റെ കൂട്ടുകാർ അന്തംവിട്ടങ്ങനെ ഇരുന്നു. 'പരാശക്തി'യിൽ കോടതി മുറിക്കുള്ളിൽ ശിവാജി ഗണേശൻ നടത്തുന്ന സുദീർഘമായ സ്പീച്ചാണ് അതേ ഭാവഹാവാദികളോടെ വാസുദേവൻ പകർന്നാടുന്നത്. അഞ്ചു മിനിട്ടോളം നീണ്ടു നിന്ന ആ പ്രകടനം അവസാനിച്ചപ്പോൾ കൂട്ടുകാർ ആവേശത്തോടെ കൈയടിച്ചു. അഭിമാന വിജൃംഭിതനായി വാസുദേവൻ തന്റെ നടനവേദിയായ എരിത്തിലിൽ നിന്ന് പുറത്തിറങ്ങി.

കൂരയുടെ വടക്കുവശത്തായിരുന്നു ആ എരിത്തിൽ. കല്യാണിയുടെ പ്രസവം കഴിഞ്ഞപ്പോൾ ഭാസ്കരനും കല്യാണിയും ഒരു കൂര കെട്ടി അങ്ങോട്ടേക്ക് താമസം മാറുകയായിരുന്നു.

"കോപ്പേ, കലക്കിയെടാ. ശിവാജിയുടേതുപോലെ തന്നെ."

ബാർബർപാച്ചുവിന്റെ മോൻ കുട്ടന് ആവേശം അടക്കാനായില്ല. അവൻ വാസുദേവനെ കെട്ടിപ്പിടിച്ചുകൊണ്ടാണ് അഭിനന്ദനവർഷം ചൊരിഞ്ഞത്. 'കോപ്പ്' എന്ന തന്റെ ഇരട്ടപ്പേരു വിളിച്ചാണ് കൂട്ടുകാരൻ അനുമോദിച്ചതെങ്കിലും വാസുദേവൻ നീരസമൊന്നും കാണിച്ചില്ല.

കുട്ടിക്കാലം മുതലേ അവൻ കേട്ടു തുടങ്ങിയതാണ് 'കോപ്പ്' എന്ന വിളി. അന്നൊന്നും ആ വിളിക്കു പിന്നിലെ ചരിത്രം അവന് അറിയു

മായിരുന്നില്ല. അമ്മയെ 'കോപ്പ് കല്യാണി'യെന്നും അച്ഛനെ 'കോപ്പ് ഭാസ്കരനെ'ന്നും നാട്ടുകാർ വിളിക്കുന്നതെന്തിനാണെന്നും അവൻ ആലോചിച്ചിരുന്നു. ആദ്യമൊക്കെ ആ വിളി കേൾക്കുമ്പോൾ ദേഷ്യവും സങ്കടവുമൊക്കെയായിരുന്നു. എന്താണ് 'കോപ്പ്' എന്നും എന്തിനാണു തന്നെ അങ്ങനെ വിളിക്കുന്നതെന്നും ഒരിക്കൽ അമ്മയോടു ചോദിച്ചിട്ടുണ്ട്. ഒന്നും പറയാതെ അമ്മ അവനെ ചേർത്തുപിടിച്ചു. അമ്മയുടെ കണ്ണ് നനയുന്നത് അവൻ കണ്ടു.

മൂന്നാം ക്ലാസിൽ പഠിക്കുന്ന കാലം. ആലിൻ പുറം ഏലാവരമ്പിലൂടെ സ്ലേറ്റും പിടിച്ച് പള്ളിക്കൂടത്തിലേക്കു നടക്കുകയാണ് വാസുദേവൻ. തെക്കനാലപ്പുറത്തു വീട്ടിൽ പരമേശ്വരന്റെ മകൾ രണ്ടാം ക്ലാസുകാരി മീനാക്ഷി അവനു തൊട്ടുപിന്നിലുണ്ട്. അവർ വർത്തമാനം പറഞ്ഞ് പറഞ്ഞാണ് നടക്കുന്നത്. പള്ളിക്കൂടത്തിലെ അസംബ്ലിയിൽ

'വഞ്ചിഭൂമി പതേ ചിരം സഞ്ചിതാഭം ജയിക്കേണം.....' എന്നു തുടങ്ങുന്ന വഞ്ചീശ മംഗളം ആലപിക്കുന്ന ഗായകസംഘത്തിലെ അംഗങ്ങളാണ് അവരിരുവരും. കൂട്ടത്തിൽ നന്നായി പാടുന്ന വാസുദേവനോട് അവൾക്ക് അല്പം ആരാധനയുമുണ്ട്. അങ്ങനെ, മീനാക്ഷിയുടെ ആരാധനാപാത്രമായി, അവളോടു മിണ്ടിയും പറഞ്ഞും വാസുദേവൻ ഏലാവരമ്പ് പിന്നിട്ട് മാമ്പഴക്കുന്നിന്റെ അടുത്തെത്തിയതും 'കോപ്പേ...' എന്ന വിളി കേട്ട് ഞെട്ടിത്തിരിഞ്ഞു.ചെന്താമരാക്ഷൻ പിള്ളയുടെ ചെറുമകൻ രവി, വയൽ വരമ്പിലൂടെ ഓടി വരികയാണ്. രവിയും വാസുദേവന്റെ ക്ലാസിലാണ്. വിളറിയ മുഖത്തോടെ വാസുദേവൻ മീനാക്ഷിയെ നോക്കി. അവൾ കളിയാക്കുന്ന മട്ടിൽ തന്നെ നോക്കി ചിരിക്കുന്നതായി അവനു തോന്നി. ആരാധികയുടെ മുന്നിൽ താൻ അപമാനിക്കപ്പെട്ടിരിക്കുന്നു. അവന് ദേഷ്യവും സങ്കടവും സഹിക്കാനായില്ല. കൈയിലിരുന്ന സ്ലേറ്റ് വിറച്ചു. മൂക്കളയൊലിപ്പിച്ച് വള്ളി നിക്കറുമിട്ട് പുഴുപ്പല്ലു കാട്ടി ഇളിച്ചു കൊണ്ട് തനിക്കരികിലെത്തിയ രവിയുടെ തലമണ്ട നോക്കി സ്ലേറ്റ് ഉയർന്നു!

ചോരയൊലിപ്പിച്ച തലയുമായി രവി നിലത്തു വീണു. മീനാക്ഷി നിലവിളിച്ചു. ചോര കണ്ടതോടെ വാസുദേവന്റെ ഉള്ളും കിടുകിടുത്തു. അവൻ ഏലാവരമ്പിലൂടെ വീട്ടിലേക്ക് തിരിഞ്ഞോടി. സംഭവമറിഞ്ഞു കലികയറിയ ഭാസ്കരൻ വാസുദേവനെ പൊതിരെ തല്ലി. അന്ന് ആദ്യമായിട്ടായിരുന്നു ഭാസ്കരൻ അവനെ തല്ലിയത്. ഒടുവിൽ, കല്യാണി ഓടിവന്ന് മകനെ രക്ഷിച്ചെടുക്കുകയായിരുന്നു. അടി കൊണ്ട് ഏങ്ങലടിച്ചു കരഞ്ഞു കൊണ്ടിരുന്ന വാസുദേവൻ അമ്മയെ കെട്ടിപ്പിടിച്ചു കൊണ്ടു ചോദിച്ചു:

"എന്തിനാ എന്നെ എല്ലാരും കോപ്പേ എന്നു വിളിക്കണത്? അതു കൊണ്ടല്ലേ ഞാനവനെ അടിച്ചത്..."

അതു കേട്ടതും അമ്പരപ്പോടെ ഭാസ്കരൻ കല്യാണിയെ നോക്കി. കല്യാണി കണ്ണു തുടച്ചുകൊണ്ട് മുഖം കുനിച്ചു. കുറച്ചു നേരം സ്തബ്ധനായി നിന്ന ഭാസ്കരൻ കൈയിലിരുന്ന ഒടിഞ്ഞുതുങ്ങാറായ കമ്പിനെ ദൂരേക്ക് വലിച്ചെറിഞ്ഞ് തിണ്ണയിൽ ചെന്ന് തല കുനിച്ചിരുന്നു.

അന്നു രാത്രി ഭാസ്കരന് ഉറങ്ങാനായില്ല. വാസുദേവനെ തല്ലിയതിലുള്ള മനോവിഷമവും അവന്റെ നിലവിളിച്ചുകൊണ്ടുള്ള ആ പൊള്ളുന്ന ചോദ്യവും അയാളെ തളർത്തിക്കളഞ്ഞു. എല്ലാം അറിഞ്ഞുകൊണ്ടു തന്നെയാണ് അയാൾ കല്യാണിക്ക് പുടവ കൊടുത്തത്. കഴിഞ്ഞുപോയതിനെയൊക്കെ മറക്കാൻ കല്യാണിയും ശ്രമിച്ചിരുന്നു. പക്ഷേ, ചിലപ്പോഴൊക്കെ നാട്ടുകാരുടെ 'കോപ്പ്' എന്ന വിളി അവിചാരിതമായെങ്കിലും കാതിൽപ്പെടുമ്പോൾ അവർ ഭൂതകാലത്തിലേക്ക് വലിച്ചെറിയപ്പെടും. ജീവിതാന്ത്യംവരെ ആ വിളി തങ്ങളെ പിന്തുടരുമെന്ന സത്യത്തോടു അവർ ഒടുവിൽ പൊരുത്തപ്പെട്ടു. എന്നാൽ, തങ്ങളിൽ മാത്രം ഒടുങ്ങാതെ അടുത്ത തലമുറയിലേക്കും ആ വിളി നീങ്ങുന്നുവെന്ന യാഥാർത്ഥ്യം ഞെട്ടലോടെയാണ് ഭാസ്കരൻ ഇന്ന് തിരിച്ചറിഞ്ഞത്. അയാൾ കിടക്കയിൽ അസ്വസ്ഥതയോടെ കിടന്നു. ഇടയ്ക്ക് എണീറ്റ്, കല്യാണിയോടു ചേർന്നു കിടക്കുന്ന വാസുദേവനെ നോക്കി. അടി കൊണ്ട് ചുവന്നു തടിച്ച അവന്റെ കുഞ്ഞുശരീരം കണ്ടപ്പോൾ അയാൾക്ക് കരച്ചിൽ വന്നു. അയാൾ കട്ടിലിലേക്കു വീണ് നിശ്ശബ്ദം തേങ്ങി.

പിറ്റേന്ന് രാവിലെ വാസുദേവൻ കണ്ണു തുറന്നപ്പോൾ കണ്ടത് കൈയിലൊരു പമ്പരവുമായി നിൽക്കുന്ന ഭാസ്കരനെ! അവൻ കിടക്കയിൽ നിന്ന് വിസ്മയച്ചിരിയോടെ ചാടിയെണീറ്റ് അയാളുടെ കൈയിൽനിന്ന് പമ്പരം വാങ്ങി. കഴിഞ്ഞ ഉത്സവത്തിന് കളിപ്പാട്ടക്കാരന്റെ പക്കൽ കണ്ടപ്പോഴേ വാസുദേവൻ മോഹിച്ചതാണ് ഒരു പമ്പരം. അന്നതു വാങ്ങിക്കൊടുക്കാൻ ഭാസ്കരനു കഴിഞ്ഞില്ല. ഇന്ന് അതിരാവിലെ, തെന്നൂർക്കോണത്തു താമസിക്കുന്ന കളിപ്പാട്ടക്കാരൻ ചിന്നയ്യന്റെ വീട്ടിൽ പോയാണ് അയാൾ പമ്പരം വാങ്ങിയത്.

ഇന്നലത്തെ സംഭവങ്ങളെല്ലാം മറന്നേ പോയതുപോലെ വാസുദേവൻ അച്ഛനെ കെട്ടിപ്പിടിച്ചു. ഭാസ്കരൻ അവന്റെ കവിളിൽ ഒരുമ്മ കൊടുത്തുകൊണ്ടു പറഞ്ഞു:

"നമുക്കിന്ന് ഒരു സ്ഥലം വരെ പോണം."

"എവിടെ?"

"അതക്കെയൊണ്ട്."

എവിടെയാണു പോകുന്നതെന്നറിയാൻ വാസുദേവൻ ചിണുങ്ങി. ചിരിച്ചതല്ലാതെ ഭാസ്കരൻ ആ രഹസ്യം വെളിപ്പെടുത്തിയില്ല.

ഉച്ചയൂണ് കഴിഞ്ഞ്, പെട്ടകത്തിൽ അലക്കിത്തേച്ചു വച്ചിരുന്ന ഉടുപ്പും നിക്കറുമിടുവിച്ച് വാസുദേവനെ കല്യാണി യാത്രയ്ക്കൊരുക്കി.

"അമ്മ വരണില്ലേ?"

മുടി ചീകിക്കൊടുത്തുകൊണ്ടിരുന്ന അമ്മയോടു വാസുദേവൻ ചോദിച്ചു.

"ഇല്ല. മക്കള് പോയിറ്റു വാ."

ആലിൻപുറത്തു നിന്ന് നടന്ന് മരുതൂമ്മൂട്ടിൽ എത്തിയ ഭാസ്കരനും വാസുദേവനും ട്രാൻസ്പോർട്ട് ബസ്സിൽ കയറി കിഴക്കേകോട്ട ഇറങ്ങി. വാസുദേവന്റെ ആദ്യ നഗരസന്ദർശനമായിരുന്നു അത്. ആൾത്തിരക്കു കണ്ട് അവൻ വാ പൊളിച്ചു. ഭാസ്കരന്റെ കൈയും പിടിച്ച് അവൻ കിഴക്കേ കോട്ടയുടെ കവാടത്തിലൂടെ അകത്തേക്കു കടന്നു. അവിടെ ജനസാഗരം. അതിനിടയിലൂടെ, തലയുയർത്തി നിൽക്കുന്ന പത്മനാഭസ്വാമി ക്ഷേത്രം അവൻ കണ്ടു. അവിടെ നിന്നും ചെണ്ടമേളവും നാഗസ്വരവും കേൾക്കു ന്നുണ്ട്. ആൾക്കാർ ഭക്തി പാരവശ്യത്തിൽ കൈകൂപ്പി നിൽക്കുകയാ ണ്. ക്ഷേത്രത്തിന്റെ കിഴക്കേനടയിൽ നിന്ന് നെറ്റിപ്പട്ടം കെട്ടിയ ഒരു ഗജവീരൻ നടന്നു വന്നു. പിന്നാലെ താളവാദ്യക്കാർ. അതിനു പുറകിലാ യി വിഗ്രഹം എഴുന്നള്ളിച്ചുകൊണ്ട് ഒരു കൂട്ടമാളുകൾ. തൊട്ടുപിന്നാലെ ഒരാൾ ഉടവാളും പിടിച്ചു കൊണ്ടു മെല്ലെ നടന്നു വരുന്നു.

"മക്കളേ, അതാണ് നമ്മുടെ പൊന്നുതമ്പുരാൻ. തൊഴുതോ."

അവർ ശ്രീചിത്തിരതിരുനാൾ മഹാരാജാവിനെ തൊഴുതു. മഹാ രാജാവിനു പിറകിലായി അംഗരക്ഷകരായ കോൽക്കാരും കുന്തക്കാരും കുതിരപ്പട്ടാളവും. ആ ഘോഷയാത്രാസംഘം നടന്നു തുടങ്ങി. ഒപ്പം ജന ക്കൂട്ടവും. പക്ഷേ, ഭാസ്കരനും വാസുദേവനും അവിടെത്തന്നെ നിന്നു.

"നമ്മളെന്താ പോവാത്തത്?"

വാസുദേവന് സംശയമായി.

"ശംഖുമുഖത്തു പോയി വിഗ്രഹത്തെ ആറാട്ടു നടത്തി തിരികെ വരാൻ ഒരുപാടു നേരം പിടിക്കും. നമുക്ക് വേറൊരു സ്ഥലത്തുകൂടി പോ വാനുണ്ട്. വാ..."

കോട്ടയ്ക്കടുത്തുള്ള കടയിൽ നിന്ന് ഓരോ നൊങ്ക്സർബത്തും വാങ്ങി കുടിച്ച് ഭാസ്കരനും വാസുദേവനും നടന്നു. നേരം ഇരുട്ടിത്തുടങ്ങുകയാണ്. എങ്ങോട്ടാണു പോകുന്നതെന്നറിയാതെ നഗരക്കാഴ്ചകൾ കണ്ടു കണ്ട് നടന്ന വാസുദേവൻ ഒടുവിൽ ചെന്നു നിന്നത് തമ്പാന്നൂരുള്ള ഒരു വലിയ കെട്ടിടത്തിനു മുന്നിൽ! അവിടെയും ആൾത്തിരക്കു തന്നെ. അവൻ ചുവരിൽ ഒട്ടിച്ചിരിക്കുന്ന കൂറ്റൻ ചിത്രത്തിലെ അക്ഷരങ്ങൾ കൂട്ടിച്ചേർത്തു വായിച്ചു:

"പ്ര.. ഹ്ലാ.. ദ."

വാസുദേവൻ ഭാസ്കരനെ നോക്കി.

"ഇതാണ 'ന്യൂ 'സിനിമാ തീയേറ്റർ."

വാസുദേവന്റെ മുഖത്ത് അതിശയവും സന്തോഷവും. സിനിമയെന്ന് കേട്ടിട്ടുണ്ടെങ്കിലും ഇന്നുവരെ അത് കാണാൻ സാധിച്ചിട്ടില്ല. അച്ഛൻ ഒറ്റയ്ക്ക് കൂടെക്കൂടെ സിനിമയ്ക്ക് പോകാറുണ്ട്. ഉത്സവങ്ങൾക്കും മറ്റും അമ്മയും അച്ഛനും ഒരുമിച്ചാണ് പോകുന്നതെങ്കിലും സിനിമയ്ക്ക് പോകുന്നത് അച്ഛൻ തനിച്ചാണ്. ഒരു ദിവസം തന്നെക്കൂടി കൊണ്ടുപോകാൻ അച്ഛൻ തുനിഞ്ഞെങ്കിലും അമ്മ സമ്മതിച്ചില്ല. എന്താണെന്നറിയില്ല. അമ്മയ്ക്ക് സിനിമ ഇഷ്ടമല്ല.

അവർ ടിക്കറ്റെടുത്ത് തീയേറ്ററിനുള്ളിലേക്കു കയറി. പുണ്യപുരാണ കഥാചിത്രമായിരുന്നു *പ്രഹ്ലാദ*. ഇരുപത്തിനാലു പാട്ടുകളുമുണ്ടായിരുന്നു. ആദ്യ സിനിമാക്കാഴ്ച അവനെ അതിശയപ്പിച്ചു.

സിനിമ തീർന്നപ്പോൾ എട്ടര മണി കഴിഞ്ഞിരുന്നു. വാസുദേവനേയും വലിച്ചുപിടിച്ച് ഭാസ്കരൻ തമ്പാന്നൂർ ബസ്സ്റ്റാൻഡിലേക്കു പാഞ്ഞു. മരുതൂമൂട്ടിലേക്കുള്ള അവസാന ബസ് ഒമ്പതു മണിക്കാണ്.

ബസ്സിൽ, തന്റെ മടിയിലിരിക്കുന്ന വാസുദേവനെ ചേർത്തുപിടിച്ച് അവന്റെ മുടിയിഴകളിൽ വിരലോടിച്ചുകൊണ്ട് ഭാസ്കരൻ ചോദിച്ചു:

"മക്കക്ക് സിനിമ ഇഷ്ടമായോ?"

"കൊള്ളാം. ഒരുപാടിഷ്ടമായി."

അവൻ ആവേശത്തോടെ പറഞ്ഞു.

"ഇന്ന് നമ്മള് കണ്ടത് ശബ്ദമുള്ള സിനിമയല്ലേ? അഞ്ചാറു വർഷം മുമ്പുവരെ മലയാള സിനിമയിൽ ശബ്ദമില്ലായിരുന്നു."

"അപ്പോ കത മനസ്സിലാവണതെങ്ങനെ?"

"പണ്ട് ഒരു സിനിമയ്ക്കും ശബ്ദമില്ലായിരുന്നു. അതിനെ ബയോസ്കോപ്പ് സിനിമകളെന്നാണ് പറഞ്ഞിരുന്നത്. ആ സിനിമയിൽ കഥ വിളിച്ചു പറയാൻ ആളുണ്ടായിരുന്നു..."

തുടർന്ന്, പഴയ കാലത്തു താൻ കണ്ട നിശ്ശബ്ദസിനിമകളെക്കുറിച്ച് ഭാസ്കരൻ വാചാലനായി. ഒടുവിൽ, താൻ പറയാൻ ഉദ്ദേശിച്ച കാര്യത്തിലേക്ക് അയാൾ കടന്നു.

"കുറേക്കാലം മുമ്പ് നമ്മുടെ ആലിൻപുറത്തും ബയോസ്കോപ്പുകാർ വന്നു. അതിലുമുണ്ടായിരുന്നു നന്നായി കഥ പറയുന്ന സുന്ദരനായ ഒരു കഥ പറച്ചിലുകാരൻ. മോന്റെ അമ്മയ്ക്ക് ബയോസ്കോപ്പ് സിനിമയേയും ആ കഥ പറച്ചിലുകാരനേയും ഭയങ്കര ഇഷ്ടമായിരുന്നു. മോൻ ഇന്നലെ ചോദിച്ചില്ലേ എന്തിനാ ആൾക്കാര് കോപ്പേ എന്നു വിളിക്കണതെന്ന്. ബയോസ്കോപ്പ് എന്ന വാക്കിനെ ആളുകൾ പറഞ്ഞ് പറഞ്ഞ് കോപ്പാക്കിയതാണ്. ബയോസ്കോപ്പ് ഇഷ്ടപ്പെട്ടിരുന്ന കല്യാണിയെ കളിയാ

ക്കാൻ വേണ്ടിയാ ആളുകൾ അങ്ങനെ വിളിക്കണത്. കല്യാണിയെ കെട്ടിയതുകൊണ്ട് എന്നെയും, കല്യാണിയുടെ മോനായതുകൊണ്ട് മക്കളെയും അങ്ങനെ വിളിക്കുന്നു."

അപൂർണമായൊരു കഥ പോലെ ഭാസ്കരൻ പറഞ്ഞു നിർത്തി.

'കോപ്പ്' എന്നത് താൻ കരുതിയതുപോലൊരു മോശം വാക്കല്ലെന്നു തിരിച്ചറിവുകിട്ടിയ വാസുദേവൻ, ഇനി ആ പേര് ആരു വിളിച്ചാലും തനിക്കൊരു ചുക്കുമില്ലെന്ന് ഉറപ്പിച്ചു.' കോപ്പ്' എന്നാൽ സിനിമയല്ലേ. സിനിമ അത്ര മോശം കാര്യമൊന്നുമല്ലല്ലോ.

"പിന്നെയെന്താ ഇപ്പോ അമ്മ സിനിമ കാണാൻ പോവാത്തത്?"

വാസുദേവന്റെ ആ ചോദ്യം കേട്ട് ഭാസ്കരൻ ഒന്നു പരുങ്ങി.

"അത്....പിന്നെ... ആ കത പറച്ചിലുകാരനുമായി കല്യാണി പെണങ്ങി. അയാളോടുള്ള ദേഷ്യംകൊണ്ട് അവള് പിന്നെ സിനിമ കാണാനേ പോകാതായി."

അച്ഛൻ പറഞ്ഞ കാര്യങ്ങളെപ്പറ്റി ഇനിയും എന്തൊക്കെയോ ചോദിച്ചറിയണമെന്ന് അവനുണ്ടായിരുന്നു. പക്ഷേ, ഒന്നും ചോദിച്ചില്ല.

"ഞാനീ പറഞ്ഞ കാര്യങ്ങളൊന്നും മക്കള് അമ്മയോടു ചോദിക്കല്ലേ .അവൾക്ക് സങ്കടമാവും."

അവൻ തലയാട്ടി.

ബസ്സിന്റെ ജനലുകളിലൂടെ തണുത്ത കാറ്റ് അകത്തേക്ക് വീശി. വാസുദേവന്റെ കണ്ണുകൾ മെല്ലെ അടഞ്ഞു. അവൻ ഭാസ്കരന്റെ നെഞ്ചിലേക്കു ചാഞ്ഞു.

മനസ്സിൽനിന്ന് വലിയൊരു ഭാരം ഇറക്കി വച്ചതിന്റെ ആശ്വാസത്തിൽ ഭാസ്കരൻ ദീർഘനിശ്വാസമുതിർത്തു. എന്നെങ്കിലും വെളിപ്പെട്ടേക്കാവുന്ന യാഥാർഥ്യത്തിൽ പതറാതിരിക്കാനുള്ള സൂചനകൾ നൽകാനേ തനിക്ക് കഴിഞ്ഞിട്ടുള്ളൂ എന്ന് അയാൾക്കറിയാം. ഒരു എട്ടു വയസ്സുകാരനോടു ഇതിൽക്കൂടുതൽ എങ്ങനെ പറയും!

"നാരായണം ഭജേ നാരായണം ലക്ഷ്മി
നാരായണം ഭജേ നാരായണം
നാളീകലോചനം നാരായണം ഘോര
നരക വിമോചനം നാരായണം
നാരദപൂജിതം നാരായണം ദിവ്യ
നാമ സഹസ്രതം നാരായണം..."

രാവിലെ അടുക്കളയിൽ ദോശ ചുട്ടുകൊണ്ടിരുന്ന കല്യാണിക്കുട്ടി, കിടപ്പുമുറിയിൽ നിന്നുള്ള വാസുദേവന്റെ പാട്ടുകേട്ട് ചിരിച്ചു. ആറാട്ടും സിനിമയുമൊക്കെ കണ്ട് തലേന്നു രാത്രി വൈകിയെത്തിയതുകൊണ്ട് മണി ഒമ്പതടിച്ചിട്ടും എണീക്കാതെ കിടക്കുകയായിരുന്നു വാസുദേവൻ.

അവൾ ദോശ മറിച്ചിട്ടശേഷം കിടപ്പുമുറിയിലേക്കു ചെന്നു. മുറിക്കുള്ളിലെ കാഴ്ച കണ്ട് അവൾ പിന്നെയും ചിരിച്ചു. ഭാസ്കരന്റെ മുണ്ട് തറ്റുടുത്തും തോർത്ത് തലയിൽ കെട്ടിയും പാടി അഭിനയിക്കുകയാണ് വാസുദേവൻ. തലേന്നു കണ്ട *പ്രഹ്ലാദ*യിലെ രംഗങ്ങളാണ് അവൻ അനുകരിക്കുന്നത്. *പ്രഹ്ലാദ*നായും ഹിരണ്യകശിപുവുമായി മാറിയ അവനിൽ പലവിധ ഭാവങ്ങൾ മിന്നി മറഞ്ഞു. പെട്ടെന്ന് കല്യാണിയുടെ ഉള്ളിൽ ചമ്പക്കുളം ചന്ദ്രപ്പന്റെ രൂപം തെളിഞ്ഞു. അവളുടെ മുഖം വിവർണ്ണമായി. അവൾ അടുക്കളയിലേക്കു തിരിഞ്ഞു നടന്നു.

വാസുദേവന് ജനിതകമായിത്തന്നെ കിട്ടിയ അഭിനയാഭിരുചിയെ ഉദ്ദീപിപ്പിക്കാനുള്ള നിമിത്തമായി മാറി *പ്രഹ്ലാദ*. കുറേനാൾ അതിലെ രംഗങ്ങൾ അഭിനയിച്ചു കാട്ടി അവൻ കൂട്ടുകാരെ വിസ്മയിപ്പിച്ചു. ഒരു ദിവസം, അവിചാരിതമായി അവന്റെ പ്രകടനം കാണാനിടയായ മുൻഷി ഗോപാലപിള്ള സാർ അവനെ പള്ളിക്കൂടത്തിന്റെ വാർഷികാഘോഷത്തിലെ നാടകത്തിൽ അഭിനയിപ്പിച്ചു. മുൻഷി സാർ തന്നെ എഴുതിയ *ബാലരാമായണം* എന്ന ആ നൃത്ത സംഗീത നാടകത്തിൽ ശ്രീരാമനായി വാസുദേവനും സീതയായി മീനാക്ഷിയുമാണ് അഭിനയിച്ചു തകർത്തത്. നിറഞ്ഞ കൈയടികളോടെയാണ് കുട്ടികളും അധ്യാപകരും ആ നാടകത്തെ സ്വീകരിച്ചത്. കൊച്ചു ശ്രീരാമനെ എല്ലാവരും അഭിനന്ദിച്ചു. വാസുദേവന്റെ ഉള്ളിലേക്കു വീണ അഭിനയമോഹത്തിന്റെ ആദ്യ കനലായിരുന്നു അത്. പിന്നീടുള്ള പള്ളിക്കൂട നാടകങ്ങളിലെല്ലാം പ്രധാന വേഷത്തിൽ വാസുദേവനുണ്ടായിരുന്നു.

*പ്രഹ്ലാദ*യ്ക്കു ശേഷമുള്ള ഭാസ്കരന്റെ സിനിമകാണൽ യാത്രകളിലെല്ലാം വാസുദേവനും ഒപ്പംകൂടി. അഞ്ചാറു കൊല്ലം മലയാള സിനിമകളൊന്നും റിലീസ് ചെയ്യാത്തതിനാൽ ഹിന്ദി, തമിഴ് സിനിമകളായിരുന്നു അവർ കണ്ടത്. *സുഭദ്ര, സതി സുകന്യ, അരുന്ധതി, പ്രഭാവതി, ബർമ്മാറാണി* തുടങ്ങിയ തമിഴ് സിനിമകളിലെ നായകനായിരുന്ന ഹൊന്നപ്പഭാഗവതരായിരുന്നു അവന്റെ ഇഷ്ട നടൻ. അദ്ദേഹത്തിന്റെ അഭിനയത്തെ കൂട്ടുകാരുടെ മുന്നിൽ അനുകരിച്ചവതരിപ്പിച്ച് അവൻ കൈയടി നേടി. ഉള്ളിൽ ഒളിഞ്ഞു കിടന്ന മറ്റൊരു സിദ്ധി കൂടി ഇതിനിടയിൽ അവനറിയാതെ തന്നെ പുറത്തേക്കു വന്നു. തമിഴ് സിനിമാപാട്ടുകളിലെ വരികൾ പിടികിട്ടാത്തതിനാൽ ഈണത്തിനൊപ്പിച്ച് സ്വന്തമായി നിർമ്മിച്ച വരികൾ പാടി അവതരിപ്പിക്കുന്നതിലുള്ള മിടുക്കായിരുന്നു അത്. *പ്രഭാവതി* എന്ന സിനിമയിലെ 'കാണാതെ കാൺമൂ കണ്ണേ....' എന്നു തുടങ്ങുന്ന പാട്ട് വാസുദേവൻ പാടിയത് 'പറയാതെ പോവാതണ്ണാ, എന്റണ്ണാ, കലി വന്ന് പോവാതയ്യോ.....' എന്നാണ്.

കൂട്ടുകാർക്കിടയിലും പള്ളിക്കൂടത്തിനുള്ളിലും മാത്രം ഒതുങ്ങിനിന്ന

വാസുദേവന്റെ നടനപ്രകടനം നാട്ടുകാർ കണ്ടറിഞ്ഞത് അവന് പന്ത്രണ്ടു വയസ്സുള്ളപ്പോഴാണ്. ഇന്ത്യക്ക് സ്വാതന്ത്ര്യം കിട്ടിയത് അവിസ്മരണീയമാക്കാൻ തിരുവിതാംകൂർ സ്റ്റേറ്റ് കോൺഗ്രസിന്റെ ആലിൻപുറം മണ്ഡലം കമ്മിറ്റിയുടെ ആഭിമുഖ്യത്തിൽ ഒരു മഹാസമ്മേളനം സംഘടിപ്പിച്ചിരുന്നു. തെന്നൂർക്കോണം മൈതാനമായിരുന്നു സമ്മേളന വേദി. ത്രിവർണ്ണ പതാകയുമേന്തി, മുദ്രാവാക്യം വിളികളോടെ നൂറുകണക്കിനാളുകളാണ് പല ദിക്കുകളിൽനിന്നും സമ്മേളനത്തിനെത്തിച്ചേർന്നത്. തെക്കനാലപ്പുറത്ത് പരമേശ്വരനായിരുന്നു സമ്മേളനത്തിന്റെ മുഖ്യസംഘാടകൻ. യോഗാനന്തരം *ജനനീ ജന്മഭൂമി* എന്ന നാടകവുമുണ്ടായിരുന്നു. പരമേശ്വരൻ തന്നെ രചനയും സംവിധാനവും നിർവ്വഹിച്ച ആ നാടകത്തിൽ ഭഗത് സിങ്ങിന്റെ വേഷമായിരുന്നു വാസുദേവന്. ജന്മനാടിന്റെ സ്വാതന്ത്ര്യത്തിനു വേണ്ടി രക്തസാക്ഷിയായ ധീര ദേശാഭിമാനിയായുള്ള വാസുദേവന്റെ പകർന്നാട്ടം കാണികളെ ആവേശത്തിലാക്കാൻ പോന്നതായിരുന്നു. അതുകൊണ്ടാണ്, തൂക്കമരത്തിലേക്ക് ഭഗത് സിംഗ് നടന്നു പോകുന്ന ഭാഗമെത്തിയപ്പോഴേക്കും 'ഭാരത് മാതാ കീ ജയ്.' എന്ന് ഉറക്കെ വിളിച്ചുകൊണ്ടാണ് കാണികളിലൊരാൾ വേദിയിലേക്ക് ചാടിക്കയറി വാസുദേവന്റെ കഴുത്തിൽ നീളമുള്ളൊരു ഖദർ ഷാൾ അണിയിച്ചത്!

സിനിമയും സിനിമാഭിനയമോഹവുമായി വാസുദേവൻ വളർന്നു. അഭിനയമോഹം കടുത്തതോടെ പഠനത്തിൽ ശ്രദ്ധയറ്റു. ആറാം ക്ലാസ്സിൽ മൂന്നു തവണ തോറ്റതോടെ പള്ളിക്കൂടത്തിനോടു വിട പറഞ്ഞു. ഭാസ്കരനെ കൃഷി കാര്യങ്ങളിൽ സഹായിച്ചും സിനിമകൾ കണ്ടും കവിതകൾ കുത്തിക്കുറിച്ചും അവന്റെ ജീവിതം മുന്നോട്ടുപോയി. ഇതിനിടയിലും എങ്ങനെയെങ്കിലും സിനിമയിൽ കയറിപ്പറ്റണമെന്ന മോഹം ശക്തമായിത്തന്നെയുണ്ടായിരുന്നു. കാണുന്ന സിനിമകളിലെ രംഗങ്ങൾ കൂട്ടുകാർക്കു മുന്നിൽ അഭിനയിച്ചു കാണിച്ച് തന്റെ അഭിനയസിദ്ധിയെ അവൻ നിരന്തരം പരിശീലിപ്പിച്ചുകൊണ്ടിരുന്നു. വീടിനു വടക്കുവശത്തുള്ള എരിത്തിലിൽ നിന്ന് പശുവിനേയും പോത്തുകളേയുമൊക്കെ തല്ക്കാലത്തേക്ക് കുടിയിറക്കിയാണ് അവൻ അഭിനയക്കളരി ഒരുക്കിയിരുന്നത്. അങ്ങനെ, കൂട്ടുകാർക്കു മുന്നിൽ അവതരിപ്പിച്ച ശിവാജി ഗണേശന്റെ 'പരാശക്തിസ്പീച്ച് ' കേട്ട് കോരിത്തരിച്ചാണ് 'കോപ്പേ...' എന്ന് സ്നേഹപൂർവ്വം വിളിച്ച് കുട്ടൻ, അവനെ കെട്ടിപ്പിടിച്ചത്. തിരുവനന്തപുരം ശ്രീപത്മനാഭ തീയേറ്ററിൽനിന്ന് മൂന്നു തവണ പരാശക്തി കണ്ടാണ് വാസുദേവൻ ശിവാജിയുടെ ഡയലോഗുകൾ ഹൃദിസ്ഥമാക്കിയത്.

സിനിമയിൽ കയറിപ്പറ്റാൻ എന്താണു മാർഗമെന്ന് അന്വേഷിച്ചു നടക്കുന്നതിനിടയിലാണ് നേമത്ത് മെരിലാൻഡ് സ്റ്റുഡിയോ തുട

ങ്ങിയ കാര്യം വാസുദേവൻ അറിയുന്നത്. പഞ്ചാപകേശൻപിള്ളയുടെ ചായക്കടയിലിരുന്ന് ചായ കുടിക്കുമ്പോൾ, കുടയാൽ മുകളിലെ നേശയ്യനാണ് ആ വിശേഷപ്പെട്ട വിവരം വിളംബരം ചെയ്തത്. തൃക്കണ്ണാപുരം പാലം കഴിഞ്ഞ് പ്ലാങ്കാല മുക്കീന്ന് വെള്ളായണിയിലോട്ട് പോകുന്ന ഇടറോഡിലെ പൂട്ടിപ്പോയ സെന്റ് പോൾ മിഡിൽ സ്കൂളിരുന്ന അഞ്ചേക്കർ സ്ഥലം വിലയ്ക്കു വാങ്ങി, പി സുബ്രഹ്മണ്യം തുടങ്ങിയ സ്റ്റുഡിയോ ആണത്രേ അത്. സ്റ്റുഡിയോയിൽ തോട്ടക്കാരനായി ജോലി നോക്കുകയാണ് നേശയ്യൻ.

അവിചാരിതമായി വീണു കിട്ടിയ ആ വിവരം വാസുദേവനെ കുറച്ചൊന്നുമല്ല സന്തോഷിപ്പിച്ചത്. നേശയ്യൻ വഴി എങ്ങനെയെങ്കിലും സിനിമയിൽ കയറിപ്പറ്റണം. നേശയ്യന്റെ അന്നത്തെ ചായയുടെ കാശു കൂടി വാസുദേവൻ കൊടുത്തു.

"എനിക്ക് സിനിമയിൽ അഭിനയിച്ചാൽ കൊള്ളാമെന്നുണ്ട്. ഒന്നു സഹായിക്കണം."

ചായകുടി കഴിഞ്ഞ് പുറത്തിറങ്ങിയപ്പോൾ വാസുദേവൻ നേശയ്യന്റെ പിറകേ ചെന്നു. ഒരു നായര് പയല് തന്റെ പിറകേ നടന്ന് കെഞ്ചുന്നതു കണ്ടപ്പോൾ നേശയ്യൻനാടാർക്ക് അല്പം ഗമയൊക്കെയായി. അയാൾ വാസുദേവനെ അടിമുടിയൊന്നു നോക്കി. മീശ പോലും നേരാംവണ്ണം കിളിർത്തു വരാത്ത സുന്ദരനായ ഒരു ചെറുക്കൻ. അയാൾ തലയുയർത്തി അമർത്തിയൊന്നു മൂളിയിട്ട് പറഞ്ഞു:

"ഞാൻ മൊതലാളീരുടെ ഒന്നു ചോയ്ച്ച് നോക്കട്ട്."

വാസുദേവൻ കൃതജ്ഞതാനിർഭരനായി അയാളെ നോക്കി.

ഒരു മാസത്തോളം നേശയ്യൻ മറുപടി ഒന്നും പറഞ്ഞില്ല. കാണുമ്പോഴെല്ലാം 'ഞാൻ പറയാം' എന്നു മാത്രം പറഞ്ഞു. വാസുദേവൻ നിരാശനായിത്തുടങ്ങി. അങ്ങനെയിരിക്കെ, ഒരുദിവസം വൈകുന്നേരം സ്റ്റുഡിയോയിൽ നിന്നു മടങ്ങുന്ന വഴി നേശയ്യൻ, വാസുദേവനെ തിരക്കി തേരിവിളവീട്ടിലേക്കു കയറിച്ചെന്നു.

"പിള്ളേ, കമ്പനീരെ അടുത്ത പടത്തില് ആളെ എടുക്കണൊണ്ട്. പിള്ള ഒരു കാര്യം ചെയ്യ്. ഒരു ഫോട്ടം എടുത്ത് അപേക്ഷേം എഴുതി എന്റേല് താ. ഞാൻ മൊതലാളീരേല് കൊടുക്കാം."

വാസുദേവന് സന്തോഷം തോന്നിയെങ്കിലും ഫോട്ടോ എടുക്കുന്ന കാര്യം ആലോചിച്ചപ്പോൾ അല്പം വല്ലായ്മയും തോന്നി. രണ്ടു രൂപയെങ്കിലുമുണ്ടെങ്കിലേ ഫോട്ടോ എടുക്കാൻ പറ്റൂ. എന്തുചെയ്യും? അവൻ ഭാസ്കരനു മുന്നിൽ മടിച്ചു മടിച്ച് കാര്യം അവതരിപ്പിച്ചു. വാസുദേവനെ സിനിമാ നടനായിക്കാണാൻ അയാൾക്കും ആഗ്രഹമുണ്ട്. പക്ഷേ, രണ്ടു രൂപയുണ്ടെങ്കിൽ പാടത്തു പണിയെടുക്കുന്ന ജോലിക്കാരന് ഒരു ദിവസത്തെ കൂലി

കൊടുക്കാം. സാരമില്ല. അവൻ രക്ഷപ്പെട്ടുന്നെങ്കിൽ രക്ഷപ്പെടട്ടെ.പത്തായത്തിൽ നിന്ന് ഒരു പറ നെല്ലെടുത്ത് വിറ്റ് അയാൾ ഫോട്ടോ എടുക്കാനുള്ള കാശ് നൽകി.

അലക്കിത്തേച്ച മുണ്ടും ക്രീം കളർ ഉടുപ്പുമിട്ട്, കുരുവിക്കൂട് സ്റ്റൈലിൽ തലയും ചീകി, പേത്രുർക്കട ചന്ദ്രികാ സ്റ്റുഡിയോയിലേക്കുള്ള മരഗോവണിപ്പടികൾ വാസുദേവൻ കയറി. ജങ്ഷനിലെ ഇരുനിലക്കെട്ടിടത്തിന് മുകളിലത്തെ നിലയിലായിരുന്നു സ്റ്റുഡിയോ. നന്തൻകോട്ടുകാരനായ ബാബുരാജായിരുന്നു ഫോട്ടോഗ്രാഫർ. *ജീവിതനൗക*യിൽ തിക്കുറിശ്ശിയും ബി എസ് സരോജയും പുഞ്ചിരിയോടെ ചേർന്നുനിൽക്കുന്ന ഫോട്ടോയാണ് സ്റ്റുഡിയോയുടെ ഉള്ളിലേക്കു കയറിയ വാസുദേവനെ സ്വാഗതം ചെയ്തത്. ആ വലിയ ബ്ലാക്ക് ആന്റ് വൈറ്റ് ഫോട്ടോയിലേക്ക് അവൻ കുറെനേരം നോക്കി നിന്നു. നാളെ, തന്റെ ചിത്രവും ഇതുപോലെ സ്റ്റുഡിയോ ചുമരുകളിൽ തൂങ്ങിക്കിടക്കുന്നത് അവൻ സങ്കല്പിച്ചു.

"ങ്ഉം?"

പരുക്കൻ സ്വരം കേട്ട് അവൻ തിരിഞ്ഞു നോക്കി. പാതി ചാരിയ വാതിലിലൂടെ ഒരു താടിക്കാരൻ തല പുറത്തേക്കിട്ടു ചോദ്യരൂപത്തിൽ അവനെ നോക്കി നിൽക്കുന്നു.

"ഫോട്ടോ.... ഫോട്ടോ എടുക്കാൻ...."

"ഫുൾ സൈസോ പാസ്പോർട്ടോ?"

വാസുദേവന് ചോദ്യം മനസ്സിലായില്ല.

"അത്... പിന്നെ... സിനിമേല് അഭിനയിക്കാൻ അപേക്ഷ കൊടുക്കാൻ ...."

ബാബുരാജ് അവനെ അടിമുടി നോക്കിക്കൊണ്ട് ഒരു ചെറുചിരിയോടെ പുറത്തേക്കു വന്നു. ചാരനിറത്തിലുള്ള നീളൻ കോട്ടും കറുത്ത പാന്റുമായിരുന്നു അയാളുടെ വേഷം.

"അപ്പോ രണ്ടും വേണ്ടിവരുമല്ലോ?"

"കാശെത്രയാവും?"

"നാലു രൂപ."

വാസുദേവന്റെ മുഖം വാടി. അവൻ പോക്കറ്റിൽക്കിടന്ന രണ്ടു രൂപ കൈയിലെടുത്തു.

"രണ്ടു രൂപയേയുള്ളൂ."

"എന്നാൽ പിന്നെ പാസ്പോർട്ട് സൈസ് മതി."

സ്റ്റുഡിയോയിലെ ഉരുളൻ ചീർപ്പുകൊണ്ട് മുടികോതിയൊതുക്കിയും പഫിൽ ഒപ്പിയെടുത്ത 'കുട്ടിക്യൂറ 'പൗഡർ മുഖത്തു തേച്ചു പിടിപ്പിച്ചും ബാബുരാജ്, വാസുദേവനെ കൂടുതൽ സുന്ദരനാക്കി സ്റ്റുഡിയോ റൂമിലേക്കു കയറ്റി. സ്റ്റാന്റിലുറപ്പിച്ചിരുന്ന ക്യാമറയ്ക്കു മുന്നിലെ കസേരയിൽ അവനെ

ഇരുത്തിയ ശേഷം ചുമരിലെ സ്വിച്ചുകളിൽ വിരലോടിച്ചു. അതിതീക്ഷ്ണമായ ദീപവലയത്തിനുള്ളിലായി വാസുദേവൻ. അവന്റെ മുഖത്തെ ഉയർത്തിയും താഴ്ത്തിയും ചായ്ച്ചും ചരിച്ചുമൊക്കെ ഏറെനേരം കഷ്ടപ്പെട്ടുത്തിയ ശേഷം 'സൈ്മൽ.. സൈ്മൽ..' എന്ന് പറഞ്ഞുകൊണ്ട് ക്യാമറയ്ക്കു പിന്നിലൂടെ മൂടിയിരുന്ന കറുത്ത തുണിക്കിടയിലേക്കു ബാബുരാജ് നൂഴ്ന്നു കയറി, ക്യാമറയ്ക്കു മുന്നിലെ അടപ്പ് വലിച്ചൂരി. വാസുദേവൻ ചിരിച്ചു. ഒരു വെള്ളിവെളിച്ചം മിന്നിമറഞ്ഞു.

അഞ്ചു ദിവസം കഴിഞ്ഞുള്ള ഉച്ചനേരത്ത് വാസുദേവൻ വീണ്ടും ചന്ദ്രികാ സ്റ്റുഡിയോയിലേക്കുള്ള മരഗോവണി കയറി. ബാബുരാജ് നീട്ടിയ ബ്രൗൺ കവർ അവൻ ആകാംക്ഷയോടെ തുറന്നു. കറുപ്പും വെളുപ്പും ഇടകലർന്ന തന്റെ പ്രതിരൂപം കണ്ട് വാസുദേവൻ അമ്പരന്നു. അവൻ അറിയാതെ തന്റെ മേൽച്ചുണ്ടിനു മുകളിലെ നനുത്ത രോമങ്ങളിൽ കൈവച്ചുപോയി.

"ഞാൻ മീശ അല്പമൊന്നു ഡാർക്കാക്കിയിട്ടുണ്ട്. അല്ലെങ്കി തീരെ കൊച്ചു പയ്യനാണെന്ന് സിനിമാക്കാര് വിചാരിക്കും."

വലിയൊരു പ്രശ്നം മുൻകൂട്ടിക്കണ്ട് അത് കൃത്യമായി പരിഹരിച്ചതിന്റെ ആത്മസംതൃപ്തിയോടെ ബാബുരാജ് പറഞ്ഞു.

ഒരു ഇരുപത്തഞ്ചുകാരന്റെ മതിപ്പുള്ള ആ ഫോട്ടോയുമായി പതിനെട്ടുകാരനായ വാസുദേവൻ വീട്ടിലെത്തി. വെള്ളക്കടലാസിൽ ഒരു അപേക്ഷയെഴുതി, ഫോട്ടോ അതിലൊട്ടിച്ച് ഒരു കവറിനുള്ളിലാക്കി പിറ്റേന്നു തന്നെ അവൻ നേശയ്യനെ ഏല്പിച്ചു. പിന്നെ മറുപടിക്കായി കാത്തിരിപ്പു തുടങ്ങി.

രണ്ടാഴ്ച കഴിഞ്ഞപ്പോൾ, കാത്തിരിപ്പിനു വിരാമമിട്ടുകൊണ്ട് പോസ്റ്റുമാൻ കൃഷ്ണപിള്ള കാക്കിനിറത്തിലുള്ള ഒരു നീളൻ കവറുമായി തേരിവിള വീട്ടിലേക്കു കയറിച്ചെന്നു. ആദ്യമായിട്ടായിരുന്നു ആ വീട്ടിലേക്ക് ഒരു തപാൽ വരുന്നത്. വാസുദേവന്റെ പേരിൽ വന്ന ആ കത്ത് ഏറ്റുവാങ്ങിയതും പൊട്ടിച്ചു വായിച്ചതും അവൻ തന്നെയാണ്. കല്യാണിയും ഭാസ്കരനും കൃഷ്ണപിള്ളയും ഉദ്വേഗത്തോടെ അവനു ചുറ്റും നിന്നു.

"നീലാ പ്രൊഡക്ഷൻസിന്റെ ബാനറിൽ മെരിലാൻഡ് സ്റ്റുഡിയോ നിർമ്മിക്കുന്ന *ആത്മസഖി* എന്ന ചലച്ചിത്രത്തിൽ അഭിനയിക്കാൻ അപേക്ഷ നൽകിയിരുന്ന താങ്കൾ, സ്ക്രീൻ ടെസ്റ്റിനായി താഴെപ്പറയുന്ന ദിവസം സ്റ്റുഡിയോയിൽ എത്തിച്ചേരണമെന്ന് അറിയിക്കുന്നു...."

അത്രയും വായിച്ചപ്പോൾ തന്നെ വാസുദേവന്റെ ഉടലാകെ രോമാഞ്ചം നിറഞ്ഞു. കത്തു വായന കേട്ടു നിന്ന ഭാസ്കരൻ ആഹ്ലാദവാനായപ്പോൾ കല്യാണിക്കുട്ടി ഒന്നും മിണ്ടാതെ വീടിനകത്തേക്കു കയറിപ്പോ

യി. കൃഷ്ണപിള്ളയാകട്ടെ അന്തംവിട്ട് വാ തുറന്ന് വാസുദേവനെ സാകൂതം നോക്കി നിന്നു.

കോപ്പ് വാസുദേവനെ 'സിനിമയിലെടുത്ത' വാർത്ത നാടാകെ പടരാൻ അധിക സമയം വേണ്ടി വന്നില്ല. സിനിമാനടനെക്കണ്ട് അഭിനന്ദനമറിയിക്കാൻ പലരും തേരിവിള വീട്ടിലേക്കു കയറി. സിനിമയിലെടുത്തിട്ടില്ലെന്നും ഇന്റർവ്യൂവിന് വിളിച്ചിട്ടേയുള്ളൂവെന്നും അവരോടെല്ലാം വിശദീകരിച്ച് വാസുദേവൻ വശംകെട്ടു.

"പിള്ള അങ്ങ് ചെന്നാ മതി. ഞാൻ മൊതലാളീരുടെ എല്ലാം പറഞ്ഞിറ്റൊണ്ട്."

കത്തു കിട്ടിയ വിവരം അറിഞ്ഞപ്പോൾ നേശയ്യൻ പറഞ്ഞു. വാസുദേവന് ആത്മവിശ്വാസമായി.

ഇന്റർവ്യൂ ദിവസമായി. ആലിൻപുറംദേവിയെ മനസ്സിൽ ധ്യാനിച്ച്, നെറ്റിയിൽ ഭസ്മക്കുറി തൊട്ട്, വെള്ള ജുബയും ധരിച്ച് വാസുദേവൻ പുറപ്പെട്ടു. ഏതാണ്ട് എട്ടുകിലോ മീറ്റർ നടന്നാണ് അവൻ സ്റ്റുഡിയോയിലെത്തിയത്. ഗേറ്റിലെ സെക്യൂരിറ്റിയെ കത്തു കാണിച്ച് അകത്തേക്കു കയറി. ഏതാണ്ട് നൂറോളം ചെറുപ്പക്കാർ സ്റ്റുഡിയോ മുറ്റത്തുകൂടി നില്പുണ്ട്. വാസുദേവൻ അവരെ ശ്രദ്ധിച്ചു നോക്കി. എല്ലാവരും തന്നേക്കാൾ പ്രായം കൂടിയവരാണ്. അവൻ തന്റെ നനുത്ത മീശരോമങ്ങളിലെ വിയർപ്പ് മുണ്ടിന്റെ തുമ്പുകൊണ്ട് ഒപ്പിയെടുത്തു.

സ്റ്റുഡിയോ ഓഫീസിന്റെ മുൻവാതിൽ തുറന്ന് ഒരാൾ പുറത്തേക്കു വന്നു. അയാൾ കൈയിലിരുന്ന കടലാസ് നിവർത്തി പേര് വിളിച്ച് ഓരോരുത്തരെയായി അകത്തേക്കു കടത്തി. അഞ്ചു മിനിട്ട് വീതമാണ് ഓരോരുത്തർക്കും ഇന്റർവ്യൂവിന് അനുവദിച്ചിരുന്നത്. അകത്തേക്കു പോയവർ സന്തോഷം, സങ്കടം, പ്രതീക്ഷ, നിരാശ തുടങ്ങിയ പലവിധ ഭാവങ്ങളോടെ പുറത്തേക്കു വന്നുകൊണ്ടിരുന്നു.

ഏതോ സംഭാഷണം കൊടുത്ത് അത് അഭിനയിപ്പിച്ചു നോക്കിയാണ് ടെസ്റ്റു നടത്തുന്നതെന്ന് പുറത്തേക്കു വന്നവർ പറഞ്ഞു. തന്റെ ഊഴവും കാത്ത് ഉദ്വേഗത്തോടെ പുറത്തു നിൽക്കുകയാണ് വാസുദേവൻ. പെട്ടെന്ന്, കറുത്ത് പൊക്കം കുറഞ്ഞ്, ഉറച്ച ശരീരമുള്ള ഒരു മനുഷ്യൻ റാലി സൈക്കിളിൽ സ്റ്റുഡിയോമുറ്റത്തു വന്നു നിന്നു. അഭിനയാർത്ഥികളുടെയെല്ലാം കണ്ണുകൾ അയാളിലേക്കായി. അയാൾ അവരെ നോക്കി ഒന്നു മന്ദഹസിച്ച്, പേര് വിളിക്കാൻ നിന്നയാളുടെ അടുത്തെത്തി എന്തോ കുശുകുശുത്തു. അയാൾ തൊഴുതുകൊണ്ട് ആഗതനെ അകത്തേക്ക് ആനയിച്ചു.

"അയാള് ഫോർട്ട് സ്റ്റേഷനിലെ പഴയ ഇൻസ്പെക്ടറല്ലേ?"

കൂടി നിന്നവരിലാരോ ചോദിച്ചു. തുടർന്ന് ആ ആഗതനെക്കുറിച്ച് പലരും പലതും പറയാൻ തുടങ്ങി.

"കുന്നപ്പുഴയല്ലേ ഇയാളെ കുടുംബം?"

"പണ്ട് ഹജ്ജൂർ കച്ചേരിയിലും ഇയാള് ജോലി ചെയ്തിട്ടുണ്ട്."

"ഇയാളല്ലേ *ത്യാഗസീമ* എന്ന സിനിമയില് അഭിനയിച്ചത്?"

"ആ സിനിമ പൂർത്തിയായില്ലല്ലോ."

"ഇയാളെ പേരെന്തരാണ്?"

അല്പ നേരത്തെ നിശ്ശബ്ദതയ്ക്കുശേഷം ആരോ പേര് കണ്ടെത്തി:

"സത്യനേശൻ."

സമയം പിന്നെയും ഇഴഞ്ഞുനീങ്ങി. ഇരുപത്തിരണ്ടാമത്തെ ആളായാണ് വാസുദേവനെ വിളിച്ചത്. അവൻ വിറയ്ക്കുന്ന കാലടികളോടെ അകത്തേക്കു നടന്നു.

പി സുബ്രഹ്മണ്യവും സ്റ്റുഡിയോ മാനേജർ കുമാറും തിരക്കഥാകൃത്ത് കെ പി കൊട്ടാരക്കരയുമായിരുന്നു അഭിമുഖം നടത്താനുണ്ടായിരുന്നത്. അവർക്കരികിലായി സത്യനേശനുമിരിപ്പുണ്ട്. തൊഴുതുകൊണ്ട് വാസുദേവൻ അവർക്കു മുന്നിലെത്തി.

വാസുദേവനെ കണ്ടതും അഭിമുഖകാരന്മാർ നെറ്റി ചുളിച്ച് പരസ്പരം നോക്കി. കൈയിലിരുന്ന അപേക്ഷയിലെ ഫോട്ടോയേയും വാസുദേവനേയും സുബ്രഹ്മണ്യം മുതലാളി മാറി മാറി നോക്കി. മുതലാളിയുടെ മുഖത്ത് ഒരു കുസൃതിച്ചിരി വിരിഞ്ഞു.

"ഫോട്ടോയിലെ മീശയൊന്നും മുഖത്തു കാണുന്നില്ലല്ലോ വാസുദേവാ. എന്താ എല്ലാം കൊഴിഞ്ഞു പോയോ?"

വാസുദേവൻ വിളറി. ഫോട്ടോഗ്രാഫർ ബാബുരാജിന്റെ അതിബുദ്ധി അപകടമായെന്ന് അവൻ തിരിച്ചറിഞ്ഞു.

"അതു പിന്നെ ....ഫോട്ടോ എടുത്തയാള് കറുപ്പിച്ചതാ."

അതു കേട്ട് എല്ലാവരും പൊട്ടിച്ചിരിച്ചു. വാസുദേവന്റെ നെറ്റിയിൽ വിയർപ്പു പൊടിഞ്ഞു.

"തന്റെ പ്രായം പതിനെട്ടാണെങ്കിലും ഫോട്ടോ കണ്ടപ്പോൾ കുറേക്കൂടി പ്രായം തോന്നിക്കുന്ന രൂപമായി തോന്നിയതുകൊണ്ടാ ടെസ്റ്റിനു വിളിപ്പിച്ചത്. ഇതിപ്പോ നേരിട്ടു കാണാൻ കൊച്ചു പയ്യനല്ലേ. നമ്മുടെ സിനിമയ്ക്ക് ഈ ഫിഗറ് പോരാ. താൻ പൊയ്ക്കോ."

സുബ്രഹ്മണ്യത്തിന്റെ അറുത്തുമുറിച്ച ആ വാക്കുകൾ കേട്ടപ്പോൾ താൻ നിന്നനില്പിൽ പാതാളത്തിലേക്കു താഴ്ന്നു പോകുന്നതുപോലെ അവനു തോന്നി. കണ്ണിൽ വെള്ളം നിറഞ്ഞു.

"സാർ ഏതെങ്കിലുമൊരു വേഷം ...."

അവന്റെ തൊണ്ടയിടറി.

"നോക്കട്ടെ. അറിയിക്കാം."

അവർ അടുത്ത അപേക്ഷ കൈയിലെടുത്തു. വാസുദേവൻ തല കുനിച്ച് പുറത്തേക്കു നടന്നു.

ആദ്യശ്രമം പരാജയപ്പെട്ടെങ്കിലും അഭിനയമോഹം ഉപേക്ഷിക്കാൻ വാസുദേവൻ ഒരുക്കമല്ലായിരുന്നു. അന്വേഷണം തുടർന്നു. ആലപ്പുഴയിലെ ഉദയാ സ്റ്റുഡിയോയിൽ പോയി കുഞ്ചാക്കോ മുതലാളിയെ കണ്ടാൽ ചിലപ്പോൾ അവസരം കിട്ടിയേക്കുമെന്ന് ആരോ പറഞ്ഞു. *ജീവിതനൗകയും നല്ലതങ്കയു*മൊക്കെ വൻവിജയമായതുകൊണ്ട് ഇനിയും സിനിമകൾ നിർമ്മിക്കാൻ അവർ ഉത്സാഹിക്കുന്ന സമയമാണ്. ഒരു ദിവസം രണ്ടും കല്പിച്ച് വാസുദേവൻ ആലപ്പുഴയിലേക്കു തിരിച്ചു. ഉദയാ സ്റ്റുഡിയോ കണ്ടുപിടിച്ചെങ്കിലും, ഗേറ്റ് കാവൽക്കാരൻ അവനെ ഉള്ളിലേക്കു കടത്തിവിട്ടില്ല. പലതും പറഞ്ഞ് കെഞ്ചിനോക്കിയിട്ടും ഫലമൊന്നുമുണ്ടായില്ല. സന്ധ്യയായിത്തുടങ്ങിയപ്പോൾ അവൻ നിരാശനായി തിരിഞ്ഞു നടന്നു.

ആലപ്പുഴ ബസ്സ്റ്റാൻഡിൽ നിന്ന്, മിസ് കുമാരിയുടെ മുഖചിത്രമുള്ള *താരം* സിനിമാ മാസികയും വാങ്ങിയാണ് അവൻ ബസ് കയറിയത്. ബസ്സിലിരുന്ന് *താര*ത്തിന്റെ താളുകൾ മറിച്ചു. കവർ ചിത്രത്തിനു പിറകിലെ സിനിമാപ്പരസ്യത്തിൽ കണ്ണുടക്കി; 'വരുന്നൂ.... കേരളീയർ അനുദിനം പ്രതീക്ഷയോടു കൂടി അന്വേഷണങ്ങൾ നടത്തിക്കൊണ്ടിരുന്ന ആ ഉത്കൃഷ്ട സാമൂഹിക ചിത്രം - *ആത്മസഖി*.

ചിത്രത്തിലെ നായകനെ എവിടെയോ കണ്ടിട്ടുള്ളതുപോലെ തോന്നിയ വാസുദേവൻ, പോസ്റ്ററിനു താഴേക്കു കണ്ണോടിച്ചു; 'അഭിനയിക്കുന്നവർ - സത്യൻ, ബി എസ് സരോജ....' മെരിലാൻഡ് സ്റ്റുഡിയോയിലേക്ക് റാലി സൈക്കിൾ ചവിട്ടിയെത്തിയ പൊക്കം കുറഞ്ഞ, ആ കറുത്ത മനുഷ്യനെ അവന് പെട്ടെന്ന് ഓർമ്മ വന്നു - സത്യനേശൻ!

നെടുവീർപ്പിട്ടുകൊണ്ട് അവൻ മാസികയുടെ താളുകൾ ഒന്നൊന്നായി മറിച്ചപ്പോൾ ഉൾപ്പേജുകളിലൊന്നിലെ ഒരു ബോക്സ് വാർത്ത ശ്രദ്ധയിൽപ്പെട്ടു:

"സിനിമയിൽ അവസരം ഗരുഡരാജ ഫിലിം കമ്പനിയുടെ പ്രഥമ ചിത്രമായ *പാരിജാത*ത്തിൽ അഭിനയിക്കുന്നതിന് അഭിനയവാസനയും, പതിനെട്ടിനും ഇരുപത്തിയഞ്ചിനും ഇടയ്ക്ക് പ്രായവുമുള്ള യുവാക്കൾക്ക് അവസരം. താല്പര്യമുള്ളവർ ഞങ്ങളുടെ ഓഫീസുമായി ഉടനെ നേരിട്ട് ബന്ധപ്പെടുക..."

പരസ്യത്തോടൊപ്പം കൊടുത്തിരിക്കുന്ന വിലാസം വായിച്ച വാസുദേവന്റെ മുഖം ചുളിഞ്ഞു. മദിരാശിയിലാണ് കമ്പനിയുടെ ഓഫീസ്.മെരിലാൻഡിലോ ഉദയയിലോ പോകുന്നതു പോലെയല്ല മദിരാശിയിൽ പോകുന്നത്. അന്യ നാടാണ്. കാതങ്ങൾ താണ്ടണം. പക്ഷേ, എങ്ങനെയും

ഈ അവസരം പ്രയോജനപ്പെടുത്തണമെന്ന കാര്യത്തിൽ അവന് സംശയമേതുമില്ലായിരുന്നു.

മടിച്ചു മടിച്ചാണെങ്കിലും വാസുദേവൻ ഭാസ്കരനോടു വിവരം പറഞ്ഞു. പരിചയമൊന്നുമില്ലാത്ത നാട്ടിൽ അവൻ തനിച്ചു പോകുന്നതിനോടു ഭാസ്കരന് ഒട്ടും യോജിപ്പുണ്ടായില്ല. മാത്രവുമല്ല, വയലിൽ കൃഷിയിറക്കാനുള്ള സമയവുമായി. വാസുദേവൻ കൂടെയുണ്ടെങ്കിൽ അയാൾക്കതൊരു സഹാകയമാണ്. അയാൾ അവനെ പിന്തിരിപ്പിക്കാൻ ആവതും നോക്കി. പക്ഷേ, വാസുദേവന്റെ തീരുമാനം ഉറച്ചതായിരുന്നു. അങ്ങനെ അന്നാദ്യമായി അവരിരുവരും തർക്കിച്ചു. തർക്കം മൂത്തപ്പോൾ കല്യാണിക്കുട്ടി ഇടപെട്ടു:

"മക്കളേ, നമുക്കീ സിനിമയൊന്നും വേണ്ട. നീ കൃഷിക്കാര്യങ്ങളൊക്കെ നോക്കി നാല് ചക്രമൊണ്ടാക്കി ജീവിക്കാൻ നോക്ക്."

പക്ഷേ, വാസുദേവൻ കുലുങ്ങിയില്ല.

"എനിക്ക് സിനിമയിലഭിനയിക്കണം."

അവൻ ഉറച്ചുനിന്നു. ഭാസ്കരന് കലികയറി.

"എന്നാപ്പിന്നെ നീ നിന്റെ തോന്നിയതുപോലെ ചെയ്യ്. പക്ഷേ, എന്റേന്ന് ഒരണ പോലും കിട്ടൂല്ല."

തോളിലിട്ടിരുന്ന തോർത്തെടുത്ത് കുടഞ്ഞ്, അതിവേഗത്തിൽ ഭാസ്കരൻ മുറ്റത്തേക്കിറങ്ങി നടന്നു. കല്യാണി ഉടുമുണ്ടിന്റെ കോന്തല കൊണ്ട് കണ്ണീർ തുടച്ചു.

അച്ഛന്റെ അരിശമോ അമ്മയുടെ കണ്ണീരോ വാസുദേവന്റെ തീരുമാനത്തെ മാറ്റിമറിച്ചില്ല. *പാരിജാത*ത്തിലെ നായക വേഷവുമായി മദിരാശി നഗരം അവനെ മാടി മാടി വിളിക്കുകയാണ്. അവിടെ എത്തണമെങ്കിൽ തീവണ്ടിയിൽ കയറണം. തീവണ്ടിയിൽ കയറണമെങ്കിൽ കാശ് വേണം. കാശ് വേണമെങ്കിൽ.....

ആലിൻപുറംദേവീ മുടിപ്പുര മഹോത്സവത്തിന് കൊടിയേറുന്ന ദിവസമായിരുന്നു പിറ്റേന്ന്. കൊടിമരം നാട്ടൽ ചടങ്ങ് കാണാൻ കല്യാണിക്കുട്ടിയും ഭാസ്കരനും രാവിലെ വീട്ടിൽ നിന്നിറങ്ങി. കലഹിച്ചു കിടക്കുന്ന മകനോടു 'നീ എണീറ്റ് കുളിച്ചോണ്ട് വേഗം മുടിപ്പെരേലോട്ട് വാ' എന്നു പറഞ്ഞിട്ടാണ് കല്യാണിക്കുട്ടി പടിയിറങ്ങിയത്.

വാസുദേവൻ എന്തോ നിശ്ചയിച്ചുറപ്പിച്ചതുപോലെ കിടക്കയിൽ നിന്നെണീറ്റു. പുറത്തുപോയി പ്രാഥമികകൃത്യങ്ങൾ വേഗം നടത്തിയ ശേഷം, അവൻ അടുക്കളയിലേക്കു കയറി. തേങ്ങാപ്പാലൊഴിച്ച് തിളപ്പിച്ച ചൂടു കഞ്ഞി

പാതാമ്പുറത്ത് അടച്ചുവച്ചിരുന്നെങ്കിലും വാസുദേവന്റെ കൈകൾ നീണ്ടത് കഴുക്കോലിൽ കെട്ടിത്തൂക്കിയിരുന്ന ഉറിയിലേക്കാണ്. ഉറിയി

ലിരുന്ന ചെറിയ മൺകലമെടുത്ത് അടപ്പ് മാറ്റി, അവൻ കൈ ഉള്ളിലേക്കിട്ടു. നാണയങ്ങൾ കിലുങ്ങി.

കാൽപ്പെട്ടിയിൽ നിന്ന് പുതിയൊരു മുണ്ടും ഷർട്ടുമെടുത്തിട്ട്, കൈയിലൊരു ട്രങ്ക് പെട്ടിയുമായി അടുക്കള വാതിലിലൂടെ വാസുദേവൻ വീടിനു പുറത്തിറങ്ങി. അധികം ആൾ സഞ്ചാരമില്ലാത്ത കല്ലംപൊറ്റക്കാട്ടിനരികിലുള്ള ഇടുങ്ങിയ വഴിയിലൂടെ അവൻ ധൃതിയിൽ നടന്നു ......

മുഖത്ത് എന്തോ നനവുതട്ടിയതുപോലെ തോന്നിയ വാസുദേവൻ മുഖം തുടച്ചുകൊണ്ടു ചാടിയെണീറ്റു. തീവണ്ടിയിലെ കക്കൂസിനു മുന്നിലെ നിലത്ത് കിടന്നുറങ്ങുകയായിരുന്നു അവൻ. കക്കൂസിൽ നിന്നു പുറത്തിറങ്ങിയ ഒരു തടിയന്റെ മുണ്ടിനിടയിൽ നിന്നിറ്റു വീണ വെള്ളത്തുള്ളികളായിരുന്നു മുഖത്തു വീണത്. അവൻ അറപ്പോടെ അയാളെ നോക്കിക്കൊണ്ട് മുഖം വീണ്ടും വീണ്ടും തുടച്ചു.

തീവണ്ടി ഇപ്പോൾ എവിടെ എത്തിയിരിക്കും? മദിരാശിയിലേക്ക് ഇനി എത്ര ദൂരമുണ്ടാകും? വാസുദേവൻ ബീരാനെ നോക്കി. നിലത്തു കിടന്ന് കൂർക്കം വലിച്ചുറങ്ങുകയാണയാൾ. അവൻ ജനാലക്കമ്പികൾക്കിടയിലൂടെ പുറത്തേക്കുനോക്കി. ഒന്നും കാണാൻ കഴിയുന്നില്ല. ഇരുട്ടാണ്. ഇരുട്ടു മാത്രം.

മറുനാട്ടിൽ ഒരു മലയാളി

മദിരാശി.

സങ്കല്പത്തിലുണ്ടായിരുന്നതിനേക്കാളുമൊക്കെ എത്രയോ വലുതാണ് ഈ മഹാനഗരം. മോട്ടോർ വാഹനങ്ങളും റിക്ഷാ വണ്ടികളും കാൽനടയാത്രക്കാരുമൊക്കെ റോഡിൽ തിക്കിത്തിരക്കുകയാണ്. റോഡിനിരുവശങ്ങളിലുമായി കൂറ്റൻ കെട്ടിടങ്ങളും കടക്കമ്പോളങ്ങളും. അവിടെയും തിരക്കു തന്നെ. ചില കെട്ടിടങ്ങളുടെ മുകളിൽ പുതിയ താരോദയങ്ങളായ ജമിനി ഗണേശന്റേയും ശിവാജി ഗണേശന്റെയും എം ജി ആറിന്റെയും കൂറ്റൻ കട്ടൗട്ടുകൾ. ഡി കെ പട്ടാമ്മാളുടെയും മുഹമ്മദ് റാഫിയുടെയും പാട്ടുകൾ തെരുവിൽ എവിടെയൊക്കെയോ കേൾക്കുന്നുണ്ട്. വീതിയേറിയ മൗണ്ട് റോഡിനരികിലൂടെ കാഴ്ചകൾ കണ്ട് പെട്ടിയും തൂക്കി നടക്കുകയാണ് വാസുദേവൻ. തലയിലേറ്റിയ ട്രങ്ക് പെട്ടിയുമായി ബീരാൻ മുന്നിലുണ്ട്.

നല്ല ചൂട് ഇഡ്ഡലിയുടെയും സാമ്പാറിന്റെയും ഫിൽട്ടർ കാപ്പിയുടെയും മണം മൂക്കിലേക്ക് അടിച്ചു കയറിയപ്പോൾ വാസുദേവന്റെ തല ഇടതുവശത്തുള്ള 'ആണ്ടവർ തുണൈ' ഹോട്ടലിലേക്ക് അറിയാതെ തിരിഞ്ഞു പോയി. നടത്തത്തിന്റെ വേഗത കുറഞ്ഞു. വയറ്റിൽ വിശപ്പിന്റെ ആന്തൽ. ഇന്നലെ ഉച്ചയ്ക്ക് തീവണ്ടിയിയിൽ വച്ച് ബീരാനിക്കയുടെ പൊതിച്ചോറിൽനിന്ന് കുറച്ച് ചോറ് കഴിച്ചതാണ്.

"ആഞ്ഞു നടന്നോ. ഇനി ഒരു ഫർലോങ് കൂടി പോയാൽ മതി."

മുന്നിൽ നടന്ന ബീരാൻ വിളിച്ചു പറഞ്ഞതുകേട്ട്, വായിലൂറിയ വെള്ളമിറക്കിക്കൊണ്ട് വാസുദേവൻ നടത്തത്തിന്റെ വേഗത കൂട്ടി.

സിനിമയിലഭിനയിക്കാനുള്ള അഭിമുഖത്തിന് പോകുമ്പോൾ നല്ല

വൃത്തിയിലൊക്കെ പോകണമെന്ന് പറഞ്ഞ് തന്റെ വീട്ടിലേക്ക് വാസുദേവനെ ക്ഷണിച്ച് കൊണ്ടു പോകുകയാണ് ബീരാൻ. പരിചയമില്ലാത്ത നാട്ടിൽ സഹായത്തിനൊരാളെ കിട്ടിയതിന് ആലിൻപുറംദേവിയോട് നന്ദി പറഞ്ഞുകൊണ്ടാണ് വാസുദേവൻ ആ ക്ഷണം സ്വീകരിച്ചത്.

മൗണ്ട് റോഡിന്റെ തിരക്കുകളിൽ നിന്ന് മാറി, ഏതൊക്കെയോ ഊടുവഴികളിലൂടെ നടന്ന് ഒടുവിൽ അവർ ബീരാന്റെ വീടെത്തി. മൺകട്ട കൊണ്ട് കെട്ടി, തകരഷീറ്റിട്ട ഒരു ചെറിയ വീട്. ചുറ്റുപാടും അതുപോലെയുള്ള ഒരുപാട് വീടുകൾ.

ബീരാനെ കാത്തുനിൽക്കുമ്പോലെ അയാളുടെ ഭാര്യയും മൂന്നു ചെറിയ കുട്ടികളും മുറ്റത്തു തന്നെയുണ്ടായിരുന്നു. കൂടെ വന്ന ചെറുപ്പക്കാരനെ അവർ അതിശയത്തോടെ നോക്കി.

"സുഹറാ, ഇത് വന്ത് നമ്മ ഊരുക്ക് തമ്പി വാസുദേവൻ ....."

ബീരാൻ വാസുദേവനെ വിശദമായിത്തന്നെ പരിചയപ്പെടുത്തി. പേശുംപടത്തിൽ നടിക്കാനെത്തിയയാളാണ് അതിഥിയെന്നറിഞ്ഞപ്പോൾ സുഹറയുടെയും പിള്ളേരുടെയും കണ്ണുകൾ വിടർന്നു. മൂത്ത കുട്ടി പതിയെ പതിയെ നടന്നു വന്ന് ഭാവിതാരത്തിന്റെ കൈയിൽ ഒന്നു തൊട്ടുനോക്കി ആത്മനിർവൃതിയടയുക പോലും ചെയ്തു.

ബീരാനും വാസുദേവനും വീടിനകത്തേക്കു കയറി.

കുളി കഴിഞ്ഞ്, ട്രങ്കിലുണ്ടായിരുന്ന ക്രീം കളർ ഉടുപ്പും സ്വർണ്ണക്കസവുള്ള മുണ്ടും ധരിച്ച് വാസുദേവൻ വന്നപ്പോഴേക്കും ആ ഒറ്റമുറി വീടിന്റെയുള്ളിലെ നിലത്ത്, വാഴയിലയിൽ, ആവിപറക്കുന്ന പത്തിരി തയ്യാറായിരുന്നു. അവൻ ആർത്തിയോടെ അതു കഴിച്ചു. ഇതുവരെ കഴിച്ചിട്ടുള്ളതിൽ വച്ച് ഏറ്റവും രുചികരമായ ഭക്ഷണം ഇതാണല്ലോ എന്ന് അവന് തോന്നി.

ഭക്ഷണം കഴിഞ്ഞ്, സുഹറയോടും മക്കളോടും യാത്ര പറഞ്ഞ് വാസുദേവൻ ബീരാനോടൊപ്പം റോഡിലേക്കു നടന്നു. വാസുദേവന്റെ പക്കലുണ്ടായിരുന്ന *താരം* മാസികയിൽ നോക്കി ഗരുഡരാജ ഫിലിം കമ്പനിയുടെ മേൽവിലാസം ബീരാൻ ഒന്നുകൂടി ഉറപ്പിച്ചു.

"വാസുദേവാ, ഇന്റർവ്യൂ കഴിഞ്ഞാലുടനെ തന്നെ നീ വീട്ടിലേക്ക് കത്തെഴുതണം. നിന്നെ കാണാതെ അവരെല്ലാം ഒരുപാട് വെഷമിക്കണാവും. സിനിമേല് കേറാൻ പറ്റീലെങ്കി നീ എത്രയും പെട്ടെന്ന് നാട്ടിലേക്കു മടങ്ങണം."

റോഡിൽ നിരനിരയായിക്കിടക്കുന്ന റിക്ഷാ വണ്ടികളുടെ അടുത്തേക്ക് നടക്കുന്നതിനിടയിൽ ബീരാൻ പറഞ്ഞു. വാസുദേവൻ തല കുലുക്കി.

ഏറ്റവും മുന്നിൽക്കിടന്ന റിക്ഷാക്കാരനരികിലെത്തി പോകേണ്ട സ്ഥലമേതെന്ന് ബീരാൻ വ്യക്തമാക്കിക്കൊടുത്തു. പെട്ടിയും തൂക്കി വാസു

ദേവൻ വണ്ടിയിലേക്കു കയറി. അയാൾ ബീരാനെ നോക്കി. ഇരുവരുടെയും മുഖത്ത് വേർപിരിയലിന്റെ വിഷാദരേഖകൾ തെളിഞ്ഞു. ബീരാൻ കൈയുയർത്തി അവന് യാത്രാമൊഴി നേർന്നു:

"പടച്ചോൻ അനുഗ്രഹിക്കട്ടെ!"

റിക്ഷാക്കാരന്റെ കാലുകൾ അതിദ്രുതം സഞ്ചരിച്ചു തുടങ്ങി.

തിരക്കേറിയ നഗരനിരത്തിലൂടെ ആ കറുത്തു മെല്ലിച്ച റിക്ഷാക്കാരൻ ഓടിക്കൊണ്ടേയിരുന്നു. വാൾടാക്സ് റോഡിലൂടെ റിപ്പൺ ബിൽഡിങ്ങും കടന്ന് സെനറ്റ് ഹൗസ് ചുറ്റി ചൈനാ ബസാർ റോഡിലെത്തി. അവിടുന്ന് ഒരു ഇടറോഡിലൂടെ സ്റ്റാൻലി റോഡിലേക്കു കയറിയതോടെ അയാളുടെ ഓട്ടത്തിന്റെ വേഗം ക്രമേണ കുറയാൻ തുടങ്ങി.ഒരു പഴയ ഇരുനിലക്കെട്ടിടത്തിനു മുന്നിൽ അയാളുടെ കാലുകൾ നിശ്ചലമായി.

"ഇടം എത്തിയാച്ച് സാർ."

അയാൾ കിതച്ചു കൊണ്ടു പറഞ്ഞു. വാസുദേവൻ പെട്ടിയുമെടുത്ത് റിക്ഷയിൽ നിന്നിറങ്ങി, ആ കെട്ടിടത്തിലേക്കു നോക്കി. അതാ, മുകൾനിലയുടെ അങ്ങേയറ്റത്ത് ഇംഗ്ലീഷിലെഴുതിയ ഒരു ബോർഡ് കാണുന്നു -ഗരുഡരാജ ഫിലിം കമ്പനി!

കെട്ടിടത്തിന്റെ മൂലയിലെ മരഗോവണി ചവിട്ടി വാസുദേവൻ മുകളിലേക്കു കയറിത്തുടങ്ങിയതും മുകളിൽ നിന്ന് താഴേക്ക് ഒരു യുവാവ് പെട്ടിയും തൂക്കി ഇറങ്ങി വന്നു. അവർ പരസ്പരം നോക്കി.

"ഫിലിം കമ്പനീല് വന്നതാ?"

അടുത്തെത്തിയപ്പോൾ യുവാവ് ചോദിച്ചു.

"അതെ."

വാസുദേവന്റെ മറുപടി കേട്ട് അയാളുടെ മുഖത്തൊരു പരിഹാസച്ചിരി തെളിഞ്ഞു.

"ങാ.... ചെല്ല് ചെല്ല്."

അയാൾ വാസുദേവന് കയറിപ്പോകാനുള്ള ഇടം കൊടുത്ത് ഒതുങ്ങി നിന്നു. അയാളെ രൂക്ഷമായി നോക്കിക്കൊണ്ട് വാസുദേവൻ മുകളിലേക്കു കയറി.

ഭയഭക്തി ബഹുമാനങ്ങളോടെ വാസുദേവൻ ഫിലിം കമ്പനിയുടെ ഓഫീസ് റൂമിലേക്ക് വലതുകാൽ വച്ചു.

"ആരാ?"

മേശയ്ക്കു പിറകിൽ കസേരയിട്ടിരുന്ന ഒരു തടിയൻ മുരണ്ടു.

വാസുദേവൻ ആഗമനോദ്ദേശ്യം അറിയിച്ചു. മേശപ്പുറത്തിരുന്ന നീളൻ ബുക്കിൽ അയാൾ അവന്റെ പേരും വിലാസവുമെല്ലാം കുറിച്ചു വച്ച ശേഷം അകത്തെ മുറിയിലേക്കു കയറിപ്പോയി. അല്പസമയത്തിനകം തിരികെയെത്തി വാസുദേവനോട് അകത്തേക്കു പോകാൻ ആംഗ്യം

കാട്ടി. പെട്ടി പുറത്തു വച്ച്, നീലക്കർട്ടൻ വകഞ്ഞു മാറ്റി, വാസുദേവൻ അകത്തെ മുറിയിലെ ചുവപ്പ് പരവതാനിയിൽ കാൽ വച്ചു.

"ആവാരാ ഹൂം, ആവാരാ ഹൂം
യാ ഗർദ്ദിഷ് മേം ഹൂം ആസ്മാൻ കാ താരാ ഹൂം
ആവാരാ ഹൂം ആവാരാ ഹൂം ....."

നേർത്ത ശബ്ദത്തിൽ ഗ്രാമഫോൺ പാടിക്കൊണ്ടിരിക്കുകയാണ്. അരണ്ട നീല വെളിച്ചമുള്ള മുറിയുടെ ചുമരുകളിൽ രാജ് കപൂറും നർഗീസും ശിവാജിയും ജമിനി ഗണേശനും നസീറും തിക്കുറിശ്ശിയും മിസ് കുമാരി യുമൊക്കെ പുഞ്ചിരി തൂകുന്നു.

"കമോൺ."

ആ നീണ്ട മുറിയുടെ അറ്റത്തുനിന്നും ആരോ ഉറക്കെ വിളിച്ചു പറഞ്ഞു. വിറയ്ക്കുന്ന കാലടികളോടെ അവൻ അങ്ങോട്ടേക്കു നടന്നു. സിഗ രറ്റ് പുകച്ചുരുളുകൾക്കിടയിൽ രണ്ടു മനുഷ്യ രൂപങ്ങൾ! താടിയുള്ളയാളും താടിയില്ലാത്തയാളും.

"എന്താ പേര്?" താടിയുള്ളയാൾ ചോദിച്ചു.

അവൻ പേര് പറഞ്ഞു.

"ഊര്?" താടിയില്ലാത്തയാൾ ചോദിച്ചു.

ഊരും പേരും കുടുംബ പശ്ചാത്തലവുമൊക്കെ വിശദമായി ചോദി ച്ചറിഞ്ഞ ശേഷം അവർ കാര്യത്തിലേക്കു കടന്നു. മേശപ്പുറത്തിരുന്ന വെ ള്ളക്കടലാസെടുത്ത് വാസുദേവനു നേർക്കു നീട്ടിക്കൊണ്ട് താടിക്കാരൻ പറഞ്ഞു:

"ദാ ഈ ഡയലോഗൊന്നു കാണാതെ പഠിച്ചിട്ട് അഭിനയിച്ച് കാണിക്ക്. കാമുകനായ കൃഷ്ണപിള്ള കാമുകി തങ്കത്തിനോടു പറയുന്നതാ ണ്. പത്തു മിനിട്ടു സമയം തരാം. അതിനുള്ളിൽ പഠിച്ച് പറയണം."

മുറിക്ക് പുറത്തിറങ്ങി വാസുദേവൻ ആ നെടുങ്കൻ ഡയലോഗ് ഉരു വിട്ട് ഉരുവിട്ട് ഹൃദിസ്ഥമാക്കാൻ ശ്രമിച്ചു. പത്തു മിനിട്ടിനുള്ളിൽത്തന്നെ അവൻ ഡയലോഗ് പഠിച്ചെടുത്തു. ആത്മവിശ്വാസത്തോടെ വീണ്ടും അകത്തേക്കു കയറി.

"ങാ തുടങ്ങിക്കോ."

താടിക്കാരൻ അനുമതി നൽകി.

കണ്ണടച്ച്, ആലിൻപുറം ദേവിയെ മനസ്സാ സ്മരിച്ച വാസുദേവൻ, കൃഷ്ണപിള്ളയെ തന്നിലേക്കാവാഹിച്ചുകൊണ്ട് പ്രകടനത്തിലേക്കു കടന്നു.

"ചന്ദ്രികാ ചർച്ചിതമായ ഈ നിശീഥിനിയിൽ പാരിജാതമലർ പോലെ വിളങ്ങുന്ന എന്റെ പ്രാണപ്രിയേ, നീ എന്റെ ഹൃദയമാകുന്ന താ മരപ്പൊയ്കയിൽ പ്രണയ പുഷ്പമായി പൊഴിയുകില്ലേ? തങ്കമേ, നീയില്ലാ ത്ത ഈയുള്ളവന്റെ ജീവിതം ഊഷരമായ പാഴ്മരുഭൂമി പോലെ വരണ്ടു

കിടക്കയാണ്. ഒരു മന്ദസ്മിതം പൊഴിച്ചെങ്കിലും ഈ ദാസനോട് പ്രസാദിക്കില്ലേ ദേവീ....."

പ്രണയപരവശനായ കാമുകനായി വാസുദേവൻ അഭിനയിച്ചു തകർത്തു. അഭിമുഖകാരന്മാർ ഉത്സാഹഭരിതരായി അത് നോക്കിയിരുന്നു. ഒടുവിൽ, പ്രകടനം അവസാനിച്ചപ്പോൾ അവർ ആവേശത്തോടെ കൈയടിച്ചു.

"സബാഷ്. ഗംഭീരമായിരിക്കുന്നു മിസ്റ്റർ വാസുദേവൻ." താടിക്കാരൻ.

"തമ്പീ, റൊമ്പ പ്രമാദമായിര്ക്ക്." താടിയില്ലാത്തയാൾ.

ആ അഭിനന്ദനവർഷത്തിൽ വാസുദേവന്റെയുള്ളിലെ വെള്ളിത്തിരയിൽ പ്രതീക്ഷയുടെ പ്രകാശവർഷമുണ്ടായി. തന്റെ തന്നെ പ്രതിരൂപം ആ വെള്ളിത്തിരയിൽ തെളിയുന്നതു കണ്ട് അവൻ രോമാഞ്ചകഞ്ചുകനായി.

"കൃഷ്ണപിള്ളയായി വാസുദേവൻ കസറുമെന്ന കാര്യത്തിൽ ഒരു സംശയവും വേണ്ട. വാസുദേവനിരിക്ക്."

താടിക്കാരൻ കസേര നീക്കിയിട്ടുകൊടുത്തു. കഷ്ടപ്പാടുകൾക്ക് ഫലമുണ്ടായല്ലോ എന്നും എത്തേണ്ടിടത്ത് എത്തിയല്ലോ എന്നെല്ലാമുള്ള ഉൾപുളകത്തോടെ അവൻ ഇരുന്നു.

"ഒരു സംശയവുമില്ല വാസുദേവൻ തന്നെയാണ് കൃഷ്ണപിള്ള. മിസ് കുമാരിയോ സരോജാ ദേവിയോ ആയിരിക്കും തങ്കം. അടുത്ത മാസം വിജയവാഹിനി സ്റ്റുഡിയോയിൽ വച്ച് ഷൂട്ടിങ് സ്റ്റാർട്ട് ചെയ്യണം......"

വാസുദേവൻ തലയുയർത്തിപ്പിടിച്ച് കസേരയിൽ നിവർന്നിരുന്നു.

"പക്ഷേ, ചെറിയൊരു പ്രശ്നമുണ്ട്. അല്ല... അത് വാസുദേവൻ വിചാരിച്ചാൽ നിസ്സാരമാണെന്ന് നമുക്കറിയാം."

വാസുദേവൻ ആകാംക്ഷയോടെ ഇരുവരേയും മാറി മാറി നോക്കി.

"വേറൊന്നുമല്ല. നമ്മുടെ സിനിമയ്ക്ക് കാശ് മുടക്കുന്നത് ചിന്നലിംഗ ചെട്ടിയാരാണ്. ആള് തമിഴ്നാട്ടിലെ പേര് കേട്ട വ്യവസായിയാ. ചെട്ടിയാർക്ക് ഒരു മാസം കഴിഞ്ഞാലേ കാശ് ഒത്തു വരൂ. നമ്മളത് വരെ കാത്തിരുന്നാ സ്റ്റുഡിയോ വേറെ കമ്പനിക്കാര് ബുക്ക് ചെയ്യും. അതുകൊണ്ട് സ്റ്റുഡിയോയില് അഡ്വാൻസ് കൊടുക്കാൻ കുറച്ച് കാശ് അടിയന്തരമായി വേണം. അത് വാസുദേവൻ തരണം. ചെട്ടിയാര് തന്നാലുടനേ മടക്കിത്തരാം."

വാസുദേവന്റെ മുഖം വിളറിത്തുടങ്ങി.

"എത്ര കാശാ?"

"ഓ ഒരുപാടൊന്നുമില്ല. ഒരയ്യായിരം."

മനസ്സിലൂടെ ഒരു വെള്ളിടി പാഞ്ഞു പോയി. വെള്ളിത്തിരയിലെ

പ്രകാശമെല്ലാം പൊടുന്നനെ അണഞ്ഞു. വാടിവീണ പാരിജാതമായി വാസുദേവൻ കസേരയിൽ ഒതുങ്ങിയിരുന്നു.

"രണ്ടാഴ്ച സമയം തരാം. അതിനിടയിൽ കാശുമായി വന്നാൽ റോൾ ഉറപ്പ്. എന്നാൽ പിന്നെ അങ്ങനെയാവട്ടെ."

പെട്ടിയും തൂക്കി, ഹൃദയഭാരത്തോടെ വാസുദേവൻ കെട്ടിടത്തിന്റെ ഗോവണിപ്പടികൾ ഇറങ്ങി. 'ഇനി എന്ത് ' എന്ന ചോദ്യം അവന്റെയുള്ളിൽ പ്രതിധ്വനിയായി. നടന്ന് റോഡിലെത്തിയതും അതാ നിൽക്കുന്നു നേരത്തേ ഗോവണി കയറുമ്പോൾ കണ്ട യുവാവ്! സിഗരറ്റും പുകച്ച് ഒരു ചെറിയ കടയുടെ വരാന്തയിലിരിക്കുകയാണയാൾ. വാസുദേവനെ കണ്ട അയാൾ റോഡിലേക്കിറങ്ങി.

"ഹലോ, എന്തായി?"

നടന്നതെല്ലാം വാസുദേവൻ വിശദമാക്കി. എല്ലാം കേട്ട അയാൾ പൊട്ടിച്ചിരിച്ചു.

"ഇതു തന്നെയാണ് എന്നോടും പറഞ്ഞത്. ഇവന്മാര് പറ്റിപ്പാണിഷ്ടാ. നമ്മളെപ്പോലെയുള്ളവരേന്ന് കാശ് വാങ്ങി പടം പിടിക്കാനാപ്ലാൻ. പണം കൊടുക്കുന്നവർക്ക് എന്തെങ്കിലും ചെറിയ റോൾ കൊടുത്തിട്ട് ഹീറോ വേഷമൊക്കെ വല്ല തിക്കുറിശ്ശിക്കോ നസീറിനോ ആയിരിക്കും."

അവർ നടക്കാൻ തുടങ്ങി.

തൃശ്ശൂർ ടൗണിൽ 'ചക്കിലേടത്ത് ബേക്കേഴ്സ്' എന്ന പലഹാരക്കട നടത്തുന്ന വാറുണ്ണിയുടെ നാലാമത്തെ മകൻ ഇട്ടൂപ്പ് ആയിരുന്നു ആ യുവാവ്. വാസുദേവനെപ്പോലെ സിനിമാമോഹം തലയ്ക്കു പിടിച്ച് അപ്പന്റെ പണവും അടിച്ചുമാറ്റി മദിരാശിയിലേക്ക് വണ്ടി കയറിയതാണ് ഇട്ടൂപ്പും. തൃശ്ശൂർ ജോസ് തീയേറ്ററിൽ കളിച്ചിരുന്ന സിനിമകൾ ഒന്നുപോലും വിടാതെ കണ്ടാണ് അവൻ അഭിനയജ്വരബാധിതനായത്.

ഇന്നുവരെ ഒരു നാടകത്തിൽ അഭിനയിച്ച പരിചയം പോലുമില്ല. ഓരോ സിനിമ കണ്ടു കഴിയുമ്പോഴും അതിലെ നായകനായി സ്വയം സങ്കല്പിച്ച്, വല്യമ്മച്ചിയുടെ അലമാരയിലെ വലിയ നിലക്കണ്ണാടിക്ക് മുന്നിൽ അഭിനയിച്ച തകർത്ത പരിചയം മാത്രമാണ് കൈമുതൽ. വെള്ളിത്തിരയിലെ നായകരെപ്പോലെ തനിക്കും അഭിനയിക്കാൻ കഴിയുമെന്ന ഉറച്ച ആത്മവിശ്വാസത്താലാണ് അവൻ ഇറങ്ങിപ്പുറപ്പെട്ടിരിക്കുന്നത്. നാടുവിടാനുള്ള പണം വാസുദേവൻ കണ്ടെത്തിയത് അടുക്കളയിലെ ഉറിയിൽ നിന്നാണെങ്കിൽ, അപ്പൻ വാറുണ്ണിയുടെ കിടക്കയിലെ തലയിണയ്ക്കുള്ളിൽ നിന്നാണ് ഇട്ടൂപ്പ് പണം ഇസ്കിയത്!

"ഇനി എന്തുട്ടാ തന്റെ അടുത്ത പരിപാടി? നാട്ടിലേക്ക് വിട്വാ?"

ഇട്ടൂപ്പിന്റെ ചോദ്യം കേട്ട് വാസുദേവൻ മൗനിയായി. നാണംകെട്ട്

നാട്ടിലേക്കു മടങ്ങുന്ന കാര്യം ആലോചിക്കാനേ വയ്യ. സിനിമാപട്ടണ മായ മദിരാശിയിലേക്ക് എത്തിയ സ്ഥിതിക്ക് എങ്ങനേയും സിനിമ യിൽ കയറിപ്പറ്റണം. പക്ഷേ, എങ്ങനെ?

"ഞാനേതായാലും നാട്ടിലേക്കില്ല. ഏതെങ്കിലും ലോഡ്ജില് മുറി യെടുത്ത് നാളെ മുതൽ ഓരോ സ്റ്റുഡിയോയിലായി മുട്ടി നോക്കാം. മുട്ടു വിൻ തുറക്കപ്പെടുമെന്നല്ലേ കർത്താവ് പറഞ്ഞിട്ടുള്ളത്. എപ്പഴാ ഭാഗ്യം തെളിയണതെന്ന് പറയാൻ പറ്റില്ലിഷ്ടാ."

ഇട്ടൂപ്പിന്റെ ആത്മവിശ്വാസത്തിന് ഒട്ടും കുറവില്ല.

"എന്നാ ഞാനും കൂടാം."

വാസുദേവനും ഉറപ്പിച്ചു.

ഒരു റിക്ഷാക്കാരന്റെ സഹായത്തോടെ അവർ സോളമൻ സ്ട്രീ റ്റിലെ ശ്രീവിനായക ലോഡ്ജിൽ ഒരു മുറിയെടുത്തു. സിംഗിൾ റൂമിൽ രണ്ടുപേരെ താമസിപ്പിക്കാൻ പറ്റില്ലെന്ന് പറഞ്ഞ് ലോഡ്ജ്മാനേജർ ആണ്ടിമുത്തു കടുംപിടിത്തമിട്ടെങ്കിലും തങ്ങളുടെ നിവൃത്തികേട് പറഞ്ഞ് ഭാവിതാരങ്ങൾ കെഞ്ചിയപ്പോൾ സിനിമാഭ്രാന്തൻ കൂടിയായ അയാൾ ക്ക് സമ്മതിക്കേണ്ടി വന്നു. മൂന്നു രൂപയായിരുന്നു പ്രതിദിന റൂം വാടക.

രാത്രി, ലോഡ്ജിലെ ചെറിയ കട്ടിലിൽ ഇട്ടൂപ്പിനോടൊപ്പം ഞെങ്ങി ഞെരുങ്ങിക്കിടന്ന വാസുദേവന് ഉറക്കം വന്നതേയില്ല. ഇടയ്ക്കിട യ്ക്ക് മൂട്ടകൾ രക്തമൂറ്റുന്നുണ്ട്. പക്ഷേ, ഇട്ടൂപ്പ് ഒന്നുമറിയാതെ കൂർക്കം വലിച്ചു റങ്ങുകയാണ്. തെരുവിൽ എവിടെയോ നിന്ന് ഭക്തിഗാനം കേൾക്കുന്നു.

അവൻ പെട്ടെന്ന് ആലിൻപുറം മുടിപ്പുരയെക്കുറിച്ചോർത്തു. ഇന്ന് ഉത്സവത്തിന്റെ രണ്ടാം ദിവസമാണ്. അച്ഛന്റെ തന്നന്നക്കളിയുടെ ദിവസം. മകൻ നാടുവിട്ടു പോയതിന്റെ ആഘാതത്തിൽ അച്ഛൻ ഇന്ന് ഉത്സവപ്പറമ്പിൽ കളിക്കാൻ ഇറങ്ങിക്കാണുമോ? അമ്മയുടെ അവസ്ഥ എന്തായിരിക്കും? തന്നെ കാണാത്ത ആധിയിൽ അവർ എന്തു ചെയ്യുമാ യിരിക്കും? ഉത്തരം കിട്ടാത്ത ഒരു പിടി ചോദ്യങ്ങളിൽ അവന്റെ ശരീരം വിയർത്തു തുടങ്ങി. തിരിഞ്ഞും മറിഞ്ഞും കിടന്ന് എങ്ങനെയൊക്കെയോ നേരം വെളുപ്പിച്ചു.

ലോഡ്ജിനടുത്തുള്ള ഹോട്ടലിൽനിന്ന് പ്രഭാതഭക്ഷണം കഴിച്ച ശേഷം വാസുദേവനും ഇട്ടൂപ്പും ഒരു റിക്ഷാ വണ്ടിയിൽ കയറി. വടപളനി യിലെ വിജയവാഹിനിസ്റ്റുഡിയോക്കു മുന്നിൽ റിക്ഷ നിന്നു. വിജയവാ ഹിനി സ്റ്റുഡിയോ എന്ന് ഇംഗ്ലീഷിലെഴുതിയ കൂറ്റൻ കവാടത്തെ അവർ കണ്ണുമിഴിച്ചു നോക്കി. മെരിലാന്റിനേക്കാളും ഉദയായേക്കാളും എത്രയോ വലുപ്പം! നരച്ച റൗണ്ട് തൊപ്പി വച്ച്, കാക്കിയുടുപ്പും പാന്റുമിട്ട ഒരു കൊമ്പൻ മീശക്കാരൻ കൈയിലൊരു വടിയും പിടിച്ച് കവാടത്തിനു

മുന്നിൽ ഉലാത്തുന്നുണ്ട്. അവർ മെല്ലെ അയാളുടെ അടുത്തേക്ക് നടക്കാൻ തുടങ്ങി.

"ഉം?"

പരുങ്ങി വരുന്ന യുവാക്കളെ കണ്ട് കാവൽക്കാരൻ മുരണ്ടു.

"....നാങ്കെ വന്ത് സിനിമായിലേ റോള് കെടയ്ക്കുമോ എന്ന് തെരക്കി വന്തവർ. ഉള്ള വിടയ്യാ."

ഇട്ടൂപ്പ് ഭവ്യതയോടെ കാര്യം അവതരിപ്പിച്ചു.

"എങ്ക ഊര്?"

ഇട്ടൂപ്പിന്റെ തമിഴ്മൊഴി കേട്ടപ്പോഴേ ഇവർ തമിഴരല്ലെന്ന് ഉറപ്പിച്ച കാവൽക്കാരൻ ചോദിച്ചു.

"കേരളാ."

മറുപടി പറഞ്ഞത് വാസുദേവനാണ്.

"തമ്പീ, ഇവിടെ വന്ത് തെലുങ്ക് പടം ഷൂട്ടിങ് താനേ നടക്കറ്ത്. നീങ്ക ജമിനിസ്റ്റുഡിയോ പോയി പാറ്. അവിടെ വന്ത് മലയാളം പടം ഷൂട്ടിങ് നടക്കറ്ത്."

"അത് വന്ത് പ്രചനമില്ലേ. നാങ്ക ഏത് ലാംഗ്വേജിലും നടിക്കും."

ഇട്ടൂപ്പ് പറഞ്ഞത് കേട്ട് കാവൽക്കാരന്റെ നെറ്റി ചുളിഞ്ഞു. അയാൾ ഇരുവരേയും രൂക്ഷമായി നോക്കി. പെട്ടെന്ന് റോഡിൽ നിന്ന് ഒരു കാറിന്റെ ഹോണടി കേട്ടു. കാവൽക്കാരന്റെ മുഖഭാവം മാറി. അയാൾ പരിഭ്രമത്തോടെ കൈയിലിരുന്ന വടി വീശിക്കൊണ്ട് 'മാറ് മാറ്' എന്നു പറഞ്ഞ് അവരിരുവരേയും ഗേറ്റിനു മുന്നിൽ നിന്ന് ആട്ടിയകറ്റിയ ശേഷം ചങ്ങലക്കൊളുത്തുകൾ മാറ്റി ഗേറ്റ് മലർക്കെത്തുറന്ന് സല്യൂട്ടടിച്ച് അറ്റൻഷനായി നിന്നു. ഒരു കറുത്ത റോൾഡ് റോയ്സ് കാർ അകത്തേക്കു പാഞ്ഞു. അതിനുള്ളിലിരുന്നയാളെ വാസുദേവൻ ഒരു മിന്നായം പോലെ കണ്ടു, എൻ ടി രാമറാവു! ആ അപ്രതീക്ഷിത കാഴ്ചാനുഭവത്തിൽ അന്തം വിട്ടു നിൽക്കേ അതാ കേൾക്കുന്നു വീണ്ടുമൊരു ഹോൺ! റോഡിൽ നിന്ന് ഒരു വെളുത്ത പ്രീമിയം പത്മിനി കാർ ഗേറ്റ് കടന്നുപോയി. അതിനുള്ളിലെ സ്ത്രീരൂപത്തെ വാസുദേവനും ഇട്ടൂപ്പും കണ്ടു - സാവിത്രി! അവരിരുവരും വിസ്മയത്തോടെ വാ പൊളിച്ച് പരസ്പരം നോക്കി.

"അയ്യാ, ഏത് പടം?"

അകന്നു പോകുന്ന കാറുകളെ നോക്കി വാസുദേവൻ ആകാംക്ഷയോടെ ചോദിച്ചു.

ചന്ദ്രഹാസ.

കാവൽക്കാരൻ മുരണ്ടു.

സ്റ്റുഡിയോപ്രവേശനത്തിനായി പലതും പറഞ്ഞ് അവർ പിന്നെയും കെഞ്ചിനോക്കിയെങ്കിലും ഫലമുണ്ടായില്ല.

"വാ നമുക്കിനി ജെമിനിയിലോട്ടു പോവാം."

ഗത്യന്തരമില്ലാതായപ്പോൾ വാസുദേവൻ പറഞ്ഞു. വഴി ചോദിച്ച് ചോദിച്ച് അവർ ജെമിനിസ്റ്റുഡിയിലേക്കു നടന്നു. കുറെനേരത്തെ അലച്ചിലിനൊടുവിൽ, രണ്ട് തുണിയില്ലാപൈതങ്ങൾ പ്രതിമകളായി നിന്ന് പീപ്പിയൂതുന്ന ജെമിനിസ്റ്റുഡിയോക്കു മുന്നിൽ അവരെത്തി. ഗേറ്റിനു മുന്നിൽ ഒരു ഗൂർഖ നിൽപ്പുണ്ട്. പിന്നെ നടന്നത് വിജയവാഹിനിക്കു മുന്നിലെ തനിയാവർത്തനം. ഗേറ്റിനടുത്തെത്താൻ പോലും ഗൂർഖ അനുവദിച്ചില്ല. നിരാശരായ സിനിമാ മോഹികൾ അടുത്ത സ്റ്റുഡിയോയിലേക്ക് നടന്നു ഏ വി എം സ്റ്റുഡിയോയായിരുന്നു ലക്ഷ്യം. അവിടെയും കാര്യങ്ങൾക്ക് മാറ്റമുണ്ടായില്ല. AVM എന്നെഴുതിയ വലിയ ഭൂഗോളത്തിനു താഴെ അവർ അന്തവും കുന്തവുമില്ലാതെ നിന്നു. പിന്നെ പ്രസാദ്, ശ്രീ മാരുതി, മോഡേൺ തീയേറ്റർ സ്റ്റുഡിയോ.... ഇരുട്ടു വീണു തുടങ്ങിയപ്പോൾ

അവർ ലോഡ്ജിൽ തിരിച്ചെത്തി. പിറ്റേന്ന് കാലത്ത് വീണ്ടുമിറങ്ങി. അങ്ങനെ ഒരാഴ്ച കഴിഞ്ഞു. ഉറിയിലേയും തലയിണയിലേയും പണം തീരാറുമായി. മൂന്നു നേരത്തെ ഭക്ഷണം രണ്ടു നേരമാക്കി ചുരുക്കി.

"നമ്മുടെ മുട്ടലുകൾക്കൊന്നും ഒരു പ്രയോജനവുമില്ലല്ലോ ഇട്ടൂപ്പേ?"

പ്രസാദ് സ്റ്റുഡിയോക്കു മുന്നിലെ കാവൽക്കാരന്റെ പതിവ് ആട്ടലുകൾ കേട്ട് മടങ്ങുന്ന വഴി വാസുദേവൻ നിരാശാഭരിതനായി.

"ഇത്രേം ബുദ്ധിമുട്ടായിരിക്കുമെന്ന് ഞാൻ വിചാരിച്ചില്ലിഷ്ടാ."

തളർന്ന സ്വരത്തിൽ ഇട്ടൂപ്പ് പറഞ്ഞു. നട്ടുച്ചച്ചൂടേറ്റ് അവന്റെ കവിളിലൂടെ വിയർപ്പ് ഒലിച്ചിറങ്ങുന്നുണ്ടായിരുന്നു.

"ഇനി...?"

വാസുദേവന്റെ ആ ചോദ്യത്തിന് ഉത്തരമുണ്ടായില്ല. ഒന്നുകിൽ എല്ലാം അവസാനിപ്പിച്ച് നാട്ടിലേക്ക് വണ്ടി കയറണം. അല്ലെങ്കിൽ ഇവിടെ എന്തെങ്കിലും പണി കണ്ടെത്തി, അതിനൊപ്പം തന്നെ ചാൻസ് തേടൽ തുടരണം. പക്ഷേ, ആര് പണി തരും?

"ഭയങ്കര വെശപ്പ്. വാ കഴിക്കാം."

'തായേ ശരണം' ഹോട്ടലിനടുത്തെത്തിയപ്പോൾ തളർന്ന ശബ്ദത്തിൽ ഇട്ടൂപ്പ് പറഞ്ഞു.

രാവിലെ ഭക്ഷണമൊന്നും കഴിക്കാത്തതുകൊണ്ട് അവർ മാട്ടിറച്ചിയൊക്കെ കൂട്ടി കാര്യമായിത്തന്നെ ഊണ് കഴിച്ചു. ഒടുവിൽ, ബില്ല് കണ്ടപ്പോൾ കഴിച്ചതെല്ലാം ഒറ്റനിമിഷം കൊണ്ടു തന്നെ ദഹിച്ചു പോയി! പരിഭ്രാന്തിയോടെ അവർ മുഖത്തോടു മുഖം നോക്കി. ഉടുപ്പിന്റെ കീശകളിൽ നിന്ന് കാലണ വീതം തപ്പിയെടുത്തു. പക്ഷേ, അതു തികയില്ലല്ലോ!

ബില്ല് കൈയിൽ വച്ച് താളം ചവിട്ടി നിൽക്കുന്ന പയ്യന്മാരെ പട്ടറയിലിരിക്കുന്ന ഹോട്ടലുടമ കരുണവാസൻ നോട്ടമിട്ടു. മൂന്ന് നെടുങ്കൻ ചന്ദന വരകൾ നിറഞ്ഞ അയാളുടെ നെറ്റിത്തടം ചുളിഞ്ഞു.

"എന്ന തമ്പീ?"

കരുണവാസന്റെ കരകര ശബ്ദം കാതുകളിൽ വന്നലച്ചപ്പോൾ കൈയിലിരുന്ന ബില്ല് വിറച്ചു തുടങ്ങിയതായി വാസുദേവൻ തിരിച്ചറിഞ്ഞു. ഇരുവരും മെല്ലെ പട്ടറയുടെ അടുത്തേക്കു ചെന്ന് ശബ്ദം താഴ്ത്തി പറഞ്ഞു:

"അയ്യാ, പണം കൊഞ്ചം കമ്മിയായിറുക്ക്...."

"അതെപ്പടി സരിയാ പണ്ണും?"

അതൊരലർച്ചയായിരുന്നു. ഹോട്ടലിനുള്ളിലെ ചലനങ്ങളെല്ലാം നിശ്ചലമായി. ഊണുകഴിച്ചു കൊണ്ടിരുന്നവരും വിളമ്പുകാരുമെല്ലാം ഞെട്ടിത്തരിച്ച് പട്ടറയിലേക്കു നോക്കി.

"എന്നാ? വിളയാട്ടാ?"

കരുണവാസൻ തന്റെ ഭാരിച്ച ഉടലുമായി കസേരയിൽ നിന്ന് ആയാസപ്പെട്ട് എണീറ്റ് സൈഡ് ഡോർ തുറന്ന് പുറത്തേക്കിറങ്ങി.

"കാശ് തരാതെ നീങ്ക വെളിയെ പോകമാട്ടെ."

"അയ്യാ, അബദ്ധം പറ്റിയതാണ്. മനഃപൂർവമല്ല...."

വാസുദേവൻ കരച്ചിലിന്റെ വക്കോളമെത്തി. അവർ തങ്ങളുടെ അവസ്ഥ പറഞ്ഞ് ഒരുപാട് കെഞ്ചി. പക്ഷേ, കരുണവാസന്റെ കലി കൂടിയതേയുള്ളു. അയാൾ ഉറക്കെ വിളിച്ചു പറഞ്ഞു:

"ടേയ്, മുനിയാണ്ടീ...മാരിമുത്തു... ഇങ്ക വാടാ."

തടിയന്മാരായ രണ്ട് വിളമ്പുകാർ ഓടി വന്നു.

"നീങ്ക ഈ ഫ്രാഡ് പയലുകളെ പാറ്. നാൻ പോലീസെ കൂപ്പിടാം."

അയാൾ ഫോൺ ചെയ്യാനായി വീണ്ടും പട്ടറയ്ക്കുള്ളിലേക്കു കയറി. മുനിയാണ്ടിയും മാരിമുത്തുവും തീർത്ത വലയത്തിനുള്ളിൽ നിന്ന് വാസുദേവനും ഇട്ടൂപ്പും വിയർത്തു.

കരുണവാസൻ റിസീവർ കൈയിലെടുത്ത് നമ്പർ ഡയൽ ചെയ്യാൻ തുടങ്ങിയതും ഉച്ചത്തിൽ ആരോ വിളിച്ചു പറഞ്ഞു:

"അയ്യാ, കാശ് നാൻ തരാം."

എല്ലാ കണ്ണുകളും ശബ്ദം കേട്ട ഭാഗത്തേക്കു നീണ്ടു. മഞ്ഞയുടുപ്പും കറുത്ത പാന്റുമിട്ട ഒരു മെലിഞ്ഞ ചെറുപ്പക്കാരൻ വാഷ്ബേസിനടുത്തു നിന്ന് കർച്ചീഫ് കൊണ്ട് ചിറി തുടച്ച് നടന്നു വരികയാണ്! കരുണവാസന്റെ കൈയിലിരുന്ന റിസീവർ താണു.

"ഇതാ ഇവരുടെ കാശ് കൂടി എടുത്തോ."

അയാൾ കാശും ബില്ലും പട്ടറയിലേക്കു നീട്ടി.

ആലിൻപുറം ദേവി പുരുഷ വേഷത്തിൽ അവതരിച്ചതാണോ എന്ന് വാസുദേവനും, ഷർട്ടും പാന്റുമിട്ടു വന്ന കർത്താവാണോ ഇയാളെന്ന് ഇട്ടൂപ്പും അതിശയിച്ചു. കാവൽക്കാരായി നിന്ന വിളമ്പുകാരെ വകഞ്ഞു മാറ്റി, കൃതജ്ഞതാഭരിതരായി അവർ ആ രക്ഷകന്റെ അടുത്തേക്കു ചെന്നു.

"നിങ്ങൾ മലയാളികളാണല്ലേ?"

അയാൾ ചോദിച്ചു.

"അതെ. എങ്ങനെ മനസ്സിലായി?"

"നിങ്ങളുടെ തമിഴ് കേട്ടു."

അവർ പൊട്ടിച്ചിരിച്ചുകൊണ്ട് ഹോട്ടലിനു പുറത്തേക്കു നടന്നു.

"ഇവിടെ എങ്ങനെ വന്നു പെട്ടു?"

പോക്കറ്റിൽനിന്നൊരു ബീഡിയെടുത്ത് കൊളുത്തിക്കൊണ്ട് അയാൾ ചോദിച്ചു. അവർ കഥ മുഴുവൻ വിവരിച്ചു. എല്ലാം കേട്ടു കഴിഞ്ഞപ്പോൾ അയാൾ അവസാന പുകയുമെടുത്തശേഷം ബീഡി നിലത്തേക്കിട്ട് അവരെ നോക്കി നെടുവീർപ്പിട്ടുകൊണ്ട് പറഞ്ഞു:

"അഞ്ചാറു കൊല്ലം മുമ്പ് എന്റെ അവസ്ഥയും ഇതു തന്നെയായിരുന്നു."

അതു കേട്ട അവർ കാര്യമെന്തെന്നറിയാതെ അയാളെത്തന്നെ ഉറ്റുനോക്കി..

വടക്കാഞ്ചേരിക്കാരനായ നാരായണൻകുട്ടിയായിരുന്നു ആ യുവാവ്. കുഞ്ഞുനാൾ മുതലേ നന്നായി ചിത്രം വരയ്ക്കുമായിരുന്ന അയാൾ നാലാം ക്ലാസിൽ പഠിക്കുമ്പോഴാണ്, ജനിച്ചു വളർന്ന എങ്കക്കാട് ഗ്രാമത്തിലെ ഒരേയൊരു തീയേറ്ററായ തിമത്തിയിൽ നിന്ന് ആദ്യമായൊരു സിനിമ കാണുന്നത്. *സുഭദ്രാ ധനഞ്ജയ കല്യാണം* എന്ന ശബ്ദസിനിമ. അതോടെ സിനിമ തലയ്ക്കു പിടിച്ചു. പക്ഷേ, അത് അഭിനയമോഹമായിരുന്നില്ല. ഒരു സംവിധായകനാകണം. ഹൈസ്കൂളിൽ ചിത്രരചനയ്ക്കും നാടകത്തിനുമൊക്കെ തുടർച്ചയായി സമ്മാനം നേടിയപ്പോഴും സ്കൂൾ ആനിവേഴ്സറിയുടെ സ്റ്റേജ് സ്വന്തമായി ഡിസൈൻ ചെയ്തപ്പോഴുമൊക്കെ സിനിമാസംവിധായകനാകാമെന്ന അവന്റെ ആത്മവിശ്വാസം കൂടി. പത്താംക്ലാസ് പരീക്ഷ കഴിഞ്ഞതോടെ മദിരാശിയിലേക്കു പോയി ഏതെങ്കിലും സ്റ്റുഡിയോയിൽ കയറിക്കൂടി സിനിമ പഠിക്കാൻ അവനുറച്ചു. അച്ഛന്റെ കൈയിലുണ്ടായിരുന്ന നൂറു രൂപയും വാങ്ങി അവൻ ഒരിടവപ്പാതി മഴയത്ത് വീട്ടിൽ നിന്നിറങ്ങി.

പിന്നെ അലച്ചിലിന്റെ കാലമായിരുന്നു. മദിരാശിയിലേയും സേലത്തേയും സ്റ്റുഡിയോകളിൽ കയറിയിറങ്ങി. ആരും അടുപ്പിച്ചില്ല. കൈയിലെ കാശ് തീർന്നതോടെ എന്തു പണിയും ചെയ്യാമെന്നായി. അങ്ങനെ വിറകുവെട്ടുകാരനും ചായ സപ്ലൈയറും സെക്യൂരിറ്റിക്കാരനുമൊക്കെയായി പല പല വേഷങ്ങൾ കെട്ടി. അപ്പോഴും ഒരു തീയായി സിനിമ ഉള്ളിലുണ്ടായിരുന്നു. പല സിനിമാക്കാരുടേയും വാതിലുകളിൽ മുട്ടിക്കൊണ്ടേയിരുന്നു. ഒടുവിൽ, പ്രശസ്ത ക്യാമറാമാൻ നാഗറെഡ്ഡിയെ കണ്ടുമുട്ടിയത് വഴിത്തിരിവായി. നാരായണൻകുട്ടി ചിത്രകാരനാണെ

ന്നറിഞ്ഞപ്പോൾ നാഗറെഡ്ഡിയുടെ മകൻ പ്രസാദ് അയാളെക്കൊണ്ട് കുടുംബത്തിലെ ഒരു വയസ്സിത്തള്ളയുടെ ചിത്രം വരപ്പിച്ചു. എല്ലാവർക്കും അതിഷ്ടമായി. അതോടെ നാരായണൻകുട്ടിയുടെ തലവര തെളിഞ്ഞു. വിജയവാഹിനി സ്റ്റുഡിയോയിലെ പെയിന്റിങ് സെക്ഷനിലേക്ക് നാഗറെഡ്ഡി അയാളെ ശുപാർശ ചെയ്തു. ഒന്നു രണ്ടു വർഷത്തിനുള്ളിൽ അയാൾ സെറ്റ് ഡിസൈനറായി വളർന്നു..

സംസാരിച്ച് സംസാരിച്ച് അവർ വന്നുനിന്നത് പ്രസാദ് സ്റ്റുഡിയോയുടെ ഗേറ്റിനു മുന്നിലാണ്. നാരായണൻകുട്ടിയുടെ സെറ്റ് വർക്ക് ഇപ്പോൾ നടക്കുന്നത് അവിടെയാണ്.

"നിങ്ങൾക്ക് താല്പര്യമുണ്ടെങ്കിൽ എന്റെ സഹായികളായി നിൽക്കാം."

നാരായണൻകുട്ടിയുടെ ആ ജോലി വാഗ്ദാനം ഇട്ടൂപ്പിന്റെയും വാസുദേവന്റെയും മനസ്സിൽ ഒരു കുളിർമഴയായി പെയ്തിറങ്ങി.

"ഞങ്ങൾക്ക് സമ്മതം."

അവർ ഒരേ സ്വരത്തിൽ പറഞ്ഞു.

പിറ്റേന്നു തന്നെ ലോഡ്ജിൽനിന്ന് പെട്ടികളുമെടുത്ത് വാസുദേവനും ഇട്ടൂപ്പും പ്രസാദ് സ്റ്റുഡിയോയിലേക്കു തിരിച്ചു. നാരായണൻകുട്ടി നിർദ്ദേശം കൊടുത്തിരുന്നതിനാൽ അവരെ ഗേറ്റിനു മുന്നിൽ ആരും തടഞ്ഞില്ല. ഇന്നലെ വരെ തങ്ങളെ ആട്ടിയോടിച്ചിരുന്ന ഗേറ്റ് കാവൽക്കാരൻ ഇന്ന് ഭവ്യതയോടെ ഗേറ്റ് തുറന്നുകൊടുക്കുന്നത് കണ്ട് അവർ പരസ്പരം നോക്കി കണ്ണിറുക്കിച്ചിരിച്ചു.

കൂറ്റൻ സ്റ്റുഡിയോ കെട്ടിടത്തിനു പിന്നിലുള്ള വിശാലമായ ഷെഡ്ഡിലായിരുന്നു സെറ്റുകളുടെ പണിപ്പുര. മരപ്പൊടിയുടെയും പെയിന്റിന്റേയുമൊക്കെ മിശ്രഗന്ധം മൂക്കിലേക്കാവാഹിച്ചുകൊണ്ടാണ് അവർ ആ പണിശാലയിലേക്ക് പ്രവേശിച്ചത്. അകത്തു കയറിയതും വിസ്മയം കൊണ്ട് അവരുടെ കണ്ണുകൾ വിടർന്നു. ഉദ്യാനങ്ങൾ, താമരപ്പൊയ്കകൾ, സ്വർണ്ണവർണ്ണമുള്ള കൂറ്റൻ തൂണുകൾ, ചുവന്ന തിരശ്ശീലകൾ, പരവതാനികൾ, സിംഹാസനങ്ങൾ... ദേവലോകത്താണോ നിൽക്കുന്നതെന്ന് ഒരു നിമിഷം അവർ സ്ഥലജലഭ്രമം കൊണ്ടു!

"ങാ നിങ്ങളെത്തിയോ?"

ശബ്ദം കേട്ട ദിക്കിലേക്ക് അവർ തിരിഞ്ഞുനോക്കി. ഒരു കൂറ്റൻ തൂണിനു മുകളിൽ ഏണി ചാരി നിന്ന് പെയിന്റടിക്കുകയാണ് നാരായൺകുട്ടി! അയാൾ പണിക്കാരിലൊരാളെ വിളിച്ച് അവർക്കു കാര്യങ്ങൾ പറഞ്ഞുകൊടുക്കാൻ നിർദ്ദേശിച്ചു. അയാൾ കാര്യങ്ങൾ വിശദീകരിച്ചു - ആശാരിപ്പണി, പെയിന്റടി, സെറ്റ് സാമഗ്രികൾ ചുമന്ന് സ്റ്റുഡിയോകളുള്ളിലും പുറത്തും എത്തിക്കൽ, ഷൂട്ടിങ് സമയത്ത് പ്രോപ്പർട്ടികൾ

വയ്ക്കാനും മാറ്റാനുമൊക്കെ സഹായിക്കൽ തുടങ്ങിയവയാണ് പ്രധാന ജോലികൾ. മാസം അഞ്ചു രൂപയാണ് ശമ്പളം. ആഹാരം കമ്പനി തരും. പണിശാലയോടു ചേർന്നുള്ള ഷെഡ്ഡിലാണ് കിടക്കാനുള്ള സൗകര്യം.

എല്ലാം കേട്ടു കഴിഞ്ഞ് വാസുദേവനും ഇട്ടൂപ്പും മുഖത്തോടു മുഖം നോക്കിയശേഷം സമ്മതമാണെന്ന മട്ടിൽ തല കുലുക്കി. അങ്ങനെ, അഭിനയിക്കാനല്ലെങ്കിൽക്കൂടിയും ഒരു സ്റ്റുഡിയോക്കുള്ളിൽ കയറിപ്പറ്റുക എന്ന അവരുടെ ആദ്യ ദൗത്യം വിജയിച്ചു. കഠിനമായ പണികളായിരുന്നു അവരെ കാത്തിരുന്നത്. എല്ലാം സഹിച്ച് പിടിച്ചു നിന്നു. വെള്ളിത്തിരയിൽ മാത്രം കണ്ടിരുന്ന താരങ്ങളെയും, ഒരു പേരായി മാത്രം മനസ്സിൽ തങ്ങിനിന്ന സംവിധായകരെയുമൊക്കെ ജീവനോടെ നേരിൽ കാണാൻ കഴിഞ്ഞതും, ഓരോ സിനിമയുടേയും പിറവിക്കു പിന്നിൽ പണിയെടുക്കാൻ കഴിഞ്ഞതുമൊക്കെ അവർക്ക് വലിയ ഭാഗ്യങ്ങളായിത്തന്നെ തോന്നി. എന്നാൽ, തങ്ങളുടെ യഥാർഥ ലക്ഷ്യമെന്താണെന്ന ബോധ്യം അവരെ ആകുലപ്പെടുത്തിക്കൊണ്ടിരുന്നു.

മാസങ്ങൾ പിന്നിട്ടു. ഒരു ഒഴിവു ദിവസം, ഇട്ടൂപ്പും വാസുദേവനും മടിച്ച് മടിച്ച് നാരായണൻകുട്ടിയോടു കാര്യം അവതരിപ്പിച്ചു - ഏതെങ്കിലുമൊരു പടത്തിൽ ഒരു വേഷം ചെയ്യാൻ സഹായിക്കണം. പട്ടച്ചാരായം സേവിച്ച് അവധി ദിവസം ആഘോഷമാക്കി, ഷെഡ്ഡിലെ തന്റെ ചാക്കുകട്ടിലിൽ വിശ്രമിക്കുകയായിരുന്നു അയാൾ. ശിഷ്യരുടെ അഭ്യർത്ഥന കേട്ട നാരായണൻകുട്ടി അവരെ കുറെനേരം നോക്കിയ ശേഷം ഒന്നും മിണ്ടാതെ എണീറ്റ്, അയയിൽ കിടന്ന ഉടുപ്പിന്റെ കീശയിൽ നിന്ന് ഒരു ബീഡിയെടുത്ത് കൊളുത്തി വലിച്ച് പുകവിട്ടുകൊണ്ടു പറഞ്ഞു:

"ഒരു ഡയറക്ടറാകാൻ വേണ്ടി ഇറങ്ങിത്തിരിച്ചവനാണ് ഞാൻ. എന്നിട്ട് ഞാനിപ്പോ ചെയ്യുന്ന പണിയോ? പക്ഷേ, ഞാൻ ഹാപ്പിയാ. ഓരോന്നിനും ഓരോ സമയമുണ്ടല്ലോ. ഒരുദിവസം ഞാനും പടം ഡയറക്ട് ചെയ്യും. കഥയൊക്കെ റെഡിയാണ്. നിങ്ങളൊന്ന് കേട്ടു നോക്ക് ....."

അയാൾ കുഴഞ്ഞ ശബ്ദത്തിൽ കഥ പറയാൻ തുടങ്ങി. റോസി എന്നു പേരുള്ള ഒരു സ്ത്രീയുടെ കഥയായിരുന്നു അത്. സിനിമയിൽ സാധാരണ കണ്ടുവരുന്ന നാടകീയതകളോ അതിഭാവുകത്വമോ ഇല്ലാത്ത ഒരു യഥാതഥ കഥ.

"എങ്ങനെയുണ്ട്?"

കഥ അവസാനിച്ചപ്പോൾ അയാൾ ചോദിച്ചു.

"നല്ല കഥ."

അവർ ഒരേ സ്വരത്തിൽ പറഞ്ഞു.

"കേട്ടവരെല്ലാം ഇതു തന്നെയാണു പറയുന്നത്. ചിലര് കഥയുടെ റൈറ്റ് കൊടുക്കാൻ പറഞ്ഞു. പക്ഷേ, ഈ കഥ ഞാനാർക്കും കൊടു

ക്കില്ല. പ്രൊഡ്യൂസറെ കിട്ടിയാൽ ഞാൻ തന്നെ ഡയറക്ട് ചെയ്യും. ഇറ്റ് ഈസ് മൈ ഡ്രീം....."

അയാൾ പിന്നെയും തന്റെ സ്വപ്നങ്ങളെക്കുറിച്ചാണ് സംസാരിച്ചു കൊണ്ടിരുന്നത്.

"എന്റെ സിനിമ മലയാളത്തിൽ വലിയൊരു ചെയ്ഞ്ചായിരിക്കും. സ്റ്റുഡിയോക്കകത്ത് സെറ്റിട്ടൊന്നുമായിരിക്കില്ല, കംപ്ലീറ്റ് ഔട്ട് ഡോറായിരിക്കും....."

സംസാരത്തിനിടയിൽ അയാൾ വീണ്ടും കിടക്കയിലേക്ക് ചാഞ്ഞു. പിന്നെയും എന്തൊക്കെയോ പറഞ്ഞ് പറഞ്ഞ് മെല്ലെ മെല്ലെ കണ്ണുകളടച്ചു. ഇട്ടൂപ്പും വാസുദേവനും പരസ്പരം നോക്കി നെടുവീർപ്പിട്ടുകൊണ്ട് നിരാശയോടെ പുറത്തേക്കിറങ്ങി.

ദിവസങ്ങൾ പിന്നെയും കടന്നുപോയി. തമിഴ്ചിത്രമായ *രാജി എൻ കൺമണി*യുടെ ചിത്രീകരണം ജെമിനിസ്റ്റുഡിയോയിൽ നടക്കുകയാണ്. ടി ആർ രാമചന്ദ്രനും ശ്രീരഞ്ജിനിയുമൊക്കെയാണ് മുഖ്യവേഷങ്ങളിൽ. ആശുപത്രി, പോലീസ് സ്റ്റേഷൻ, തെരുവ്, ബംഗ്ലാവ്, പാർക്ക് തുടങ്ങി നിരവധി സെറ്റുകളാണ് ജെമിനിയിൽ ഒരുക്കിയിരിക്കുന്നത്.

ഷൂട്ടിങ് പന്ത്രണ്ട് ദിവസം പിന്നിട്ടിരിക്കുകയാണ്. സംവിധായകൻ കെ ജെ മഹാദേവനും സഹായികളും നൽകുന്ന നിർദ്ദേശങ്ങൾക്കനുസരിച്ച് നാരായണൻകുട്ടിയും ശിഷ്യന്മാരും സെറ്റുകൾ ക്രമീകരിക്കുന്നതിന്റെ തിരക്കിലാണ്. ഒരു തെരുവിന്റെ സെറ്റാണിട്ടിരിക്കുന്നത്. തെരുവിലൂടെ നടന്നുവരുന്ന നായകന്റെ കൈയിലെ പണം രണ്ടു കള്ളന്മാർ ചേർന്നു തട്ടിപ്പറിക്കുന്നതാണ് രംഗം. നായകനും തെരുവിലെ യാത്രക്കാരും കച്ചവടക്കാരുമൊക്കെ തയ്യാർ. പക്ഷേ, കള്ളന്മാർ...?

"നേശമണീ, തിരുടന്മാർ എങ്കെ?"

കെ ജെ മഹാദേവൻ അലറി. അതുകേട്ട്, മുഖ്യ സംവിധാന സഹായി നേശമണി പരിഭ്രമിച്ച് താടി ചൊറിഞ്ഞുകൊണ്ട് സ്റ്റുഡിയോ വാതിലിലേക്കോടി പ്രതീക്ഷാനിർഭരനായി പുറത്തേക്കെത്തി നോക്കി. അയാളുടെ ഭാര്യയുടെ രണ്ട് സഹോദരന്മാരെയാണ് തസ്കരവേഷം കെട്ടാനായി ഏർപ്പാട് ചെയ്തിരുന്നത്. പക്ഷേ, അളിയന്മാർ ഇനിയും എത്തിയിട്ടില്ല. അയാളുടെ മുഖത്ത് ദേഷ്യവും സങ്കടവുമൊക്കെ കലർന്ന ഭാവങ്ങൾ വിരിഞ്ഞു. മഹാദേവന്റെ അലർച്ച വീണ്ടുമുയരുന്നതിനു മുമ്പേ എന്തെങ്കിലും ചെയ്യണം. അയാൾ സ്റ്റുഡിയോയ്ക്കുള്ളിൽ കണ്ണോടിച്ചു. അതാ നിൽക്കുന്നു സെറ്റിന്റെ വേലയ്ക്കു വന്ന രണ്ട് പയ്യന്മാർ!

നേശമണി തിടുക്കപ്പെട്ട് അവരുടെ അടുത്തെത്തി.

"ഡേയ്, നീങ്ക ഷർട്ട് ഊരി വാ."

കാര്യമെന്തെന്നറിയാതെ വാസുദേവനും ഇട്ടൂപ്പും വാ പൊളിച്ചു.

"ഒരു ചിന്ന റോൾ ഇരിക്ക്... ശീഘ്രം വാങ്കോ. വന്ന് മേക്കപ്പ്മാനെ പാറ്."

അയാളുടെ സ്വരത്തിൽ യാചനയുടെ ലാഞ്ചനയുണ്ടായിരുന്നു.

കേട്ടത് സത്യമോ സ്വപ്നമോ എന്നറിയാതെ അവർ അമ്പരന്നു. പിന്നെ ഒട്ടും താമസിച്ചില്ല. ഉടുപ്പ് വലിച്ചൂരിക്കൊണ്ട് നാരായണൻകുട്ടിയുടെ അടുത്തേക്കോടി വിവരം പറഞ്ഞു. അയാളും ആദ്യം ഒന്നമ്പരന്നു. പിന്നെ ചിരിച്ചുകൊണ്ടു പറഞ്ഞു:

"നിങ്ങളുടെ ആഗ്രഹം നടന്നല്ലോ. പോയി തകർക്ക്."

ആശാന്റെ കാൽതൊട്ടു വന്ദിച്ച് അനുഗ്രഹം വാങ്ങി, ശിഷ്യന്മാർ ചമയക്കാരന്റെ മുന്നിലേക്കോടി. അങ്ങനെ ആദ്യമായി അവരുടെ മുഖങ്ങളിൽ സിനിമാചമയം പുരണ്ടു. എന്താണ് അഭിനയിക്കേണ്ടതെന്ന് മേക്കപ്പിനിടയിൽത്തന്നെ നേശമണി അവരോടു വിശദീകരിച്ചു.

"ലൈറ്റ്സ്...ക്യാമറാ... ആക്ഷൻ."

സംവിധായകൻ അലറി.

കച്ചവടക്കാരും കാൽനടയാത്രക്കാരും റിക്ഷാവണ്ടികളും സൈക്കിളുമൊക്കെയായി തെരുവ് സജീവമായി. ആളുകൾക്കിടയിലൂടെ നായകൻ ഒരു ലെതർ ബാഗും കക്ഷത്തിൽ വച്ച് നടന്നുവന്നു. ക്ഷീണിതനായ അയാൾ ഒരു മുറുക്കാൻ കടയുടെ മുന്നിലെത്തി വെള്ളം ചോദിച്ചു. തൊട്ടടുത്ത കടയിൽ നിൽക്കുന്ന രണ്ടു ചെറുപ്പക്കാർ അയാളെ ശ്രദ്ധിക്കുന്നു. അവർ പരസ്പരം കണ്ണ് കൊണ്ട് ആംഗ്യം കാണിക്കുന്നു. കടക്കാരനിൽ നിന്ന് വെള്ളം വാങ്ങി അയാൾ കുടിച്ചു തുടങ്ങുന്നതും ചെറുപ്പക്കാരിലൊരാൾ തിടുക്കത്തിൽ മുന്നോട്ടു ചെന്ന് അയാളുടെ ബാഗ് പിടിച്ചു വലിച്ചുകൊണ്ടോടാൻ ശ്രമിക്കുന്നു. അയാൾ അവനെ കടന്നുപിടിക്കുന്നു. അവർ തമ്മിൽ പിടിയുംവലിയും നടക്കുന്നതിനിടയിൽ രണ്ടാമത്തെ ചെറുപ്പക്കാരൻ ഓടി വന്ന് ബാഗ് കൈക്കലാക്കി പായുന്നു. നിലവിളിച്ചുകൊണ്ട് അയാൾ അവനു പിന്നാലെ ഓടുമ്പോൾ മറ്റേ ചെറുപ്പക്കാരൻ തെരുവിലെ ഇടവഴിയിലൂടെ ഓടി രക്ഷപ്പെടുന്നു.

ഇതായിരുന്നു ചിത്രീകരണരംഗം. ഇതിൽ ആദ്യ ചെറുപ്പക്കാരൻ ഇട്ടൂപ്പും രണ്ടാമൻ വാസുദേവനുമായിരുന്നു. രണ്ടു റിഹേഴ്സലിനുശേഷമാണ് ടേക്ക് എടുത്തത്. മൂന്നാമത്തെ ടേക്കിൽ ആ സീൻ ഓക്കെയായി.

അപ്രതീക്ഷിതമായി കൈവന്ന അഭിനയാവസരത്തെക്കുറിച്ചോർത്തുള്ള ഉൾപ്പുളകം കാരണം ഇട്ടൂപ്പും വാസുദേവനും രണ്ടു ദിവസം ഉറങ്ങിയതേയില്ല. ആറുമാസംവരെ നീണ്ട കാത്തിരിപ്പിനൊടുവിലാണ് ചിത്രം റിലീസായത്. വെല്ലിംഗ്ടൺ തീയേറ്ററിലെ ആദ്യഷോയ്ക്കു തന്നെ അവർ ഇടിച്ചുകയറി. ഉദ്വേഗത്തിന്റെ നിമിഷങ്ങൾ! ഒടുവിൽ ആ രംഗമെത്തി. കുറച്ചു നിമിഷങ്ങളേ ഉണ്ടായിരുന്നുള്ളുവെങ്കിലും വെള്ളിത്തിരയിൽ

തെളിഞ്ഞ തങ്ങളുടെ പ്രതിരൂപങ്ങൾ കണ്ട് അവരിൽ ആനന്ദബാഷ്പ മുണ്ടായി. വാസുദേവനെക്കാൾ കൂടുതൽ അടുത്തു കണ്ടതും തെളിഞ്ഞു കണ്ടതും ഇട്ടൂപ്പിന്റെ രൂപമായിരുന്നു.

"എന്റെ മനസ്സ് പറയുന്നു, നമുക്കിതൊരു വഴിത്തിരിവാകുമെന്ന്. ഈ പടം ക്ലിക്കായാൽ നമുക്കും അവസരങ്ങൾ വരും. ഏതായാലും ഞാനൊരു കാര്യം ഉറപ്പിച്ചു. ഇട്ടൂപ്പ് എന്ന പേര് മാറ്റണം. തൃശ്ശൂർ സോളമൻ എന്നിട്ടാലോ?"

സിനിമ കണ്ടിറങ്ങി, തീയേറ്ററിനടുത്തുള്ള മുറുക്കാൻ കടയിൽ നിന്ന് നാരങ്ങാവെള്ളം കുടിക്കുന്നതിനിടയിൽ ഇട്ടൂപ്പ് ആവേശത്തോടെ ചോദിച്ചു. വാസുദേവൻ ചിരിച്ചുകൊണ്ട് തലകുലുക്കി.

ഇട്ടൂപ്പിന്റെ വാക്കുകൾ സത്യമായി. രണ്ടു മാസം കഴിഞ്ഞപ്പോൾ അവന്റെ ജീവിതത്തിൽ വഴിത്തിരിവുണ്ടാവുക തന്നെ ചെയ്തു!

ഏ വി എമ്മിൽ *അന്തനാൾ* എന്ന സിനിമയുടെ സെറ്റ് വർക്കുകൾ തകൃതിയായി നടക്കുകയാണ്. പെയിന്റിങ് പണിയിലാണ് ഇട്ടൂപ്പ്.

"ഇട്ടൂപ്പേ, ഗേറ്റിൽ നിനക്ക് ഏതോ വിസിറ്ററുണ്ടെന്ന്. പോയി കണ്ടിട്ടു വാ."

നാരായണൻകുട്ടി വിളിച്ചു പറഞ്ഞതു കേട്ട് ഇട്ടൂപ്പ് ഒന്നമ്പരന്നു. ഈ നഗരത്തിൽതന്നെ കാണാൻ ആരു വരാനാണ്? ഇനി *രാജി എൻ കണ്മണി*യിലെ പ്രകടനം കണ്ട് അവസരം തരാൻ വേണ്ടി വന്ന വല്ല ഡയറക്ടർമാരുമാണോ?

ആകാംക്ഷയോടെ ഗേറ്റിലെത്തിയ ഇട്ടൂപ്പ് പുറത്തു കാത്തു നിൽക്കുന്ന സന്ദർശകരെ കണ്ട് ഞെട്ടി - അപ്പൻ വാറുണ്ണി, മൂത്ത ചേട്ടൻ ചാക്കുണ്ണി, രണ്ടാമത്തെ ചേട്ടൻ റപ്പായി! എങ്ങനെ പ്രതികരിക്കണമെന്നറിയാതെ ഇട്ടൂപ്പ് വിളറിവിയർത്തുകൊണ്ട് അവരുടെ അടുത്തേക്കു മെല്ലെ നടന്നു.

തൃശ്ശൂർ ജോസ് തീയേറ്ററിൽ നിന്ന് *രാജി എൻ കൺമണി* കണ്ട നാട്ടുകാരിലാരോ ഇട്ടൂപ്പിനെ തിരിച്ചറിഞ്ഞതോടെ വിവരം വാറുണ്ണിയുടെ ചെവിയിലുമെത്തുകയായിരുന്നു. അതുറപ്പിക്കാനായി അയാൾ ജീവിതത്തിൽ ആദ്യമായി ഒരു തീയേറ്ററിന്റെ പടിചവിട്ടി. വെള്ളിത്തിരയിൽ മകനെ കണ്ട് ബോധിച്ചതോടെ സിനിമകാണൽ മതിയാക്കി തീയേറ്റർ വിടുകയും ചെയ്തു. പിന്നെ ഒട്ടും അമാന്തിച്ചില്ല. പിറ്റേ ദിവസം തന്നെ മൂത്ത രണ്ടാൺമക്കളേയും കൂട്ടി മദിരാശിയിലേക്കു തിരിച്ചു.

"അപ്പം വിറ്റ് അപ്പനൊണ്ടാക്കിയ പണവും ഇസ്കി നീ ഇവിടെ വന്നു കിടക്കുകയായിരുന്നല്ലേടാ ശവീ....."

ചാക്കുണ്ണിയുടെ വലതുകൈ ഇട്ടൂപ്പിന്റെ കവിളിൽ ഊക്കോടെ വന്നു വീണു. കണ്ണിൽ പൊന്നീച്ചകൾ പാറിപ്പറന്നു.

"ഇവന് സിനിമേല് കിട്ടിയ വേഷോം ബെസ്റ്റാണപ്പാ. കള്ളന്റെ ...."

റപ്പായി പറഞ്ഞതു കേട്ട് വാറുണ്ണിയും ചാക്കുണ്ണിയും ചിരിച്ചു.

"എടുക്കാനൊള്ളതൊക്കെ എടുത്ത് വേഗം എറങ്ങിക്കോ. അടുത്ത വണ്ടിക്ക് നാട് പിടിക്കണം."

വാറുണ്ണി സ്വരം കടുപ്പിച്ചു.

"അപ്പാ, എനിക്ക്.... എനിക്ക്.... ഇനീം സിനിമേലഭിനയിക്കണം...."

യാചനാസ്വരത്തിൽ ഇട്ടൂപ്പ് പറഞ്ഞു.

"ഫ! കഴുവേറി. ഇനി ഒരു നിമിഷം നീ ഇവിടെ നിക്കരുത്. വേഗം ഇറങ്ങിക്കോണം."

വാറുണ്ണി അയഞ്ഞില്ല. അപ്പന് പൂർണ്ണപിന്തുണയുമായി മൂത്തമക്കൾ നെഞ്ചും വിരിച്ചു നിന്നു. ഇട്ടൂപ്പ് കരഞ്ഞു കാലുപിടിച്ചെങ്കിലും പ്രയോജനമുണ്ടായില്ല.

കരഞ്ഞുകലങ്ങിയ കണ്ണുകളോടെ ഇട്ടൂപ്പ് പെട്ടിയും തൂക്കി ഷെഡ്ഡിൽ നിന്നിറങ്ങി. വാസുദേവനും നാരായണൻകുട്ടിയും മറ്റു തൊഴിലാളികളും സങ്കടത്തോടെ അവനെ യാത്രയാക്കി. വാസുദേവൻ ഗേറ്റു വരെ അവനോടൊപ്പം നടന്നു. ഗേറ്റിനു പുറത്തേക്കിറങ്ങും മുമ്പ് ഇട്ടൂപ്പ് വാസുദേവനെ ചേർത്തുപിടിച്ചു.

"വലിയ നടനാവാൻ നിന്നെ കർത്താവനുഗ്രഹിക്കട്ടെ."

അവന്റെ ശബ്ദമിടറി. കണ്ണുകളിൽ നനവ് പടർന്നു.

നടന്നകന്ന കൂട്ടുകാരനെ കൈവീശി യാത്രയാക്കുമ്പോൾ വാസുദേവന്റെ ഉള്ളിൽ ഇടിത്തീപോലെ ആ ചോദ്യമുയർന്നു- എന്നെ അന്വേഷിച്ചും ഇതുപോലെ...?

വാസുദേവന്റെ ഭയാശങ്കകൾ വെറുതെയായി. *രാജി എൻ കൺമണി* നാട്ടുകാരാരും കാണാത്തതുകൊണ്ടോ, അതോ കണ്ടിട്ടും വാസുദേവനെന്ന 'കള്ളനെ' തിരിച്ചറിയാത്തതുകൊണ്ടോ എന്നറിയില്ല, മാസം രണ്ടു കഴിഞ്ഞിട്ടും ആരും അവനെ തിരക്കിയെത്തിയില്ല.

സ്റ്റുഡിയോകൾ മാറി മാറി സെറ്റ് പണികളുമായി വാസുദേവന്റെ ജീവിതം മുന്നോട്ടുപോയി. ഇതിനിടയിൽ പല സംവിധായകരേയും സംവിധാന സഹായികളേയുമൊക്കെ പരിചയപ്പെട്ടു. എല്ലാവരും സഹായിക്കാമെന്നു വാഗ്ദാനം ചെയ്തതല്ലാതെ കാര്യമായൊന്നും നടന്നില്ല. ചില സിനിമകളിൽ ആൾക്കൂട്ടത്തിലൊരാളായൊക്കെ പ്രത്യക്ഷപ്പെടാനേ കഴിഞ്ഞുള്ളൂ. ചെറിയ സംഭാഷണമെങ്കിലുമുള്ള ഒരു വേഷത്തിനായി അവൻ ശ്രമിച്ചുകൊണ്ടേയിരുന്നു.

പൂജാമലരുകൾ എന്ന മലയാള സിനിമയുടെ ഷൂട്ടിങ് ശ്രീമാരുതി സ്റ്റുഡിയോയിൽ നടക്കുകയാണ്. തമിഴനായ രാമകൃഷ്ണയാണ് സംവി

ധായകൻ. അഭിനേതാക്കളൊക്കെ പുതുമുഖങ്ങൾ. പണം മുടക്കിയാണ് പലരും വേഷങ്ങൾ സംഘടിപ്പിച്ചിട്ടുള്ളത്. അതുകൊണ്ടുതന്നെ പല പ്രാവശ്യം റിഹേഴ്സലും ടേക്കുമൊക്കെ എടുത്ത് വളരെ സാവധാനത്തിലാണ് ചിത്രീകരണം. സംവിധായകൻ ആകെ അസ്വസ്ഥനാണ്.

ഷൂട്ടിങ്ങിന്റെ ആറാം ദിവസം. ഒരു ക്ഷേത്രത്തിനു മുന്നിലെ ദൃശ്യങ്ങളാണ് ചിത്രീകരിക്കുന്നത്. ക്ഷേത്രമുറ്റവും ആൽത്തറയുമൊക്കെ സ്റ്റുഡിയോ ഫ്ലോറിൽ തയ്യാറായി. ക്ഷേത്രദർശനം കഴിഞ്ഞിറങ്ങി വരുന്ന നായികയോടു ആൽത്തറയിലിരിക്കുന്ന യുവാവ് സംസാരിക്കുന്ന ദൃശ്യങ്ങളാണ് ചിത്രീകരിക്കേണ്ടത്. പ്രൊഡ്യൂസറുടെ പരിചയക്കാരനാണ് യുവാവിന്റെ വേഷമിടുന്നത്. മൂന്നു തവണ റിഹേഴ്സൽ നോക്കിയെങ്കിലും യുവാവ് സംഭാഷണങ്ങൾ തെറ്റിക്കുകയാണ്. വീണ്ടും ചെയ്തു. ആറു തവണയായപ്പോൾ ഒരു വിധം ശരിയായി. അങ്ങനെ ടേക്കിലേക്കു പോയി. പക്ഷേ, അഞ്ചു തവണ ടേക്കെടുത്തെങ്കിലും ശരിയായില്ല. സംവിധായകന്റെ ക്ഷമ നശിച്ചു. അയാൾ തന്റെ തൊപ്പി വലിച്ചൂരി നിലത്തേക്കെറിഞ്ഞുകൊണ്ട് അലറി വിളിച്ചു:

"ബ്രേക്ക്...."

യുവാവിന്റെ വേഷമിടുന്നയാളെ മാറ്റി പകരം വേറെയാരെയെങ്കിലും കൊണ്ടുവരാതെ ഇനി ഷൂട്ടിങ് തുടരാനാവില്ലെന്ന് സംവിധായകൻ നിർമ്മാതാക്കളോടു പറഞ്ഞു. ഇനിയും പ്രധാനപ്പെട്ട രണ്ടു സീനുകളിൽ കൂടി വരാനുള്ള കഥാപാത്രമായതുകൊണ്ട് വേറൊരാളെ കണ്ടെത്തിയേ പറ്റൂ എന്ന് അയാൾ വാശിപിടിച്ചു. സിനിമയിലഭിനയിപ്പിക്കാമെന്നു പറഞ്ഞ് നാട്ടിൽ നിന്നു ക്ഷണിച്ചു കൊണ്ടുവന്ന സുഹൃത്തിനെ അപമാനിച്ചു വിടുന്നതെങ്ങനെ എന്നോർത്ത് പ്രൊഡ്യൂസർമാരുടെ തല പെരുത്തു. ഒടുവിൽ, അധികം സംഭാഷണമില്ലാത്ത മറ്റൊരു വേഷം അയാൾക്കു കൊടുക്കാമെന്ന ധാരണയിൽ പ്രശ്നം പരിഹരിച്ചു. പക്ഷേ, ഈ വേഷം ആരെക്കൊണ്ടു ചെയ്യിക്കും?ഏതായാലും ഇനി നാളെ രാവിലെയേ ഷൂട്ടിങ്ങുള്ളൂ. അതിനുള്ളിൽ ആരെയെങ്കിലും കണ്ടെത്താൻ അസിസ്റ്റന്റ്സിന് നിർദ്ദേശം നൽകിയശേഷം രാമകൃഷ്ണ, സ്റ്റുഡിയോ ഫ്ലോറിൽ നിന്ന് പുറത്തിറങ്ങി ഒരു സിഗരറ്റിനു തീകൊളുത്തി.

"നെറ്റിയിൽ കളഭക്കുറിചാർത്തിയ ഭവതിയെക്കാണുമ്പോൾ ക്ഷേത്രത്തിനുള്ളിലെ ഭഗവതി കൺമുന്നിൽ വന്നുനിൽക്കുന്നതുപോലെ തോന്നുന്നു. എന്തൊരു തേജസ്സാണ് ആ മുഖത്ത് ......"

അല്പം മുമ്പ് സ്റ്റുഡിയോയ്ക്കുള്ളിൽ തപ്പിത്തടഞ്ഞു കേട്ട ആ ഡയലോഗുകൾ സ്പഷ്ടമായും ഭാവതീവ്രമായും കേട്ട് രാമകൃഷ്ണ ഞെട്ടിത്തിരിഞ്ഞു നോക്കി. സ്റ്റുഡിയോക്കു പിന്നിലുള്ള ഷെഡ്ഡിൽ നിന്നാണ് അത് കേൾക്കുന്നത്. അയാൾ പുകയൂതി വിട്ടുകൊണ്ട് അങ്ങോട്ടേക്കു നടന്നു.

സ്റ്റുഡിയോ ഫ്ലോറിൽ സെറ്റൊരുക്കുന്നതിനിടയിൽ പലപ്രാവശ്യം കേട്ട ഡയലോഗുകൾ ഹൃദിസ്ഥമാക്കിയ വാസുദേവൻ, ഷൂട്ടിങ് ബ്രേക്കായപ്പോൾ പുറത്തിറങ്ങി കൂട്ടുകാർക്കു മുന്നിൽ ആ രംഗം അഭിനയിച്ചു തകർക്കുകയായിരുന്നു. സെറ്റ് വർക്കിനു വന്ന ചെറുപ്പക്കാരന്റെ ഭാവാഭിനയം സശ്രദ്ധംവീക്ഷിച്ച രാമകൃഷ്ണ അത്ഭുതപ്പെട്ടു. പ്രകടനം അവസാനിച്ചപ്പോൾ അയാൾ കൈയടിച്ചു.

"സബാഷ്!"

ശബ്ദം കേട്ട് വാസുദേവൻ ഞെട്ടിത്തിരിഞ്ഞു.

"തമ്പീ, ഇങ്ക വാ."

വാസുദേവൻ നാണം കലർന്ന ചിരിയോടെ അയാളുടെ അടുത്തേക്കു ചെന്നു.

"പേര്?"

അയാൾ അവന്റെ ചുമലിൽ തട്ടിക്കൊണ്ടു ചോദിച്ചു. അവൻ പേര് പറഞ്ഞു. അയാൾ പിന്നെയും ഒരു പാട് കാര്യങ്ങൾ ചോദിച്ചറിഞ്ഞതോടെ വാസുദേവന്റെ ജീവിത ചിത്രം ഏതാണ്ട് പൂർണ്ണമായിത്തന്നെ അനാവൃതമായി.

"തമ്പീ, ഉങ്ക മാതിരി പ്രതിഭാസാലികളാണ് സിനിമാവിൽ വരേണ്ടത്. ഈ വേഷം നീതാൻ നടിക്കണം. നാളെ എന്നെ വന്ന് പ്പിട്."

ആ വാക്കുകൾ സ്വപ്നമോ യാഥാർത്ഥ്യമോ എന്നറിയാതെ വാസുദേവൻ മിഴിച്ചുനിന്നു. എല്ലാത്തിനും സാക്ഷികളായി നിന്ന കൂട്ടുകാർ അഭിനന്ദനങ്ങളുമായി വന്ന് പൊതിഞ്ഞപ്പോഴാണ് അവന് സ്ഥലകാല ബോധമുണ്ടായത്. സന്തോഷാതിരേകത്താൽ അവന്റെ കണ്ണുകൾ നിറഞ്ഞു.

നിദ്രാവിഹീനമായിരുന്നു വാസുദേവന് അന്നത്തെ രാത്രി. ഇരുട്ടിവെളുക്കുമ്പോൾ തന്റെ തലവര മാറുകയാണ്. കഷ്ടപ്പാടുകൾക്കെല്ലാം നാളെ വിരാമമാകും. സംഭാഷണമൊക്കെയുള്ള വേഷമായതുകൊണ്ട് ശ്രദ്ധിക്കപ്പെടാനും കൂടുതൽ അവസരങ്ങളുണ്ടാകാനും സാധ്യത ഏറെയാണ്. ഷൂട്ടിങ് കഴിഞ്ഞാലുടനെ വീട്ടിലേക്ക് കത്തെഴുതണം. വീട്ടുകാർ സന്തോഷിക്കാതിരിക്കില്ല. അങ്ങനെ ഒരുപാട് പ്രതീക്ഷകൾ തീർത്ത ഉറക്കമില്ലായ്മയുടെ രാത്രി കടന്നുപോയി.

രാവിലെ, സോളമൻ തെരുവിലെ സുബ്രഹ്മണ്യക്ഷേത്രത്തിൽ പോയി തൊഴുത് വാസുദേവൻ സ്റ്റുഡിയോക്കുള്ളിലേക്കു കയറി. ഒമ്പതു മണിയായപ്പോൾ സംവിധായകൻ രാമകൃഷ്ണ എത്തി. വാസുദേവൻ അയാളുടെ അടുത്തുചെന്നു. അയാൾ സഹായികളെ വിളിച്ച് വാസുദേവനെ പരിചയപ്പെടുത്തി, വേണ്ട നിർദ്ദേശങ്ങൾ നൽകി. അപ്പോഴാണ് പ്രൊഡ്യൂസർമാരിലൊരാൾ ധൃതിയിൽ അങ്ങോട്ടു വന്നത്.

"ഡയറക്ടറേ, ഒരു പ്രശ്നമുണ്ട്. നമ്മുടെ ഹീറോയിന് പനിയാണെന്ന് പറയുന്നു. ഒരു ദിവസം റെസ്റ്റ് വേണമെന്ന്. അപ്പോ ഇന്നത്തെ വർക്ക്..?"

സംവിധായകൻ കുറച്ച് നേരം ചിന്തിച്ചശേഷം പറഞ്ഞു:

"അത് പ്രശ്നമല്ല. നമുക്ക് അവരില്ലാത്ത വേറെ സീനുകളെടുക്കാം."

അയാൾ സഹായികളെ വിളിച്ച്, നായിക ഇല്ലാത്ത സീനുകൾ ഏതെന്നു നോക്കി സെറ്റ് ശരിയാക്കാൻ നിർദ്ദേശിച്ചു.

"വാസുദേവാ, ഇന്ന് തനിക്കുള്ള സീൻ കാണില്ല. നാളെയാകട്ടെ."

വാസുദേവന് കുറച്ച് നിരാശ തോന്നിയെങ്കിലും, ഒരു ദിവസം കൂടി കാത്തിരുന്നാൽ മതിയല്ലോ എന്നോർത്ത് സ്വയം സമാധാനിച്ചു.

സ്റ്റുഡിയോ ഫ്ലോറിലെ ക്ഷേത്രമുറ്റത്തിന്റെ സെറ്റ് മാറ്റി, ഒരു കള്ള് ഷാപ്പിന്റെ സെറ്റ് ഒരുക്കാനുള്ള പണികൾ തുടങ്ങി. വാസുദേവനും ആ പണികളിൽ വ്യാപൃതനായി.

"ഡേയ്, ആ ലൈറ്റ് കൊഞ്ചം കീളെയാക്ക്."

ക്യാമറാമാൻ ജോസഫ് ഡിസൂസ സ്റ്റുഡിയോ ഫ്ലോറിനു മുകളിൽ കെട്ടിവച്ചിരുന്ന കൂറ്റൻ ആരിലൈറ്റ് ചൂണ്ടി ലൈറ്റ്ബോയിയോടു വിളിച്ചു പറഞ്ഞു. ഒരു കറുത്തു മെലിഞ്ഞ മനുഷ്യൻ ഏണിയിൽ ചവിട്ടി മുകളിലേക്കു കയറി. ലൈറ്റ് കെട്ടിവച്ചിരുന്ന കയർ മെല്ലെ മെല്ലെ അഴിച്ച് അയാൾ ലൈറ്റ് താഴ്ത്താൻ തുടങ്ങി. ക്യാമറാമാൻ താഴെ നിന്ന് വേണ്ട നിർദ്ദേശങ്ങൾ കൊടുത്തുകൊണ്ടിരുന്നു. പെട്ടെന്നാണത് സംഭവിച്ചത്! ലൈറ്റ് ബോയ് ചവിട്ടി നിന്ന ഏണി ഒന്നുലഞ്ഞു. അയാളുടെ കാലുകൾ വഴുതി. വീഴാതെ പിടിച്ചുനിൽക്കാനുള്ള തത്രപ്പാടിനിടയിൽ കൈയിലെ കയറിന്റെ പിടിവിട്ടു! ഒരു മുരൾച്ചയോടെ ആ കൂറ്റൻ ആരിലൈറ്റ് താഴേക്കു പറന്നു.

"അയ്യോ!"

സ്റ്റുഡിയോയിൽ കൂട്ടനിലവിളിയുയർന്നു. എല്ലാവരും ഒരു നിമിഷം ഒന്നു പകച്ചു പോയെങ്കിലും ലൈറ്റ് വീണിടത്തേക്ക് അതിവേഗം പാഞ്ഞു. ലൈറ്റിനടിയിൽ കമിഴ്ന്നു കിടക്കുകയാണ് വാസുദേവൻ! തലയിൽ നിന്ന് രക്തപ്രവാഹം! മൂന്നാലുപേർ ചേർന്ന് ലൈറ്റ് ഇളക്കിമാറ്റി. വാസുദേവൻ കണ്ണടച്ചു കിടക്കുകയാണ്. കുറേപ്പേർ ചേർന്ന് അതിവേഗം അവനെ താങ്ങിയെടുത്ത് ഫ്ലോറിനു പുറത്തുകിടന്ന ജീപ്പിൽക്കയറ്റി ആശുപത്രിയിലേക്കു പാഞ്ഞു.

മദിരാശിമെഡിക്കൽ കോളേജിലെ അത്യാഹിതവാർഡിൽ പ്രവേശിപ്പിക്കപ്പെട്ട വാസുദേവൻ ബോധാബോധങ്ങളിലൂടെ നാലു ദിനരാത്രങ്ങൾ പിന്നിട്ടശേഷമാണ് ജീവിതത്തിലേക്കു മെല്ലെ മടങ്ങി വന്നത്. തലയിലെആഴത്തിലുള്ളമുറിവ്ഭേദമാകാൻപിന്നെയുംഒരുമാസംവേണ്ടി വന്നു. നാരായണൻകുട്ടിയും അയാളുടെ ജോലിക്കാരുമാണ് ആശുപത്രി

കാര്യങ്ങൾ നോക്കിയത്. സ്റ്റുഡിയോ മാനേജ്മെന്റ് ചികിത്സാച്ചെലവ് നൽകി സഹായിച്ചു.

ഒന്നര മാസത്തിനുശേഷം ആശുപത്രി വിട്ട വാസുദേവന്റെ രൂപം ആകെ മാറിയിരുന്നു. മുണ്ഡനം ചെയ്യപ്പെട്ട ശിരസ്സും നീണ്ടു വളർന്ന താടിയുമൊക്കെയായി ആകെ കോലംകെട്ട അവസ്ഥ. ഇടതു കണ്ണിൽ ചുവപ്പു പടർന്ന് കാഴ്ച മങ്ങി. നടത്തം മന്ദഗതിയിലായി. തന്റെ അഭിനയമോഹങ്ങൾക്കെല്ലാം തിരശ്ശീല വീണതായി വാസുദേവൻ വേദനയോടെ തിരിച്ചറിഞ്ഞു. ഇനി..?

"വാസുദേവാ, കുറേ ദിവസം നന്നായി റെസ്റ്റെടുത്താലേ ആരോഗ്യമൊക്കെ ശരിയാവൂ. ഒരു കാര്യം ചെയ്യ്. നീ നാട്ടിലേക്കു പോ.

അവിടെ വേണ്ടപ്പെട്ടവരൊക്കെയുണ്ടല്ലോ. ശരീരവും മനസ്സുമൊക്കെ ഒന്ന് ഉഷാറാക്കിയിട്ട് മടങ്ങി വാ."

നാരായണൻകുട്ടി അവനെ ആശ്വസിപ്പിക്കാൻ ശ്രമിച്ചു. അവൻ ഒന്നുംമിണ്ടാതെ എല്ലാം കേട്ടിരുന്നു. മടങ്ങിപ്പോയാൽ ഇനി ഒരു തിരിച്ചുവരവ് ഉണ്ടാകില്ലെന്ന് അവനറിയാം. ഈ അവസ്ഥയിൽ ഇവിടെ തങ്ങുന്നതിലും അർഥമില്ല. ഒടുവിൽ, മനസ്സില്ലാമനസ്സോടെയാണെങ്കിലും മടങ്ങിപ്പോകാൻ തന്നെ അവൻ തീരുമാനിച്ചു.

തിരുവനന്തപുരത്തേക്കു പോകുന്ന തീവണ്ടിയും കാത്ത് വാസുദേവൻ മദിരാശി സെൻട്രൽ സ്റ്റേഷനിലെ രണ്ടാം നമ്പർ പ്ലാറ്റ്ഫോമിൽ നിന്നു. രണ്ടു വർഷം മുമ്പ് ഈ സ്റ്റേഷനിൽ വന്നിറങ്ങുമ്പോൾ കൈയിലുണ്ടായിരുന്ന അതേ ട്രങ്ക് പെട്ടിയും തൂക്കിയാണ് അവൻ നിൽക്കുന്നത്. അന്ന് മനസ്സ് നിറയെ പ്രതീക്ഷകളും സ്വപ്നങ്ങളുമായിരുന്നു. പക്ഷേ, മടക്കയാത്രയിൽ മനസ്സ് ശൂന്യമാണ്. പ്ലാറ്റ്ഫോമിലെ ചുമരിൽ തൂക്കിയിരുന്ന *വിളയാട്ട് ബൊമ്മൈ* എന്ന ചിത്രത്തിന്റെ പോസ്റ്ററിലേക്ക് നോക്കി അവൻ നെടുവീർപ്പിട്ടു. അപ്പോൾ, അകലെയെങ്ങോ നിന്ന് തീവണ്ടിയുടെ ചൂളംവിളി കേട്ടുതുടങ്ങി.

റീൽ – മൂന്ന്

കാവ്യമേള

"**ക**ല്ലറ നാട്ടിലുള്ള സുന്ദരാംഗി തങ്കമ്മ
കല്യാണപ്രായമായ മോഹനാംഗി മങ്കമ്മ
അയ്യയ്യോ തമ്പുരാനേ എന്തു വിധി നൽകി നീ
അൻപെഴും പെൺകിടാവിതെങ്ങനെ സഹിച്ചീടും?
കേട്ടാൽ കരയല്ലേ അമ്മ- ചേച്ചി സോദരരേ...."

ആലിൻപുറം ജങ്ഷനിലെ വലിയ ആൽമരത്തിന്റെ ചുവട്ടിൽ നിന്നുയർന്ന ആ ഗാനം കേട്ട് വഴിപോക്കരും പഞ്ചാപകേശൻപിള്ളയുടെ ചായക്കടയിൽ ചുമ്മാ വാചകമടിച്ചിരുന്നവരും കവലയിലെ ചന്തയിൽ കച്ചവടത്തിനെത്തിയവരും സാധനങ്ങൾ വാങ്ങാനെത്തിയവരുമായ ആൺ-പെൺ ജനാവലി ഒന്നടങ്കം ആകാംക്ഷാഭരിതരായി ഗാനസ്രോതസ്സിലേക്ക് കണ്ണുകൾ പായിച്ചു. കറുത്ത കണ്ണട വച്ച്, തിളങ്ങുന്ന റോസ് ജുബായും കസവുമുണ്ടുമുടുത്ത സുമുഖനായ ചെറുപ്പക്കാരനാണ് പാടുന്നത്. പാട്ടിന്റെ താളത്തിനൊപ്പിച്ച് അയാളുടെ വലതുകൈയിലിരിക്കുന്ന ചപ്ലക്കട്ട ചലിച്ചുകൊണ്ടേയിരുന്നു. ഇടതുകൈയിൽ നിവർത്തിപ്പിടിച്ച ചെറിയ പുസ്തകം നോക്കിയാണ് ഗാനാലാപനം. മുന്നിൽ, നിലത്തു വിരിച്ച പുതപ്പിൽ, പാട്ടുകാരന്റെ കൈയിലിരിക്കുന്ന അതേ പുസ്തകത്തിന്റെ കുറേ കോപ്പികൾ നിരത്തിവച്ചിട്ടുണ്ട്. ഒരു സുന്ദരിയുടെ മങ്ങിയ ചിത്രമുള്ള അവയുടെ പുറംചട്ടയിൽ 'കല്ലറ തങ്കമ്മയുടെ കദനകഥ' എന്നെഴുതിയിരുന്നു.

"അണ്ണാ ഇത് നമ്മളെ കോപ്പ് വാസുദേവനല്ലേ!"

പഞ്ചാപകേശൻപിള്ളയുടെ ചായക്കടയിലെ നിത്യസന്ദർശകനും സ്ഥിരം പറ്റുകാരനുമായ തോട്ടിൻകര വീട്ടിലെ ഇഞ്ചിക്കുന്നൻ ശേഖര പിള്ളയായിരുന്നു ആ കണ്ടെത്തൽ നടത്തിയത്. നിസ്സാര കാര്യങ്ങൾ ക്കു പോലും കലികയറി ഉറഞ്ഞുതുള്ളുന്ന ക്ഷിപ്രകോപിയായതുകൊണ്ടാ ണ് ശേഖരപിള്ളയ്ക്ക് ഇഞ്ചിക്കുന്നൻ എന്ന വിശേഷണം നാട്ടുകാർ ചാർ ത്തിക്കൊടുത്തിട്ടുള്ളത്.

"ഏയ്.... അതവനൊന്നുമല്ല."

നെറ്റി ചുളിച്ച്, വെള്ളെഴുത്തിന്റെ പാടയിലൂടെ തെളിഞ്ഞു കണ്ട മങ്ങിയ ആൾരൂപത്തെ നോക്കി പഞ്ചാപകേശൻപിള്ള പറഞ്ഞു.

"നിങ്ങക്ക് കണ്ണാപ്പുല്ലാ കാണാമോ! അതവൻ തന്നെ."

അപ്പോഴേക്കും ഇഞ്ചിക്കുന്നന് 'ഇഞ്ചി' കയറിക്കഴിഞ്ഞിരുന്നു.

"ശേഖരൻ പറഞ്ഞത് ശരി തന്നണ്ണാ. അതാ കോപ്പ് കല്യാണീരെ മോൻ തന്നെ."

ചായക്കടയുടെ പുറത്തിട്ടിരുന്ന മരബെഞ്ചിലിരിക്കുകയായിരുന്ന ചുക്രക്കണ്ണൻ രാമൻപിള്ളയും ഓലകെട്ടുകാരൻ കൊച്ചുകുട്ടനും ഒരേ സ്വര ത്തിൽ ഇഞ്ചിക്കുന്നന്റെ കണ്ടെത്തലിനെ ശരിവച്ചു.

"സിലിമാഭിനയോക്കെ മതിയാക്കീട്ട് എവനിപ്പം പാട്ട്കാരനാ യാ?"

ചായക്കടയ്ക്കുള്ളിൽ, ഉച്ചയൂണിനുള്ള വാഴയില തുടച്ചുകൊണ്ടിരു ന്ന പഞ്ചാപകേശപത്നി ഭാഗീരഥിഅമ്മ പുറത്തേക്കു നോക്കിക്കൊണ്ട് തന്റെ സംശയം ഉറക്കെ പ്രകടിപ്പിച്ചു. അതേ സംശയം എല്ലാവരുടെയു ള്ളിലും ഉയർന്നു. കോപ്പ് വാസുദേവന്റെ പുതിയ വേഷത്തിനു പിന്നിലെ കാര്യകാരണങ്ങളറിയാതെ അവർ വീർപ്പുമുട്ടി.

ഇഞ്ചിക്കുന്നന്റെ കണ്ടെത്തൽ ശരിയായിരുന്നു. കുറേ നാളുകൾക്കു മുമ്പ് സിനിമയിലഭിനയിക്കാൻ മദിരാശിയിലേക്കു പുറപ്പെട്ടു പോയ വാ സുദേവൻ തന്നെയായിരുന്നു ഗായകവേഷം കെട്ടി ആലിൻപുറം കവല യിൽ പ്രത്യക്ഷനായത്.

ഉറിയിലിരുന്ന പണം മുഴുവനുമെടുത്ത് നാടുവിട്ടുപോയി രണ്ടു വർഷ ത്തിനുശേഷം കോലംകെട്ട മട്ടിൽ മടങ്ങിയെത്തിയ വാസുദേവനെ നെ ഞ്ചിലിടിച്ച്, നിലവിളിയും ആതാളിയുമൊക്കെയായിട്ടാണ് കല്യാണി സ്വീകരിച്ചത്. മകൻ എന്നെങ്കിലും മടങ്ങിവരുമെന്ന പ്രതീക്ഷ അവൾ ക്കോ ഭാസ്കരനോ തീരെയുണ്ടായിരുന്നതല്ല. എങ്കിലും എല്ലാ ദിവസവും ആലിൻപുറം ദേവിയെ വിളിച്ച് അവർ ഉള്ളുരുകി പ്രാർഥിക്കുമായിരുന്നു. സിനിമാനടനൊന്നുമായില്ലെങ്കിലും മകനെ ഉയിരോടെ തിരിച്ചുകിട്ടിയ ല്ലോ എന്നോർത്ത് അവർ ആശ്വസിച്ചു.

നീണ്ടു കിടന്ന താടിയും മുടിയും വെട്ടിത്തെളിച്ചാൽ, പ്രാകൃതവേഷം മാറി, കൈവിട്ടു പോയ ഐശ്വര്യത്തിന്റെ പകുതിയോളം തിരിച്ചുപിടിക്കാൻ വാസുദേവന് കഴിയുമെന്ന് കല്യാണിക്കും ഭാസ്കരനും ഉറപ്പായിരുന്നു. വാസുദേവന്റെ സതീർഥ്യനായ കുട്ടനെ പിറ്റേദിവസം രാവിലെ തന്നെ വിളിച്ചുവരുത്തി. മുടിവെട്ടുമ്പോഴും താടി വടിക്കുമ്പോഴും ചങ്ങാതിയോടു കുട്ടൻ ചോദിച്ചുകൊണ്ടിരുന്നത് മദിരാശിയിലെ സിനിമാവിശേഷങ്ങളാണ്. സ്ക്രീനിൽ കാണുന്നതുപോലെതന്നെ നേരിൽ കാണാനും സുന്ദരന്മാരും സുന്ദരികളുമാണോ നടീനടന്മാർ? പ്രണയരംഗങ്ങളിൽ അവർ പരസ്പരം ശരീരസ്പർശനം നടത്തുന്നതായി കാണുന്നത് യഥാർത്ഥമാണോ? സാവിത്രിയും ജെമിനി ഗണേശനും തമ്മിൽ പ്രേമത്തിലാണെന്നു പറയുന്നതു സത്യമാണോ? ശിവാജിയാണോ എം ജി ആറാണോ നല്ല നടൻ? വാൾപ്പയറ്റും കുതിരസവാരിയുമൊക്കെ ചിത്രീകരിക്കുന്നതെങ്ങനെ?... തുടങ്ങി നൂറു നൂറു ചോദ്യങ്ങൾ അവൻ ചോദിച്ചുകൊണ്ടിരുന്നു. താൻ കണ്ടതും കേട്ടതുമായ കാര്യങ്ങൾ വാസുദേവൻ മറുപടിയായി നൽകിക്കൊണ്ടുമിരുന്നു.

സാധാരണ പത്തു മിനിട്ടുകൊണ്ടു തീർക്കേണ്ട ക്ഷുരകവൃത്തി ഏതാണ്ട് അരമണിക്കൂറെടുത്താണ് കുട്ടൻ ചെയ്തുതീർത്തത്. സിനിമയുടെ അണിയറ വർത്തമാനങ്ങൾ പലതും തിരിച്ചറിയാൻ കഴിഞ്ഞ ചാരിതാർഥ്യത്തിൽ, തന്റെ കൂലിയിനത്തിൽ കാലണ ഇളവു നൽകാനും അവൻ സന്മനസ്സ് കാട്ടി. കത്തിയും കൂട്ടും കക്ഷത്തിലാക്കി മുറ്റം കടക്കുന്നതിനു മുമ്പായി അവൻ വാസുദേവനോടു രഹസ്യമായി, നാണം കലർന്ന ആ അവസാന ചോദ്യവും ചോദിച്ചു:

"ഏതെങ്കിലും നടിമാരെ നീ തൊട്ടിട്ടൊണ്ടോ?"

അതു കേട്ട് വാസുദേവൻ പൊട്ടിച്ചിരിച്ചു.

പിറ്റേന്നു മുതൽ കുട്ടന്റെ വായ്ത്താരിയിലൂടെ കോപ്പ് വാസുദേവന്റെ സിനിമാ അനുഭവങ്ങൾ ആലിൻപുറം ദേശത്തെങ്ങും പടർന്നു. നാട്ടുകാര്യങ്ങളും പരദൂഷണങ്ങളും പറഞ്ഞ് പറഞ്ഞ് ക്ഷുരകവേല ചെയ്യുന്നത് ശീലമാക്കിയ കുട്ടൻ, പുതുതായി കിട്ടിയ വാസുദേവകഥകൾ പൊടിപ്പും തൊങ്ങലും വച്ചാണ് തന്റെ ഉപഭോക്താക്കളോടു വിളമ്പിയത്. കഥകൾ കേട്ട പലരും അതിന്റെ ആധികാരികത ഉറപ്പുവരുത്താൻ മാമ്പഴക്കുന്നിനു താഴെയുള്ള തേരിവിള വീട്ടിലേക്കു കയറിച്ചെന്നു. വാസുദേവൻ അവരോടെല്ലാം കഥകൾ ആവർത്തിച്ചു വലഞ്ഞു. ചിലർ ആരാധനയോടെ അവനെ നോക്കി. ചിലർ അവന്റെ ദുർവ്വിധിയോർത്ത് സഹതപിച്ചു.

കുട്ടന്റെ കരവിരുതുകൊണ്ട് പ്രാകൃതരൂപത്തിൽ നിന്ന് മോചിതനായെങ്കിലും അപകടത്തിൽ ഉലഞ്ഞുപോയ മകന്റെ ശരീരത്തിനു കാര്യ

മായ ചികിത്സ വേണമെന്ന് കല്യാണിക്കും ഭാസ്കരനും ഉറപ്പായിരുന്നു. ചുവപ്പ് പടർന്ന്, കാഴ്ചശക്തി കുറഞ്ഞു പോയ ഇടതു കണ്ണിനും ചികിത്സ ആവശ്യമാണ്. അവർ നറക്കാട്ടിക്കോണത്തെ കുഞ്ഞിരാമൻവൈദ്യരെ കണ്ടു. കടുത്ത ചികിത്സാവിധികളാണ് വൈദ്യൻ കല്പിച്ചത്. ഉഴിച്ചിലും പിഴിച്ചിലും തിരുമ്മലും ധാരകോരലും നസ്തിയും വസ്തിയും ലേഹ്യവും തൈലവും ചൂർണ്ണവും കഷായവുമൊക്കെയായി ഏതാണ്ട് രണ്ടുമാസക്കാലമാണ് വൈദ്യരുടെ 'ചരകസ്മാരക നാട്ടുവൈദ്യശാല'യിൽ വാസുദേവൻ കഴിച്ചുകൂട്ടിയത്. പൂർവ്വസ്ഥിതിയിലെത്തിയില്ലെങ്കിലും നടപ്പിലും ഇരിപ്പിലുമൊക്കെ പ്രകടമായ മാറ്റംതന്നെ സംഭവിച്ചു. പക്ഷേ, കണ്ണിന്റെ കാര്യം തഥൈവ. അതിപ്പോഴും ചോര പടർന്നു തന്നെ. മങ്ങിയ കാഴ്ചയ്ക്കും വലിയ മാറ്റമൊന്നുമില്ല.

ദിവസങ്ങൾ കടന്നുപോയി. പൊലിഞ്ഞു പോയ അഭിനയമോഹം വാസുദേവന്റെ ഉള്ളിൽ ഒരു വിങ്ങലായി നീറി. ഇനി ഒരിക്കലും തനിക്കൊരു അഭിനേതാകാൻ കഴിയുമെന്നു തോന്നുന്നില്ല. പക്ഷേ, ജീവിതം ഇനിയും ബാക്കി കിടക്കുകയാണ്. ജീവിച്ചേ പറ്റൂ. അച്ഛനെ കൃഷിപ്പണികളിൽ സഹായിക്കാമെന്നു വച്ചാൽ ആരോഗ്യം അനുവദിക്കുന്നില്ല. ഇനി...?

ഭാവി ജീവിതത്തെക്കുറിച്ചുള്ള ആകുലതകളോടെ ഉറങ്ങാൻ കിടന്ന വാസുദേവൻ ഒരു ദിവസം ഉണർന്നത് പുന്നച്ചിറ ഏലായിലെ നടപ്പാതയിൽ നിന്നുയർന്ന ചെണ്ടയടിയും അനൗൺസ്മെന്റും കേട്ടാണ്. അവൻ വീടിനു പുറത്തിറങ്ങി ഏലാക്കരയിലേക്കു നടന്ന് ആ വിളംബരത്തിനു കാതോർത്തു:

"ഡുംണ്ടും...ഡുംണ്ടും...ഡുംണ്ടും...പ്രിയപ്പെട്ട നാട്ടുകാരേ, പേശ്രുർക്കട ജനതയുടെ നയന മനോഹരമായ വെള്ളിത്തിരയിൽ ഇന്ന് ഉച്ചയ്ക്ക് മൂന്നു മണിക്കുള്ള മാറ്റിനിയോടു കൂടി സമാരംഭിക്കുന്ന ചന്ദ്രതാരാ പ്രൊഡക്ഷൻസിന്റെ *നീലക്കുയിൽ*. സത്യന്റെയും മിസ് കുമാരിയുടെയും കോരിത്തരിപ്പിക്കുന്ന അഭിനയ മുഹൂർത്തങ്ങൾ. മനസ്സ് കുളിർപ്പിക്കുന്ന പത്ത് ഗാനങ്ങൾ. ഇന്നുതന്നെ കാണുക... *നീലക്കുയിൽ*... ഡുംണ്ടും..ഡുംണ്ടും ..ഡുംണ്ടും"

ഒരു മലയാള സിനിമ കണ്ടിട്ട് രണ്ടു വർഷം കഴിഞ്ഞല്ലോ എന്ന് വാസുദേവനോർത്തു. നാടു വിടുന്നതിനു മുമ്പ് *മരുമകൾ* ആണ് അവസാനമായി കണ്ടത്. അപകടത്തിനുശേഷം ഒരു സിനിമയും കണ്ടിട്ടില്ല. ഒരു പ്രലോഭനമായി മനസ്സിൽ വീണ്ടും സിനിമയുടെ വെള്ളിവെളിച്ചം തെളിഞ്ഞു.

സിനിമാവിളംബരവും ശ്രദ്ധിച്ച് ഏലാക്കരയിൽ നിൽക്കുന്ന മക

നെക്കണ്ട് മുറ്റത്തിറങ്ങിയ കല്യാണിയുടെ ഉള്ളിൽ അങ്കലാപ്പിന്റെ ഇരുൾ പരന്നു. സിനിമാപ്രാന്ത് കേറി ഇവൻ ഇനിയും നാട്ടുവിടുമോ? പരിഭ്രമം മൂത്ത കല്യാണി പ്രതിവിധി എന്തെന്ന് കുറെനേരം ആലോചിച്ച ശേഷം, ധൃതിയിൽ, വരാന്തയിലിരുന്ന നിലവിളക്കെടുത്ത് കിണറ്റിൻകരയിൽ കൊണ്ടുപോയി നന്നായി തേച്ചുമിനുക്കിയെടുത്തു...

"മക്കളേ, വരാന്തയിലോട്ട് ഒന്നു വാ."

അമ്മയുടെ വിളി കേട്ട് വാസുദേവൻ വരാന്തയിലെത്തി. ദാരിക നിഗ്രഹം നടത്തുന്ന ഭദ്രകാളിയുടെ ചിത്രത്തിനു മുന്നിൽ കത്തിച്ചുവെച്ച നിലവിളക്ക് തൊഴുതു നിൽക്കുകയാണ് അമ്മ. ഈ പട്ടാപ്പകൽ നിലവിളക്ക് കത്തിച്ചതെന്തിനെന്നറിയാതെ വാസുദേവൻ വാ തുറന്നു.

"മക്കള് അമ്മയുടെ സമാധാനത്തിനു വേണ്ടി ഈ വിളക്കു തൊട്ട് ഒരു സത്യം ചെയ്യണം."

"എന്ത് സത്യം?"

വാസുദേവന്റെ നെറ്റി ചുളിഞ്ഞു.

"ഇനി സിനിമയിലഭിനയിക്കാൻ വേണ്ടി ഒരിടത്തും പോവൂലെന്ന്."

അതുകേട്ട് അവൻ സ്തബ്ധനായി.

പ്രതികരണമില്ലാതെ നിൽക്കുന്ന മകനെ കല്യാണി പ്രതീക്ഷയോടെ നോക്കി. അവളുടെ കവിളിലൂടെ കണ്ണീരൊലിച്ചിറങ്ങി. ക്രമേണ അതൊരു വിങ്ങലായും കരച്ചിലായും ഏങ്ങലടിയായും നെഞ്ചിലിടിച്ചുള്ള നിലവിളിയായും പരിണമിച്ചു. 'അമ്മാ... അമ്മാ.....' എന്ന് ദയനീയമായി വിളിച്ച് മകൻ അമ്മയെ സമാശ്വസിപ്പിക്കാൻ നോക്കിയെങ്കിലും രോദനം നിലച്ചില്ലെന്നു മാത്രമല്ല പൂർവാധികം ശക്തി പ്രാപിക്കുകയും ചെയ്തു.

പെട്ടെന്നൊരു തീരുമാനമെടുത്തില്ലെങ്കിൽ കാര്യങ്ങൾ കൈവിട്ടുപോകുമെന്നും വീടിനു മുന്നിൽ നാട്ടുകാർ കൂടുമെന്നും അവൻ തിരിച്ചറിഞ്ഞു. ഇപ്പോഴത്തെ രൂപവും ആരോഗ്യവും കണക്കിലെടുക്കുമ്പോൾ ഇനിയൊരു അഭിനയസാധ്യത തനിക്ക് വിദൂരമാണെന്ന യാഥാർഥ്യത്തോടും അവൻ പൊരുത്തപ്പെട്ടു. ഒടുവിൽ, നെടുവീർപ്പിട്ടുകൊണ്ട് പറഞ്ഞു:

"അമ്മ കരയാതിരി. ഞാൻ സത്യം ചെയ്യാം. പക്ഷേ, ഒരു കാര്യം. ഞാൻ സിനിമ കാണാൻ പോവും."

കല്യാണിക്കുട്ടിയുടെ കരച്ചിൽ 'ടപ്പേ' എന്നു നിലച്ചു. മുഖത്തൊരു ചെറുചിരി തെളിഞ്ഞു.

"അത് കൊഴപ്പമില്ല. അഭിനയിക്കാനെന്നും പറഞ്ഞ് പോവാതിരുന്നാ മതി."

നിലവിളക്കിലെ ദീപനാളത്തിനു മുകളിൽ വാസുദേവന്റെ വിറയ്ക്കുന്ന വലംകൈ നീണ്ടു..

അന്ന് ഉച്ചയ്ക്കുള്ള മാറ്റിനി കാണാൻ പേരൂർക്കട ജനതയുടെ മുൻനിര ബെഞ്ചിൽ വാസുദേവനുമുണ്ടായിരുന്നു. ഇടംകണ്ണിന്റെ തെളിച്ചമില്ലായ്മ അലോസരപ്പെടുത്തിയെങ്കിലും *നീലക്കുയിൽ* ഒരു പുതിയ കാഴ്ചാനുഭവമായി അവനു തോന്നി. കഥാപാത്രങ്ങളെല്ലാം പച്ച മനുഷ്യർ. നല്ല കഥ. ഇമ്പമുള്ള ഗാനങ്ങൾ. സത്യന്റെ അഭിനയവും ഗംഭീരം. പടം അവസാനിച്ചപ്പോൾ അവൻ ആഹ്ലാദത്തോടെ കൈയടിച്ചു.

'കായലരികത്ത് വലയെറിഞ്ഞപ്പോൾ വളകിലുക്കിയ സുന്ദരീ....' എന്നു മൂളിക്കൊണ്ടാണ് വാസുദേവൻ തീയേറ്ററിനു പുറത്തിറങ്ങിയത്. നടന്ന് പേരൂർക്കട ജങ്ഷനിലെത്തിയപ്പോൾ അവിടെ ആൽമരത്തിനു ചുവട്ടിൽ വലിയൊരാൾക്കൂട്ടം. അവൻ അങ്ങോട്ടേക്കു നടന്നു. ജനാവലിക്കിടയിലൂടെ ഒരു ഗാനം കേട്ടു തുടങ്ങി:

".....ഇന്നു മുഴുവൻ ഞാനേകനായ-
ക്കുന്നിഞ്ചെരിവിലിരുന്നു പാട്ടും;
ഉച്ചയ്ക്കു പച്ചമരത്തണലിൽ
സ്വപ്നവും കണ്ടു കിടന്നുറങ്ങും
ഇന്നു ഞാൻ കാണും കിനാക്കളെല്ലാം
പൊന്നിൽക്കുളിച്ചുള്ളതായിരിക്കും....."

ആൾക്കൂട്ടത്തിനിടയിലൂടെ വാസുദേവൻ നുഴഞ്ഞു കയറി. വെളുത്ത ജുബ്ബയും മുണ്ടുമുടുത്ത ഒരു മധ്യവയസ്കൻ ചപ്ലാക്കട്ടയടിച്ച് ഭാവതീവ്രമായി പാടുകയാണ്. കൂടി നിൽക്കുന്നവരെല്ലാം ആ ഗാനമാധുരിയിൽ ലയിച്ചു നിൽക്കുന്നു. ഗായകന്റെ മുന്നിൽ കുറേ ചെറിയ പുസ്തകങ്ങൾ അടുക്കി വച്ചിരിക്കുന്നു. അതിന്റെ പുറംചട്ടയിലെഴുതിയിരിക്കുന്നത് വാസുദേവൻ വായിച്ചു - രമണൻ...ചങ്ങമ്പുഴ കൃഷ്ണപിള്ള.

പാട്ട് അവസാനിച്ചപ്പോൾ ഗായകന്റെ കണ്ണിൽ നനവു പടർന്നു.

കൂടിനിന്നവരുടെ മുഖത്തും വിഷാദഭാവം. രമണന്റെയും ചന്ദ്രികയുടെയും പ്രണയദുരന്തം എല്ലാവരേയും സങ്കടപ്പെടുത്തിയിരിക്കുന്നു. പക്ഷേ, ഗായകന്റെ ദുഃഖം നൈമിഷികമായിരുന്നു. അയാൾ തൊണ്ട ശരിയാക്കിക്കൊണ്ട് ഉറക്കെ വിളിച്ചു പറയാൻ തുടങ്ങി:

"പ്രിയമുള്ളവരേ, ആരുടേയും കരളലിയിക്കുന്ന ചങ്ങമ്പുഴയുടെ *രമണൻ* നിങ്ങളും നിങ്ങളുടെ വീട്ടിലുള്ളവരും വായിച്ചാസ്വദിക്കു. അക്ഷരമറിയാവുന്ന ആർക്കും വായിച്ചും പാടിയും ആസ്വദിക്കാവുന്ന ഈ പ്രണയകാവ്യത്തിന് വില വെറും രണ്ടണ. മറ്റൊരു സന്തോഷവാർത്ത കൂടിയുണ്ട്. ആര്യങ്കാവിൽ ഈയിടെ നടന്ന ദാരുണമായ കൊലപാത

കത്തിന്റെ പശ്ചാത്തലത്തിൽ ഞാൻ തന്നെ എഴുതിയ 'ആര്യങ്കാവിലെ കറുത്ത രാത്രി' എന്ന പാട്ടുപുസ്തകവും ഇവിടെ വില്പനയ്ക്കുണ്ട്. വില വെറും ഒരണ. രണ്ടു പുസ്തകങ്ങളും ഒന്നിച്ചു വാങ്ങിയാൽ രണ്ടരയണ മാത്രം. വരൂ.... അറയ്ക്കാതെ മടിക്കാതെ കടന്നു വരൂ...."

അയാൾ തോളിൽ തൂക്കിയിരുന്ന സഞ്ചിയിൽ നിന്ന് 'ആര്യങ്കാവി ലെ കറുത്ത രാത്രി ' എടുത്തുയർത്തിക്കാട്ടി. അതിലെഴുതിയിരുന്ന ഗ്രന്ഥ കർത്താവിന്റെ പേര് വാസുദേവൻ വായിച്ചു - ചെല്ലപ്പൻ ചെമ്മരാംകുഴി.

'ആര്യങ്കാവിലെ കറുത്ത രാത്രി'യും വാങ്ങിയാണ് വാസുദേവൻ വീട്ടിലെത്തിയത്. രാത്രി, ചിമ്മിനി വെട്ടത്തിൽ, ഒറ്റയിരിപ്പിനു തന്നെ അവൻ അതു മുഴുവൻ വായിച്ചുതീർത്തു. പ്രണയവും വഞ്ചനയും കൊലപാ തകവുമൊക്കെ സമാസമം ചേർന്ന ആ കഥാകാവ്യം അവനിഷ്ടമായി. ഇതുപോലൊന്ന് എന്തുകൊണ്ട് തനിക്കും എഴുതിക്കൂടാ? ഉറങ്ങാൻ കിട ന്നപ്പോൾ അവൻ ചിന്തിച്ചു. പണ്ട് സിനിമാപ്പാട്ടുകളുടെ ഈണത്തിനൊ പ്പിച്ച് സ്വന്തം വരികൾ എഴുതിയുണ്ടാക്കിപ്പാടി കൂട്ടുകാരുടെ കൈയടി വാങ്ങിയത് അവനോർത്തു. പക്ഷേ, എന്തിനെപ്പറ്റി എഴുതും?

കാവ്യരചനയ്ക്കു വേണ്ട വിഷയമന്വേഷിച്ച് വാസുദേവൻ രാപകലു കൾ തല പുകച്ചു. സംഭവബഹുലമായതെന്തെങ്കിലും എരിവും പുളിയും ചേർത്തെഴുതിയാലേ ആൾക്കാർക്കിഷ്ടപ്പെടൂ. പത്രവാർത്തകളിലേ അത്തരം സംഭവങ്ങൾ കാണാൻ കഴിയൂ. അതിന് പത്രത്തിനെവിടെ പ്പോകും? തെക്കനാലപ്പുറത്തു വീട്ടിൽ പരമേശ്വരൻ *മാതൃഭൂമി* വരുത്തുന്നു ണ്ട്. പക്ഷേ, അങ്ങോട്ടു പോകാനൊരു മടി. തന്റെ കൂടെ പഠിച്ച പരമേ ശ്വരന്റെ മകൾ മീനാക്ഷിയെ കാണേണ്ടി വരും. കല്യാണം കഴിഞ്ഞ് കുട്ടികളുമൊക്കെയായി അവൾ ആ വീട്ടിലാണ്. പഠിക്കുന്ന കാലത്ത്, തന്നെ ആരാധനയോടെ കണ്ടിരുന്ന മീനാക്ഷി, ഇന്നത്തെ തന്റെ അവ സ്ഥയറിത്താൽ സഹതപിക്കും. വേണ്ട. അതൊഴിവാക്കുന്നതാണ് ഭംഗി. വേറെ എവിടെയെങ്കിലും പത്രമുണ്ടോ എന്നു തിരക്കാം.

അങ്ങനെ പത്രവാർത്തകൾ തിരക്കി നടക്കുന്നതിനിടയിൽ അപ്ര തീക്ഷിതമായി ഒരു പത്രശകലം വാസുദേവന്റെ കൈകളിലെത്തി. കു ഞ്ഞിരാമൻ വൈദ്യരുടെ വൈദ്യശാലയിൽ നിന്നു വാങ്ങിയ ത്രിഫലാദി എണ്ണക്കുപ്പിയുടെ ആവരണമായാണ് ആ *ജനയുഗം* പത്രക്കീറ് അവനെ തേടിയെത്തിയത്. എണ്ണ പടർന്നു തുടങ്ങിയ ആ പത്രച്ചിന്തിലൂടെ വെറുതെ കണ്ണോടിച്ചപ്പോൾ ഒരു വാർത്താശകലം തെളിഞ്ഞു:

"കൗമാരക്കാരിയുടെ ജഡം കാട്ടിനുള്ളിൽ

കല്ലറ: കൗമാരം വിട്ടുമാറാത്ത ഒരു സാധു പെൺകുട്ടിയുടെ ജഡം കാട്ടിനുള്ളിൽ ജീർണ്ണിച്ചനിലയിൽ കണ്ടെത്തിയത് വലിയ പരിഭ്രാ

ന്തിക്ക് കാരണമായിരിക്കുന്നു. കല്ലറ കൊച്ചു വാഴത്തടത്തരികത്തു വീട്ടിൽ നാണുവിന്റേയും കുഞ്ഞുകൃഷ്ണമ്മയുടേയും മകൾ തങ്കമ്മയ്ക്കാണ് ഈ ദുർവിധി വന്നുചേർന്നത്. സ്ഥലത്തെ ജന്മിയുടെ ഇളയ മകനും തങ്കമ്മയും പ്രണയബദ്ധരായിരുന്നതായും ഇതിൽ കോപാകുലനായ ജന്മി തങ്കമ്മയെ അപായപ്പെടുത്തിയതാകാൻ സാധ്യത കാണുന്നുവെന്നും തദ്ദേശവാസികൾക്കിടയിൽ സംസാരമുണ്ട്. നെടുമങ്ങാട് പോലീസ് ഇൻസ്പെക്ടർ കൃഷ്ണപിള്ളയും സംഘവും അന്വേഷണ നടപടികൾ ആരംഭിച്ചതായി അറിയുന്നു...."

വാർത്ത മുഴുവൻ വായിച്ച വാസുദേവന്റെ ഉള്ളിൽ ആദ്യകാവ്യത്തിനുള്ള വിത്തുകൾ വീണു. അത് മുളച്ചുതുടങ്ങാനും ശാഖോപശാഖകളുള്ള വൃക്ഷമായി രൂപാന്തരപ്പെടാനും പിന്നെ അധികനേരം വേണ്ടി വന്നില്ല. കഥാകാവ്യം കടലാസിലേക്കുർന്നു വീണുതുടങ്ങി. കേവലം നാലുനാൾ കൊണ്ട് രചന പൂർത്തിയാക്കി തലക്കെട്ടുമിട്ടു - കല്ലറ തങ്കമ്മയുടെ കദനകഥ.

ഉദ്യമം പൂർത്തിയാക്കിയെങ്കിലും തന്റെ കാവ്യസൃഷ്ടിയുടെ ഗുണനിലവാരത്തെക്കുറിച്ചറിയാൻ എന്താണു മാർഗമെന്ന് വാസുദേവൻ ചിന്തിച്ചു. രണ്ടാമതൊരാൾ വായിച്ചാലല്ലേ അതറിയാൻ പറ്റൂ. ആരെക്കൊണ്ട് വായിപ്പിക്കും? തന്നെ മലയാളം പഠിപ്പിച്ച മുൻഷി ഗോപാലപിള്ള സാറിനെ പെട്ടെന്നവന് ഓർമ്മ വന്നു. നന്നായി കവിത ചൊല്ലുകയും സംസ്കൃത ശ്ലോകങ്ങൾ പച്ച വെള്ളം പോലെ കാണാതെ പറയുകയും ചെയ്യുന്ന മുൻഷി സാർ തന്നെയാണ് തന്റെ കന്നികാവ്യത്തിന്റെ കന്നിവായന നടത്തേണ്ടത്.

വൃത്തിയായി പകർത്തിയെഴുതിയ കഥാകാവ്യവും പൊതിഞ്ഞെടുത്ത് കക്ഷത്തിൽ വച്ച് ഗോപാലപിള്ള സാറിനെ കാണാനായി ആലിൻപുറത്തിന് ഒന്നര മൈലകലെയുള്ള ആയൂർക്കോണത്തേക്കു വാസുദേവൻ നടന്നു. ആയൂർക്കോണം ഏലായ്ക്കക്കരെയുള്ള കുന്നുംപുറത്തായിരുന്നു മുൻഷി സാറിന്റെ വീട്. വിയർത്തുകുളിച്ച് വാസുദേവൻ വീട്ടുനടയിലെത്തിയപ്പോൾ, വരാന്തയിലെ ചാരുകസേരയിൽക്കിടന്ന് കൊടുങ്ങല്ലൂർ കുഞ്ഞുക്കുട്ടൻ തമ്പുരാന്റെ *ഭാഷാഭാരതം* വായിക്കുകയായിരുന്നു സാർ. ആളനക്കമറിഞ്ഞ് അദ്ദേഹം തലയുയർത്തി, കണ്ണട താഴ്ത്തി നെറ്റിചുളിച്ചു.

"ഞാൻ വാസുദേവൻ. സാറെന്നെ പഠിപ്പിച്ചിട്ടുണ്ട്."

കൈകൂപ്പിക്കൊണ്ട് ശിഷ്യൻ മൊഴിഞ്ഞു.

അദ്ദേഹം അവനെ സൂക്ഷിച്ചുനോക്കി. നാല്പതു വർഷത്തോളം നീണ്ട അധ്യാപനവൃത്തിക്കുശേഷം അടുത്തൂൺപറ്റി, ഇരുപതു വർഷമാ

യി വിശ്രമജീവിതം നയിക്കുന്ന ഗുരുവിന്റെ സ്മൃതികളിലെങ്ങും പക്ഷേ, ഈ ശിഷ്യവദനം തെളിഞ്ഞില്ല.

"ഒരുപാട്ട പേരെ പഠിപ്പിച്ചതല്ലേ. പിന്നെ പ്രായോം കുറച്ചധികമായി. ഓർമ്മ കിട്ടണില്ല. എന്താ താൻ വന്നത്?"

വാസുദേവൻ ആഗമനോദ്ദേശ്യം പറഞ്ഞു. ഗുരുവിന്റെ മുഖത്ത് അഭിമാനം. തന്റെ ശിഷ്യരിൽ ഉന്നതനിലയിലെത്തിയവർ നിരവധിയുണ്ട്. സർക്കാർഗുമസ്തർ മുതൽ തഹസീൽദാർമാർ വരെ. പക്ഷേ, കവിയായി മാറിയ ഒരു ശിഷ്യനുണ്ടെന്നത് പുതിയ അറിവാണ്. അദ്ദേഹം അവനെ അകത്തേക്കു ക്ഷണിച്ചിരുത്തി വിശേഷങ്ങൾ തിരക്കി. ഭാര്യയോട്ട വിളിച്ചു പറഞ്ഞ് സംഭാരവും കൊട്ടപ്പിച്ചു.

സംഭാരം കുടിച്ച്, മുണ്ടിന്റെ കോന്തലകൊണ്ട് ചിറി തുടച്ചശേഷം, കൊണ്ടുവന്ന പൊതി വാസുദേവൻ ഗുരുവിനു നീട്ടി. ഗുരു സാഭിമാനം അത് ഇരുകൈയും നീട്ടി സ്വീകരിച്ചു.

"താൻ അടുത്തയാഴ്ച വാ. ഞാൻ നോക്കി വച്ചേക്കാം. എന്റെ ശിഷ്യനല്ലേ മോശമാകാൻ വഴിയില്ല."

കൈകൂപ്പിക്കൊണ്ട് വാസുദേവൻ ആ വീടിന്റെ പടിയിറങ്ങി.

ഒരാഴ്ച കഴിഞ്ഞു. ഉദ്വേഗഭരിതമായ മുഖഭാവത്തോടെ വാസുദേവൻ വീണ്ടും കുന്നുംപുറത്തു വീട്ടിലേക്കു കയറിച്ചെന്നു. ഗൃഹാങ്കണത്തിലെ ഉദ്യാനത്തിൽ കനകാംബരച്ചെടികൾക്ക് തെളിനീർ തളിക്കുകയായിരുന്നു ഗുരുനാഥൻ. വാസുദേവൻ കൈകൂപ്പി നമസ്കാരം പറഞ്ഞുകൊണ്ട് ഗുരുവിനടുത്തേക്കു ചെന്നു. ഗുരു മുഖമുയർത്തി. ഏതോ വികൃതസത്വത്തെ ദർശിച്ചതുപോലെ ആ വൃദ്ധവദനം ചുളിഞ്ഞു. പല്ലില്ലാത്ത മോണകൾ കൂട്ടിയുരസി. അദ്ദേഹത്തിന്റെ ശരീരം വിറയ്ക്കുന്നുണ്ടെന്നു തോന്നി.

"പത്മജാക്ഷിയമ്മേ...."

അതൊരലർച്ചയായിരുന്നു.

'എന്തോ ' എന്ന ഒരു പെൺ അശരീരി വീട്ടിനുള്ളിൽ നിന്നുയരുകയും പിന്നാലെ ഗുരുപത്നിശരീരം പരിഭ്രമത്തോടെ വരാന്തയിൽ പ്രത്യക്ഷമാകുകയും ചെയ്തു.

"എടീ, കട്ടിലിനടിയിലെ ആ മുറുക്കാൻ കോളാമ്പിക്കടുത്തിരിക്കുന്ന പൊതിയിങ്ങെടുത്തോണ്ടു വാ"

ആ ആജ്ഞ കേട്ട് അവർ തിടുക്കത്തിൽ അകത്തേക്കു കയറി. എന്താണു സംഭവിക്കുന്നതെന്നറിയാതെ സ്തബ്ധനായി നിൽക്കുകയാണ് വാസുദേവൻ. കാര്യമെന്താണെന്നു തിരക്കാമെന്നു വച്ചാൽ ഗുരു, മുഖത്തു നോക്കുന്നുപോലുമില്ല.

പത്മജാക്ഷിയമ്മ പൊതിക്കെട്ടുമായി മുറ്റത്തേക്കു വന്നു. അത്

തന്റെ കവിതയുടെ കെട്ടു തന്നെയാണെന്ന് വാസുദേവൻ തിരിച്ചറിഞ്ഞു. ഭാര്യയിൽ നിന്ന് പൊതിക്കെട്ട് പിടിച്ചുവാങ്ങിയ ഗോപാലപിള്ള സാർ, ഏതോ നികൃഷ്ട വസ്തുവാണ് തന്റെ കൈയിലിരിക്കുന്നതെന്ന ഭാവത്തോടെ അതിനെ ഞൊടിയിടയിൽ വാസുദേവനു നേർക്ക് എറിഞ്ഞു കൊടുത്തു. തറയിലേക്കു പതിക്കുന്നതിനു മുമ്പ് അതിനെ അതിവിദഗ്ധമായി വാസുദേവൻ തന്റെ കരവലയത്തിനുള്ളിലാക്കി.

"ഇതാണോ കാവ്യം? ഇതിൽ വൃത്തമോ അലങ്കാരമോ ദർശനമോ ഉണ്ടോ? താൻ ഇതുവരെ ഒരു കവിതയെങ്കിലും വായിച്ചിട്ടുണ്ടോ? എന്റെ ശിഷ്യനായിരുന്നുവെന്ന് പറയുന്നത് വിശ്വസിക്കാൻ തന്നെ പ്രയാസം..... ആദ്യം പോയി നല്ല കവിതകൾ വായിക്ക്. പിന്നെ മതി എഴുത്ത്....പൊയ്ക്കോ.. പൊയ്ക്കോ...."

അദ്ദേഹം തല വെട്ടിത്തിരിച്ച് തിരിഞ്ഞുനടന്ന് വരാന്തയിലേക്കു കയറി. വാസുദേവനെ സഹതാപത്തോടെ നോക്കിക്കൊണ്ട് ഗുരുപത്നിയും ഭർത്താവിനെ അനുഗമിച്ചു.

അപമാനഭാരവും പേറിയാണ് വാസുദേവൻ വീട്ടിൽ മടങ്ങിയെത്തിയത്. ഊണും ഉറക്കവുമില്ലാത്ത ദിനരാത്രങ്ങളായിരുന്നു പിന്നെ. ഒന്നിലും ഒരു ഉത്സാഹവും തോന്നിയില്ല. ജീവിതത്തിൽ പരാജയങ്ങളേറ്റുവാങ്ങാൻ മാത്രം വിധിക്കപ്പെട്ടവനാണോ താൻ എന്ന് ചിന്തിച്ച് അവൻ വിഷാദിയായി.

"മക്കളേ, നെനക്കെന്തര് പറ്റി?....കാര്യം പറയെടാ.."

അച്ഛനും അമ്മയും നിരന്തരം ചോദിച്ചുകൊണ്ടിരുന്നു. അവൻ ഒന്നും പറഞ്ഞില്ല. ഇനി അഭിനയിക്കാൻ പോകില്ലെന്ന് മകനെക്കൊണ്ട് സത്യം ചെയ്യിച്ചതായിരിക്കുമോ വിഷാദകാരണമെന്നാലോചിച്ച് കല്യാണിക്ക് ആധിപെരുത്തു. ഇരിക്കപ്പൊറുതിയില്ലാതായ അവർ പിന്നെയും പിന്നെയും ചോദിച്ചുകൊണ്ടിരുന്നു -"മക്കളേ, നെനക്കെന്തര് പറ്റി?"

ഒടുവിൽ ഗത്യന്തരമില്ലാതെ അച്ഛനോടും അമ്മയോടും വാസുദേവൻ കാര്യങ്ങൾ വെളിപ്പെടുത്തി.

"ങാ...ഇത്രേയൊള്ളാ. നീ ആ പാട്ട് ഇങ്ങെടുത്തോണ്ടുവാ. ഞങ്ങള് നോക്കട്ട്."

കല്യാണിയും ഭാസ്കരനും ഒരുമിച്ചു പറഞ്ഞു.

മടിച്ചുമടിച്ചാണ് വാസുദേവൻ 'കല്ലറത്തങ്കമ്മ'യേയുമെടുത്ത് വരാന്തയിലേക്ക് ചെന്നത്. അവന്റെ കൈയിൽ നിന്ന് കടലാസുകെട്ടു വാങ്ങി ഭാസ്കരൻ ഒന്നോടിച്ചു നോക്കിയശേഷം പറഞ്ഞു:

"കണ്ണിനൊരു മശവ്. നീ തന്നെ അതിന്റെ താളത്തിനൊപ്പിച്ച് പാട്. കേക്കട്ട്."

അയാൾ കടലാസ് അവനു തിരികെക്കൊടുത്തുകൊണ്ടു പറഞ്ഞു.

കാഴ്ചശക്തി തീരെക്കുറഞ്ഞ ഇടംകണ്ണിനെ നോക്കുകുത്തിയാക്കി നിർത്തി, വാസുദേവൻ താനെഴുതിയ വരികളിലൂടെ വലംകണ്ണോടിച്ചു. സ്വന്തം രചനയായതിനാൽ വരികൾ പലതും അവന് ഹൃദിസ്ഥമായിരുന്നു. കണ്ഠശുദ്ധി വരുത്തിക്കൊണ്ട് അവൻ ആലാപനമാരംഭിച്ചു:

"കല്ലറ നാട്ടിലുള്ള സുന്ദരാംഗി തങ്കമ്മ...."

കാവ്യാലാപനം പുരോഗമിക്കുന്നതിനിടയിൽ അവൻ ശ്രോതാക്കളുടെ മുഖഭാവം ശ്രദ്ധിച്ചു. കഥാഗതിക്കനുസരിച്ച് അവരുടെ ഭാവങ്ങളും മാറുന്നുണ്ട്. അവൻ കൂടുതൽ ഉത്സാഹത്തോടെ പാടി. ഒടുവിൽ, കല്ലറത്തങ്കമ്മയുടെ ദാരുണമായ അന്ത്യത്തോടെ കഥയവസാനിച്ചപ്പോൾ, ഭാസ്കരൻ വരാന്തയുടെ കൈവരിയിലിരുന്ന് നെടുവീർപ്പിട്ടു കൊണ്ടു പറഞ്ഞു:

"നന്നായിരിക്കുന്നു മക്കളേ."

അയാളുടെ കണ്ണുകൾ നനഞ്ഞിരിക്കുന്നതായി വാസുദേവനു തോന്നി. അവൻ അമ്മയെ നോക്കി. തോളിലിട്ടിരുന്ന തോർത്തുകൊണ്ട് അവർ കണ്ണുതുടയ്ക്കുകയാണ്.

"ഇത്രേം നല്ല പാട്ട് അയ്യമെന്ന് പറഞ്ഞ ആ സാറിന്റെ തലയ്ക്കെന്തരോ കൊഴപ്പമൊണ്ട്."

കണ്ണു തുടയ്ക്കുന്നതിനിടയിൽ കല്യാണി പറഞ്ഞു.

തിരുവാതിരക്കളിക്കാരിയായിരുന്ന അമ്മയും തന്നന്നക്കളിക്ക് പാട്ടെഴുതുന്ന അച്ഛനും കലാഹൃദയമുള്ളവരാണ്. അവരുടെ അഭിപ്രായം സത്യസന്ധവുമാണ്. അതോടെ വാസുദേവന്റെ ആത്മവിശ്വാസം സടകുടഞ്ഞെഴുന്നേൽക്കുകയും ഉള്ളിൽ ചില വെളിപാടുകളുണ്ടാവുകയും ചെയ്തു. മുൻഷി ഗോപാലപിള്ള സാറിനെപ്പോലെയുള്ള പണ്ഡിതർക്കു വേണ്ടിയുള്ളതല്ല, സാധാരണക്കാരായ പച്ചമനുഷ്യർക്കു വേണ്ടിയുള്ളതാണ് തന്റെ കവിത. അതിൽ താൻ വിജയിച്ചിരിക്കുന്നു. നളിനിയുടേയും ലീലയുടേയുമൊക്കെ ജീവിതകാവ്യമെഴുതാൻ കുമാരനാശാനെപ്പോലെയുള്ളവരുണ്ട്. പക്ഷേ, കല്ലറതങ്കമ്മമാരുടെ ജീവിതമെഴുതാൻ തന്നെപ്പോലെയുള്ളവരേയുള്ളൂ.

കഥാകാവ്യത്തിലുള്ള ആത്മവിശ്വാസം വീണ്ടെടുത്തപ്പോൾ അടുത്ത വൈതരണി തലപൊക്കി. എങ്ങനെ, എവിടെ, ആര് അച്ചടിക്കും? അന്വേഷിച്ചപ്പോൾ, വട്ടിയൂർക്കാവിൽ ഒരു പ്രസ്സുണ്ടെന്ന് ആരോ പറഞ്ഞു.

ഒരുദിവസം രാവിലെ കവിതക്കെട്ടുമെടുത്ത് അവൻ വട്ടിയൂർക്കാവിലെ 'സ്വരാജ്യ' പ്രിന്റിങ് പ്രസ്സിലെത്തി. ജങ്ഷനിലെ എട്ടുമുറിക്കടകളുടെ ഇടതേ അറ്റത്ത് വളംഡിപ്പോയ്ക്കുടുത്തായിരുന്നു ആ അച്ചുകൂടം.

വട്ടിയൂർക്കാവിലെ അറിയപ്പെടുന്ന കുടുംബക്കാരായ കുളങ്ങരവീട്ടിലെ സദാശിവൻനായരുടെ രണ്ടാമത്തെ മകൻ സമത്വവാദി പത്മനാഭൻ നായരായിരുന്നു അതിന്റെ നടത്തിപ്പുകാരൻ. അച്ചുക്കൂടം നടത്തി പണം സമ്പാദിക്കേണ്ട ഗതികേടൊന്നും ആ കുടുംബക്കാർക്ക് ഉണ്ടായിരുന്നില്ല. പക്ഷേ, യുവാവായിരിക്കേ രാഷ്ട്രീയ പ്രവർത്തനങ്ങളിലേക്ക് കാലെടുത്തു വച്ചയാളായിരുന്നു പത്മനാഭൻനായർ. തുടക്കം കോൺഗ്രസിലായി രുന്നെങ്കിലും പിന്നീട് സോഷ്യലിസ്റ്റ് ആശയങ്ങളിൽ ആകൃഷ്ടനായി. അങ്ങനെയാണ് 'സമത്വവാദി' എന്ന വിളിപ്പേര് അയാൾക്കു കിട്ടുന്ന ത്. എൻ ശ്രീകണ്ഠൻനായരുടെ നേതൃത്വത്തിൽ കേരള സോഷ്യലിസ്റ്റ് പാർട്ടി രൂപീകരിച്ചപ്പോൾ പത്മനാഭൻനായർ അതിൽ അംഗമായി. വട്ടിയൂർക്കാവ് മണ്ഡലം സെക്രട്ടറിയുടെ ചുമതലയും അയാൾക്കായിരു ന്നു. കുടുംബഓഹരിയായികിട്ടിയ എട്ടു മുറിക്കടകളിലൊന്നിൽ പ്രസ്സ് ആരംഭിക്കുന്നത് അക്കാലത്താണ്. പാർട്ടി പ്രവർത്തനത്തിനാവശ്യ മായ നോട്ടീസുകളും ലഘുലേഖകളും അച്ചടിക്കുകയായിരുന്നു പ്രധാന ഉദ്ദേശ്യം. കേരള സോഷ്യലിസ്റ്റ് പാർട്ടി പിന്നീട് റവല്യൂഷനറി സോ ഷ്യലിസ്റ്റ് പാർട്ടിയായി പരിണമിച്ചപ്പോഴും പത്മനാഭൻനായർ പാർട്ടി പ്രവർത്തനങ്ങളിൽ സജീവമായിരുന്നു. എന്നാൽ, മൂന്നു വർഷം മുമ്പ് ഭാര്യ അകാലത്തിൽ മരിച്ചതോടെ അയാൾ പാർട്ടി പ്രവർത്തനങ്ങളിൽ നിന്നൊഴിഞ്ഞു. പാർട്ടി പ്രവർത്തനങ്ങൾക്കായി വസ്തുവകകൾ കണ്ടമാ നം വിൽക്കേണ്ടി വന്നെങ്കിലും പ്രസ്സ് ഇപ്പോഴുമുണ്ട്.

വാസുദേവൻ ചെല്ലുമ്പോൾ, അകത്തെ വെളിച്ചമുള്ള ചെറിയമുറി യിൽ, മുഖം കുനിച്ചുനിന്ന് ഗ്യാലിയിൽ അച്ചുകൾ നിരത്തുകയായിരു ന്നു പത്മനാഭൻനായർ. അച്ചടി കാര്യങ്ങളിൽ വിദഗ്ധനായ കൃഷ്ണപിള്ള സഹായിയായുണ്ടെങ്കിലും കമ്പോസിങ് ജോലികൾ ചെയ്യുന്നത് പത്മ നാഭൻനായരാണ്. നീലക്കള്ളികളുള്ള കൈലിയും കൈയുള്ള വെളുത്ത ബനിയനുമായിരുന്നു അയാളുടെ വേഷം. വാസുദേവൻ ഒന്നു ചുമച്ചു. അയാൾ തലയുയർത്തി, അകത്തേക്ക് ചെല്ലാൻ ആംഗ്യം കാട്ടി. അച്ച ടിമഷി മണക്കുന്ന ആ ചെറിയ മുറിയിലേക്ക് കയറിയ വാസുദേവൻ, വന്നകാര്യം പറഞ്ഞു. കൈയിലെ മഷി കൈലിയിൽ തുടച്ചശേഷം കവി തക്കെട്ട് ഏറ്റുവാങ്ങി പത്മനാഭൻനായർ പുറത്തേക്കിറങ്ങി. അയാളുടെ ഇടതുകാലിന് ചെറിയ മുടന്തുണ്ടെന്ന് വാസുദേവൻ തിരിച്ചറിഞ്ഞു. എട്ടു വർഷം മുമ്പ്, സർ സി പി രാമസ്വാമി അയ്യരെ വെട്ടിയ കെ സി എസ് മണിയെ തിരക്കി നാട്ടുമുഴുവൻ പരക്കംപാഞ്ഞ ദിവാന്റെ പോലീസ് നിരവധി സോഷ്യലിസ്റ്റ് പാർട്ടിക്കാരെ കസ്റ്റഡിയിലെടുത്തിരുന്നു. കൂട്ട ത്തിൽ പത്മനാഭൻനായരും പെട്ടു. കസ്റ്റഡിയിലെ ഭീകര മർദ്ദനത്തിന്റെ

ബാക്കിപത്രമായിരുന്ന അയാളുടെ ആ മുടന്തൽ.

"പുസ്തകങ്ങളൊന്നും ഇവിടെ അങ്ങനെ ചെയ്യാറില്ല. നോട്ടീസുകളും ലെഡ്ജറുകളുമൊക്കെയാണ് സാധാരണ ചെയ്യുന്നത്. സാരമില്ല. നമുക്കി തു ചെയ്യാം."

പുറത്തെ മുറിയുടെ മൂലയിലിട്ടിരുന്ന മേശയ്ക്കു പുറകിലെ കസേര യിൽ പത്മനാഭൻനായർ ഇരുന്നു. അഭിമുഖമായി വാസുദേവനും.

"അച്ചടിക്കൂലി എത്രയാകും?"

വാസുദേവൻ ചോദിച്ചു.

അയാൾ കവിതക്കെട്ടിലെ കടലാസുകൾ മറിക്കാൻ തുടങ്ങി.

"അച്ചടിച്ച് വരുമ്പോ ഇരുപത് ഇരുപത്തഞ്ച് പേജ് വരും. അച്ചടിക്കൂ ലി ഒരു കോപ്പിക്ക് ഒരണ വച്ചാകും. നിങ്ങക്ക് രണ്ടണ വച്ച് വിൽക്കാം."

അച്ചടിക്കൂലി കേട്ടപ്പോൾ വാസുദേവന്റെ മുഖം വിളറി. എന്തു മറുപടി പറയണമെന്നറിയാതെ വിഷണ്ണനായി അവൻ ഇരിക്കുമ്പോഴാണ് പെ ട്ടെന്ന് പുറത്തു നിന്നൊരു പെൺകുട്ടി തുള്ളിച്ചാടി അകത്തേക്കു കയറി വന്നത്. കറുത്ത പുള്ളികളുള്ള ചുവന്ന പാവാടയും ബ്ലൗസുമിട്ട്, തലമുടി ഇരുവശത്തേക്കും മെടഞ്ഞ് ചുവന്ന റിബ്ബണിട്ട് കെട്ടി, ഇരുകൈയിലും കറുത്ത കുപ്പിവളകളിട്ട്, വെളുത്ത മുത്തുമാലയുമിട്ട ആ സുന്ദരി, പത്മനാ ഭൻനായരുടെ ഏകമകൾ സുഷമയായിരുന്നു. തേഡ് ഫോമിൽ രണ്ടു തവണ തോറ്റതോടെ പഠിത്തം മതിയാക്കി, പ്രസ്സിൽ അച്ഛനെ സഹാ യിക്കുകയാണവൾ.

"അച്ഛാ, സിനിമ കൊള്ളാമായിരുന്നു. ഇങ്ങനെയൊന്ന് മലയാള ത്തിലിതേവരെ വന്നിട്ടില്ല. ഞങ്ങളെല്ലാവരും ത്രില്ലടിച്ചു പോയി. ആ നസീറൊക്കെ പോലീസ് വേഷത്തിൽ എന്തൊരു രസമായിരുന്നു......."

അപരിചിതനായൊരാൾ ഇരിക്കുന്നുവെന്ന യാതൊരു ഭാവഭേദവു മില്ലാതെ അവൾ അച്ഛനോട് സിനിമാവിശേഷങ്ങൾ ചറപറാ പറഞ്ഞു കൊണ്ടിരുന്നു.

"ഏത് സിനിമയാ കണ്ടത്?"

വാസുദേവന്റെ ഉള്ളിലെ സിനിമാപ്രേമി ഉണർന്നത് പെട്ടെന്നായി രുന്നു. അയാളുടെ ചോദ്യം കേട്ട് അവൾ തിരിഞ്ഞുനോക്കി. യഥാർത്ഥ ത്തിൽ, ഇപ്പോഴാണ് അവൾ അങ്ങനെയൊരാൾ അവിടെ ഇരിക്കുന്ന കാര്യംപോലും ശ്രദ്ധിക്കുന്നത്. അവൾ ചെറുതായൊന്നു ചൂളിക്കൊണ്ടു പറഞ്ഞു:

"സി ഐ ഡി "

"*നീലക്കുയിൽ* കണ്ടോ?"

വാസുദേവൻ ചോദിച്ചു.

"പിന്നേ. രണ്ടു തവണ കണ്ടു."

അവൾ ആവേശത്തോടെ പറഞ്ഞു.

"കേട്ടോ വാസുദേവൻ, ഇവൾ ഭയങ്കര സിനിമാപ്രേമിയാണ്. ഒരു സിനിമയും വിടില്ല. സിറ്റീലൊള്ള എന്റെയൊരു ബന്ധുവിന്റെ കൂടെയാ തീയേറ്ററിൽ പോണത്. അവളും ഇവളെപ്പോലെ സിനിമാപ്രാന്തിയാ."

അച്ഛൻ പറയുന്നതുകേട്ട് അവൾ ചിരിച്ചു. അപ്പോഴാണ് മേശപ്പുറത്തിരിക്കുന്ന കടലാസ് കെട്ട് അവൾ ശ്രദ്ധിച്ചത്. അവൾ അതെടുത്തു മറിക്കാൻ തുടങ്ങി.

"അപ്പോ നമ്മള് പറഞ്ഞുവന്നത് അച്ചടിക്കൂലിയെപ്പറ്റിയല്ലേ വാസുദേവാ?"

പത്മനാഭൻനായർ വീണ്ടും വിഷയത്തിലേക്കു വന്നു.

"അതെ. ഞാൻ ആലോചിച്ചിട്ട് രണ്ടു ദിവസം കഴിഞ്ഞ് വരാം."

വാസുദേവൻ എണീറ്റു. അവൻ സുഷമയെ നോക്കി. അവൾ കവിത രസിച്ചു വായിക്കുകയാണ്. സിനിമാപ്രേമി മാത്രമല്ല, കവിതാകമ്പക്കാരി കൂടിയാണ് സുഷമ.

രമണൻ ഏറെക്കുറെ ഹൃദിസ്ഥമാണവൾക്ക്.

"മോളേ, അതങ്ങ് കൊടുത്തേക്ക്...."

പത്മനാഭൻനായർ മകളോടു പറഞ്ഞു.

"വേണ്ട. വായിക്കട്ടെ. ഞാൻ രണ്ടു ദിവസം കഴിഞ്ഞു വരുമല്ലോ. അപ്പോൾ മതി."

അവൻ പുറത്തേക്കിറങ്ങാൻ തുടങ്ങി. രണ്ടു ചുവടുവച്ചശേഷം അവൻ തിരിഞ്ഞു നോക്കി അവളോടു പറഞ്ഞു:

"വായിച്ചിട്ട് അഭിപ്രായം പറയണം."

കൊമ്പുപോലെ മെടഞ്ഞിട്ട തലമുടി ഇളക്കിക്കൊണ്ട് അവൾ ചിരിച്ചു.

അച്ചടിക്കൂലിക്കുള്ള പണം എങ്ങനെ കണ്ടെത്തുമെന്ന് ഒരെത്തും പിടിയുമില്ലാതെയാണ് വാസുദേവൻ വീട്ടിൽ തിരിച്ചെത്തിയത്. പത്തായത്തിൽ കിടക്കുന്ന നെല്ല് വിറ്റും മുരുകൻചെട്ടിയാരുടെ കൈയിൽ നിന്ന് തേങ്ങയുടെ പണം മുൻകൂർ പറ്റിയും കുറച്ചു പണം കൊടുക്കാമെന്ന് ഭാസ്കരനും കല്യാണിയും പറഞ്ഞു.

പണവുമായി നാലു ദിവസത്തിനുശേഷം വാസുദേവൻ വീണ്ടും പ്രസ്സിലെത്തി. പുസ്തകം വിറ്റ ശേഷം ബാക്കി തുക കൊടുക്കാമെന്ന് പത്മനാഭൻനായരോടു പറഞ്ഞുനോക്കാമെന്നാണ് അവൻ കണക്കു കൂട്ടിയത്. അത് സമ്മതമല്ലെങ്കിൽ കോപ്പികളുടെ എണ്ണം കുറയ്ക്കാം. പക്ഷേ, അവൻ ഒട്ടും പ്രതീക്ഷിക്കാത്ത കാര്യങ്ങളാണ് പിന്നീടു നടന്നത്. അവനെക്കണ്ടതും പത്മനാഭൻനായരുടെ മുഖത്ത് ആഹ്ലാദവെളിച്ചം പരന്നു.

"ഞാൻ തന്നെ കാത്തിരിക്കുകയായിരുന്നു."

"കാശ് ശരിയാക്കാൻ താമസിച്ചു......"

അവൻ പറഞ്ഞ് മുഴുമിപ്പിക്കുന്നതിനുമുമ്പ് തന്നെ പത്മനാഭൻ നായർ ഇടപെട്ടു:

"കാശൊരു വിഷയമല്ല വാസുദേവാ. ആദ്യം നമുക്കിത് അച്ചടിക്കാം. പുസ്തകം വിറ്റതിനുശേഷം കാശ് തന്നാൽ മതി."

കേട്ടത് സത്യമാണോ എന്നറിയാതെ വാസുദേവൻ മിഴിച്ചുനിന്നു.

"കവിത വായിച്ചിട്ട് സുഷമ ഗംഭീര അഭിപ്രായമാണ് പറഞ്ഞത്. ഞാനും വായിച്ചു. കൊള്ളാം. ഇത് ആളുകൾ വാങ്ങും."

കാര്യങ്ങൾ ദ്രുതഗതിയിലാണ് പിന്നെ നീങ്ങിയത്. ഒരാഴ്ചയ്ക്കുള്ളിൽ പുസ്തകം അച്ചടി പൂർത്തിയാക്കി.

പുസ്തകമെടുക്കാൻ വാസുദേവൻ പ്രസ്സിലെത്തിയപ്പോൾ അവിടെ സുഷമയുമുണ്ടായിരുന്നു. കവിത വായിച്ചതിന്റെ ആഹ്ലാദം അവൾ പങ്കുവച്ചു:

"ഒരു സിനിമ കാണുന്ന പോലെയുണ്ട്. പ്രണയവും പകയും കൊലപാതകവും എല്ലാം കൂടിച്ചേർന്ന് നല്ല രസം....."

അവൾ വാചാലയായി. ഇടതടവില്ലാതെ നീണ്ട ആ സംസാരത്തിനിടയിൽ വാസുദേവൻ ചോദിച്ചു:

"പുതിയ സിനിമ വല്ലതും കണ്ടോ?"

കണവനേ കൺകണ്ട ദൈവം ഇന്നലെക്കണ്ടു. ജെമിനി ഗണേശനും അഞ്ജലീ ദേവിയും തകർത്തു. നല്ല കഥയും പാട്ടുകളും...."

പിന്നെ ആ സിനിമയെപ്പറ്റിയായി സംസാരം. തന്നേക്കാളും കടുത്ത സിനിമാപ്രേമിയാണ് കൺമുന്നിലിരിക്കുന്നതെന്ന് വാസുദേവൻ തിരിച്ചറിഞ്ഞു.

"ഇവളുടെ വാചകമടി കേട്ടോണ്ടിരുന്നാ വാസുദേവന്റെ ഇന്നത്തെ ദിവസം പോക്കാ."

പത്മനാഭൻനായർ ചിരിച്ചുകൊണ്ടു പറഞ്ഞു. അവൾ പരിഭവം നടിച്ചുകൊണ്ട് അച്ഛന്റെ കൈത്തണ്ടയിൽ നുള്ളി.

പുസ്തകക്കെട്ടുമായി വാസുദേവൻ എണീറ്റു. അവരോടു യാത്ര പറഞ്ഞ് പുറത്തേക്കിറങ്ങാൻ ഭാവിച്ചപ്പോൾ സുഷമ ചോദിച്ചു:

"കണ്ണിനെന്തു പറ്റിയതാ?"

അപ്രതീക്ഷിതമായി ആ ചോദ്യം കേട്ടപ്പോൾ വാസുദേവന്റെ മുഖം ഒരു നിമിഷം മ്ലാനമായി. പത്മനാഭൻനായർ മകളെ തറപ്പിച്ചൊന്നു നോക്കി.

"അയ്യോ... ഞാനറിയാതെ ചോദിച്ചു പോയതാ..."

ചോദ്യം അനാവശ്യമായിപ്പോയല്ലോ എന്ന കുറ്റബോധം അവൾക്കുണ്ടായി.

"ഏയ് അത് സാരമില്ല. ചോദിച്ചതിന്റെ ഉത്തരം പക്ഷേ, ഒരു കഥയാ. ഒരു സിനിമാക്കഥ. അത് ഇനിക്കാണുമ്പോ പറയാം."

ഇരുകൈയിലും പുസ്തകക്കെട്ടുകളും തൂക്കി വാസുദേവൻ ചിരിച്ചു കൊണ്ട് റോഡിലേക്കിറങ്ങി.

വീട്ടിലേക്കു പോകുമ്പോൾ വാസുദേവന്റെ മനസ്സിൽ പ്രതിദ്ധ്വനിച്ചുകൊണ്ടിരുന്നത് സുഷമയുടെ ചോദ്യമായിരുന്നു. പലരും പലപ്പോഴും ചോദിച്ചിട്ടുള്ള ചോദ്യം. ചിലർ ചോദിക്കാതെ മനഃപൂർവ്വം ഉള്ളിലൊതുക്കുന്ന ചോദ്യം. പലരും പലതരത്തിലാവാം ആ കണ്ണിനെ നോക്കിക്കാണുന്നത്. ചിലരിൽ വെറുപ്പ്. ചിലരിൽ സഹതാപം.... ഇങ്ങനെ പലവിധ നയനചിന്തകളുമായി വീടെത്തിയപ്പോഴേക്കും അവനൊരു തീരുമാനത്തിലെത്തിയിരുന്നു - കാവ്യപുസ്തകവുമായി ആൾക്കൂട്ടത്തെ അഭിമുഖീകരിക്കുമ്പോൾ കലങ്ങിയ ഇടംകണ്ണ് ആരും കാണാതിരിക്കുന്നതാണ് നല്ലത്. പിറ്റേന്നു തന്നെ ടൗണിൽ ചെന്ന് വിലകുറഞ്ഞൊരു കറുത്ത കണ്ണട വാങ്ങി. ഇടംകണ്ണിന്റെ അഭംഗി മാറ്റുന്നതിനൊപ്പം അവന്റെ രൂപത്തിനു മൊത്തത്തിൽ ചന്തംകൂട്ടുന്നതിനും ആ കണ്ണട സഹായകമായി.

അങ്ങനെ, ഇന്നു രാവിലെ, ഭദ്രകാളിച്ചിത്രത്തിനു മുന്നിൽ കത്തിച്ച നിലവിളക്ക് തൊട്ടുതൊഴുത്, അച്ഛനമ്മമാരുടെ അനുഗ്രഹാശിസ്സുകൾ ഏറ്റുവാങ്ങി, തന്റെ പുതിയ സംരംഭത്തിന് ആലിൻപുറം ജങ്ഷനിൽ തുടക്കമിടുകയായിരുന്നു വാസുദേവൻ.

കല്ലറ തങ്കമ്മയുടെ ജീവിതവൃത്താന്തം ഭാവതീവ്രമായി ആലപിച്ചു കൊണ്ടിരിക്കെ, വാസുദേവനു ചുറ്റും ചെറിയൊരു ആൾക്കൂട്ടം രൂപപ്പെട്ടു. ചന്തയിൽ മീനും മലക്കറിയുമൊക്കെ വാങ്ങാൻ വന്ന പെണ്ണുങ്ങളായിരുന്നു കൂടുതലും. ഇത്തരമൊരു ഗാനാലാപനം അവരിൽ പലർക്കും ആദ്യാനുഭവമായിരുന്നു. കഥയുടെ ഗതിവിഗതികൾക്കനുസരിച്ച് അവർ ചിരിച്ചു, നാണിച്ചു, കോപിച്ചു, അമ്പരന്നു, വിഷമിച്ചു. തങ്കമ്മയ്ക്ക് ഒടുവിൽ എന്തു സംഭവിച്ചു എന്നറിയേണ്ടിടത്ത് ആലാപനം ബാക്കിവച്ച് വാസുദേവൻ കാര്യത്തിലേക്കു കടന്നു:

"വരൂ.... വരൂ.... കടന്നു വരൂ..... കല്ലറ നാട്ടിലെ തങ്കമ്മ എന്ന പെൺകുട്ടിയുടെ ദാരുണമായ ജീവിതം പറയുന്ന ഈ പാട്ടുപുസ്തകം വാങ്ങാൻ അറയ്ക്കാതെ മടിക്കാതെ കടന്നു വരൂ. ഇതൊരു കെട്ടുകഥയല്ല. സംഭവ കഥയാണ്. നിങ്ങളെ നൊമ്പരപ്പെടുത്തുന്ന കഥ. അക്ഷരമറിയാവുന്ന ആർക്കും വായിച്ച് മനസ്സിലാക്കാം. അക്ഷരമറിയാത്തവരെ പാടി കേൾപ്പിക്കാം.... കടന്നു വരൂ...കടന്നു വരൂ.... പുസ്തകത്തിന് വെറും രണ്ടണ മാത്രമാണ് വില....."

പുസ്തകത്തിന്റെ വിലകേട്ടതോടെ ശ്രോതാക്കളിൽ പലരും തല ചൊറിഞ്ഞുകൊണ്ട് സ്ഥലം കാലിയാക്കി. രണ്ടണയുണ്ടെങ്കിൽ ഒരു ക്വറ് നെത്തോലി വാങ്ങാമെന്ന് ചില പെണ്ണുങ്ങൾ പുച്ഛരസത്തിൽ പിറുപിറുക്ക കയും ചെയ്തു. ശേഷിച്ച അഞ്ചാറു പേരാകട്ടെ നിരത്തി വച്ചിരുന്ന പുസ്തകം കൈയിലെടുത്ത് താളുകൾ ചുമ്മാ മറിച്ചുകൊണ്ടിരുന്നു. രണ്ടാം ക്ലാസിലോ മൂന്നാം ക്ലാസിലോ വച്ച് പള്ളിക്കൂടത്തിൽ പോക്ക് മതിയാക്കിയശേഷം ഇന്നാണ് പലരും അക്ഷരങ്ങളെ ഇത്ര അടുത്തുകാണുന്നത്.

"എനിക്കൊരു പുസ്തകം താ."

ശബ്ദം കേട്ട് വാസുദേവൻ തല തിരിച്ചു.കോഴിയാങ്കോണത്തെ കാർത്യായനി അക്കൻ! നാട്ടിലെ വലിയചട്ടമ്പിയായി അറിയപ്പെടുന്ന മരണാവലിമണിയന്റെ പെണ്ടാട്ടി. നേരത്തേ വാസുദേവനു ചുറ്റും കൂടി നിന്ന ശ്രോതാക്കളുടെ കൂട്ടത്തിലൊന്നും അവരുണ്ടായിരുന്നതല്ല. ആ സമയത്ത് അവർ ചക്കച്ചുളക്കച്ചവടം നടത്തുകയായിരുന്നു. ചുളക്കച്ചവ ടത്തിനിടയിലും 'കല്ലറ തങ്കമ്മയുടെ കദനകഥ' അവർ സശ്രദ്ധം കേട്ട് ആസ്വദിക്കുകയായിരുന്നു. കച്ചവടം തീർന്നയുടനെ ധൃതിയിൽ പുസ്തകം വാങ്ങാനെത്തിയതാണ്. പള്ളിക്കൂടത്തിലേ പോയിട്ടില്ലാത്ത കാർ ത്യായനിക്ക് മൂന്നാം ക്ലാസുവരെ പഠിച്ച മകൾ സുലോചനയെക്കൊണ്ട് പുസ്തകം വായിപ്പിച്ച് കഥ ഒരാവർത്തികൂടി കേൾക്കാൻ അതിയായ ആഗ്രഹമുണ്ട്.

ചക്കയരക്കു പുരണ്ട രണ്ടണത്തുട്ട് കൈനീട്ടംവാങ്ങി നെറ്റിയിൽ തൊട്ട് പ്രാർഥിച്ചശേഷം വാസുദേവൻ പാട്ടുപുസ്തകത്തിന്റെ ഒരു കോപ്പി കാർത്യായനിക്കു നൽകി.

ഉച്ചയ്ക്ക് ഒരു മണിയോടെ ആലിൻപുറം കവലയിൽ ആൾത്തിരക്ക് കുറഞ്ഞു. വാസുദേവൻ ബാക്കി വന്ന പുസ്തകങ്ങളെടുത്ത് സഞ്ചിയിൽ എണ്ണിവച്ചു. അഞ്ച് പുസ്തകങ്ങൾ മാത്രമേ അന്ന് വിറ്റുപോയുള്ളൂ.

പിറ്റേന്ന് പേരൂർക്കടച്ചന്തയ്ക്കു മുന്നിലായിരുന്നു കച്ചവടം. പന്ത്രണ്ടു കോപ്പികൾ വിറ്റു. അതിനടുത്ത ദിവസം വട്ടിയൂർക്കാവിൽ. അവിടെ പതിനെട്ടു കോപ്പികൾ വിറ്റുപോയി. അങ്ങനെ പ്രധാന കവലകളിലൂ ടെയെല്ലാം പര്യടനം നടത്തി, ഒരാഴ്ചയ്ക്കുശേഷം വീണ്ടും അവൻ ആലിൻ പുറത്തെത്തി. അന്ന് കച്ചവടം പൊടിപൊടിച്ചു. ഇരുപത്തിരണ്ടു കോപ്പി കളാണ് വിറ്റുപോയത്. മുമ്പ് പുസ്തകം വാങ്ങി വായിച്ചവരുടെ അഭിപ്രായ പ്രകടനങ്ങൾ കേട്ട് പുസ്തകം അന്വേഷിച്ചെത്തിയവരായിരുന്നു ഏറെയും. ചുരുക്കത്തിൽ, ഒരു മാസം തികയുന്നതിനു മുമ്പുതന്നെ പുസ്തകം വീണ്ടും നൂറു കോപ്പി കൂടി അച്ചടിക്കേണ്ടി വന്നു. രണ്ടു മാസംകൊണ്ട് അഞ്ഞൂ റോളം കോപ്പികളാണ് വിറ്റത്. ഇതിനിടയിൽ പുതിയൊരു കാവ്യം

കൂടി അവൻ രചിച്ചു- 'അമ്മിണിയമ്മയുടെ കടുംകൈ'. കാമുകനോടൊത്തു കഴിയാൻ സ്വന്തം കെട്ടിയോനെ കൊലപ്പെടുത്തിയ ഓച്ചിറക്കാരി അമ്മിണിയമ്മയുടെ കൊടുംക്രൂരകൃത്യത്തിന്റെ കഥയായിരുന്നു അത്. എഴുതിപൂർത്തിയാക്കിയശേഷം, ആദ്യവായന നടത്താൻ ഇക്കുറി അവൻ കണ്ടെത്തിയത് സുഷമയെയായിരുന്നു.

ഒരു വൈകുന്നേരം, കൈയെഴുത്തുപ്രതി അവളെ ഏല്പിച്ചശേഷം പ്രസിൽനിന്ന് പുറത്തിറങ്ങാൻ ഭാവിക്കുമ്പോഴാണ്, അന്ന് അവൾ ചോദിച്ച ചോദ്യത്തിന് ഇതുവരെ താൻ ഉത്തരം നൽകിയില്ലല്ലോ എന്ന് വാസുദേവൻ ഓർത്തത്. അയാൾ തന്റെ ഭൂതകാലത്തിന്റെ ദുഃഖ പര്യവസായിയായ പാട്ടുപുസ്തകം അവൾക്കു മുന്നിൽ തുറന്നുവച്ചു. അവളുടെ കണ്ണുകൾ ഈറനണിഞ്ഞെങ്കിലും അതിശയത്താൽ വിടരുകയുമുണ്ടായി. സിനിമയുടെ മാസ്മരികലോകത്തിൽ ഒന്നെത്തി നോക്കാനെങ്കിലും കഴിഞ്ഞ അവനെ അവൾ ആരാധനയോടെ നോക്കുകയും അവന്റെ ദുർവിധിയിൽ ദുഃഖിക്കുകയും ചെയ്തു.

രണ്ടു ദിവസം കഴിഞ്ഞ്, അമ്മിണിയമ്മക്കാവ്യത്തിന്റെ ആദ്യാഭിപ്രായം കേൾക്കാൻ ആകാംക്ഷയോടെ വാസുദേവൻ പ്രസിലെത്തി. അച്ചടിക്കടലാസെടുക്കാൻ പത്മനാഭൻനായർ പേട്ടയിലെ *കേരളകൗമുദി* പ്രസ്സിൽ പോയതിനാൽ കൃഷ്ണപിള്ളയും സുഷമയും മാത്രമേ അവിടെയുണ്ടായിരുന്നുള്ളൂ. ഏതോ കല്യാണക്കത്ത് അച്ചടിക്കുന്നതിന്റെ തിടുക്കത്തിലാണ് കൃഷ്ണപിള്ള.

വാസുദേവൻ പ്രസ്സിനുള്ളിൽ കയറിയപ്പോൾ, മുഖം കൈകൾക്കുള്ളിലാക്കി മേശയിൽ കൈയൂന്നി ചെറുചിരിയോടെ എന്തോ ചിന്തിച്ചിരിക്കുകയാണ് സുഷമ. കറുത്ത പുള്ളികളുള്ള പച്ചബ്ലൗസും പാവാടയും അവളെ കൂടുതൽ സുന്ദരിയാക്കുന്നുവെന്ന് വാസുദേവനു തോന്നി. അയാൾ മേശയ്ക്കരികിലെത്തിയിട്ടും അവൾ അതറിഞ്ഞമട്ടില്ല. കുറച്ചുനേരം അവളെ നോക്കി നിന്നശേഷം അവൻ വിളിച്ചു:

"സുഷമാ...."

അവൾ ഞെട്ടിപ്പിടഞ്ഞ് അവനെ നോക്കി. കണ്ണുകൾ ചിമ്മി, പരിസരബോധം വീണ്ടെടുത്തപ്പോൾ അവളുടെ മുഖത്ത് നാണം കലർന്ന പുഞ്ചിരി തെളിഞ്ഞു.

"എന്തോ ഗാഢമായ ചിന്തയിലായിരുന്നുവെന്ന് തോന്നുന്നു."

അവൻ കസേര വലിച്ചുനീക്കിയിട്ട് അവൾക്കഭിമുഖമായി ഇരുന്നു.

അവൾ ചിരിച്ചതല്ലാതെ മറുപടിയൊന്നും പറഞ്ഞില്ല.

"വായിച്ചോ?"

അവൻ ചോദിച്ചു.

അവൾ മേശയുടെ ഡ്രോ തുറന്ന് കടലാസുകെട്ട് പുറത്തെടുത്ത് അവനു നേരെ നീട്ടിക്കൊണ്ടു പറഞ്ഞു:

"കൊള്ളാം. ആദ്യത്തേതിനേക്കാൾ മെച്ചപ്പെട്ടു."

അവനു സന്തോഷമായി. അവൻ കടലാസുകൾ വെറുതേ മറിച്ചു കൊണ്ടിരുന്നു. പെട്ടെന്ന്, ചുവപ്പു മഷികൊണ്ട് അടിവരയിട്ട രണ്ടു വരികൾ അവന്റെ കണ്ണിലുടക്കി:

"തരളിതഹൃദയമിതറിയുക പ്രിയനേ,
കരളിലെ പ്രണയനിലാവലയറിയൂ.."

അവൻ തലയുയർത്തി അവളെ നോക്കി.

"ഇതെന്താ വരച്ചിരിക്കുന്നത്?"

അവൾ മറുപടിയൊന്നും പറയാതെ നാണിച്ചു തലകുനിച്ചു. അവളുടെ കവിളിൽ ചുവപ്പുരാശി പടർന്നു. മെല്ലെ അവൾ മുഖമുയർത്തി അവനെ നോക്കി. അച്ചുകൂടത്തിന്റെ 'കടകട' ശബ്ദവും അച്ചടിമഷിയുടെ ഗന്ധവും അച്ചടിച്ചുകൂട്ടിയിരുന്ന കല്യാണക്ഷണ പത്രികകളും ആ അച്ചടി ശാല ആകെത്തന്നെയും അവളുടെ ഇന്ദ്രിയങ്ങളിൽ നിന്നകന്നുപോയി. കൺമുന്നിലൊരു വെള്ളത്തിരശ്ശീല തെളിഞ്ഞു. അതിലേക്കൊരു പ്രകാ ശപ്രവാഹമുണ്ടായി. പൂർണ്ണചന്ദ്രന്റെ നിലാവിൽ, പാരിജാത മലരുകൾ കൊഴിഞ്ഞു വീണുകൊണ്ടിരുന്ന പൂങ്കാവനത്തിനു നടുവിലെ താമരപ്പൊ യ്കയുടെ കരയിൽ ഇരിക്കുന്ന സുഷമയുടെ ദൃശ്യം തെളിഞ്ഞു. അവൾ വി രഹാർദ്രയായി പാടി:

"ആ മലർപൊയ്കയിലാടിക്കളിക്കുന്നോ-
രോമനത്താമരപ്പൂവേ
മാനത്തു നിന്നൊരു ചെങ്കതിർ മാല നിൻ
മാറിലേയ്ക്കാരേ എറിഞ്ഞു!
മാറിലേയ്ക്കാരേ എറിഞ്ഞു!......."

ആ കാതരഗാനം കേട്ട്, പൂങ്കാവനത്തിലെ മരങ്ങൾക്കിടയിൽ നിന്ന് ഒരു സുന്ദര പുരുഷൻ ശൃംഗാരഭാവത്തോടെ അവളുടെ അരികിലേ ക്കു നടന്നുവന്നു. അയാൾ പാടി:

"അക്കൊച്ചു കള്ളന്റെ പുഞ്ചിരി കാണുമ്പോൾ
ഇക്കിളി കൊള്ളുന്നതെന്തേ?
മാനത്തിൻ പൂക്കണി കാണാൻ കൊതിച്ച നീ
നാണിച്ചു പോകുന്നതെന്തേ?......."

കഴിഞ്ഞ ദിവസം കണ്ട *കാലം മാറി* എന്ന സിനിമയിൽ സുലോചന അഭിനയിച്ച ശാന്ത എന്ന കഥാപാത്രമായി സ്വയം മാറിയും പ്രേംനസീർ അഭിനയിച്ച ശങ്കർ എന്ന കഥാപാത്രത്തെ വാസുദേവനായി സങ്കല്പിച്ചും സുഷമ നിർന്നിമേഷയായി.

ഇതേ സമയം, കറുത്ത കണ്ണടയിലൂടെ അവളെത്തന്നെ നോക്കിയിരുന്ന വാസുദേവന്റെയുള്ളിൽ തെളിഞ്ഞത് *നീലക്കുയിലി*ലെ പ്രണയഗാനരംഗമായിരുന്നു. സത്യൻ അവതരിപ്പിച്ച ശ്രീധരൻ മാസ്റ്ററായി അയാൾ സ്വയം പരിണമിച്ചു. തന്റെ പ്രേമഭാജനമായ നീലിപ്പുലയിയെ നോക്കി ശ്രീധരൻ നായർ പാടി:

"മാനെന്നും വിളിക്കില്ല
മയിലെന്നും വിളിക്കില്ല
മാടത്തിൻ മണിവിളക്കേ നിന്നെ ഞാൻ
മാടത്തിൻ മണിവിളക്കേ
ഉള്ളിൽ കടന്ന് കരൾ
കൊള്ളയടിക്കും നിന്നെ
കള്ളിപ്പെണ്ണെന്നു വിളിക്കും നിന്നെ ഞാൻ
കള്ളിപ്പെണ്ണെന്നു വിളിക്കും..."

നിമിഷങ്ങൾ കടന്നുപോയി. സുഷമയുടെ നഗ്നനേത്രങ്ങളിൽ വാസുദേവൻ, പ്രേംനസീറായി. വാസുദേവന്റെ കറുത്ത കണ്ണടയിലൂടെ സുഷമ, മിസ് കുമാരിയുമായി...

ഉപജീവനത്തിനുവേണ്ടി കാവ്യം ചമച്ചു തുടങ്ങിയ വാസുദേവൻ അന്നു മുതൽ സ്വജീവിതത്തേയും കാവ്യത്തിലേക്കാവാഹിച്ചു തുടങ്ങി. പ്രണയത്തിന്റെ നവ്യാനുഭൂതിയിൽ സുഷമവർണ്ണനാഗീതകങ്ങൾ രചിച്ച് അയാൾ കാമുകിക്ക് സമർപ്പിച്ചുതുടങ്ങി. പ്രണയജ്വരബാധിതനായെങ്കിലും കഥാകാവ്യരചനയ്ക്ക് ഭംഗം വരാതിരിക്കാൻ അയാൾ ശ്രദ്ധിച്ചു. ഓമനയമ്മയും ഓമനമക്കളും, മാളുക്കുട്ടി കൊലക്കേസ്, കാഞ്ഞിരപ്പള്ളിയിലെ നായാട്ടുകാരൻ തുടങ്ങിയ കഥാകാവ്യങ്ങൾ അച്ചടിച്ച് നാടുനീളെ കച്ചവടം ചെയ്തു. അങ്ങനെ, പ്രണയ- കാവ്യജീവിതങ്ങൾ സമാന്തരമായി മുന്നേറുന്നതിനിടയിൽ സംഭവിക്കാനുള്ളതു സംഭവിച്ചു. മകളുടെ പ്രണയം സമത്വവാദി പത്മനാഭൻനായർ തിരിച്ചറിഞ്ഞു! പലതും പറഞ്ഞ് മകളെ പിന്തിരിപ്പിക്കാൻ അയാൾ ശ്രമിച്ചു. പക്ഷേ, ഫലമുണ്ടായില്ല. സൗമ്യമായും പരുഷമായും അയാൾ വാസുദേവനെ പിന്തിരിപ്പിക്കാൻ ശ്രമിച്ചെങ്കിലും അതും ഫലിച്ചില്ല. സാമ-ദാന-ഭേദ-ദണ്ഡങ്ങൾക്കൊന്നും വേർപിരിക്കാൻ കഴിയാത്തവിധം ആ ബന്ധം വളർന്നുകഴിഞ്ഞെന്ന് പത്മനാഭൻ നായർ തിരിച്ചറിഞ്ഞു. സമത്വവാദ ആശയക്കാരനായ അയാൾക്ക് സാമ്പത്തികാസമത്വത്തിന്റെ പേരിൽ കൂടുതൽ കടുംപിടിത്തത്തിനും താല്പര്യമില്ല. മനസ്സില്ലാമനസ്സോടെയാണെങ്കിലും അവരുടെ കല്യാണത്തിന് അയാൾ ഒടുവിൽ സമ്മതംമൂളി.

ഒരു തുലാമാസരാത്രിയിൽ വധൂഗൃഹത്തിൽ വച്ചായിരുന്നു കല്യാണം.

കുലവാഴകളും നാളികേരക്കുലകളും കുരുത്തോലകളും കെട്ടിയലങ്കരിച്ച കല്യാണപ്പന്തൽ മുറ്റത്തുയർന്നു. നൂറോളംപേർക്കിരിക്കാവുന്ന ആ പന്ത ലിന്റെ പ്രവേശനകവാടത്തിനരികിൽ വച്ചിരുന്ന മുറുക്കാൻ തട്ടത്തിനരി കിലിരുന്ന് ഗ്രാമഫോൺ പാടിത്തുടങ്ങി:

"നാഴിയൂരിപ്പാലുകൊണ്ട്
നാടാകെ കല്യാണം
നാലഞ്ചു തുമ്പകൊണ്ട്
മാനത്തൊരു പൊന്നോണം
ഹാ! മാനത്തൊരു പൊന്നോണം....."

രാത്രി ഏഴരമണിയോടെ വരനും കൂട്ടരുമെത്തി. അടുത്ത ബന്ധുക്ക ളായ ഇരുപത് പേർ മാത്രമേ ആ സംഘത്തിലുണ്ടായിരുന്നുള്ളൂ. വധുവി ന്റെ ആൾക്കാരായി നൂറോളം പേരുണ്ടായിരുന്നു. എട്ടേകാലിനുള്ള ശുഭ മുഹൂർത്തത്തിൽ വാസുദേവൻ സുഷമയെ താലികെട്ടി, പുടവ കൊടുത്തു. നാദസ്വരമേളമുയർന്നു. പെണ്ണുങ്ങൾ ആവേശത്തോടെ കുരവയിട്ടു. കൂടി നിന്നവർ പുഷ്പവൃഷ്ടി നടത്തി. വധൂവരന്മാർക്ക് ആശംസകൾ നേർന്നു കൊണ്ട് പന്ത്രണ്ടുപേർ മംഗളപത്രം വായിച്ചു.

വിഭവസമൃദ്ധമായ സദ്യയും കഴിഞ്ഞ് ഒൻപതര മണിയോടെ, അലങ്കരിച്ച കുതിര കെട്ടിയ ജഡ്കയിൽ കയറി വധൂവരന്മാർ വരന്റെ ഗൃഹത്തിലേക്ക് യാത്ര തിരിച്ചു. മകളെ യാത്രയാക്കുമ്പോൾ പത്മനാഭൻ നായരുടെ കണ്ണ് അറിയാതെ നിറഞ്ഞുപോയി.

ജഡ്കയിൽ വാസുദേവനോടു തൊട്ടുരുമ്മിയിരുന്നപ്പോൾ വേർപിരി യലിന്റെ സങ്കടമെല്ലാം സുഷമയിൽ നിന്ന് മാഞ്ഞു തുടങ്ങി. വാസുദേവൻ അവളുടെ കാതിലെന്തോ സ്വകാര്യം പറഞ്ഞു. അവൾ പൊട്ടിച്ചിരിച്ചു.

വധൂവരന്മാരേയും വഹിച്ചുകൊണ്ട് ജഡ്ക ആലിൻപുറം കവലയി ലെത്തി. പതിവിന് വിപരീതമായി ആ നേരത്തും അവിടെ ആളുകൾ കൂടി നിന്നിരുന്നു. അവർ പലവിധ ജോലികളിൽ വ്യാപൃതരായിരുന്നു. കുറേപ്പേർ പല വർണ്ണങ്ങളിലുള്ള കടലാസുകൊണ്ട് തോരണം കെട്ടുന്നു. ചിലർ ഉലട്ടിത്തോലും കുരുത്തോലയും വെട്ടി അലങ്കാര വസ്തുക്കളൊരു ക്കുന്നു. എന്തോ ആഘോഷത്തിനുള്ള പുറപ്പാടാണ്. നാളെ ദീപാവലി യാണ്. പക്ഷേ, അതിന് ഇത്തരം ഒരുക്കങ്ങളില്ലല്ലോ! ജഡ്കയോടിക്കു ന്നയാളോട് അത് നിർത്താൻ വാസുദേവൻ പറഞ്ഞു. അയാൾ ചുറ്റിലും നോക്കി. അപ്പോൾ, ആലിൻചുവട്ടിൽ നിൽക്കുകയായിരുന്ന തെക്കനാല പ്പുറത്ത് പരമേശ്വരൻ റാന്തലും കൈയിൽപ്പിടിച്ച് അങ്ങോട്ടേക്കു ചെന്നു.

"പുടവകൊടയൊക്കെ മംഗളമായി നടന്നോ വാസുദേവാ? ഇവിടു ത്തെ തെരക്ക് കാരണം എനിക്ക് വരാമ്പറ്റീല."

"എല്ലാം ഭംഗിയായി. ഇതെന്താ രാത്രീല് എല്ലാരും കൂടി .... ?"

വാസുദേവന്റെ ചോദ്യം കേട്ട് പരമേശ്വരൻ ചിരിച്ചു.

"നീയറിഞ്ഞില്ലേ! നാളെയാണ് കേരളപ്പിറവി. നാളെ മുതൽ നമ്മൾ പുതിയ സംസ്ഥാനക്കാരാ. ഘോഷയാത്രയും സമ്മേളനവുമൊക്കെയായി നാളെ ഇവിടെ ഗംഭീര ആഘോഷമല്ലേ......"

അപ്പോൾ, പഞ്ചാപകേശൻപിള്ളയുടെ ചായക്കടയുടെ വരാന്തയിൽ നിന്ന് ഒരു സംഘഗാനം കേട്ടു തുടങ്ങി. നാളത്തെ ഘോഷയാത്രയിൽ ആലപിക്കാനുള്ള ഗാനം കുറേ കുട്ടികൾ ചേർന്നു പരിശീലിക്കുകയായിരുന്നു:

"പദം പദം ഉറച്ചു നാം പാടിപ്പാടി പോവുക
പാരിൽ ഐക്യകേരളത്തിൻ കാഹളം മുഴക്കുവാൻ..."

കുതിരക്കാലുകൾ വീണ്ടും ചലിച്ചു തുടങ്ങി. പുതുജീവിതത്തിനു തുടക്കമിടുന്ന നവദമ്പതികളേയും വഹിച്ചുകൊണ്ട് മാമ്പഴക്കുന്നിനു താഴെയുള്ള തേരിവിളവീട് ലക്ഷ്യമാക്കി ആ ജഡ്ക നീങ്ങിക്കൊണ്ടിരിക്കേ, പുതിയ നാടിനെ വരവേല്ക്കാനുള്ള സ്വാഗതഗാനം, പശ്ചാത്തലഗീതമായി മുഴങ്ങിക്കൊണ്ടിരുന്നു:

"മാറിടട്ടെ മത്സരം മാറിടട്ടെ വേലികൾ
മാറുകാട്ടി വീറൊടൊത്തു
നമ്മൾ മുന്നിലേറവേ
പതിത ലക്ഷമെങ്കിലും
ജനതയൊത്തുചേരുകിൽ
പഞ്ഞമെങ്ങ് ദുരിതമെങ്ങ്
പട്ടിണിയുമെങ്ങഹോ!"

ചട്ടമ്പിനാട്

കാളവണ്ടിച്ചക്രങ്ങളുടെ 'കടകട' ശബ്ദം കേട്ടാണ് പഞ്ചാപകേശൻ പിള്ള കണ്ണുതുറന്നത്. ചായക്കടവരാന്തയിലെ മരബെഞ്ചിൽ സുഖശയനത്തിലായിരുന്ന അയാൾ ചാടിയെണീറ്റു. നേരം പരപരാ വെളുക്കുന്നതേയുള്ളൂ. ദീർഘമായൊരു കോട്ടുവായ വിട്ടുകൊണ്ട് അയാൾ ശബ്ദം കേട്ട ദിക്കിലേക്കു നോക്കി. ശബ്ദത്തിന്റെ താളത്തിനൊപ്പിച്ച് ആടിയാടിത്തെളിയുന്ന റാന്തലിന്റെ വെട്ടം അടുത്തടുത്തു വരികയാണ്. അയാൾ മൂരി നിവർത്തി, ബെഞ്ചിനടിയിലിരുന്ന ചിമ്മിനി വിളക്ക് കത്തിച്ചു വരാന്തയിൽ വച്ചശേഷം ചായക്കടയുടെ നിരപ്പലകകൾ നീക്കാൻ തുടങ്ങി. അപ്പോഴേക്കും 'കടകട' ശബ്ദവും റാന്തൽ വെളിച്ചവും ചായക്കടയുടെ മുന്നിലെത്തിക്കഴിഞ്ഞു. കടവരാന്തയിലെ ചിമ്മിനി വെട്ടം കണ്ടതോടെ 'കടകട' ശബ്ദം നിലച്ചു.

നരച്ച നീല നിറത്തിലുള്ള കട്ടിത്തുണി വളച്ചുകെട്ടിയ കാളവണ്ടിയിൽ നിന്ന്, നരകയറിയ ഒരു കൊമ്പൻമീശക്കാരൻ ചാടിയിറങ്ങി. ചുവന്ന ജുബയും കള്ളി മുണ്ടുമായിരുന്നു അയാളുടെ വേഷം.

"അണ്ണാ...."

പാറയിൽ ചിരട്ട ഉരച്ചതുപോലെയുള്ള ശബ്ദംകേട്ട് പഞ്ചാപകേശൻ പിള്ള തിരിഞ്ഞു നോക്കി.

"ഇവിടെ ഒഴിഞ്ഞു കെടക്കണ വെള വല്ലതുമൊണ്ടോ?"

അജ്ഞാതന്റെ ചോദ്യംകേട്ട് പഞ്ചാപകേശൻപിള്ള അയാളെ സൂക്ഷിച്ചുനോക്കി. ചന്തയിൽ വല്ല മരച്ചീനിക്കച്ചവടത്തിനും വന്നവനായിരി

ക്കുമെന്നും കൊച്ചു വെളുപ്പാൻകാലത്തുതന്നെ 'പ്രകൃതിയുടെ വിളി' പാവത്തിനെ ബാധിച്ചു കാണുമെന്നും അയാളുറപ്പിച്ചു.

"കൊറച്ചൂടെ മുമ്പോട്ട് പോയാ എടത് വശത്തൊരു വെളയൊണ്ട്. തൊട്ടപ്പുറത്ത് തന്നെ തോടുമൊണ്ട്. നേരം വെള്ക്കാത്തോണ്ട് അവിടേങ്ങും ആരും കാണൂല."

പഞ്ചാപകേശൻപിള്ളയുടെ മറുപടി കേട്ട കൊമ്പൻ മീശക്കാരന് ചിരി വന്നു. അയാൾ ചിരിയമർത്തിക്കൊണ്ടു പറഞ്ഞു:

"അയ്യേ. വെളിക്കിരിക്കാനല്ലണ്ണാ. ഞങ്ങക്ക് കൊറേ ദെവസത്തേക്ക് പരിപാടി അവതരിപ്പിക്കാനാ."

"എന്തര് പരിപാടി?"

"സൈക്കിൾയജ്ഞം."

പഞ്ചാപകേശൻപിള്ള വായ തുറന്നുകൊണ്ട് മീശക്കാരനെ ആദരവോടെ നോക്കി. സൈക്കിൾയജ്ഞം സൈക്കിൾയജ്ഞം എന്ന് കേട്ടിട്ടുള്ളതല്ലാതെ ഇതുവരെ നേരിട്ടുകാണാൻ യോഗമുണ്ടായിട്ടില്ല. കുറേനാൾ മുമ്പ് പേരൂർക്കടയിൽ യജ്ഞം ഉണ്ടായിരുന്നെങ്കിലും പോകാൻ പറ്റിയില്ല. സ്വന്തം നാട്ടിൽ പരിപാടി നടക്കുകയാണെങ്കിൽ കൺകുളിർക്കെ അഭ്യാസങ്ങൾ കാണാമെന്നതിലുപരി അയാളെ സന്തോഷിപ്പിച്ചത് തന്റെ ചായക്കടയിൽ നടക്കാനിടയുള്ള കച്ചവടത്തിന്റെ അനന്ത സാധ്യതകളാണ്.

ചോദ്യത്തിന് ഉത്തരം പറയാതെ, പലഹാരം നിറഞ്ഞ കണ്ണാടിപ്പെട്ടിക്കൊപ്പം പട്ടറ നിറയുന്നതും സ്വപ്നംകണ്ട് വായ പൊളിച്ചു നിൽക്കുന്ന ചായക്കടക്കാരനെ ചിന്തകളിൽ നിന്നുണർത്താനെന്നവണ്ണം കാളകൾ കഴുത്ത് ചലിപ്പിച്ച് കുടമണി കിലുക്കി. മണിക്കിലുക്കംകേട്ട് ചിന്ത വിട്ടുണർന്ന പഞ്ചാപകേശൻപിള്ള ഒഴിഞ്ഞുകിടക്കുന്ന പുരയിടങ്ങളെ മനസ്സിൽ പരതാൻ തുടങ്ങി. വളരെ പെട്ടെന്നുതന്നെ അയാളുടെ ചിന്താമണ്ഡലത്തിൽ തെന്നൂർക്കോണം പുരയിടം തെളിഞ്ഞു വന്നു..

നെയ്യാറ്റിൻകരയ്ക്കടുത്തുള്ള ഇടിച്ചക്ക പ്ലാമൂടുകാരനായ മുരുകേശൻ ആശാന്റെ നേതൃത്വത്തിലുള്ള സംഘമായിരുന്നു സൈക്കിൾയജ്ഞത്തിനായി ആലിൻ പുറത്തെത്തിയത്. നെടുമങ്ങാട്ടെ പ്രകടനംകഴിഞ്ഞ് അവർ നേരെ ആലിൻപുറത്തേക്കു തിരിക്കുകയായിരുന്നു. ആശാനു പുറമേ മക്കളായ രുഗ്മിണിയും രുഗ്മാംഗദനും ശിഷ്യനായ രാജപ്പനും ആ സംഘത്തിലുണ്ട്.

തെന്നൂർക്കോണം മൈതാനത്തിൽ സൈക്കിൾയജ്ഞക്കാർ തമ്പടിച്ചെന്ന വാർത്ത ആലിൻപുറത്താകെ പടർന്നു കയറാൻ അധിക സമയമൊന്നും വേണ്ടി വന്നില്ല. ഇരുപത്തഞ്ചു വർഷങ്ങൾക്കുമുമ്പ് ബയോസ്കോപ്പ് പ്രദർശനം നടന്നതിനുശേഷം ഇതാദ്യമായാണ് അവിടെ

ഒരു കലാപ്രദർശനം നടക്കുന്നതെന്ന് പഴമക്കാർ ഗൃഹാതുരതയോടെ ഓർത്തു.

"പ്രിയപ്പെട്ട നാട്ടുകാരേ, നിങ്ങളെ രോമാഞ്ചകഞ്ചുകരാക്കുന്ന അത്യുഗ്രൻ സാഹസികാഭ്യാസപ്രകടനങ്ങൾ ഇതാ ഇന്നുമുതൽ നിങ്ങളുടെ നാട്ടിലും. ഇന്നേവരെ ആരും ചെയ്യാത്ത സൈക്കിൾ അഭ്യാസങ്ങൾ, നൃത്തനൃത്യങ്ങൾ, സാഹസിക പ്രകടനങ്ങൾ ..... ഇന്നു വൈകിട്ട് ഏഴുമണി മുതൽ തെന്നൂർക്കോണം ഗ്രൗണ്ടിൽ സമാരംഭിക്കുന്നു 'ശ്രീ. ഇണ്ടളയപ്പൻ സഹായം സൈക്കിൾയജ്ഞം'....."

ആലിൻപുറത്തെ നടവഴികളിലൂടെയും ഏലാവരമ്പുകളിലൂടെയും അനൗൺസ്മെന്റ് വാഹനമായ ഒരു പഴഞ്ചൻ റാലി സൈക്കിൾ നീങ്ങി. ഒരു കൈയിൽ പിടിച്ച മെഗാഫോണിലൂടെ അലറി വിളിച്ചും മറുകൈ കൊണ്ട് ഹാൻഡിൽ നിയന്ത്രിച്ചുമാണ് രാജപ്പൻ സൈക്കിൾ ചവിട്ടി അനൗൺസ്മെന്റ് നടത്തിയത്. ആ ഒറ്റക്കൈ പിടിച്ചുള്ള സൈക്കിൾ ചവിട്ടൽതന്നെ ആളുകൾ അതിശയത്തോടെയാണ് നോക്കി നിന്നത്. അനൗൺസ്മെന്റ് തന്നെ ഒരു അഭ്യാസമാണെങ്കിൽ യഥാർത്ഥ അഭ്യാസങ്ങൾ എങ്ങനെയായിരിക്കും!

"ഹ ഹ ഹ ഹ ഹ ഹ ഹ
കല്യാണ സമയൽ സാതം
ഹ ഹ ഹ ഹ ഹ ഹ ഹ
കല്യാണ സമയ സാതം
കായ്കറികളും പ്രമാദം
അന്ത കൗരവപ്രസാദം
ഇതുവേ എനക്കു പോതും..."

തെന്നൂർക്കോണം മൈതാനത്തിനോടു ചേർന്നു നിന്ന കുറ്റൻ ചാമ്പവരിക്ക മാവിന്റെ തുഞ്ചത്തു കെട്ടിയ കോളാമ്പി വൈകിട്ട് അഞ്ചുമണി മുതൽ പാടിത്തുടങ്ങി. ആറുമണിയായപ്പോഴേക്കും മൈതാനം ജനസാഗരമായി. ആലിൻപുറം മുടിപ്പുര മഹോത്സവത്തിനുപോലും ഇത്രയധികം ആളുകൾ കൂടാറില്ല.

വാസുദേവനും സുഷമയും കാണികളുടെ കൂട്ടത്തിലുണ്ടായിരുന്നു. വാസ്തവത്തിൽ, പേരൂർക്കട ജനതയിൽ പോയി *ജ്ഞാനസുന്ദരി* കാണാനാണ് അവർ വീട്ടിൽ നിന്നിറങ്ങിയത്. തെന്നൂർക്കോണത്തെത്തിയപ്പോൾ, സൈക്കിൾയജ്ഞം കാണാൻ ആളുകൾ തിക്കിത്തിരക്കുന്നതു കണ്ടപ്പോൾ സിനിമ കാണൽ നാളത്തേക്കു മാറ്റി അവർ ഗ്രൗണ്ടിലേക്കു കയറുകയായിരുന്നു.

മൈതാനത്തിന്റെ ഒത്ത മധ്യത്തിൽ ഒരു കമുകിൻ തൂണ് ഉയർന്നു നിന്നു. അതിന്റെ മുകളിൽ നിന്ന് പല നിറങ്ങളിലുള്ള തോരണങ്ങൾ

മൈതാനത്തിന്റെ പല ഭാഗത്തേക്കും നീണ്ടു കിടന്നു. ഉച്ചവെയിൽ പോലെ മൈതാനമെങ്ങും ട്യൂബ് ലൈറ്റുകളുടെ പ്രഭാപൂരം. മൈതാനത്തിന്റെ വടക്കേ അതിരിനോടുചേർന്ന് അഭ്യാസികൾക്കു താമസിക്കാനായി ഒരു ടെന്റ് കെട്ടിയിരുന്നു.

മൈതാനം നിറഞ്ഞതോടെ ടെന്റിൽ നിന്ന് ഒരാൾ സൈക്കിളിലേറി കമുകിൻ തൂണിനെ രണ്ടു തവണ വലംവെച്ച് നിന്നു. രാവിലെ അനൗൺസ്മെന്റ് നടത്തിയ രാജപ്പൻ തന്നെയായിരുന്നു അത്. പാന്റും ഷർട്ടും തൊപ്പിയുമായിരുന്നു അയാളുടെ വേഷം. മെഗാഫോൺ കൈയിലെടുത്ത് അയാൾ ഘനഗംഭീരസ്വരത്തിൽ പറഞ്ഞു തുടങ്ങി:

"അമ്മമാരേ, സോദരിമാരേ, ചേട്ടന്മാരേ, ചേച്ചിമാരേ, അനിയൻമാരേ, അനിയത്തിമാരേ, നിങ്ങളേവരും ആകാംക്ഷയോടെ കാത്തിരിക്കുന്ന ആ വിസ്മയക്കാഴ്ചകൾ ഏതാനും നിമിഷങ്ങൾക്കകം ഇവിടെ ആരംഭിക്കുകയാണ്. നിങ്ങൾക്കേവർക്കും ശ്രീ. ഇണ്ടളയപ്പൻ സഹായം സൈക്കിൾയജ്ഞത്തിലേക്കു സ്വാഗതം ....സ്വാഗതം ...സ്വാഗതം.."

രാജപ്പന്റെ വിവരണങ്ങൾ തുടർന്നുകൊണ്ടിരിക്കേ, ടെന്റിനുള്ളിൽ നിന്നും ഒരു പച്ച റാലി സൈക്കിൾ മൂളക്കത്തോടെ പാഞ്ഞു വന്നു. അത് മുരുകേശനാശാനായിരുന്നു. കാണികളെ ഉദ്വേഗഭരിതരാക്കിക്കൊണ്ട് ആശാൻ പ്രകടനങ്ങൾ തുടങ്ങി. ഒറ്റക്കൈകൊണ്ട് ഹാൻഡിൽ പിടിച്ചും, പിടിക്കാതെയും, സീറ്റിൽ തിരിഞ്ഞിരിന്നും, ഒരു കാൽ സീറ്റിലുറപ്പിച്ച് മറുകാൽ ഉയർത്തിപ്പിടിച്ച് ഒരു കൈകൊണ്ട് സൈക്കിൾ നിയന്ത്രിച്ചും, ഹാൻഡിലിൽ കാലുകൾ നീട്ടിവച്ചു കമിഴ്ന്നുകിടന്ന് ഒരു കൈകൊണ്ട് പെഡൽ കറക്കി വേഗത്തിലുള്ള വലംവയ്ക്കലുമൊക്കെയായി പലപല അഭ്യാസങ്ങൾ! ഒരു നമ്പരിൽ നിന്ന് മറ്റൊന്നിലേക്കു മാറുമ്പോൾ മുരുകേശൻ കൈ വീശും, കൈകൂപ്പും. കാണികൾ ആർത്തുവിളിച്ച് പ്രോത്സാഹിപ്പിച്ചു.

അര മണിക്കൂർ നീണ്ട സാഹസിക പ്രകടനങ്ങൾക്കുശേഷം മൈതാനത്തിലെത്തിയത് രുഗ്മാംഗദനായിരുന്നു. അയാൾ കത്തുന്ന വളയത്തിനുള്ളിലൂടെ സൈക്കിളിൽ കുതിച്ചു ചാടി. ഒരാൾ പൊക്കത്തിൽ അടുക്കിവച്ചിരുന്ന ട്യൂബ് ലൈറ്റുകളെ സൈക്കിളിൽ പാഞ്ഞുവന്ന് ഇടിച്ചുതെറിപ്പിച്ചു. കൈ രണ്ടും ആകാശത്തേക്കു വിടർത്തി സീറ്റിൽ ഒറ്റക്കാലിൽനിന്നും ചമ്രംപടിഞ്ഞ്, സീറ്റിൽ ധ്യാനനിമഗ്നനായി ഇരുന്നും മലർന്നു കിടന്നും കമിഴ്ന്നു കിടന്നും തലകുത്തിനിന്നും തല നിലത്തേക്കു തൂക്കിയിട്ടും അയാൾ അഭ്യാസങ്ങൾ കാട്ടി. സൈക്കിളിന്റെ മുൻ ചക്രമുയർത്തി, ഒറ്റച്ചക്രത്തിൽ അയാൾ ഏറെനേരം ചവിട്ടി. ശ്വാസമടക്കിപ്പിടിച്ചാണ് കാണികൾ ആ അഭ്യാസങ്ങൾ കണ്ടത്.

രാജപ്പന്റെ വിവരണങ്ങൾ കേട്ടും രുഗ്മാംഗദന്റെ പ്രകടനങ്ങൾ കണ്ടും കോരിത്തരിച്ച കാണികൾ ആവേശത്തോടെ കൈയടിച്ചു കൊണ്ടേയിരുന്നു.

"നന്ദി.... നന്ദി.... നന്ദി.... പ്രിയപ്പെട്ടവരേ നിങ്ങളുടെ അകമഴിഞ്ഞ പ്രോത്സാഹനങ്ങൾക്ക് ഞങ്ങൾ ഹൃദയത്തിന്റെ ഭാഷയിൽ നന്ദി രേഖപ്പെടുത്തുന്നു. സാഹസിക പ്രകടനങ്ങൾ കണ്ട് വീർപ്പുമുട്ടി നിൽക്കുന്ന നിങ്ങളെ കോരിത്തരിപ്പിക്കാൻ ഇതാ കടന്നു വരുന്നു ശ്രീ. ഇണ്ടളയപ്പൻ സഹായം സൈക്കിൾയജ്ഞം കമ്പനിയുടെ രോമാഞ്ചകഞ്ചുകം കുമാരി രുഗ്മിണി..... നിങ്ങളുടെ സ്വന്തം രുക്കു....."

രാജപ്പന്റെ അലർച്ച, കോളാമ്പിയിലൂടെ മുഴങ്ങിത്തുടങ്ങിയ ചടുല സംഗീതത്തിൽ മുങ്ങി. ടെന്റിനുള്ളിൽ നിന്ന് നൃത്തച്ചുവടുകളോടെ രുഗ്മിണി മൈതാനമധ്യത്തിലേക്കു വന്നു. തിളക്കമുള്ള ചുവന്ന ബ്ലൗസും കാൽമുട്ടുവരെ മാത്രം ഇറക്കമുള്ള സ്വർണവർണ്ണ ഞൊറികളുള്ള പാവാടയുമായിരുന്നു അവളുടെ വേഷം. വാലിട്ടെഴുതിയ കണ്ണുകൾ. ചായം കൊണ്ടു ചുവപ്പിച്ച ചുണ്ടുകൾ. കവിളുകളിൽ റോസ് പൗഡറിന്റെ തിളക്കം. ആകെയൊരു മദാലസ ഭാവം. അവൾ ആടിക്കുഴഞ്ഞ് കാണികൾക്കടുത്തെത്തിയപ്പോഴേക്കും മെഗാഫോൺ നിലത്തുവച്ച്, സൈക്കിൾ സ്റ്റാൻഡിലിട്ടശേഷം രാജപ്പനും നൃത്തച്ചുവടുകൾ തുടങ്ങി. കോളാമ്പിയിലൂടെ ഗാനം കേട്ടു തുടങ്ങി:

"വാങ്ക മച്ചാൻ വാങ്ക
വന്ത വഴിയേ പടുത്തു പോങ്ക
യേങ്കി യേങ്കി നീങ്ക
യേൻ ഇപ്പടി പാക്കുരിങ്ക ....."

രാജപ്പന്റെയും രുഗ്മിണിയുടെയും ഇളകിയാട്ടം കണ്ട് കാണികളായ പുരുഷ കേസരികളിൽ പലരും പുളകിതഗാത്രരായി. അവരുടെ കണ്ണുകൾ രുഗ്മിണിയുടെ നിമ്നോന്നതികളിൽ പ്രദക്ഷിണം വച്ചു. സദാചാരവാദികളായ ചിലർ 'അയ്യേ', 'ഛേ' തുടങ്ങിയ ശബ്ദങ്ങൾ പുറപ്പെടുവിച്ച് തല കുനിച്ചു. തങ്ങളുടെ കണവന്മാർ ഏതോ ആട്ടക്കാരിയെ വായിനോക്കിനിന്ന് വെള്ളമിറക്കുന്നത് കണ്ട് സഹിക്കാനാകാത്ത ചില ഭാര്യമാർ പല്ലിറുമ്മി.

റെക്കോർഡ് ഡാൻസ് കഴിഞ്ഞതോടെ അന്നത്തെ പ്രകടനങ്ങൾ അവസാന ഘട്ടത്തിലേക്കു കടന്നു. രുഗ്മിണിയും രുഗ്മാംഗദനും രാജപ്പനും ഓരോ അലുമിനീയം പാത്രങ്ങൾ കൈയിലെടുത്തു.

"പ്രിയമുള്ളവരേ, ഞങ്ങളുടെ അഭ്യാസപ്രകടനങ്ങൾ നിങ്ങളെ രസിപ്പിച്ചെന്നു കരുതുന്നു. നിങ്ങൾക്കറിയാമായിരിക്കും, ജീവിതം കൂട്ടിമുട്ടിക്കാനൊരു വരുമാനത്തിനുവേണ്ടിയാണ് ഞങ്ങൾ ജീവൻപോലും പണയംവച്ച് ഇത്തരം പ്രകടനങ്ങൾ നടത്തുന്നത്. അതുകൊണ്ട് എല്ലാവരും തങ്ങളാൽ

കഴിയുന്ന സംഭാവനകൾ നൽകി ഞങ്ങളെ സഹായിക്കണമെന്ന് അപേക്ഷിക്കുകയാണ്. നിങ്ങളുടെ പ്രോത്സാഹനമാണ് ഞങ്ങളുടെ ശക്തി ......"

രാജപ്പൻ ഉറക്കെ വിളിച്ചു പറഞ്ഞു. പാത്രങ്ങൾ കാണികൾക്കു നേരെ നീണ്ടു. നാണയത്തുട്ടുകളുടെ കിലുക്കം കേട്ടു തുടങ്ങി. സംഭാവനയുടെ കാര്യം കേട്ടപ്പോൾ കാണികളിൽ ചിലർ തല ചൊറിഞ്ഞുകൊണ്ട് തന്ത്രപൂർവ്വം വലിഞ്ഞു കളഞ്ഞെങ്കിലും ഭൂരിഭാഗം പേരും സഹകരിക്കുകയാണ് ചെയ്തത്.

നാണയത്തുട്ടുകൾകൊണ്ട് പാത്രങ്ങൾ നിറയാൻ അധികനേരം വേണ്ടി വന്നില്ല.

"പ്രിയമുള്ളവരേ, ഒരു പ്രത്യേക അറിയിപ്പുണ്ട്. നാളെ മുതൽ പ്രദർശനം കാണാനെത്തുന്നവർ സംഭാവനയായി കാശ് തന്നെ നൽകണമെന്നില്ല. വാഴക്കുല, തേങ്ങ, ചക്ക, കോഴി, കോഴിമുട്ട, പച്ചക്കറികൾ തുടങ്ങിയുള്ളതെന്തും ഞങ്ങൾ സ്വീകരിക്കും. അങ്ങനെ കിട്ടുന്ന സാധനങ്ങൾ അപ്പോൾത്തന്നെ ലേലത്തിൽ വയ്ക്കുന്നതാണ്. കാശ് നൽകി ആർക്കും അത് സ്വന്തമാക്കാം...."

ആ പ്രഖ്യാപനത്തോടെ ആദ്യദിനപ്രദർശനം അവസാനിച്ചു. പ്രതീക്ഷിച്ചതിനേക്കാൾ വരുമാനമാണ് കിട്ടിയത്. ആശാനും രുഗ്മാംഗദനും ചേർന്ന് ടെന്റിന് വെളിയിലിട്ടിരുന്ന ബെഞ്ചിലിരുന്ന് നാണയത്തുട്ടുകൾ എണ്ണാൻ തുടങ്ങി. ടെന്റിനു വെളിയിൽ കൂട്ടിയ അടുപ്പിൽ അരി തിളപ്പിക്കുകയാണ് രുഗ്മിണി. രാജപ്പൻ തേങ്ങ ചുരണ്ടിക്കൊണ്ടിരുന്നു.

ആദ്യ ദിവസത്തെ വരുമാനം എണ്ണി തിട്ടപ്പെടുത്തി ഒരു കിഴിയിലിട്ട് കെട്ടിയശേഷം ആശാനും മകനും എണീറ്റു.

"ആശാനേ, വരുമാനമൊക്കെ എങ്ങനെയൊണ്ട്?"

ഇരുട്ടിൽ നിന്നുയർന്ന ചോദ്യംകേട്ട് ആശാനും മകനും ഞെട്ടിത്തിരിഞ്ഞു. നീലക്കള്ളികളുള്ള കൈലിയും ഉയർത്തിക്കെട്ടി, കൈയുള്ള വെള്ള ബനിയനുമിട്ട് ഒരു കൊമ്പൻ മീശക്കാരൻ! അടിവസ്ത്രമായ വരയൻ ഡ്രോസ് പുറത്തേക്ക് എത്തിനോക്കുകയാണ്. ചുണ്ടിൽ ബീഡിയെരിയുന്നുണ്ട്. ആകെമൊത്തമൊരു വശപ്പെശക്.

"ങാ... തരക്കേടില്ല."

ആശാൻ മറുപടി പറഞ്ഞു.

"പക്ഷേ, ആശാൻ കാണിച്ചത് ഒട്ടും ശരിയായില്ല."

അയാളുടെ മുനവച്ച സംസാരം ആശാന് പിടികിട്ടിയില്ല.

"എന്റെ അഭ്യാസത്തിലെവിടെയാ പെശക്?"

"അഭ്യാസത്തിന്റെ കാര്യമല്ല പറഞ്ഞത്. ഇവിടെ യജ്ഞം നടത്തണതിനു മുമ്പേ നമ്മളെപ്പോലുള്ളവരെ ഒന്നു കാണാനോ ഒരു വാക്ക് ചോദിക്കാനോ ഉള്ള മര്യാദ കാണിച്ചില്ലെന്നാ പറഞ്ഞത്."

അയാൾ തുടചൊറിഞ്ഞുകൊണ്ടു പറഞ്ഞു. ആശാന് കാര്യങ്ങൾ തെളിഞ്ഞു തുടങ്ങി. അഭ്യാസം നടത്തുന്ന സ്ഥലങ്ങളിൽ മിക്കയിടത്തും ഇത്തരക്കാരെ അയാൾ കാണുന്നതാണ്.

"ഇവിടുത്തെ പ്രധാനപ്പെട്ട ആൾക്കാരാരാന്ന് അറിയില്ലായിരുന്നു. ക്ഷമിക്കണം. ഇരുന്നാട്ടെ."

ആശാൻ തോളിലെ തോർത്തെടുത്ത് ബെഞ്ചിലെ പൊടി തട്ടി.

"ഇരിക്കാനൊന്നും നേരമില്ല. പോയിട്ട് ഒരത്യാവശ്യകാര്യമൊണ്ട്. ഒരു അഞ്ചു രൂപാ ഇങ്ങെടുക്ക്."

ആഗതൻ നേരിട്ട് കാര്യത്തിലേക്കു കടന്നു. ആശാനും മകനും മുഖത്തോടു മുഖം നോക്കി.

"അയ്യോ അതല്പം കൂടുതലാണല്ലോ. രണ്ടു രൂപാ തരാം."

"ഫൂ.... രണ്ട് ഉലുവയാ? ഞാനെന്തര് പിച്ചക്കാരനാ. മര്യാദയ്ക്ക് അഞ്ചു രൂപാ തന്നോ. എന്റെ കൊണം മാറ്റല്ല്."

അയാൾ ഇടുപ്പിൽ നിന്നൊരു പിച്ചാത്തി വലിച്ചൂരിയെടുത്തു. അതു കണ്ട രുഗ്മാംഗദൻ കലിയോടെ മുന്നോട്ടാഞ്ഞെങ്കിലും ആശാൻ തടഞ്ഞു. ഇത്തരക്കാരെ പിണക്കുന്നത് നല്ലതല്ലെന്ന് അയാൾക്കറിയാം. ബഹളം കേട്ട് രുഗ്മിണിയും രാജപ്പനും ഓടി വന്നു. ചട്ടമ്പിയുടെ നോട്ടം രുഗ്മിണിയിലേക്കായി.

"നോക്കീം കണ്ടും നിന്നാ എല്ലാർക്കും കൊള്ളാം. അല്ലെങ്കി ഞാൻ മെനക്കെടുത്തും. പറഞ്ഞില്ലെന്നു വേണ്ട."

"അയ്യേ. പെണങ്ങാതെ. നമുക്കു വേണ്ടത് ചെയ്യാം."

ആശാൻ സമവായത്തിന്റെ പാതയിലായിരുന്നു. അയാൾ പണക്കിഴിയിൽ നിന്ന് അഞ്ചു രൂപ നുള്ളിപ്പെറുക്കിയെടുത്ത് കൊടുത്തു.

"ഉപദ്രവിക്കല്ല്. വയറ്റിപ്പെഴപ്പാ."

ആശാന്റെ സ്വരത്തിൽ ദൈന്യത കലർന്നിരുന്നു. ഒന്നും പറയാതെ, അമർത്തിയൊന്നു മൂളിക്കൊണ്ട് കാശുംവാങ്ങി അയാൾ ഇരുട്ടിൽ മറഞ്ഞു.

മരണാവലി മണിയൻ എന്ന അപരനാമത്തിൽ അറിയപ്പെട്ടിരുന്ന ചട്ടമ്പിയായിരുന്നു അയാൾ. നാട്ടുകാരുടെ പേടിസ്വപ്നമായ ടിയാൻ, അടിപിടി, മോഷണം, പിടിച്ചുപറി, വായ് നോട്ടം, മദ്യപാനം, വെട്ടിമലത്ത്, അസഭ്യവർഷം തുടങ്ങിയ സുകുമാരകലകളിൽ അഗ്രഗണ്യനായിരുന്നു. വയറ്റിലേക്കെത്താനുള്ളതെന്തും—ഖരമാകട്ടെ, ദ്രാവകമാകട്ടെ—ആക്രാന്തത്തോടെ 'മരണവലി' വലിച്ച് ഒറ്റയടിക്കുതന്നെ അകത്താക്കാനുള്ള പ്രത്യേക സിദ്ധിവിശേഷം ഉള്ളതുകൊണ്ടാണ് മണിയനെ 'മരണാവലി' എന്ന ഓമനപ്പേര് നൽകി നാട്ടുകാർ ആദരിച്ചു പോരുന്നത്.

മുപ്പത്തിരണ്ടു വയസ്സ്, ഇരു നിറം, ഭാര്യ (ഔദ്യോഗികം) - 1, ഭാര്യ (അനൗദ്യോഗികം) - 2. മക്കൾ (ഇരുവിഭാഗങ്ങളിലുമായി) - 6.

രണ്ടു ദിവസം മുമ്പ്, അനൗദ്യോഗിക ഭാര്യമാരിലൊരാളായ പങ്കജാക്ഷിയെയും പിള്ളേരെയും കാണാൻ വെള്ളനാടു വരെ പോയിട്ട് ഇന്ന് സന്ധ്യയോടെ മടങ്ങി വന്നപ്പോഴാണ് സൈക്കിൾയജ്ഞം നടക്കുന്ന കാര്യം മരണാവലി അറിഞ്ഞത്. ഇനി പത്തുദിവസത്തേക്കുള്ള വട്ടച്ചെലവിന് വേറെയൊന്നും നോക്കേണ്ടതില്ലെന്ന് അയാൾ അപ്പോഴേ ഉറപ്പിച്ചതാണ്.

പല നാടുകളിലും കറങ്ങി നടന്ന് പരിപാടികൾ അവതരിപ്പിക്കാറുള്ള മുരുകേശനാശാനും സംഘത്തിനും മരണാവലികൾ പുത്തരിയല്ല. സംഭാവന കിട്ടുന്നതിന്റെ ഒരു ചെറിയ വിഹിതം നൽകിത്തന്നെയാണ് ഇത്തരം തൊന്തരവുകളെ ഒതുക്കുന്നത്. പക്ഷേ, ഇന്നേവരെ കാണാത്ത ഇനമാണ് മരണാവലിയെന്ന് ആശാൻ അറിയാനിരിക്കുന്നതേയുണ്ടായിരുന്നുള്ളൂ.

സൈക്കിൾയജ്ഞത്തെക്കുറിച്ചുള്ള ചർച്ചകളും വിശകലനങ്ങളും കൊണ്ട് ആലിൻപുറം സജീവമായി. അഭ്യാസികളെ അമാനുഷികരെന്ന് ചിലർ വിശേഷിപ്പിച്ചപ്പോൾ 'ഓ ഇതൊന്നും വലിയ കാര്യമല്ല' എന്ന മട്ടിലായിരുന്നു ചിലരുടെ പ്രതികരണം. സ്വന്തമായി സൈക്കിൾ ഉള്ള ചിലരാകട്ടെ ആരും കാണാതെ ചില 'അഭ്യാസങ്ങൾ' അനുകരിച്ചു നോക്കുകയും തലകുത്തി വീണ് കൈയും കാലും ഉളുക്കി, കുഞ്ഞിരാമൻ വൈദ്യരുടെ 'ചരക സ്മാരക'ത്തിലെ എണ്ണത്തോണിയിൽ പ്രവേശിക്കുകയും ചെയ്തു.

സൈക്കിൾയജ്ഞക്കാരുടെ വരവിൽ ഏറ്റവുമധികം പ്രയോജനം കിട്ടിയത് പഞ്ചാപകേശൻപിള്ളയ്ക്കാണ്. ആദ്യദിവസം ചായയും ദോശയും വട- മോദകങ്ങളും വിറ്റ വകയിൽ നല്ലൊരു തുക അയാളുടെ പട്ടറയിൽ വീണു.

സൈക്കിൾ അഭ്യാസത്തേക്കാൾ ചില പുരുഷപ്രജകളെ സംപ്രീതരാക്കിയത് രുഗ്മിണിയുടെ റെക്കോർഡ് ഡാൻസായിരുന്നു. അവളുടെ ഇളകിയാട്ടത്തിന്റെ സ്മരണകളിൽ അവരുടെ ഉറക്കത്തിന്റെ താളം തെറ്റി.

അങ്ങനെ പലവിധ പ്രതികരണങ്ങളുയർത്തി സൈക്കിൾയജ്ഞം രണ്ടാംദിനത്തിലേക്കു കടന്നു.

"പ്രിയമുള്ളവരേ, മനോഹരമായൊരു ഏത്തക്കുലയുടെ ലേലമാണ് ഇന്നിവിടെ നടക്കാൻ പോകുന്നത്. ഞങ്ങളുടെ അഭ്യാസപ്രകടനങ്ങൾ കണ്ട് ആവേശംകൊണ്ട ശ്രീ. ചെല്ലക്കുട്ടി നാടാർ ഞങ്ങൾക്ക് സംഭാ

വനയായി നൽകിയ ഈ വാഴക്കുല കരസ്ഥമാക്കുന്ന ആ ഭാഗ്യവാൻ ആരാണ്? കടന്നു വരൂ.... കടന്നു വരൂ.... അറയ്ക്കാതെ മടിക്കാതെ കടന്നു വരൂ..."

അഭ്യാസപ്രകടനങ്ങൾക്കുശേഷം ലേലം ആരംഭിച്ചു. പതിവുലേല സമ്പ്രദായത്തിൽ നിന്നു വ്യത്യസ്തമായിരുന്നു ആ ലേലം വിളി. ഉദാഹരണത്തിന്, അഞ്ചു പൈസ അടിസ്ഥാനവില നിശ്ചയിച്ച് ഒരു തേങ്ങ, കമ്പനി ലേലത്തിനു വച്ചാൽ, പത്തു പൈസ വിളിക്കുന്നവർ, കൂട്ടി വിളിച്ച അഞ്ചു പൈസ അപ്പോൾത്തന്നെ നൽകണം. വേറൊരാൾ പതിനഞ്ചു പൈസയ്ക്കു വിളിച്ചാൽ അയാളും കൂട്ടി വിളിച്ച അഞ്ചു പൈസ നൽകും.

കാണികളിൽ പലരും ആവേശത്തോടെ ലേലത്തിൽ പങ്കെടുത്തു. വിറ്റാൽ കഷ്ടിച്ച് നാലുരൂപ മാത്രം കിട്ടുമായിരുന്ന ആ കുല, വാശിയേറിയ ലേലം വിളികൾക്കൊടുവിൽ പത്തു രൂപയ്ക്കാണ് ലേലത്തിൽ പോയത്!

സംഭാവനയായിക്കിട്ടിയ വാഴക്കുല, തേങ്ങ, ചേന, കാച്ചിൽ, പടവലം, നെല്ല് തുടങ്ങിയവയ്ക്കൊപ്പം ഒരു ചെറിയ പനയോലപ്പെട്ടിയുമുണ്ടായിരുന്നു. ആൾത്തിരക്കിനിടയിൽ ആരാണത് സംഭാവനയായി വച്ചതെന്ന് ആരും കണ്ടിരുന്നില്ല. രാജപ്പൻ, പെട്ടിയിൽ കെട്ടിയിരുന്ന ചണനൂൽ അഴിച്ചുമാറ്റി ആകാംക്ഷയോടെ പെട്ടി തുറന്നു. അതിനുള്ളിൽ ഒരു ചുവന്ന ചെമ്പകപ്പൂവും ഒരു കടലാസും! അയാൾ കടലാസു നിവർത്തി കണ്ണോടിച്ചു. പിന്നെ പൊട്ടിച്ചിരിച്ചുകൊണ്ട് ഉറക്കെ വായിക്കാൻ തുടങ്ങി:

"എന്റെ രുക്കു, നിന്റെ ചടുലനടനം കണ്ട എന്റെ ഹൃദയം എന്തെന്നില്ലാതെ വീർപ്പുമുട്ടുകയാണ്. എന്റെ ചിന്തകളിൽ ഇപ്പോൾ നീ മാത്രമാണ് ഓമനേ. സ്വർഗലോകത്തു നിന്നു വന്ന ഉർവശിയാണോ നീ? രംഭയാണോ? തിലോത്തമയാണോ? നീയില്ലാത്ത ജീവിതം ശൂന്യമാണെന്നറിയുന്നു ഞാൻ. എന്റെ പ്രണയത്തിന്റെ പ്രതീകമായി ഈ ചെമ്പകമലർ നിനക്ക് സമർപ്പിക്കുന്നു. സ്വീകരിച്ചാലും. സ്നേഹത്തോടെ ഒരു ആരാധകൻ."

രാജപ്പന്റെ പാരായണം കേട്ട് ആളുകൾ പൊട്ടിച്ചിരിച്ചു. ആരായിരിക്കും ഈ അജ്ഞാത ആരാധകനെന്ന് അവർ ചില ഊഹാപോഹങ്ങളിലേർപ്പെടുകയും ചെയ്തു.

നാണം അഭിനയിച്ച്, കാൽനഖംകൊണ്ട് നിലത്തുകോറിക്കൊണ്ടിരുന്ന രുഗ്മിണിക്കു നേരെ രാജപ്പൻ ആ പനയോലപ്പെട്ടി എറിഞ്ഞു കൊടുത്തു. അതു പിടിച്ചെടുത്ത അവൾ കൃത്രിമമായ വികാരപാരവശ്യത്തോടെ അതിൽ നിന്ന് ചെമ്പകപ്പൂവെടുത്ത് മണപ്പിച്ചശേഷം ബ്ലൗസിനുള്ളിലേക്കു തിരുകി. ആളുകൾ കൈയടിച്ചു.

രാജപ്പൻ തുടർന്നു:

"ഒരു പ്രയോജനവുമില്ലാത്ത ഇത്തരം മംഗളപത്രങ്ങൾ എഴുതി ഞങ്ങളെ മെനക്കെടുത്താതെ വല്ല വാഴക്കുലയോ തേങ്ങാക്കുലയോ തന്ന് സഹായിക്കണമെന്ന് രുക്കുവിന്റെ ആരാധകരോട് അഭ്യർത്ഥിക്കുകയാണ്."

ഷോയും ലേലവും അവസാനിച്ചു. രാത്രി പന്ത്രണ്ടു മണിയോടെ ആളുകൾ പിരിഞ്ഞു. ആശാനും മകനും ചേർന്ന് പണമെണ്ണി കിഴിയിലാക്കി എണീറ്റതും മരണാവലി പ്രത്യക്ഷനായി. ആറു രൂപയായിരുന്നു അയാളുടെ ഇന്നത്തെ ആവശ്യം.

"ഇന്നലെ അഞ്ചു രൂപ തന്നതല്ലേ. എന്നും പണം തന്നാ ഞങ്ങളെ കഞ്ഞി കുടി മുട്ടുമല്ലോ."

ആശാൻ നിസ്സഹായത വെളിപ്പെടുത്തി. സാധാരണ ഒരു തവണ പടി കൊടുത്താൽ, പിന്നെ പരിപാടി അവസാനിക്കുമ്പോഴാണ് ഇത്തരക്കാർ എന്തെങ്കിലും ചോദിച്ചു വരികയെന്നതായിരുന്നു ആശാന്റെ ഇതുവരെയുള്ള അനുഭവം.

"അതൊന്നും എനിക്കറിഞ്ഞൂടാ. ചക്രം കിട്ടിയേ പറ്റൂ."

പട്ടയുടെ കെട്ട ഗന്ധം പരത്തിക്കൊണ്ട് മരണാവലി കട്ടായം പറഞ്ഞു. രുഗ്മാംഗദൻ പതിവുപോലെ തിളച്ചു. ആശാൻ അവനെ അടക്കി നിർത്തിയശേഷം ചട്ടമ്പിയുമായി ഉഭയകക്ഷി ചർച്ചയാരംഭിച്ചു. ഒടുവിൽ, നാലു രൂപ കൊടുക്കാമെന്ന ധാരണയിൽ മരണാവലി ഒതുങ്ങി.

"ഇനി ഞങ്ങളെ ബുദ്ധിമുട്ടിക്കല്ല്."

പണം കൈമാറിക്കൊണ്ട് ആശാൻ കെഞ്ചിപ്പറഞ്ഞു. ഒന്നും മിണ്ടാതെ അതു വാങ്ങി ഇടുപ്പിൽ തിരുകി മരണാവലി നടന്നു പോയി.

പിറ്റേന്നത്തെ ഷോ ഏറെ പ്രത്യേകതകളുള്ളതായിരുന്നു. ഷോ തുടങ്ങുന്നതിനുമുമ്പ് കമുകിൻ തൂണിനു ചുവട്ടിൽ ഒരു പൂജയുണ്ടായിരുന്നു. ഫ്രെയിംചെയ്തു വച്ച ഹനുമാൻ ചിത്രത്തിനു മുന്നിൽ മുരുകേശനാശാൻ നിലവിളക്ക് കത്തിച്ചു. രുഗ്മിണിയും രുഗ്മാംഗദനും രാജപ്പനും ഭക്തിനിർഭരതയോടെ കൈകൂപ്പി. കർപ്പൂരം കത്തിച്ച തട്ടംകൊണ്ട് ആശാൻ തന്റെ റാലി സൈക്കിളിനെ ആരതിയുഴിഞ്ഞു. ഒരു കിണ്ണത്തിലിരുന്ന ഭസ്മമെടുത്ത് രുഗ്മാംഗദൻ അച്ഛന്റെ നെറ്റിയിൽ നീണ്ടൊരു കുറി വരച്ചു.

പൂജയും പ്രാർത്ഥനയും കഴിഞ്ഞതോടെ രാജപ്പൻ മെഗാഫോൺ കൈയിലെടുത്തു.

"പ്രിയമുള്ളവരേ, ശ്രീ. ഉണ്ടുളയപ്പൻ സഹായം സൈക്കിൾയജ്ഞത്തിന്റെ മൂന്നാം ദിവസമായ ഇന്നു മുതൽ അത്യത്ഭുതകരമായ ഒരു അഭ്യാസപ്രകടനത്തിലേക്ക് ഞങ്ങൾ കടക്കുകയാണ്. നമ്മുടെ ഏവരുടേയും അഭിമാനവും ആവേശവുമായ ശ്രീ. മുരുകേശനാശാൻ ഏതാനും നിമിഷ

ങ്ങൾക്കും ഇതാ ഈ പച്ച റാലി സൈക്കിളിൽ കയറും. ഇനി അദ്ദേഹം അതിൽ നിന്നിറങ്ങുന്നത് .... നിലത്ത് കാൽ കുത്തുന്നത് എപ്പോഴാണെന്ന് നിങ്ങൾക്കറിയാമോ?.... പ്രിയ സുഹൃത്തുക്കളേ ഏഴുദിവസം... ഏഴു ദിവസം കഴിഞ്ഞു മാത്രമേ അദ്ദേഹം നിലത്ത് കാൽ കുത്തൂ. അദ്ദേഹം പല്ല് തേയ്ക്കുന്നതെങ്ങനെ? കുളിക്കുന്നതെങ്ങനെ? വെള്ളം കുടിക്കുന്നതെങ്ങനെ? ആഹാരം കഴിക്കുന്നതെങ്ങനെ? ഇങ്ങനെയുള്ള കുറേ ചോദ്യങ്ങൾ നിങ്ങളുടെ മനസ്സിലുണ്ടാവുമെന്ന് എനിക്കറിയാം. പ്രിയമുള്ളവരേ, അദ്ദേഹം ഇതെല്ലാം ചെയ്യും, സൈക്കിൾ ചവിട്ടിക്കൊണ്ടു തന്നെ. സംശയമുള്ള ആർക്കും ആശാനെ നിരീക്ഷിക്കാവുന്നതാണ്. കൂടുതൽ പറഞ്ഞ് സമയം കളയുന്നില്ല. ഇതാ യജ്ഞം ആരംഭിക്കുകയായി....."

തൊട്ടുതൊഴുത്, കാൽ വീശി ആശാൻ സൈക്കിളിൽ കയറി. ഗ്രൗണ്ടിന്റെ ഓരം ചേർന്ന് ആശാൻ സൈക്കിൾ ചവിട്ടിക്കൊണ്ടിരിക്കേ, രുഗ്മിണിയും രുഗ്മാംഗദനും പതിവു പ്രകടനങ്ങളിലേക്കും ലേലത്തിലേക്കുമൊക്കെ കടന്നു. അന്നത്തെ പ്രോഗ്രാം അവസാനിച്ച് കാണികൾ പിരിഞ്ഞെങ്കിലും ആശാൻ യജ്ഞം തുടർന്നു.

രാത്രി, ഭക്ഷണം കഴിച്ച് രുഗ്മിണിയും രുഗ്മാംഗദനും രാജപ്പനും ഉറങ്ങാൻ കിടന്നു. രുഗ്മാംഗദനും രാജപ്പനും ടെന്റിനു പുറത്തിട്ടിരുന്ന ബെഞ്ചുകളിലാണ് കിടന്നത്. രുഗ്മിണി ടെന്റിനുള്ളിലും. സമയം അർദ്ധരാത്രി പിന്നിട്ടു.

"അയ്യോ..."

രുഗ്മിണിയുടെ ഉറക്കെയുള്ള നിലവിളി കേട്ട് രുഗ്മാംഗദനും രാജപ്പനും ഞെട്ടിപ്പിടഞ്ഞെണീറ്റു. അവർ ടെന്റിനുള്ളിലേക്ക് ഓടിക്കയറിയപ്പോൾ ഒരു നിഴൽ രൂപം ടെന്റിനു പുറത്തേക്ക് പരക്കം പാഞ്ഞു.

"ആരോ എന്നെക്കേറിപ്പിടിച്ചു...."

രുഗ്മിണി നിലവിളിച്ചുകൊണ്ടിരുന്നു.

രുഗ്മാംഗദനും രാജപ്പനും പുറത്തേക്കോടിയവനു പിന്നാലെ പാഞ്ഞു. ഗ്രൗണ്ടിനു പുറകിലെ കാടുപിടിച്ചു കിടന്ന പുരയിടത്തിലൂടെ അവർ ഓടി. പുരയിടവും പിന്നിട്ട് വാഴപ്പണയിലൂടെ അന്തം വിട്ടു പാഞ്ഞ ആ ആഭാസനെ പിടികൂടാമെന്നു തന്നെ അവർ ഉറപ്പിച്ചെങ്കിലും അയാൾ തൊട്ടടുത്തുള്ള കിള്ളിയാറ്റിലേക്ക് ചാടി നീന്തി രക്ഷപ്പെട്ടു.

നിരാശയോടെ ആറ്റിൻകരയിൽ നിന്ന് തിരികെ നടക്കാൻ തുടങ്ങിയപ്പോഴാണ് രുഗ്മാംഗദന്റെ കാലിൽ എന്തോ തടഞ്ഞത്. അവൻ കുനിഞ്ഞ് അതെടുത്തു - ഒരു പിച്ചാത്തി! ആറ്റിൻകരയിൽ നിന്ന പുന്നമരത്തിന്റെ ഇലകൾക്കിടയിലൂടെ അരിച്ചിറങ്ങിയ നിലാവെട്ടത്തിൽ തിളങ്ങിയ ആ പിച്ചാത്തിയിലേക്കു സൂക്ഷിച്ചുനോക്കിയ രുഗ്മാംഗദന് വെളുത്ത കൈപിടിയുള്ള ആ പിച്ചാത്തി താൻ മുമ്പ് എവിടെയോ കണ്ടി

ട്ടുണ്ടല്ലോ എന്ന സന്ദേഹമുണർത്തി. ടെന്റിൽ തിരിച്ചെത്തുന്നതിനു മുമ്പു തന്നെ അവന് പിച്ചാത്തിയുടെ ഉടമസ്ഥനെ പിടി കിട്ടി.

പിറ്റേന്ന്, പതിവുപോലെ ലേലം തുടങ്ങി. വാഴക്കുല, ചേന, ചേമ്പ്, തേങ്ങ, കോഴി തുടങ്ങിയ പതിവു വിഭവങ്ങളുടെ ലേലം കഴിഞ്ഞതും രാജപ്പൻ, പാന്റിന്റെ പോക്കറ്റിലേക്ക് കൈയിട്ടുകൊണ്ട് വിളിച്ചു പറഞ്ഞു തുടങ്ങി:

"പ്രിയമുള്ളവരേ, ആരും പിരിഞ്ഞു പോകരുത്. ഒരു വിശേഷപ്പെട്ട സാധനംകൂടി ഇന്ന് ലേലത്തിനായി വയ്ക്കുകയാണ്. നമ്മുടെ നിത്യജീവിതത്തിൽ ഏറെ പ്രയോജനമുള്ള ഈ സാധനം നല്ല കാര്യങ്ങൾക്കും മോശം കാര്യങ്ങൾക്കും ഉപയോഗിക്കാം എന്നതാണ് പ്രത്യേകത. കൈകാര്യംചെയ്യുന്ന ആളിന്റെ സ്വഭാവമനുസരിച്ചായിരിക്കും ഇതിന്റെ ഉപയോഗം. ആർക്കെങ്കിലും ഊഹിച്ചു പറയാമോ?....."

ആൾക്കൂട്ടത്തിനു നേരെ ചോദ്യമെറിഞ്ഞിട്ട് രാജപ്പൻ ഒരു നിമിഷം നിശ്ശബ്ദനായി. കലമ്പിത്തുടങ്ങിയ ആൾക്കൂട്ടത്തിനിടയിൽ കണ്ണും മിഴിച്ചു നിൽക്കുന്ന മരണാവലിയെ അയാൾ ശ്രദ്ധിച്ചു.

"..... ഉത്തരം ഞാൻ തന്നെ പറയാം."

രാജപ്പൻ പോക്കറ്റിൽ നിന്ന് കൈ എടുത്ത് ഉയർത്തി.

"ഇതാണ് ആ സാധനം. ഒരു പിച്ചാത്തി. വെറും പിച്ചാത്തിയല്ല. ദാ കണ്ടില്ലേ. ആനക്കൊമ്പിലാണോ കാളക്കൊമ്പിലാണോ എന്നറിയില്ല, ഏതോ കൊമ്പുകൊണ്ട് ഉണ്ടാക്കിയതാണ് ഇതിന്റെ പിടി. പക്ഷേ, ഒരു സത്യം കൂടി ഞാൻ പറയുകയാണ്. ഇത് ഞങ്ങളുടെ സ്വന്തമോ ഞങ്ങൾക്കു സംഭാവന കിട്ടിയതോ അല്ല. ഇതു ഞങ്ങൾക്കു കിട്ടിയതിനു പിന്നിൽ ഒരു സംഭവമുണ്ട്....."

കഴിഞ്ഞ രാത്രി ഉണ്ടായ സംഭവങ്ങളെല്ലാം രാജപ്പൻ ഉപമയും ഉല്പ്രേക്ഷയും ചേർത്ത് വിവരിച്ചു. ആളുകൾ ശ്വാസമടക്കിപ്പിടിച്ച് എല്ലാം കേട്ടു നിന്നു.

"ഇനി പറയൂ. ഈ പിച്ചാത്തി നിങ്ങൾ മുമ്പ് കണ്ടിട്ടുണ്ടോ?"

ആൾക്കൂട്ടത്തിന്റെ കണ്ണുകൾ പിച്ചാത്തിയെ വലം വച്ചു. അവരിൽ പലരും പലപ്പോഴും കണ്ട് കണ്ട് സുപരിചിതമായിരുന്നു ആ പിച്ചാത്തി. അവരുടെ ചുണ്ടുകളിൽ ഒരേപോലെ ആ നാമം തത്തിക്കളിച്ചു: "മരണാവലി."

തൊണ്ടി സഹിതം പിടിക്കപ്പെട്ട മരണാവലിയെ ആൾക്കൂട്ടം പുച്ഛത്തോടെ നോക്കി. അയാൾ വിളറി വെളുത്ത് ഒരു ഇളിഭ്യച്ചിരി ചിരിച്ചു. തന്റെ 'വിലയും നിലയും' നാട്ടുകാർക്കു മുന്നിൽ ഒലിച്ചുപോകുന്നതായി അയാൾക്കു തോന്നി. എന്തെങ്കിലും ഉടനേ ചെയ്യേ പറ്റൂ. അയാൾ കലി കടിച്ചമർത്തിക്കൊണ്ട് നെഞ്ചും വിരിച്ച് രാജപ്പനടുത്തേക്കു ചെന്നു:

"ചുമ്മാ അനാവശ്യം പറയരുത്. കത്തി എന്റേതുതന്നെ. പക്ഷേ, അത് എന്റേന്ന് രാവിലേ കളഞ്ഞു പോയതാണ്...."

വാദിയെ പ്രതിയാക്കാനുള്ള തന്ത്രങ്ങളുമായി മരണാവലി ന്യായ വാദങ്ങൾ നിരത്താൻ തുടങ്ങി. പക്ഷേ, പെട്ടെന്നാണത് സംഭവിച്ചത്. സപ്തദിനയജ്ഞത്തിലായിരുന്ന മുരുകേശനാശാൻ പാഞ്ഞുവന്ന് മരണാവലിയുടെ കൈലിയും കരസ്ഥമാക്കി പാഞ്ഞു പോയി. നീല വരകളുള്ള ഡ്രോസിൽ മാത്രം നിൽക്കുന്ന ചട്ടമ്പിയെ നോക്കി ജനം ആർത്തു ചിരിച്ചു. എന്താണു സംഭവിക്കുന്നതെന്നറിയാതെ വട്ടംചുറ്റി നിന്ന മരണാവലിയെത്തേടി അടുത്ത പണിയും ഉടനേ വന്നു. സൈക്കിളിലേറി വന്ന രുഗ്മാംഗദൻ, കണ്ണടച്ചു തുറക്കും മുമ്പേ മരണാവലിയേയും തൂക്കിയെടുത്ത് സൈക്കിളിന്റെ ബാറിലിരുത്തി അതിവേഗം പാഞ്ഞു. അപ്പോഴേക്കും രാജപ്പൻ റെക്കോർഡ് പ്ലേയർ ഓൺ ചെയ്തു:

"ഓ... ഓ...
തൈതൈതക തൈതൈതോം
തൈതൈതക തകതിമിതോം
ഓളങ്ങളിൽ ഓടട്ടെ ഓടം കളിയാടട്ടെ
കളിയാടിവരാം
തെങ്ങുകൾ മാവുകൾ തിങ്ങിയ കാവുകൾ
എങ്ങുമിണങ്ങിയ തീരത്തിൽ
തൈതൈതക തൈതൈതോം
തൈതൈതക തകതിമിതോം...."

ചാഞ്ഞും ചരിഞ്ഞും ഉയർന്നും നിവർന്നും പലവിധ അഭ്യാസങ്ങളോടെ മരണാവലിയേയും വഹിച്ച് സൈക്കിൾ പാഞ്ഞു.

കാതുകളിൽ വണ്ടു മുരളുന്നതായും ഭൂമി കറങ്ങുന്നതായും മരണാവലിക്കു തോന്നി. വാറ്റ് ചാരായം മോന്തുമ്പോൾപോലും തല ഇങ്ങനെ കറങ്ങിയിട്ടില്ലല്ലോയെന്ന് അയാൾ ഭീതിയോടെയോർത്തു. കണ്ണുകൾ തള്ളി, വായ തുറന്ന്, ഉടലാകെ വിയർത്ത് വിറച്ച് അയാൾ സൈക്കിളിൽ അള്ളിപ്പിടിച്ചിരുന്നു. മരണാവലിയുടെ ചട്ടമ്പിത്തരങ്ങൾകൊണ്ട് പൊറുതിമുട്ടിയിരുന്ന കാണികൾക്ക് അയാളുടെ ഇപ്പോഴത്തെ അവസ്ഥ കണ്ട് ആവേശം കയറി. അവർ ആർത്തുവിളിച്ചു.

രണ്ടു റൗണ്ട് ചവിട്ടിക്കഴിഞ്ഞ് രുഗ്മാംഗദൻ സൈക്കിൾ പറപ്പിച്ചത് കത്തുന്ന വലയങ്ങൾക്കു നേരെ. എത്രയോ കാലങ്ങൾക്കുശേഷം, മരണാവലി തന്റെ മാതാവിനെ സ്മരിക്കുകയും "എന്റമ്മച്ചീ...."എന്ന് ദാരുണമായി ഓരിയിടുകയും ചെയ്തു. അഗ്നിവലയങ്ങൾക്കുള്ളിലൂടെ സൈക്കിൾ ഉയർന്നു ചാടിയപ്പോൾ മരണാവലിയുടെ ആർത്തനാദവും ഉയർന്നു

കേട്ടു. മരണാവലിയുടെ മരണവെപ്രാളംകണ്ട് ആളുകൾക്ക് ആവേശം ഇരട്ടിയായി. അവരുടെ ആർപ്പുവിളികൾ കൂടുതൽ ഉച്ചത്തിലായി.

ദേഹത്ത് ആവിയടിക്കുകയും നെഞ്ചിലേയും മുതുകിലേയും അഞ്ചാറു രോമങ്ങൾ കരിയുകയും ചെയ്തതൊഴിച്ചാൽ തീച്ചാട്ടത്തിൽ മരണാവലിക്ക് കാര്യമായ പരിക്കൊന്നും പറ്റിയില്ല. അയാൾ ആലിൻ പുറംദേവിയെ സ്മരിച്ചുകൊണ്ട് ആശ്വാസനിശ്വാസമുതിർത്തു. പക്ഷേ, ആ ആശ്വാസം അധികം നീണ്ടില്ല. ഇത്തവണ സൈക്കിൾ നീങ്ങിയത് അടുക്കിയുയർത്തി യിരുന്ന ട്യൂബ് ലൈറ്റുകൾക്കു നേരെയാണ്. ഒരു വൻ സ്ഫോടനത്തോടെ സൈക്കിൾ അതിനെ ഇടിച്ചു നിരപ്പാക്കി പാഞ്ഞുപോയി. അതോടെ മരണാവലിയുടെ ഫ്യൂസും പോയി. അയാൾ ബോധമറ്റ് രുഗ്മാംഗദന്റെ കൈത്തണ്ടയിലേക്കു ചാഞ്ഞു. സൈക്കിൾ നിന്നു.

രാജപ്പനും രുഗ്മാംഗദനും ചേർന്ന് മരണാവലിയെ താങ്ങി തറയി ലേക്കു കിടത്തി. രുഗ്മിണി ഒരു മൊന്ത വെള്ളവുമായി ഓടി വന്നു. മരണാ വലിയുടെ ഡ്രാസിന്റെയുള്ളിൽ നിന്നുത്ഭവിച്ച് കാലുകളിലേക്ക് ഒഴുകുന്ന നീർച്ചാൽ കണ്ട് ചിരിയമർത്തിക്കൊണ്ട് അവൾ മൊന്തയിലെ വെള്ള മെടുത്ത് അയാളുടെ മോന്തയിലേക്ക് തളിച്ചു. അയാൾ ഞെട്ടിയുണർന്നു.

"ഒരു റൗണ്ടുകൂടി പോവാമോ അണ്ണാ?"

രാജപ്പന്റെ കളിയാക്കൽചോദ്യം കേട്ട് ദീനഭാവത്തിൽ അയാൾ രു ഗ്മാംഗദനേയും രുഗ്മിണിയേയും നോക്കി.

"അണ്ണാ വയറ്റിപ്പെഴപ്പിനു വേണ്ടിയാ ഞങ്ങളിങ്ങനെ നാടായ നാടൊക്കെ നെരങ്ങി നടക്കണത്. എന്നു വച്ച് ഞങ്ങള് മാനം വിറ്റ് നട ക്കണവരൊന്നുമല്ല."

രുഗ്മിണി പറഞ്ഞതുകേട്ട് അയാൾ അവളെ കുറ്റബോധത്തോടെ നോക്കി.

"എരന്ന് ജീവിക്കണ ഞങ്ങളെ തൊരന്ന് ജീവിക്കാൻ നാണമില്ലേ നിങ്ങക്ക്?"

രുഗ്മാംഗദന്റെ ചോദ്യത്തിനും അയാൾക്ക് മറുപടിയുണ്ടായില്ല.

"ഇനിയെങ്കിലും വല്ല ജോലിയും ചെയ്ത് ജീവിക്കാൻ നോക്ക്."

കൈകൊടുത്ത് രുഗ്മാംഗദൻ മരണാവലിയെ എഴുന്നേല്പിച്ചു.മുരുകേ ശനാശാൻ തന്റെ കൈയിലിരുന്ന മരണാവലിയുടെ ഉടുവസ്ത്രം അയാൾ ക്കു നേരെ ചുരുട്ടിയെറിഞ്ഞുകൊണ്ട് ചവിട്ട് തുടർന്നു.

"പ്രിയമുള്ളവരേ, ശ്രീ. ഇണ്ടളയപ്പൻ സഹായം സൈക്കിൾയജ്ഞ ത്തിന്റെ ചരിത്രത്തിലാദ്യമായി ഞങ്ങളുടെ അഭ്യാസപ്രകടനങ്ങളിൽ ഞങ്ങളോടൊപ്പം പങ്കാളിയായ ശ്രീ. മരണാവലി മണിയന് ഞങ്ങളുടെ അകമഴിഞ്ഞ നന്ദി രേഖപ്പെടുത്തുന്നു.."

ചിരിയും കൂക്കിവിളിയും ഉയർന്നു.

"..... ധൈര്യസമേതം ഞങ്ങളോടൊപ്പം അഭ്യാസങ്ങളിൽ പങ്കെടുത്ത അദ്ദേഹത്തിന് ഞങ്ങൾ ഒരു ചെറിയ ഉപഹാരം സമ്മാനിക്കുന്നു."

അയാൾ കൈയിലിരുന്ന പിച്ചാത്തി മണിയനു നേരെ നീട്ടി. പക്ഷേ, മണിയൻ അത് വാങ്ങാതെ തലകുനിച്ച് ആൾക്കൂട്ടത്തിന്റെ ആരവങ്ങൾക്കിടയിലൂടെ എങ്ങോട്ടോ നടന്നു മറഞ്ഞു. പിന്നെയാരും അയാളെ ആ നാട്ടിൽ കണ്ടിട്ടേയില്ല.

പത്തുനാൾ പിന്നിട്ടപ്പോൾ അഭ്യാസപ്രകടനങ്ങൾ അവസാനിപ്പിച്ച് ശ്രീ. ഉണ്ടലയപ്പൻ സഹായം സൈക്കിൾയജ്ഞസംഘം ആലിൻപുറത്തിനോട് വിട പറഞ്ഞു. തങ്ങളുടെ രാത്രികാലങ്ങളെ വിസ്മയിപ്പിച്ച അഭ്യാസപ്രകടനങ്ങളുടെ മധുരസ്മരണകൾ അയവിറക്കിയും പരസ്പരം പറഞ്ഞും ആലിൻപുറം നിവാസികൾ തുടർദിനങ്ങൾ തള്ളി നീക്കി. ഇനി എന്നാണ് ഇതുപോലൊരു പരിപാടി വരുന്നത്?

വിരസമായ ദിനങ്ങൾ കടന്നു പോയിക്കൊണ്ടിരുന്നു. ഒരു ഉച്ചനേരത്ത്, പഞ്ചാപകേശൻപിള്ളയുടെ ചായക്കടയിലിരുന്ന് ഇഞ്ചിക്കുന്നനും ചൂക്രക്കണ്ണനും ബാർബർകുട്ടനും ചേർന്ന് വീട്ടുകാര്യവും നാട്ടുകാര്യവും ചർച്ച ചെയ്ത് തളർന്ന് പ്രത്യേകിച്ചൊന്നും പറയാനില്ലാതെ കോട്ടുവായിട്ടും ഈച്ചയെ അടിച്ചും തലചൊറിഞ്ഞും സമയം പോക്കുന്നതിനിടയിലാണ് അത് ശ്രദ്ധിച്ചത്. ആലിൻപുറം കവലയ്ക്കക്കരെയുള്ള ചെമ്മൺ പാതയിലൂടെ പൊടിപറത്തിക്കൊണ്ട് അതാ വരുന്നു ഒരു കറുത്ത കാർ! ജഡ്ക വണ്ടികളോ കാളവണ്ടികളോ മാത്രം വരാറുള്ള ഈ നാട്ടിലേക്ക് ആരാണ് കാറിൽ വരുന്നത്? എന്തായിരിക്കും ആഗമനോദ്ദേശ്യം? അവർ ആകാംക്ഷാഭരിതരായി ആ കാറിന്റെ വരവിനെ നോക്കി നിന്നു.

വരത്തൻ

നട്ടുച്ച നേരത്ത്, കുണ്ടും കുഴിയും നിറഞ്ഞ നാട്ടുവഴിയിലൂടെ ആ കറുത്ത സ്റ്റുഡിബേക്കർ കാർ ഇഴഞ്ഞു നീങ്ങി. ലക്ഷ്യവും മാർഗവും കിറുകൃത്യമെന്ന വിധം ആലിൻപുറം കവലയിൽ നിർത്തുകയോ വഴി ചോദിക്കുകയോ ചെയ്യാതെ കവലയും പിന്നിട്ട് കാർ നീങ്ങുന്നതുകണ്ട് ചായക്കടത്തിണ്ണയിലിരുന്ന ചുക്രക്കണ്ണനും ഇഞ്ചിക്കുന്നനും പരസ്പരം നോക്കി അതിശയം കൂറി. ആ അജ്ഞാതകാറിന്റെ ആഗമനോദ്ദേശ്യമെന്താണെന്നറിയാതെ ഇരിക്കപ്പൊറുതി നഷ്ടപ്പെട്ട അവർ ബെഞ്ചിൽ നിന്നെണീറ്റ് കാറിനു പിന്നാലെ വച്ചു പിടിച്ചു.

ദുർഘട പാതകൾ പിന്നിട്ട് സ്റ്റുഡിബേക്കർ കിതച്ചു വന്നുനിന്നത് മാമ്പഴക്കുന്നിനു താഴെയുള്ള തോട്ടരികിലാണ്. കാറിന്റെ മുൻവശത്തെ വാതിലുകൾ തുറക്കപ്പെട്ടു. ഡ്രൈവർസീറ്റിൽ നിന്നിറങ്ങിയത് കോട്ടും സ്യൂട്ടും ധരിച്ച മധ്യവയസ്കൻ. മറുവശത്തു നിന്നിറങ്ങിയത് തൂവെള്ള മുണ്ടും ഉടുപ്പും ധരിച്ച, പ്രായം ചെന്നൊരാൾ. അയാൾ മാമ്പഴക്കുന്നിലേക്കു വിരൽ ചൂണ്ടി മറ്റേയാളോട് എന്തൊക്കെയോ പറഞ്ഞു. അയാൾ തല കുലുക്കി എല്ലാം കേട്ടു നിന്നു.

കാറിനു പിറകേ വച്ചുപിടിച്ച ചുക്രക്കണ്ണനും ഇഞ്ചിക്കുന്നനും ഓടിപ്പിടച്ച് കാറിനടുത്തെത്തിയപ്പോഴേക്കും കാറിലെത്തിയവർ, തോടിനെ മുറിച്ച് കടന്ന് മാമ്പഴക്കുന്നിലേക്കു കയറിത്തുടങ്ങിയിരുന്നു. കാറിൽ വന്ന മാന്യന്മാർക്ക് കാട്ടിലെന്തു കാര്യമെന്നറിയാതെ അവർ തല പുകച്ചുകൊണ്ട് നിലത്ത് കുത്തിയിരുന്നു.

നിർത്തിയിട്ടിരിക്കുന്ന കാറിനേയും സമീപത്ത് കുത്തിയിരിക്കുന്ന ചക്രക്കണ്ണനേയും ഇഞ്ചിക്കുന്നനേയും കണ്ട്, വയലിൽ മരമടിച്ചുകൊണ്ടുനിന്ന കുഞ്ഞുകൃഷ്ണൻ കാര്യം തിരക്കി അടുത്തേക്കു ചെന്നു. അല്പം കഴിഞ്ഞപ്പോൾ ബാർബർ കുട്ടനെത്തി, കറവക്കാരൻ കുമാരനെത്തി, വൈദ്യൻ കുഞ്ഞിരാമനെത്തി, പിന്നെ ചെല്ലക്കുട്ടി നാടാരെത്തി,..... അങ്ങനെയങ്ങനെ പലരും വന്നതോടെ കാറിനു ചുറ്റും സാമാന്യം നല്ലൊരു ജനസഞ്ചയം തന്നെ രൂപപ്പെട്ടു.

കാടുകയറിയവർ ഒരു മണിക്കൂർ കഴിഞ്ഞ് മാമ്പഴക്കുന്നിറങ്ങി വന്നപ്പോൾ കണ്ടത് ചിന്തിച്ചു കാടുകയറിയ നാട്ടുക്കൂട്ടത്തെ! ആ കണ്ണുകളിലെ ജിജ്ഞാസ തിരിച്ചറിഞ്ഞ ശുഭ്രവെള്ള വസ്ത്രധാരി കാറിൽ ചാരി നിന്നുകൊണ്ട് ഉറക്കെ പ്രഖ്യാപിച്ചു:

"എന്റെ പേര് ശങ്കരനാരായണൻ നായർ. ഇത് മിസ്റ്റർ എബ്രഹാം കോശി. ഈ കാണുന്ന കുന്നും കാടുമൊക്കെ എന്റേതാണ്. പണ്ട് ആയില്യം തിരുനാളിന്റെ കാലത്ത് അംശം അധികാരിയായിരുന്ന എന്റെ അച്ഛന് പതിച്ചു കിട്ടിയ വസ്തുവകകളാണിതെല്ലാം. എന്റെ ചെറുപ്പത്തിലെപ്പോഴോ ഞാനിവിടെ വന്നതോർമ്മയുണ്ട്. ഈ കുന്ന് മാത്രമല്ല, ആ കവലയ്ക്കടുത്ത് തെന്നൂർക്കോണത്ത് ഒഴിഞ്ഞുകിടക്കുന്ന കുറേ ഭൂമിയും എന്റേതാണ്. ഇതെല്ലാം നോക്കി നടത്താനൊന്നും എന്റെ മക്കൾക്ക് നേരമില്ല. അവരെല്ലാം ബാംഗ്ലൂരിലും ബോംബെയിലുമൊക്കെ സെറ്റിലായിരിക്കുകയാ. അതുകൊണ്ട് ഇതെല്ലാം ഞാൻ ഇദ്ദേഹത്തിനു വിൽക്കുകയാണ്. ഇദ്ദേഹത്തിന് എന്തൊക്കെയോ ചില പ്ലാനുകളൊക്കെയുണ്ട്."

ലഘുപ്രഭാഷണം അവസാനിപ്പിച്ച്, കൈകൂപ്പിക്കൊണ്ട് ശങ്കരനാരായണൻ നായർ കാറിനകത്തേക്കു കയറി. ജനക്കൂട്ടത്തെ കൈ വീശി അഭിവാദ്യം ചെയ്തശേഷം എബ്രഹാം കോശിയും കാറിൽ കയറി. ജനക്കൂട്ടം ഒതുങ്ങി നിന്നു. ഒരു മുരൾച്ചയോടെ കാർ തിരിച്ച് മുന്നോട്ടു നീങ്ങി.

കൺവെട്ടത്തു നിന്നു കാർ മറഞ്ഞെങ്കിലും അതിശയസൂചകമായി വിടർന്ന ജനാവലിയുടെ വായകൾ പലതും അടഞ്ഞില്ല. കാർ ആദ്യമായി നേരിട്ടു കണ്ടതിനേക്കാൾ അവരെ ഇപ്പോൾ അതിശയിപ്പിക്കുന്നത് ശങ്കരനാരായണൻ നായർ എന്ന മനുഷ്യനാണ്. എല്ലാവരുടേതുമെന്ന് എല്ലാവരും വിശ്വസിച്ചിരുന്ന മാമ്പഴക്കുന്നിന്റെ അവകാശിയായി അവതരിച്ച ആ മനുഷ്യനെ മനസ്സിൽ വച്ച് അത്ഭുതപ്പെട്ടതിനൊപ്പം നാടിന്റെ 'പൊതുമുതൽ' ഒരു നിമിഷംകൊണ്ട് അന്യാധീനപ്പെട്ടതിൽ അവർ ഖിന്നരുമായി.

മാമ്പഴക്കുന്നിന് പുതിയ അവകാശിയായതോടെ ആലിൻ പുറത്തിന്റെ മുഖച്ഛായ തന്നെ മാറാൻ തുടങ്ങി. കുണ്ടും കുഴിയും നിറഞ്ഞ മൺപാത സഞ്ചാരയോഗ്യമായി. മൺപാതയിൽ നിന്ന് മാമ്പഴക്കുന്നിലേക്കു

കയറാനായി പുന്നച്ചിറത്തോടിനു കുറുകേ ഒരു പാലം വന്നു. മാമ്പഴക്കു ന്നിനു മുകളിലേക്കു വാഹനം കയറിപ്പോകാൻ പാകത്തിൽ ഒരു പാത തെളിഞ്ഞു. പാതയ്ക്കിരുവശങ്ങളിലുമായി പല നിറങ്ങളിലുള്ള ബോഗൻ വില്ലകൾ വച്ചുപിടിപ്പിച്ചിരുന്നു. ആകാശം മുട്ടി നിന്ന വൻമരങ്ങളിൽ പലതും നിലംപതിച്ചു. കാട്ടിനുള്ളിൽ പുളഞ്ഞു നടന്ന പാമ്പുകളും പാവം കാട്ടുമുയലുകളും കീരികളും കുറുക്കന്മാരും മരപ്പട്ടികളും അണ്ണാന്മാരുമൊ ക്കെ പ്രാണനുംകൊണ്ട് പലായനം ചെയ്തു. പാഴ്ച്ചെടികൾ വെട്ടിത്തെ ളിച്ച സ്ഥലങ്ങളിൽ അവിടവിടായി കാപ്പിയും കുരുമുളകും പറങ്കിമാവും കൊക്കോയും ജാതിയും വേരുപിടിച്ചു. മാമ്പഴക്കുന്നിന്റെ നെറുകയിലു ള്ള സ്ഥലം നിരപ്പാക്കി, ഓടുമേഞ്ഞ ഒരു മാളിക പണിത എബ്രഹാം കോശി അതിന് 'മണ്ണിൽ ബംഗ്ലാവ്' എന്ന് പേരു നൽകി. ബംഗ്ലാവിനു പിറകിൽ വിശാലമായൊരു തൊഴുത്തുണ്ടായിരുന്നു. പല ഇനങ്ങളിൽ പ്പെട്ട പന്ത്രണ്ട് പശുക്കളായിരുന്നു അതിലെ അന്തേവാസികൾ. തൊ ഴുത്തിനടുത്തായി കെട്ടിയ വലിയ കോഴിപ്പുരയിൽ വെള്ളക്കോഴികളും ടർക്കിക്കോഴികളും പൊറുതിക്കാരായി. അതിരുകളിൽ കമ്പിവേലിയും ഇരുമ്പു ഗേറ്റും സ്ഥാപിക്കപ്പെട്ടു. മുമ്പ് മാമ്പഴക്കുന്നിൽ സൈ്വരവിഹാരം നടത്തിയിരുന്ന ആലിൻപുറം ജനത ഇതെല്ലാം കണ്ട് ഗതകാലസ്മരണ കൾ അയവിറക്കി ദീർഘനിശ്വാസമുതിർത്തു.

എബ്രഹാം കോശിയും ഭാര്യ സൂസന്നയും മക്കളായ അലൻ എബ്ര ഹാമും അമേയ എബ്രഹാമും എബ്രഹാം കോശിയുടെ മാതാവായ കത്രീന കോശിയുമായിരുന്നു മണ്ണിൽ ബംഗ്ലാവിലെ താമസക്കാർ. ഏല പ്പാറയിലെ കുടിയേറ്റ കർഷക കുടുംബമായിരുന്നു എബ്രഹാം കോശി യുടേത്. ചോര നീരാക്കി ഏലവും കുരുമുളകും വിളയിച്ചെടുത്തു കിട്ടിയ പണംകൊണ്ടാണ് എബ്രഹാംകോശിയുടെ അപ്പൻ കോശിഎബ്രഹാം തന്റെ നാലു മക്കളേയും വളർത്തിയത്. മണ്ണിൽ തറവാട് എന്നാണ് ആ കുടുംബം അറിയപ്പെട്ടത്. മൂത്ത മൂന്നാൺ മക്കളും അപ്പനെപ്പോലെ കൃഷി ക്കാരായപ്പോൾ ഇളയവനായ എബ്രഹാം കോശി മാത്രം ബിസിനസ് തെരഞ്ഞെടുത്തു. ബ്രൂക് ബോണ്ട് തേയിലക്കമ്പനിയുടെ കേരളത്തിലെ മൊത്തവിതരണക്കാരിൽ ഒരാളായിരുന്നു അയാൾ. അടിമാലിയിലെ കർഷക കുടുംബാംഗമായ സൂസന്നയെയാണ് അയാൾ മണവാട്ടിയാക്കി യത്. മൂത്ത സഹോദരങ്ങളും നാട്ടിലെ സമ്പന്ന കുടുംബങ്ങളിൽ നിന്നു തന്നെയാണ് വിവാഹം കഴിച്ചത്. സമ്പത്തും പ്രതാപവുമൊക്കെയാ യി അല്ലലേതുമില്ലാതെ മണ്ണിൽ തറവാട്ടിലുള്ളവർ സന്തോഷത്തോടെ ജീവിച്ചു പോന്നു.

രണ്ടു വർഷം മുമ്പുള്ള ഒരു കർക്കിടക രാത്രി. സൂസന്ന രണ്ടാമതും ഗർഭിണിയാണ്. ഒരാഴ്ചത്തെ ബിസിനസ് ടൂർ കഴിഞ്ഞ് എബ്രഹാം

കോശി വീട്ടിലെത്തിയ ദിവസമായിരുന്ന അത്. ഭക്ഷണം കഴിച്ച് കിട പ്പുമുറിയിലേക്ക കയറിയപ്പോൾ സൂസന്ന കെട്ടിയോനോട് ചോദിച്ചു:

"ഇച്ചായാ. നമുക്കൊരു സിനിമായ്ക്കു പോയാലോ?"

"ഈ രാത്രീലോ?"

എബ്രഹാം കോശി വലിയ താല്പര്യം കാട്ടിയില്ല.

"മണി എട്ടടിച്ചതല്ലേയുള്ളൂ. ഒമ്പതരയ്ക്കാ സെക്കൻഡ് ഷോ."

"നാളെ മാറ്റിനിക്കു പോകാം."

"നാളെ പകലൊന്നും നടക്കില്ല ഇച്ചായാ. നൂറു കൂട്ടം കാര്യങ്ങൾ കാണും."

അവൾ പരിഭവം പറഞ്ഞു. ഗർഭിണിയായ കെട്ടിയോളുടെ മുഖം മ്ലാ നമായപ്പോൾ അയാളുടെ മനസ്സ് മാറി.

“എന്നാൽ പോവാം.”

കട്ടിലിൽ കിടക്കുന്ന അലനെ നോക്കി അയാൾ പറഞ്ഞു:

"മോൻ അമ്മച്ചീരെ അടുത്ത് കെടക്കട്ടെ."

പക്ഷേ, ഉറക്കം നടിച്ചു കിടന്ന ആ നാലു വയസ്സുകാരൻ ചാടിയെ ണീറ്റ് 'നാനും സിനിമച്ച് വരണേ....' എന്ന് ഉറക്കെ നിലവിളിക്കാൻ തുടങ്ങി. എബ്രഹാം കോശിയും സൂസന്നയും സിനിമയ്ക്കു പോകാനൊരു ങ്ങുകയാണെന്ന് ആ നിലവിളിയിലൂടെ വീട്ടിലുള്ളവരെല്ലാം അറിഞ്ഞു.

വേഷം മാറി കെട്ടിയോനും കെട്ട്യോളും കുട്ടിയുമായി വരാന്തയിലേ ക്കു ചെന്നപ്പോൾ അതാ നിൽക്കുന്നു അലക്കിത്തേച്ച ചട്ടയും മുണ്ടുമണി ഞ്ഞ കത്രീന!

"എടാ മോനേ, അമ്മച്ചീം വരുന്നെടാ സിനിമായ്ക്ക്."

അതുകേട്ട അലൻ ഓടിച്ചെന്ന് വല്യമ്മച്ചിയുടെ ഇടുപ്പിലേക്ക് ചാടി ക്കയറി.

അവർ നാലു പേരും വീടിനു പുറത്തിറങ്ങിയപ്പോൾ കോശിയും മൂന്നു മക്കളും മുറ്റത്തിരുന്ന് ചീട്ടുകളിക്കുകയാണ്.

"ഈ രാത്രീല് തന്നെ സിനിമയ്ക്കു പോണോടാ? നല്ല മഴക്കോളുണ്ട്."

കോശി ചോദിച്ചു.

"അതു സാരമില്ലപ്പാ. കാറേലല്ലേ പോണത്."

എബ്രഹാം കോശി കാർഷെഡ്ഡിലേക്കു കയറി. മുണ്ടക്കയം ടൗണിലെ പ്രിൻസ് ടാക്കീസിലേക്ക് സ്റ്റുഡിബേക്കർ നീങ്ങി.

*കുടപ്പിറപ്പാ*യിരുന്നു അന്നവിടെ കളിച്ചിരുന്നത്. ഷോ തുടങ്ങാൻ മി നിട്ടുകൾ മാത്രം ബാക്കിയുള്ളപ്പോഴാണ് അവർ ടാക്കീസിലെത്തിയത്. സാമാന്യം നല്ല തിരക്കുണ്ടായിട്ടും ടിക്കറ്റ് കിട്ടി.

"പ്രേംനസീറിനെക്കാണാൻ എന്നാ ചന്തമാ!"

സിനിമയിൽ ലയിച്ചിരിക്കുന്നതിനിടയിൽ സൂസന്ന, കെട്ടിയോന്റെ കാതിൽ പറഞ്ഞു.

"എടീ അത് പ്രേംനസീറല്ല. അയാളുടെ അനിയൻ പ്രേംനവാസാ."

"ആന്നോ! കർത്താവേ രണ്ടും ഒരു പോലാന്നല്ലോ!"

അവൾക്ക് വിശ്വസിക്കാനേ കഴിഞ്ഞില്ല.

വല്യമ്മച്ചിയുടെ മടിയിലിരുന്ന് ഇടയ്ക്കിടെ ഉറങ്ങിയും ഉണർന്നുമൊക്കെയാണ് അലൻ സിനിമ കണ്ടതെങ്കിലും 'തുമ്പീ തുമ്പീ വാ വാ... തുമ്പത്തണലിൽ വാ വാ...' എന്ന പാട്ട് മുഴുവനും കണ്ണിമ ചിമ്മാതെ തന്നെ അവൻ ആസ്വദിച്ചു.

സിനിമ കഴിഞ്ഞ് പുറത്തിറങ്ങിയപ്പോൾ പെരുമഴ. ടൗൺ പിന്നിട്ടതോടെ യാത്ര ദുഷ്കരമായി. ശക്തമായ കാറ്റിൽ പലയിടങ്ങളിലും മരക്കൊമ്പുകൾ ഒടിഞ്ഞു വീണു കിടന്നു. അതെല്ലാം മാറ്റി വേണമായിരുന്നു മുന്നോട്ടു പോകാൻ. എബ്രഹാം കോശി നനഞ്ഞു കുളിച്ചു. സിനിമ കാണാൻ ഇറങ്ങിത്തിരിച്ച നിമിഷത്തെയോർത്ത് സൂസന്ന സ്വയം പഴി പറഞ്ഞുകൊണ്ടിരുന്നു.

കുട്ടിക്കാനം പിന്നിട്ട്, തേയിലത്തോട്ടങ്ങൾക്കിടയിലൂടെ കാർ മുന്നോട്ടു നീങ്ങി. ഇനി വീടെത്താൻ അധികദൂരമില്ല. പള്ളിക്കുന്ന് സെന്റ് ജോർജ് പള്ളിക്കടുത്തെത്താറായപ്പോൾ, റോഡിൽ ഒരുപാടാളുകൾ പരിഭ്രാന്തരായി കൂടി നിൽക്കുന്നത് കാറിന്റെ ഹെഡ് ലൈറ്റ് വെളിച്ചത്തിൽ എബ്രഹാം കോശി കണ്ടു. കാർ നിർത്തി അയാൾ പുറത്തിറങ്ങി. അയാളെക്കണ്ടതും കൂടി നിന്നവരിൽ ചിലർ നിലവിളിയോടെ അയാളുടെ അടുത്തേക്കോടി വന്നു. അവരിൽ പലരും മണ്ണിൽ തറവാട്ടിലെ പണിക്കാരായിരുന്നു.

"എല്ലാം പോയി കുഞ്ഞേ.... എല്ലാം പോയി."അവരുടെ ഏങ്ങലടികൾക്കിടയിൽ നിന്ന് അയാൾ ഞെട്ടലോടെ ആ ദുരന്ത വാർത്ത തിരിച്ചറിഞ്ഞു. മണ്ണിൽത്തറവാടിനു പുറകിലുള്ള മലമടക്കുകളിൽ ഉരുൾപൊട്ടിയിരിക്കുന്നു! മണ്ണിൽ വീട് ഉൾപ്പെടെ പ്രദേശത്തെ അഞ്ച് വീടുകൾ ഒലിച്ചുപോയി! അയാൾ ബോധമറ്റ് കുഴഞ്ഞു വീണു. കാറിനുള്ളിൽ നിന്ന് കൂട്ട നിലവിളിയുയർന്നു. പള്ളിമേടയ്ക്കു മുകളിൽ ഒരു മിന്നല്പ്പിണർ തെളിഞ്ഞു മറഞ്ഞു. ഇടി മുഴങ്ങി. പേമാരി തുടർന്നു..

മണ്ണിൽ വീടിന്റെ നാഥനായ കോശി എബ്രഹാമിനൊപ്പം അയാളുടെ മൂന്നാൺ മക്കളും മരുമക്കളും നാലു പേരക്കുട്ടികളുമാണ് അന്ന് ദാരുണാന്ത്യത്തിനിരയായത്. കലികയറിയ മലവെള്ളപ്പാച്ചിലിൽ ആ പ്രദേശത്ത് ഒരു പുൽക്കൊടി പോലും ശേഷിച്ചിരുന്നില്ല.

ഉറ്റവരുടെ അപ്രതീക്ഷിത വിയോഗത്തിന്റെ ആഘാതത്തിൽ നിന്ന് മോചനം നേടാൻ എബ്രഹാം കോശിക്കും സൂസന്നയ്ക്കും കത്രീന

യ്ക്കും ഏറെ നാളുകൾ വേണ്ടിവന്നു. ഏലപ്പാറയിലെ സ്ഥലമെല്ലാം വിറ്റു പെറുക്കി എബ്രഹാം കോശി കോട്ടയത്തേക്കു മാറി. അങ്ങനെയിരിക്കെ ബ്രൂക് ബോണ്ടിന്റെ തെക്കൻ മേഖലയുടെ മൊത്ത വിതരണക്കാരനായി അയാൾ. തിരുവനന്തപുരത്ത് വഴുതക്കാട് ഓഫീസ് തുറന്നു. അവിടെ വച്ചാണ് അയാൾ ശങ്കരനാരായണൻ നായരെ പരിചയപ്പെടുന്നതും മാമ്പഴക്കുന്ന് വാങ്ങാൻ തീരുമാനിക്കുന്നതും.

മാമ്പഴക്കുന്നിന്റെ രൂപമാറ്റത്തിന്റെ പ്രതിഫലനം നാട്ടുകാരിലുമുണ്ടായി. മണ്ണിൽ ബംഗ്ലാവിലെ പശുക്കളെ കറക്കാനും പരിപാലിക്കാനും തോട്ടങ്ങളിൽ പണി ചെയ്യാനുമൊക്കെയായി അവരിൽ പലരും നിയമിക്കപ്പെട്ടു. എബ്രഹാം കോശിയെ അവർ ഭയഭക്തി ബഹുമാനത്തോടെ 'മുതലാളി' എന്നു വിളിക്കാൻ തുടങ്ങി. പക്ഷേ, എവിടുന്നോ വന്ന മാപ്ലയെ അംഗീകരിക്കാൻ തയ്യാറാകാത്ത നാട്ടുകാരിൽ ചിലർ അയാളെ പുച്ഛത്തോടെ 'വരത്തൻ' എന്നാണ് വിളിച്ചത്.

നാളുകൾ കടന്നു പോയിക്കൊണ്ടിരിക്കേ, ആലിൻപുറത്തുകാർ മറ്റൊരു വാർത്തകൂടി കേട്ടു - തെന്നൂർക്കോണം പുരയിടംകൂടി മാമ്പഴക്കുന്നിലെ വരത്തൻ വാങ്ങിച്ചിരിക്കുന്നു! സിനിമാ പ്രദർശനത്തിനും സൈക്കിൾയജ്ഞത്തിനും മാത്രമല്ല, ഇടയ്ക്കിടെയുള്ള രാഷ്ട്രീയ പൊതു സമ്മേളനങ്ങൾക്കും വേദിയായി മാറിയിരുന്ന ആ സ്ഥലവും കൈവിട്ടു പോയല്ലോ എന്നോർത്ത് നാട്ടുകാർ നെടുവീർപ്പിട്ടു. അവിടെ അയാൾ വല്ല തെങ്ങോ വാഴയോ വയ്ക്കുമായിരിക്കുമെന്നാണ് അവർ ഉറപ്പിച്ചത്. എന്നാൽ, പുരയിടത്തിലെ പാഴ്ച്ചെടികൾ വെട്ടിത്തെളിച്ച്, നെടുനീളത്തിൽ വാനം വെട്ടി, അടിത്തറ കെട്ടാൻ തുടങ്ങിയപ്പോൾ അവരുടെ പ്രതീക്ഷകൾ തെറ്റി. ഇനി വല്ല തേയില ഫാക്ടറിയുമാണോ തുടങ്ങുന്നത്? കാര്യമെന്താണെന്നറിയാതെ ഞെരിപിരി കൊണ്ടവർക്കു മുന്നിൽ ആ വിവരം വെളിപ്പെടുത്തിയത് ചൂപ്പിശശിയായിരുന്നു. മണ്ണിൽ ബംഗ്ലാവിലെ കറവക്കാരനായിരുന്ന അയാൾ പഞ്ചാപകേശൻപിള്ളയുടെ ചായക്കടയിലിരുന്ന് ചായ ഊതിക്കുടിച്ചുകൊണ്ട് ആ ചൂടുള്ള വാർത്ത ഉറക്കെ പ്രഖ്യാപിച്ചു:

"തെന്നൂർക്കോണത്ത് വരാൻ പോണത് സിനിമാപ്പെരയാണ്."

വെള്ളിത്തിര

തീയേറ്ററിന്റെ പണി അതിദ്രുതം പുരോഗമിച്ചു. തേക്കിൻകഴകളും മുളങ്കമ്പുകളും, മെടഞ്ഞ ഓലയും കൊണ്ടാണ് തീയേറ്റർ കെട്ടിപ്പൊക്കിയത്. വിസ്താരമേറിയ ഹാളിന്റെ ചുമരുകൾ കെട്ടിമറച്ചത് ഈറ കൊണ്ടാണ്. ഫിലിം പ്രൊജക്ടർ സ്ഥാപിച്ചിരുന്ന ക്യാബിൻ റൂമിൽ നിന്ന് ഏകദേശം നൂറടി നേർദൂരം മാറി, വെള്ള മൽമൽത്തുണി കുട്ടിത്തയ്ച്ച് വെള്ളിത്തിര ഒരുക്കി.

കാണികൾക്ക് സിനിമ ആസ്വദിക്കാനായി നാലുതരം സൗകര്യങ്ങളാണ് ഒരുക്കിയിരുന്നത്. ഇരുപത് പൈസയ്ക്ക് വെള്ളിത്തിരയ്ക്കു തൊട്ടു മുന്നിലെ വെറും തറ. അതിനു പിന്നിൽ മുപ്പത്തഞ്ചു പൈസയുടെ ബെഞ്ച്. ബെഞ്ചിനു പിന്നിൽ അറുപതു പൈസയുടെ ചാരു ബെഞ്ച്. അതിനും പിന്നിൽ എഴുപത്തഞ്ചു പൈസയുടെ ഫസ്റ്റ് ക്ലാസ് കസേര.

തീയേറ്ററിനുള്ളിൽ പ്രവേശിക്കാൻ മുൻവശത്തും ഇരുവശങ്ങളിലുമായി തടിപ്പലകകൊണ്ടു പണിചെയ്ത അഞ്ചു വാതിലുകളാണുണ്ടായിരുന്നത്. തീയേറ്ററിനു വടക്കുവശത്തായി ടിക്കറ്റ് കൗണ്ടറും അതിനോടു ചേർന്ന് ഒരു ടീ ഷോപ്പും. തെക്കുവശത്തായിരുന്നു മൂത്രപ്പുര.

തീയേറ്ററിന്റെ വരവിനെ ആലിൻപുറത്തുകാർ ആവേശത്തോടെയാണ് കണ്ടത്. ജീവിതത്തിൽ ഇന്നേവരെ സിനിമ കാണാത്തവരായിരുന്നു അവരിൽ പലരും. പണ്ട് ബയോസ്കോപ്പുകാർ കാണിച്ച നിശ്ശബ്ദസിനിമ ചിലർ കണ്ടിരുന്നെങ്കിലും പിന്നീട് തീയേറ്ററിൽ പോയി സിനിമ കണ്ടിരുന്നവർ ചുരുക്കം. പേരൂർക്കടയിലും കിഴക്കേകോട്ടയിലുമൊക്കെയേ തീയേറ്ററുള്ളൂ എന്നത് അവരെ പിന്നാക്കം വലിച്ചു.

കാണാൻ കൊതിയില്ലാഞ്ഞിട്ടല്ല, 'വണ്ടിക്കൂലീം വള്ളക്കൂലീം കൊടുത്ത് സിനിമ കാണാൻ പോവാൻ വേറെ വേലയില്ലേ?' എന്ന ചിന്താഗതിക്കാരായിരുന്നു ഭൂരിഭാഗവും.

തീയേറ്റർ പണി ഏതാണ്ട് പൂർത്തിയായപ്പോൾ ആലിൻപുറം നിവാസികൾ ഏറെ ആകാംക്ഷയോടെ കാത്തിരുന്നത് തീയേറ്ററിന്റെ പേര് എന്തായിരിക്കുമെന്നറിയാനാണ്. അധികം കാത്തിരിക്കാതെ തന്നെ അവർക്കുത്തരം കിട്ടി. തീയേറ്ററിനു മുൻവശത്ത്, മേൽക്കൂരയ്ക്കു താഴെയായി ഈറത്തട്ടിയിലുറപ്പിച്ച വലിയ ചതുരപ്പലകയുടെ വെളുത്ത പശ്ചാത്തലത്തിൽ ചുവന്ന അക്ഷരത്തിൽ തീയേറ്ററിന്റെ പേര് പതിഞ്ഞു - മണ്ണിൽ ടാക്കീസ്.

"പ്രിയപ്പെട്ട നാട്ടുകാരേ, ആലിൻപുറത്തിന്റെ മണ്ണിൽ ദൃശ്യവിസ്മയമൊരുക്കി നാളെ മുതൽ സമാരംഭിക്കുന്നു..... മണ്ണിൽ ടാക്കീസ്. ഇനി മുതൽ ഒരു സിനിമ കാണാൻ നിങ്ങൾ പേരൂർക്കടയിലോ തമ്പാനൂരോ കിഴക്കേകോട്ടയോ പോകേണ്ടതില്ല. നമ്മുടെ സ്വന്തം നാട്ടിൽ നാളെ മുതൽ ആരംഭിക്കുന്നു നമ്മുടെ സ്വന്തം മണ്ണിൽ ടാക്കീസ്. മണ്ണിൽ ടാക്കീസിന്റെ നയനമനോഹരമായ വെള്ളിത്തിരയിൽ ഉച്ചയ്ക്ക് രണ്ടര മണിക്കുള്ള മാറ്റിനിയോടെ നാളെ മുതൽ സമാരംഭിക്കുന്നു.... മണ്ണിൽ ടാക്കീസിന്റെ ഉദ്ഘാടന ചിത്രം.....*സീത*. പുണ്യപുരാണമായ *രാമായണ*ത്തിൽ നിന്ന് ചീന്തിയെടുത്ത ചലച്ചിത്രകാവ്യം. സ്വന്തം ഭർത്താവിനാൽ കാട്ടിൽ ഉപേക്ഷിക്കപ്പെട്ട നിരപരാധിയായ സീതാദേവിയുടെ കദന കഥ. പ്രേംനസീറിന്റെ അത്യുജ്ജ്വല ഭാവാഭിനയം..... ഇമ്പമേറിയ ഗാനങ്ങൾ....."

ടാക്കീസിനു മുന്നിൽ നിന്ന് അനൗൺസ്മെന്റ് വാഹനം അതിരാവിലേ യാത്രയാരംഭിച്ചു. പല വർണ്ണങ്ങളിലുള്ള കടലാസുതോരണങ്ങളും കുരുത്തോലയുമൊക്കെക്കൊണ്ട് കെട്ടിയലങ്കരിച്ച കാളവണ്ടിയായിരുന്നു ആ വിളംബര വാഹനം. മുന്നിൽ ചെണ്ടയടിച്ചുകൊണ്ട് ഒരാൾ നടന്നു. കാളവണ്ടിക്കുള്ളിലിരുന്ന് മെഗാഫോണിലൂടെ തൊണ്ട കീറി വിളിച്ചു പറഞ്ഞുകൊണ്ടിരുന്നത് കോഴിയാങ്കോണത്തെ സദാനന്ദനായിരുന്നു. മുടിപ്പുര ഉത്സവങ്ങളിൽ നാടകമെഴുതി സംവിധാനംചെയ്ത് നായകവേഷമിടുന്ന സദാനന്ദൻ, ടാക്കീസ് തുടങ്ങുന്നുവെന്നറിഞ്ഞപ്പോൾത്തന്നെ എബ്രഹാം കോശിയെക്കണ്ട് അനൗൺസ്മെന്റ് ഉദ്യോഗം ഉറപ്പിക്കുകയായിരുന്നു. രണ്ടു രൂപയും ഉച്ചയൂണുമായിരുന്നു അയാൾക്ക് കൂലിയായി നിശ്ചയിച്ചിരുന്നത്. അനൗൺസ്മെന്റിനൊപ്പം, കൈയിലിരുന്ന നോട്ടീസുകൾ ഇടയ്ക്കിടെ അയാൾ വഴിയിലേക്കെറിഞ്ഞുകൊണ്ടിരുന്നു. വെള്ളക്കടലാസിലുള്ള ആ നോട്ടീസിന്റെ മുൻവശത്ത്, നരച്ചു തുടങ്ങിയ കറുത്ത നിറത്തിൽ ശ്രീരാമനായ പ്രേംനസീറും സീതയായ കുശലകുമാരിയും വാ

ല്മീകിയായ തിക്കുറിശ്ശിയും നിരന്നു നിൽക്കുന്ന ചിത്രവും അതിനു താഴെ 'ഉദയായുടെ *സീത*, സംവിധാനം: കുഞ്ചാക്കോ' എന്നുമെഴുതിയിരുന്നു. മറുവശത്ത് സുദീർഘമായ കഥാസാരം. അത് അവസാനിച്ചത് ഇങ്ങനെ യായിരുന്നു: "..... ഭർത്താവിനാൽ പരിത്യക്തയായ പതിവ്രതാരത്നമായ സീതാദേവിക്ക് ഭർത്തൃസമാഗമം സാധ്യമാകുമോ? സ്വന്തം പിതാവിനെ ഇതേവരെ കണ്ടിട്ടില്ലാത്ത ലവകുശന്മാർക്ക് ആ സൗഭാഗ്യമുണ്ടാകു മോ?... ശേഷം വെള്ളിത്തിരയിൽ."

ആലിൻപുറത്തുനിന്നും തുടങ്ങിയ വിളംബരയാത്ര, വട്ടിയൂർക്കാവ് - നെട്ടയം - കാച്ചാണി - ഇറയംകോട്- ചെറിയ കൊണ്ണി - അരുവിക്കര പ്ര ദേശങ്ങൾ ചുറ്റിക്കറങ്ങി ആലിൻപുറത്തു മടങ്ങിയെത്തിയപ്പോൾ സന്ധ്യ കഴിഞ്ഞിരുന്നു. പിറ്റേന്നു മണ്ണാംമൂല-പേരൂർക്കട-വഴയില-കരകുളം പ്ര ദേശങ്ങളിലൂടെയായിരുന്നു പ്രചരണയാത്ര. ഈ യാത്രകൾക്കിടയിൽ, പ്രധാന കവലകളിലിറങ്ങി സിനിമയുടെ പോസ്റ്റർ പതിപ്പിക്കേണ്ടതും സദാനന്ദന്റെ ജോലിയായിരുന്നു. ആളുകൾ കൂടുന്ന ചായക്കടകളിലാ യിരുന്നു പ്രധാനമായും പോസ്റ്ററുകൾ പതിഞ്ഞത്. സ്വന്തം കടയിൽ വലിയൊരു സിനിമാ പോസ്റ്റർ ഒട്ടിച്ചു കിട്ടാൻ പലരും സദാനന്ദന്റെ പിറകെ കൂടി. ആലിൻപുറത്ത് പോസ്റ്റർ പതിഞ്ഞത് പഞ്ചാപകേശൻ പിള്ളയുടെ ചായക്കടയുടെ തട്ടിയിലാണ്. പോസ്റ്റർ പതിപ്പിക്കാൻ ഇടം നൽകിയതിന്റെ പ്രത്യുപകാരമായി അയാൾക്ക് മണ്ണിൽ ടാക്കീസിൽ നിന്ന് സൗജന്യമായി സിനിമ കാണാനു പാസും സദാനന്ദൻ എഴുതി ക്കൊടുത്തു.

മണ്ണിൽ ടാക്കീസിന്റെ വരവറിയിച്ചുകൊണ്ട് വിളംബര വാഹനം നാട്ടുചുറ്റിക്കൊണ്ടിരിക്കേ, വെള്ളിത്തിരയിൽ പേശ്ശുംപടം ഓടിക്കാനുള്ള സജ്ജീകരണങ്ങൾ അന്തിമഘട്ടത്തിലേക്കു നീങ്ങുകയായിരുന്നു. ടാക്കീ സിന്റെ എല്ലാ കാര്യങ്ങളും നോക്കി നടത്താനായി മാനേജർ സ്ഥാനത്ത് നിയമിതനായത് വഴയില സ്വദേശിയായ ഗോവിന്ദപ്പിള്ളയായിരുന്നു. പേരൂർക്കട ജനതാ തീയേറ്ററിൽ ഏറെക്കാലമായി ടിക്കറ്റ് കൊടുക്കാനും ടിക്കറ്റ് കീറാനുമൊക്കെയുള്ള ജോലികൾ ചെയ്ത് പരിചയമുള്ളയാളായി രുന്ന അയാൾക്കു തന്നെയായിരുന്നു മണ്ണിൽ ടാക്കീസിലും ടിക്കറ്റ് നൽ കാനുള്ള ദൗത്യം. ടിക്കറ്റ് പരിശോധിച്ച് പാതി കീറി ആളുകളെ ടാക്കീ സിനുള്ളിൽ കയറ്റാനുള്ള ദ്വാരപാലകരായി നിയമിക്കപ്പെട്ടവർ മണ്ണിൽ ബംഗ്ലാവിലെ കറവക്കാരായ ചൂപ്പി ശശിയും ബാബുവും കുമാരനുമായിരു ന്നു. പ്രവേശന കവാടങ്ങൾ അഞ്ചുണ്ടായിരുന്നെങ്കിലും മൂന്നെണ്ണത്തിലൂ ടെ മാത്രം ആളുകളെ കടത്തിയാൽ മതിയെന്നായിരുന്നു തീരുമാനം. പ്ര ദർശനത്തിന്റെ ഇടവേളകളിൽ ചായയും വടയും സോഡയും വിൽക്കാൻ ചൂപ്പി ശശിയും പാട്ടുപുസ്തകം വിൽക്കാൻ ബാബുവും കടല - കപ്പലണ്ടി വിൽക്കാൻ കുമാരനും നിയോഗിക്കപ്പെട്ടു.

ഒരു ടാക്കീസിന്റെ നട്ടെല്ലെന്നു പറയാവുന്ന പ്രൊജക്ടർ ഓപ്പറേറ്ററായി അവരോധിതനായത് നാഗർകോവിലുകാരനായ നല്ലരശായിരുന്നു. തമ്പാന്നൂരിലെ സ്വാമീസ് ഫിലിം കമ്പനിയാണ് അയാളെ ഏർപ്പാടാക്കിക്കൊടുത്തത്. അവിടെ നിന്ന് വാടകയ്ക്കെടുത്ത ബോയർ കമ്പനിയുടെ സ്റ്റാൻഡേർഡ് 7 പ്രൊജക്ടറിനായിരുന്നു മണ്ണിൽ ടാക്കീസിന്റെ അഭ്രപാളിയിൽ ദൃശ്യവിസ്മയം തീർക്കാനുള്ള നിയോഗം.

ടാക്കീസിന്റെ ഉദ്ഘാടന ദിവസം. ഉച്ചയൂണു കഴിഞ്ഞ്, മണ്ണിൽ ബംഗ്ലാവിലെ പ്രാർഥനാമുറിയിൽ കർത്താവിന്റെയും അപ്പച്ചന്റേയും ചില്ലിട്ട ചിത്രങ്ങൾക്കു മുന്നിൽ മെഴുകുതിരി കത്തിച്ച് എബ്രഹാം കോശിയും കുടുംബവും പ്രാർഥനാനിരതരായി തൊഴുതു നിന്നു. പുതിയ സംരംഭത്തിനെക്കുറിച്ചുള്ള ചിന്തകളിൽ എബ്രഹാം കോശിയുടെ മുഖപേശികൾ വലിഞ്ഞുമുറുകിയിരുന്നു. ഒരു ടാക്കീസ് നടത്തിപ്പുകാരനായി താൻ മാറുമെന്ന് അയാൾ ഒരിക്കലും വിചാരിച്ചിരുന്നതല്ല. വല്ലപ്പോഴും സിനിമകൾ കാണും എന്നല്ലാതെ അയാൾ അതിന്റെ കടുത്ത ആരാധകനൊന്നുമായിരുന്നില്ല. പക്ഷേ, ഏലപ്പാറയിലെ ആ മഹാദുരന്തത്തിനുശേഷം അയാൾ സിനിമയെ സ്നേഹിച്ചു തുടങ്ങുകയായിരുന്നു. അന്ന് സിനിമ കാണാനിറങ്ങിയില്ലായിരുന്നെങ്കിൽ മണ്ണിൽ കുടുംബത്തിന്റെ ഒരു തരി പോലും ഭൂമിയിൽ അവശേഷിക്കുമായിരുന്നില്ല എന്ന യാഥാർഥ്യം അയാൾ ഓർക്കാത്ത ദിവസങ്ങളില്ല. ആ ഒരു സ്മരണയിലോ കടപ്പാടിലോ ആയിരിക്കാം ഒരുപക്ഷേ, സിനിമാ ടാക്കീസ് തുടങ്ങാൻ അയാൾ തീരുമാനിച്ചത്.

പ്രാർഥന കഴിഞ്ഞ് എബ്രഹാം കോശിയും ഭാര്യയും രണ്ടു മക്കളും അമ്മയും സ്റ്റുഡിബേക്കറിൽ കയറി ടാക്കീസിലേക്കു തിരിച്ചു. വണ്ടി മാമ്പഴക്കുന്നിറങ്ങി വരുമ്പോൾ തന്നെ ടാക്കീസിൽ നിന്നുള്ള പാട്ടു കേട്ടു തുടങ്ങി:

"ജ്ഞാനപ്പഴത്തെ പിഴിന്ത്...."

ടാക്കീസിനെ ലക്ഷ്യമാക്കി കൂട്ടം കൂട്ടമായി നടക്കുന്ന ആളുകൾക്കിടയിലൂടെ എബ്രഹാം കോശിയുടെ കാർ ഇഴഞ്ഞു നീങ്ങി. ടാക്കീസിനു മുന്നിൽ കാർ വന്നപ്പോഴേക്കും തീയേറ്ററും പരിസരവും ആളുകളെക്കൊണ്ടു നിറഞ്ഞു കവിഞ്ഞിരുന്നു. വളരെ പ്രയാസപ്പെട്ടാണ് ഗേറ്റ് കടന്ന് കാർ അകത്തു കയറിയത്.

ടാക്കീസിന്റെ തെക്കുവശത്ത് കാറൊതുക്കി എബ്രഹാം കോശി പുറത്തിറങ്ങിയപ്പോൾ ഗോവിന്ദപ്പിള്ളയും നല്ലരശും തിടുക്കപ്പെട്ട് അടുത്തെത്തി. അയാളുടെ മുഖത്തെ അങ്കലാപ്പ് എബ്രഹാം കോശി തിരിച്ചറിഞ്ഞു. കുടുംബത്തോട് ടാക്കീസിലേക്ക് കയറാൻ പറഞ്ഞിട്ട് അയാൾ അവർക്കു നേരെ തിരിഞ്ഞു.

"എന്താ പിള്ളേ എല്ലാം റെഡിയല്ലേ?"

"ഓ ഏതാണ്ടെല്ലാമായി മൊതലാളീ. പക്ഷേ, ഒരു ചെറിയ പ്രശ്നം."

ഗോവിന്ദപ്പിള്ള തല ചൊറിഞ്ഞു.

"ങും?"

എബ്രഹാം കോശി ഉൽക്കണ്ഠാകുലനായി.

"പടത്തിന്റെ പെട്ടി വന്നില്ല."

സ്വരം താഴ്ത്തി ഗോവിന്ദപ്പിള്ള പറഞ്ഞു.

പ്രശ്നം ചെറുതല്ല, വലുത് തന്നെയാണെന്ന് എബ്രഹാം കോശി ഞെട്ടലോടെ തിരിച്ചറിഞ്ഞു. ഫിലിമില്ലാതെ പടം ഓടിക്കുന്നതെങ്ങനെ? രാവിലെ തന്നെ പെട്ടി എത്തിക്കാമെന്ന് സ്വാമീസ് കമ്പനിയിലെ മാനേജർ ഉറപ്പു തന്നതാണ്. ടിക്കറ്റ് കൊടുത്തു തുടങ്ങാനുള്ള സമയമാകുന്നു. അതിനു മുമ്പ് ഉദ്ഘാടന ചടങ്ങുമുണ്ട്. ടാക്കീസിന്റെ മുൻവാതിലിനു കുറുകേ കെട്ടിയിരുന്ന ചുവന്ന റിബൺ മുറിച്ച് പുത്തൻ ടാക്കീസിന്റെയും ആദ്യ പ്രദർശനത്തിന്റെയും ഉദ്ഘാടന കർമ്മം നിർവഹിക്കാൻ തയ്യാറായി പേരൂർക്കട സ്റ്റേഷനിലെ ഇൻസ്പെക്ടർ കടുവാ കേശവപിള്ള മീശ പിരിച്ചുകൊണ്ട് വാതിലിനരികിൽത്തന്നെ നിൽപ്പുണ്ട്.

മുന്നിലുള്ള ഭീകര പ്രതിസന്ധി എങ്ങനെ തരണം ചെയ്യണമെന്ന് ഒരെത്തും പിടിയും കിട്ടിയില്ലെങ്കിലും അതൊന്നും പുറമേ പ്രകടിപ്പിക്കാതെ എബ്രഹാം കോശി സുസ്മേരവദനനായി കേശവപിള്ളയുടെ അടുത്തേക്കു തൊഴുതു കൊണ്ടുചെന്നു. പഞ്ചായത്ത് പ്രസിഡന്റായ തെക്കനാലപ്പുറത്ത് പരമേശ്വരൻ നായർ ഉൾപ്പെടെയുള്ള സ്ഥലത്തെ പ്രമാണിമാർ പലരും അവിടെയുണ്ടായിരുന്നു. അവരോടെല്ലാം കുശലം പറഞ്ഞു നിൽക്കുമ്പോഴും അയാളുടെ കണ്ണുകൾ തീയേറ്റർ ഗേറ്റിലേക്ക് പരക്കം പാഞ്ഞുകൊണ്ടിരുന്നു. ഫിലിം കമ്പനിക്കാർ ഉറപ്പുപറഞ്ഞ സ്ഥിതിക്ക് പെട്ടി എത്തുമെന്ന കാര്യത്തിൽ സംശയമില്ല. പക്ഷേ, ഒരു പാട് വൈകുകയാണെങ്കിൽ ആളുകൾ ബഹളമുണ്ടാക്കും. അതിനെ മറികടക്കണമെങ്കിൽ.....

കടുവാ കേശവപിള്ളയേയും തെക്കനാലപ്പുറത്തു പരമേശ്വരൻ നായരേയും വിളിച്ച് മാറ്റി നിർത്തി എബ്രഹാം കോശി കാര്യം പറഞ്ഞു:

"...... അതുകൊണ്ട് ഉദ്ഘാടനച്ചടങ്ങ് പരമാവധി നീട്ടിക്കൊണ്ടു പോകണം. പ്രസിഡന്റ് സാറിന്റെ അധ്യക്ഷ പ്രസംഗവും ഇൻസ്പെക്ടർ സാറിന്റെ ഉദ്ഘാടന പ്രസംഗവുമായതുകൊണ്ട് ആളുകൾ മിണ്ടാതെ കേട്ടോണ്ടു നിൽക്കും. കർത്താവനുഗ്രഹിച്ചാൽ അതിനുള്ളിൽ പെട്ടിവരും."

നെഞ്ചിൽ കുരിശു വരച്ചുകൊണ്ടാണ് എബ്രഹാം കോശി തന്റെ ആശയം പറഞ്ഞവസാനിപ്പിച്ചത്.

അലൻ എബ്രഹാം ആലപിച്ച 'കാൽവരിക്കുന്നിലെ യേശുനാഥാ..' എന്ന പ്രാർഥനയോടെ ചടങ്ങുകൾ തുടങ്ങി. എബ്രഹാം കോശി

സ്വാഗതം പറഞ്ഞു കഴിഞ്ഞതോടെ അധ്യക്ഷ പ്രസംഗം ആരംഭിച്ചു. പ്രസംഗിച്ച് പ്രസംഗിച്ച് വർഷങ്ങളുടെ തഴക്കവും പഴക്കവുമുള്ള തെക്കനാലപ്പുറത്ത് പരമേശ്വരൻ നായർ, ബ്രിട്ടീഷ് ഈസ്റ്റിന്ത്യാ കമ്പനി രൂപീകരണത്തിൽ തുടങ്ങി സ്വാതന്ത്ര്യസമര പോരാട്ടങ്ങളും സ്വാതന്ത്ര്യപ്രാപ്തിയും പിന്നിട്ട് പഞ്ചവത്സരപദ്ധതികളിലേക്ക് കടന്നതും ഒരു മണിക്കൂർ കടന്നു പോയി. ഇതിനിടയിൽ രണ്ടു സോഡ അദ്ദേഹം അകത്താക്കിയിരുന്നു. സിനിമ എന്ന പ്രലോഭനത്തിൽ എല്ലാം സഹിച്ചും ക്ഷമിച്ചും ആൾക്കൂട്ടം കടിച്ചു പിടിച്ചു നിന്നെങ്കിലും അവിടവിടായി ചില ചില്ലറ മുറുമുറുപ്പുകൾ ഉയർന്നു തുടങ്ങിയത് പരമേശ്വരൻ നായർ തിരിച്ചറിഞ്ഞു. ഇനിയും തുടരുന്നത് കൊടിയ അപരാധമാണെന്ന് ബോധ്യമായ ആ ഗാന്ധിയൻ, തന്റെ വാക്കുകൾ ഉപസംഹരിച്ച്, ഉദ്ഘാടനത്തിനായി ഇൻസ്പെക്ടറെ ക്ഷണിച്ചു. വൻ കരഘോഷത്തിന്റെ അകമ്പടിയോടെ നാടമുറിച്ച് ഉദ്ഘാടനം നിർവഹിച്ചശേഷം കേശവപിള്ള പ്രസംഗം തുടങ്ങി. നാട്ടിൽ ശാന്തിയും സമാധാനവും പുലരണമെന്നും അക്രമവും അന്യായവും ഒരു കാരണവശാലും വച്ചുപൊറുപ്പിക്കില്ലെന്നും ശക്തിയുക്തം പ്രഖ്യാപിച്ചു കൊണ്ട് അദ്ദേഹം ഇന്ത്യൻ പീനൽ കോഡിലേക്കു കടന്നു. ക്ഷമയുടെ നെല്ലിപ്പലക കണ്ടു തുടങ്ങിയെങ്കിലും, പ്രസംഗിക്കുന്നത് കടുവയാണെന്നതുകൊണ്ടുമാത്രം ജനം പേടിച്ച് സംയമനം പാലിച്ചു. ക്ഷമകെട്ട ജനം പ്രതികരിക്കാൻ സാധ്യതയുണ്ടെന്ന് മുൻകൂട്ടി കണ്ടതിനാലാകണം തന്റെ മീശ ഇടയ്ക്കിടെ പിരിച്ചു കയറ്റി അവരെ ചെറഞ്ഞു നോക്കാൻ കേശവപിള്ള മറന്നില്ല.

എബ്രഹാം കോശിയുടെ രക്തസമ്മർദ്ദം ഉയർന്നു തുടങ്ങി. അയാൾ വാച്ചിൽ നോക്കി - 3.55! കേശവപിള്ളയുടെ പ്രസംഗം അധികം താമസിയാതെ അവസാനിക്കും. പിന്നെ....? എന്തു ചെയ്യണമെന്നറിയാതെ അയാൾ കണ്ണടച്ച് പ്രാർഥിച്ചു. വേളാങ്കണ്ണി മാതാവിന് നൂറ് മെഴുകുതിരി നേർന്നുകൊണ്ട് കണ്ണ് തുറന്നപ്പോൾ അയാൾക്ക് തന്റെ കണ്ണുകളെ വിശ്വസിക്കാൻ കഴിഞ്ഞില്ല. അതാ ആൾക്കൂട്ടത്തിന്റെ തലകൾക്കു മുകളിലൂടെ ഒരു തകരപ്പെട്ടി മുന്നോട്ടു വരുന്നു! അയാൾ വായ തുറന്നുകൊണ്ടു ചാടിയെണീറ്റു.

മേട്ടുക്കടക്കാരൻ വേലായുധൻ പിള്ളയുടെ ശിരസ്സിലേറി വന്ന പെട്ടിക്കുള്ളിൽ *സീത* തന്നെയായിരുന്നു. പല്ലിറുമ്മി നിന്ന ജനാവലിയോട് വേലായുധൻപിള്ള കിതച്ചുകൊണ്ട് കാര്യം വിശദമാക്കി:

"ആലപ്പൊഴേന്ന് തമ്പാന്നൂര് ബസ്സ്റ്റാന്റില് പെട്ടിയെത്തിയപ്പോ മണി പന്ത്രണ്ടേ കാല്. അവിടുന്ന് പെട്ടിയുമെടുത്ത് കമ്പനി ആപ്പീസിലെത്തി ബുക്കില് വരവു വച്ചു. നേരം കളയാതെ, സൈക്കിളിന്റെ പെറകെ പെട്ടി കെട്ടിവച്ച് ഇങ്ങോട്ട് തിരിച്ചതാണ്. പക്ഷേ, വെള്ളയമ്പലം

കഴിഞ്ഞപ്പം സൈക്കിളിന്റെ ടയറ് വെടിയായി. സൈക്കിളുമുരുട്ടി കവടിയാറുള്ള വർക് ഷോപ്പിലെത്തിയപ്പോ മേശിരി ചോറുണ്ണാൻ പോയിരിക്കണ്. അയാളെക്കാത്ത് കൊറേനേരം പോയി. ഒടുക്കം അയാള് വന്നു. പക്ഷേ, ഇനി ഒട്ടിക്കാനെടമില്ലാത്ത വിധം പരുവപ്പെട്ടിരിക്കുകയായിരുന്നു വാൾട്യൂബ്. പുതിയത് വാങ്ങണോങ്കി അങ്ങ് ചാലേല് പോണം. അതിനുള്ള നേരമില്ലാത്തതോണ്ട് സൈക്കിള് അവിടെ ഏപ്പിച്ച്, പെട്ടിയുമെടുത്തോണ്ട് കവടിയാറ് കൊട്ടാരത്തിനടുത്തുള്ള ബസ് സ്റ്റോപ്പിലോട്ട് നടന്നു. മുക്കാ മണിക്കൂറ് കാത്തു നിന്നപ്പോ ഒരു നെടുമങ്ങാട് ബസ് വന്ന്. പക്ഷേ, സൂചി കുത്താനിടമില്ലാത്ത തെരക്ക്! സമയം പിന്നെയും പോയി. ബസൊന്നും കാണാനുമില്ല. ഒടുക്കം, നിവർത്തിയില്ലാതെ, പെട്ടിയും ചൊമന്നോണ്ട് ഞാൻ നടന്ന്...."

അല്പം താമസിച്ചിട്ടാണെങ്കിലും, പ്രതിബന്ധങ്ങളെ അതിജീവിച്ച് തന്റെ ദൗത്യം പൂർത്തിയാക്കിയ വേലായുധൻ പിള്ളയോടു സഹതാപം തോന്നിയ എബ്രഹാം കോശി, അയാൾക്കൊരു സോഡ കൊടുക്കാൻ ചുപ്പി ശശിയോടു വിളിച്ചു പറഞ്ഞു.

കാര്യങ്ങൾ പിന്നെ നടന്നത് ധ്രുതഗതിയിലാണ്. ഫിലിം പെട്ടിയുമായി പ്രൊജക്ഷൻ ക്യാബിനിൽ കയറിയ നല്ലരശ് മഗസിനിൽ ഫിലിം റോൾ ചുറ്റാൻ തുടങ്ങി. അപ്പോഴേക്കും ടിക്കറ്റ് കൊടുക്കാനുള്ള നീണ്ട ബെൽ മുഴങ്ങി. ജനം കൂട്ടത്തോടെ കൗണ്ടറിനു മുന്നിലെത്തി. കൈയൂക്കുള്ളവൻ കാര്യക്കാരൻ എന്നതായിരുന്നു അവസ്ഥ. ഉന്തിയും തള്ളിയും ടിക്കറ്റെടുത്ത് കാണികൾ ടാക്കീസിനുള്ളിൽ പ്രവേശിച്ചു തുടങ്ങിയതും ടാക്കീസിനു പുറത്തെ പാട്ട് അവസാനിക്കുകയും ഉള്ളിൽ തുടങ്ങുകയും ചെയ്തു:

"എന്തിനിത്ര പഞ്ചസാര പുഞ്ചിരിപ്പാലിൽ
തങ്കം പുഞ്ചിരിപ്പാലിൽ തങ്കം
പുഞ്ചിരിപ്പാലിൽ ....."

ടാക്കീസിനുള്ളിലെ നീണ്ട ഉത്തരത്തിൽ അഞ്ച് മഞ്ഞ ബൾബുകൾ തെളിഞ്ഞു. ഇരിപ്പിടങ്ങൾ നിറഞ്ഞപ്പോഴേക്കും വീണ്ടും നീണ്ട ബെൽ മുഴങ്ങി. പെട്ടെന്ന് മധ്യത്തിലെ ബൾബ് ഒഴിച്ചുള്ള നാലു ബൾബുകളും അണഞ്ഞു. ക്രമേണ പാട്ടു നിലച്ചതിനൊപ്പം ശേഷിച്ച മഞ്ഞ വെളിച്ചവും അണഞ്ഞു. കൂരിരുട്ടും നിശ്ശബ്ദതയും ഘനീഭവിച്ചു കിടന്ന ചില നിമിഷങ്ങൾ. നൂറു കണക്കിന് ഹൃദയങ്ങളിൽ ആകാംക്ഷയുടെ പിടച്ചിലുകൾ. പെട്ടെന്ന് ആ അന്ധകാരത്തേയും നിശ്ശബ്ദതയേയും ഭേദിച്ചുകൊണ്ട് വെള്ളിത്തിരയിലേക്ക് വെളിച്ചത്തിന്റെ ഒരു കീറ് പാഞ്ഞുവന്നു. സ്ക്രീനിൽ ഉണ്ണിയേശുവിനെ കൈയിലേന്തിയ മറിയത്തിന്റെ ചിത്രം തെളിഞ്ഞു.

പ്രേക്ഷകർ ആർപ്പുവിളിച്ചുകൊണ്ട് കരഘോഷം മുഴക്കി. കറുപ്പിലും വെളുപ്പിലുമായി ചിത്രങ്ങൾ ചലിച്ചു തുടങ്ങി.

പ്രൊജക്ഷൻ ക്യാബിനുള്ളിലെ ഉഷ്ണത്തിൽ നല്ലരശിന്റെ ഉടലിലൂടെ വിയർപ്പു ചാലുകൾ ഒഴുകിയെങ്കിലും അയാളുടെ ചുണ്ടിൽ ഒരു ബീഡി എരിഞ്ഞു കൊണ്ടിരുന്നു. ഇടയ്ക്കിടയ്ക്ക് അയാളുടെ നോട്ടം സ്ക്രീനിലേക്ക് പൊയ്ക്കൊണ്ടിരുന്നു. ചിത്രത്തിലെന്തെങ്കിലും അവ്യക്തതയോ മങ്ങലോ തോന്നിയാൽ അയാളുടെ കൈവിരലുകൾ പെട്ടെന്നുതന്നെ പ്രൊജക്ടറിന്റെ ചില ഭാഗങ്ങളിലേക്ക് നീളും. ചില കൈക്രിയകൾകൊണ്ട് പ്രശ്നം പരിഹരിച്ചശേഷം പിന്നെയും ബീഡി ആഞ്ഞുവലിക്കും.

ബോയർ പ്രൊജക്ടറിന്റെ മഗസിനിൽ എണ്ണായിരം അടി ഫിലിം മാത്രമേ ലോഡ് ചെയ്യാൻ സാധിച്ചിരുന്നുള്ളൂ. അതുകൊണ്ടുതന്നെ സിനിമയ്ക്കിടയിൽ മൂന്ന് ഇടവേളകൾ അനിവാര്യമായി. ഓരോ ഇടവേളയിലും തീയേറ്ററിനുള്ളിൽ കടല-കപ്പലണ്ടി-പാട്ടുപുസ്തകക്കച്ചവടങ്ങൾ പൊടിപൊടിച്ചു. മൂത്രമൊഴിക്കാനിറങ്ങിയ കാണികളിൽ പലരും ചുപ്പിശശിയുടെ കൈയിൽനിന്നും സോഡാ ലെമനേഡ് വാങ്ങിക്കുടിച്ച് ദാഹമടക്കി.

ആദ്യ പ്രദർശനം 'ശുഭ'കരമായി അവസാനിപ്പിച്ചുകൊണ്ട് നീണ്ട മണി മുഴങ്ങിയപ്പോൾ മണി ഏഴര കഴിഞ്ഞിരുന്നു. ആഹ്ലാദാരവങ്ങൾ മുഴക്കിക്കൊണ്ട് കാണികൾ പുറത്തേക്കിറങ്ങി. ആദ്യമായൊരു സിനിമ കണ്ടതിന്റെ ആനന്ദനിർവൃതി അവരിൽ പലരുടെയും മുഖങ്ങളിൽ വ്യക്തമായിരുന്നു. ടാക്കീസിന്റെ ഗേറ്റ് തുറന്നതും ആദ്യപ്രദർശനത്തിനു ടിക്കറ്റ് കിട്ടാതെ, നിരാശരെങ്കിലും അക്ഷമരായി പുറത്തു നിൽക്കുകയായിരുന്ന ആൾക്കൂട്ടം, സിനിമ കണ്ട് പുറത്തേക്കിറങ്ങിയവർക്കിടയിലൂടെ ഇരമ്പിയാർത്തുകൊണ്ട് ടിക്കറ്റ് കൗണ്ടർ ലക്ഷ്യമാക്കി പാഞ്ഞു.

സിനിമ കണ്ടിറങ്ങിയ കാണികൾ ചൂട്ടുകൾ തെളിച്ചുകൊണ്ട് ആലിൻപുറത്തിന്റെ ഏലാവരമ്പുകളിലൂടെയും തോട്ടുവരമ്പുകളിലൂടെയും ചെറിയ ചെറിയ ഇടവഴികളിലൂടെയും സ്വഭവനങ്ങൾ ലക്ഷ്യമാക്കി കൂട്ടം കൂട്ടമായി നടന്നു നീങ്ങി. വിദൂര വീക്ഷണത്തിൽ, കറുത്ത തിരശ്ശീലയിൽ മിന്നി മിന്നിത്തെളിയുന്ന ചെറുവെട്ടങ്ങൾ പോലെയായിരുന്നു ആ ദൃശ്യം. വെള്ളിത്തിരയിൽ കണ്ട കഥയെപ്പറ്റിയും കഥാപാത്രങ്ങളെപ്പറ്റിയും അവർ വാചാലരായി. സിനിമയിലെ ഗാനങ്ങൾ ചിലർ മൂളി. ചിലർ ഹാസ്യതാരങ്ങളുടെ ചില സംഭാഷണങ്ങൾ അനുകരിച്ച് രസിച്ചു. വെള്ളത്തിരശ്ശീലയിൽ കണ്ട ചലനചിത്രങ്ങളുടെ വികാരങ്ങൾ തങ്ങളുടേതു കൂടിയാണെന്ന് അവർ തിരിച്ചറിയുകയായിരുന്നു. അവർ ചിരിച്ചു, കരഞ്ഞു, ക്ഷുഭിതരായി, ഭക്തശിരോമണികളായി, പ്രേമപരവശരായി...

പിറവി

സ്വന്തം നാട്ടിലൊരു സിനിമാ തീയേറ്റർ വന്ന് ഒരാഴ്ച പിന്നിട്ടിട്ടും അവിടെപ്പോയൊരു സിനിമ കാണാൻ പറ്റാത്തതിന്റെ വീർപ്പുമുട്ടലിലായിരുന്നു വാസുദേവനും സുഷമയും. സിറ്റിയിലെ തീയേറ്ററുകളിൽ പോലും പോയി സിനിമ കണ്ടിരുന്ന ആലിൻപുറത്തെ അത്യപൂർവ്വരിൽ ഉൾപ്പെട്ടിരുന്ന ആ ദമ്പതികൾക്ക് ഇതെന്തു പറ്റിയെന്ന് നാട്ടുകാരും അതിശയപ്പെട്ടു. എന്തെങ്കിലും തക്കതായ കാരണമില്ലാതെ ഇങ്ങനെ സംഭവിക്കില്ലെന്ന് അവരിൽ പലരും അടക്കം പറഞ്ഞു.

സത്യത്തിൽ, തീയേറ്ററിലെ ആദ്യ ഷോതന്നെ കാണാൻ എത്തേണ്ടവരായിരുന്നു വാസുദേവനും സുഷമയും. എന്നാൽ, *കാമുകിയുടെ കട്ടംകൈ* എന്ന കഥാകാവ്യത്തിന്റെ മിനുക്കുപണികളിൽ വാസുദേവൻ വ്യാപൃതനായിപ്പോയതിനാൽ ടാക്കീസിലേക്കുള്ള യാത്ര മാറ്റിവച്ചു. ഈ പ്രവൃത്തികളിൽ വ്യാപരിക്കുമ്പോഴും അവരിരുവരുടെയും മനസ്സിൽ പലപ്പോഴും സിനിമ തെളിഞ്ഞു വന്നുകൊണ്ടേയിരുന്നു. ഏതായാലും, മണ്ണിൽ തീയേറ്ററിൽ *സീത* പന്ത്രണ്ടു ദിവസങ്ങൾ പിന്നിട്ടപ്പോഴേക്കും വീർപ്പുമുട്ടലുകൾക്ക് വിരാമമിട്ടുകൊണ്ട് *കാമുകിയുടെ കട്ടംകൈ* അച്ചുകൂടത്തിൽ പ്രവേശിച്ചു.

അന്നുരാത്രി ഏഴുമണിക്കുള്ള ഷോ കാണാൻ വാസുദേവനും സുഷമയും മണ്ണിൽ തീയേറ്ററിലെത്തി. തീയേറ്ററിനു പുറത്തെ തട്ടിയിൽ ഒട്ടിച്ചിരുന്ന *സീത*യുടെ വലിയ പോസ്റ്ററിൽ രണ്ടാം വാരം എന്ന് കറുത്ത അക്ഷരത്തിൽ അച്ചടിച്ച ചെറിയപേപ്പർ ഒട്ടിച്ചിരുന്നു. സാമാന്യം നല്ല തിരക്കുണ്ടായിരുന്നതിനാൽ അല്പം പ്രയാസപ്പെട്ടാണ് വാസുദേവൻ ടിക്കറ്റ് സംഘടിപ്പിച്ചത്.

പുരാണചിത്രമായതിനാൽ വാസുദേവന് *സീത*യിൽ വലിയ രസമൊന്നും തോന്നിയില്ല. ഇടയ്ക്ക് ഒന്നു രണ്ടു തവണ കണ്ണ് അടഞ്ഞു പോവുക പോലും ചെയ്തു. പക്ഷേ, സുഷമ സിനിമയിൽ ലയിച്ചിരുന്നു. ഒടുവിൽ, സിനിമ അവസാനിച്ചപ്പോൾ മുഴങ്ങിയ നീണ്ട മണിനാദം കേട്ട് വാസുദേവൻ ആശ്വാസത്തോടെ ഒരു കോട്ടുവായിട്ടെണീറ്റു. അയാൾ സുഷമയെ നോക്കി. അവളുടെ കണ്ണുകൾ ഈറനണിഞ്ഞിരിക്കുന്നത് കണ്ട് അയാൾക്ക് അതിശയം തോന്നി. വീട്ടിലേക്കു നടക്കുമ്പോഴും അവൾ ഏറക്കുറെ മൗനിയായിരുന്നു. സാധാരണ, ഓരോ സിനിമ കണ്ടു മടങ്ങുമ്പോഴും സിനിമയെക്കുറിച്ച് വാചാലയാകാറുള്ള ഇവൾക്ക് ഇതെന്തു പറ്റിയെന്ന് വാസുദേവൻ അതിശയപ്പെട്ടെങ്കിലും ഒന്നും ചോദിച്ചില്ല. സീതാദേവിയുടെ ദുര്യോഗംകണ്ട് അവൾ വിഷാദവതിയായതായിരിക്കുമെന്നാണ് അയാൾ കരുതിയത്. എന്നാൽ, രാത്രി ഉറങ്ങാൻ കിടക്കുമ്പോഴും അവൾക്ക് ഭാവമാറ്റം വന്നിട്ടില്ലെന്നു കണ്ടപ്പോൾ അയാൾ ചോദിച്ചു:

"നീയെന്താണ് വല്ലാതിരിക്കുന്നത്?"

"ഒന്നുമില്ല."

"സീതേടെ അവസ്ഥ കണ്ടിട്ടാണോ?"

"അതൊന്നുമല്ല."

"പിന്നെ?"

"ഒന്നുമില്ലെന്ന്."

അവൾ അയാളെ ചേർത്തുപിടിച്ച് നെഞ്ചിൽ തല ചായ്ച്ചു.

വാസുദേവൻ പിന്നെയൊന്നും ചോദിക്കാതെ അവളെ മുറുകെ പിടിച്ചു.

ഉറക്കത്തിനിടയിലെപ്പോഴോ തന്റെ നെഞ്ചിൽ നനവു പടരുന്നതറിഞ്ഞാണ് വാസുദേവൻ കണ്ണു തുറന്നത്. സുഷമയുടെ അമർത്തിപ്പിടിച്ച തേങ്ങലുകൾ കേൾക്കുകയാണ്. നെഞ്ചിൽ നിന്ന് അവളെ അടർത്തിമാറ്റി അയാൾ കിടക്കയിൽ നിന്ന് ചാടിയെണീറ്റ് മുറിയുടെ മൂലയിലിരുന്ന ചിമ്മിനി വിളക്ക് തെളിച്ചു.

"എന്താ? എന്തിനാ നീ കരയണത്?"

കട്ടിലിൽ കമിഴ്ന്നു കിടന്നു തേങ്ങുന്ന സുഷമയെ കുലുക്കി വിളിച്ചുകൊണ്ടാണ് വാസുദേവൻ അതു ചോദിച്ചത്. എന്നാൽ, ചോദ്യത്തിനുത്തരമായി വന്നത് ഉച്ചത്തിലുള്ള കരച്ചിലാണ്.

"നീയിങ്ങനെ കാര്യം പറയാതെ കരഞ്ഞാൽ ഞാനെന്തു ചെയ്യും? നീ കരയാതെ കാര്യം പറ."

അയാൾ അവളെ സമാശ്വസിപ്പിക്കാൻ വൃഥാ ശ്രമിച്ചുകൊണ്ടിരുന്നു. തന്റെ ഭാഗത്തുനിന്ന് അവളെ വേദനിപ്പിക്കുന്നതെന്തെങ്കിലും

ഉണ്ടായോ? കാര്യമെന്തെന്ന് വാസുദേവന് ഒരു പിടിയും കിട്ടിയില്ല. സമയം കടന്നു പോയി. ഒടുവിൽ, മെല്ലെ മെല്ലെ കരച്ചിലിന്റെ ഒച്ച താഴ്ന്നു താഴ്ന്നു വന്നു. സുഷമ കവിളിലെ കണ്ണീർ തുടച്ചുകൊണ്ട് പതിയെ കട്ടിലിൽ നിന്നെണീറ്റ് വാസുദേവന്റെ മുഖത്തേക്കു തന്നെ കുറേനേരം നോക്കിയിരുന്നു. പിന്നെ പതിയെ ചുണ്ടുകൾ വിടർത്തി:

"എനിക്ക് പ്രസവിക്കണം."

വാസുദേവൻ കണ്ണുകൾ വിടർത്തി അവളെത്തന്നെ നോക്കിയിരുന്നു. വിഷാദത്തിന്റെ കരിമേഘങ്ങൾ തന്റെ ഉള്ളിലുരുണ്ടു കൂടുന്നതായി അയാൾക്ക് തോന്നി. ഏതു നിമിഷവും അതൊരു പേമാരിയായി പെയ്തിറങ്ങും. അയാൾ അവളെ ചേർത്തുപിടിച്ച് അവളുടെ ചുമലിൽ മുഖം പൂഴ്ത്തി. തന്റെ മുതുകിലൂടെ നീർച്ചാലുകൾ ഒഴുകിയിറങ്ങുന്നത് സുഷമ അറിഞ്ഞു. അവൾ അയാളുടെ മുതുകിൽ തലോടിക്കൊണ്ടേയിരുന്നു.

കല്യാണം കഴിഞ്ഞ് ഏഴ് വർഷം പിന്നിട്ടിട്ടും വാസുദേവനും സുഷമയ്ക്കും സന്താനഭാഗ്യമുണ്ടായിട്ടില്ല. കല്യാണം കഴിഞ്ഞതിന്റെ പിറ്റേ ആഴ്ച മുതൽ നാട്ടുകാരും വീട്ടുകാരും 'വിശേഷമൊണ്ടോ, വിശേഷമൊണ്ടോ' എന്ന് അവളോടു ചോദിച്ചു തുടങ്ങിയതാണ്. ആദ്യമൊക്കെ നാണിച്ച് ചിരിച്ചുകൊണ്ട് 'ഇല്ല' എന്ന് മറുപടി പറഞ്ഞു. പക്ഷേ, നാളുകൾ നീണ്ടു തുടങ്ങിയതോടെ, ആ മറുപടിയിൽ ചോദ്യകർത്താക്കൾ തൃപ്തരല്ലെന്നും 'എവള് മരടിയാണെന്നാണ് തോന്നണത്'' എന്നിങ്ങനെയുള്ള അടക്കം പറച്ചിലുകൾ നടക്കുന്നതായും അവൾ തിരിച്ചറിഞ്ഞു. താൻ പ്രസവിക്കാത്തതെന്തെന്ന ചോദ്യം അവൾ ഇടയ്ക്കിടെ സ്വയം ചോദിക്കാതെയുമിരുന്നില്ല.

സുഷമ മാത്രമല്ല, വാസുദേവനും പലപ്പോഴും ഈ ചോദ്യം അഭിമുഖീകരിച്ചിട്ടുള്ളതാണ്. 'നീയീ കാമുകിമാരെ കതയും പാട്ടുമെഴുതിക്കോണ്ടു നടക്കണതിനിടേല് പിള്ളേരെ ഒണ്ടാക്കാൻ മറക്കല്ലേ' എന്ന് പലരും കളിയായും കാര്യമായും അയാളെ ഓർമ്മിപ്പിക്കാറുണ്ട്. പിള്ളരൊക്കെ പതുക്കെ മതിയെന്നാ ഞങ്ങളുടെ തീരുമാനം എന്നു പറഞ്ഞാണ് അയാൾ ആ സന്ദിഗ്ദ്ധഘട്ടത്തെ തരണം ചെയ്യുന്നത്. പക്ഷേ, ഒരു കുഞ്ഞുണ്ടാകാനുള്ള എല്ലാ പ്രയത്നങ്ങളും തങ്ങളുടെ ഭാഗത്തുനിന്ന് കൃത്യമായി ഉണ്ടാകുന്നെങ്കിലും അതിനൊന്നും ഫലമുണ്ടാകുന്നില്ലല്ലോ എന്ന് അയാൾ പലപ്പോഴും ആശങ്കപ്പെടാറുള്ളതാണ്. എന്നാൽ, കാവ്യരചനയിലും വിതരണത്തിലും വാസുദേവൻ വ്യാപൃതനായതിനാൽ കുഞ്ഞിക്കാലിനെക്കുറിച്ച് അധികമൊന്നും അവരിരുവരും ഉൽക്കണ്ഠപ്പെട്ടിരുന്നില്ല. പക്ഷേ, ഇന്ന് *സീത* കണ്ടതോടെ സുഷമയുടെ ഉള്ളിൽ പുകഞ്ഞിരുന്ന മാതൃഭാവം പെട്ടെന്ന് പൊട്ടിത്തെറിക്കുകയായിരുന്നു.

*സീത*യിലെ 'പാട്ട് പാടി ഉറക്കാം ഞാൻ താമരപ്പൂം പൈതലേ...' എന്ന താരാട്ടുപാട്ടാണ് അതിനു നിമിത്തമായത്.

കരഞ്ഞും പരസ്പരം സമാശ്വസിപ്പിച്ചും വാസുദേവനും സുഷമയും രാത്രിയുടെ ഏതോ യാമത്തിൽ കണ്ണടച്ചു. പിറ്റേന്ന് രാവിലെ ഉണർന്നെണീറ്റപ്പോഴേക്കും അവരിരുവരും ഒരു ഉറച്ച തീരുമാനത്തിലെത്തിയിരുന്നു; ഒരു കുഞ്ഞ് കൂടിയേ തീരൂ.

വെളുപ്പാൻ കാലത്തുതന്നെ നറക്കാട്ടിക്കോണത്തെ കുഞ്ഞിരാമൻ വൈദ്യരുടെ 'ചരകസ്മാരക വൈദ്യശാല'യിൽ വാസുദേവൻ എത്തി. വൈദ്യശാലയോടു ചേർന്ന ഔഷധനിർമ്മാണപ്പുരയിൽ അജമാംസ രസായനമുണ്ടാക്കുന്നതിനു വേണ്ട നിർദ്ദേശങ്ങൾ നൽകിക്കൊണ്ടു നിൽക്കുകയായിരുന്നു കുഞ്ഞിരാമൻ വൈദ്യർ.

"എന്താ കോപ്പേ കണ്ണ് ദീനം കുറഞ്ഞില്ലേ?"

വാസുദേവനെ കണ്ട വൈദ്യർ ചോദിച്ചു.

"കണ്ണ് ദീനമല്ല വൈദ്യരേ. വേറൊരു കാര്യം....."

വാസുദേവൻ തല ചൊറിഞ്ഞു.

"എന്നാ അകത്തോട്ടിരുന്നോ. ഞാൻ വരാം."

വൈദ്യർ വൈദ്യശാലയിലേക്ക് വിരൽ ചൂണ്ടി.

കണ്ണിൽ നനവു പടർത്തിക്കൊണ്ടാണ് വൈദ്യർക്കു മുന്നിൽ വാസുദേവൻ തന്റെ അനപത്യദുഃഖം വിവരിച്ചത്. എല്ലാം കേട്ടുകഴിഞ്ഞ വൈദ്യർ, അയാളുടെ ദാമ്പത്യ ജീവിതത്തിന്റെ ഉള്ളറകളിലേക്ക് കടന്നു കയറി ചില നിർണ്ണായക ചോദ്യങ്ങൾ ചോദിക്കുകയും ബലഹീനനല്ല, ശേഷിയും ശേമുഷിയുമുള്ളവൻ തന്നെയാണ് തന്റെ മുന്നിലിരിക്കുന്നതെന്ന് ഉറപ്പിക്കുകയും ചെയ്തു.

"ഇതൊക്കെ ഒരുതരം ദൈവനിശ്ചയമാണ്. നീ വിഷമിക്കണ്ട. പരിഹാരമുണ്ടാക്കാം. ഞാൻ തരുന്ന മരുന്നുകൾ രണ്ടുപേരും യഥാവിധി സേവിച്ചാ മതി. പിന്നെ നല്ല ദൈവ വിശ്വാസോം വേണം. ഇത് രണ്ടും മാത്രം പോരാ. ഞാൻ പറയുന്ന ദിവസങ്ങളിൽ 'കാര്യ'ങ്ങൾ വേണ്ട പോലെ ചെയ്യുകയും വേണം..."

വൈദ്യർ ചെറുചിരിയോടെ കാര്യങ്ങൾ വിശദീകരിച്ചു.

ഒരു വട്ടി മരുന്നുമായാണ് വാസുദേവൻ വീടണഞ്ഞത്. തിരുതാളി വേര്, ഔഷധങ്ങൾ ചേർത്ത നെയ്യ്, സപ്തസാരം കഷായം, എള്ള് കഷായം, അശോകാരിഷ്ടം, അമുക്കുരം, നായ്ക്കുരണപ്പരിപ്പ്, ശതാവരിക്കിഴങ്ങ് ഒപ്പം മുരിങ്ങയരിയും പനയോല വട്ടിയിൽ നിന്നെടുത്ത് കിടപ്പുമുറിയിലെ മേശപ്പുറത്തുനിരത്തുമ്പോൾ തന്നെ സുഷമയുടെ മൂക്കു ചുളിയുകയും തൊണ്ടയിൽ കയ്പ് പടരുകയും ചെയ്തു. പക്ഷേ, 'പാട്ടു പാടിയുറക്കാം

ഞാൻ....' എന്ന ഗാനം പെട്ടെന്ന് അവളുടെ തലച്ചോറിലേക്കൊഴുകിയെത്തി. മുഖത്ത് ആത്മവിശ്വാസം നിറഞ്ഞൊരു ചിരി വിരിഞ്ഞു.

വൈദ്യൻ വിധിച്ച പ്രകാരം ഔഷധസേവ നടത്തിയും ഈശ്വരനെ ധ്യാനിച്ചും പ്രതീക്ഷാനിർഭരമായ ദിവസങ്ങൾ കടന്നു പോയിക്കൊണ്ടിരുന്നു. വാസുദേവനും സുഷമയും മാത്രമല്ല, ഒരു പേരക്കുഞ്ഞിനെ താലോലിക്കാൻ വെമ്പിനിന്ന കല്യാണിക്കുട്ടിയും ഭാസ്കരനുമൊക്കെ സകല ദൈവങ്ങളേയും വിളിച്ച് പ്രാർത്ഥിച്ചു. ഒടുവിൽ ആ നിർണ്ണായക ദിനമെത്തി. സുഷമ തീണ്ടാരിയായതിനു ശേഷമുള്ള പതിന്നാലാമത്തെ ദിവസം. സന്താനോല്പാദനത്തിന് ഏറെ സാധ്യതയുള്ള ഈ ദിവസം നിശ്ചയമായും ശാരീരിക ബന്ധത്തിലേർപ്പെട്ടിരിക്കണമെന്നാണ് വൈദ്യകല്പന.

രാത്രിയായി. കൈതോന്നിയും ചെമ്പരത്തിപ്പൂവും മൈലാഞ്ചിയും തുളസിയുമൊക്കെ ചേർത്ത് കാച്ചിയ വെളിച്ചെണ്ണ തലമുടിയിലും നാല്പാമരാദിത്തൈലം ഉടലിലും തേച്ച് കുളിച്ച്, വാരിക്കെട്ടിയ മുടിയിൽ മുല്ലപ്പൂവും ചൂടി വിലാസവതിയായി സുഷമ കട്ടിലിലിരുന്നു. പനിനീരൊഴിച്ച വെള്ളത്തിൽ കുളി കഴിഞ്ഞ വാസുദേവൻ മുറിയിൽ പ്രവേശിച്ചു. തങ്ങളുടെ ആദ്യരാത്രിയേക്കാൾ മനോഹരമാണല്ലോ ഇന്നത്തെ രാത്രിയെന്ന് അവരിരുവരും ഓർത്തു പോയി. വാസുദേവൻ കട്ടിലിലിരുന്ന് സുഷമയുടെ മുടിയിലൂടെ വിരലോടിച്ചു. മുടിയിൽ തുടങ്ങിയ ആ വിരൽസഞ്ചാരം പതിയെ പതിയെ അവളുടെ ഉടലാകെയായി. അവൾ ആനന്ദനിർവൃതിയിൽ കണ്ണുകളടച്ചിരുന്നു. വാസുദേവൻ അവളെ മാറോടു ചേർത്തു പിടിച്ചു. എന്തു കൊണ്ടാണെന്നറിയില്ല. പെട്ടെന്ന് അയാളുടെ മസ്തിഷ്കത്തിനുള്ളിൽ കുഞ്ഞിരാമൻ വൈദ്യരുടെ മുഖത്തോടൊപ്പം കർക്കശമായ ആ വാക്കുകളും മുഴങ്ങി: "പതിന്നാലിന്റെയന്നും പതിനഞ്ചിന്റെയന്നും നിങ്ങൾ യഥാവിധി ശാരീരിക ബന്ധത്തിലേർപ്പെട്ടിരിക്കണം."

ഉത്തേജിതനും ഉത്സാഹഭരിതനുമായിരുന്ന വാസുദേവന്റെ നട്ടെല്ലിലൂടെ അങ്കലാപ്പിന്റെ ഒരു ചെറു സ്ഫുലിംഗം കടന്നു പോയി. യഥാവിധി ബന്ധപ്പെടാൻ കഴിയാതെ വരുമോ? വൈവാഹിക ജീവിതത്തിനിടയിൽ ഇന്നേവരെ ഉണ്ടായിട്ടില്ലാത്ത ഭീതി കലർന്നൊരു ചോദ്യമായിരുന്നു അത്. വിജൃംഭിതമായ നാഡീഞരമ്പുകളിലൂടെയെങ്ങും അത് പ്രസരിച്ചു തുടങ്ങാൻ അധികനേരമൊന്നും വേണ്ടി വന്നില്ല. ആവേശത്തിന്റെ കൊടിപ്പടം താഴ്ന്ന് താഴ്ന്നു പോകുന്നുവെന്ന നേര് അയാളെ ഉൾക്കിടിലം കൊള്ളിച്ചു. മത്സരത്തിനു മുമ്പേ തോൽവി സമ്മതിച്ച മത്സരാർത്ഥിയായി മാറി അയാൾ. വാടിത്തളർന്ന വാസുദേവനെ സുഷമ അതിശയത്തോടെ നോക്കി. എന്താണ് സംഭവിച്ചതെന്നറിയാതെ അവൾ പുരികം ചുളിച്ചു. ഒന്നും മിണ്ടാനാവാതെ, രക്തയോട്ടം നിലച്ച വാസുദേവൻ തല കുനിച്ചു.

അവൾ അയാളെ തഴുകി, തലോടി, മുറുകെപ്പുണർന്നു, ചുംബനാഭിഷേകം നടത്തി, സ്വന്തം ഉടുതുണികളെല്ലാം ഊരിയെറിഞ്ഞു, തിരിഞ്ഞു കിടന്നു, മലർന്നു കിടന്നു.... പക്ഷേ, വാസുദേവനിൽ നിന്ന് ഒരു പ്രതികരണവുമുണ്ടായില്ല. അയാൾ സഹതാപത്തോടെ അവളെ നോക്കി. കാമോദ്ദീപന ഹേതുവാകാവുന്ന പലവിധ ചേഷ്ടകൾ പ്രകടമാക്കിയിട്ടും നിശ്ചേതനായി ഇരിക്കുന്ന ഭർത്താവിനെക്കണ്ട് അവളുടെ കണ്ണു തള്ളി.

"എന്തു പറ്റി?"

ഗത്യന്തരമില്ലാതെ അവൾ ചോദിച്ചു.

"ഇന്നിനി ഒന്നും നടക്കുമെന്ന് തോന്നണില്ല."

അയാൾ പരിക്ഷീണ സ്വരത്തിൽ മറുപടി പറഞ്ഞിട്ട് കട്ടിലിലേക്ക് തളർന്നു വീണു.

പിറ്റേ ദിവസവും ഇതുതന്നെ ആവർത്തിച്ചു. എന്നാൽ, വൈദ്യശാസനമില്ലാതിരുന്ന പതിനാറാം ദിനം മുതൽ വാസുദേവൻ തന്റെ ശേഷിയും ശേമുഷിയും തിരികെപ്പിടിക്കുകയും ക്രീഡാസന്നദ്ധനാവുകയും ചെയ്തു. അവശ്യദിനങ്ങളിലുതകാത്ത ഭർത്താവിനോടു കെറുവിച്ച് സുഷമ മൂടിപ്പുതച്ച് തിരിഞ്ഞു കിടന്നു. തുടർന്നുള്ള മാസങ്ങളും ഇതിന്റെ തനിയാവർത്തനങ്ങളായി. ഭാര്യയുടെ ആർത്തവാനന്തരമുള്ള പതിന്നാലും പതിനഞ്ചും നാളുകൾ അയാളെ പേടിപ്പെടുത്തിക്കൊണ്ടിരുന്നു. ആ നിർണ്ണായക ദിനങ്ങളിൽ ഉണരാത്ത തന്റെ ശരീരം അയാളുടെ ഉറക്കംകെടുത്തി.

"ഇനിയും ചുമ്മാ കഷായോം കുടിച്ചോണ്ടിരുന്നിട്ട് കാര്യമൊന്നുമില്ല. ആ വൈദ്യൻ ദിവസക്കണക്ക് പറയണ കേക്കുമ്പോഴുള്ള ആധിയിലാണ് നിങ്ങൾക്ക് കാര്യങ്ങളൊന്നും നടക്കാത്തത്. ഏതെങ്കിലും കാലത്ത് പിള്ളേരൊണ്ടാവുന്നെങ്കി ഒണ്ടാവട്ട്. ഇല്ലെങ്കി വേണ്ട."

ഭർത്താവിന്റെ മാനസിക സംഘർഷംകണ്ട് പൊറുതിമുട്ടിയ സുഷമ തന്റെ ഉറച്ച തീരുമാനം പ്രഖ്യാപിച്ചു. വാസുദേവൻ മറുത്തൊന്നും പറഞ്ഞില്ല.

നാളുകൾ പിന്നെയും കടന്നുപോയി. വാസുദേവൻ പുതിയ കഥാകാവ്യം രചിച്ചു. അനപത്യദുഃഖം ഉള്ളിൽ നീറിയെങ്കിലും വൈദ്യനേയും ഔഷധങ്ങളേയും അവർ മറന്നു തുടങ്ങി.

"പ്രിയപ്പെട്ട നാട്ടുകാരേ, ഈ തിരുവോണനാളിനെ കെങ്കേമമാക്കാൻ ഇതാ നിങ്ങളുടെ മണ്ണിൽ ടാക്കീസിന്റെ അഭ്രപാളികളിൽ നാളെ മൂന്നു മണിക്കുള്ള മാറ്റിനിയോടുകൂടി സമാരംഭിക്കുന്നു.... ഉദയായുടെ *പാലാട്ട് കോമൻ.* സത്യനും രാഗിണിയും മത്സരിച്ചഭിനയിച്ച മനോഹര ചിത്രം. കുഞ്ചാക്കോയുടെ അത്യുജ്ജ്വല സംവിധാനം. മധുരമനോഹര ഗാനങ്ങൾ ....."

അതിരാവിലെ, മുറ്റത്ത്, വട്ടത്തിൽ ചാണകം മെഴുകി, അതിൽ കാർത്തികപ്പൂവും ചെമ്പരത്തിപ്പൂവും തെറ്റിപ്പൂവുമൊക്കെ നിരത്തി അത്തപ്പൂക്കളമൊരുക്കിക്കൊണ്ടിരുന്ന വാസുദേവനും സുഷമയും സിനിമാ വിളംബരം കേട്ട് തലയുയർത്തി. മാമ്പഴക്കുന്നിനു താഴെയുള്ള റോഡിലൂടെ ചെണ്ടമേളത്തിന്റെ അകമ്പടിയോടെ കാളവണ്ടി നീങ്ങുകയാണ്.

"എത്ര നാളായി ഒരു സിനിമ കണ്ടിട്ട്. *പാലാട്ട് കോമൻ* കാണണം."

ചാണകവൃത്തത്തിനു നടുവിൽ ഉരുട്ടി വച്ചിരുന്ന ചാണകക്കട്ടിയുടെ മുകളിൽ തുളസിക്കതിർ വച്ചുകൊണ്ട് സുഷമ പറഞ്ഞു. വാസുദേവൻ സമ്മതഭാവത്തിലൊന്നു മൂളി. സന്താനോല്പാദന ശ്രമങ്ങൾക്കിടയിലെ സംഘർഷങ്ങൾ കാരണം സിനിമ കാണാൻപോലും തങ്ങൾ മറന്നു പോയല്ലോ എന്ന് അവരിരുവരും അതിശയത്തോടെ ഓർക്കാതെയിരുന്നില്ല.

തിരുവോണസദ്യയുമുണ്ട് ഉച്ചയ്ക്ക് രണ്ടു മണിയോടെ സുഷമയും വാസുദേവനും ടാക്കീസിലെത്തി. ഗേറ്റിനു മുന്നിലെ ജനക്കൂട്ടത്തെക്കണ്ട് അവർ അമ്പരന്നു. ആലിൻപുറത്തുള്ളവർ മാത്രമല്ല, പേരൂർക്കട, വട്ടിയൂർക്കാവ് തുടങ്ങിയ പ്രാന്തപ്രദേശങ്ങളിലെ ജനങ്ങളും ടാക്കീസിനു മുന്നിൽ തമ്പടിച്ചിരിക്കുകയാണ്. രണ്ടര മണിക്ക്, നീണ്ട മണിമുഴങ്ങിയപ്പോൾ ഗേറ്റ് തുറന്നു. ജനം ഇരച്ചുകയറി. കൈയൂക്കുള്ളവർ ടിക്കറ്റ് കൈക്കലാക്കി.വാസുദേവനും സുഷമയും തിരക്കൊഴിയാൻ കാത്തു നിന്നെങ്കിലും പത്തു പതിനഞ്ചു മിനിട്ടിനുള്ളിൽത്തന്നെ ടിക്കറ്റ് കൗണ്ടറിൽ 'ഹൗസ്ഫുൾ'ബോർഡ് തൂങ്ങി! ടിക്കറ്റ് കിട്ടാത്ത ജനാവലി നിരാശയോടെ ഗേറ്റിനു പുറത്തേക്കു നടന്നു.

ഇനി ഏഴു മണിക്കാണ് അടുത്ത ഷോ. ആളുകൾ കാത്തിരിപ്പു തുടങ്ങി. വാസുദേവനും സുഷമയും വീട്ടിലേക്കു മടങ്ങിയാലോ എന്നാലോചിച്ചു. അപ്പോഴാണ് തീയേറ്റർ മാനേജർ ഗോവിന്ദപ്പിള്ള ഗേറ്റിന്റെ അഴികൾക്കിടയിലൂടെ അവരെ കാണുന്നത്. വാസുദേവന്റെ കാവ്യപുസ്തകങ്ങളെല്ലാം വാങ്ങി വായിക്കാറുള്ള അയാൾ വാസുദേവന്റെ ഒരു കടുത്ത ആരാധകൻ കൂടിയായിരുന്നു. ഗേറ്റ് അല്പം തുറന്ന്, അയാൾ തല പുറത്തേക്കിട്ട് വാസുദേവനെ കൈകാട്ടി വിളിച്ചു. വാസുദേവനും സുഷമയും അടുത്തേക്കു ചെന്നു.

"വാസുദേവനല്ലേ? എനിക്കറിയാം. ടിക്കറ്റ് കിട്ടീല അല്ലേ? അകത്തു വാ. ചെറിയൊരു അഡ്ജസ്റ്റ്മെന്റ് ചെയ്തു തരാം."

ടിക്കറ്റിന്റെ പണംകൊടുത്ത്, വാസുദേവനും സുഷമയും ഗോവിന്ദപ്പിള്ളയെ അനുഗമിച്ചു. തീയേറ്ററിലെ ജീവനക്കാർ മാത്രം പ്രവേശിക്കാറുള്ള മുൻവശത്തെ വാതിലിലൂടെ അവർ തീയേറ്ററിനകത്തേക്കു കയറി. വെ

ള്ളിത്തിരയിൽ ടൈറ്റിൽ മിന്നി മറഞ്ഞു കൊണ്ടിരിക്കുകയാണ്. ഇരുൾ വീണ തീയേറ്ററിനുള്ളിൽ എവിടെ നിന്നോ രണ്ട് ഇരുമ്പു കസേരകൾ തപ്പിയെടുത്ത് ഗോവിന്ദപ്പിള്ള ഏറ്റവും പിന്നിൽ അല്പം അവശേഷിച്ചിരുന്ന ഇടത്ത് ഇട്ടു കൊടുത്തു. കഷ്ടിച്ച് രണ്ടുപേർക്കിരിക്കാവുന്ന ആ സ്ഥലത്തിരുന്ന് വാസുദേവനും സുഷമയും *പാലാട്ട് കോമൻ* കണ്ടു.

സിനിമ ഏറെ ഇഷ്ടമായതിന്റെ സന്തോഷത്തോടെയാണ് വാസുദേവനും സുഷമയും തീയേറ്ററിനു പുറത്തിറങ്ങിയത്. മാറ്റിനിക്ക് ടിക്കറ്റ് കിട്ടാത്തവരും അടുത്ത ഷോയ്ക്ക് പുതിയതായി എത്തിയവരുമൊക്കെ ചേർന്ന് വൻ ജനാവലി തന്നെ ഗേറ്റിനു പുറത്തുണ്ടായിരുന്നു. ആ തിരക്കിനിടയിലൂടെ അവർ വല്ലവിധേനെയും റോഡിലേക്കിറങ്ങി.

മണി ആറ് കഴിഞ്ഞിട്ടേയുണ്ടായിരുന്നുള്ളൂവെങ്കിലും ആകാശം മൂടിക്കെട്ടിയിരുന്നതിനാൽ എങ്ങും നല്ല ഇരുട്ടു പരന്നിരുന്നു. ഏതു നിമിഷവും ഒരു മഴ പെയ്യാം. അവർ ധൃതിയിൽ നടന്നു. തെന്നൂർക്കോണം പിന്നിട്ട്, മാമ്പഴക്കുന്നിലേക്കുള്ള റോഡിലേക്കിറങ്ങിയതും മഴ ചാറിത്തുടങ്ങി. അവർ നടത്തത്തിന്റെ വേഗത കൂട്ടി. പക്ഷേ, മാമ്പഴക്കുന്നെത്തുന്നതിനു മുമ്പേ മഴയുടെ ശക്തി കൂടി. ഒരു വശത്ത് തോടും മറുവശത്ത് വയലുമായതിനാൽ ഒതുങ്ങി നിൽക്കാൻ ഇടമില്ല. സാരിയുടെ തുമ്പ് തലയിലൂടെ വലിച്ചിട്ട് സുഷമയും, തലയിൽ വൃഥാ കൈപ്പടം പിടിച്ച് വാസുദേവനും ഓടാൻ തുടങ്ങി. ഓടിയോടി അവർ മാമ്പഴക്കുന്നിനെതിരെയുള്ള ഏലാവരമ്പും കടന്ന് തെക്കനാലപ്പുറത്തു വീട്ടുകാരുടെ തെക്കതിനടുത്തെത്തി.

"വാ, തെക്കതിലോട്ടു കേറി നിക്കാം."

സുഷമയുടെ കൈ പിടിച്ചു വലിച്ചുകൊണ്ട് വാസുദേവൻ തെക്കതിലേക്കോടിക്കയറി. തെക്കതിന്റെ ഓല മേൽക്കൂരയുടെ ഓരം ചേർന്ന് ചുവർ ചാരി അവർ നിന്നു. ഓലയിറമ്പിൽ നിന്ന് നൂലുപോലെ പ്രവഹിക്കുന്ന ജലധാരയിൽ, കുപ്പിവളകളിട്ട കൈകൾ മാറി മാറി ഇളക്കി സുഷമ ചിരിച്ചു.

സന്ധ്യക്ക്, തെക്കതിന്റെ അടഞ്ഞ വാതിലിനു മുന്നിൽ ആരോ കൊളുത്തിയ വിളക്ക് കാറ്റത്ത് ഉലഞ്ഞുലഞ്ഞു കത്തുന്നുണ്ട്. അതിന്റെ നേരിയ വെട്ടത്തിൽ വാസുദേവൻ അവളെ നോക്കി. ജലത്തുള്ളികൾ തെറിപ്പിക്കുന്ന നീണ്ട വിരലുകൾ, ജലച്ചാലൊഴുകുന്ന നീണ്ടു മെലിഞ്ഞ വെളുത്ത കൈകൾ, ചിരിക്കുമ്പോൾ തെളിയുന്ന നുണക്കുഴികൾ, നനഞ്ഞുകുതിർന്ന്, കൈമുട്ടറ്റമെത്തുന്ന വെളുത്ത ബ്ലൗസിനുള്ളിൽ തണുത്ത് വിറങ്ങലിച്ചു നിൽക്കുന്ന കനത്ത മാറിടങ്ങൾ, മാറിൽ നിന്നൂർന്നിറങ്ങുന്ന ജലത്തുള്ളികൾ ഇറ്റിറങ്ങുന്ന പൊക്കിൾച്ചുഴി... ഇത്രയും നാൾ താൻ കണ്ട സുഷമയല്ല ഈ നിൽക്കുന്നതെന്ന് അയാൾക്കു തോന്നി. *പാലാട്ട്*

കോമനിൽ ഉണ്ണിയമ്മയായി ഹൃദയം കവർന്ന രാഗിണിയെ അയാൾക്കോർമ്മ വന്നു.

"ചന്ദനപ്പല്ലക്കിൽ വീട് കാണാൻ വന്ന
ഗന്ധർവ്വ രാജകുമാരാ
പഞ്ചമിചന്ദ്രിക പെറ്റു വളർത്തിയ
അപ്സര രാജകുമാരീ.."

പാട്ട് മൂളിക്കൊണ്ട് അയാൾ മെല്ലെ അവളുടെ ചുമലിൽ കൈയിട്ടു.

"ങ്ഉം..?"

അവൾ ചിരിച്ചുകൊണ്ട് അയാളുടെ മുഖത്തേക്കു നോക്കി. അയാൾ അവളെ ആവേശത്തോടെ വാരിപ്പുണർന്നു. അവൾ കിലുകിലെ ചിരിച്ചു കൊണ്ട് അയാളെ തള്ളിമാറ്റി മഴയിലേക്കോടിയിറങ്ങി. അവളെ പിടിക്കാനായി അയാളും മഴയിലേക്കിറങ്ങി. അവൾ പല തവണ വഴുതി മാറി. അയാളെ വിദഗ്ദ്ധമായി കബളിപ്പിച്ചുകൊണ്ട് അവൾ തെക്കതിനു കിഴക്കുവശത്തുള്ള കാവിനടുത്തേക്ക് ഓടി. പിന്നാലെ അയാളും. പടുകുറ്റൻ പേരാൽമരത്തിനു കീഴിൽ ചൂരൽ വള്ളികൾ പന്തലിട്ടു നിൽക്കുന്ന കാവിനുള്ളിലേക്ക് അവരിരുവരും ഓടിക്കയറി. രണ്ടു പേരും കിതയ്ക്കുന്നതിനൊപ്പം ചിരിച്ചുകൊണ്ടുമിരുന്നു. ക്രമേണ കിതപ്പും ചിരിയും നിലയ്ക്കുകയും ഇരുവരുടേയും ദാഹാർത്തമായ കണ്ണുകൾ കൂട്ടിമുട്ടുകയും ചുണ്ടുകൾ വിറയ്ക്കുകയും ചെയ്തു. അവർ വികാരപരവശരായി പരസ്പരം വാരിപ്പുണർന്നു. അവരുടെ ഉടുവസ്ത്രങ്ങൾ ചൂരൽക്കമ്പുകളിലേക്കു വീണു. മെല്ലെ മെല്ലെ അവർ നിലത്തേക്കിരുന്നു, കിടന്നു, കിതച്ചുകൊണ്ട് നാഗങ്ങളെപ്പോലെ പിണഞ്ഞു. ശക്തമായ കാറ്റത്ത്, കാവിനടുത്തു നിന്ന ചെമ്പകത്തിലെ ചുവന്ന പൂക്കൾ അവരുടെ ഉടലുകളിലേക്കു പാറി വീണു.

".... പൂവായ പൂവെല്ലാം
പൊന്നൂഞ്ഞാലാടുമ്പോൾ
പൂവാങ്കുരുന്നില ചൂടേണം
പാതിരാപ്പൂവിൻ പനിനീർ പന്തലിൽ
പാലയ്ക്കാ മോതിരം മാറേണം.
തങ്കത്തംബുരു മീട്ടുകമീട്ടുക
ഗന്ധർവ്വ രാജകുമാരാ
അപ്സര രാജകുമാരീ......"

വാസുദേവൻ, സത്യനായി. സുഷമ, രാഗിണിയും. ഇതുവരെ അറിയാത്ത ആനന്ദാനുഭൂതികളിലൂടെ അവർ സഞ്ചരിച്ചു. മഴ തോർന്നപ്പോഴേക്കും വാസുദേവനും പെയ്തൊഴിഞ്ഞു കഴിഞ്ഞിരുന്നു. അയാൾ സുഷമയെ ചേർത്തുപിടിച്ച് മലർന്നു കിടന്നു. ചൂരൽ വള്ളികളിൽ നിന്ന് വെള്ളത്തു

ള്ളികൾ അവരുടെ ദേഹത്തേക്ക് ഇറ്റിറ്റുവീണു കൊണ്ടിരുന്നു. വാസുദേവന്റെ ചൂടുപിടിച്ച ശരീരത്തിലേക്ക് പറ്റിപ്പിടിച്ചു കിടന്ന സുഷമയുടെ ഉള്ളിൽ ഗൂഢമായൊരു ആനന്ദം പെയ്തു തുടങ്ങി. തീണ്ടാരിയായതിനു ശേഷമുള്ള പതിന്നാലാമത്തെ ദിവസമായിരുന്നു അന്ന്!

അടുത്തമാസം സുഷമയുടെ കുളി തെറ്റി. എല്ലാ മാസവും കിറുകൃത്യമായി സംഭവിക്കാറുള്ള ചുവന്ന ദിനങ്ങൾ വരാൻ മടിപിടിച്ചപ്പോൾ ത്തന്നെ എന്തോ സംഭവിക്കാൻ സാധ്യതയുണ്ടെന്ന് അവൾക്കൊരു ഉൾവിളി തോന്നി. മരുമകളുടെ തീണ്ടാരിദിനങ്ങൾ അവളേക്കാൾ കൃത്യമായി നിരീക്ഷിക്കാറുള്ള കല്യാണിക്കുട്ടിയും മനസ്സിലുറപ്പിച്ചു: 'പെണ്ണിന് എന്തരോ ഒണ്ട്.'

ഊഹങ്ങൾക്കും അഭ്യൂഹങ്ങൾക്കും വിരാമമിട്ടുകൊണ്ട് ഒരു ദിവസം രാവിലെ പല്ല് തേയ്ക്കുന്നതിനിടയിൽ സുഷമ ഛർദ്ദിച്ചു. ഗർഭം സ്ഥിരീകരിക്കാൻ പതിച്ചിച്ചെല്ലമ്മയെ കല്യാണിക്കുട്ടി വിളിച്ചു വരുത്തി. വായിലെ മുറുക്കാൻ അയവെട്ടിക്കൊണ്ട് സുഷമയുടെ സർവ്വാംഗവും പരിശോധിച്ച് വിലയിരുത്തിയ ചെല്ലമ്മ, കുറച്ചുനേരം ചിന്താക്ലാന്തയായി നിന്ന ശേഷം, ഇരുവിരലുകൾക്കിടയിലൂടെ മുറുക്കാൻ മുറ്റത്തേക്ക് നീട്ടിത്തുപ്പി, തോളിലെ തോർത്തിന്റെ തുമ്പുകൊണ്ട് ചിറി തുടച്ചിട്ട് ഉറക്കെ പ്രഖ്യാപിച്ചു:

"പെണ്ണിന് വയറ്റിലൊണ്ട്."

കാത്തിരിപ്പിന്റെ ദിനങ്ങൾ തുടങ്ങി. ആദ്യത്തെ കൺമണി ആണായിരിക്കുമോ? പെണ്ണായിരിക്കുമോ? വെളുത്തിരിക്കുമോ? കറുത്തിരിക്കുമോ? അച്ഛന്റെ ഛായയോ? അമ്മയുടെ ഛായയോ? തുടങ്ങിയ ആകാംക്ഷകളും ഒപ്പം കൂടി. ആദ്യത്തെ അഞ്ചുമാസം ഒരുപാട് സൂക്ഷിക്കണമെന്ന് കുഞ്ഞിരാമൻ വൈദ്യൻ നിർദ്ദേശിച്ചതനുസരിച്ച്, ആയാസമുള്ള ജോലികൾ ചെയ്യാതെയും യാത്രകൾ ഒഴിവാക്കിയും വീടിനുള്ളിൽത്തന്നെയായിരുന്നു സുഷമ. പലപ്പോഴും വിരസമായി തോന്നിയെങ്കിലും പിറക്കാൻ പോകുന്ന കുഞ്ഞിനു വേണ്ടിയാണല്ലോ ഇതെല്ലാമെന്നോർത്ത് അവൾ ദിവസങ്ങൾ എണ്ണി. ഓരോ ആഴ്ചയിലും മണ്ണിൽ ടാക്കീസിന്റെ വിളംബരവണ്ടി കടന്നു പോകുമ്പോൾ നെടുവീർപ്പിട്ടു. ഇനി എന്നാണ് ഒരു സിനിമ കാണാൻ കഴിയുക?

ഏഴാംമാസം, ഗർഭിണിയെ പ്രസവത്തിനായി സ്വന്തം വീട്ടിലേക്കു വിളിച്ചുകൊണ്ടു പോകുന്നതാണ് നാട്ടുനടപ്പ്. പക്ഷേ, സുഷമയുടെ വീട്ടിൽ അച്ഛൻ മാത്രമല്ലേയുള്ളൂ. ഒരു പെൺതരി പോലുമില്ലാത്ത വീട്ടിൽ നിറവയറുകാരിയായ അവളെ എങ്ങനെ അയയ്ക്കും? അതുകൊണ്ട് ഏഴാം

മാസത്തെ ചടങ്ങ് ഒഴിവാക്കി, ഭർത്തൃഭവനത്തിൽത്തന്നെ സുഷമ നിൽക്കട്ടെ എന്ന് കുടുംബക്കാർ തീരുമാനിച്ചു.

മാസം പിന്നെയും രണ്ടു കഴിഞ്ഞു. ഒരുദിവസം രാവിലെ ഇളം വെയിൽ കാഞ്ഞ് മുറ്റംഇുക്കുകയായിരുന്ന സുഷമ, ഏലാവരമ്പുകൾക്കപ്പുറത്തു നിന്നുയർന്നുകേട്ട സിനിമാവിളംബരത്തിനു കാതോർത്തുകൊണ്ട് നടുനിവർത്തി.

"പ്രിയപ്പെട്ട നാട്ടുകാരേ, ഇന്ന് ഉച്ചയ്ക്ക് മൂന്നുമണിക്കുള്ള മാറ്റിനിയോടുകൂടി ആലിൻപുറം മണ്ണിൽ ടാക്കീസിന്റെ നയനമനോഹരമായ വെള്ളിത്തിരയിൽ സമാരംഭിക്കുന്നു ചന്ദ്രതാര പ്രൊഡക്ഷൻസിന്റെ *ഭാർഗവീ നിലയം*. മലയാള സാഹിത്യത്തിലെ പ്രശസ്ത എഴുത്തുകാരൻ ശ്രീ. വൈക്കം മുഹമ്മദ് ബഷീറിന്റെ തൂലികത്തുമ്പിൽ നിന്നൂർന്നുവീണ കഥയ്ക്ക് ശ്രീ. എ വിൻസെന്റിന്റെ സംവിധാനമികവ്. പ്രേംനസീർ, വിജയനിർമ്മല, മധു, അടൂർ ഭാസി, പി ജെ ആന്റണി തുടങ്ങിയവരുടെ അത്യുജ്ജ്വല അഭിനയ മുഹൂർത്തങ്ങൾ. മനോഹരമായ ഗാനങ്ങൾ. മറക്കാതെ കാണുക.. മടിക്കാതെ കാണുക.....*ഭാർഗവീ നിലയം*..."

സുഷമയുടെ കണ്ണുകൾ വിടർന്നു. കാളവണ്ടിയിലിരുന്ന് മെഗാഫോണിലൂടെ സദാനന്ദൻ പല പേരുകളും അലറി വിളിച്ചു പറഞ്ഞെങ്കിലും ഒരു പേര് മാത്രമാണ് അവളെ കോൾമയിർ കൊള്ളിച്ചത്; വൈക്കം മുഹമ്മദ് ബഷീർ! വായനശാലയിൽ നിന്ന് *പ്രേമലേഖനം, ബാല്യകാലസഖി, പാത്തുമ്മയുടെ ആട്, മുച്ചീട്ടുകളിക്കാരന്റെ മകൾ* തുടങ്ങിയ പുസ്തകങ്ങളെല്ലാം ആർത്തിയോടെ വായിച്ചുതീർത്ത അവൾ ബഷീറിന്റെ കടുത്ത ആരാധികയാണ്.

"നമുക്ക് *ഭാർഗവീ നിലയം* കാണണം."

കിണറ്റിൻകരയിൽ നിന്ന് പല്ല് തേയ്ക്കുകയായിരുന്ന വാസുദേവനോട് അവൾ പറഞ്ഞു.

"പേറ് കഴിഞ്ഞു മതി ഇനി സിനിമ കാണൽ."

വായിലെ ഉമിക്കരിക്കുഴമ്പിനെ വാഴച്ചുവട്ടിലേക്ക് നീട്ടിത്തുപ്പി, വാ കൊപ്ലിച്ചശേഷം വാസുദേവൻ പറഞ്ഞു.

"സിനിമ കാണണതോണ്ട് കൊഴപ്പമെന്താ?"

"ഇത്രേം നാള് നമ്മള് സൂക്ഷിച്ചില്ലേ? ഇനി കൊറച്ചു ദെവസംകൂടി മതിയല്ല്."

"അപ്പോ *ഭാർഗവീ നിലയം* മാറും."

അവൾ ചിണുങ്ങി. എന്നിട്ടും വാസുദേവൻ വഴങ്ങിയില്ല. അവൾ മുഖം വീർപ്പിച്ചെങ്കിലും അയാൾ കുലുങ്ങിയില്ല.

വീർത്തുകെട്ടിയ മുഖവുമായി അടുക്കളയിലേക്കു വന്ന മരുമകളെ

ക്കണ്ട് കല്യാണിക്കുട്ടി കാര്യം തിരക്കി. അവൾ മടിച്ചുമടിച്ച് കാര്യം പറഞ്ഞു. അതുകേട്ട അമ്മായിയുടെ പ്രതികരണം സുഷമയെ അമ്പരപ്പിച്ചു കളഞ്ഞു.

"ഇത്തരേ ഒള്ളാ. ഞാൻ അവനെ സമ്മതിപ്പിക്കാം."

അവർ വരാന്തയിലേക്കു ചെന്നു. കഥാകാവ്യപുസ്തകങ്ങൾ അടുക്കിക്കെട്ടുകയായിരുന്നു വാസുദേവൻ.

"എടാ മക്കളേ, അവക്ക് മാസം ഒമ്പതായില്ലേ. ഇനി പേടിക്കാനൊന്നുമില്ല. നീ അവളെ വെഷമിപ്പിക്കാതെ സിനിമയ്ക്ക് കൊണ്ടു പോ. ഇര്ട്ടണതിനു മുമ്പേ തിരിച്ചെത്തിയാ മതി."

അങ്ങനെ പിറ്റേ ദിവസത്തെ മാറ്റിനി കാണാൻ വാസുദേവനും സുഷമയും മണ്ണിൽ ടാക്കീസിലെത്തി. നല്ല തിരക്കുണ്ടായിരുന്നെങ്കിലും ഗോവിന്ദപ്പിള്ള ഇത്തവണയും രക്ഷകനായി. വാസുദേവന് കൗണ്ടറിനു പുറത്തു വച്ചുതന്നെ അയാൾ ടിക്കറ്റ് നൽകി.

ഇതുവരെ വായിച്ച ബഷീർ കഥകൾ പോലെയല്ല *ഭാർഗവീ നിലയ*മെന്ന് പടം തുടങ്ങി, പത്തു മിനിട്ടിനകം സുഷമയ്ക്കു മനസ്സിലായി. ഇതൊരു പ്രേത കഥയാണ്. പി ജെ ആന്റണിയുടെ മുഖം സ്ക്രീനിൽ തെളിഞ്ഞപ്പോൾ അവൾ അറിയാതൊന്നു ഞെട്ടിയെങ്കിലും അടൂർ ഭാസിയുടേയും കുതിരവട്ടം പപ്പുവിന്റേയും തമാശകൾ കണ്ട് പൊട്ടിച്ചിരിച്ചു. 'ഏകാന്തതയുടെ അപാരതീര'വും 'താമസമെന്തേ വരുവാ'നും 'അറബിക്കടലൊരു മണവാള'നും 'പൊട്ടിത്തകർന്ന കിനാവു'മൊക്കെ കേട്ട് അവൾ താളം പിടിച്ചു. അതുകൊണ്ടുതന്നെ ഇടവേള നേരത്ത് കപ്പലണ്ടിക്കും സോഡയ്ക്കുമൊപ്പം പാട്ടുപുസ്തകംകൂടി വാങ്ങാനും മറന്നില്ല.

സിനിമ ക്ലൈമാക്സിലേക്ക് അടുക്കുകയാണ്. ഭാർഗവിയുടെ ഘാതകനായ പി ജെ ആന്റണിയും, ആ സത്യം മനസ്സിലാക്കിയ എഴുത്തുകാരനായ മധുവും തമ്മിലുള്ള ഉദ്വേഗജനകമായ സംഘട്ടനരംഗങ്ങളാണ് സ്ക്രീനിൽ. എന്തും സംഭവിക്കാവുന്ന നിമിഷങ്ങൾ! പ്രേക്ഷകരെല്ലാം ആകാംക്ഷയുടെ മുൾമുനയിലാണ്. പെട്ടെന്ന് തന്റെ വയറ്റിനുള്ളിൽ ഒരു എരിപൊരിസഞ്ചാരം നടക്കുന്നതായി സുഷമയ്ക്കു തോന്നി. അവൾ അറിയാതെ കൈപ്പടംകൊണ്ട് പതിയെ വയറിലൊന്നമർത്തി. അമർത്തലിനു കിട്ടിയത് വയറിനുള്ളിൽ നിന്നൊരു തൊഴിയായിരുന്നു. ശബ്ദരേഖ കേൾക്കാൻമാത്രം യോഗമുള്ള വയറ്റിനുള്ളിലെ കുഞ്ഞുപ്രേക്ഷകന്റെ പ്രതികരണങ്ങളാകുമോ ഇതെല്ലാം? കാഴ്ചകൾക്കൂടി കാണാനുള്ള വെമ്പലിലാണോ ആ കുഞ്ഞ്? അവൾ ചിന്തിക്കാതിരുന്നില്ല.

സിനിമ അന്ത്യത്തിലേക്ക് അടുക്കുംതോറും വയറിലെ അസ്വസ്ഥതകളും കൂടിക്കൂടി വന്നു. വെള്ളിത്തിരയിൽ കണ്ണും നട്ട് ആകാംക്ഷാഭ

രിതനായി ഇരിക്കുന്ന ഭർത്താവിനെ ശല്യപ്പെടുത്തേണ്ട എന്നു കരുതി അവൾ എല്ലാം കടിച്ചമർത്തി.

ഒടുവിൽ, സിനിമ അവസാനിച്ച് തീയേറ്ററിനുള്ളിൽ വെളിച്ചം വീണു. കൈയടികളോടെ കാണികൾ എണീറ്റു തുടങ്ങി. അപ്പോഴാണ് വാസുദേവൻ ഭാര്യയെ ശ്രദ്ധിക്കുന്നത്. അവൾ വിയർത്തു കുളിച്ച് കസേരയിൽ ചാഞ്ഞു കിടക്കുകയാണ്. സാരിത്തുമ്പിൽ നിന്ന് വഴുവഴുപ്പുള്ള ദ്രാവകം തറയിലേക്ക് ഒലിച്ചിറങ്ങുന്നു.

"അയ്യോ ..."

വാസുദേവന്റെ അലറിക്കരച്ചിൽ കേട്ട് പ്രേക്ഷകർ ഞെട്ടിത്തിരിഞ്ഞു. അവർ തിക്കിത്തിരക്കി ഓടി വന്നു. കൂട്ടത്തിലുണ്ടായിരുന്ന സ്ത്രീ പ്രേക്ഷകർക്ക് പെട്ടെന്നുതന്നെ കാര്യം മനസ്സിലായി. പത്തെണ്ണത്തിനെ പെറ്റ ഇഞ്ചിക്കുന്നന്റെ ഭാര്യ തങ്കിയും, രണ്ടെണ്ണത്തിനെ പെറ്റ മരണാവലി മണിയന്റെ ഭാര്യ കാർത്ത്യായനിയും, അഞ്ചെണ്ണത്തിനെ പെറ്റ പഞ്ചാപകേശൻപിള്ളയുടെ ഭാര്യ ഭാഗീരഥിയമ്മയും ചേർന്ന് തുടർ പ്രവർത്തനങ്ങളുടെ പൂർണ്ണ നിയന്ത്രണം ഏറ്റെടുത്തു.

പ്രൊജക്ഷൻ റൂമിനോടു ചേർന്ന് നല്ലരശ്ശിന് വിശ്രമിക്കാനുള്ള ചെറിയൊരു മുറിയുണ്ടായിരുന്നു. പെണ്ണുങ്ങളെല്ലാംകൂടി സുഷമയെ താങ്ങിയെടുത്ത് ആ മുറിയിലെത്തിച്ചു. ചുവരിൽ സിനിമാ പോസ്റ്ററുകളും തറയിൽ ഫിലിം സ്പൂളുകളുമൊക്കെയായി ആകെ അലങ്കോലമായിക്കിടന്ന ആ മുറിയിൽ ഒരു ചെറിയ കട്ടിലുണ്ടായിരുന്നുവെന്നതായിരുന്നു ഏക ആശ്വാസം. സുഷമയെ കട്ടിലിൽ കയറ്റിക്കിടത്തി പെണ്ണുങ്ങൾ കതകടച്ചു.

സിനിമ കണ്ടിറങ്ങിയവരും അടുത്ത ഷോയ്ക്കു വന്നവരും പ്രൊജക്ഷൻ റൂമിനു പുറത്ത് ആകാംക്ഷാഭരിതരായി കൂടിനിന്നു. അത്യന്തം ഉദ്വേഗജനകമായൊരു സിനിമയുടെ ക്ലൈമാക്സ് രംഗം വീക്ഷിക്കുമ്പോഴുള്ള നെഞ്ചിടിപ്പായിരുന്നു അവരിൽ പലർക്കും. വിയർത്തൊഴുകി നിന്ന വാസുദേവനെ ഇഞ്ചിക്കുന്നനും പഞ്ചാപകേശൻപിള്ളയും ചേർന്ന് സമാശ്വസിപ്പിച്ചു. അയാൾ ആലിൻപുറം മുടിപ്പുര ദേവിയെ മനമുരുകി പ്രാർത്ഥിച്ചു. ആൺകുഞ്ഞാണെങ്കിൽ പിടിപ്പണം വാരിക്കാമെന്നും പെൺകുഞ്ഞാണെങ്കിൽ താലപ്പൊലി എടുപ്പിക്കാമെന്നും നേർന്നു. പെൺകുഞ്ഞാണെങ്കിൽ ശ്രീദേവിയെന്നും ആൺകുഞ്ഞാണെങ്കിൽ ശ്രീദേവനെന്നും പേരിടണമെന്ന് സുഷമയുമായി ധാരണയിലായ കാര്യവും അയാളോർത്തു.

പ്രൊജക്ഷൻ റൂമിന്റെ വാതില്പ്പടിയിൽ തളർന്നിരുന്ന വാസുദേവനെ ചൂപ്പിശശി നിർബ്ബന്ധിച്ച് ഒരു സോഡ കുടിപ്പിച്ചു.

ടാക്കീസിനുള്ളിൽ പ്രസവം നടക്കാൻ പോകുന്നുവെന്ന വാർത്തയറിഞ്ഞ് നാട്ടുകാർ ഓടിക്കൂടി. വാർത്ത മണ്ണിൽ ബംഗ്ലാവിലുമെത്തി. നിമിഷങ്ങൾക്കകം എബ്രഹാം കോശിയും ഭാര്യയും കാറിൽ പാഞ്ഞെത്തി. ഒരു പ്രസവവിശേഷമറിയാൻ ഇത്രയും ജനം പ്രസവമുറിക്കു പുറത്തു തിങ്ങി നിൽക്കുന്നത് ഒരുപക്ഷേ, ലോക ചരിത്രത്തിൽത്തന്നെ ആദ്യമാകുമെന്ന് എബ്രഹാം കോശി ഓർത്തു. അയാൾ ഗോവിന്ദപ്പിള്ളയെ വിളിച്ച് കാര്യങ്ങൾ തിരക്കി. സമയം ഇഴഞ്ഞു നീങ്ങി. ഒടുവിൽ, ഉദ്വേഗങ്ങൾക്ക് വിരാമമിട്ടുകൊണ്ട് പ്രൊജക്ഷൻ റൂമിൽ നിന്ന് കുഞ്ഞിന്റെ കരച്ചിൽ കേട്ടു. ജനം ദീർഘനിശ്വാസമുതിർത്തു. വാസുദേവൻ വാതിൽപ്പടിയിൽ നിന്ന് ചാടിയെണീറ്റ് തുറക്കാത്ത വാതിലിലേക്കു നോക്കി. നെഞ്ചിടിപ്പുകളുടെ 'ടക് ടക്' ' ശബ്ദത്തിന്റെ അകമ്പടിയോടെ നൂറു കണക്കിനു കണ്ണുകൾ ആ വാതില്പ്പാളിയിൽ ഇമചിമ്മാതെ തറഞ്ഞു നിന്നു. അധികം വൈകിയില്ല. വാതിൽ തുറക്കപ്പെട്ടു!

പ്രൊജക്ഷൻ റൂമിലെ നൂറ് വാട്ട് ബൾബിന്റെ പ്രഭയിൽ, കുഞ്ഞിനേയും നെഞ്ചോടു ചേർത്തണച്ച് തങ്കി പ്രത്യക്ഷയായി. ജനം ഒന്നടങ്കം കരഘോഷം മുഴക്കി. ആർത്തുവിളിച്ചു. ആനന്ദാശ്രുക്കളോടെ വാസുദേവൻ വിറകൈകൾ നീട്ടി. കുഞ്ഞിനെ അയാൾക്കു നീട്ടിക്കൊണ്ട് തങ്കി പറഞ്ഞു:

"മോനാ...."

കുഞ്ഞിനെ കുറച്ചുനേരം നോക്കി നിന്നശേഷം മെല്ലെ കുനിഞ്ഞ് വാസുദേവൻ അവന്റെ നെറ്റിയിലൊരു ഉമ്മ കൊടുത്തു. അവന് ഫിലിം റോളിന്റേയും കാർബണിന്റേയും സമ്മിശ്രഗന്ധമുള്ളതായി അയാൾക്കു തോന്നി.

ആഹ്ലാദഭരിതരായ ജനാവലിയെ വകഞ്ഞു മാറ്റി, എബ്രഹാം കോശിയും ഭാര്യയും വാസുദേവനടുത്തേക്കു ചെന്നു. പുഞ്ചിരിയോടെ കുഞ്ഞിനെ നോക്കിയശേഷം വാസുദേവന്റെ തോളിൽ തട്ടിക്കൊണ്ട് എബ്രഹാം കോശി പറഞ്ഞു:

"കൺഗ്രാജുലേഷൻസ് മിസ്റ്റർ വാസുദേവൻ."

വാസുദേവൻ നന്ദിസൂചകമായൊന്നു പുഞ്ചിരിച്ചു.

എബ്രഹാം കോശി കൈകളുയർത്തി ജനത്തോട് നിശ്ശബ്ദരാകാൻ ആംഗ്യം കാട്ടി.

"ഏറെ സന്തോഷമുള്ള ഈ ദിനത്തിന് കർത്താവിനോടു നാം കടപ്പെട്ടിരിക്കുന്നു. ഈ കുഞ്ഞിന് എല്ലാവിധ ആയുരാരോഗ്യ സൗഖ്യങ്ങളും നേരുന്നതോടൊപ്പംതന്നെ മണ്ണിൽ ടാക്കീസിന്റെ ഒരു സ്നേഹസമ്മാനവും ഞാൻ ഈ അവസരത്തിൽ പ്രഖ്യാപിക്കുകയാണ്. ഇനിമുതൽ ഈ

കുഞ്ഞിനും അതിന്റെ മാതാപിതാക്കൾക്കും മണ്ണിൽ ടാക്കീസിൽനിന്നും ഏതു സിനിമയും സൗജന്യമായി കാണാം."

ജനം പിന്നെയും കൈയടിച്ചു. തികഞ്ഞ സന്തോഷത്തോടെയും തെല്ലൊരു അഭിമാനത്തോടെയും വാസുദേവൻ കുഞ്ഞിനെ നോക്കി. എബ്രഹാം കോശിയുടെ വാക്കുകൾ പ്രൊജക്ഷൻ റൂമിനുള്ളിലൂടെ സുഷമയുടെ കാതുകളിലുമെത്തി. കഴിഞ്ഞുപോയ വേദനകളെയെല്ലാം വിസ്മരിച്ച്, ചുവരിലെ *സീത*യുടെ പഴയ പോസ്റ്റർ നോക്കി അവൾ മെല്ലെ പുഞ്ചിരിച്ചു.

കുറച്ചു സമയം കഴിഞ്ഞ്, അമ്മയേയും കുഞ്ഞിനേയും വാസുദേവനേയുംകൊണ്ട് എബ്രഹാം കോശിയുടെ കാർ, വാസുദേവന്റെ വീട് ലക്ഷ്യമാക്കി ടാക്കീസിനു പുറത്തേക്കിറങ്ങി. അപ്പോഴേക്കും ടാക്കീസ് കോളാമ്പിയിലൂടെ അടുത്ത ഷോയ്ക്കു മുന്നോടിയായുള്ള ഗാനം കേട്ടു തുടങ്ങി:

"ഉലകം പിറന്തത് എനക്കാക
ഓടും നദികളും എനക്കാക
മലർകൾ മലർവത് എനക്കാക
അന്നൈ മടിയെയ് വിരിത്താൽ
എനക്കാക....."

സ്വയംവരം

"**അ**ന്നു നിന്നെ കണ്ടതിൽ പിന്നെ
അനുരാഗമെന്തെന്നു ഞാനറിഞ്ഞു.
അതിനുള്ള വേദന ഞാനറിഞ്ഞു.....

അന്നു നമ്മൾ കണ്ടതിൽ പിന്നെ
ആത്മാവിനാനന്ദം ഞാനറിഞ്ഞു
ആശതൻ ദാഹവും ഞാനറിഞ്ഞു......"

പഞ്ചാപകേശൻപിള്ളയുടെ വീട്ടുമുറ്റത്തിട്ട കല്യാണപ്പന്തലിലെ ഗ്രാമഫോണിലൂടെ ഗാനമൊഴുകി. പിള്ളയുടെ നാലാമത്തെ മകളായ വാസന്തിയുടെ കല്യാണം ഇന്ന് പകൽ പതിനൊന്നരയ്ക്കുള്ള ശുഭമുഹൂർ ത്തത്തിലാണ്. വെള്ളായണിക്കടുത്തുള്ള കാക്കാമൂല സ്വദേശി രാജൻ പിള്ളയാണ് വരൻ.

ആലിൻപുറം ദേശത്തെ യുവതരുണന്മാരുടെയെല്ലാം ഉറക്കം കെടു ത്തിയ സൗന്ദര്യധാമമായിരുന്നു വാസന്തി. വെളുത്ത നിറവും വട്ട മുഖവും വിടർന്ന കണ്ണുകളും, സ്ഥൂലനിതംബവും കടന്നു കിടക്കുന്ന കാർകൂന്തലു മെല്ലാംകൂടി ആകെ മൊത്തമൊരു മാദകസൗന്ദര്യം തന്നെ അവൾക്കു ണ്ടായിരുന്നു. വാസന്തിക്ക് സംബന്ധം അന്വേഷിച്ചു തുടങ്ങിയപ്പോഴേ നാട്ടിലെ പല ചെറുപ്പക്കാരുടെയും വീട്ടുകാർ പഞ്ചാപകേശൻപിള്ളയെ സമീപിച്ചതാണ്. എന്തെങ്കിലുമൊക്കെ കൃഷിയും അതിൽ നിന്നുള്ള വരു മാനവുമൊക്കെക്കൊണ്ട് ജീവിച്ചുപോകാവുന്ന ഭേദപ്പെട്ട കുടുംബത്തിലെ

ആൺതരികളായിരുന്ന അവർ. പക്ഷേ, പിള്ളയ്ക്ക് അവരാരെയും ബോധിച്ചില്ല. അങ്ങനെയിരിക്കെയാണ് കാക്കാ മൂലയിലെ പിള്ളയുടെ ഒരകന്ന ബന്ധു വഴി രാജൻപിള്ളയുടെ ആലോചന വരുന്നത്. കാണാൻ അത്ര സുന്ദരനൊന്നുമായിരുന്നില്ല അയാൾ. ചെറുക്കനെ കണ്ട വാസന്തി തന്റെ അസംതൃപ്തി അമ്മയോടു പറഞ്ഞു. പക്ഷേ, സ്വന്തമായൊരു സോഡാ കമ്പനി നടത്തുന്നവനാണ് ചെറുക്കൻ എന്ന പ്രലോഭനത്തിൽ പഞ്ചാപകേശൻപിള്ള സംതൃപ്തനായി. അങ്ങനെ, വാസന്തിയുടെ മുറുമുറുപ്പുകൾ എല്ലാം അവഗണിച്ച് കല്യാണം ഉറപ്പിച്ചു.

വെങ്കലത്തിൽ തീർത്ത വിളക്ക്, കിണ്ടി, തട്ടം, ചെറിയ ഉരുളി, കിണ്ണങ്ങൾ, കോപ്പകൾ, കുത്തുപ്പോണിച്ചരുവങ്ങൾ തുടങ്ങിയ ഉപഹാരങ്ങളുമായി നാട്ടുകാർ കല്യാണപ്പന്തലിൽ പ്രവേശിച്ചു തുടങ്ങി. നെടുനീളത്തിലെഴുതിയ ഒരു മംഗളപത്രവുമായാണ് വാസുദേവൻ വന്നത്.

പത്തര മണിക്കായിരുന്നു സ്വീകരണം. ചെറുക്കനും സംഘവും പത്തുമണി കഴിഞ്ഞപ്പോഴേ എത്തി. ചെറുക്കനെ കണ്ട നാട്ടുകാർ മൂക്കത്തു വിരൽ വച്ചു. 'വാസന്തിയെപ്പോലൊരു പെണ്ണിന് പറ്റിയവനല്ലല്ലോ ഇവൻ!' എന്നവർ അടക്കം പറഞ്ഞു.

മുഹൂർത്തത്തിനു മുമ്പ്, ചെറുക്കന്റെ വീട്ടുകാർക്ക് ആദ്യകളരി സദ്യ വിളമ്പി. ഒന്നിനുമൊരു കുറവും വരുത്താത്ത വിഭവസമൃദ്ധമായ സദ്യ കഴിച്ച് സുദീർഘങ്ങളായ ഏമ്പക്കങ്ങൾ വിട്ട് വരന്റെ സംഘാംഗങ്ങൾ വെറ്റില മുറുക്കി, ബീഡി വലിച്ചു.

മുഹൂർത്തം സമാഗതമാകുന്നുവെന്ന മുന്നറിയിപ്പുമായി തകില്താളവും നാഗസ്വരമേളവും മുഴങ്ങിത്തുടങ്ങി. കാരണവന്മാരുടെയും ബന്ധുമിത്രാദികളുടെയും കാൽതൊട്ടു വന്ദിച്ച് അനുഗ്രഹം വാങ്ങി രാജൻപിള്ള കതിർമണ്ഡപത്തിൽ പ്രവേശിച്ചു. കത്തിച്ചുവച്ച നിലവിളക്കിനെ തൊഴുത്, അയാൾ ചമ്രം പടിഞ്ഞ് ഇരുന്നു. വധുവിനേയും ആനയിച്ചുകൊണ്ട് ചങ്ങലവട്ടയേന്തിയ വനിതകൾ വരിക എന്നതാണ് അടുത്ത ചടങ്ങ്. സമയം കടന്നു പോയി. അയാൾ പല തവണ ഇളകിയിരുന്നു, തല ചൊറിഞ്ഞു, വിരലുകളിലെ ഞൊട്ടയൊടിച്ചു.....വിളക്കുമില്ല, വനിതകളുമില്ല, വധുവുമില്ല! ആളുകൾ മുറുമുറുത്തു തുടങ്ങി. തകില് കൊട്ടുന്നവനും നാഗസ്വരം ഊതുന്നവനും പരസ്പരം നോക്കി പുരികമിളക്കി. പയ്യന്റെ കൂടെ വന്ന കാരണവന്മാർ മീശ മുറുക്കി ഗൗരവം പൂണ്ടു. എന്താണു സംഭവിക്കുന്നതെന്ന് ഒരെത്തും പിടിയും കിട്ടാതിരുന്ന പഞ്ചാപകേശൻപിള്ള തോളിൽക്കിടന്ന തോർത്തുകൊണ്ട് മുഖത്തെ വിയർപ്പൊപ്പി, വീടിനകത്തേക്കോടി. കൂടിനിന്ന പെണ്ണുങ്ങൾക്കിടയിലൂടെ അയാൾ കിഴക്കേ മുറിയിലേക്കു കയറിയപ്പോൾ കണ്ടത് മംഗല്യ വിളക്കുകൾ തെളിച്ച്, ആരെയോ കാത്തുനിൽക്കുന്ന മട്ടിൽ അടുക്കള വാതിലിലേക്കു നോക്കി നിൽക്കുന്ന

ബന്ധുമിത്രാദികളായ പെണ്ണുങ്ങളെ!

"മുഹൂർത്തമായല്ലോ. പെണ്ണും തള്ളേം എവിടെപ്പോയി?"

അയാൾ കിതച്ചുകൊണ്ടാണ് ചോദിച്ചത്. തുറന്നു കിടക്കുന്ന അടുക്കള വാതിലിലേക്ക് കൈ ചൂണ്ടിക്കൊണ്ട് മറുപടി പറയാനായി പെണ്ണുങ്ങൾ വായ തുറന്നതും വീടിന്റെ വടക്കേപ്പുറത്തുനിന്നും ഒരു നിലവിളി കേട്ടു.

ഞെട്ടിത്തരിച്ച പഞ്ചാപകേശൻപിള്ള, അന്ധാളിച്ചുനിന്ന പെണ്ണുങ്ങളെ തള്ളിമാറ്റി വടക്കേപ്പുറത്തേക്കിറങ്ങിയപ്പോൾ കണ്ടത് നെഞ്ചത്തടിച്ച് നിലവിളിച്ചുകൊണ്ടോടി വരുന്ന ഭാഗീരഥിയമ്മയെ! അവർ അലമുറയിട്ട് വിളിച്ചു:

"പെണ്ണിനെ കാണണില്ലേ ......"

താളമേളങ്ങൾ നിലച്ചു. നവവരൻ ഉൾപ്പെടെയുള്ള ജനാവലി തങ്ങളുടെ ഇരിപ്പിടങ്ങളിൽ നിന്ന് ചാടിയെണീറ്റു. കല്യാണപ്പന്തലാകെ ഒരു നിമിഷം സ്തബ്ധമായെങ്കിലും സമനില വീണ്ടെടുത്ത അതിഥികൾ, എന്താണ് സംഭവിച്ചതെന്നറിയാനുള്ള ആകാംക്ഷയോടെ വീടിന്റെ വടക്കുവശത്തേക്കോടി.....

സ്വീകരണച്ചടങ്ങ് കഴിഞ്ഞയുടനെതന്നെ ബന്ധുമിത്രാദികളായ പെണ്ണുങ്ങളെല്ലാം ചേർന്ന് വാസന്തിയെ കല്യാണപ്പെണ്ണായി അണിയിച്ചൊരുക്കിയിരുന്നു. രണ്ടു പവന്റെ പാലയ്ക്കാ മാലയും ഒരു പവന്റെ നാഗപടമാലയും അരപ്പവന്റെ ജിമിക്കിയും അരപ്പവന്റെ രണ്ടു വളകളുമണിഞ്ഞ്, കപ്പപ്പഴത്തിന്റെ നിറമുള്ള പട്ടുസാരിയുമുടുത്ത്, നിറയെ മുല്ലപ്പൂവും ചൂടി കൂടുതൽ സുന്ദരിയും സന്തോഷവതിയുമായിത്തന്നെയായിരുന്നു വാസന്തിയുടെ നില്പ്പ്. പക്ഷേ, നാഗസ്വര മേളം കേട്ടു തുടങ്ങിയപ്പോഴേക്കും അവളുടെ മുഖം ചുളിഞ്ഞു തുടങ്ങി. ചുറ്റിലും നിന്ന പെണ്ണുങ്ങളെ അവൾ ദയനീയ ഭാവത്തിൽ നോക്കി.

"എന്തരെന്തര്?"

പെണ്ണുങ്ങൾ ഉൽക്കണ്ഠാകുലരായി. അവൾ അവരോട് ഒന്നും പറയാതെ മെല്ലെ അമ്മയുടെ അടുത്തേക്കു ചെന്ന് കാതിലെന്തോ മൊഴിഞ്ഞു. അതു കേട്ട ഭാഗീരഥിയമ്മ അന്തംവിട്ടു.

"ഇപ്പഴാ?"

അവൾ അതേയെന്ന് തലയാട്ടി.

"ഇത്തിപ്പോരം നേരംകൂടി പിടിച്ച് നില്ല്. കെട്ട് കഴിയട്ട്."

മകളെ ആശ്വസിപ്പിക്കാൻ അമ്മ ശ്രമിച്ചു. അവൾ നിഷേധാർത്ഥത്തിൽ തലയാട്ടിക്കൊണ്ടു പറഞ്ഞു:

"പറ്റൂല. എനിക്കിപ്പം പോണം."

അവൾ കരയുമെന്നായപ്പോൾ ഭാഗീരഥിയമ്മ വഴങ്ങി.' ഈ പെണ്ണി

ന്റെ ഓരോരോ കാര്യങ്ങൾ' എന്ന് പ്രാറ്റിക്കൊണ്ട് അവർ വടക്കേപ്പുറത്തേക്കു നടന്നു. പിന്നാലെ വാസന്തിയും. 'ഈ നേരത്ത് ഇതെങ്ങോട്ടു പോണ്'' എന്നു ചോദിച്ചവരോട്. 'ദാ വരണ' എന്നുമാത്രം പറഞ്ഞ് അവർ ധൃതിയിൽ നടന്നു.

കിണറ്റിൻകരയിലെ തൊട്ടിയിൽനിന്ന് ഒരു മൊന്ത വെള്ളവുമെടുത്ത്, കാടും പടലുമായി കിടക്കുന്ന വടക്കുവശത്തെ പുരയിടത്തിന്റെ കിഴക്കേ അതിരിനോടു ചേർന്നു നിൽക്കുന്ന കുറ്റൻ ഇലവു മരത്തിനടുത്തുള്ള ചെറിയൊരു പാറയുടെ മറവിലേക്ക് വാസന്തി ഓടിക്കയറി.

"ശടേന്ന് വരണം. അവിടെ കൊട്ടും വാദ്യോം തൊടങ്ങി."

ഭാഗീരഥിയമ്മ വിളിച്ചു പറഞ്ഞു.

സമയം കടന്നു പൊയ്ക്കൊണ്ടിരുന്നു. മുറുകുന്ന വാദ്യമേളങ്ങൾ ഭാഗീരഥിയമ്മയെ അസ്വസ്ഥപ്പെടുത്തിക്കൊണ്ടിരുന്നു. അവർ 'പെണ്ണേ പെണ്ണേ വെക്കം ആവട്ട്. മുഹൂർത്തമാവണ്'' എന്ന് ഇടയ്ക്കിടെ ഓർമ്മപ്പെടുത്തിക്കൊണ്ടിരുന്നു. മൂർധന്യത്തിലേക്കു നീങ്ങുന്ന താളമേളങ്ങൾക്കൊപ്പം അവരുടെ നെഞ്ചിടിപ്പും കൂടിക്കൂടി വന്നു. കാര്യസാധ്യം കഴിഞ്ഞ് തിരികെയെത്താനുള്ള സമയം കഴിഞ്ഞല്ലോ എന്നോർത്തുകൊണ്ട് 'പെണ്ണേ.... പെണ്ണേ....' എന്നവർ തിടുക്കപ്പെട്ടെങ്കിലും പാറയ്ക്കപ്പുറത്തുനിന്ന് പ്രതികരണമൊന്നുമുണ്ടായില്ല. ഒടുവിൽ, രണ്ടുംകല്പിച്ച്, മകൾ പോയ വഴിയിലൂടെ അവർ പാറയ്ക്കപ്പുറത്തേക്കു ചെന്നെങ്കിലും വാസന്തിയെ കണ്ടില്ല! നിറഞ്ഞു തുളുമ്പിയൊരു മൊന്ത, കല്ലിനു പുറത്ത് അനാഥമായി ഇരിപ്പുണ്ട്! പരിഭ്രാന്തയായ ഭാഗീരഥിയമ്മ ചുറ്റുപാടും കണ്ണോടിച്ചു. ഇവളെവിടെപ്പോയി? അവർ 'വാസന്തീ, വാസന്തീ' എന്ന് പലവട്ടം വിളിച്ചു നോക്കിയെങ്കിലും ഒരു പ്രതികരണവുമുണ്ടായില്ല. ആകെ അങ്കലാപ്പിലായ അവർ നെഞ്ചിലിടിച്ച് നിലവിളിച്ചുകൊണ്ട് വീട്ടിലേക്കോടുകയായിരുന്നു.

കാണാതായ നവവധുവിനെ തിരഞ്ഞ് എല്ലാവരും പാറയ്ക്കപ്പുറത്തേക്ക് പാഞ്ഞു. കാടുപിടിച്ചു കിടക്കുന്ന പുരയിടത്തിലെങ്ങും പെണ്ണിനെ തിരഞ്ഞെങ്കിലും ഫലമുണ്ടായില്ല. പുരയിടവും പിന്നിട്ട്, തിരച്ചിൽസംഘം ഏലാവരമ്പിലേക്കിറങ്ങിയപ്പോഴാണ് അത് സംഭവിച്ചത്. അന്തംവിട്ട തിരച്ചിലിനിടയിൽ ബാർബർകുട്ടന്റെ കാൽ തട്ടി കല്ലിന്റെ പുറത്തിരുന്ന മൊന്ത തെറിച്ചു പോയി. കാല് വേദനിച്ച കുട്ടൻ കാൽ തടവാനായി കുനിഞ്ഞപ്പോഴാണ് അത് കണ്ടത്; കല്ലിനു പുറത്തൊരു കടലാസ്! നീല മഷികൊണ്ട് കുനുകുനാ എഴുതിയ ആ കടലാസ് എന്താണെന്നോ ഏതാണെന്നോ നിരക്ഷരകുക്ഷിയായ കുട്ടന് പിടി കിട്ടിയില്ല. പക്ഷേ, പെണ്ണിന്റെ തിരോധാനവുമായി അതിനെന്തെങ്കിലും ബന്ധം കാണുമെന്ന് ഉൾ

വിളിതോന്നിയ അയാൾ കത്തിനെ ഉയർത്തിപ്പിടിച്ച് ഉറക്കെ വിളിച്ചു പറഞ്ഞു:

"ഒരെഴുത്ത് കിട്ടീ...."

ഏലായിലേക്കിറങ്ങിയ അന്വേഷകസംഘം പുരയിടത്തിലേക്ക് തിരിച്ചു കയറി. ഓടിക്കിതച്ചു വന്ന പഞ്ചാപകേശൻപിള്ളയ്ക്ക് കുട്ടൻ കത്ത് കൈമാറി. അക്ഷരപരിചയമില്ലാത്ത അയാൾ കത്തും പിടിച്ച് തലയും ചൊറിഞ്ഞു നിൽക്കുന്നത് കണ്ട് കലികയറിയ വരന്റെ അമ്മാവൻ പല്ലിറുമ്മിക്കൊണ്ട് വിളിച്ചു പറഞ്ഞു:

"പള്ളിക്കൂടത്തിപ്പോയിറ്റൊള്ള ആരെങ്കിലുമൊണ്ടെങ്കി വാങ്ങിച്ച് വായിക്ക്."

ആ ആഹ്വാനം കേട്ട് പലരും തല തിരിച്ചും തല കുനിച്ചും തല ചൊറിഞ്ഞും നിന്നപ്പോൾ വാസുദേവൻ മുന്നോട്ടുവന്ന് ദൗത്യം ഏറ്റെടുത്തു.

"എന്നെ ഇനി അന്നേഷിക്കണ്ട. ടാക്കീസിൽ സിനിമ ഓട്ടിക്കുന്നയാളിന്റെ കൂടെയാണ് ഞാൻ പോണത്. ഞങ്ങൾ ഉടനേ കല്യാണം കഴിക്കും. അച്ഛനും അമ്മയും പൊറുക്കണം. എന്ന് സ്വന്തം വാസന്തി."

കത്തു വായിച്ച വാസുദേവനും കൂടിനിന്ന ജനാവലിയും ഒന്നു കിടുങ്ങി. മോഹാലസ്യപ്പെട്ട് നിലത്തേക്കു വീഴാൻ തുടങ്ങിയ ഭാഗീരഥിയമ്മയെ പെണ്ണുങ്ങളെല്ലാംകൂടി നിലവിളിയോടെ താങ്ങിയെടുത്ത് വീടിനകത്തേക്കു കൊണ്ടുപോയി. ആകെ തകർന്നു തരിപ്പണമായ പഞ്ചാപകേശൻപിള്ള, തോർത്തുകൊണ്ട് നെറ്റിയിലെ വിയർപ്പൊപ്പി, പാറയിലേക്കു ചാഞ്ഞു. ഇതു കണ്ട് പരിഭ്രാന്തരായ അയാളുടെ മൂന്ന് ആൺമക്കളും അച്ഛനടുത്തേക്ക് ഓടിയെത്തി. നാട്ടുകാരുടെ നോട്ടം മുഴുവൻ നവവരനിലേക്കു തിരിഞ്ഞു. അയാൾ അത്യഗാധമായ ചിന്തയോടെ ആകാശത്തു പകലമ്പിളി പരതുമ്പോലെ നോക്കി നിൽക്കുകയാണ്.

വാസന്തിയെ കടത്തിക്കൊണ്ടുപോയ നല്ലരശിനെ നാട്ടുകാർ ഓർത്തെടുക്കാൻ ശ്രമിച്ചു. സിനിമ പ്രദർശിപ്പിക്കുന്ന സമയം മുഴുവൻ പ്രൊജക്ഷൻ റൂമിലായിരുന്ന അയാളെ അവർക്കാർക്കും അത്ര പരിചയമുണ്ടായിരുന്നില്ല. എന്നാൽ, പഞ്ചാപകേശൻപിള്ളയുടെ ചായക്കടയിൽ നിത്യസന്ദർശകരായിരുന്നവർക്ക് അയാളെ നന്നായി അറിയാം. രാവിലെയും ഉച്ചയ്ക്കും രാത്രിയിലുമുള്ള നല്ലരശിന്റെ ഭക്ഷണം അവിടെ നിന്നായിരുന്നല്ലോ. ആ സന്ദർശനങ്ങൾക്കിടയിലാകാം അയാൾ വാസന്തിയുമായി അടുക്കുന്നത്. എന്നാലും, നല്ല കുടുംബത്തിൽ പിറന്ന പൂവമ്പഴം പോലെയുള്ള ചെറുപ്പക്കാർ ഈ നാട്ടിലുണ്ടായിട്ടും ഈ കരുമൻ അണ്ണാച്ചിയെ അവൾക്കെങ്ങനെ പിടിച്ചുവെന്നറിയാതെ നാട്ടുകാർ ആശയക്കുഴപ്പത്തിലായി. വെള്ളിത്തിരയിൽ സിനിമ കാണിക്കാനുള്ള അയാളുടെ വൈദഗ്ധ്യത്തോടുള്ള ആരാധനയായിരിക്കുമോ അവളെ വീഴ്ത്തിയത്?

അവർ ചിന്താമഗ്നരാകവേ, ആ 'ഗലാട്ടാകല്യാണ'ത്തിന്റെ സീനുകൾ മാറുകയായി..

"ഇത്രേം കഴപ്പണംകെട്ട കുടുംബക്കാരാണെന്ന് നമ്മളറിഞ്ഞില്ല. എടാ രായാ, നീ മാനത്തു നോക്കിക്കൊണ്ടു നിക്കാതെ വാ. നമുക്ക് പോവാം."

രാജന്റെ മീശക്കാരനായ അമ്മാവൻ ഉറക്കെപ്പറഞ്ഞു. മാനത്തുനോട്ടം മതിയാക്കി രാജൻ, അമ്മാവനെ ദയനീയമായി നോക്കി.

"അങ്ങനെ മാനം കെട്ട് ചുമ്മാ കൈയും വീശി പോയാലെങ്ങനെ?"

രാജന്റെ മീശയില്ലാത്ത അമ്മാവൻ ഇടഞ്ഞു.

"പിന്നെ എന്തരു വേണം?" മീശയുള്ള അമ്മാവൻ.

"ന്യായമായ പരിഹാരം കാണണം" മീശയില്ലാത്ത അമ്മാവൻ.

"പെണ്ണ് വല്ലവന്റടേം ഒളിച്ചോടിയതിന് എന്തര് പരിഹാരം?" മീശയുള്ള അമ്മാവൻ.

"അതാലോചിക്കണം. നമുക്കുണ്ടായ മാനക്കേടിന് പിന്നെ പരിഹാരം വേണ്ടേ?" മീശയില്ലാത്ത അമ്മാവൻ.

"അത് ഞായം." മീശയും താടിയുമുള്ള വേറൊരമ്മാവൻ തല കുലുക്കി സമ്മതിച്ചു.

"എന്തര് ഞായം. പെണ്ണ് ഒളിച്ചോടിയതിന് വീട്ടുകാരെന്തര് പെഴച്ച്?"

ഭാഗീരഥിയമ്മയുടെ അമ്മാവന്റേതായിരുന്നു ആ ചോദ്യം. തമിഴ് സിനിമയിലെ ശിവാജി-എം ആർ രാധ ഡയലോഗുകൾ പോലെ ആ തർക്കവിതർക്കങ്ങൾ മറ്റു പലരും ഏറ്റുപിടിച്ചു.

ചെറുക്കന്റെ വീട്ടുകാരും പെണ്ണിന്റെ വീട്ടുകാരും തമ്മിലുള്ള സംഘർഷത്തിലേക്ക് കാര്യങ്ങൾ നീങ്ങിത്തുടങ്ങി. ഉഗ്രൻ സംഘട്ടനം തന്നെ നടക്കുമെന്നുറപ്പായിത്തുടങ്ങിയപ്പോഴാണ് പഞ്ചായത്ത് പ്രസിഡന്റ് തെക്കനാലപ്പുറത്ത് പരമേശ്വരൻ ഓടിപ്പിടച്ച് സംഭവസ്ഥലത്തെത്തുന്നത്. അടിയന്തര പഞ്ചായത്തു കമ്മിറ്റിയുണ്ടായിരുന്നതുകൊണ്ടാണ് അദ്ദേഹം കല്യാണത്തിനെത്താൻ വൈകിപ്പോയത്. നാട്ടുകാരിൽ നിന്ന് അദ്ദേഹം കാര്യങ്ങളെല്ലാം വിശദമായിത്തന്നെ ചോദിച്ചു മനസ്സിലാക്കി.തന്റെ സുദീർഘമായ പൊതുപ്രവർത്തന ജീവിതത്തിനിടയിൽ ഇതുപോലൊരു സംഭവം ഇതാദ്യമായാണല്ലോ എന്ന് അദ്ദേഹം അതിശയപ്പെട്ടു. എല്ലാവരോടും ശാന്തരാകാൻ ആഹ്വാനംചെയ്ത്, കുറേ നേരത്തെ ചിന്തകൾക്കുശേഷം, പാറയിൽ ചാരിത്തളർന്നു നിൽക്കുന്ന പഞ്ചാപകേശൻപിള്ളയുടെ അടുത്തേക്കു ചെന്ന് പ്രസിഡന്റ് എന്തൊക്കെയോ കുശുകുശുത്തു. പഞ്ചാപകേശൻപിള്ളയുടെ മക്കളേയും ഇരു വിഭാഗങ്ങളിലെയും കാരണവന്മാരേയും വിളിച്ച് അദ്ദേഹം സംഭാഷണം നടത്തി. അവസാനമായി രാജൻ

പിള്ളയേയും വിളിച്ച് സംസാരിച്ചു. എല്ലാവരുടെയും മുഖത്ത് ചെറിയൊരു ചിരി പരന്നു തുടങ്ങി.

രഹസ്യസംഭാഷണങ്ങൾക്കു വിരാമമിട്ട്, ആകാംക്ഷാഭരിതരായ ജനക്കൂട്ടത്തെ വീണ്ടും അഭിമുഖീകരിച്ചുകൊണ്ട്, ചർച്ചകളിൽ ഉരുത്തിരിഞ്ഞ ആ പരിഹാരസൂത്രവാക്യം പ്രസിഡന്റ് അവതരിപ്പിച്ചു:

"സംഭവിക്കാൻ പാടില്ലാത്തതൊക്കെയാണ് സംഭവിച്ചത്. അതിനെക്കുറിച്ച് തർക്കിച്ച് തലതല്ലിപ്പൊളിച്ചിട്ട് കാര്യമൊന്നുമില്ല. കുടുംബക്കാരെ മാനം കെടുത്തിയവൾക്ക് ദൈവം എന്താന്നുവച്ചാൽ കൊടുത്തോളും. നമ്മൾ അടുത്ത കാര്യത്തെക്കുറിച്ചാണ് ചിന്തിക്കേണ്ടത്. ഒരു കല്യാണത്തിനുവേണ്ടി ഇത്രയും ഒരുക്കങ്ങൾ നടത്തിയിട്ട് അത് നടക്കാതെ പോണത് ശരിയല്ല. മുഹൂർത്തം മാറിയെങ്കിലും കല്യാണം നടക്കും. പഞ്ചാപകേശൻപിള്ളയുടെ ഇളയ മകളായ വനജയ്ക്ക് രാജൻ പുടവ കൊടുക്കും."

ആദ്യം ഒന്നമ്പരന്നെങ്കിലും നാട്ടുകാർ ആ പ്രഖ്യാപനത്തെ കൈയടിച്ച് അംഗീകരിച്ചു. ചേച്ചിയെ കെട്ടാൻ വന്നവനെ കെട്ടാൻ അനുജത്തി സമ്മതിക്കുമോ എന്ന പ്രസക്തമായ ചോദ്യം ആരും ഉന്നയിച്ചില്ല. നഷ്ടപ്പെടുമെന്നു വിചാരിച്ച വിഭവസമൃദ്ധസദ്യ ഉറപ്പായതിലുള്ള സന്തോഷം പരസ്പരം രഹസ്യമായി പങ്കുവച്ചുകൊണ്ട് അവർ കല്യാണപ്പന്തലിലേക്കു വച്ചുപിടിച്ചു.

വിവരമറിഞ്ഞ് അമ്പരന്നുപോയ വനജ, ആദ്യം നിഷേധാർത്ഥത്തിൽ തലയാട്ടി. അച്ഛനും അമ്മയും സഹോദരങ്ങളും കാരണവന്മാരും കരഞ്ഞും കലഹിച്ചും കാലു പിടിച്ചും അവളെ സമ്മതിപ്പിക്കാൻ ശ്രമിച്ചു. ഒടുവിൽ, രണ്ടു കുടുംബങ്ങളുടെ മാനം മുഴുവൻ തന്റെയൊരു സമ്മതം മൂളലിലാണെന്ന തിരിച്ചറിവിൽ, മനസ്സില്ലാ മനസ്സോടെയാണെങ്കിലും അവൾ ഒരു മൂളൽ മൂളിയെന്നു വരുത്തി.

വീണ്ടും കല്യാണപ്പന്തൽ സജീവമായി. നാഗസ്വരമേളമുയർന്നു. അമ്മയുടെ മാലയും രണ്ടു വളകളുമണിഞ്ഞ് നവവധുവായി വനജ കല്യാണപ്പന്തലിലെത്തി. രാജൻ അവളെ താലികെട്ടി, പുടവ കൊടുത്തു. നീണ്ട കുരവകളുയർന്നു.

കല്യാണക്കാര്യത്തിൽ ഉരുണ്ടുകൂടിയ പ്രതിസന്ധിക്ക് അങ്ങനെ അവസാനമായി. പക്ഷേ, മറ്റൊരു പ്രതിസന്ധി ഇതിനകംതന്നെ രൂപപ്പെട്ടു കഴിഞ്ഞിരുന്നു. മണ്ണിൽ ടാക്കീസിൽ ഇനി എങ്ങനെ സിനിമ കളിക്കും? സിനിമ ഓടിക്കുന്നവനല്ലേ പെണ്ണിനേംകൊണ്ട് ഓടിപ്പോയിരിക്കുന്നത്! വാസന്തിയേയുംകൊണ്ട് നല്ലരശ് പലായനംചെയ്തു വിവരം അറിഞ്ഞതുമുതൽ നാടാകെ വിഷയം ചർച്ചയായി. പ്രൊജക്ഷൻ റൂമിലിരുന്ന് എബ്രഹാം കോശിയും ഗോവിന്ദപ്പിള്ളയും തലപുകച്ചു. *കല്യാണ*

*രാത്രി*യിൽ ആണ് ഇപ്പോൾ പ്രദർശിപ്പിച്ചു വരുന്നത്. മലയാളത്തിലെ ആദ്യത്തെ അഡൾട്ട്സ് ഒൺലി ചിത്രമായതിനാലും ഇന്ന് ഞായറാഴ്ച യായതിനാലും ചെറുപ്പക്കാരായ പ്രേക്ഷകരുടെ നല്ല തിരക്കുണ്ടാകും. പക്ഷേ, പ്രൊജക്റ്റർ ഓപ്പറേറ്റർ ഇല്ലാതെ സിനിമ എങ്ങനെ കാണിക്കും? പുതിയൊരാളെ ഉടനേ കണ്ടെത്തുന്നത് എളുപ്പവുമല്ല.

"ഒരു കാര്യം ചെയ്യാം. പകരമൊരാളിനെ കിട്ടുന്നതുവരെ ഷോ വേണ്ടെന്നു വയ്ക്കാം. ഗേറ്റിനു മുന്നിലൊരു ബോർഡ് തൂക്കിയാൽ മതി."

ഗത്യന്തരമില്ലാതെ എബ്രഹാം കോശി അങ്ങനെയൊരു തീരുമാനത്തിലാണെത്തിയത്. ഗോവിന്ദപ്പിള്ളയ്ക്ക് വേണ്ട നിർദ്ദേശങ്ങൾ നൽകി അയാൾ പ്രൊജക്ഷൻ റൂമിൽ നിന്ന് പുറത്തേക്കിറങ്ങിയതും റൂമിന്റെ വാതിൽക്കൽ തല ചൊറിഞ്ഞു നിൽക്കുന്ന ചൂപ്പിശശി!

"ഞാൻ വേണോങ്കി പടമോട്ടിക്കാം."

അറച്ചറച്ച് ശശി പറഞ്ഞതുകേട്ട് എബ്രഹാം കോശിയും ഗോവിന്ദപ്പിള്ളയും അമ്പരന്നു. ടിക്കറ്റ് കീറൽകാരനും സോഡാ, ചായ തുടങ്ങിയവയുടെ വില്പനക്കാരനും സർവോപരി കറവക്കാരനുമായ ഇവനെങ്ങനെ സിനിമയോടിക്കും? ഇവന് തലയ്ക്കു നല്ല സുഖമില്ലേ എന്ന മട്ടിൽ അവരിരുവരും അയാളെ നോക്കി.

"സിനിമാ തൊടങ്ങി ഇന്റർവെല്ലു വരെയൊള്ള സമയത്തും ഇന്റർവെല്ല് കഴിഞ്ഞും ഞാൻ അണ്ണാച്ചീരെ ഹെല്പ്പറായി നിക്കാറൊണ്ട്. അങ്ങനെ ഇതിന്റെ കാര്യങ്ങളൊക്കെ പിടി കിട്ടി. അണ്ണാച്ചി ഫിറ്റായി കെടക്കുമ്പം അഞ്ചാറു പ്രാവശ്യം ഞാനൊറ്റയ്ക്ക് തന്നെ സിനിമ ഓട്ടിച്ചിട്ടൊണ്ട്."

അതുകൂടി കേട്ടതും എബ്രഹാം കോശി, ഗോവിന്ദപ്പിള്ളയെ തറപ്പിച്ചൊന്നു നോക്കി. തീയേറ്റർ മാനേജരായ താനറിയാതെ നടക്കുന്ന ഗൂഢപ്രവൃത്തികളെക്കുറിച്ച് സത്യത്തിൽ ഇപ്പോഴാണ് അയാളറിയുന്നത്. പിള്ളയുടെ തല കുനിഞ്ഞു.

എന്നാൽ, അല്പനിമിഷങ്ങൾക്കകംതന്നെ എബ്രഹാം കോശിയുടെ മുഖം തെളിഞ്ഞു. സംഭവിച്ചതെല്ലാം നല്ലതിനു തന്നെ. ഏതായാലും ടാക്കീസിൽ പടം മുടങ്ങില്ലല്ലോ. കർത്താവിനു സ്തുതി!

"പിള്ളേ, ഇയാൾക്ക് വർക്ക് അറിയാമോയെന്ന് നോക്ക്. ശരിയാവുകയാണെങ്കിൽ നമുക്ക് വേറെ ആളെ അന്വേഷിക്കണ്ടല്ലോ."

ശശിയും ഗോവിന്ദപ്പിള്ളയും പ്രൊജക്ഷൻ റൂമിലേക്കു കയറി. യാതൊരു ആശയക്കുഴപ്പങ്ങളുമില്ലാതെ, കൃതഹസ്തനായൊരു ഓപ്പറേറ്ററെപ്പോലെ സ്പൂളുകളിൽ ഫിലിം റോൾ ചുറ്റി, ശശി മെഷീൻ ഓണാക്കി. വെള്ളിത്തിരയിൽ ചിത്രങ്ങൾ ഓടിത്തുടങ്ങി. ശശി പറഞ്ഞതെല്ലാം ശരി തന്നെയെന്നുറപ്പു വരുത്തിയ ഗോവിന്ദപ്പിള്ള ശശിയെ തോളിൽ തട്ടി

അഭിനന്ദിച്ചു. ദ്വാരപാലകനിൽനിന്നും സോഡ - ചായ വിൽപ്പനക്കാരനിൽനിന്നും പ്രൊജക്ടർ ഓപ്പറേറ്ററായി അപ്രതീക്ഷിത സ്ഥാനക്കയറ്റം കിട്ടിയ ശശി, ആനന്ദാശ്രുക്കളോടെ ഗോവിന്ദപ്പിള്ളയെ നമസ്കരിച്ചു.

അന്നു രാത്രി പഞ്ചാപകേശൻപിള്ളയ്ക്കും ഭാഗീരഥിയമ്മയ്ക്കും ഉറങ്ങാനേ കഴിഞ്ഞില്ല. പുറപ്പെട്ടു പോയ വാസന്തിക്ക് എന്തു സംഭവിച്ചിരിക്കും? ഒട്ടും പ്രതീക്ഷിക്കാതെ, നിന്ന നിൽപ്പിൽ കല്യാണപ്പെണ്ണായി മാറേണ്ടിവന്ന വനജയുടെ ജീവിതമെന്താകും? സംഭവിച്ചതെല്ലാം നല്ലതിനു തന്നെയാകുമോ? കെട്ടിപ്പോയ മകളെക്കുറിച്ചും കെട്ടു പൊട്ടിച്ചുപോയ മകളെക്കുറിച്ചും ഉത്തരമില്ലാത്ത ചോദ്യങ്ങളുമായി ഭാര്യയും ഭർത്താവും കണ്ണുമിഴിച്ചു കിടക്കവേ, ശശിയുടെ കരവൈദഗ്ധ്യത്താൽ മണ്ണിൽ ടാക്കീസിലെ സെക്കൻഡ് ഷോ *കല്യാണ രാത്രി*യിൽ തുടരുകയായിരുന്നു. രാത്രിയുടെ നിശ്ശബ്ദതയെ ഭേദിച്ചുകൊണ്ട് ചിത്രത്തിലെ ഗാനം കേട്ടു തുടങ്ങി:

"ആദ്യത്തെ രാത്രിയിൽ എന്റെ മനസ്സിന്റെ
അന്തഃപുരങ്ങൾ തുറന്നവനേ
കാണാത്ത നിധികൾ കാണിച്ചു തന്നിട്ടും
കള്ളനു പരിഭവമാണോ? ....."

റീൽ - നാല്

കാഴ്ച

"സ്റ്റുഡിയോയുടെ അകത്തളങ്ങളിൽ നിന്ന് മലയാള സിനിമയെ മോചിപ്പിക്കുകയാണ് എന്റെ ലക്ഷ്യം - പി എൻ മേനോൻ."

കേരളകൗമുദി പത്രത്തിലെ ആ തലക്കെട്ടും തുടർന്നുള്ള വാർത്തയും വായിച്ച വാസുദേവൻ, വാർത്തയോടൊപ്പമുള്ള പി എൻ മേനോൻ എന്ന താടിക്കാരനായ സംവിധായകന്റെ ചിത്രത്തെ പലവട്ടം നോക്കി. 'ഈ മനുഷ്യനെ എവിടെയോ കണ്ടിട്ടുണ്ടല്ലോ. അടുത്തു പരിചയമുണ്ടല്ലോ...' മനസ്സ് ഓർമ്മപ്പെടുത്തിക്കൊണ്ടിരുന്നെങ്കിലും ആളെ പിടികിട്ടാതെ അയാൾ തല പുകച്ചു. എന്നാൽ, അധികം താമസമില്ലാതെ തന്നെ ഒരു കൊള്ളിയാൻപോലെ ആ മനുഷ്യന്റെ പൂർവ്വമുഖം അയാളുടെ ഉള്ളിലേക്ക് പാഞ്ഞു വന്നു. പത്തുവർഷം മുമ്പ് കണ്ട ആ മുഖത്തിന് വന്ന മാറ്റങ്ങൾ സമൃദ്ധമായി നീണ്ട താടിയുടെയും കട്ടിക്കണ്ണടയുടെയും സാന്നിധ്യമാണെന്ന് അയാൾ തിരിച്ചറിഞ്ഞു. മദിരാശിയിലെ സ്റ്റുഡിയോകളുടെ അകത്തളങ്ങളിൽ, കുടിൽ മുതൽ കൊട്ടാരം വരെയുള്ള പല പല സെറ്റുകളിലൂടെ വിയർപ്പിൽ കുതിർന്ന ജുബ്ബയുമിട്ട് പരക്കം പാഞ്ഞു നടന്ന കൃശഗാത്രനായ മനുഷ്യൻ - നാരായണൻകുട്ടിയാശാൻ!

പാലിശ്ശേരി നാരായണൻകുട്ടി മേനോൻ എന്ന പി എൻ മേനോൻ തന്നെയായിരുന്നു ആ മനുഷ്യൻ. പ്രൊഡക്ഷൻ ബോയിയും പെയിന്ററും കാർപ്പെന്ററും ആർട്ട് ഡയറക്ടറുമൊക്കെയായി സ്റ്റുഡിയോകളിൽ കഷ്ടപ്പെട്ടു നടന്ന്, ഒടുവിൽ, തന്റെ ജീവിതസ്വപ്നമായ സിനിമാസംവിധായക പദവിയിൽ എത്തിച്ചേർന്നയാൾ. ആശാന്റെ ആദ്യസിനിമയായിരുന്ന *റോസി*യെന്ന് വാസുദേവൻ ഇപ്പോഴാണറിയുന്നത്. അയാളത് കണ്ടി

ട്ടില്ല. ചിത്രം വലിയ വിജയമൊന്നുമായിരുന്നില്ല. അതുകൊണ്ടുതന്നെ മണ്ണിൽ ടാക്കീസിൽ പ്രദർശനത്തിനെത്തിയതുമില്ല. പക്ഷേ, അതിലെ 'അല്ലിയാമ്പൽ കടവിലന്നരയ്ക്കു വെള്ളം....' എന്ന പാട്ട് പലയിടങ്ങളിലും വച്ച് കേട്ടിട്ടുണ്ട്.

പത്രം മടക്കി മേശപ്പുറത്ത് വച്ച് വാസുദേവൻ കുറേനേരം കണ്ണടച്ചിരുന്നു. മറക്കാൻ ശ്രമിച്ച ആ ദുഃഖം ഉള്ളിൽ ഒരു ഫ്ലാഷ്ബാക്കായി നിറഞ്ഞു. അന്ന് ആ അപകടം സംഭവിച്ചില്ലായിരുന്നെങ്കിൽ ഒരുപക്ഷേ, തന്റെ തലവിധിയും മറ്റൊന്നാകുമായിരുന്നു. വെള്ളിത്തിരയിലെ താരമായി മിന്നിത്തിളങ്ങേണ്ട തന്റെ ഇപ്പോഴത്തെ ജീവിതത്തെക്കുറിച്ചോർത്ത് അയാൾ നെടുവീർപ്പിട്ടു.

"എന്തു പറ്റി? എന്തിനിങ്ങനെ കണ്ണുമടച്ചോണ്ടിരിക്കണ്?"

സുഷമയുടെ ചോദ്യം കേട്ട് വാസുദേവൻ കണ്ണു തുറന്നു. ശ്രീദേവനെയും ഇടുപ്പിൽ വച്ച് മുന്നിൽ നിൽക്കുകയാണവൾ. ഒന്നുമില്ലെന്ന് മറുപടി നൽകി, അയാൾ ചിരിച്ചുകൊണ്ട് കൈ നീട്ടിയതും കുഞ്ഞ് അയാളുടെ കൈകളിലേക്ക് ചാടി. അയാൾ അവന്റെ നെറ്റിയിൽ ഉമ്മ വച്ചു. സുഷമ മുറിക്കു പുറത്തേക്കു നടക്കാൻ തുടങ്ങിയതും അയാൾ പറഞ്ഞു:

"നമുക്കിവനെ ഒരു സിനിമാനടനാക്കണം."

അയാൾ പറഞ്ഞത് വ്യക്തമാകാത്ത മട്ടിൽ അവൾ പുരികം ചുളിച്ചു.

"എടീ, ഇവനെ സിനിമാ നടനാക്കണമെന്ന്."

"പതുക്കെ പറ. നിങ്ങളെ അമ്മ കേട്ടാ കൊല്ലും. അവരെ കുറ്റം പറയാനും പറ്റൂല. നടനാവാൻവേണ്ടി പണ്ട് നിങ്ങള് കൊറേ അലഞ്ഞതല്ലേ. ഒടുക്കം എന്തായി? സിനിമയൊക്കെ കാണാനേ കൊള്ളാവൂ. എന്റെ മോൻ അവനിഷ്ടമുള്ളതായാ മതി. അല്ലേ മുത്തേ?"

അവൾ ശ്രീദേവന്റെ കവിളിൽ വാത്സല്യത്തോടെ നുള്ളി. അവൻ കുഞ്ഞിപ്പല്ലുകൾ കാട്ടി ചിരിച്ചു.

ഭാര്യ പറയുന്നതിലും കാര്യമുണ്ടെന്ന് വാസുദേവനു തോന്നി. അയാൾ മറുപടിയൊന്നും പറഞ്ഞില്ല.

"അതു പറഞ്ഞപ്പോഴാണ് ഓർത്തത്. ഒരു സിനിമ കണ്ടിട്ട് എത്ര നാളായി. ഇവനെ പ്രസവിച്ചതിന്റന്ന് *ഭാർഗവീ നിലയം* കണ്ടതാണ്. ഇപ്പം ടാക്കീസിൽ ഏതു പടമാണ് കളിക്കണത്?"

അവൾ ചോദിച്ചു.

"*ചെമ്മീൻ*"

"നമുക്കു പോയാലോ?"

"ഇവനെയോ?"

"വയസ്സൊന്നായില്ലേ? അവനേം കൊണ്ടു പോവാം."

അന്നു വൈകിട്ട് ഏഴുമണിക്കുള്ള ഷോ കാണാൻ സുഷമയും വാസു

ദേവനും ശ്രീദേവനും മണ്ണിൽ ടാക്കീസിലെത്തി. ഒരു വർഷം നീണ്ട ഇട വേളയ്ക്ക് ശേഷമായിരുന്നു അവർ ടാക്കീസിലെത്തുന്നത്. കുഞ്ഞിന്റെ കാര്യങ്ങളും വീട്ടുകാര്യങ്ങളുമൊക്കെ നോക്കുന്ന തിരക്കിനിടയിൽ സിനിമ കാണാനുള്ള സമയമൊന്നും കിട്ടിയിരുന്നില്ല.

എബ്രഹാം കോശിയുടെ സൗജന്യത്താൽ ടിക്കറ്റൊന്നും എടുപ്പിക്കാതെ തന്നെ ഗോവിന്ദപ്പിള്ള മൂവരേയും തീയേറ്ററിനുള്ളിലേക്ക് കടത്തിവിട്ടു. തന്റെ 'ജന്മഗൃഹ'ത്തിലേക്കു പ്രവേശിച്ചതും അച്ഛന്റെ തോളിൽ ചാഞ്ഞുകിടന്നിരുന്ന ശ്രീദേവന്റെ കണ്ണുകൾ വികസിച്ചു. ടാക്കീസിനുള്ളിലെ പലതരം വെളിച്ചങ്ങളിൽ അത് മാറിമാറി സഞ്ചരിച്ചു. വെളിച്ചം അണഞ്ഞ് ഇരുട്ട് പരന്നപ്പോൾ അവന്റെ മുഖവും ഇരുണ്ടു. പക്ഷേ, സ്ക്രീനിൽ വെളിച്ചം വീണപ്പോൾ മുഖം പ്രകാശിച്ചു. കൺമുന്നിൽ മിന്നിമറയുന്ന വർണ്ണക്കാഴ്ചകളിൽ കണ്ണ് മിഴിച്ച് കുറേ നേരമിരുന്ന അവന്റെ കണ്ണുകൾ മെല്ലെ മെല്ലെ അടഞ്ഞുതുടങ്ങി. അച്ഛന്റെ കൈകളിൽ കിടന്ന് ശ്രീദേവൻ സുഖമായുറങ്ങി.

ആ ഉറക്കം ഏതാണ്ട് ഒന്നര മണിക്കൂറോളം നീണ്ടു. ഇടവേള സമയത്തും നല്ല ഉറക്കത്തിലായിരുന്നു ആ കുഞ്ഞുപ്രേക്ഷകൻ. ഇടയ്ക്കെപ്പോഴോ കണ്ണുകൾ തുറന്നപ്പോൾ താനെവിടെയാണ് എന്നതിൽ അവന് ഒരാശയക്കുഴപ്പമുണ്ടായി. അവൻ അച്ഛനേയും അമ്മയേയും മാറിമാറി നോക്കി. അവർ തന്നെ ഗൗനിക്കാതെ മറ്റെവിടെയോ നോക്കിയിരിക്കുകയാണെന്ന് മനസ്സിലായപ്പോൾ അവന്റെ നോട്ടം സ്ക്രീനിലേക്കായി. കറുത്തമ്മയെത്തേടി പളനിയുടെ നാട്ടിലെത്തിയ പരീക്കുട്ടി വിരഹാർദ്രനായി പാടാൻ തുടങ്ങുകയായിരുന്നു അപ്പോൾ. നിമിഷങ്ങൾക്കുള്ളിൽ 'മാനസമൈനേ വരൂ....' എന്ന് പരീക്കുട്ടി പാടിത്തുടങ്ങിയതും എന്തുകൊണ്ടാണോ എന്നറിയില്ല, ശ്രീദേവന് കരയണമെന്നു തോന്നി. പരീക്കുട്ടിക്കൊപ്പം പതിഞ്ഞ താളത്തിൽ തുടങ്ങിയ ആ വിഷാദരാഗം ഞൊടിയിടയിൽ ഉച്ചസ്ഥായി പ്രാപിക്കുകയും ചെയ്തു. വാസുദേവൻ തട്ടിയുറക്കാൻ ശ്രമിച്ചിട്ടും പുന്നാരവാക്കുകൾ പറഞ്ഞിട്ടും അവന്റെ 'കീർ'ത്തനത്തിന് ശമനമുണ്ടായില്ല.

"അവന് വെശക്കണ്ണായിരിക്കും. നീ പാല് കൊട്."

ഭാര്യക്ക് കുഞ്ഞിനെ കൈമാറിക്കൊണ്ട് വാസുദേവൻ പറഞ്ഞു. അവൾ ബ്ലൗസ് ഉയർത്തി അവനെ മാറിലേക്ക് വലിച്ചടുപ്പിച്ചെങ്കിലും അവൻ വഴങ്ങിയില്ലെന്നു മാത്രമല്ല, ആലാപനം പൂർവ്വാധികം ശക്തവുമായി. ഇതിനകം, കറുത്തമ്മ-പരീക്കുട്ടി സംഗമവും പളനിയും സ്രാവും തമ്മിലുള്ള പിടിവലിയും ആരംഭിച്ചു കഴിഞ്ഞിരുന്നു.

പളനിയുടെ ജീവനിൽ ഉൽക്കണ്ഠ പൂണ്ടിരുന്ന കാണികൾ, അപ്രതീക്ഷിതമായി ഉയർന്നുകേട്ട അപശ്രുതിയിൽ അസ്വസ്ഥരാകാൻ തുടങ്ങി.

അവരിൽ പലരും ആ അതിതീവ്ര പശ്ചാത്തലസംഗീതത്തിലേക്ക് തല തിരിച്ചു നോക്കി പല്ലിറുമ്മി. കാണികളുടെ വിധം മാറുന്നുവെന്ന് മനസ്സിലാക്കിയ വാസുദേവൻ കുഞ്ഞിനെയുമെടുത്ത്, തപ്പിത്തടഞ്ഞ് പുറത്തേക്കു നടന്നു. പിന്നാലെ സുഷമയും. പുറം വായു ശ്വസിച്ചു തുടങ്ങിയതും കരച്ചിലടങ്ങി. വാസുദേവനും സുഷമയ്ക്കും ആശ്വാസമായി. സിനിമയുടെ പരിണാമഗുപ്തി എന്തെന്നറിയാനുള്ള വീർപ്പുമുട്ടലോടെ അവർ വീണ്ടും ടാക്കീസിന്റെ വാതിലിനടുത്തേക്കു പാഞ്ഞതും ശ്രീദേവന്റെ രാഗവിസ്താരം വീണ്ടും തുടങ്ങി. അവർ നിരാശയോടെ നിശ്ചലരായി. അപ്പോഴേക്കും പളനിയും ചൂണ്ടയിൽ കോർത്ത സ്രാവും കരയ്ക്കടിയുകയും ഷോ അവസാനിക്കുന്നുവെന്നറിയിച്ചുകൊണ്ട് നീണ്ട ബെൽ മുഴങ്ങുകയും ചെയ്തു.സിനിമ കണ്ട് പുറത്തിറങ്ങിയ ഏതോ ഒരു പ്രേക്ഷകനോടു സിനിമയുടെ അവസാനമെന്തായിരുന്നുവെന്ന് അവർ ചോദിച്ചു മനസ്സിലാക്കി.പരീക്കുട്ടിയുടേയും കറുത്തമ്മയുടേയും പളനിയുടേയും ദുർമരണം അവരെ വല്ലാതെ സങ്കടപ്പെടുത്തി.

ശ്രീദേവൻ വലുതാകാതെ അവനേയുംകൊണ്ട് ഇനി സിനിമയ്ക്കു പോകുകയേ ഇല്ലെന്ന ദൃഢപ്രതിജ്ഞയുമായാണ് വാസുദേവനും സുഷമയും വീട്ടിലേക്കു മടങ്ങിയത്. അതുകൊണ്ട്, വീണ്ടുമൊരു സിനിമ കാണാൻ ശ്രീദേവന് മൂന്നു വർഷം വരെ കാത്തിരിക്കേണ്ടി വന്നു.

ആരാധന

സിംപ്ലൻ ഗോപാലകൃഷ്ണനെ കൈയൊടിഞ്ഞ നിലയിൽ ചരക സ്മാരക വൈദ്യശാലയിൽ പ്രവേശിപ്പിച്ചപ്പോഴാണ് പ്രബലമായ രണ്ട് ശാക്തിക ചേരികൾ ആലിൻപുറത്ത് രൂപപ്പെട്ട വിവരം നാട്ടുകാർ അറിയുന്നത്! ആലിൻപുറം കവലയിൽ പുതിയതായി തുടങ്ങിയ അമ്പട്ടൻ കുട്ടന്റെ ബാർബർ ഷോപ്പിനുള്ളിലെ സംഘട്ടനത്തിനിടെയാണ് ഗോപാലകൃഷ്ണന്റെ കൈ ഒടിഞ്ഞതെന്ന പ്രാഥമിക വിവരം മാത്രമേ ആദ്യം പുറത്തുവന്നുള്ളൂവെങ്കിലും ഉച്ചയാകുന്നതിനു മുമ്പുതന്നെ സംഭവങ്ങളുടെ ചുരുളഴിഞ്ഞു തുടങ്ങി.

കോഴിയാങ്കോണത്തെ ജന്മിയായ കുന്നംപുറം വീട്ടിൽ സദാനന്ദൻ പിള്ളയുടെയും സൗദാമിനിയമ്മയുടെയും എട്ടു മക്കളിൽ ഏറ്റവും ഇളയവനും ഒരേയൊരു ആൺതരിയുമായിരുന്നു ഗോപാലകൃഷ്ണൻ. കടിഞ്ഞൂൽ സന്തതിയായതിനാൽ അച്ഛനമ്മമാരുടെയും സഹോദരിമാരുടെയും ലാളന വലിയൊരളവിൽത്തന്നെ അവനു കിട്ടി. അതുകൊണ്ട് അവൻ വഴി പിഴച്ചു പോയോ എന്നു ചോദിച്ചാൽ, അവൻ ചീത്ത കൂട്ടുകെട്ടുകളിൽ പെടുകയോ പുകവലിക്കുകയോ മദ്യപിക്കുകയോ ചീട്ടുകളിക്കുകയോ ഒന്നും ചെയ്തില്ല. പക്ഷേ, സിനിമ അവനൊരു ദൗർബല്യമായിരുന്നു. പ്രത്യേകിച്ചും പ്രേംനസീർ. പ്രേംനസീറിന്റെ കടുത്ത ആരാധകനായ ഗോപാലകൃഷ്ണൻ, അദ്ദേഹത്തിന്റെ എല്ലാ സിനിമകളും കാണുമെന്നു മാത്രമല്ല, ആ സിനിമകളിൽ നസീർ ധരിച്ചിരിക്കുന്നതുപോലെയുള്ള ഏതെങ്കിലും ഉടുപ്പോ പാന്റോ വാങ്ങി തയ്പിച്ച് നസീറിനെപ്പോലെ മുടി ചീകി, പഴുതാര മീശയും വച്ച് നടക്കുകയും ചെയ്യും. പാന്റിന്റെ പോ

ക്കറ്റിനുള്ളിൽ സദാ സൂക്ഷിക്കാറുള്ള ചെറിയ ചീപ്പെടുത്ത് ഇടയ്ക്കിടെ ചീകി, തന്റെ തലയിലെ കുരുവിക്കൂടിനെ അവൻ സംരക്ഷിച്ചു പോന്നു. നിറം അല്പം കുറവായതിനാൽ ക്യൂട്ടിക്യൂറ പൗഡർ യഥേഷ്ടം മുഖത്തു തേച്ച് പിടിപ്പിച്ചാണ് നസീറിന്റെ നിറത്തോട് താദാത്മ്യം പ്രാപിക്കാൻ അവൻ പരിശ്രമിച്ചിരുന്നത്. വയസ്സ് ഇരുപത്തിരണ്ടാണെങ്കിലും കാലണയുടെ വരുമാനം സ്വന്തമായിട്ടില്ലായിരുന്ന ഗോപാലകൃഷ്ണന് സിനിമ കാണാനും നസീർ ചമയാനുമുള്ള പണം നൽകിയിരുന്നത് സ്വന്തം വീട്ടുകാർ തന്നെയാണ്.

നസീറാണെന്നു സ്വയം സങ്കല്പിച്ച് ആലിൻപുറം കവലയിൽ സ്ഥിരം സാന്നിധ്യമറിയിച്ചു വന്ന ഗോപാലാകൃഷ്ണനെ കാണുമ്പോഴേ നാട്ടുകാർക്കു ചിരിയാണ്. സദാ ഉടുത്തൊരുങ്ങി നടക്കുന്ന അവനെ 'സിംപ്ലൻ' എന്നവർ കളിയാക്കി വിളിച്ചു.

പഞ്ചാപകേശൻപിള്ളയുടെ ചായക്കടയോ കുട്ടന്റെ ബാർബർ ഷോപ്പോ ആലിൻപുറം കവലയിലെ ആൽത്തറയോ ഒക്കെയാണ് സിംപ്ലന്റെ മിക്കവാറുമുള്ള ആവാസകേന്ദ്രം. ചായക്കടയിൽ സന്ദർശകനാകുന്നതിനു പിന്നിൽ ഒരു ഗൂഢോദ്ദേശ്യവും അവനുണ്ടായിരുന്നു. വാസന്തീദർശനം! പക്ഷേ, അവൾ നല്ലരശിനൊപ്പം ഒളിച്ചോടിയതിൽ പിന്നെ അവന്റെ ചായക്കട സന്ദർശനം പൊതുവേ കുറവാണ്. വരുന്ന ദിവസങ്ങളിലാകട്ടെ, വരാന്തയിലിട്ടിരിക്കുന്ന ബെഞ്ചിൽ ആസനസ്ഥനായി, ഒരു സ്ട്രോങ് ചായയ്ക്ക് ഓർഡർ കൊടുക്കും. അപ്പോഴേക്കും ചായക്കടയിലെ നിത്യസാന്നിധ്യങ്ങളായ ഇഞ്ചിക്കുന്നനും ചുക്രക്കണ്ണനും പിന്നെ ചായ കുടിക്കാനെത്തുന്ന മറ്റു ചിലരുമൊക്കെ, പൂവിനാൽ ആകർഷിക്കപ്പെട്ട വണ്ടുകളെപ്പോലെ സിംപ്ലനു ചുറ്റും അണിനിരക്കും. പുതിയ ചിത്രങ്ങൾ പലതും മാസങ്ങൾ പിന്നിട്ടാലേ മണ്ണിൽ ടാക്കീസിൽ എത്തുകയുള്ളൂ എന്നതിനാൽ പുത്തൻപടത്തിന്റെ കഥകേൾക്കാൻ അവർക്കെല്ലാം നല്ല ഉത്സാഹമാണ്.

"സിനിമയെന്നു പറഞ്ഞാ ഇതക്കെയാണ് സിനിമ. എന്റമ്മോ! നസീറിന്റെ കൈയും നീട്ടിയൊള്ള അഫിനയോക്കെ എന്തൊരു രസമാണ്...."

സിംപ്ലൻ പറഞ്ഞു തുടങ്ങും.

"സിനിമ ഏതാണ് പിള്ളേ?"

ചുക്രക്കണ്ണന് ആകാംക്ഷ അടക്കാനായില്ല.

"*സ്ഥാനാർത്ഥി സാറാമ്മ.* നസീറും ഷീലയുമാണ് ജോഡികള്. അടൂർഭാസിയുമൊണ്ട്."

"കതയെന്തരാണ്?" കഥ കേൾക്കാനുള്ള കൊതിയിൽ ഊറി വന്ന ഉമിനീരിനെ കുടിച്ചിറക്കിക്കൊണ്ട് ഇഞ്ചിക്കുന്നൻ.

"അതല്ലേ അണ്ണാ പറയാമ്പോണത്. നിങ്ങള് വെപ്രാളം കാണിക്കാതീൻ."

അപ്പോഴേക്കും സ്ട്രോങ് ചായയുമായി പഞ്ചാപകേശൻപിള്ളയെത്തും. ചായ വാങ്ങി ഊതി ഒരു കവിൾ കുടിച്ചശേഷം സിംപ്ലൻ കഥ പറയാൻ തുടങ്ങും. ഈ സമയം ചായക്കടയിലെ അടുക്കള ജോലികളിൽ വ്യാപൃതയായിരിക്കുന്ന ഭാഗീരഥിയമ്മ മെല്ലെ വരാന്തയിലേക്കു വന്ന് കഥയ്ക്ക് കാതോർക്കും. വഴിപോക്കരിൽ ചിലരും ചായക്കടയ്ക്കു മുന്നിൽ നിശ്ചലരാകും. ചുമ്മാ കഥ പറയുകയല്ല, സകലവിധ ഭാവഹാവാദികളോടെയും, ശബ്ദവ്യതിയാനങ്ങളോടെയും, നാവും കണ്ഠനാളവുമൊക്കെ ഉപയോഗിച്ചുള്ള പശ്ചാത്തല ശബ്ദവുമൊക്കെ കൂട്ടിച്ചേർത്താണ് ആ കഥപറച്ചിൽ. ഓരോരുത്തരുടേയും മനസ്സിന്റെ സ്ക്രീനിൽ അവരവരുടെ ഭാവനാശേഷിക്കനുസരിച്ചുള്ള സിനിമ ഓടിത്തുടങ്ങും. ഇടയ്ക്ക് ഗാനങ്ങളുമുണ്ടാവും.

"കുരുവിപ്പെട്ടീ നമ്മുടെ പെട്ടി
കടുവാപെട്ടിക്കോട്ടില്ല.
ഓട്ടില്ലാ.. ഓട്ടില്ല ഓട്ടില്ല
കടുവാപെട്ടിക്കോട്ടില്ല ....."

നസീറും ഷീലയും തമ്മിലുള്ള പഞ്ചായത്തെലക്ഷൻ പോരാട്ടവും ഒടുവിൽ, സ്ഥാനാർത്ഥി സാറാമ്മയായ ഷീലയോടു എതിർ സ്ഥാനാർത്ഥിയായ ജോണിക്കുട്ടി എന്ന നസീർ തോൽക്കുന്നതുമൊക്കെ ശ്രോതാക്കളെ ത്രില്ലടിപ്പിക്കുന്ന രീതിയിൽത്തന്നെ സിംപ്ലൻ അവതരിപ്പിക്കും. നസീറിന്റെ തോൽവിയിൽ സങ്കടമുണ്ടായിരുന്നെങ്കിലും കഥാന്ത്യത്തിൽ ഷീലയെത്തന്നെ നസീർ മിന്നുകെട്ടിയത് സിംപ്ലനെ സന്തോഷിപ്പിച്ചിരുന്നു.

സിനിമാക്കഥ ഇഷ്ടപ്പെടുന്ന പഞ്ചാപകേശൻപിള്ള പാലും കടുപ്പവും കൂട്ടി നല്ലൊരു ചായയ്ക്കൊപ്പം കനമുള്ള വടയോ വാഴയ്ക്കപ്പമോ കൂടി കൊടുക്കുകയും ചെയ്യും. സിംപ്ലൻ പിന്നെ തന്റെ അടുത്ത കഥപറച്ചിൽ കേന്ദ്രമായ കുട്ടന്റെ ബാർബർഷോപ്പിലേക്കു നീങ്ങും.

ഇന്നും അതു തന്നെയാണ് സംഭവിച്ചത്. ഉപഹാരമായി കിട്ടിയ പലഹാരവും ചവച്ച് സിംപ്ലൻ, ബാർബർ ഷോപ്പിലെത്തി. തേങ്ങവെട്ടുകാരൻ നാണുവിന്റെ മുടി വെട്ടുകയാണ് കുട്ടൻ. ചെന്താമരാക്ഷൻപിള്ള, കൊല്ലൻ വേലു, ഓലകെട്ടുകാരൻ ഗംഗൻ, കിണറുവെട്ടുകാരൻ അപ്പു തുടങ്ങിയ ഉപഭോക്താക്കൾ തങ്ങളുടെ ഊഴവും കാത്ത് അലസരായി മര ബെഞ്ചിലിരിപ്പുണ്ട്. കടയ്ക്കകത്തു കയറിയ ഗോപാലകൃഷ്ണൻ, പതിവുപോലെ, ചുമരിൽ ഒട്ടിച്ചിരിക്കുന്ന ചിത്രങ്ങളിലേക്കു നോക്കി - നസീർ, സത്യൻ, മധു, ഷീല, രാഗിണി, പത്മിനി, എം ജി ആർ, ശിവാജി ഗണേശൻ, ജയലളിത തു

ങ്ങിയവർ പല പല ഭാവങ്ങളിൽ നിരന്നിരിക്കുകയാണ്.

"കോവാലേഷാ വാ ഇരി..."

തന്റെ പൃഷ്ഠം പരമാവധി ഒതുക്കിക്കൊണ്ട് അപ്പു, ഗോപാലകൃഷ്ണനെ ക്ഷണിച്ചു. അപ്പുവിനും ഗംഗനും ഇടയിൽ ഗോപാലകൃഷ്ണൻ ആസനസ്ഥനായി.

"പുതിയ പടം വല്ലോം കണ്ടോ?"

നാണുവിന്റെ തലയിൽ അതിദ്രുതം കത്രിക ചലിപ്പിച്ചുകൊണ്ടു കുട്ടൻ ചോദിച്ചു.

"കണ്ടണ്ണാ. *കൊച്ചിൻ എക്സ്പ്രസ്.*"

"എങ്ങനൊണ്ട്?"

ഗംഗനും അപ്പുവും യുഗ്മ സ്വരത്തിലാണ് ചോദിച്ചത്.

"എന്റെ പൊന്നണ്ണാ സിനിമേന്ന് പറഞ്ഞാ ഇതക്കെയാണ്. ഒരു ഇള്ളൂളും സമയം പോലും കണ്ണെടുക്കാൻ തോന്നൂല. ത്രില്ലറാണ് ത്രില്ലർ."

"അതെന്തര് പുല്ല്?"

കൊല്ലൻ വേലുവിന് മനസ്സിലായില്ല.

വിവരദോഷികളുടെ നടുവിലിരിക്കേണ്ടി വന്ന തന്റെ ദുര്യോഗമോർത്ത് നെടുവീർപ്പുതിർത്തശേഷം ഗോപാലകൃഷ്ണൻ പറഞ്ഞു:

"ഒരു കൊലപാതകവും അത് ചെയ്തവനെ കണ്ടുപിടിക്കാൻ പോലീസ് നടത്തണ അന്വേഷണവുമാണ് ത്രില്ലർ."

"പ്രേമനസീറ് തന്നേ പോലീസ്?"

കുട്ടന് തന്റെ തല സമർപ്പിച്ച്, മുന്നിലുള്ള വലിയ കണ്ണാടിയിൽത്തന്നെ നോക്കിയിരിക്കുകയിരുന്ന നാണു തല വെട്ടിത്തിരിച്ചു ചോദിച്ചു.

"പിന്നല്ലാതെ."

അഭിമാനത്തോടെയായിരുന്ന ഗോപാലകൃഷ്ണന്റെ മറുപടി.

"അപ്പം കൊന്നത് കൊട്ടാരക്കരയായിരിക്കും."

ആ പ്രവചനം നടത്തിയത് ഗംഗനായിരുന്നു. അതു കേട്ടതും സിംപ്ലന് കലികയറി. ഗംഗനെ ചെറഞ്ഞു നോക്കിയശേഷം അയാൾ പറഞ്ഞു:

"തോക്കീക്കേറി വെടി വയ്ക്കാതീൻ. ഞാൻ പറയട്ട്....."

തുടർന്ന്, തന്റെ സ്വതസിദ്ധമായ ശൈലിയിൽ ഗോപാലകൃഷ്ണൻ കഥ പറഞ്ഞു തുടങ്ങി. ട്രെയിനിൽ നടക്കുന്ന കൊലപാതകവും രാജൻ എന്ന നസീർ കഥാപാത്രം നടത്തുന്ന അന്വേഷണവുമായിരുന്നു കഥാതന്തു. കേൾവിക്കാരെ മുൾമുനയിൽ നിർത്തിക്കൊണ്ട് ക്ലൈമാക്സിലേക്ക് കഥ കടന്നതും ബാർബർ ഷോപ്പിനുള്ളിലേക്ക് മലയിക്കാരൻ മാർക്കോസ് ആഗതനായി. മരംമുറിപ്പുകാരനാണ് മാർക്കോസ്. വിതുരയ്ക്കുമപ്പുറമുള്ള ഏതോ മലമ്പ്രദേശത്തു നിന്ന് ആറേഴ വർഷങ്ങൾക്കു മുമ്പ് കുടുംബസമേ

തം ചാത്തൻപാറയ്ക്കടുത്ത് കുടിയേറിയതാണയാൾ. പൊക്കം അല്പം കുറ വാണെങ്കിലും ശരീരം ഉരുക്കുപോലെയാണ്. സിനിമാ നടൻ സത്യന്റെ ആകാരസൗഷ്ഠവം!

മരപ്പൊടിയുടേയും വിയർപ്പിന്റേയും സമ്മിശ്രഗന്ധം പരത്തിക്കൊ ണ്ട് പ്രത്യക്ഷനായ മാർക്കോസിനെ ഒന്നു നോക്കിയശേഷം എല്ലാവരും കഥയിലേക്കു തിരിഞ്ഞു. ഇരിപ്പിടമൊന്നും ഒഴിവില്ലാത്തതിനാൽ ചുമരും ചാരിയാണ് മാർക്കോസ് നിന്നത്. അയാളുടെ തലയ്ക്കു തൊട്ടു പിറകിൽ പുഞ്ചിരി തൂകുന്ന സത്യന്റെ ചിത്രമായിരുന്നു.

കഥപറച്ചിൽ അവസാനിച്ചു. കേട്ടിരുന്നവർക്കെല്ലാം കഥ ഇഷ്ടമാ യി. മണ്ണിൽ ടാക്കീസിൽ പടം വരുമ്പോൾ കാണണമെന്നും അവരുറപ്പി ച്ചു.

നാണുവിന്റെ തലയിൽ കുട്ടൻ പണി പുനരാരംഭിച്ചു. അപ്പോൾ, ഗോപാലകൃഷ്ണൻ തന്റെ ആരാധനാ പുരുഷന്റെ വർണ്ണനകൾ തുടങ്ങി:

"അണ്ണാ, സിനിമേരെ കഥയെക്കാലും എനിക്കിഷ്ടപ്പെട്ടത് നസീറി ന്റെ അഭിനയമാണ്. പാട്ടൊക്കെ പാടി അഭിനയിക്കണ കണ്ടാ ചുമ്മാ ചുണ്ടനക്കണതാണെന്നേ തോന്നൂല. സ്റ്റണ്ടിന്റേം ഡയലോഗിന്റേം കാ ര്യമാണെങ്കി പിന്നെ പറയേം വേണ്ട. അണ്ണാ, അങ്ങേരെ ചുമ്മാ കണ്ടോ ണ്ടിരിക്കാൻ തന്നെ എന്തൊരു രസമാണ്. ഭയങ്കര ചന്തം ...."

നസീർവർണ്ണന കത്തിക്കയറിത്തുടങ്ങിയതും അതിനു വിഘ്നം വരു ത്തിക്കൊണ്ട് ഒരു കരകര ശബ്ദം ഉയർന്നു:

"അയാക്ക് അത് മാത്രമല്ലേ ഒള്ളു്."

ഗോപാലകൃഷ്ണന്റെ വാഗ്ധോരണി നിലച്ചു. അയാൾ ശബ്ദംകേട്ട ഭാഗത്തേക്ക് നോക്കി. ചൊറിയുന്ന ഡയലോഗും പറഞ്ഞ്, പരമപുച്ഛഭാ വത്തിൽ ചുമരും ചാരി, കുറ്റിത്താടിയും ചൊറിഞ്ഞു നിൽക്കുകയാണ് മല യിക്കാരൻ മാർക്കോസ്!

"നിങ്ങളെന്തരാണു പറഞ്ഞത്?"

മലയിക്കാരനെ ചെറഞ്ഞുകൊണ്ട് ഗോപാലകൃഷ്ണൻ ചോദിച്ചു.

"നസീറിന് ചന്തമേയൊള്ളൂ. അഭിനയിക്കാനറിഞ്ഞൂടെന്ന്. ഞാ നൊള്ളതല്ലേ പറഞ്ഞത്. സത്യന്റെ ഏഴയലത്തു വരുമോ ഈ നസീറ്?"

അത്രയുംപറഞ്ഞ്, മലയിക്കാരൻ ഇടുപ്പിൽ നിന്ന് ബീഡിയും തീ പ്പെട്ടിയുമെടുത്തു. ദേഷ്യംകൊണ്ട് ഗോപാലകൃഷ്ണന്റെ മുഖം ചുവന്നു.

"പിന്നേ. ഒരു സത്യൻ! അയാളെക്കാണാൻ വല്ല ചന്തവുമൊണ്ടാ? നിങ്ങക്കെന്തര് കണ്ണില്ലേ?"

"സിനിമാ നടന് ചന്തം മാത്രം പോരല്ല്. മൊഖത്ത് അഭിനയത്തി ന്റെ ഒര് ഇത് വേണ്ടേ?"

മലയിക്കാരൻ ബീഡിക്ക് തീ കൊളുത്തി.

"അഫിനയമില്ലെന്നാര് പറഞ്ഞ്? നിങ്ങള് *ഇരുട്ടിന്റെ ആത്മാവ്* കണ്ടിറ്റ് തന്നേ ഈ പറയണത്?"

"*ചെമ്മീനി*ലെ പളനീരെ വാലീ കെട്ടിയിട്ടടിക്കാനൊണ്ടാ?"

"നിങ്ങള് *ചെമ്മീനി*ന്റെ കാര്യം കൂടുതല് പറയല്ലേ. അതില് കൊട്ടാരക്കരേരെ വെട്ടത്തു വരോ സത്യൻ?"

"എന്തോ എനിക്ക് സത്യനെയാണിഷ്ടപ്പെട്ടത്. കർത്താവേ, ആ പളനീരെ റോളെങ്ങാനും നസീറഭിനയിച്ചിരുന്നെങ്കിലാ....."

അയാൾ ചിരിച്ചു. കൊല്ലൻ വേലുവും ഓല കെട്ടുകാരൻ ഗംഗനും കൂടെച്ചിരിച്ചത് ഗോപാലകൃഷ്ണന്റെ കലി ഇരട്ടിയാക്കി. അയാൾ ബെഞ്ചിൽ നിന്ന് ചാടിയെണീറ്റു.

"നിങ്ങളതു പറയണ്ട. *കൃഷ്ണകുചേല*യിലെ കൃഷ്ണനായിറ്റും *ശ്രീരാമ പട്ടാഭിഷേക*ത്തിലെ ശ്രീരാമനായിറ്റും അഫിനയിക്കാൻ സത്യനു പറ്റോ?"

"തച്ചോളി ഒതേനനാവാൻ നിന്റെ പുളുന്താൻ നസീറിനു പറ്റോ?"

ഇരുവരും ശക്തമായി വാദപ്രതിവാദം തുടർന്നു. ബാർബർ കുട്ടനും അവന്റെ ഉപഭോക്താക്കളും പക്ഷമൊന്നും പിടിക്കാതെ എല്ലാം കണ്ടും കേട്ടും രസിച്ചിരുന്നു. പെട്ടെന്നാണതു സംഭവിച്ചത്. മാർക്കോസിന്റെ ഏതോ പരാമർശത്തിൽ പ്രകോപിതനായ ഗോപാലകൃഷ്ണൻ അയാളെ അടിക്കാനായി കൈ ഓങ്ങിക്കൊണ്ട് പാഞ്ഞുചെന്നു. എന്നാൽ, തികഞ്ഞൊരു അഭ്യാസിയെപ്പോലെ മാർക്കോസ് അതിദ്രുതംതന്നെ ഗോപാലകൃഷ്ണന്റെ കൈയിൽ കടന്നുപിടിച്ച് ഒരു തിരിപ്പ് തിരിച്ചു! ഗോപാലകൃഷ്ണന്റെ അതിദയനീയമായ നിലവിളിയിൽ ആലിൻപുറം കവലവിറങ്ങലിച്ചു.

രണ്ടു സിനിമാനടന്മാരുടെ ആരാധകർ തമ്മിലുള്ള കശപിശ എന്ന മട്ടിൽ മാത്രം വിലയിരുത്തപ്പെടേണ്ടതായിരുന്ന ആ സംഭവം. എന്നാൽ അപ്രതീക്ഷിതമാനങ്ങളിലേക്കാണ് കാര്യങ്ങൾ കടന്നു പോയത്. ഗോപാലകൃഷ്ണന്റെ കൈക്ക് അങ്ങനെ കാര്യമായ കേടുപാടൊന്നുമുണ്ടായിരുന്നില്ല. കുഞ്ഞിരാമൻവൈദ്യർ എണ്ണയും കുഴമ്പുമൊക്കെയിട്ട് തടവിയപ്പോൾ തന്നെ അവന് ആശ്വാസമായി. പക്ഷേ, കുന്നുംപുറത്തു വീട്ടിലെ ഒരംഗത്തിനുമേൽ കൈവയ്ക്കാൻ ഒരുത്തൻ, അതും എവിടുന്നോ വന്ന ഒരു നാടാൻ തുനിഞ്ഞതു മൂലമുണ്ടായ അഭിമാനക്ഷതം കുടുംബക്കാർക്ക് വലുതായിരുന്നു. ചെറുക്കനെ തൊട്ടവനെതിരെ പോലീസിൽ പരാതി കൊടുക്കണമെന്ന് പലരും ഉപദേശിച്ചെങ്കിലും സദാനന്ദൻപിള്ള വഴങ്ങിയില്ല. അയാളുടെ മനസ്സിൽ മറ്റെന്തൊക്കെയോ കണക്കുകൂട്ടലുകളായിരുന്നു. അയാൾ ഏഴു പെൺമക്കളുടേയും കെട്ടിയോന്മാരെ വിളിച്ചു വരുത്തി.

അന്ന് സന്ധ്യക്ക്, പതിവുപോലെ, പുന്നച്ചിറക്കുളത്തിലിറങ്ങിക്കു

ളിച്ച്, വാറ്റുകാരൻ പുഷ്പാകരന്റെ കൈയീന്ന് നൂറു മില്ലിയും വാങ്ങിക്ക ടിച്ച് ചെറിയൊരാട്ടത്തോടെ മാവറത്തല ഏലാവരമ്പിലൂടെ വീട്ടിലേക്കു നടക്കുകയായിരുന്നു മലയിക്കാരൻ മാർക്കോസ്. പഴുത്തു പാകമായ നെൽക്കതിരുകളിലൂടെ വിരലോടിച്ച് മൂളിപ്പാട്ടും പാടിയാണ് നടത്തം.

"വെളുക്കുമ്പം കുളിക്കുവാൻ

പോകുന്ന വഴിവക്കിൽ

വേലിക്കൽ നിന്നവനേ.."

വയൽ വരമ്പ് കടന്ന് തോട്ടുവരമ്പിലേക്ക് കയറാനൊരുങ്ങിയതും നെൽക്കതിരുകൾക്കിടയിൽ എന്തോ അനങ്ങുന്നതായി മാർക്കോസിനു തോന്നി. അയാൾ നിന്നു. ചുറ്റും നോക്കി. ഒന്നുമില്ല. തോന്നിയതായി രിക്കും. അയാൾ രണ്ടു ചുവടുവച്ചതും പിന്നെയും അനക്കം. പിന്നെയും നിന്നു. അതാ വയലുകൾക്കിടയിൽ ഉയർന്നു നിൽക്കുന്നു കുറേ കമ്പുകൾ! കാര്യമറിയാതെ അയാൾ പകച്ചു നിൽക്കേ കമ്പുകൾ ചലിച്ചു തുടങ്ങി! നി മിഷങ്ങൾക്കുള്ളിൽ ചിത്രം പൂർണ്ണമായി. ഉയർത്തിപ്പിടിച്ച കമ്പുകളുമായി തനിക്കെതിരേ പാഞ്ഞടുക്കുകയാണ് കുന്നുംപുറം വീട്ടിൽ സദാനന്ദൻപി ള്ളയും ഏഴു മരുമക്കളും! അപകടം തിരിച്ചറിഞ്ഞ മാർക്കോസ് ഓടാൻ തുനിഞ്ഞെങ്കിലും സദാനന്ദൻപിള്ളയുടെ രണ്ടാമത്തെ മരുമകന്റെ അടി വലതുകാലിൽ പതിച്ചു. അസഹ്യവേദനയിൽ ഞരങ്ങിക്കൊണ്ട് മാർ ക്കോസ് വരമ്പിൽ വീണു. പിന്നെ ചറപറ ചറപറാ അടിയായിരുന്നു. മാർക്കോസിന്റെ നിലവിളി ഏലായും കടന്നു പോയി.

രാത്രിയായിട്ടും വീടണയാതിരുന്ന അളിയനെ അന്വേഷിച്ചിറ ങ്ങിയ മാർക്കോസിന്റെ ഭാര്യ ലീലാമ്മയുടെ രണ്ടു സഹോദരങ്ങളാണ് അവശനിലയിലായ മാർക്കോസിനെ കണ്ടെത്തിയത്. അളിയനെ താ ങ്ങിയെടുത്ത് അവർ അവരുടെ അപ്പൻ എബനീസറുടെ അടുത്തെത്തി ച്ചു. മർമ്മാണി വൈദ്യനായിരുന്നു അയാൾ. മാർക്കോസിനെ അയാൾ എണ്ണത്തോണിയിലാക്കി.

അടിക്ക് തിരിച്ചടി എന്ന രീതിയിൽ കാര്യങ്ങൾ അവിടെ അവസാ നിക്കേണ്ടതായിരുന്നു. എന്നാൽ, മാർക്കോസിന്റെ അളിയന്മാർ ചുറ്റുവട്ട ത്തുള്ള ബന്ധുമിത്രാദികളെ വിളിച്ചു ചേർത്തു.

"കൈ ചുമ്മാ ഒന്ന് പിടിച്ച് തിരിച്ചതിനാണ് അവമ്മാര് അളിയനെ ഇഞ്ഞനെ അടിച്ച് ഊപ്പാടാക്കിയത്. ഇതങ്ങനെ വെറുതെ വിട്ടാപ്പറ്റൂല. ഇല്ലെങ്കി നായന്മാരെല്ലാംകൂടി നമ്മളെക്കേറി നെരങ്ങും. നാടാന്മാരാരെ ന്ന് അവന്മാർക്ക് കാണിച്ചു കൊടുക്കണം."

കേട്ടു നിന്നവർ ആവേശഭരിതരായി. അന്നു പാതിരാത്രി തന്നെ അവർ സംഘടിച്ച് കുന്നുംപുറത്തു വീടിനു നേരെ കല്ലേറു നടത്തി. ഓലമേ ഞ്ഞ മേൽക്കൂരയും ഭേദിച്ച് കല്ലുകൾ വീട്ടിനുള്ളിലേക്കു പോയി. കട്ടിലിന

ടിയിലും പത്തായത്തിനകത്തുമൊക്കെ കയറിയിരുന്നാണ് സദാനന്ദൻ പിള്ളയും കുടുംബവും തടി രക്ഷിച്ചത്.

നായരുടെ വീട്ടിൽ നാടാന്മാർ കല്ലേറിഞ്ഞെന്ന വിവരമറിഞ്ഞ് നാട്ടിലെ നായന്മാരുടെ രക്തം തിളച്ചു. അവർ ആ തിളപ്പ് തീർത്തത് നാടാന്മാർ നട്ടുവളർത്തിയ വാഴകളോടാണ്. എല്ലു വെള്ളമാക്കി എബനീസറും മക്കളും പരിപാലിച്ചു പോന്ന കുടം വന്ന നൂറോളം ഏത്ത വാഴകളാണ് തലയറ്റു വീണത്. അതിന് തിരിച്ചടി പിറ്റേന്നു രാത്രി തന്നെയുണ്ടായി. കൊയ്യാൻ പാകത്തിൽ നിന്ന നായന്മാരുടെ വയലുകളിലേക്ക് പുന്നച്ചിറക്കുളത്തിന്റെ ഓവ് നാടാന്മാർ തുറന്നു വിട്ടു. നെൽക്കതിരുകൾ വെള്ളത്തിൽ മുങ്ങി.

അങ്ങനെ, സത്യൻ- നസീർ ആരാധകരുടെ ഉരസലിൽ ചിതറിയ തീപ്പൊരി ആലിൻപുറംദേശമാകെ നായർ - നാടാർ ലഹളയായി കത്തിപ്പടർന്നു തുടങ്ങി. നായന്മാരെ പേടിച്ച് നാടാന്മാരും നാടാന്മാരെ പേടിച്ച് നായന്മാരും വീടിനു പുറത്തിറങ്ങാൻ മടിച്ചു. പഞ്ചാപകേശൻപിള്ളയുടെ ചായക്കടയും അടഞ്ഞുകിടന്നു. ആലിൻപുറം കവല വിജനമായി. വെട്ടാൻ തലകളോ വടിക്കാൻ താടികളോ ഇല്ലാതെ കുട്ടന്റെ ബാർബർ ഷോപ്പ് ശ്മശാന മൂകമായി.

നായന്മാർ ഒറ്റക്കെട്ടാണെന്നു പുറമേ തോന്നിച്ചെങ്കിലും സംഘർഷത്തിന്റെ മൂലകാരണം മനസ്സിലാക്കിയ കുറേ നായന്മാർക്ക് ജാതീയമായ ചില സന്ദേഹങ്ങൾ തോന്നാതിരുന്നില്ല. അവരിൽ ചിലർ ഇങ്ങനെ അടക്കം പറഞ്ഞു:

"മലയിക്കാരൻ അവന്റെ എനജാതിക്കാരനായ സത്യനെ ആരാതിക്കണത് ഞായം. പക്ഷേ, തിക്കുറിശ്ശി സുകുമാരൻ നായരേം കൊട്ടാരക്കര ശ്രീതരൻ നായരേം മതുവിനേയും പോലത്തെ നല്ല നായന്മാരുള്ളപ്പം ഈ കോവാലേഷനെന്തരിനാണ് ആ മേത്തൻ നസീറിനെ ആരാതിക്കണത്?"

നായർ-നാടാർ സംഘർഷം കൊടുമ്പിരിക്കൊണ്ടതോടെ അതിന്റെ തിക്തഫലം ഏറ്റവും കൂടുതൽ പ്രതിഫലിച്ചത് മണ്ണിൽ ടാക്കീസിലാണ്. എം ജി ആറിന്റെ *നാൻ ആണയിട്ടാൽ* ഓടിക്കൊണ്ടിരിക്കുന്ന സമയമായിരുന്നു അത്. തീയേറ്റർ നിറഞ്ഞു കവിയേണ്ടതാണ്. പക്ഷേ, കാണികളുടെ എണ്ണം മൂന്നിലൊന്നായി ചുരുങ്ങി. സെക്കൻഡ് ഷോയ്ക്ക് വിരലിലെണ്ണാവുന്നവർ മാത്രം! കറണ്ടുചാർജ് പോലും മുതലാകാത്ത അവസ്ഥ. പിറ്റേന്നു മുതൽ ഷോ നിർത്തിവയ്ക്കേണ്ടി വന്നു. ഈ ഘട്ടത്തിൽ പ്രശ്നത്തിൽ ഇടപെട്ടേ പറ്റൂ എന്ന അവസ്ഥയിലായി എബ്രഹാം കോശി. അയാൾ പഞ്ചായത്ത് പ്രസിഡന്റ് തെക്കനാലപ്പുറത്ത് പരമേശ്വരനൊപ്പം ഇൻസ്പെക്ടർ കടുവാ കേശവൻനായരെ കണ്ടു. അതിനു ഫലമുണ്ടാ

യി. അന്ന് വൈകിട്ടോടെ നൂറോളം പോലീസുകാരുമായി ഒരു വലിയ നീലവാൻ ആലിൻപുറംകവലയിൽ വന്നിറങ്ങി. ത്രീ നോട്ട് ത്രീ തോക്കേന്തിയ ആ കാക്കി നിക്കർധാരികൾ ആലിൻപുറത്തെ റോഡുകളിലൂടെയും ഇടവഴികളിലൂടെയും വയൽ വരമ്പുകളിലൂടെയും മാർച്ച് ചെയ്തു. അതോടെ, ഒരാഴ്ച നീണ്ടു നിന്ന ആക്രമണ പ്രത്യാക്രമണങ്ങൾക്കു വിരാമമായി. ആലിൻപുറം ക്രമേണ പൂർവസ്ഥിതിയിലായി. പഞ്ചാപകേശൻപിള്ള ചായക്കട തുറന്നു. ആലിൻപുറം കവല സജീവമായി. മണ്ണിൽ ടാക്കീസും തുറന്നു. അന്നൊരു വെള്ളിയാഴ്ചയായിരുന്നു. തീയേറ്ററിൽ സിനിമ മാറുന്ന ദിവസം. പുതിയ സിനിമയുടെ വിളംബര വാഹനം രാവിലെ തന്നെ ആലിൻപുറത്തെ നാട്ടുവഴികളിലൂടെ സഞ്ചരിച്ചു തുടങ്ങി:

"പ്രിയപ്പെട്ട നാട്ടുകാരേ, ചെറിയൊരിടവേളയ്ക്കുശേഷം മണ്ണിൽ ടാക്കീസിന്റെ അഭ്രപാളികളിൽ വെള്ളിവെളിച്ചം വീഴ്ത്തിക്കൊണ്ട് ഇന്നുമുതൽ പ്രദർശനമാരംഭിക്കുന്നു....*നാടൻപെണ്ണ്*. അത്യന്തം മനോഹരവും ഹൃദയസ്പർശിയുമായൊരു പ്രണയകഥ. പ്രേം നസീറും സത്യനും ഷീലയും ഒന്നിച്ചഭിനയിക്കുന്ന അത്യപൂർവ്വ ചലച്ചിത്ര കാവ്യം..."

വിളംബരത്തിന്റെ അലയൊലികൾ സിംപ്ലൻ ഗോപാലകൃഷ്ണന്റേയും മലയിക്കാരൻ മാർക്കോസിന്റേയും കാതുകളിലെത്തി. വീടിന്റെ വരാന്തയിലിരുന്ന് വലതുകൈയിൽ ഞരമ്പെണ്ണ തേച്ചുപിടിപ്പിക്കുകയായിരുന്നു സിംപ്ലൻ. വിളംബരം ശ്രദ്ധിച്ച അയാൾ മനസ്സിലുറപ്പിച്ചു; നസീറിന്റെ പടമല്ലേ കാണണം.

ഇതേ സമയത്ത്, തന്റെ വീടിന്റെ തിണ്ണയിലിരുന്ന്, ലീലാമ്മ നീട്ടിയ, കുരുമുളകും ഉപ്പും ചേർത്ത വാട്ടിയ കോഴിമുട്ട വായിലേക്കൊഴിക്കുകയായിരുന്നു മലയിക്കാരൻ. വിളംബരത്തിനു കാതുകൊടുത്ത അയാൾ ഒരു തീരുമാനമെടുത്തു; സത്യന്റെ പടമല്ലേ കാണണം.

വൈകുന്നേരത്തെ ഷോ കാണാൻ ഇരുവരും മണ്ണിൽ ടാക്കീസിലെത്തി. ടിക്കറ്റെടുക്കാനുള്ള നീണ്ട വരിയുടെ മുന്നിൽ നിന്ന മലയിക്കാരൻ, അല്പം പിന്നിലായി നിന്ന സിംപ്ലനെ ഇടയ്ക്കിടെ നോക്കുന്നതു കണ്ടപ്പോൾ മറ്റുള്ളവർക്ക് ഒരടി മണത്തു. പക്ഷേ, ഒന്നും സംഭവിച്ചില്ല. ടാക്കീസിനുള്ളിൽ രണ്ടു കോണുകളിലാണ് മലയിക്കാരനും സിംപ്ലനും ഇരിപ്പിടം കണ്ടെത്തിയത്. ടാക്കീസിനുള്ളിൽ ഇരുവരും ഏറ്റുമുട്ടുമോ എന്ന് ഗോവിന്ദപ്പിള്ളയും ചൂപ്പി ശശിയുമൊക്കെ ആശങ്കപ്പെട്ടുവെങ്കിലും ഒന്നും നടന്നില്ല.

സിനിമ കഴിഞ്ഞു. ആളുകൾ പുറത്തേക്കിറങ്ങി. നസീറിനും സത്യനും തുല്യപ്രധാനമായ വേഷങ്ങളുള്ള സിനിമയായിരുന്നെങ്കിലും നസീറിന്റേത് അല്പം വില്ലൻ ചുവയുള്ള കഥാപാത്രമായിരുന്നു. എങ്കിലും രണ്ടു പേരുടെയും ആരാധകരേയും സിനിമ തൃപ്തിപ്പെടുത്തി.

സിംപ്ലൻ ഒടുവിലാണ് പുറത്തിറങ്ങിയത്. അവൻ ഗേറ്റിനടുത്തേക്കു നടന്നതും അതാ ഗേറ്റിന്റെ തൂണിൽ ഒരു കാൽ ചവിട്ടി, കപ്പലണ്ടിയും കൊറിച്ചുകൊണ്ട്, ആരെയോ കാത്തു നിൽക്കുന്ന മലയിക്കാരൻ! സിംപ്ലന്റെ ഉള്ളൊന്നു കിടുങ്ങി. എങ്കിലും ധൈര്യം സംഭരിച്ച് അവൻ മുന്നോട്ടു നടന്നു. ഇപ്പോൾ അടി പൊട്ടും എന്നുതന്നെ എല്ലാവരും കരുതി. സിംപ്ലനും മലയിക്കാരനും മുഖാമുഖമെത്തി. അവർക്കു ചുറ്റും ഉൽക്കണ്ഠയോടെ ആളുകൾ കൂടി. ഇരുവരും കുറച്ചുനേരം നോക്കി നിന്നു. എന്തും സംഭവിക്കാവുന്ന നിമിഷങ്ങൾ. എന്തെങ്കിലും സംഭവിച്ചാൽ ഉടനടി ഇടപെടാൻ സജ്ജരായി നിൽക്കുകയാണ് കാണികൾ. എന്നാൽ, എല്ലാവരേയും അതിശയിപ്പിച്ചുകൊണ്ട് മെല്ലെ മെല്ലെ ഇരുവരുടെയും മുഖത്ത് ചെറുചിരി വിടരാൻ തുടങ്ങി. തൂണിൽ ചവിട്ടിയിരുന്ന കാൽ താഴ്ത്തിയ മലയിക്കാരൻ, സിംപ്ലനടുത്തേക്ക് നടന്നു വന്നിട്ട് കൈയിലിരുന്ന കപ്പലണ്ടിപ്പൊതി നീട്ടി. ഒരു നിമിഷം ശങ്കിച്ചു നിന്നശേഷം, പൊതിക്കുള്ളിൽ കൈയിട്ട് ഒരു പിടി കപ്പലണ്ടി വാരിയെടുത്ത് സിംപ്ലൻ കൊറിച്ചു തുടങ്ങി. പെട്ടെന്ന് മലയിക്കാരൻ, സിംപ്ലനെ ചേർത്തു പിടിച്ചു. ജനക്കൂട്ടം ആഹ്ലാദാതിരേകത്താൽ ആർപ്പുവിളിച്ചു. അപ്പോൾ, അടുത്ത ഷോയ്ക്കു മുന്നോടിയായുള്ള ഗാനം കേട്ടു തുടങ്ങി:

"പോനാൽ പോകട്ടും പോടാ
ഇന്ത പൂമിയിൽ നിലൈയ്യാ
വാഴ്ന്തവർ യാരടാ ....."

കുമാരസംഭവം

കുടയാൽമുകളിലെ നേശയ്യൻനാടാരുടെ ചെറുമകൻ കുമാരദാസ് സിനിമാനടനായി! വാർത്ത കേട്ട ആലിൻപുറത്തെ നാട്ടുകാരിൽ ചിലർ അവിശ്വസിച്ചു. ചിലർ അതിശയപ്പെട്ടു. ചിലർ അസൂയപ്പെട്ടു. കാഴ്ചയ്ക്ക് തീരെ വിരൂപനല്ലെങ്കിലും ഒരു സിനിമാനടനാകാൻ വേണ്ട ഗുണഗണങ്ങൾ കുമാരദാസിനുണ്ടോ എന്ന കാര്യത്തിൽ അവരിൽ പലർക്കും സന്ദേഹമുണ്ടായിരുന്നു. കഷ്ടിച്ച് അഞ്ചടി പൊക്കവും ഇരുണ്ട നിറവും ഉന്തിയ പല്ലുമുള്ളവനെ ആരെങ്കിലും സിനിമയിൽ അഭിനയിപ്പിക്കുമോ? അവർ ന്യായമായും സംശയിച്ചു. പക്ഷേ, ഒരു നട്ടുച്ചയ്ക്ക്, തിളക്കമുള്ള ചുവന്ന ജൂബയുമിട്ട് റാലി സൈക്കിളിൽ പഞ്ചാപകേശൻപിള്ളയുടെ ചായക്കടയുടെ മുന്നിൽ വന്നിറങ്ങിയ കുമാരദാസ് തന്നെ ഉറക്കെ പ്രഖ്യാപിച്ചു:

"ഞാൻ സിനിമേലഭിനയിച്ചു."

"ഏത് പടം?"

അതിശയത്താൽ കണ്ണു മിഴിച്ചും, ബെഞ്ചിൽ നിന്ന് ആസനമുയർത്തിയും ചക്രക്കണ്ണനും ഇഞ്ചിക്കുന്നനും ഒരുമിച്ചു ചോദിച്ചു. ചോദ്യം കേട്ടിട്ടും അല്പസമയം ഒന്നും മിണ്ടാതെ, അവരിരുവരേയും അവിടെ കൂടി നിന്നവരെ ആകെയും മാറിമാറി നോക്കി, ജൂബയുടെ പോക്കറ്റിൽ നിന്നും ഒരു ബീഡിയെടുത്ത് തീ കൊളുത്തി, പുകയൂതിവിട്ടശേഷം തൊണ്ട ശരിയാക്കിക്കൊണ്ട് കുമാരദാസ് പറഞ്ഞു:

"*കുമാരസംഭവം*"

"അപ്പം നീ തന്നേ നായകൻ?"

ചോദ്യകർത്താവായ ബാർബർ കുട്ടനെ രൂക്ഷമായൊന്നു നോക്കിയിട്ട് കുമാരദാസ് പറഞ്ഞു:

"ഞാനൊന്നുമല്ല. ജെമിനി ഗണേശനാണ് നായകൻ."

"എന്തരാണ് കത?"

പഞ്ചാപകേശപത്നി ഭാഗീരഥിയമ്മ ചായക്കട വാതിലിലൂടെ തല മാത്രം പുറത്തിട്ട് ജിജ്ഞാസുവായി.

"കതയൊന്നും വെളീ വിടല്ലെന്നാണ് കമ്പനി നെയമം. എന്നാലും പറയാം. പുരാണ കതയാണ്."

അത്രയും പറഞ്ഞ്, കൂടി നിന്നവരെ ആകാംക്ഷയിലേക്ക് തള്ളിവിട്ടശേഷം കുമാരദാസ് റാലിയുടെ സ്റ്റാൻഡ് നീക്കി.

'പുരാണമാണെങ്കി എവന് വല്ല ഹനുമാന്റെ വേഷവുമായിരിക്കു'മെന്ന് ഇഞ്ചിക്കുന്നൻ ആത്മഗതം ചെയ്തു.

കണ്ണിൽനിന്നും ആ റാലി സൈക്കിൾ മറയുന്നതുവരെ, ചായക്കടയിൽ നിന്നവരെല്ലാം നെടുവീർപ്പുതിർത്തുകൊണ്ടു നോക്കി നിന്നു. അവരുടെയെല്ലാം മനസ്സിൽ അപ്പോൾ ഒരൊറ്റ ചോദ്യമാണ് മുഴങ്ങി നിന്നത് - എവനെങ്ങനെ സിനിമേല് കേറിപ്പറ്റി?

മെരിലാൻഡ് സ്റ്റുഡിയോയിലെ തോട്ടക്കാരനായ നേശയ്യൻനാടാർക്ക് പെൺമക്കൾ മൂന്ന് - ലളിത, പത്മിനി, രാഗിണി. സിനിമാ സ്റ്റുഡിയോയിൽ ജോലിക്കാരനായതിനാലും ട്രാവൻകൂർ സിസ്റ്റേഴ്സിന്റെ ആരാധകനായതിനുമാലാണ് അയാൾ മക്കൾക്ക് ആ പേരുകൾ തന്നെ നൽകിയത്. ഇതിൽ ലളിതയുടെ മൂത്ത മകനാണ് കുമാരദാസ്. അവന് ഒരു വയസ്സാകുന്നതിനു മുമ്പുതന്നെ അവന്റെ അച്ഛൻ ജ്ഞാനദാസ് നാട്ടിൽ നിന്ന് എങ്ങോ അപ്രത്യക്ഷനായി. വീട്ടുജോലിക്കും കൃഷിപ്പണിക്കുമൊക്കെ പോയാണ് ലളിത പിന്നീട് മകനെ വളർത്തിയത്. കഷ്ടപ്പെട്ടാണ് ജീവിതം തള്ളിനീക്കുന്നതെങ്കിലും അത് നാട്ടുകാരറിയുന്നത് അവൾക്ക് നാണക്കേടാണ്. അതുകൊണ്ട് എപ്പോഴും നല്ല രീതിയിൽ വസ്ത്രധാരണം ചെയ്യാനും ഒരുങ്ങി നടക്കാനും അവൾ ശ്രദ്ധിച്ചിരുന്നു. മകനെ ഒരല്ലലുമില്ലാതെയാണ് താൻ വളർത്തുന്നതെന്ന് നാട്ടുകാരെ ബോധിപ്പിക്കണമെന്നും അവൾക്ക് നിർബന്ധമായിരുന്നു. പണ്ട്, കുമാരദാസിന് എട്ടോ പത്തോ വയസ്സുള്ളപ്പോൾ, രാവിലെ പണിക്കു പോകാൻ വേണ്ടി വീട്ടിൽ നിന്നിറങ്ങുന്ന ലളിത എന്നും വീടിനു താഴെയുള്ള ഇടവഴിയിലെത്തുമ്പോൾ പരിസരവാസികൾ കേൾക്കാൻവേണ്ടി ഉറക്കെ വിളിച്ചു പറയുമായിരുന്നു:

"മക്കളേ കുമാരാ, മേശപ്പെറത്തിരിക്കണ ഹാർളിസ്സെടുത്ത് കുടിക്കാൻ മറക്കല്ലേ?"

ജോലിക്കു പോകുന്ന ഏതോ ജന്മിയുടെ വീട്ടിലെ കുട്ടികൾ ഹോർ

ളിക്സ് കലക്കിയ പാൽ കുടിക്കുന്നത് ലളിത കണ്ടിട്ടുണ്ട്. ആ വിശിഷ്ട പാനീയം സ്വന്തം മകന് കൊടുക്കണമെന്ന് അവൾക്കും ആഗ്രഹമുണ്ട്. പക്ഷേ, പാങ്ങില്ല. ആ ആഗ്രഹം അവൾ സാക്ഷാൽക്കരിക്കുന്നത് എന്നും രാവിലെ ഇടവഴിയിൽ ഇറങ്ങിനിന്നുള്ള ഈ ഉച്ചത്തിലുള്ള വിളിച്ചു പറയലിലൂടെയാണ്. എന്നുമുള്ള ലളിതയുടെ ഈ തൊള്ളതുറക്കൽ കേൾക്കുന്ന അയൽവീട്ടിലെ പെണ്ണുങ്ങൾ അസൂയ സഹിക്കാനാകാതെ ചിറികോട്ടി അവളെയൊന്നു നോക്കിയിട്ട് 'ഹും! അവളമ്മേരെ ഹാർളിസ്' എന്നു പിറുപിറുത്തുകൊണ്ട് തല വെട്ടിത്തിരിച്ച് വീടിനകത്തു കയറും. പെണ്ണുങ്ങളുടെ ഈ പ്രതികരണം കാണുന്നത് തന്നെ ലളിതയ്ക്ക് ആത്മനിർവൃതിയാണ്. എന്നാൽ, ഈ സമയം, ഒരു പിഞ്ഞാണത്തിലെ ചുട്ട മരച്ചീനിയുടേയും ഒരു ഗ്ലാസ് കാഞ്ഞ വെള്ളത്തിന്റെയും മുന്നിലായിരിക്കും പാവം കുമാരദാസ്! മറക്കാതെ കഴിക്കാൻ അമ്മ എന്നും തന്നോടു വിളിച്ചു പറയുന്ന ഹോർളിക്സ് എന്ന സാധനം എങ്ങനെയിരിക്കുമെന്നു പോലും അവനു നിശ്ചയമില്ല!

ഒരു ദിവസം പതിവുപോലെ ഇടവഴിയിൽ നിന്ന് ലളിത, മകനെ വിളിച്ച് ഹോർളിക്സ് കാര്യം ഓർമ്മിപ്പിച്ചു. അന്ന് പ്രാതലിന് ചുട്ട മരച്ചീനി പോലുമില്ലാതെ, പ്ലാറ്റിക്കൊണ്ട് വെറും കാഞ്ഞ വെള്ളംമാത്രം കുടിച്ചുകൊണ്ടിരിക്കുകയായിരുന്നു കുമാരദാസ്. അമ്മയുടെ ഉദ്ബോധനം കേട്ടപ്പോൾ അവന് ദേഷ്യവും സങ്കടവും സഹിക്കാനായില്ല. കലികൊണ്ടു പൊറുതിമുട്ടിയ അവൻ അമ്മയുടെ ഒച്ചയുടെ ഇരട്ടി ഒച്ചയിൽ തിരിച്ച് വിളിച്ചു പറഞ്ഞു:

"എന്നേയ്, ഒരു ഗ്ലാസ് പഴിഞ്ഞി വെള്ളോങ്കിലും ഇത്തിരി വച്ചിറ്റ് പോയീൻ ....."

ലളിത മാത്രമല്ല, പ്രദേശവാസികളാകെ കുമാരദാസിന്റെ ആ ദയനീയ സ്വരം കേട്ടു. കൂട്ടച്ചിരിയും കൂക്കുവിളികളുമുയർന്നു. അന്നത്തോടെ അവളുടെ പ്രഭാതോദ്ബോധനം അവസാനിച്ചു.

നാലാം ക്ലാസ് വരെ മാത്രമേ കുമാരദാസ് പള്ളിക്കൂടത്തിൽ പോയുള്ളൂ. നാലാം ക്ലാസ് പഠനം നാലാം വർഷത്തിലേക്കു കടന്നപ്പോൾ സ്കൂൾ ഹെഡ്മാസ്റ്റർ തന്നെ പഠനം അവസാനിപ്പിക്കാൻ മുൻകൈയെടുത്തു.

"ഇനീം പഠിക്കാൻ വന്നിട്ട് ഒരു കാര്യോമില്ല കുമാരാ. വല്ല വേലയ്ക്കും പോണതാണ് നിനക്കും ഞങ്ങക്കും നല്ലത്."

അദ്ദേഹം ശിഷ്യനെ അനുഗ്രഹിച്ചു.

അങ്ങനെ, പഠനം മതിയാക്കിയ മോനെ എന്തു ജോലിക്കു വിടണമെന്നറിയാതെ അങ്കലാപ്പിലായ ലളിതയോടു നേശയ്യൻനാടാരാണ് മെരിലാൻഡ് സ്റ്റുഡിയോയിലെ ജോലിക്കാര്യം പറഞ്ഞത്. അറുപതു

വയസ്സ് കഴിഞ്ഞ അയാൾക്ക് ജോലി ചെയ്യാനുള്ള ആവതില്ലാതായി വരികയാണ്. അയാൾ സുബ്രഹ്മണ്യം മുതലാളിയോടു കാര്യം പറഞ്ഞു:

"എന്റെ ഒഴിവിൽ ചെറുമോനെ ജോലിക്കു വയ്ക്കാൻ ദയവൊണ്ടാവണം."

മുതലാളി സമ്മതംമൂളി. കുമാരദാസ് മെരിലാൻഡിൽ പ്രവേശിച്ചു. അപ്പൂപ്പന്റെ പിൻഗാമിയായി തോട്ടക്കാരനായാണ് തുടങ്ങിയതെങ്കിലും അധികം വൈകാതെ തന്നെ അവൻ സ്റ്റുഡിയോയിലെ സെറ്റ് സഹായിയായി മാറി. സ്റ്റുഡിയോയ്ക്കുള്ളിൽ പ്രവേശിച്ചതോടെ താൻ ഏതോ മായാലോകത്തിൽ ചെന്നുപെട്ടതായി അവനു തോന്നി. വെള്ളിത്തിരയിൽ മാത്രം കണ്ടിരുന്ന താരങ്ങളെ അടുത്തു കണ്ടതും, അവർക്ക് കിട്ടുന്ന ബഹുമാനവും പരിഗണനകളുമൊക്കെ മനസ്സിൽ പ്രലോഭനത്തിന്റെ വെഞ്ചാമരം വീശി. സിനിമയിലഭിനയിക്കണമെന്ന മോഹം കലശലായി. സ്റ്റുഡിയോയിലെ പണിക്കാരിൽ പലർക്കും പല സിനിമകളിലും മുതലാളി അവസരങ്ങൾ നൽകാറുണ്ടെന്നത് അവന് പ്രതീക്ഷ നൽകി. അങ്ങനെയിരിക്കേയാണ് *കുമാരസംഭവ*ത്തിന്റെ ചിത്രീകരണം തുടങ്ങിയത്. മുതലാളി തന്നെയാണ് പടത്തിന്റെ സംവിധായകൻ. ജെമിനി ഗണേശനും പത്മിനിയും കൊട്ടാരക്കരയും ബേബിശ്രീദേവിയും തിക്കുറിശ്ശിയുമൊക്കെയാണ് അഭിനയിക്കുന്നത്.

ഷൂട്ടിങ്ങിന്റെ മൂന്നാം ദിവസം. സ്റ്റുഡിയോയിൽ കൈലാസത്തിന്റെ സെറ്റൊരുക്കം ധൃതഗതിയിൽ പുരോഗമിക്കുകയാണ്. ഹിമാലയത്തിലെ മഞ്ഞുപാളികളെന്നു തോന്നിപ്പിക്കാനുള്ള പഞ്ഞിക്കെട്ടുകൾ അവിടവിടെ ഒട്ടിച്ചു ചേർക്കുന്ന ജോലിയിൽ വ്യാപൃതനാണ് കുമാരദാസ്. അപ്പോഴാണ് സ്റ്റുഡിയോ ഫ്ലോർ മാനേജർ ഷൺമുഖൻ അവിടേക്കു വന്നത്.

"ഡേയ്, കുമാരാ നെനക്ക് പടത്തിലൊരു റോളുണ്ടെന്ന്. പോയി മൊതലാളിയെ കാണ്."

ആനന്ദക്കൊടുമുടിയിലേറിയ കുമാരൻ, മുതലാളിയുടെ അടുത്തേക്കോടി. മുതലാളി അവനെ മേക്കപ്പ്മാൻ ചെല്ലപ്പയുടെ അടുത്തേക്കു പറഞ്ഞു വിട്ടു. അങ്ങനെ കുമാരദാസ് സിനിമാനടനായി.

മകൻ സിനിമയിലഭിനയിച്ച കാര്യം അറിഞ്ഞതോടെ ലളിതയുടെ മട്ടും ഭാവവും മാറി. ഇന്നല്ലെങ്കിൽ നാളെ അവനൊരു സത്യനോ നസീറോ ആയിത്തീരും എന്നുതന്നെ അവളുറപ്പിച്ചു. സിനിമാനടന്റെ മാതാവ് എന്ന ഗമയിലായി പിന്നീട് അവളുടെ നടപ്പ്. ഇതിനിടയിൽ, കുമാരദാസിന്റെ സിനിമാ പ്രവേശത്തിനെ സംശയദൃഷ്ടിയോടെ വീക്ഷിച്ചിരുന്ന നാട്ടുകാരുടെ സന്ദേഹങ്ങൾക്ക് വിരാമമിടാൻ പോന്നൊരു കാര്യവുമുണ്ടായി. *താരാപഥം* സിനിമാ മാസികയിൽ *കുമാരസംഭവ*ത്തിന്റെ ഷൂട്ടിങ് വിശേഷങ്ങൾക്കൊപ്പം സിനിമയുടെ അണിയറ ശില്പികളെയെ

ല്ലാം ചേർത്തു നിർത്തിക്കൊണ്ടുള്ള ഒരു ഗ്രൂപ്പ് ഫോട്ടോയുമുണ്ടായിരുന്നു. അതിൽ ജമിനി ഗണേശനു പിന്നിലായി മൂന്നാമത്തെ വരിയിൽ കുമാരദാസ് സുസ്മേരവദനനായി നിന്നിരുന്നു! മാസികയുടെ മൂന്നാലു കോപ്പി വാങ്ങി അവൻ പഞ്ചാപകേശൻപിള്ളയുടെ ചായക്കടയിലും കുട്ടന്റെ ബാർബർ ഷോപ്പിലുമിട്ടു. സന്ദേഹികളായ നാട്ടുകാർക്ക് ഇനിയെങ്കിലും വിശ്വാസമാകട്ടെ.

ഇരുപത്തഞ്ചു വയസ്സ് പിന്നിട്ട മകനെ പെണ്ണുകെട്ടിക്കാനുള്ള സുവർണ്ണാവസരമാണിതെന്ന് ലളിത തിരിച്ചറിഞ്ഞു. സിനിമാനടനും മെരിലാൻഡ് സ്റ്റുഡിയോയിൽ ജീവനക്കാരനുമായ യുവാവിന് ഭേദപ്പെട്ട വീട്ടിലെ പെണ്ണിനെത്തന്നെ കിട്ടുമെന്ന കാര്യത്തിൽ തർക്കമില്ല. കാര്യങ്ങൾ ദ്രുതഗതിയിലായി. അങ്ങനെ കാഞ്ഞിരംകുളത്തുകാരി ഷീലാമണിയെ പെണ്ണുകാണാൻ പോയി. *താരാപഥ*ത്തിന്റെ ഒരു കോപ്പി പെണ്ണിന്റെ വീട്ടുകാർക്ക് നൽകാൻ കുമാരദാസ് മറന്നില്ല. നസീറിനേയും മധുവിനേയുമൊക്കെ ആരാധിച്ചു നടന്ന ഷീലാമണിക്ക് അവരുടെ ചന്തമൊന്നും കുമാരദാസിൽ ദർശിക്കാനായില്ലെങ്കിലും ജീവിതത്തിലാദ്യമായി ഒരു സിനിമാനടനെ ഉയിരോടെ കണ്ടതിൽ രോമാഞ്ചമുണ്ടായി. അവൾ കല്യാണത്തിന് സമ്മതം മൂളി.

കല്യാണം കെങ്കേമമായിത്തന്നെ നടന്നു. ഇതെല്ലാം കണ്ട്, ഇനിയും സന്ദേഹം വിട്ടുമാറാത്ത ചില നാട്ടുകാർ അസൂയയോടെ മൂക്കത്തു വിരൽ വച്ചുകൊണ്ടു പിറുപിറുത്തു: "എന്നാലും എവനെങ്ങനെ സിനിമാ നടനായി?"

കുമാരദാസിന്റേയും ഷീലാമണിയുടെയും മധുവിധുനാളുകൾ കഷ്ടിച്ച് ഒരു മാസം പിന്നിട്ടപ്പോഴേക്കും ക്രിസ്തുമസ് ദിനത്തിൽ തിരുവനന്തപുരത്തെ ന്യൂ തീയേറ്ററിൽ *കുമാരസംഭവം* റിലീസായി.

"ആദ്യ ദെവസത്തെ ആദ്യ കളി തന്നെ നമക്ക് കാണണം."

ഷീലാമണി കുമാരദാസിനോടു പറഞ്ഞു.

"ആദ്യത്തെ ദെവസോക്കെ ഫയങ്കര ആളായിരിക്കും. രണ്ടു ദെവസം കഴിയട്ട്."

വളരെ ലാഘവത്തോടെയായിരുന്നു നവവരന്റെ മറുപടി.

"നിങ്ങളഭിനയിച്ചതല്ലേ? ടിക്കറ്റെടുക്കാതെ കാണാൻ പറ്റൂലേ?"

നവവധു സംശയിച്ചു.

"കമ്പനീല് ചോതിച്ചു നോക്കാം."

ഇതും പറഞ്ഞ് കുമാരദാസ് വരാന്തയിലേക്കിറങ്ങി. മുറ്റത്തേക്ക് കാലും നീട്ടി വരാന്തയുടെ പടിയിലിരുന്ന് ഓലയ്ക്കാൽ ഊർന്ന് ഈർക്കിലെടുത്തു കൊണ്ടിരിക്കുകയായിരുന്ന ലളിത മകനോടു പറഞ്ഞു:

"മക്കളേ, നിങ്ങള് സിനിമയ്ക്ക് പോണെങ്കി എന്നെക്കൂടെ കൊണ്ടു പോണേ."

അമ്മയെ നോക്കി ഒന്നു തല കുലുക്കി, അയയിൽ കിടന്ന തോർത്തു മെടുത്ത് തോളിലിട്ട് കുമാരദാസ് പുന്നച്ചിറക്കുളത്തിലേക്കു നടന്നു. ഷീലാമണിയും ലളിതയും പുരികം ചുളിച്ചുകൊണ്ട് അവനെത്തന്നെ നോക്കി നിന്നു.

അന്നു വൈകിട്ടോടെ ഒരു ചൂടുള്ള വാർത്ത കാട്ടുതീപോലെ ആലിൻ പുറത്താകെ പടർന്നു. കേട്ടവർ കേട്ടവർ ആദ്യം മൂക്കത്തു വിരൽ വച്ചു. പിന്നെ പൊട്ടിച്ചിരിച്ചു. വാർത്ത ഇതായിരുന്നു; കുമാരദാസ് *കുമാരസംഭവ*ത്തിൽ അഭിനയിച്ചിട്ടില്ല!

നഗരത്തിലെ ഓഫീസുകളിൽ ജോലി ചെയ്യുന്ന സർക്കാർ ഉദ്യോഗസ്ഥർക്ക് അവരവരുടെ വീടുകളിൽനിന്നും ഉച്ചയൂണെടുത്ത് ഓഫീസുകളിൽ കൃത്യമായി എത്തിച്ചുകൊടുക്കുന്ന ചോറ് മോഹനനാണ് ആ വാർത്ത ആലിൻപുറത്തെത്തിച്ചത്. ഊണ് വിതരണം പൂർത്തിയാക്കിയ ശേഷം മോഹനൻ ന്യൂ തീയേറ്ററിൽ മാറ്റിനിക്ക് കയറുകയായിരുന്നു. കുമാരദാസ് അഭിനയിച്ച സിനിമയാണെന്നറിയാമെന്നതുകൊണ്ട് ഒരു നിമിഷംപോലും കണ്ണുചിമ്മാതെയാണ് മോഹനൻ സിനിമ കണ്ടത്. പക്ഷേ, കുമാരദാസിന്റെ നിഴൽ പോലും സ്ക്രീനിലെങ്ങും കണ്ടുപിടിക്കാൻ ചോറ് മോഹനന് കഴിഞ്ഞില്ല. പടം തീർന്നയുടനേ അയാൾ അന്തം വിട്ട് സൈക്കിൾ ചവിട്ടി ആലിൻപുറം കവലയിലെത്തി, അവിടെ കൂടി നിന്നവരോട് താൻ കണ്ടെത്തിയ ആ മഹാരഹസ്യം വിളിച്ചു പറയുകയായിരുന്നു: "*കുമാരസംഭവ*ത്തിൽ കുമാരനില്ല!"

വാർത്ത കുമാരദാസിന്റെ വീട്ടിലുമെത്തി. ലളിത താടിക്ക് കൈയും കൊടുത്ത് ചിന്താമൂകയായി വീടിന്റെ തിണ്ണയിലിരുന്നു. ഷീലാമണി നെഞ്ചിലിടിച്ച് നിലവിളിച്ചുകൊണ്ട് കിടപ്പുമുറിയിലേക്കു കയറി കട്ടിലിലേക്കു കമിഴ്ന്നു. എന്നാൽ, കുമാരദാസ് കുലുങ്ങിയില്ല. അവൻ അമ്മയേയും ഭാര്യയേയും മാറി മാറി ആശ്വസിപ്പിച്ചു:

"നാട്ടുകാര് എരപ്പാളികൾ ചുമ്മാ പറയണതാണ്. അഫിനയിച്ച എനിക്കറിഞ്ഞൂടേ ഞാനതിലൊണ്ടെന്ന്."

"ഇനിയിപ്പം പടത്തിന് നീളം കൂടിപ്പോയതോണ്ട് അവര് മുറിച്ചു കളഞ്ഞതായിരിക്കോ?"

വാർത്തയറിഞ്ഞെത്തിയ നേശയ്യൻനാടാർ സംശയം പ്രകടിപ്പിച്ചു.

"അങ്ങനെ ചുമ്മാ മുറിക്കാനൊന്നും പറ്റൂല. എന്റെ റോളില്ലാതെ സിനിമേരെ കത ശരിയാവൂല."

ഉറച്ച ആത്മവിശ്വാസത്തിലായിരുന്നു കുമാരദാസ്.

"എങ്കി നാളത്തനെ എന്നെ സിനിമ കാണിക്കണം."

മൂക്കിൽ നിന്നിറ്റിറങ്ങിയ കരച്ചിലിന്റെ ബാക്കിപത്രത്തെ അകത്തേക്കുതന്നെ വലിച്ചുകേറ്റിക്കൊണ്ട് ഷീലാമണി ഉറച്ച സ്വരത്തിൽ പറഞ്ഞു.

പിറ്റേന്ന്, മോണിങ് ഷോ കാണാൻ കുമാരദാസും ഷീലാമണിയും ലളിതയും ന്യൂ തീയേറ്ററിലെത്തി. ഓരോ രംഗവും അതിസൂക്ഷ്മമായിത്തന്നെ ഷീലാമണി നിരീക്ഷിക്കുന്നുണ്ട്. ഏതാണ്ട് ഒരു മണിക്കൂർ പിന്നിട്ടപ്പോൾ, കസേരയിൽ ചടഞ്ഞിരിക്കുകയായിരുന്ന കുമാരദാസ് പെട്ടെന്ന് ഞെട്ടിപ്പിടഞ്ഞ് നിവർന്നിരുന്നുകൊണ്ട് ആവേശത്തോടെ സ്ക്രീനിൽ കൈ ചൂണ്ടി വിളിച്ചു പറഞ്ഞു:

"കണ്ടാ കണ്ടാ... ശിവന്റെ അട്ത്ത് നിക്കണത്.... ലോണ്ടെ അത് ... ദാ അത് ... അതാണ് ഞാൻ."

'എവിടെ ... എവിടെ..' എന്ന് ചോദിച്ചുകൊണ്ട് ഷീലാമണിയുടേയും ലളിതയുടേയും കണ്ണുകൾ വെള്ളിത്തിരയിലെങ്ങും തിക്കിത്തിരക്കി. ഞൊടിയിടയിൽത്തന്നെ അവർ അത് കണ്ടെത്തി. അവരിരുവരുടെയും കണ്ണുകൾ തള്ളി. വായകൾ തുറന്നു. കുമാരദാസ് കൈ ചൂണ്ടിയിടത്ത് നിൽക്കുന്നത് കാളത്തലയുള്ള ഒരു രൂപം!

"അയ്യേ അതൊരു കാളയല്ലേ!"

ഷീലാമണിയുടെ പ്രതികരണം ഉറക്കെയായിരുന്നു.

"എടീ മൊഖം മാത്രേ കാളേരതായിട്ടൊള്ളൂ. ബാക്കി ദേഹോക്കെ എന്റതാണ്. നീ സൂക്ഷിച്ച് നോക്ക്യാണ്."

പക്ഷേ, കലികയറിയ ഷീലാമണി സൂക്ഷിച്ചു നോക്കിയത് വെള്ളിത്തിരയിലേക്കായിരുന്നില്ല; കുമാരദാസിന്റെ മുഖത്തേക്കാണ്. അവൾ പല്ലു ഞെരിച്ചുകൊണ്ട് കസേരയിൽ നിന്ന് ചാടിയെണീറ്റ് പുറത്തേക്കു നടന്നു. എന്താണു സംഭവിക്കുന്നതെന്നറിയാതെ ഒരു നിമിഷം പകച്ചു പോയെങ്കിലും കാര്യം തിരിച്ചറിഞ്ഞപ്പോൾ അവളുടെ ഭർത്താവും അമ്മായിയും 'നില്ല് .. നില്ല്' എന്നു പറഞ്ഞുകൊണ്ട് അവളുടെ പിന്നാലെ ഇരുട്ടിലൂടെ തപ്പിത്തടഞ്ഞ് നടന്നു.

വീടെത്തുന്നതുവരെ അവളൊന്നും ഉരിയാടിയില്ല. കടന്നൽ കൊട്ടി വീർത്തതുപോലെയായിരുന്നു മുഖം.

"ആദ്യത്തെ പടമായതോണ്ടാണ്.. അടുത്തേന് നല്ല റോള് തരാന്ന് മൊതലാളി പറഞ്ഞിറ്റൊണ്ട്."

തല ചൊറിഞ്ഞുകൊണ്ട് കുമാരദാസ് അവളോട് ആശ്വാസവാക്കുകൾ പറഞ്ഞുനോക്കി.

"എടീ പെണ്ണേ." ലളിത മരുമകളെ ആശ്വസിപ്പിക്കാൻ ശ്രമിച്ചു.

"അടുത്ത പടത്തില് നീ നോക്കിക്കോ അവന്റെ മൊകവും കാണിക്കും. നീ കലവിക്കാതെ."

ലളിതയും അനുരഞ്ജന വാക്കുകൾ പറഞ്ഞ് മരുമകളെ തണുപ്പിക്കാൻ നോക്കി. എന്നാൽ അതിലൊന്നും ഷീലാമണി വീണില്ല. അവളുടെ മുഖം കൂടുതൽ കനത്തു. ചവിട്ടിത്തൊഴിച്ചുകൊണ്ട് അവൾ വീടിന്റെ പടിക്കെട്ടുകൾ കയറി, കിടപ്പുമുറിയിലേക്കു കടന്നു. എന്തു ചെയ്യണമെന്നറിയാതെ അമ്മയും മകനും മുഖത്തോടു മുഖം നോക്കി. കുമാരദാസിന് മുറിക്കകത്തേക്ക് കയറണമെന്നുണ്ടെങ്കിലും കാലിനൊരു വിറയൽ. അകത്ത് എന്തൊക്കെയോ വാരിവലിച്ചിടുന്നതിന്റെ ഒച്ചയും ബഹളവും കേൾക്കുന്നുണ്ട്. ഏറെത്താമസിയാതെ തന്നെ ഷീലാമണി വാതിൽക്കൽ പ്രത്യക്ഷയായി. അവളുടെ വലതുകൈയിൽ ഒരു പച്ച ട്രങ്ക് പെട്ടി!

"എന്നെ വീട്ടിക്കൊണ്ടാക്കണം."

അവളുടെ സ്വരം ഉറച്ചതായിരുന്നു. അതുകേട്ട് ഞെട്ടിയ അമ്മയും മകനും പരസ്പരം നോക്കി.

".. ഇല്ലെങ്കി നിങ്ങളെ പേരും എഴുതി വച്ചിറ്റ് ഞാൻ തൂങ്ങിച്ചാവും."

അവളുടെ സ്വരം കൂടുതൽ കടുത്തതായിരുന്നു. സമവായസാധ്യതകൾ അടഞ്ഞുവെന്ന് അമ്മയും മകനും തിരിച്ചറിഞ്ഞു. അമ്മ മകനെ നോക്കി തലയാട്ടി. മകൻ വീടിനു പുറത്തേക്കു നടന്നു. പിന്നാലെ ഷീലാമണിയും.

ഏലാവരമ്പിലേക്കിറങ്ങി ആ നവദമ്പതികൾ ആലിൻപുറം കവല ലക്ഷ്യമാക്കി നടന്നു. അപ്പോൾ, മാറത്തടക്കിപ്പിടിച്ചൊരു കൈക്കുഞ്ഞുമായി ഒരു പെൺകുട്ടി ആലിൻ പുറംകവലയിലെ പഞ്ചാപകേശൻപിള്ളയുടെ ചായക്കട ലക്ഷ്യമാക്കി നടന്നു വരികയായിരുന്നു. പരിക്ഷീണയായ ആ പെൺകുട്ടിയെ കവലയിലെ ജനാവലി അതിശയമിഴികളോടെ നോക്കി. ഒരു കാലത്ത് അവരിൽ പലരുടെയും ഉറക്കം കെടുത്തിയിരുന്ന ആ സുന്ദരാംഗിയുടെ ഇന്നത്തെ രൂപപരിണാമം അവിശ്വസനീയം തന്നെയായിരുന്നു. അവർ നെടുവീർപ്പിട്ട്, താടിക്ക് കൈയും കൊടുത്തുകൊണ്ടു മെല്ലെ പറഞ്ഞു:

"എങ്കിലും എന്റെ വാസന്തീ.!"

അനുഭവങ്ങൾ പാളിച്ചകൾ

പുടവകൊട മുഹൂർത്തത്തിനുതന്നെ കാമുകനൊപ്പം ഒളിച്ചോടിപ്പോയി കുടുംബത്തിനാകെ മാനക്കേടുണ്ടാക്കിയ മകൾ രണ്ടര വർഷത്തിനു ശേഷം ഇടുപ്പിലൊരു കൊച്ചിനേയുമെടുത്തുകൊണ്ടു മടങ്ങിവന്നപ്പോൾ അവളെ സ്വീകരിക്കാനുള്ള വിശാലമനസ്കതയൊന്നും പഞ്ചാപകേശൻ പിള്ളയ്ക്കോ ഭാഗീരഥിയമ്മയ്ക്കോ ഇല്ലായിരുന്നു.

"എന്തരവളേ, ഈ മനയ്ക്കകത്ത് കാല് കുത്തിയാ നിന്റെ കാല് ഞാൻ വെട്ടും."

അവരിരുവരും വാസന്തിയെ നോക്കി അലറി. ആലിൻപുറം കവല കിടുങ്ങി. ആ കഠോര ശബ്ദത്തിന്റെ പ്രഭവകേന്ദ്രത്തിലേക്ക് കവലയിൽ കൂടി നിന്ന ജനാവലി ഒന്നടങ്കം പാഞ്ഞെത്തി. കുറച്ചു കാലം മുമ്പ്, തങ്ങളുടെ ഉറക്കം കെടുത്തിയിരുന്ന സ്വപ്നസുന്ദരിയുടെ ഇപ്പോഴത്തെ കോലം കണ്ട് കൂട്ടത്തിലുണ്ടായിരുന്ന സിംപ്ലൻ ഗോപാലകൃഷ്ണനെപ്പോലെയുള്ള ചെറുപ്പക്കാർ ദീർഘനിശ്വാസമുതിർത്തു.

വാസന്തിയുടെ ഇടുപ്പിലിരുന്ന രണ്ടര വയസ്സുകാരൻ നിലവിളിക്ക് തിരികൊളുത്തിയത് പെട്ടെന്നായിരുന്നു. ചീവീടിന്റേതുപോലെ കാതു തുളച്ചുകയറുന്നതായിരുന്നു ആ ബാലരോദനം. അതുകൂടി കേട്ടതോടെ പഞ്ചാപകേശൻപിള്ളയുടെ പഞ്ചഭൂതമിളകി.

"ഈ കീറാവിനേം എടുത്തോണ്ട് എന്റെ കൺമുന്നീന്ന് പെയ്ക്കോ. ഇല്ലെങ്കി ചൂടുവെള്ളം കോരിയൊഴിക്കും ഞാൻ."

അയാൾ സമോവറിൽ നിന്ന് ചൂടുവെള്ളം എടുക്കാൻ തുടങ്ങി.

"അണ്ണാ നിങ്ങളെന്തരാണീ കാണിക്കണത്. എന്തരായാലും നിങ്ങളെ മോളല്ലേ... ക്ഷമിക്കീൻ."

ഓടിക്കൂടിയ നാട്ടുകാരുടെ ഇടയിൽ നിന്ന് കോപ്പ്ഭാസ്കരൻ അനുരഞ്ജന ശ്രമവുമായി പഞ്ചാപകേശൻപിള്ളയുടെ അടുത്തേക്കു ചെന്നു.

"നീ അവളൂടെ എന്റെ മുമ്പേന്ന് പൂവാൻ പറ."

വലിയൊരു വെങ്കലക്കപ്പിലെടുത്ത ചൂടുവെള്ളവും നീട്ടി, സർവ്വാംഗം വിറച്ചുകൊണ്ട് പഞ്ചാപകേശൻപിള്ള അലറി. കപ്പിൽ നിന്നുയരുന്ന ആവി കണ്ട ഭാസ്കരൻ രണ്ടടി പിന്നോട്ടുവച്ചു.

കുരുക്കിച്ചുമ പിടികൂടിയ ശ്രീദേവനേയുംകൊണ്ട് കുഞ്ഞിരാമൻ വൈദ്യരുടെ വൈദ്യശാലയിൽ പോയി മുള്ളെലിത്തൈലവും വാങ്ങി മടങ്ങി വരികയായിരുന്ന കോപ്പ് വാസുദേവൻ കവലയിലെ ബഹളം കേട്ട് അപ്പോൾ അവിടേക്ക് തിക്കിത്തിരക്കിയെത്തി. ഒപ്പം സായിപ്പ് സഹദേവനും.

"വാസന്തീ, നീയും കൊച്ചും മാത്രേ വന്നൊള്ളൂ? നല്ലരശെവിടെ?"

മർമ്മപ്രധാനമായ ചോദ്യം ചോദിച്ചുകൊണ്ട് സായിപ്പ് സഹദേവൻ മുന്നോട്ടുവന്നു. നല്ല വെളുവെളുത്ത നിറമുള്ളതിനാലാണ് കമ്പൗണ്ടറായ സഹദേവനെ നാട്ടുകാർ സായിപ്പെന്നു വിളിക്കുന്നത്.

"അയാള് എന്നേം കൊച്ചിനേം കളഞ്ഞിറ്റ് വേറൊരുത്തീരുടെ പോയി മാമാ...."

വാസന്തിയുടെ നിലവിളി ഉച്ചസ്ഥായിയിലായി.

"ചെല്ലാ, കരയാതെ എന്തരാണ് നടന്നതെന്ന് പറയീൻ."

ആലിന്റെ മൂട്ടിൽ മരച്ചീനിക്കച്ചവടം നടത്തുന്ന സുന്ദരി നാടാത്തി, ആശ്വസിപ്പിക്കാനെന്നവണ്ണം വാസന്തിയുടെ തോളിൽ തടവിക്കൊണ്ടു പറഞ്ഞു. വാസന്തി അല്പനേരംകൂടി കരഞ്ഞു. ക്രമേണ ക്രമേണ അത് നിലച്ചു. അമ്മയുടെ കരച്ചിൽ ശമിച്ചതോടെ കുഞ്ഞിന്റെ കരച്ചിലിനും വിരാമമായി. അച്ഛനെ ദയനീയമായി നോക്കിക്കൊണ്ട് വാസന്തി മെല്ലെ മെല്ലെ ചായക്കടവരാന്തയുടെ തിണ്ണയിൽ തന്റെ പൃഷ്ഠം പകുതിയുറപ്പിച്ചു. തിണ്ണയിൽ ചാരി വച്ചിരുന്ന ബോർഡിൽ ഒട്ടിച്ചിരുന്ന *അഗ്നിപരീക്ഷ*യുടെ പോസ്റ്ററിലെ സത്യനേയും നസീറിനേയും ഷീലയേയും അവൾ ദയനീയമായി നോക്കി.

തിളച്ച വെള്ളവുമായി നിന്ന പഞ്ചാപകേശൻപിള്ളയോ കലികൊണ്ടു തിളയ്ക്കുന്ന ഭാഗീരഥിയമ്മയോ അപ്പോൾ ഒന്നും മിണ്ടിയില്ല. കീറിത്തുടങ്ങിയ സാരിത്തലപ്പുകൊണ്ട് മുഖമൊപ്പിയ വാസന്തി വരാന്തയുടെ തൂണിലേക്കു ചാരി കണ്ണുകൾ മെല്ലെയടച്ച് ദീർഘനിശ്വാസമുതിർത്തു. കടന്നു പോയ നാളുകൾ അവളുടെയുള്ളിൽ ചലനചിത്രങ്ങളായി. ആകാംക്ഷാഭരിതരായി നിന്ന ആൾക്കൂട്ടത്തിൽ പലർക്കും, സിനിമയിലെ ഫ്ലാ

ഷ്ബാക്കുകൾക്കു മുന്നോടിയായി കാണിക്കാറുള്ള കറങ്ങിക്കൊണ്ടിരിക്കുന്ന ചുഴിയുടെ ദൃശ്യം കൺമുന്നിൽ തെളിഞ്ഞു വരുന്നതായി തോന്നി. വാസന്തിയുടെ കഥയ്ക്കൊപ്പം തങ്ങളുടെ ഭാവനയുടെ നിറച്ചാർത്തുകൂടി നൽകാൻ അവർ ഉത്സാഹഭരിതരായി.....

വെളിക്കിരിക്കാനെന്ന വ്യാജേന, പുടവകൊട മുഹൂർത്തം നോക്കി, വീട്ടുകാരേയും നാട്ടുകാരേയും കബളിപ്പിച്ച് കതിർമണ്ഡപത്തിൽ കയറാതെ കടന്നു കളഞ്ഞ വാസന്തിയേയും കാത്ത് മാമ്പഴക്കുന്നിനു താഴെയുള്ള തെങ്ങിൻ കുട്ടയ്ക്കാലിൽ നല്ലരശുണ്ടായിരുന്നു. ഓടിക്കിതച്ചു വന്ന നവവധുവിനെ കണ്ടതും വലിച്ചുകൊണ്ടിരുന്ന കാജാബീഡി വലിച്ചെറിഞ്ഞ് അയാൾ അവൾക്കു നേരേ കൈ നീട്ടി. പിന്നെ അന്തംവിട്ട ഓട്ടമായിരുന്നു. പ്രധാനവഴികളിലൊന്നും കയറാതെ ഏതൊക്കെയോ പുരയിടങ്ങളിലൂടെയും പണകളിലൂടെയും കുട്ടയ്ക്കാലുകളിലൂടെയും ആരുടെ കണ്ണിലും പെടാതെ പാത്തും പതുങ്ങിയും അവർ പാഞ്ഞു. ആ പാച്ചിൽ അവസാനിച്ചത് പേരൂർക്കട ജങ്ഷനിൽ! അവിടുന്നൊരു ബസ്സിൽ കയറി തമ്പാനൂരെത്തി, ഒരു നാരങ്ങാവെള്ളവും കുടിച്ച്, തീവണ്ടി കയറി നാഗർകോവിലിലിറങ്ങി. ഊണു കഴിഞ്ഞ്, നേരേ നാഗരാജ കോവിലിലെത്തി, നാഗരാജാവിനെ സാക്ഷിയാക്കി, വാസന്തിയുടെ കഴുത്തിൽ നല്ലരശ് ഒരു മഞ്ഞച്ചരട് കെട്ടി. കോവിലിൽ നിന്നിറങ്ങിയ അവർ പിന്നെ കോട്ടാറിലേക്കു നടന്നു. അവിടെയാണ് നല്ലരശിന്റെ വീട്.

"പഴം നീയപ്പാ

ജ്ഞാനപ്പഴം നീയപ്പാ

തമിഴ് ജ്ഞാനപ്പഴം നീയപ്പാ..." സുന്ദരാംബാളിന്റെ ഗാനസുധയൊഴുകുന്ന കോട്ടാർ തെരുവിൽ അവരെത്തി. വറ്റൽമുളകിന്റേയും ഉള്ളിയുടേയും പെരുങ്കായത്തിന്റേയും ജീരകത്തിന്റേയും വെളുത്തുള്ളിയുടേയുമൊക്കെ സമ്മിശ്രഗന്ധം നിറഞ്ഞ കോട്ടാർ മാർക്കറ്റിലെ ഊടുവഴികളിലൂടെ നടന്ന്, പുതുതുണിയുടെ മണമൊഴുകുന്ന ടെക്സ്റ്റൈൽ മാർക്കറ്റിലേക്ക് പുതുപ്പെണ്ണും ചെറുക്കനും പ്രവേശിച്ചു. കല്യാണപ്പുടവ മാത്രമുടുത്ത് പുതുജീവിതത്തിലേക്കു പലായനം ചെയ്തു വന്ന തനിക്ക് ഉടുതുണിക്ക് മറുതുണിയില്ലല്ലോ എന്ന ചിന്ത അപ്പോഴാണ് വാസന്തിക്കുണ്ടായത്. അവൾ കണവനോടു കാര്യമുണർത്തിച്ചു. അയാൾ ആദ്യം ഉടുപ്പിന്റെ പോക്കറ്റിലും പിന്നെ മുണ്ടു പൊക്കി, നീല വരയുള്ള തന്റെ ഡ്രായസിന്റെ പോക്കറ്റിലും തപ്പി. മുഖത്ത് നിരാശ കലർന്ന ചിരി പരന്നെങ്കിലും പെണ്ണിന്റെ മാറിലേയും കൈകളിലേയും സ്വർണ്ണവർണ്ണത്തിൽ കണ്ണുകളർപ്പിച്ച് 'കവലൈപ്പെടാതെ. പാക്കലാം' എന്ന് സാന്ത്വനമരുളി. ഊടുവഴികളിലൂടെ പിന്നെയും തുടർന്ന യാത്ര അവസാനിച്ചത് വീടുകൾ തിങ്ങിനിറഞ്ഞ അറുമുഖം കോളനിയിൽ. മാടുകളുടേയും മനുഷ്യരുടേയും വിസർജ്യഗ

സ്ധം വാസന്തിയുടെ മൂക്കു ചുളിപ്പിച്ചു. അവൾ സാരിത്തലപ്പുകൊണ്ടു മൂക്കു പൊത്തി.

ഏതു നിമിഷവും നിലംപൊത്താൻ സാധ്യതയുള്ള ഒരു ഓലക്കുടിലിനു മുന്നിൽ നല്ലരശ് നിന്നു.

"ഇത് താൻ നമ്മ വീട്. വാങ്കോ...."

അയാൾ അവളെ ക്ഷണിച്ചു. അവൾ വലതുകാലെടുത്ത്, ചാണകം മെഴുകിയ, വക്കടർന്ന പടിയിൽ വച്ചു. പൊട്ടിപ്പൊളിഞ്ഞ മുൻവാതിൽ നല്ലരശ് തള്ളിത്തുറന്നു. മുറിക്കുള്ളിൽ വീർപ്പുമുട്ടി നിന്ന പൊടി പുറത്തേക്കു നിർഗമിച്ചു. വാസന്തി ഉറക്കെ തുമ്മി.

ഒറ്റമുറി മാത്രമുള്ളൊരു വീടായിരുന്നു അത്. ചുവരിൽ പതിപ്പിച്ചിട്ടുള്ള അർദ്ധനഗ്നാംഗികളായ സിനിമാ നടികളുടെ ചിത്രങ്ങൾക്കു നടുവിൽ വേൽമുരുകന്റെ ചിത്രവും! മുറിയുടെ ഒരു മൂലയിൽ ഒരു ചെറിയ അടുപ്പ്. വേറൊരു മൂലയിൽ കുറേ പഴയ പാത്രങ്ങളും കുപ്പികളും കൂട്ടിയിട്ടിരിക്കുന്നു. മധ്യത്തിലായി ഒരു ചാക്കു കട്ടിൽ. ചുവരുകളിൽ നിറയെ മാറാല.

"നാൻ ഇവിടെ വന്തിട്ട് റൊമ്പ നാളാച്ച്. നമുക്ക് വന്ത് എല്ലാം സരിയാക്കാം."

അയാൾ അവളെ ചേർത്തു പിടിച്ചു. ആ കരവലയത്തിനുള്ളിൽ താൻ സുരക്ഷിതയാണെന്നും മറ്റെല്ലാ പ്രയാസങ്ങളും നിസ്സാരങ്ങളാണെന്നും അവൾക്കു തോന്നി.

"വീട്ടാവശ്യത്തിനുള്ള കൊറേ സാധനങ്ങള് വാങ്ങണം."

അയാളുടെ നെഞ്ചിലെ സമൃദ്ധമായ മുടിയിൽ തടവിക്കൊണ്ട് അവൾ കൊഞ്ചി. 'എല്ലാമേ പാക്കലാം' എന്നു പറഞ്ഞുകൊണ്ട് അയാൾ അവളുടെ കവിളിൽ അമർത്തി ചുംബിച്ചു.

"മൊത്തം വെശർത്തിരിക്കണ്. ആദ്യം പോയി തുണീം സോപ്പും തോർത്തുമൊക്കെ വാങ്ങിച്ചോണ്ടു വാ."

അവൾ കുതറി മാറിക്കൊണ്ടു പറഞ്ഞു. അയാൾ കുറച്ചു നേരം നിരാശാഭാവത്തിൽ നിന്ന ശേഷം മെല്ലെ പുറത്തേക്കിറങ്ങാൻ തുടങ്ങിയെങ്കിലും പെട്ടെന്ന് എന്തോ ഓർത്തതുപോലെ തല ചൊറിഞ്ഞുകൊണ്ട് അവളുടെ അടുത്തേക്കു ചെന്നു.

"അത് വന്ത് .. കാസ് കൊഞ്ചം കമ്മിയായിറ്ക്ക്. പുതുസാ വേല കെടച്ചാ പ്രച്ചനയില്ലേ. ആനാ അത് വരക്കും ...."

അയാളുടെ കണ്ണുകൾ അവളുടെ കൈയിലെ വളകളിലും മാറിലെ മാലയിലും കാതിലെ കമ്മലിലും മാറി മാറി സഞ്ചരിച്ചു. വാസന്തിക്ക് കാര്യം തിരിഞ്ഞു. അവൾ വലതുകൈയിലെ വളയൂരി അയാൾക്കു നേരെ നീട്ടി.

വീട്ടു സാധനങ്ങളും വാങ്ങി നല്ലരശ് തിരികെയെത്തിയപ്പോഴേക്കും

വീടിനകവും പുറവുമൊക്കെ വാസന്തി അടിച്ചുവാരി വൃത്തിയാക്കിയിരുന്നു. അയാൾ കൊണ്ടുവന്ന വലിയ ചാക്കിൽ നിന്ന് അവൾ സാധനങ്ങൾ പുറത്തെടുത്തു. സോപ്പ്, ചീപ്പ്, കണ്ണാടി, സാരി, പാവാട, തോർത്ത്, കലം, അരി, പലവ്യഞ്ജനങ്ങൾ.. പുതു ജീവിതത്തിലേക്കു പദമൂന്നുന്നതിന്റെ ധന്യതയോടെ അവൾ ഓരോന്നോരോന്നായി നിലത്തു നിരത്തിക്കൊണ്ടിരുന്നു. അതെല്ലാം ശ്രദ്ധാപൂർവ്വം വീക്ഷിച്ചുകൊണ്ടിരുന്ന നല്ലരശ് ഇതിനിടയിൽ, തന്റെ ഇടുപ്പിൽ തിരുകിയിരുന്ന ഒരു കുപ്പിയെടുത്ത് അവൾ കാണാതെ വീടിന്റെ ചുമരിനു മുകളിൽ വച്ചു.

കുളി കഴിഞ്ഞ്, കഞ്ഞിയും കറിയും വച്ച് കഴിച്ച്, മണവാളനും മണവാട്ടിയും ആദ്യരാത്രിയിലേക്കു പ്രവേശിച്ചു. കുറേക്കാലമായി ആളും അനക്കവുമില്ലാതെ കിടന്ന വീട്ടിനുള്ളിൽനിന്നും അസമയത്ത്, ചാക്കുകട്ടിലിന്റെ ഞരങ്ങൽശബ്ദം ഒരു പ്രത്യേക താളത്തിൽ കേട്ടു തുടങ്ങിയതോടെ തെരുവിലെ പട്ടികൾ ഞെട്ടിയുണർന്ന് കൂട്ടത്തോടെ ഓരിയിടാൻ തുടങ്ങി.

പിറ്റേന്ന് രാവിലെ, ക്രീഡാവിവശയായി കണ്ണു മിഴിച്ച വാസന്തി കട്ടിലിൽ കിടന്ന് കൈയും കാലും നീട്ടി മൂരി നിവർത്തി. അവൾ കട്ടിലിൽ തപ്പി നോക്കി. നല്ലരശിനെ കണ്ടില്ല! പെട്ടെന്ന് ഒരു പ്രത്യേക ഗന്ധം മൂക്കിലേക്കു തുളച്ചുകയറുന്നതായി അവളറിഞ്ഞു. അവൾക്ക് മരണാവലി മണിയനെ ഓർമ്മ വന്നു. അടിച്ചു പിമ്പിരിയായി മണിയൻ ചായക്കടയിലെത്തിയിരുന്നപ്പോഴാണ് അവൾ ഈ ഗന്ധം അനുഭവിച്ചിട്ടുള്ളത്.ഗന്ധത്തിന്റെ ഉത്ഭവസ്ഥാനം വീടിനു വടക്കുവശത്താണെന്നു തിരിച്ചറിഞ്ഞ അവൾ പിൻവാതിൽ തുറന്നു. അതാ ആട്ടുകല്ലിനു പുറത്തിരുന്ന് കുടിക്കുന്നു നല്ലരശ്!

"അയ്യോ! നിങ്ങള് കുടിക്കോ!"

എന്തോ അത്യാഹിതം സംഭവിച്ചതുപോലെ അവൾ ഉറക്കെ ചോദിച്ചു പോയി. അവൻ ചാടിപ്പിടഞ്ഞെണീറ്റു.

"കവലൈപ്പെടാതെ കണ്ണേ. ഒടമ്പ് റൊമ്പ വര്ത്തം. ആനാ കൊഞ്ചം സറക്ക്... ഇത് വന്ത് മരുന്ത് ....."

അവൻ അവളെ ആശ്വസിപ്പിക്കാനായി എന്തൊക്കെയോ പറഞ്ഞു. അവൾ കെറുവിച്ചു. ഇനി കുടിക്കില്ലെന്ന് അവളുടെ തലയിൽ തൊട്ട് അവൻ സത്യം ചെയ്തു. പക്ഷേ, ഒരു ദിവസത്തെ ആയുസ്സ് മാത്രമേ ആ സത്യപ്രതിജ്ഞയ്ക്കുണ്ടായിരുന്നുള്ളൂ. പിന്നെ സത്യപ്രതിജ്ഞയൊന്നുമുണ്ടായില്ല. കുടി മാത്രം. ഒരു ദിവസം തന്നെ മൂന്നും നാലും തവണയായി മാറി സേവ. മാറിലെ മഞ്ഞച്ചരടു മാത്രമായി വാസന്തിയുടെ ആഭരണം ചുരുങ്ങി. വഴക്കും അടിയുമൊക്കെ നിത്യസംഭവങ്ങളായി. ഇതിനിടയിൽ അവൾ ഒരു കുഞ്ഞിനേയും പ്രസവിച്ചു. അതോടെ വല്ലപ്പോഴും മാത്രമായി

അയാളുടെ ഗൃഹസന്ദർശനം. മധുരയിലെ ഏതോ തീയേറ്ററിൽ ജോലി കിട്ടിയെന്നാണ് ഒരിക്കൽ വന്നപ്പോൾ പറഞ്ഞത്. പിന്നെ കുറേക്കാലം വന്നതേയില്ല. പട്ടിണി കിടന്ന് അവളും കുഞ്ഞും മരിക്കുമെന്നായപ്പോൾ വാസന്തി ഒരു തുണിമില്ലിൽ ജോലിക്കു പോയിത്തുടങ്ങി. അങ്ങനെയിരിക്കെ കഴിഞ്ഞദിവസം പാതിരാത്രി ആരോ കതകിൽ മുട്ടി. കതക് തുറന്ന വാസന്തി കണ്ടത് ചുവപ്പുപട്ടുസാരിയുടുത്തൊരു പെണ്ണിനൊപ്പം നിൽക്കുന്ന നല്ലരശിനെ! വഴക്കും വക്കാണവുമായി. നിലവിളിയും കരച്ചിലുമൊക്കെയായി. കലികയറിയ നല്ലരശ് വാസന്തിയേയും കുഞ്ഞിനേയും പിടിച്ചുവലിച്ച് വീടിനു പുറത്താക്കി കതകടച്ചു. പാതിരാത്രിയിൽ എങ്ങോട്ടു പോകണമെന്നറിയാതെ കുഞ്ഞിനെയും മാറോടടക്കി അവൾ വീടിനു പുറത്ത് തണുത്തു വിറങ്ങലിച്ചിരുന്നപ്പോൾ, അകത്ത് പുതുപ്പെണ്ണിന്റെയും ചെറുക്കന്റെയും കൊഞ്ചലും കുഴച്ചിലും കേൾക്കാമായിരുന്നു. പിറ്റേന്ന് രാവിലെ, തുണിമില്ലിലെ മാനേജരുടെ കാല് പിടിച്ച് കരഞ്ഞ് കുറച്ചു പണവും വാങ്ങി അവൾ നാഗർകോവിൽ റെയിൽവേ സ്റ്റേഷനിലേക്കു നടന്നു, തിരുവനന്തപുരത്തേക്കുള്ള വണ്ടി കയറാൻ...

വാസന്തി അനുഭവവിവരണം നിർത്തി കരയാൻ തുടങ്ങി. ചുറ്റിലും നിന്ന കേൾവിക്കാർ നിശ്ശബ്ദരായി.

"എന്റെ മക്കളേ....."

ആ ശോകമൂകതയെ ഭഞ്ജിച്ചു കൊണ്ട് പെട്ടെന്നാണൊരു നിലവിളിയുയർന്നത്! എല്ലാവരും അന്ധാളിച്ചു നിൽക്കേ, ചായക്കടയ്ക്കുള്ളിൽ നിന്ന ഭാഗീരഥിയമ്മ അലമുറയിട്ടുകൊണ്ട് വാസന്തിയുടെ അടുത്തേക്കു പാഞ്ഞു വന്നു. അവർ മകളെ കെട്ടിപ്പിടിച്ച് കരയാൻ തുടങ്ങി. അമ്മയും മകളും കരഞ്ഞു. അതുകണ്ട മകളുടെ മകനും കരഞ്ഞു. ഇതിനെല്ലാം ദൃക്സാക്ഷികളായവരുടെയെല്ലാം കണ്ണുകൾ നിറഞ്ഞു. തന്റെ കൈയിലിരുന്ന ചൂടാറിത്തുടങ്ങിയ വെള്ളത്തിന്റെ വെങ്കലക്കപ്പിനെ മെല്ലെ മേശപ്പുറത്തു വച്ചശേഷം പഞ്ചാപകേശൻപിള്ള വിഷാദമഗ്നനായി ബെഞ്ചിലിരുന്ന് നെഞ്ചു തടവി.

"പിള്ളേരെ പേരെന്തര്?"

കരച്ചിലിന്റെ ഇടവേളയിൽ, തോർത്തിന്റെ തുമ്പുകൊണ്ട് മുഖം തുടച്ച്, വാസന്തിയുടെ ഇടുപ്പിൽ അള്ളിപ്പിടിച്ചിരുന്ന കരയുന്ന കുഞ്ഞിനെ നോക്കിക്കൊണ്ട് ഭാഗീരഥിയമ്മ ചോദിച്ചു.

"സുബ്രഹ്മണ്യൻ."

സാരിത്തലപ്പുകൊണ്ട് മൂക്കു തുടച്ച് വാസന്തി പറഞ്ഞു.

കുറച്ചുനേരം നീണ്ടുനിന്ന കരച്ചിലിനും പരിഭവം പറച്ചിലിനുമൊടുവിൽ വാസന്തിയെയും കുഞ്ഞിനെയും ഭാഗീരഥിയമ്മ ചായക്കടയ്ക്കുള്ളിലേക്ക് ആനയിച്ചു. തല കുനിച്ചിരുന്നതല്ലാതെ പഞ്ചാപകേശൻ

പിള്ള ഒന്നും മിണ്ടിയില്ല. ഉള്ളിലിരമ്പുന്ന കുറ്റബോധത്തോടെ വാസന്തി വിറയാർന്ന കാൽ വരാന്തയിലേക്ക വച്ചു. ഇതിനകം കരച്ചിൽ നിർത്തിക്കഴിഞ്ഞിരുന്ന സുബ്രഹ്മണ്യൻ, അമ്മയുടെ തോളിൽ ചാഞ്ഞു കിടന്നുകൊണ്ട് ആൾക്കൂട്ടത്തിനിടയിലേക്ക് കണ്ണോടിച്ചു. ഏതാണ്ട് തന്റെ സമപ്രായക്കാരനായ ശ്രീദേവനിൽ അവന്റെ കണ്ണുകളുടക്കി. അച്ഛന്റെ കൈയിലിരുന്ന്, നാടകീയ രംഗങ്ങൾക്ക് സാക്ഷ്യം വഹിക്കുകയായിരുന്ന ശ്രീദേവൻ, സുബ്രഹ്മണ്യനേയും നോക്കി. ഇരുവരുടേയും മുഖത്ത് ശൈശവസഹജമായ നിഷ്കളങ്ക ചിരി വിരിഞ്ഞു.

അങ്ങനെ വാസന്തി സ്വന്തം വീട്ടിൽ പുനഃപ്രവേശം നടത്തി.കാണിച്ചത് നെറികേടാണെങ്കിലും അതിന്റെ തിക്തഫലം മുഴുവൻ അനുഭവിച്ച് പശ്ചാത്താപവിവശയായി മടങ്ങി വന്ന മകളെ, കഴിഞ്ഞതെല്ലാം പൊറുത്ത് സ്വീകരിച്ച ഭാഗീരഥിയമ്മയുടെയും പഞ്ചാപകേശൻ പിള്ളയുടെയും വലിയ മനസ്സിനെ നമിച്ചുകൊണ്ട് ആൾക്കൂട്ടം പിരിഞ്ഞു പോകാൻ തുടങ്ങി. പെട്ടെന്നാണ് 'അയ്യോ' എന്നും 'എന്റച്ചോ' എന്നുമുള്ള നിലവിളികൾ ചായക്കടയ്ക്കുള്ളിൽനിന്നും ഉയർന്നത്. പരിഭ്രാന്തരായ ആൾക്കൂട്ടം ചായക്കടയ്ക്കുള്ളിലേക്ക് ഇടിച്ചു കയറി. ആ കാഴ്ച കണ്ട് അവർ സ്തബ്ധരായി! കണ്ണു തള്ളി, വായ അല്പം തുറന്ന്, അനക്കമേതുമില്ലാതെ നിലത്ത് മലർന്നു കിടക്കുകയാണ് പഞ്ചാപകേശൻപിള്ള!

ഇരുൾ

സത്യൻ മരിച്ചു!

നഗരത്തിലെ നിത്യസന്ദർശകനായ ചോറ് മോഹനനാണ് ആ വാർത്ത ആദ്യം ആലിൻപുറത്തെത്തിച്ചത്. സെക്രട്ടറിയേറ്റിലെ അണ്ടർ സെക്രട്ടറിയായ വഴയില സ്വദേശി ഭാർഗവൻപിള്ളയ്ക്ക് ഊണ് കൊടുക്കാനായി സെക്രട്ടറിയേറ്റിലേക്ക ചെന്ന മോഹനൻ ആ മരണ വാർത്തയറിയുന്നത് വടക്കേ ഗേറ്റിൽ പാറാവു നിന്ന പോലീസുകാരന്റെ കൈയിലിരുന്ന വയർലെസ് സെറ്റിലൂടെയാണ്.

ആലിൻപുറത്തെ സിനിമാപ്രേമികൾ കടുത്ത ദുഃഖത്തിലായി. പാട്ടുപുസ്തകക്കെട്ടുമായി ആലിൻപുറം കവലയിലെത്തിയ കോപ്പ് വാസുദേവൻ, മരണവാർത്തയറിഞ്ഞ് കടുത്ത ദുഃഖഭാരത്തോടെ തിരികെ വീട്ടിലേക്ക നടന്നു. പണ്ട്, മെരിലാൻഡ് സ്റ്റുഡിയോയിൽ സൈക്കിളിൽ വന്നിറങ്ങിയ സത്യനെ ഇന്നലെയെന്നവണ്ണം അയാൾ ഓർത്തു. സത്യന്റെ കടുത്ത ആരാധകനായ മലയിക്കാരൻ മാർക്കോസ് ആകട്ടെ മരണ വാർത്തയറിഞ്ഞ് കൊച്ചു കുട്ടികളെപ്പോലെ തേങ്ങിത്തേങ്ങിക്കരഞ്ഞു. തെക്കനാലപ്പുറത്തു വീട്ടുകാരുടെ പുരയിടത്തിൽ നിന്ന ക്ലറ്റൻ അയണി മരം മുറിച്ചു കൊണ്ടിരിക്കുകയായിരുന്ന അയാൾ ദുഃഖം സഹിക്കാനാകാതെ മരംമുറി പാതിവഴിയിൽ നിർത്തി. രണ്ടു വർഷം മുമ്പ് വട്ടിയൂർക്കാവിൽ ഒരു സ്വീകരണ പരിപാടിയിൽ പങ്കെടുക്കാനെത്തിയ സത്യനെ നേരിട്ടു കണ്ടത് അയാളോർത്തു. അന്ന് സത്യൻ പറഞ്ഞ വാക്കുകൾ അയാളുടെയുള്ളിൽ ഇപ്പോഴും മുഴങ്ങുന്നു:

"എത്ര ചിത്രങ്ങളിൽ അഭിനയിച്ചു എന്നതല്ല; എത്ര ചിത്രങ്ങളിൽ

'അഭിനയിച്ച്' എന്നതിലാണ് കാര്യം."

ആ മുനവച്ച വാചകത്തെ നിറഞ്ഞ കൈയടിയോടെയാണ് ജനം അന്ന് സ്വീകരിച്ചത്.

മണ്ണിൽ ബംഗ്ലാവിലിരുന്ന് ആകാശവാണിയിലൂടെ മരണവാർത്ത കേട്ട എബ്രഹാം കോശി, കാറുമെടുത്ത് നേരെ നഗരത്തിലേക്കു തിരിച്ചു. പാളയത്തെ വിക്ടോറിയ ജൂബിലി ടൗൺ ഹാളിലാണ് സത്യന്റെ മൃതദേഹം അന്ത്യദർശനത്തിനായി കൊണ്ടുവന്നിരുന്നത്. തിരുവനന്തപുരം നഗരം അന്നേവരെ കണ്ടിട്ടില്ലാത്ത ആൾക്കൂട്ടമായിരുന്നു ഹാളിനകവും പുറവും. മണിക്കൂറുകളോളം കാത്തു നിന്നിട്ടാണ് എബ്രഹാം കോശിക്ക് ഹാളിനുള്ളിൽ പ്രവേശിക്കാൻ കഴിഞ്ഞത്. നിശ്ചേതനമായി കിടക്കുന്ന ആ പൗരുഷരൂപത്തിനു മുന്നിൽ അയാൾ കൈകൂപ്പി നിന്നു. കണ്ണുകൾ ഈറനണിഞ്ഞു.

വീട്ടിലേക്കുള്ള മടക്കയാത്രയിൽ എബ്രഹാം കോശി ഒരു കാര്യം ഉറപ്പിച്ചു; മണ്ണിൽ ടാക്കീസിൽ ഇപ്പോൾ പ്രദർശിപ്പിച്ചു കൊണ്ടിരിക്കുന്ന *റെസ്റ്റ് ഹൗസ്* മാറ്റി, സത്യന്റെ ഏതെങ്കിലും പുതിയ സിനിമ കൊണ്ടുവരണം. അയാൾ ഗോവിന്ദപ്പിള്ളയെ വിളിച്ച് കാര്യം പറഞ്ഞു. അയാൾ പിറ്റേന്നു തന്നെ തമ്പാനൂരിലെ ഫിലിം ഡിസ്ട്രിബ്യൂഷൻ ഓഫീസുകൾ കയറിയിറങ്ങി. സത്യന്റെ പുതിയ പടം പോയിട്ട് പഴയ പടം പോലും കിട്ടാനില്ലാത്ത അവസ്ഥ! ഒടുവിൽ, വിമലാ റിലീസിന്റെ ഓഫീസിൽ കയറി ഓഫീസ് മാനേജരുടെ കൈയും കാലും പിടിച്ച് *വാഴ്‌വേമായ*ത്തിന്റെ ഒരു പ്രിന്റ് ഒപ്പിച്ചു. എ ക്ലാസ് തീയേറ്ററുകളിലെ പ്രദർശനം അവസാനിച്ചതിനാൽ ബി ക്ലാസ് തീയേറ്ററുകൾക്ക് കൊടുക്കാൻ വച്ചിരുന്ന പ്രിന്റുകളിലൊന്നാണ് കമ്മീഷൻ തുക അല്പം കൂട്ടി നൽകാമെന്ന വ്യവസ്ഥയിൽ മണ്ണിൽ ടാക്കീസിനു കിട്ടിയത്.

"അഭ്രപാളികളിൽ അഭിനയവിസ്മയം തീർത്ത പൗരുഷത്തിന്റെ പ്രതീകം.... അഭിനയ ചക്രവർത്തി .... അകാലത്തിൽ നമ്മെ വിട്ടുപിരിഞ്ഞ അത്ഭുത പ്രതിഭ ശ്രീ. സത്യൻ തകർത്തഭിനയിച്ച അതിമനോഹരചലച്ചിത്രകാവ്യം.. ഇന്നു രാവിലെ പത്തു മണിക്കുള്ള പ്രത്യേക പ്രദർശനത്തോടെ നിങ്ങളുടെ മണ്ണിൽ ടാക്കീസിൽ സമാരംഭിക്കുന്നു. മഞ്ഞിലാസിന്റെ *വാഴ്‌വേമായം...*"

അതിരാവിലേ മുതൽ അനൗൺസ്മെന്റ് തുടങ്ങി. ആദ്യമായിട്ടായിരുന്നു എ ക്ലാസ് തീയേറ്ററിൽ നിന്ന് ഒരു ചിത്രം മണ്ണിൽ ടാക്കീസിലേക്ക് നേരിട്ടെത്തുന്നത്. ആലിൻപുറത്തെ സിനിമാ പ്രേമികൾ ആവേശത്തിലായി. മണ്ണിൽ ടാക്കീസിലേക്ക് ജനം ഇരമ്പിയെത്തി. ആദ്യഷോയ്ക്ക് ടിക്കറ്റ് കിട്ടാത്തവർ അടുത്ത ഷോയ്ക്ക് വേണ്ടി ടാക്കീസിനു മുന്നിൽ കാത്തു

നിന്നു. സത്യന് ആദരാഞ്ജലികൾ അർപ്പിച്ചുകൊണ്ടുള്ള ഒരു സ്ലൈഡ് കാണിച്ചതിനുശേഷമാണ് സിനിമ തുടങ്ങിയത്.

"വാഴ്‌വേമായം നല്ല പടമാണെന്ന് എല്ലാരും പറയണ്. നമുക്കും കാണണം."

സിനിമ രണ്ടാം വാരത്തിലേക്കു കടന്നപ്പോൾ സുഷമ, വാസുദേവനോടു പറഞ്ഞു. പാട്ടുപുസ്തക വില്പനയ്ക്കായി രാവിലെ പുറത്തേക്കിറങ്ങാൻ ഒരുങ്ങുകയായിരുന്നു അയാൾ.

"എനിക്കും ശിനിമ കാണണം."

വരാന്തയിലിരുന്ന് പമ്പരം കറക്കിക്കളിച്ചു കൊണ്ടിരുന്ന ശ്രീദേവൻ, ഓടി വന്ന് അമ്മയുടെ സാരിത്തുമ്പിൽ പിടിച്ചു തൂങ്ങി ചിണുങ്ങി. മൂന്നു വർഷം മുമ്പ് *ചെമ്മീൻ* കാണാൻ പോയതിന്റെ സ്മരണകൾ വാസുദേവന്റേയും സുഷമയുടേയും മനസ്സിൽ അലയടിച്ചു. അവർ മുഖത്തോടു മുഖം നോക്കി.

"നീ കെടന്ന് നെലവിളിക്കോ?"

സുഷമ ചോദിച്ചു.

"ഇല്ല."

അവൻ തലയാട്ടി.

"നെലവിളിച്ചാ അടിച്ചു തൊലി പൊളിക്കുമേ..."

വാസുദേവൻ മകന് മുന്നറിയിപ്പു കൊടുത്തു.

"ഞാൻ മിണ്ടാതിരുന്നോളാം."

ശ്രീദേവൻ ഉറപ്പു നൽകി.

"എങ്കീ കൊണ്ടുപോവാം അല്ലേ?"

സുഷമ, അവന്റെ തലമുടിയിൽ വാത്സല്യത്തോടെ തടവിക്കൊണ്ട് വാസുദേവനെ നോക്കി ചോദിച്ചു. അയാൾ സമ്മതഭാവത്തിൽ തലയാട്ടി. ശ്രീദേവന്റെ മുഖത്ത് ചിരി വെട്ടം പരന്നു. വൈകിട്ട് ആറരയ്ക്കുള്ള ഷോയ്ക്ക് പോകാമെന്നുറപ്പു നൽകി വാസുദേവൻ യാത്രയായി.

വൈകിട്ട് അഞ്ചു മണിയാകുന്നതിനു മുമ്പുതന്നെ വാസുദേവൻ തിരിച്ചെത്തി. സുഷമയും ശ്രീദേവനും കുളിച്ചൊരുങ്ങി നിൽക്കുകയാണ്.

"കണ്ണിനൊരു മശവ് പോലെ...."

പുസ്തകങ്ങൾ മുറിയിലെ മേശപ്പുറത്തു വയ്ക്കുന്നതിനിടയിൽ അയാൾ പറഞ്ഞു.

"എന്തു പറ്റി?"

സുഷമ ഉൽക്കണ്ഠയോടെ അയാൾക്കരികിലെത്തി.

"നേരത്തേ ഒള്ളതാണല്ലോ കണ്ണിലെ പ്രശ്നം. ഇന്നെന്തോ ഒരു... ഒരു... തെളിച്ചക്കൊറവ്."

"വയ്യെങ്കി ഇന്ന് സിനിമയ്ക്ക് പോണ്ട."

സുഷമ പറഞ്ഞു.

അയാൾ ഭാര്യയേയും മോനെയും മാറി മാറി നോക്കി. സിനിമയ്ക്ക് പോകാനുള്ള ഉത്സാഹത്തിലാണവർ. കുറച്ചുനേരം മിണ്ടാതിരുന്ന ശേഷം അയാൾ പറഞ്ഞു:

"അത് സാരമില്ല. നമുക്ക് പോവാം."

അങ്ങനെ അവർ യാത്രയായി. മൂന്നു വർഷത്തിനുശേഷം തന്റെ ജന്മഗൃഹത്തിൽ പ്രവേശിച്ച ശ്രീദേവൻ, ടാക്കീസിനകവും പുറവും കൗതുകത്തോടെ നോക്കി. സിനിമ തുടങ്ങി. *ചെമ്മീൻ* പോലെ കളറല്ല, കറുപ്പും വെളുപ്പുമാണ് സ്ക്രീനിൽ തെളിഞ്ഞത്.

വാസുദേവനും കുടുംബവും സിനിമയിൽ കണ്ണും കാതും കൂർപ്പിച്ചു. മരിച്ചു കിടക്കുന്ന സത്യനിൽ നിന്നാണ് സിനിമ തുടങ്ങിയത്. മൃതദേഹം കാണാൻ ഷീല എത്തുന്നു. തുടർന്ന് ഫ്ലാഷ്ബാക്കാണ്. ഇലക്ട്രിസിറ്റിബോർഡ് ഉദ്യോഗസ്ഥനായ സുധീന്ദ്രകുമാറാണ് സത്യൻ. ഷീല സരളയും. ഇരുവരും വിവാഹിതരാകുന്നു. സന്തോഷകരമായി അവരുടെ ദാമ്പത്യ ജീവിതം മുന്നോട്ടു പോകുന്നതിനിടയിൽ ഒരു സംഭവമുണ്ടാകുന്നു. ഒരു ദിവസം രാത്രി വൈകി വീട്ടിലെത്തുന്ന സുധീന്ദ്രൻ, ആരോ തന്റെ വീടിന്റെ മതിൽ ചാടിക്കടന്നു പോകുന്നത് കാണുന്നു. അതോടെ അയാൾ സംഘർഷത്തിലാകുന്നു. ഭാര്യയെ അയാൾ സംശയിച്ചു തുടങ്ങുന്നു..

"കല്യാണ സൗഗന്ധികപൂങ്കാവനത്തിലൊരു
കസ്തൂരി മാനിനെ കണ്ടു.. "

സ്ക്രീനിൽ ഇപ്പോൾ ഒരു ഗാനരംഗമാണ്. പെട്ടെന്ന് തന്റെ മുന്നിൽ പുക വന്നു മൂടുന്നതായി വാസുദേവനു തോന്നി. അയാൾ കണ്ണ് ചുളിച്ചു, തിരുമ്മി. പക്ഷേ, പുകപടലം കൂടുന്നതേയുള്ളൂ. സ്ക്രീനിലെ കാഴ്ചകളെല്ലാം മായുകയാണ്. കണ്ണിൽ ഇരുട്ട് മൂടിത്തുടങ്ങി. നെറ്റിയിൽ വിയർപ്പു പൊടിഞ്ഞു. ശരീരം തണുത്തുറഞ്ഞു. കൺമുന്നിൽ ഒരു തരി വെളിച്ചമില്ല. അയാൾ 'ദൈവമേ ....' എന്നു വിളിച്ചുകൊണ്ട് സുഷമയുടെ കൈത്തണ്ടയിലമർത്തിപ്പിടിച്ചു.

"ങും? എന്താ?"

അവൾ ഞെട്ടിത്തിരിഞ്ഞു.

"എന്റെ കണ്ണ് .... എനിക്കൊന്നും കാണാൻ വയ്യ...."

അയാൾ കരച്ചിലിന്റെ വക്കോളമെത്തി.

സിനിമയിൽ ലയിച്ചിരുന്ന സുഷമയ്ക്ക് കാര്യമെന്തെന്ന് പിടികിട്ടിയില്ല. അവൾ പരിഭ്രമത്തോടെ വീണ്ടും ചോദിച്ചു:

"എന്താ എന്തു പറ്റി?"

"എനിക്കൊന്നും കണ്ടൂടാ ...."

അതൊരലർച്ചയായിരുന്നു. കാണികൾ ഒന്നടങ്കം ചാടിയെണീറ്റു. അപ്പോഴേക്കും സ്ക്രീനിൽ 'ഇടവേള 'തെളിഞ്ഞു.

ആളുകൾ തിക്കിത്തിരക്കി വാസുദേവനടുത്തെത്തി. അവരുടെ ചോദ്യങ്ങളും പരിഭ്രമങ്ങളും സഹതാപവാക്കുകളുമൊക്കെ അയാൾക്ക് അശരീരിയായി തോന്നി. സുഷമയുടെ സങ്കടവും ശ്രീദേവന്റെ കരച്ചിലും അയാൾ വേർതിരിച്ചറിഞ്ഞു.

"കണ്ണിന് പ്രശ്നം മുമ്പേ ഉണ്ടായിരുന്നതല്ലേ. അതിന്റെയാവും. ഏതായാലും നാളെത്തന്നെ കുഞ്ഞിരാമൻ വൈദ്യരെ കാണിക്കണം. മരുന്നൊഴിക്കുമ്പം നേരെയാവും."

മാനേജർ ഗോവിന്ദപ്പിള്ളയുടെ ശബ്ദം.

"ഇനിയിപ്പം സിനിമ കാണാനിരിക്കണ്ട. വീട്ടിപ്പോവാം."

അയൽവാസിയും കറവക്കാരനുമായ പുരുഷനാണ് അതു പറഞ്ഞതെന്ന് തിരിച്ചറിയാൻ ശബ്ദം മാത്രമല്ല, അയാളുടെ ശരീരത്തിൽ നിന്ന് പ്രസരിച്ച പാൽമണവും വാസുദേവനെ സഹായിച്ചു.

വാസുദേവനും സുഷമയും ശ്രീദേവനും ടാക്കീസിനു പുറത്തിറങ്ങി. പുരുഷൻ ചൂട്ടുകറ്റ കത്തിച്ച് മുന്നിൽ നടന്നു. ശ്രീദേവനെ തോളിൽക്കിടത്തി, വാസുദേവന്റെ കൈയും പിടിച്ച് സുഷമ ആ വെളിച്ചത്തെ പിന്തുടർന്നു.

"ചലനം ചലനം ചലനം
മാനവജീവിത പരിണാമത്തിൻ
മയൂരസന്ദേശം
ചലനം ചലനം ചലനം...."

അവർ മാമ്പഴക്കുന്ന് പിന്നിട്ടപ്പോഴേക്കും ടാക്കീസിൽ നിന്നുള്ള ഗാനം കേൾക്കാമായിരുന്നു.

വീടെത്തിയപ്പോഴേക്കും ശ്രീദേവൻ നല്ല ഉറക്കം പിടിച്ചു കഴിഞ്ഞിരുന്നു. വാസുദേവനേയും കുടുംബത്തേയും വീട്ടിലെത്തിച്ചശേഷം പുരുഷൻ തന്റെ വീട്ടിലേക്കു നടന്നു.

കിടന്നെങ്കിലും വാസുദേവന് ഉറക്കം വന്നില്ല. കണ്ണടച്ചാലും തുറന്നാലും ഇരുട്ടു മാത്രം. എന്നെന്നേക്കുമായി കാഴ്ച നഷ്ടപ്പെട്ടതാണോ? അങ്ങനെയെങ്കിൽ ഇനി ഭാര്യയേയും മോനേയും കാണുന്നതെങ്ങനെ? എഴുതുന്നതെങ്ങനെ? വായിക്കുന്നതെങ്ങനെ? സിനിമ കാണുന്നതെങ്ങനെ? അയാളുടെ കവിളിലൂടെ കണ്ണീരൊലിച്ചിറങ്ങി. അയാളെ ചേർത്തു പിടിച്ചു കിടന്ന സുഷമ അതറിഞ്ഞു.

"എന്തിനാ... എന്തിനാ സങ്കടപ്പെടുന്നത്? നാളെ വൈദ്യനെ കാണിക്കാമ്പോവേല്ലേ? എല്ലാം മാറും."

ഉള്ളിലെ സങ്കടമെല്ലാം അടക്കിക്കൊണ്ടാണ് അവൾ അയാളെ സമാശ്വസിപ്പിക്കാൻ ശ്രമിച്ചത്. അയാൾ നെടുവീർപ്പിട്ടുകൊണ്ട് അവളെ

മുറുകെപ്പിടിച്ചു. സമയം ഇഴഞ്ഞു നീങ്ങി. സുഷമയും ശ്രീദേവനും ഉറക്കമായി. വാസുദേവനുമാത്രം ഉറക്കം വന്നില്ല. പലവിധ ആകുലചിന്തകളോടൊപ്പം *വാഴ്വേമായ*വും കടന്നു വന്നു. അതുവരെ കണ്ട കഥയോർത്തു. പെണ്ണിന്റെ വഞ്ചനയാണു വിഷയം. പ്രാണനു തുല്യം സ്നേഹിക്കുന്ന ഭർത്താവിനെപ്പോലും ചതിക്കുന്ന ഭാര്യ! അയാൾ തിരിഞ്ഞും പിരിഞ്ഞും കിടന്നു. പെട്ടെന്ന് എന്തോ ഒരു മണം തന്റെ മൂക്കിലേക്കു കടന്നു വരുന്നതായി അയാൾക്കു തോന്നി. അയാൾ മൂക്കുവിടർത്തി. പാൽ മണം! അയാൾ ഇടതു വശത്തേക്കു ചരിഞ്ഞു. സുഷമയുടെ ദേഹത്തു നിന്നാണ് മണം വരുന്നത്. ഇതെങ്ങനെ? പെട്ടെന്നയാൾക്ക് കറവക്കാരൻ പുരുഷനെയോർമ്മ വന്നു. ടാക്കീസിൽ നിന്നുള്ള മടങ്ങിവരവിൽ ചൂട്ടുകറ്റ തെളിച്ച് മുന്നിലാണ് പുരുഷൻ നടന്നത്. സുഷമ തന്റെ കൈ പിടിച്ച് പിന്നിലും. മോൻ അവളുടെ തോളിലും. വീടിനകത്തേക്കു കയറ്റി വിട്ടിട്ടാണ് പുരുഷൻ മടങ്ങിയത്. താൻ വരാന്തയിലെ കസേരയിലിരുന്നപ്പോൾ, മുറിയിലേക്കു കയറി ശ്രീദേവനെ കിടത്തിയശേഷം സുഷമ പുറത്തേക്കു വന്നു.

'കോഴിയെ അടച്ചോന്ന് നോക്കട്ടെ' എന്നു പറഞ്ഞ് മുറ്റത്തേക്കിറങ്ങിയ അവൾ കുറേനേരം കഴിഞ്ഞപ്പോൾ തിരികെ വന്നു. അവൾ മുറ്റത്തിറങ്ങിയപ്പോൾ പുരുഷൻ അവിടെയുണ്ടായിരുന്നോ? കണ്ണിൽ ഇരുട്ടു മൂടിയ താൻ അതെങ്ങനെ കാണും?... പകുതിഭാഗം വരെ മാത്രം താൻ കണ്ട വാഴ്വേമായത്തിലെ സത്യന്റെ കഥാപാത്രത്തെപ്പോലെ വാസുദേവന്റെയുള്ളിലും സംശയഗന്ധം പരന്നു തുടങ്ങുകയായിരുന്നു. ഉറങ്ങിത്തുടങ്ങിയ ശ്രീദേവനെ വിളിച്ചുണർത്തി, പതിവായി കൊടുക്കാറുള്ള കാച്ചിയ പാൽ നിർബന്ധിച്ച് കൊടുക്കുന്നതിനിടയിൽ അവന്റെ കൈ തട്ടി സുഷമയുടെ ദേഹത്തു തെറിച്ച പാലിന്റെ മണമായിരുന്നു അതെന്ന യാഥാർത്ഥ്യമറിയാത്ത വാസുദേവൻ പല പല ഊഹങ്ങളിലകപ്പെട്ട് അസ്വസ്ഥ ചിത്തനായി നേരം വെളുപ്പിച്ചു.

പിറ്റേന്നു രാവിലെ തന്നെ ഭാസ്കരനും സുഷമയും ചേർന്ന് വാസുദേവനെ ചരകസ്മാരകത്തിലെത്തിച്ചു. കുഞ്ഞിരാമൻ വൈദ്യന്റെ ധാരകോരലും തളംവെയ്ക്കലും ഇളനീർക്കുഴമ്പ് പുരട്ടലുമൊക്കെയായി ഒരു മാസം കടന്നു പോയെങ്കിലും ഫലമൊന്നുമുണ്ടായില്ല. ഇനിയും അവിടെ ചികിത്സിക്കുന്നതിൽ കാര്യമില്ലെന്നു മനസ്സിലാക്കിയ സമത്വവാദി, നഗരത്തിലെ കണ്ണാശുപത്രിയിലേക്ക് മരുമകനെ കൂട്ടിക്കൊണ്ടുപോയി. പരിശോധനകൾ പലതും നടന്നു.

"കണ്ണിനല്ല, തലച്ചോറിൽ നിന്നുംകണ്ണിലേക്കുള്ള ഞരമ്പുകൾക്കാണ് കുഴപ്പം. കുറേക്കാലം മുമ്പായിരുന്നെങ്കിൽ ഒരു കണ്ണിലെങ്കിലും കാഴ്ച കിട്ടുമായിരുന്നു. ഇതിപ്പോ രണ്ടു കണ്ണിലേക്കുള്ള ഞരമ്പുകളും ഡാമേജാ

യിപ്പോയി. ഇതിനിനി വേറെ ചികിത്സയൊന്നുമില്ല."

നേത്രരോഗ വിദഗ്ധനായ ഡോ. താണുപിള്ളയുടെ വാക്കുകൾ കേട്ട വാസുദേവൻ കുറേനേരം അനക്കമറ്റിരുന്നു. ഉള്ളിൽ ഇരമ്പിയ സങ്കടക്കടൽ, മെല്ലെ മെല്ലെ കണ്ണീർപ്പെയ്ത്തായി. ഒരു കൊച്ചു കുഞ്ഞിനെപ്പോലെ അയാൾ ഏങ്ങലടിച്ചു കരയാൻ തുടങ്ങി. അയാളെ ആശ്വസിപ്പിക്കാൻ ഡോക്ടർക്കും സമത്വവാദിക്കും ഏറെ പണിപ്പെടേണ്ടി വന്നു.

വെളിച്ചത്തിന്റെ ലോകം അന്യമായെന്ന യാഥാർഥ്യത്തോടു പൊരുത്തപ്പെടാൻ വാസുദേവന് ദിവസങ്ങൾ കുറേ വേണ്ടിവന്നു. പക്ഷേ, അയാളുടെ സ്വഭാവരീതികളിലാകെ മാറ്റം വന്നു. അകാരണമായ കോപവും നിരാശാബോധവും സങ്കടവുമെല്ലാം ചേർന്ന് അയാൾ പുതിയൊരു മനുഷ്യനായി. എന്തിലും ഏതിലും സംശയം മാത്രമായി. കുരുടനായി മാറിയ തന്നെ ചുറ്റുമുള്ളവരെല്ലാം ചേർന്ന് കബളിപ്പിക്കുമോ എന്ന് ആശങ്കാകുലനായി. വാസുദേവന്റെ ഈ സ്വഭാവമാറ്റത്തിൽ ഏറെ കഷ്ടതയനുഭവിച്ചത് സുഷമയായിരുന്നു. തൊട്ടതിനും പിടിച്ചതിനുമെല്ലാം അവൾ ഭർത്താവിന്റെ ശകാരം ഏറ്റുവാങ്ങിക്കൊണ്ടിരുന്നു.

ദിവസങ്ങൾ കടന്നു പോയി. ഒരു ദിവസം ഉച്ചയൂണും കഴിഞ്ഞ് വരാന്തയിലെ ചാരുകസേരയിൽ കിടക്കുകയായിരുന്നു വാസുദേവൻ. കാഴ്ച പോയതിനുശേഷം തുടങ്ങിയ ശീലമാണത്. മണ്ണിൽ ടാക്കീസിലെ മാറ്റിനി ഷോയിൽ നിന്നുള്ള ശബ്ദരേഖയും ശ്രദ്ധിച്ച് അലസനായാണ് അയാളുടെ കിടപ്പ്.

*മായ*യാണ് സിനിമ. നസീറിന്റേയും തിക്കുറിശ്ശിയുടേയും അടൂർ ഭാസിയുടേയുമൊക്കെ ശബ്ദങ്ങൾ അയാൾ വേർതിരിച്ചറിയുന്നുണ്ട്. മനസ്സിന്റെ വെള്ളിത്തിരയിൽ സിനിമ ഓടിക്കൊണ്ടിരുന്നു. സിനിമയിലെ ആദ്യ ഗാനം കേട്ടു തുടങ്ങി:

"ചെന്തെങ്ങ് കുലച്ച പോലേ
ചെമ്മാനം തുടുത്ത പോലൊരു പെണ്ണ് ....."

നസീറും ശാരദയും ചേർന്നുള്ള പ്രേമരംഗങ്ങൾ വാസുദേവൻ മനക്കണ്ണിൽ കണ്ടുകൊണ്ടിരുന്നു. പെട്ടെന്ന് തന്റെ മുന്നിൽ ആരോ വന്നു നിന്നതായി അയാൾക്കു തോന്നി. അയാൾ ചാരുകസേരയിൽ നിന്ന് മുന്നോട്ടാഞ്ഞ് കാതു കൂർപ്പിച്ചു. മൂക്ക് വിടർത്തി. കണ്ണിൽ ഇരുട്ടു കയറിയതു മുതൽ അയാളുടെ പഞ്ചേന്ദ്രിയങ്ങളിൽ ഏറ്റവുമധികം പ്രവർത്തിക്കുന്നത് ചെവിയും മൂക്കുമാണ്. കാച്ചെണ്ണയും വിയർപ്പും കലർന്ന സുഷമയുടെ ഗന്ധം അയാൾ പിടിച്ചെടുത്തു.

"ഞാൻ രമണീരെ വീട്ടിപ്പോയി ജമ്പറ് തയ്ക്കാൻ കൊടുത്തത് വാങ്ങീട്ട് വരാം. ചെറ്ക്കൻ അകത്ത് കെടന്ന് ഒറങ്ങേണ്. കതവ് ചാരീറ്റേള്ള്."

കാലടിയൊച്ചയും ഗന്ധവും അകന്നുപോയി.

അയാൾ പിന്നെയും കസേരയിലേക്കു ചാഞ്ഞു. കുറേനേരം *മായ* കേട്ടങ്ങനെ കിടന്നു. പെട്ടെന്ന് മസ്തിഷ്കത്തിലേക്കൊരു സംശയക്കാറ്റ് വീശിത്തുടങ്ങി. അയാൾ ചാടിയെണീറ്റ്, തപ്പിത്തടഞ്ഞ് മുറ്റത്തിറങ്ങി. കാതുകൾ ജാഗരൂകമായി. ഇടതുഭാഗത്തെവിടെയോ എന്തോ അനക്കമുള്ളതുപോലെ! അങ്ങോട്ടേക്ക് മെല്ലെ മെല്ലെ ചുവടുകൾ വച്ചു. മുറ്റം കടന്ന്, കിണറ്റിൻകരയിലെ വേപ്പുമരത്തിനടുത്തെത്തി. അവിടെ അല്പനേരം നിന്ന് ചെവിവട്ടം പിടിച്ചു. വീണ്ടും തപ്പിത്തടഞ്ഞ് മുന്നോട്ടു നടന്നു. ഇപ്പോൾ, പുന്നച്ചിറക്കുളത്തിലേക്കുള്ള ഊടുവഴിക്കരികിലാണ് വാസുദേവന്റെ നിൽപ്പ്. ആ വഴിയുടെ ഇടതുഭാഗത്ത് സാമാന്യം വലിപ്പമുള്ള ഒരു കുഴിയാണ്. അയാൾ ആ ഭാഗത്തേക്ക് ചുവടു വെച്ചു തുടങ്ങി.....

"നീങ്ങളീ കണ്ണും പിണിയും കണ്ടൂടാതെ എങ്ങോട്ട് പോണതാണ്? ഇപ്പം വിഴുന്ന് മണ്ട പൊളന്നേനെ ..."

തന്റെ കൈയിൽ ആരോ പിടിത്തമിട്ടപ്പോൾ വാസുദേവൻ നിശ്ചലനായി. അയാളുടെ കാതുകൾ കൂർത്തു. മൂക്കുവിടർന്നു. പാൽമണം ഉള്ളിലേക്ക് കടന്നു.

"സുഷമ എവിടേടാ?"

കറവക്കാരൻ പുരുഷന്റെ ദേഹത്ത് അള്ളിപ്പിടിച്ചുകൊണ്ട് വാസുദേവൻ അലറി. അയാളുടെ ശരീരം കിടുകിടാ വിറയ്ക്കുന്നുണ്ടായിരുന്നു. ചോദ്യം മനസ്സിലാകാതെ അന്തംവിട്ട് വായ തുറന്നു പോയ പുരുഷൻ, വാസുദേവന്റെ കൈയിലെ പിടിത്തം മെല്ലെ മെല്ലെ വിട്ടു.

"പറയെടാ പുല്ലേ... അവളെവിടെ?"

വാസുദേവന്റെ പിടിമുറുകി. കഥയെന്തെന്നറിയാതെ കറവക്കാരന്റെ വായ പിന്നെയും തുറന്നു. ഇഞ്ചിക്കുന്നന്റെ പുരയിടത്തിൽ പുല്ലു പറിച്ചുകൊണ്ടിരുന്ന അയാളുണ്ടോ അറിയുന്നു വാസുദേവന്റെ മനസ്സിലിരിപ്പ്!

"രണ്ടു പേരും കൂടെ എന്നെ പറ്റിക്കാൻ നോക്കണ്ട. രണ്ടിനേം കൊല്ലും ഞാൻ."

കാര്യങ്ങളുടെ കിടപ്പുവശം പുരുഷന് ഏതാണ്ട് പിടി കിട്ടി. അയാൾ കലി കടിച്ചമർത്തിക്കൊണ്ടു ചോദിച്ചു:

"നിങ്ങക്ക് പ്രാന്തായാ?"

"പ്രാന്ത് നെനക്കാണ്. കാമപ്രാന്ത്. നീയും അവളും കൂടെ എന്നെ പറ്റിക്കാമെന്ന് വിചാരിക്കണ്ട. രണ്ടിനേം കൊല്ലും ഞാൻ."

വാസുദേവന്റെ കൈകൾ പുരുഷന്റെ കഴുത്തിലേക്കു നീണ്ടു. അയാൾക്കു ശ്വാസം മുട്ടിത്തുടങ്ങി. അയാൾ വാസുദേവനെ തള്ളി മാറ്റാൻ നോക്കി. ഇരുവരും പിടിയും വലിയുമായി. കാൽ തെറ്റി നിലത്തു വീണു. അവിടെക്കിടന്ന് ഉരുണ്ടു.

"അയ്യോ!"

ജമ്പറും വാങ്ങി മടങ്ങി വരികയായിരുന്ന സുഷമ അടിപിടി കണ്ട് നിലവിളിയോടെ ഓടിയെത്തി. അവൾ വാസുദേവനെ പിടിച്ചു മാറ്റാൻ നോക്കി. ഒരുപാട് പ്രയാസപ്പെട്ടിട്ടാണ് അവൾക്കതിനു കഴിഞ്ഞത്. പ്രാണൻ തിരിച്ചു കിട്ടിയ ആശ്വാസത്തോടെ പുരുഷൻ നിലത്തു നിന്ന് പിടഞ്ഞെണീറ്റു. സുഷമ ഭർത്താവിനെ താങ്ങിയെടുത്തു. അവൾ ജ്വലിക്കുന്ന കണ്ണുകളോടെ പുരുഷനോടു ചോദിച്ചു:

"കണ്ണു കണ്ടൂടാത്തയാളെ നിങ്ങളെന്തിനാണ് അടിച്ചത്?"

"ഞാനരേം അടിച്ചില്ല. അയാളാണെന്നെ അടിക്കാൻ വന്നത്. കാര്യമെന്തരെന്ന് നീ തന്നെ ചോതിര്."

പുല്ലു പറിച്ചിട്ട വല്ലവുമെടുത്ത് അയാൾ ഊടുവഴിയിലൂടെ താഴേക്കു നടന്നു പോയി. അല്പം നടന്നശേഷം അയാൾ തിരിഞ്ഞുനിന്ന് വിളിച്ചു പറഞ്ഞു:

"അങ്ങേർക്ക് കണ്ണിനല്ല, തലയ്ക്കാ കൊഴപ്പം."

കാര്യമെന്തെന്നറിയാതെ സുഷമ വാസുദേവനെ നോക്കി. അയാൾ ഒന്നും മിണ്ടാതെ തല കുനിച്ചു നിൽക്കുകയാണ്.

"ഉറങ്ങാൻ കെടന്ന നിങ്ങളെങ്ങനെ ഇവിടെ വന്ന്?"

വാസുദേവന്റെ കൈകളിൽ പിടിച്ചുകൊണ്ട് സുഷമ ചോദിച്ചു. പക്ഷേ, മറുപടിയൊന്നും പറയാതെ അവളുടെ കൈകൾ പിടിച്ചു മാറ്റി, അയാൾ തപ്പിത്തടഞ്ഞ് വീട്ടിലേക്കു നടന്നു.

വാസുദേവന്റെ സ്വഭാവരീതികൾക്കു വന്ന മാറ്റങ്ങൾ സുഷമയെ അത്ഭുതപ്പെടുത്തിയെങ്കിലും അവൾ അയാളെ കുറ്റപ്പെടുത്താനോ അയാളോട് നീരസം കാണിക്കാനോ പോയില്ല. കാഴ്ച നഷ്പ്പെട്ട അയാളുടെ മാനസികാവസ്ഥ അവൾക്ക് മനസ്സിലാക്കാൻ കഴിയുന്നുണ്ട്. പകൽ മുഴുവൻ എന്തിനുമേതിനും സുഷമയെ കുറ്റപ്പെടുത്തുന്ന വാസുദേവൻ പല രാത്രികളിലും അവളെ തന്റെ നെഞ്ചോട് ചേർത്തു പിടിച്ചാണ് കിടക്കുന്നത്. ചിലപ്പോൾ അത്യാവേശത്തോടെ അവളിൽ ചുംബനവർഷം നടത്തും. ചിലപ്പോൾ ഭ്രാന്തമായ ആവേശത്തോടെ അവളിലേക്ക് ആഴ്ന്നിറങ്ങും. ഒടുവിൽ, വിയർത്തു കുളിച്ച് തളർന്ന് അവളുടെ മാറിലേക്ക് വീണ് കിടക്കുമ്പോൾ അയാൾ കിതച്ചുകൊണ്ടു പറയും:

"നിന്നെ ഞാൻ ആർക്കും വിട്ടുകൊടുക്കുല്ല."

അവൾ അയാളുടെ തലമുടിയിഴകളിലൂടെ വിരലോടിച്ച്, ഒരു കൊച്ചു കുഞ്ഞിനെയെന്നപോലെ അയാളെ ആശ്വസിപ്പിക്കും. അപ്പോൾ അവളുടെ കണ്ണിന്റെ കോണിൽ നനവു പടർന്ന് തുടങ്ങും. ഒരെത്തും പിടിയും കിട്ടാത്ത മനുഷ്യമനസ്സിനെക്കുറിച്ചോർത്ത് അവൾ ചുമ്മാ നെടുവീർപ്പിടും.

കടുത്ത മാനസിക സംഘർഷത്തിലൂടെയുള്ള സഞ്ചാരത്തിനിടയിലും, *കടൽപ്പാല*ത്തിൽ സത്യൻ അവതരിപ്പിച്ച കഥാപാത്രത്തെപ്പോലെ, ഒരു ദിവസം തനിക്കും കാഴ്ച തിരിച്ചുകിട്ടുമെന്ന് വാസുദേവൻ പ്രത്യാശിച്ചു. അങ്ങനെയെങ്കിൽ, സത്യനെപ്പോലെ താനും കുറേക്കാലത്തേക്ക് കാഴ്ചയില്ലാത്തവനെപ്പോലെ അഭിനയിക്കും. തനിക്കു ചുറ്റും നടക്കുന്ന ഗൂഢനീക്കങ്ങളെയെല്ലാം നേരിട്ട് കണ്ടറിയാനും എന്നാൽ, ഒന്നും കണ്ടില്ലെന്ന് ഭാവിക്കാനും കഴിയുന്നത് ഒരു രസമുള്ള ഏർപ്പാടായി അയാൾക്കു തോന്നി.

അങ്ങനെ പ്രത്യാശയും നിരാശയുമൊക്കെ ഇടകലർന്ന് ദിവസങ്ങൾ ഒന്നൊന്നായി ഇഴഞ്ഞു നീങ്ങിക്കൊണ്ടിരിക്കേ, ആലിൻപുറം മുടിപ്പുര മഹോത്സവത്തിന് കൊടിയേറ്റമായി. നാടകവും കഥാപ്രസംഗവും വില്പ്പാട്ടുമൊക്കെയായി അഞ്ചു ദിവസം നീണ്ടു നിൽക്കുന്ന ഉത്സവാഘോഷങ്ങളുടെ ആനന്ദത്തിമിർപ്പിലായി ആലിൻപുറം. എല്ലാ ദിവസവും സന്ധ്യക്ക് ദീപാരാധന തൊഴാൻ വാസുദേവനും കുടുംബവും മുടിപ്പുരയിലെത്തിയെങ്കിലും കലാപരിപാടികൾ കാണാൻ നിന്നില്ല. രാത്രി, വരാന്തയിലെ ചാരുകസേരയിൽ കിടന്ന് വാസുദേവനും, മുറ്റത്തെ പടിക്കെട്ടിൽ മോനേയും മടിയിലിരുത്തി സുഷമയും കലാപരിപാടികൾ കേട്ടു. സമാപന ദിവസമായി. രാവിലെ, മുടിപ്പുരയ്ക്കടുത്തുള്ള തെങ്ങിൻ കട്ടയ്ക്കാലിലെ നെട്ടത്തെങ്ങുകളിലൊന്നിനു മുകളിൽ കെട്ടിവച്ചിരുന്ന കോളാമ്പിയിലൂടെ അനൗൺസ്മെന്റ് മുഴങ്ങി:

"പ്രിയ ഭക്തജനങ്ങളേ, ആലിൻപുറംദേവീ മുടിപ്പുര മഹോത്സവത്തിന്റെ സമാപനത്തോടനുബന്ധിച്ച് ഇന്നു രാത്രി കൃത്യം 7.30 മുതൽ സിനിമാ പ്രദർശനം ഉണ്ടായിരിക്കുന്നതാണ്. മണ്ണിൽ ടാക്കീസിന്റെ ഉടമയായ ശ്രീ. എബ്രഹാം കോശിയുടെ സംഭാവനയായി നടക്കുന്ന ഈ സിനിമാ പ്രദർശനത്തിൽ പ്രദർശിപ്പിക്കുന്ന ചിത്രം *തിരുവിളയാടൽ*...."

അനൗൺസ്മെന്റ് കേട്ടതും ശ്രീദേവൻ ചിണുങ്ങാൻ തുടങ്ങി:

"എനിക്ക് ശിനിമ കാണാമ്പോണം."

കാണാൻ പോയ രണ്ടു സിനിമകളും നേരാംവണ്ണം കാണാൻ പറ്റാത്തതുകൊണ്ട് ഇതെങ്കിലും മുഴുവനും കാണണമെന്ന് അവനാഗ്രഹമുണ്ട്. മകന്റെ ചിണുങ്ങൽ കണ്ടപ്പോൾ മനസ്സലിഞ്ഞെങ്കിലും സുഷമ പറഞ്ഞു:

"അച്ഛന് വയ്യാതിരിക്കയല്ലേ? നമ്മള് മാത്രം പോയാൽ അച്ഛന് വെഷമം വരും."

അതു കേട്ടപ്പോൾ ശ്രീദേവന് സങ്കടം സഹിക്കാനായില്ല. സങ്കടം നിലവിളിയായി.

"എനിക്ക് ശിനിമ കാണാൻ പോണേ....."

ആ നിലവിളി വാസുദേവൻ കേട്ടു. മോൻ സങ്കടപ്പെടുന്നത് അയാൾക്ക് സഹിക്കാനാകില്ല. അയാൾ പറഞ്ഞു:

"സുഷമേ, നീ അവനേംകൊണ്ട് സിനിമയ്ക്കു പൊയ്ക്കോ. എന്റെ കാര്യം സാരമില്ല."

"അത് വേണ്ട. വയ്യാത്ത നിങ്ങളേം ഒറ്റയ്ക്കാക്കീട്ട് പോയാ നാട്ടുകാരെന്ത് പറയും."

"അതൊന്നും സാരമില്ല. നിങ്ങള് പൊയ്ക്കോ."

കല്യാണിയെയോ ഭാസ്കരനെയോ വിളിച്ച് വീട്ടിൽ നിർത്തിയിട്ട് പോകാമെന്ന് അവൾ ആലോചിച്ചെങ്കിലും മുടിപ്പുരയിലെ താലപ്പൊലി ഘോഷയാത്ര കാണാൻ ഉത്സാഹിച്ച് നിൽക്കുന്ന അവരെ വെറുതേ ബുദ്ധിമുട്ടിക്കണ്ടെന്ന് കരുതി.

തെന്നൂർക്കോണത്തു നിന്ന് എട്ടു മണിയോടെ തുടങ്ങുന്ന താലപ്പൊലി ഘോഷയാത്ര മുടിപ്പുരയിലെത്തുമ്പോൾ പത്തു മണിയെങ്കിലും കഴിയും. ആ സമയമത്രയും ഉത്സവപ്പറമ്പ് സജീവമാക്കി നിർത്താൻ എന്താണു മാർഗമെന്ന് ഉത്സവക്കമ്മിറ്റിക്കാർ ആലോചിക്കുമ്പോഴാണ് എബ്രഹാം കോശി സിനിമാ പ്രദർശനമെന്ന ആശയവുമായി എത്തിയത്. മണ്ണിൽ ടാക്കീസിലെ പതിവു പ്രദർശനങ്ങൾക്ക് അവധി കൊടുത്താണ് അയാൾ ഉത്സവത്തിന് തന്റെ സംഭാവനയായി സിനിമാ പ്രദർശനം നടത്താൻ തീരുമാനിച്ചത്. ടിക്കറ്റ് കൗണ്ടറിൽ ക്യൂ നിന്ന് കാശെണ്ണിക്കൊടുത്ത് ടിക്കറ്റെടുത്ത്, ടാക്കീസിന്റെ നാലു ചുമരുകൾക്കുള്ളിലെ ഇരുട്ടിലിരുന്ന മാത്രം കാണാൻ കഴിയുന്നതാണ് സിനിമയെന്നു വിശ്വസിച്ചിരുന്ന നാട്ടുകാരാകട്ടെ ഉത്സവപ്പറമ്പിലെ സൗജന്യസിനിമാ പ്രദർശനവാർത്തയറിഞ്ഞ് ഉത്സാഹഭരിതരായി.

സന്ധ്യയായപ്പോൾത്തന്നെ അവർ മുടിപ്പുരവയലിലേക്ക് കൂട്ടം കൂട്ടമായി എത്തി. കൊയ്ത്തൊഴിഞ്ഞ പാടത്ത്, കട്ടകൾ തട്ടി നിരപ്പാക്കിയ മഞ്ഞ നിറമുള്ള മണ്ണിൽ ഇരിപ്പിടമുറപ്പിക്കാൻ അവർ തിക്കിത്തിരക്കി. ഏഴു മണിയായപ്പോഴേക്കും പ്രൊജക്ടറും ചുമലിലേറ്റി ചൂപ്പി ശശി എത്തി. കാഴ്ചക്കാരുടെ സഹായത്തോടെ അയാൾ രണ്ടു കമുകിൻ തൂണുകൾ സ്ഥാപിച്ച് അതിൽ ഒരു വലിയ വെള്ളത്തുണി വലിച്ചുകെട്ടിയപ്പോൾ വെള്ളിത്തിരയും തയ്യാറായി.

"ദേവാ..... മഹാദേവാ...."

കൈലാസ ഗിരിശൃംഗങ്ങളിലൂടെ ശിവസ്തുതികൾ പാടി നടക്കുന്ന നാരദന്റെ ദൃശ്യത്തോടെ പടം തുടങ്ങി. കാണികൾ ആ വർണ്ണരംഗങ്ങളിൽ കണ്ണുംനട്ട് ആവേശഭരിതരായി. അമ്മയുടെ മടിയിലിരുന്ന ശ്രീദേവനും കണ്ണിമ ചിമ്മാതെ സ്ക്രീനിൽത്തന്നെ നോക്കിയിരുന്നു.

ഉത്സവപ്പറമ്പിൽ നിന്നുള്ള സിനിമാ ശബ്ദങ്ങളും കേട്ട് വരാന്തയി

ലെ ചാരുകസേരയിൽ കിടക്കുകയായിരുന്നു വാസുദേവൻ. അയാളുടെ മനക്കണ്ണിലൂടെ ദൃശ്യങ്ങൾ മാറി മറിഞ്ഞു കൊണ്ടിരുന്നു. *കുമാരസംഭവം* പോലെ ഒരു ഭക്തിസിനിമ തന്നെയാണല്ലോ *തിരുവിളയാടൽ* എന്ന് അയാളോർത്തു. ശിവാജി ഗണേശന്റെ ഇടിവെട്ട് സംഭാഷണങ്ങളും ഗാനങ്ങളുമൊക്കെയായി *തിരുവിളയാടൽ* മുന്നേറിക്കൊണ്ടിരിക്കേ, വാസുദേവന്റെ കൺപോളകൾ അറിയാതെ അടഞ്ഞുപോയി. അയാൾ മെല്ലെ ഉറക്കത്തിലായി. അരമണിക്കൂറോളം അതു നീണ്ടു. പെട്ടെന്ന്, എന്തോ ഓർത്തിട്ടെന്നവണ്ണം അയാൾ ഞെട്ടിപ്പിടഞ്ഞ് കൺപോളകൾ തുറന്നു.

"സുഷമേ ...."

ചാരുകസേരയിൽ നിന്ന് ചാടിയെണീറ്റ് സ്ഥലകാലബോധം നഷ്ടപ്പെട്ടവനെപ്പോലെ അയാൾ നീട്ടി വിളിച്ചു. മറുപടിയൊന്നും ഉണ്ടാകാതായപ്പോൾ അല്പനേരം ശങ്കിച്ചു നിന്നു. *തിരുവിളയാടൽ* ശബ്ദങ്ങൾ കാതിൽ വന്നലച്ചതും ക്രമേണ അയാളുടെ ബോധമണ്ഡലത്തിലേക്ക് വെളിച്ചം വീണു. തപ്പിത്തടഞ്ഞ് അയാൾ വരാന്തയുടെ തൂണിൽ പിടിച്ച് ദീർഘനിശ്വാസമുതിർത്തു. കുറച്ചുനേരം അങ്ങനെ നിന്നു. ശിവതാണ്ഡവത്തിന്റെ രൗദ്ര സംഗീതം കാതുകളിൽ മുഴങ്ങിയെങ്കിലും മനസ്സിൽ തെളിഞ്ഞത് *വാഴ്‌വേമായ*മായിരുന്നു!

"ചലനം... ചലനം.. ചലനം..."

നാസാരന്ധ്രങ്ങളിലേക്ക് സംശയഗന്ധമായി പാൽമണം ഇരച്ചുകയറി! സിനിമ കാണാൻ പോയ സുഷമ അവിടെത്തന്നെയാകുമോ? സിനിമ കണ്ട് ഉറങ്ങിപ്പോയ മോനെ വയലിൽ കിടത്തിയിട്ട് അവൾ പുരുഷനൊപ്പം ഇരുട്ടിന്റെ മറവിലേക്ക് പോയിരിക്കുമോ? ഭ്രാന്തൻ ചിന്തകളുടെ കുത്തൊഴുക്കിൽ വാസുദേവന്റെ നാഡീവ്യൂഹമാകെ കിരുകിരുത്തു. അയാൾ തിടുക്കത്തിൽ പടിക്കെട്ടുകൾ ചവിട്ടിയിറങ്ങി. പിന്നെയൊരു പാച്ചിലായിരുന്നു. കൈകൾ വായുവിൽ ഉയർത്തി തപ്പിത്തപ്പിയുള്ള ഭ്രാന്തമായ പാച്ചിൽ. ഇടയ്ക്ക് കല്ലിലും മരക്കുറ്റികളിലും തട്ടി മറിഞ്ഞു വീഴാൻ പോയെങ്കിലും എങ്ങനെയൊക്കെയോ രക്ഷപ്പെട്ടു. കാതിൽ വന്നു വീണു കൊണ്ടിരുന്ന *തിരുവിളയാടൽ* ശബ്ദങ്ങളുടെ പ്രഭവകേന്ദ്രം ലക്ഷ്യമാക്കിയാണ് അയാളുടെ പരക്കംപാച്ചിൽ. വർഷങ്ങളായി ചവിട്ടി നടക്കുന്ന വഴി, മനക്കണ്ണിൽ തെളിഞ്ഞു നിന്നെങ്കിലും ഇടയ്ക്കൊക്കെ ദിശ മാറി. അങ്ങനെ, ഇഞ്ചിക്കുന്നന്റെ പുരയിടത്തിനരികിലെ ഇടവഴി പിന്നിട്ടതും സഞ്ചാരത്തിന്റെ ഗതിയൊന്നു മാറി. മുടിപ്പുരയുടെ കിഴക്കുഭാഗത്തായി വച്ചിരുന്ന കോളാമ്പിയിലെ ശബ്ദത്തെ ദിശാസൂചകമായി കണക്കാക്കിയതുകൊണ്ടാണ് അത് സംഭവിച്ചത്. സായിപ്പ് സഹദേവന്റെ പുരയിടത്തിൽ രണ്ടു ദിവസം മുമ്പ് മാത്രം വെട്ടി പൂർത്തിയാക്കിയ ഇരുപത്തിരണ്ടു തൊടിയുള്ള കിണറിനു നേരെയായിരുന്നു അയാളുടെ ചുവടുവയ്പുകൾ.

കൈവരി കെട്ടാത്ത കിണറിനു മുകളിലിട്ടിരുന്ന ഓലയിൽ അയാൾ വലതുകാൽ വച്ചു. ഇടതുകാൽ വയ്ക്കാൻ കാൽ ഉയർത്താൻ തുടങ്ങിയ തേയുള്ളൂ. അഗാധമായൊരു ഗർത്തത്തിലേക്കു താൻ പതിക്കുന്നതായി അയാൾ തിരിച്ചറിഞ്ഞു. ഉച്ചത്തിൽ തുടങ്ങി, കിണറിന്റെ അഗാധതയി ലേക്ക് നേർത്തുനേർത്തുപോയ അയാളുടെ നിലവിളിയൊച്ച *തിരുവിള യാടൽ* ശബ്ദങ്ങളിൽ മുങ്ങിത്താണു. രണ്ടാൾ പൊക്കമുള്ള തണുതണുത്ത വെള്ളത്തിൽ ഒരിറ്റു ശ്വാസത്തിനായി പിടയുമ്പോഴും അവ്യക്തമെങ്കിലും, അയാളുടെ കാതിൽ അവസാനശബ്ദമായി മാറിയത് ആ സിനിമാഗാന മായിരുന്നു:

"...കാട്ടാനവൻ കുളിരാനവൻ
നീരാനവൻ നെരുപ്പാനവൻ
നേട്ടയായി ഇൻറാഗി ഇൻറിക്കും നിലയായി
ഊട്ടാഗി നിൻറാനവൻ അൻപിൽ ഒളിയായി നിൻറാനവൻ..."

തിരുവിളയാടൽ അവസാനിച്ചു, ഒപ്പം കിണറ്റിനുള്ളിലെ ചലനങ്ങളും!

റീൽ - അഞ്ച്

ദോസ്ത്

"**യേ** ദോസ്തി ഹം നഹിം തോഡേംഗേ
തോഡേംഗേ ദം മഗർ
തേരാ സാഥ് നാ ഛോഡേംഗേ ....."

കുടയാൽ മുകളിലെ കൊച്ചുകുന്നിൽ ആകാശത്തോളം ഉയർന്നു നിന്ന പേരാൽമരത്തിൽ ചുറ്റിപ്പിണഞ്ഞ കാട്ടുവള്ളികളിലൊന്നിൽ തൂങ്ങിയാടി പാട്ടു പാടുന്ന സുബ്രഹ്മണ്യനെ ശ്രീദേവൻ കൗതുകത്തോടെയങ്ങനെ നോക്കി നിന്നു. ഇടയ്ക്കിടെ ഒരു കൈ വായുവിലേക്ക് വീശി, മുഖത്ത് ചില ഭാവമാറ്റങ്ങൾ വരുത്തി അവൻ പാടുന്നതു കണ്ടപ്പോൾ ശ്രീദേവന് ചിരി വന്നു. അവൻ ഇതിനു മുമ്പ് കേട്ടിട്ടില്ലാത്ത പാട്ടാണത്. ഏതോ ഹിന്ദി സിനിമയിലെ പാട്ടാണെന്നു തോന്നുന്നു. കേൾക്കാൻ സുഖമുണ്ട്.

"സുബ്രാ, ഇതേതിലെ പാട്ടാണ്?"

ജിജ്ഞാസ സഹിക്കാനാകാതെ ശ്രീദേവൻ വിളിച്ചു ചോദിച്ചു. പക്ഷേ, ആലാപനത്തിലും അഭിനയത്തിലും ലയിച്ചു പോയ സുബ്രൻ എന്ന സുബ്രഹ്മണ്യൻ മറുപടിയൊന്നും പറഞ്ഞില്ല. അവൻ ആദ്യത്തെ നാലുവരി കൃത്യമായി പാടിയെങ്കിലും പിന്നീടുള്ള വരികളെല്ലാം വായിൽത്തോന്നിയതായിരുന്നു. ഒടുവിൽ, ഗാനരംഗം അവസാനിപ്പിച്ച് സുബ്രൻ നിലത്തിറങ്ങി.

"എടാ കോപ്പേ, ഈ പാട്ട് നീയിതു വരെ കേട്ടിട്ടില്ലേ!"

"ഇല്ല."

സുബ്രൻ പൊട്ടിച്ചിരിച്ചു.

"ഓ... പറയുമ്പോലെ നീ സിനിമയൊന്നും കാണാറില്ലല്ലോ. എടാ, ഇത് *ഷോലെ*യിലെ പാട്ടാണ്. അമിതാബച്ചനും ദർമ്മേന്ദ്രേം കൂടി പാടണത്."

അത്രയും പറഞ്ഞ ശേഷം, തൊട്ടടുത്തു നിന്ന പൂവരശ്ശിന്റെയൊരു ചെറുകൊമ്പ് വലിച്ചൊടിച്ച് അതുമായി സുബ്രൻ ഒരു ചെറിയ പാറയുടെ മുകളിലേക്ക് ഓടിക്കയറി. വലതു കൈയിലിരുന്ന കമ്പിനെ വായുവിലേക്ക് വീശി അവൻ നിവർന്ന് തലയുയർത്തി നിന്നു. കണ്ണുകളിൽ ക്രൗര്യം നിറഞ്ഞു.

"കിതനെ ആദ്മി ദേ? ദോ ആദ്മി....ശ്ശൂർ കെ ബച്ചേ! ഓ ദോ ദേ, ഔർ തും തീൻ! ഫിർ ഭി വാപസ് ആഗയേ? ഖാലി ഹാത്ത്? ക്യാ സമാജ് കർ ആയേ ദി? കേ സർദാർ ബഹത് ഖുഷ് ഹോഗാ? സബാസി ദൈഗ, ക്യോം! ദിക്കർ ഹേ!"

കൂട്ടുകാരന്റെ പ്രകടനം കണ്ട് ശ്രീദേവൻ വായും തുറന്നു നിന്നു.

"എടാ കോപ്പേ വായടയ്ക്ക്."

സുബ്രൻ പാറയിറങ്ങി ശ്രീദേവന്റെ അടുത്തേക്കു വന്നു.

"എടാ ഇപ്പം ഞാൻ കാണിച്ചത് *ഷോലെ*യിലെ ഗബ്ബാർ സിങ്ങിനെയാണ്. അംജദ്ഖാൻ കലക്കിക്കളഞ്ഞ്."

ഇതും പറഞ്ഞ് പാറയുടെ താഴെയുള്ള മുട്ടൻ പറങ്കിമാവിലേക്ക് സുബ്രൻ വലിഞ്ഞുകയറാൻ തുടങ്ങി. കൊമ്പുകളിൽ നിന്ന് കൊമ്പുകളിലേക്ക് ഒരു കുരങ്ങനെപ്പോലെ ചാടിച്ചാടിപ്പോയ അവൻ മരത്തിന്റെ തുഞ്ചത്തുനിന്ന് രണ്ട് ചുവന്ന പറങ്കിമാങ്ങകളുമായി താഴേക്കിറങ്ങി. അണ്ടികൾ തിരുകിയെടുത്ത് നിക്കറിന്റെ പോക്കറ്റിലിട്ടശേഷം അവൻ മാങ്ങകളിലൊന്ന് ശ്രീദേവനു നീട്ടി.

പറങ്കിമാങ്ങകൾ കടിച്ചു വലിച്ചു തിന്നുകൊണ്ട് ശ്രീദേവനും സുബ്രനും നടന്നു. വായിൽ നിന്ന് ചിറിയിലൂടെ ഒലിച്ച് താഴോട്ടിറങ്ങിയ പറങ്കിമാങ്ങാ നീര് അവരിരുവരുടേയും അടിവയറുകളെ നനച്ചു കൊണ്ടിരുന്നു. അവസാന നീരും ഊറ്റിയെടുത്ത്, ചണ്ടി ദൂരേക്കെറിഞ്ഞിട്ട് കൈയിലിരുന്ന പുല്ലറുപ്പുകത്തി കൊണ്ട് അവർ ആടിനുള്ള കൊഴ അറുത്തു തുടങ്ങി. കൊഴയറുപ്പിനിടയിലും സുബ്രൻ വാചാലനായിരുന്നു. അവൻ *ഷോലെ*യുടെ കഥ പറയാൻ തുടങ്ങി. വെറും കഥ പറച്ചിലല്ല. ഓരോ കഥാപാത്രങ്ങളെയും അനുകരിച്ചഭിനയിച്ചായിരുന്നു ആ കഥാകഥനം. കൂട്ടുകാരന്റെ പ്രകടനംകണ്ട് അന്തിച്ചുനിൽക്കാനേ പാവം ശ്രീദേവനു കഴിഞ്ഞുള്ളൂ. കാരണം, അവൻ ഒരു സിനിമ കണ്ടിട്ട് വർഷം അഞ്ചു കഴിഞ്ഞിരിക്കുന്നു! സിനിമയെന്നു കേൾക്കുമ്പോൾ അവന്റെ മനസ്സിൽ

ആദ്യം തെളിയുന്നത് അച്ഛന്റെ ശവശരീരമാണ്. പിന്നെ, നെഞ്ചത്തടിച്ചു നിലവിളിക്കുന്ന അമ്മയുടെ രൂപവും. ഇന്നലെ കഴിഞ്ഞപോലെ അവൻ അതെല്ലാം ഓർക്കുന്നു...

മുടിപ്പുരയിലെ *തിരുവിളയാടൽ* സിനിമാ പ്രദർശനം കഴിഞ്ഞയുടനെ ചൂട്ടിന് തിരികൊളുത്തി സുഷമയും ശ്രീദേവനും ധൃതിയിൽ വീട്ടിലേക്കു നടന്നു. ആദ്യമായി ഒരു സിനിമ മുഴുവനും കാണാൻ കഴിഞ്ഞതിന്റെ സന്തോഷത്തിലായിരുന്നു ശ്രീദേവൻ. നടത്തത്തിനിടയിൽ, അമ്മയും മകനും സിനിമയിലെ പല രംഗങ്ങളേയും പറ്റി പറഞ്ഞുകൊണ്ടേയിരുന്നു. ശിവാജിയുടെ ശിവവേഷം അവരെ അത്രമേൽ ആവേശഭരിതരാക്കിയിരുന്നു.

അവർ വീടെത്തി. വരാന്തയിലെ ചാരുകസേര ശൂന്യം! കൈവരിയിലെ ചിമ്മിനി വിളക്ക് കത്തുന്നുണ്ട്. അമ്മയും മകനും മുഖത്തോടു മുഖം നോക്കി. ഉറക്കം വന്നപ്പോൾ വാസുദേവൻ അകത്തു കയറി കട്ടിലിൽ കിടന്നതാവും എന്നു ചിന്തിച്ചുകൊണ്ട്, ചിമ്മിനി കൈയിലെടുത്ത് സുഷമ മുറിക്കുള്ളിലേക്ക് കയറി നോക്കി - ഇല്ല. 'നോക്കണം... എവിടെ പോയി?' എന്നു വിളിച്ചു ചോദിച്ചുകൊണ്ട് അവൾ മുറികളിലും അടുക്കളയിലുമൊക്കെ കയറിയിറങ്ങി. വീടിനു ചുറ്റും പരിഭ്രമത്തോടെ വലം വച്ചു.

"അച്ഛാ ... അച്ഛാ.."

ശ്രീദേവനും ഉറക്കെ വിളിച്ചു. അമ്മയുടെയും മകന്റെയും ഉറക്കെയുള്ള വിളികൾ നാട്ടുകാരിൽ ചിലർ കേട്ടു. അവരോടിക്കൂടി. അന്വേഷണമായി. നാട്ടിടവഴികളിലെങ്ങും ചൂട്ടുകറ്റയുടെ വെളിച്ചം പരന്നു. ഒരു മണിക്കൂറോളം നീണ്ടു നിന്ന തിരച്ചിലിനൊടുവിൽ, സായിപ്പ് സഹദേവന്റെ പണിതീരാത്ത കിണറിനുള്ളിലേക്ക് ചൂട്ടുവെട്ടം നീട്ടിയ മലയിക്കാരൻ മാർക്കോസിന് എന്തോ സംശയം തോന്നി. അയാൾ മറ്റുള്ളവരോട് അത് വിളിച്ചു പറഞ്ഞ ശേഷം കിണറിനുള്ളിലേക്ക് ഇറങ്ങാൻ തുടങ്ങി.....

ഉത്സവപ്പറമ്പിലെ ആൾക്കൂട്ടം മുഴുവൻ വാസുദേവന്റെ വീടിനു ചുറ്റും നിരന്നു. കല്യാണിയുടേയും സുഷമയുടേയും നിലവിളികളുയർന്നു. അമ്മൂമ്മയുടെയും അമ്മയുടെയും ദീനരോദനങ്ങൾക്കു നടുവിൽ, വെള്ളപുതപ്പിച്ചു കിടത്തിയ അച്ഛനെ നോക്കി ശ്രീദേവൻ പകച്ചു നിന്നു.

അച്ഛന്റെ ചിതയ്ക്കു തീ കൊടുക്കുമ്പോഴും ശ്രീദേവന്റെ മനസ്സിൽ ഒരു ചോദ്യം ഉറഞ്ഞിരുന്നു - അച്ഛനെന്തിനായിരിക്കും ആ കിണറ്റിനടുത്തേക്കു പോയത്? നാട്ടിലുള്ള സകലരുടേയും മനസ്സിൽ ഈ ചോദ്യമുണ്ടായിരുന്നെങ്കിലും ആർക്കും വ്യക്തമായൊരു ഉത്തരം കിട്ടിയില്ല, ഒരാൾക്കൊഴിച്ച്. അത് സുഷമയായിരുന്നു. കാഴ്ച നഷ്ടപ്പെട്ടശേഷം വാസുദേവന്റെ

പെരുമാറ്റത്തിലുണ്ടായ മാറ്റങ്ങൾ യഥാർത്ഥത്തിൽ അവൾ മാത്രമേ തിരിച്ചറിഞ്ഞിരുന്നുള്ളൂ.

രാത്രി, അമ്മയുടെയും അമ്മൂമ്മയുടെയും നടുവിൽ കട്ടിലിൽ ഉറങ്ങാൻ കിടന്ന ശ്രീദേവനെ ചേർത്തു പിടിച്ചുകൊണ്ട് കല്യാണി പറഞ്ഞു:

"നമ്മളെ കുടുംബത്തിന്റെ ശാപമാണ് സിനിമ. എന്നേം എന്റെ കൊച്ചിനേം അത് നശിപ്പിച്ചു. സിനിമേല് അഫിനയിക്കാൻ പോയതോണ്ടല്ലേ അവൻ കുരുടനായത്. അതോണ്ട് എന്റെ പൊന്നുമക്കള് സിനിമേരെ പെറകേ പോവല്ലേ."

അമ്മൂമ്മയുടെ കണ്ണീരിന്റെ നനവ് തന്റെ നെറ്റിയിൽ വീഴുന്നതും അമ്മയുടെ വിതുമ്പലുകളുയരുന്നതും ശ്രീദേവൻ അറിഞ്ഞു.

പിന്നീടൊരു സിനിമ കാണൽ അവനുണ്ടായിട്ടേയില്ല. സിനിമയുടെ കടുത്ത ആരാധികയായിരുന്ന സുഷമ 'സിനിമ' എന്നൊരു വാക്കു പോലും ഉച്ചരിക്കാതെയായി. മണ്ണിൽ ടാക്കീസിലെ പുതിയ സിനിമയുടെ വിളംബരം കേട്ടു തുടങ്ങുമ്പോഴേ അവൾ വീടിനകത്തു കയറി വാതിൽ ചാരും. ഒരു ദിവസം, സ്കൂളിൽ പോയി മടങ്ങുന്ന വഴി കിട്ടിയ സിനിമാ നോട്ടീസുമായി വന്ന ശ്രീദേവന്റെ കൈയിൽ നിന്ന് അവൾ അത് പിടിച്ചു വാങ്ങി കീറിയെറിഞ്ഞു. അങ്ങനെ ശ്രീദേവനു മുന്നിൽ വിലക്കപ്പെട്ട കനിയായി സിനിമ മാറി. മണ്ണിൽ ടാക്കീസിനു മുന്നിലൂടെ പോകുമ്പോഴെല്ലാം ടാക്കീസിന്റെ ഭിത്തിയിൽ ഒട്ടിച്ചിരുന്ന പോസ്റ്ററുകളിലിരുന്ന് നസീറും മധുവും ഷീലയും ജയഭാരതിയുമെല്ലാം അവനെ അവന്റെ ജന്മഗൃഹത്തിലേക്ക് ക്ഷണിച്ചു കൊണ്ടിരുന്നു. ഒരു നെടുവീർപ്പുകൊണ്ട് ആ ക്ഷണങ്ങളെയെല്ലാം നിരസിച്ച് അവൻ നടന്നു പോകും. സഹപാഠികൾ സിനിമാക്കഥകൾ വിസ്തരിക്കുമ്പോൾ അവൻ ആർത്തിയോടെ അത് കേട്ടു നിൽക്കും.

ആകെയൊരാശ്വാസം സുബ്രൻ കൊണ്ടുവരുന്ന ഫിലിം തുണ്ടുകളാണ്. അതുവച്ച് സുബ്രൻ ഒരു വിദ്യ ചെയ്യും. ഉത്സവത്തിന് വാങ്ങിയ ക്യാമറാകളിപ്പാട്ടത്തിൽ നിന്ന് ഇളക്കിയെടുത്ത ലെൻസിനു പിറകിൽ ഫിലിം വച്ച്, സൂര്യപ്രകാശം കടത്തി വിട്ട് വീടിന്റെ വെളുത്തഭിത്തിയിൽ അവൻ സിനിമാ പ്രദർശനം നടത്തും. ശ്രീദേവൻ ആ നിശ്ചലസിനിമ കണ്ട് നിർവൃതി അടയും. പിന്നെയുള്ളത് അവ്യക്തമെങ്കിലും ടാക്കീസിനുള്ളിൽ നിന്ന് പുറത്തേക്കു കേൾക്കാവുന്ന സിനിമാ സംഭാഷണങ്ങളും ഗാനങ്ങളുമൊക്കെയാണ്. അമ്മയുടെ കണ്ണുവെട്ടിച്ചാണ് ശ്രീദേവൻ അത് കേൾക്കുന്നത്. അതുകൊണ്ടുതന്നെ പലപ്പോഴും അതൊന്നും മുഴുവനായി കേൾക്കാൻ അവനു കഴിയാറുമില്ല.

"സുബ്രാ....."

*ഷോലെ*യുടെ ക്ലൈമാക്സ് പറഞ്ഞു തുടങ്ങിയ സുബ്രന്റെ കാതിലേക്ക് വാസന്തിയുടെ നീട്ടിവിളി വന്നു വീണു.

"ദാ വരണ് ....."

അവന്റെ മറുപടിയും ഒരു നീട്ടി വിളിയായിരുന്നു.

"ബാക്കി നാളെപ്പറയാം."

സുബ്രൻ ശ്രീദേവനോടു യാത്രപറഞ്ഞു. ധൃതിയിൽ ഒരു കാട്ടുവള്ളി കൊണ്ട് കൊഴ കെട്ടി തലയിൽ വച്ച് അവൻ അതിവേഗത്തിൽ കുന്നിറങ്ങാൻ തുടങ്ങി. കഥ മുഴുവൻ കേൾക്കാത്തതിന്റെ നിരാശയോടെ ശ്രീദേവൻ കൂട്ടുകാരനെ കുറച്ചുനേരം നോക്കി നിന്നശേഷം കൊഴയറുക്കൽ തുടർന്നു.

വിയർത്തൊഴുകി സുബ്രൻ വീടണഞ്ഞപ്പോൾ മുറ്റത്ത് കലിതുള്ളി നിൽക്കുകയായിരുന്നു വാസന്തി.

"കൊഴയറ്ക്കാൻ പോയിറ്റ് നേരമെത്ര്യായെടാ? നീയവിടെ എന്തര് പെറ്റ് കെടക്കയായിരുന്നാ? നെനക്കിന്ന് ടാക്കീസീ പോണ്ടേ? രായണ്ണൻ നിന്നെ എപ്പഴേ അന്നേഴിക്കണ്."

മറുപടിയൊന്നും പറയാതെ, കൊഴയെ വടക്കേപ്പുറത്തെ ആട്ടിൻ കൂടിനടുത്ത് തള്ളിയശേഷം അവൻ കിണറ്റിൻ കരയിലേക്കു ചെന്നു. ഒരു തൊട്ടി വെള്ളം കോരി മടമടാ വായിലേക്കൊഴിച്ചു. കുറേ ദേഹത്തും വീണു. അയയിൽക്കിടന്ന തോർത്തെടുത്ത് ദേഹം തുടച്ചിട്ട് തിടുക്കത്തിൽ വീടിനകത്തു കയറി ഒരു ഉടുപ്പുമെടുത്തിട്ട് അവൻ പുറത്തിറങ്ങി.

തൊട്ടടുത്തു തന്നെയായിരുന്നു അവന്റെ ചിറ്റപ്പൻ സോഡാ രാജനും കുഞ്ഞമ്മ വനജയും താമസിച്ചിരുന്നത്. പഞ്ചാപകേശൻപിള്ള മരിച്ചപ്പോൾ ചായക്കട നടത്തിപ്പും അവസാനിപ്പിച്ച്, വാസന്തിയും അമ്മയും കുടുംബവീട്ടിൽ താമസമാക്കുകയായിരുന്നു. അധികം താമസിയാതെ തന്നെ വനജയും രാജനും രണ്ടു പെൺ മക്കളുമടങ്ങുന്ന കുടുംബവും വീടു വച്ച് താമസത്തിനെത്തി. തന്റെ പ്രതിശ്രുതവരനായിരുന്ന രാജന്റെയും താൻ കാരണം അപ്രതീക്ഷിത വധുവാകേണ്ടി വന്ന വനജയുടെയും മുഖത്തു നോക്കാനോ സംസാരിക്കാനോ വാസന്തിക്ക് കുറേക്കാലം വല്ലാത്ത വിമ്മിട്ടമായിരുന്നു. കാലക്രമേണ മഞ്ഞുരുകിത്തുടങ്ങി.

തനിക്ക് പണി തന്ന് ഒളിച്ചോടിപ്പോയ ചേച്ചിയോടു വല്ലാത്ത കലിയുണ്ടായിരുന്ന വനജയ്ക്ക് ചേച്ചി താമസിക്കുന്നതിനടുത്ത് വീടുവയ്ക്കുന്നതിനോട് യാതൊരു താല്പര്യവുമുണ്ടായിരുന്നതല്ല. വാസന്തി തിരിച്ചു വരുന്നതിനു മുമ്പുതന്നെ വീടിന്റെ പണി ആരംഭിച്ചിരുന്നതിനാലും കാക്കാമൂലയെക്കാൾ സോഡാ കച്ചവടത്തിനു സാധ്യത കൂടുതലുള്ള പ്രദേശമാണ് ആലിൻപുറമെന്നതിനാലുമാണ് വനജയ്ക്ക് ഇങ്ങോട്ടു മാറേണ്ടി

വന്നത്. ചേച്ചിയോട് ഈർഷ്യയുണ്ടെങ്കിലും അവൾ പുറമേ അതങ്ങനെ കാട്ടാറില്ല. പക്ഷേ, വാസന്തിയോടു രാജനോ രാജനോടു വാസന്തിയോ എന്തെങ്കിലും ഉരിയാടുന്നതു കണ്ടാൽ അവളുടെ മട്ട് മാറും. തന്നേക്കാളും സുന്ദരിയായ വാസന്തിയിൽ രാജൻ അനുരക്തനായേക്കുമോ എന്ന ഭീതി അവളെ അലട്ടുന്നുണ്ട്. അവൾ രാജനെ നോക്കി പല്ലിറുമ്മി കണ്ണുരുട്ടും. ഭാര്യയുടെ മനോഗതം തിരിച്ചറിയുന്ന രാജൻ, പറയാൻ വന്ന വാക്കുകളെ തൊണ്ടയിൽ വച്ചുതന്നെ ഉന്മൂലനം ചെയ്യും. ചിലപ്പോഴെങ്കിലും ഭാര്യയുടെ മുന്നറിയിപ്പ് സൂചനകളെ കണ്ടില്ലെന്നു നടിച്ചുകൊണ്ട് രാജൻ തന്റെ പഴയ പ്രതിശ്രുതവധുവിനോടു സംസാരിക്കാറുണ്ട്. പക്ഷേ, അതിന് അന്നു രാത്രി അയാൾ വലിയ വില നൽകേണ്ടി വരും. കിടക്കയിലൊട്ടാൻ വരുന്ന ഭർത്താവിനെ വനജ നിർദ്ദയം ആട്ടിയകറ്റും. വായിൽ തോന്നിയതൊക്കെ വിളിച്ചു പറയും. ചിലപ്പോൾ അടി, ഇടി, കടി, തൊഴി, കിഴുക്ക് തുടങ്ങിയ പ്രയോഗങ്ങളും നടത്തും. ചേച്ചിക്ക് പകരം അപ്രതീക്ഷിതമായി വധുവാകേണ്ടി വന്നതിന്റെ ദേഷ്യവും സങ്കടവുമൊന്നും ഇത്രയും കാലമായിട്ടും വനജയെ വിട്ടൊഴിഞ്ഞിരുന്നില്ല. പല രൂപത്തിലും ഭാവത്തിലും കിട്ടുന്ന അവസരങ്ങളിലെല്ലാം രാജനുമേൽ അവളതു പ്രയോഗിച്ചും പ്രകടിപ്പിച്ചും പോന്നു. ജന്മനാ ഒരു അപ്പാവി പ്രകൃതക്കാരനായതിനാൽ അയാൾക്ക് അതെല്ലാം നിശ്ശബ്ദം സഹിക്കുകയേ നിവൃത്തിയുള്ളൂ..

ഗോലിസോഡ, പല നിറങ്ങളിലുള്ള കളർ സോഡകൾ, ജീരക സോഡ എന്നിങ്ങനെ പലവിധ സോഡകളാണ് രാജന്റെ സോഡാ കമ്പനിയായ 'ഡ്രീംസ്'' ഉല്പാദിപ്പിച്ചിരുന്നത്. ടി വി എസിന്റെ ഒരു ചെറിയ മോപ്പഡും ഒരു പഴഞ്ചൻ റാലി സൈക്കിളുമായിരുന്നു സോഡാ വിതരണത്തിനുള്ള അയാളുടെ കമ്പനി വാഹനങ്ങൾ. പേര്യേർക്കടയിലും നഗരത്തിലെ പല കടകളിലും മോപ്പഡിൽ വച്ചു കെട്ടി അയാൾ നേരിട്ടുതന്നെ സോഡ എത്തിച്ചു. അതേസമയം മണ്ണിൽ ടാക്കീസിലും, ആലിൻപുറത്തും പരിസരത്തുമുള്ള മുറുക്കാൻ കടകളിലും റാലി സൈക്കിളിൽ സോഡ എത്തിച്ചിരുന്നത് സുബ്രനായിരുന്നു. സ്കൂളിലെ അവധി ദിവസങ്ങളിലും ചിലപ്പോൾ അവധിയില്ലാത്തപ്പോഴും അവൻ സോഡാ വിതരണത്തിനിറങ്ങും. അതുകൊണ്ട് പഠനത്തിലൊന്നും കാര്യമായി ശ്രദ്ധിക്കാൻ കഴിയാറില്ല. ആറാം ക്ലാസിൽ ഇപ്പോൾ രണ്ടാമൂഴമാണ്. ശമ്പളമായി രാജൻ അവന് കൊടുക്കുന്നത് അഞ്ചു രൂപയാണ്. ആടിനേയും പശുവിനേയും കോഴിയേയും വളർത്തി വീട്ടു ചെലവ് നടത്തുന്ന വാസന്തിക്ക് മകന്റെ സമ്പാദ്യം ആശ്വാസകരം തന്നെ. പക്ഷേ, ഈ സോഡയെത്തിക്കൽ തൊഴിലിൽ സുബ്രന് ആഹ്ലാദവും ഉത്സാഹവും നൽകുന്നത് മണ്ണിൽ ടാ

ക്കീസിലെ സിനിമകളാണ്. ഏതു സിനിമയും എത്ര തവണ വേണമെങ്കിലും ചുമ്മാ കാണാം. സോഡ കൊണ്ടുപോകുന്ന ദിവസങ്ങളിലെല്ലാം അവനതു മുതലാക്കാറുമുണ്ട്. അങ്ങനെ *ഷോലെ* നാലു തവണ കണ്ടാണ് അതിലെ പാട്ടുകളും ഡയലോഗുകളും അവൻ പിടിച്ചെടുത്തത്. പ്രൊജക്ഷനിടയിൽ പൊട്ടിപ്പോകുന്ന ഫിലിം റോളുകളിലെ മുറിച്ചുമാറ്റിയ ഫിലിം തുണ്ടുകൾ കിട്ടുമെന്നതാണ് മറ്റൊരു കാര്യം. കുട്ടികൾക്കിടയിൽ എന്തെങ്കിലുമൊരു നിലയും വിലയും അവനുണ്ടാക്കിക്കൊടുക്കുന്നത് ഈ ഫിലിം തുണ്ടുകളും അവയുടെ പ്രദർശനങ്ങളുമാണ്.

"എപ്പഴേ ഇതും കെട്ടി വച്ചോണ്ട് നിന്നേം നോക്കിയിരിക്കണ്."

തിടുക്കപ്പെട്ട് രാജന്റെ വീട്ടുമുറ്റത്തെത്തിയ സുബ്രനെക്കണ്ടതും ഇറയത്തു നിന്ന വനജ പല്ലിറുമ്മിക്കൊണ്ട് പറഞ്ഞു. അവനൊന്നും മിണ്ടാതെ, തിണ്ണയിൽ കെട്ടിവച്ചിരിക്കുന്ന പെട്ടിയുടെ അടുത്തേക്ക് നടന്നു. അവൻ പെട്ടിയെ താങ്ങിയെടുക്കാൻ തുടങ്ങി.

"നില്ല് നില്ല്. ഞാങ്കൂടി പിടിക്കാം."

വീടിനകത്തു നിന്ന് രാജൻ ഓടി വന്ന് പെട്ടി താങ്ങി. മുറ്റത്ത് സ്റ്റാൻഡിട്ട് നിർത്തിയിരുന്ന സൈക്കിളിന്റെ ക്യാരിയറിൽ അവർ പെട്ടി വച്ചുകെട്ടി. സൈക്കിളിന്റെ സ്റ്റാൻഡു തട്ടി, പെഡലിൽ ഇടംകാൽ വച്ച്, വലംകാലു വീശിക്കയറി സീറ്റിലിരുന്ന് സുബ്രൻ ചവിട്ടിത്തുടങ്ങി. മണ്ണിൽ ടാക്കീസിലേക്കായിരുന്നു ആ യാത്ര. വീണ്ടും *ഷോലെ* കാണാമല്ലോ എന്ന ആഹ്ലാദത്തിന്റെ ആവേശം അവന്റെ കാലുകളെ ഊർജ്ജസ്വലമാക്കിക്കൊണ്ടിരുന്നു.

അഞ്ചാം തവണയും *ഷോലെ* കാണാനായി സുബ്രൻ ടാക്കീസിലേക്ക് പായുമ്പോൾ, അഞ്ചു വർഷത്തിലധികമായി ഒരു സിനിമ പോലും കാണാത്ത ശ്രീദേവൻ, *ഷോലെ* കാണാൻ എന്താണു വഴിയെന്ന ഗാഢ ചിന്തയിലായിരുന്നു. ക്ലൈമാക്സിനു മുമ്പ് സുബ്രൻ കഥപറച്ചിൽ അവസാനിപ്പിച്ചിരുന്നെങ്കിലും ഇനിയുള്ള കഥ കേൾക്കുകയല്ല, കാണുകയാണ് വേണ്ടതെന്ന് അവൻ ഉറപ്പിച്ചു കഴിഞ്ഞിരുന്നു. പക്ഷേ, എങ്ങനെ? വീട്ടിൽ പറയുന്ന കാര്യം ചിന്തിക്കാനേ വയ്യ. അന്നു രാത്രി കുറേനേരം ഉറങ്ങാതെ ചിന്തിച്ചു കിടന്നിട്ടും ഉപായമൊന്നും തെളിഞ്ഞില്ല. പിറ്റേന്ന് സ്കൂളിലേക്കു പോകുംവഴി സുബ്രനോടു തന്നെ ചോദിച്ചു. സിനിമ കാണാൻ വെമ്പി നിൽക്കുന്ന കൂട്ടുകാരനെ അവൻ സഹതാപത്തോടെ കുറേനേരം നോക്കി നിന്നു. പിന്നെ ആലോചിച്ചുകൊണ്ട് നടക്കാൻ തുടങ്ങി. സ്കൂൾ എത്തുന്നതുവരെയും വഴിയൊന്നും തെളിഞ്ഞില്ലെങ്കിലും വൈകിട്ട് വീട്ടിലേക്കു മടങ്ങുന്ന വഴി, താൻ കണ്ടെത്തിയ ഉപായം സുബ്രൻ അവതരിപ്പിച്ചു. ശ്രീദേവന്റെ മുഖം തെളിഞ്ഞു.

പിറ്റേന്ന രാവിലെ സ്കൂളിലേക്കിറങ്ങിയ ശ്രീദേവന്റെ പുസ്തകസഞ്ചി ക്കള്ളിലെ പുസ്തകങ്ങൾക്കും ചോറുപൊതിക്കുമിടയിലായി സാമാന്യം വലുപ്പമുള്ള ഒരു കടലാസുപൊതി കൂടിയുണ്ടായിരുന്നു. അവൻ ഏലാവ രമ്പ് താണ്ടി ആലിൻപുറം കവലയിലെത്തി. ആലിൻ ചുവട്ടിലെ ചന്തയ്ക്ക ടുത്ത് സുബ്രൻ നിൽപ്പുണ്ട്. ആരും ശ്രദ്ധിക്കുന്നില്ലല്ലോ എന്ന് ഇടംവലം നോക്കിയശേഷം ശ്രീദേവൻ, സഞ്ചിയിൽ കൈയിട്ട് കടലാസു പൊതി യെടുത്ത് സുബ്രന് കൈമാറി. അവൻ പൊതി നിവർത്തി നോക്കിയിട്ട്, തന്റെ കൈയിലിരുന്ന കായസഞ്ചിയിലേക്ക് തട്ടി. പറങ്കിയണ്ടികൾ തുരുതുരാ വീണ് സഞ്ചി പകുതിയോളം നിറഞ്ഞു.

"ഞാനിത് പരീത് സായിപ്പിനു കൊടുത്ത് പൈസേം വാങ്ങിച്ചോ ണ്ട് വരാം. നീ പൊയ്ക്കോ."

ശ്രീദേവൻ സ്കൂളിലെത്തി അഞ്ചു പത്തു മിനിട്ട് കഴിഞ്ഞപ്പോഴാണ് സുബ്രൻ ഓടിക്കിതച്ചെത്തിയത്. അപ്പോഴേക്കും ആദ്യബെല്ല് മുഴങ്ങിക്ക ഴിഞ്ഞിരുന്നു. ആസനത്തിൽ ചൂരല്പ്രയോഗം നടത്തിയാണ് ക്ലാസ് ടീച്ചർ അവനെ ക്ലാസിലേക്ക് സ്വീകരിച്ചത്. തൊലി പൊട്ടുന്ന അടി കൊണ്ടി ട്ടും അവൻ ചിരിച്ചതേയുള്ളൂ. കൂട്ടുകാരനെ സിനിമ കാണിക്കാനുള്ള ദൗ ത്യത്തിനിടയിൽ ചില വേദനകൾ സഹിക്കേണ്ടി വരുമെന്ന് അവന റിയാം. പക്ഷേ, തൊട്ടടുത്ത ഏഴ് ബിയിലിരുന്ന്, പനമ്പായ തട്ടിയുടെ വിടവിലൂടെ അതു കണ്ട ശ്രീദേവന് കരയാൻ തോന്നി.

ഉച്ചയ്ക്ക്, ശ്രീദേവൻ കൊണ്ടുവന്ന പൊതിച്ചോറ് പങ്കിട്ടു കഴിക്കുന്ന തിനിടയിൽ ഇനി നടത്താനുള്ള നീക്കങ്ങളെക്കുറിച്ച് സുബ്രൻ കൂട്ടുകാര നെ ഓർമ്മിപ്പിച്ചു. അവൻ തല കുലുക്കി.

ഉച്ചഭക്ഷണം കഴിഞ്ഞ് വീണ്ടും ക്ലാസ് തുടങ്ങാനുള്ള ബെൽ മുഴങ്ങി. മലയാളം അധ്യാപകനായ ശ്രീധരൻ സാർ ഏഴ് ബിയിലേക്കു കടന്നു വന്നപ്പോൾ കണ്ടത് കുട്ടികളെല്ലാം പിൻബെഞ്ചിൽ കൂടി നിൽക്കുന്നതാ ണ്. അദ്ദേഹം ഉദ്വേഗത്തോടെ കുട്ടികളെ വകഞ്ഞു മാറ്റിച്ചെന്നു. വയറിൽ കൈ അമർത്തി വേദനകൊണ്ടു പുളഞ്ഞ് ബെഞ്ചിൽ കിടക്കുകയാണ് ശ്രീദേവൻ!

"എന്താ എന്തു പറ്റി?"

"വയറ് വേദനിക്കണ്."

ശ്രീദേവന്റെ സ്വരം കരച്ചിലിന്റെ വക്കിലെത്തിയിരുന്നു.

"ആശ്പത്രീ പോണോ?"

ശ്രീധരൻ സാറ് ചോദിച്ചു.

"വേണ്ട. വീട്ടിപ്പോയാ മതി. വീട്ടില് വയറുവേദനയ്ക്കുള്ള ഗുൽഗുലാദി ക്കഷായമൊണ്ട്."

സാർ കുറച്ചു നേരം എന്തോ ആലോചിച്ചു.

"ഇവന്റെ വീട്ടിനടുത്തുള്ള ആരെങ്കിലുമുണ്ടോ?"

"അപ്പറത്തെ ക്ലാസിലെ സുബ്രഹ്മണ്യനൊണ്ട്."

വേറെ ആരെങ്കിലും മറുപടി പറയുന്നതിനു മുമ്പുതന്നെ ശ്രീദേവൻ ചാടി വീണ് പറഞ്ഞു.

സ്കൂൾ ഗേറ്റ് കടക്കുന്നതുവരെ വയറിലമർത്തിപ്പിടിച്ച് വേച്ച് വേച്ചാണ് ശ്രീദേവൻ നടന്നത്. അവനെ താങ്ങിപ്പിടിച്ച്, അവന്റെ പുസ്തകസഞ്ചി കൂടി തോളിലേറ്റി സുബ്രനും മെല്ലെ നടന്നു. സ്കൂൾ വളപ്പ് പിന്നിട്ടതും തന്റെ കൈയിലിരുന്ന രണ്ടു പുസ്തകസഞ്ചികളും അവൻ ശ്രീദേവനെ ഏല്പ്പിച്ചു.

"എടാ നീ അങ്ങു വന്നാ മതി. ഞാൻ പോയി ടിക്കറ്റെടുക്കാം."

സുബ്രൻ ഓടി.

പരിചയക്കാരെ ആരെയും വഴിയിൽ കാണാനിടയാകരുതേ എന്നു പ്രാർഥിച്ചുകൊണ്ട് ശ്രീദേവൻ നടന്നു. ആലിൻപുറം കവല കടന്നു കിട്ടിയപ്പോഴാണ് അവന് ശ്വാസം നേരേ വീണത്. ടാക്കീസിനടുത്തെത്തിയപ്പോൾ സുബ്രൻ ടിക്കറ്റുമായി നിൽപ്പുണ്ടായിരുന്നു.

"നീ ഇപ്പം കേറണ്ട. ചെലപ്പം നിന്നെ അറിയണ ആരെങ്കിലും വന്നു കേറും. അതോണ്ട് പടം തുടങ്ങാനുള്ള ബെല്ലടിക്കുമ്പം കേറിയാ മതി. അതാവുമ്പം ലൈറ്റ് ഓഫാക്കണതോണ്ട് ഇരുട്ടായിരിക്കും. ആരും കാണൂല. എനിക്കിന്ന് നെട്ടയത്ത് സോഡ കൊടുക്കാനുണ്ട്. നീ പടോം കണ്ടിറ്റ് വെക്കം വീട്ടിപ്പൊയ്ക്കോണം."

ശ്രീദേവൻ എല്ലാം തല കുലുക്കി സമ്മതിച്ചു. തന്റെ സ്കൂൾ സഞ്ചിയും വാങ്ങി സുബ്രൻ ധൃതിയിൽ നടന്നു പോയി.

ടാക്കീസിന്റെ സൈഡിലെ മതിൽ ചാരി നെഞ്ചിടിപ്പോടെ ശ്രീദേവൻ നിന്നു. ടാക്കീസിൽ നിന്ന് 'കടലിനക്കരെ പോണോരേ......' എന്ന പാട്ട് കേൾക്കുന്നുണ്ട്. രണ്ടാം വാരം പിന്നിട്ടതുകൊണ്ടും മാറ്റിനിയായതുകൊണ്ടും ഒരുപാടാളുകളൊന്നും സിനിമ കാണാൻ ഉണ്ടായിരുന്നില്ല.

കുറച്ചു നേരത്തെ കാത്തിരിപ്പിനൊടുവിൽ നീണ്ട ബെൽ മുഴങ്ങി. ടാക്കീസിനെ ചുറ്റിപ്പറ്റി നിന്നവരെല്ലാം അകത്തേക്കു കയറി. ശ്രീദേവന്റെ നെഞ്ചിടിപ്പ് ഇരട്ടിയായി. അവൻ വിറയ്ക്കുന്ന കാലുകളോടെ ടാക്കീസിന്റെ വാതിൽ ലക്ഷ്യമാക്കി നടന്നു. ദ്വാരപാലകനായ ബാബു, ' ഇവനെ എവിടെയോ കണ്ടിട്ടുണ്ടല്ലോ ' എന്ന മട്ടിൽ അവനെ സംശയദൃഷ്ടിയോടെ നോക്കിക്കൊണ്ട് ടിക്കറ്റിനു കൈ നീട്ടി. നിക്കറിന്റെ പോക്കറ്റിൽ നിന്ന് അവനതെടുത്തു കൊടുത്തു. അത് വാങ്ങി കീറി, പാതി അവന് തിരികെ കൊടുത്തശേഷം ബാബു വാതിൽ തുറന്നു. അപ്പോഴും തന്നെ

അയാൾ തുറിച്ചു നോക്കുന്നതായി അവനു തോന്നി.

ടാക്കീസിനുള്ളിലെ അരണ്ട വെളിച്ചത്തിലൂടെ ശ്രീദേവൻ തപ്പി ത്തടഞ്ഞ് നടന്ന്, ഒരു ബെഞ്ചിന്റെ മൂലയിൽ ഇടം പിടിച്ചു. അല്പസമയ ത്തിനുള്ളിൽ ടാക്കീസിലെ പാട്ട് നിലച്ചു. ലൈറ്റുകളെല്ലാം അണഞ്ഞു. സ്ക്രീനിൽ ഉണ്ണിയേശുവും മറിയവും തെളിഞ്ഞു. തുടർന്ന് ന്യൂസ് റീലായി രുന്നു. ഉത്തരേന്ത്യയിലെ ഏതോ കുഗ്രാമത്തിൽ കുടിവെള്ളമെത്തിയതി ന്റെ കഥയായിരുന്നു അത്. അഞ്ചു മിനിട്ട് നേരം അത് നീണ്ടു. ശ്രീദേ വൻ അക്ഷമയോടെ കാത്തിരുന്നു. ഒടുവിൽ, സിനിമയുടെ സെൻസർ സർട്ടിഫിക്കറ്റ് തെളിഞ്ഞു. കാണികൾ കൈയടിച്ചു. വിസിലടിച്ചു. പാട്ടും ഡാൻസും പ്രണയവും പ്രതികാരവും അടിയും വെടിയുമൊക്കെയായി *ഷോലെ* മുന്നേറി. ശ്രീദേവൻ എല്ലാം മറന്ന് സിനിമയിൽ ലയിച്ചു. ഇട വേളയ്ക്കു മണി മുഴങ്ങിയപ്പോൾ കൈയിലിരുന്ന പുസ്തകസഞ്ചികൊണ്ട് അവൻ മുഖം മറച്ച് കുനിഞ്ഞിരുന്നു. ഭാഗ്യം! ആരും തിരിച്ചറിഞ്ഞില്ല. മൂത്രമൊഴിക്കാൻ മുട്ടിയെങ്കിലും വേണ്ടെന്നു വച്ചു. പുറത്തിറങ്ങുമ്പോൾ ആരെങ്കിലും കണ്ടാലോ?

വീണ്ടും മണിമുഴങ്ങി. സിനിമ തുടർന്നു. ഗബ്ബാർ സിംഗ് എന്ന കൊള്ളക്കാരനോടുള്ള ഠാക്കൂറിന്റെ പ്രതികാരം ചെയ്യാനുള്ള ദൗത്യം ഏറ്റെടുത്ത ഉറ്റചങ്ങാതിമാരായ വീരുവും ജയും നടത്തുന്ന നീക്കങ്ങൾ അവസാനത്തോടടുക്കുകയാണ്. അമിതാഭ് ബച്ചനാണ് ജയ്. വീരു, ധർ മ്മേന്ദ്രയും. പെട്ടെന്നാണ് അത് സംഭവിച്ചത്. കൊള്ളക്കാരുമായുള്ള ഏറ്റു മുട്ടലിൽ ജയ് വെടിയേറ്റു വീഴുന്നു. കൂട്ടുകാരനായ വീരുവിന്റെ മടിയിൽ കിടന്നാണ് അവൻ കണ്ണടയ്ക്കുന്നത്. ആ രംഗം കണ്ടപ്പോൾ ശ്രീദേവന് കരച്ചിൽ വന്നു. ഒടുവിൽ, ഗബ്ബാർ സിംഗിനെ കീഴ്പ്പെടുത്തി, തന്റെ കാമുകിയായ ബസന്തിക്കൊപ്പം ട്രെയിനിൽ വീരു വീട്ടിലേക്കു മടങ്ങു മ്പോഴും ശ്രീദേവനെ അലട്ടിക്കൊണ്ടിരുന്നത് ജയ് ഇല്ലാതെ വീരുവിന് എങ്ങനെ സന്തോഷത്തോടെ ജീവിക്കാനാകുമെന്നാണ്. അത്രത്തോളം വലുതായിരുന്നല്ലോ അവരുടെ കൂട്ടുകെട്ട്. ജയ്യുടെ കാമുകിയായ രാധയുടെ ഇനിയുള്ള ജീവിതമെന്താകും? അവന്റെ കണ്ണുകൾ നിറഞ്ഞു.

സിനിമ അവസാനിച്ചതും പുസ്തകസഞ്ചിയുമെടുത്ത് ശ്രീദേവൻ ടാ ക്കീസിനു പുറത്തേക്കു പാഞ്ഞു. നേരം ഒരുപാടായിരിക്കുന്നു. ഓടിക്കി തച്ച് അവൻ വീട്ടുമുറ്റത്തെത്തിയപ്പോൾ സുഷമ മുറ്റം തൂക്കുകയായിരുന്നു. വിയർത്തു കുളിച്ചു വന്ന മോനെ അവൾ അടിമുടി നോക്കി.

"ഇത്രേം താമസിച്ചതെന്ത്?"

"എക്സ്ട്രാ ക്ലാസൊണ്ടായിരുന്ന്. കണക്കിന്റെ."

സുബ്രൻ ഉപദേശിച്ച അവസാനസൂത്രവും അവൻ പുറത്തെടുത്തു.

വലതു കൈയിലിരുന്ന ചൂലിന്റെ മൂടിനെ ഇടത് ഉള്ളംകൈയിൽ വച്ച് രണ്ടിടി ഇടിച്ചുകൊണ്ട് അമർത്തിയൊന്നു മൂളിയതല്ലാതെ സുഷമ ഒന്നും പറഞ്ഞില്ല. ആശ്വാസനിശ്വാസമുതിർത്തുകൊണ്ട് ശ്രീദേവൻ വീടിനകത്തു കയറി.

സിനിമകാണൽ ദൗത്യം വിജയകരമായി പൂർത്തിയാക്കിയതിന്റെ സന്തോഷ പ്രകടനങ്ങളോടെയാണ് പിറ്റേന്ന് സുബ്രനും ശ്രീദേവനും സ്കൂളിലേക്കു പോയത്. വീട്ടിലെ ഭരണിയിൽ ഉപ്പിലിട്ടു വച്ചിരുന്ന വലിയ നെല്ലിക്കകളിൽ മൂന്നെണ്ണം കൂട്ടുകാരന് സമ്മാനിക്കാനും ശ്രീദേവൻ മറന്നില്ല. ഇടയ്ക്കിടയ്ക്ക് ഇതേ തന്ത്രം പ്രയോഗിച്ചുകൊണ്ട് ഇനിയും സിനിമകൾ കാണാമെന്നും അവർ ഉറപ്പിച്ചു. അന്നത്തെ ഡ്രിൽ പീരിയഡിൽ കൂട്ടുകാരോടൊപ്പം അവർ *ഷോലെ*യിലെ രംഗങ്ങൾ അനുകരിച്ച് സിനിമാക്കളി കളിച്ചു. ശ്രീദേവൻ അമിതാഭ് ബച്ചനായി. ചോറ് മോഹനന്റെ മോൻ ഗണേശനായിരുന്നു ഗബ്ബാർ സിംഗ്. നടന്മാർക്ക് വേണ്ട നിർദ്ദേശങ്ങൾ നൽകി സംവിധായകനായത് സുബ്രനായിരുന്നു.

വൈകിട്ട് സ്കൂൾ വിട്ട് വീട്ടുമുറ്റത്തിയപ്പോൾ കാര്യങ്ങളാകെ കുഴഞ്ഞു മറിഞ്ഞതായി ശ്രീദേവൻ തിരിച്ചറിഞ്ഞു. നീളമുള്ളൊരു കമ്പും പിടിച്ച് വരാന്തയിൽ അവനേയും കാത്തു നിൽക്കുകയാണ് സുഷമ! ദേഷ്യം കൊണ്ട് അവളുടെ മുഖം ചുവന്നിരുന്നു. അവൻ മെല്ലെ മെല്ലെ വരാന്തയിലേക്കു നടന്നു.

"നീയിന്നലെ സിനിമയ്ക്ക് പോയാ?"

അതൊരലർച്ചയായിരുന്നു. ശ്രീദേവന്റെ നെഞ്ചിലൊരു ഇടിനാദം മുഴങ്ങി.

"ഇ.... ഇല്ല .."

"പിന്നെ ഇതാ?"

കൈയിലിരുന്ന തുണ്ടുകടലാസ് അവൾ ഉയർത്തിക്കാണിച്ചു.

ദൈവമേ, നിക്കർ ചതിച്ചു! പാതി കീറിയ ടിക്കറ്റിനെ നിക്കറിന്റെ പോക്കറ്റിൽ നിന്നെടുത്തു മാറ്റാൻ മറന്നതിന് സ്വയം പഴിച്ചുകൊണ്ട് അവൻ നിൽക്കേ, വലതു തുടയിൽ ആദ്യ അടി വീണു കഴിഞ്ഞു! നീറിപ്പുകയുന്ന വേദനയോടെ 'അയ്യോ....' എന്ന് നിലവിളിച്ചു തുടങ്ങുന്നതിനു മുമ്പുതന്നെ രണ്ടാമത്തെ അടി ഇടതു തുടയിലും വീണു. പിന്നെ ശരീരത്തിലെമ്പാടും ചറപറാ അടികൾ വീണു തുടങ്ങി. ശ്രീദേവന്റെ നിലവിളിയുയർന്നു.

എങ്ങനെ പോയി? ആരോടൊപ്പം പോയി? കാശെവിടുന്ന്? തുടങ്ങിയ കുറേ ചോദ്യങ്ങൾ അവൾ ചോദിച്ചുകൊണ്ടിരുന്നു. നിലവിളിക്കി

ടയിൽ പലതിനും ഉത്തരം പറഞ്ഞെങ്കിലും ഒരിക്കലും സുബ്രന്റെ പേര് പറയാതിരിക്കാൻ അവൻ ശ്രദ്ധിച്ചു.

എരുത്തിൽ കഴുകി വൃത്തിയാക്കിക്കൊണ്ടിരുന്ന കല്യാണിയും ഭാസ്കരനും ചെറുമകന്റെ നിലവിളി കേട്ട് മുറ്റത്തേയ്ക്കോടി വന്നു. നിലത്തു വീണു കിടക്കുന്ന ശ്രീദേവനെ തലങ്ങും വിലങ്ങും തല്ലുകയാണ് സുഷമ. കലിപിടിച്ച് സർവ്വ നിയന്ത്രണങ്ങളും തെറ്റി നിന്ന അവളിൽ നിന്ന് അവരിരുവരും ചേർന്ന് വളരെ പ്രയാസപ്പെട്ടാണ് ശ്രീദേവനെ മോചിപ്പിച്ചത്. അമ്മൂമ്മയെ ചേർത്ത് പിടിച്ച് അവൻ ഏങ്ങിയേങ്ങിക്കരഞ്ഞു.

കമ്പിനെ ദൂരേക്ക് വലിച്ചെറിഞ്ഞ് സുഷമ തിണ്ണയിൽ ചെന്നിരുന്നു. അവൾ കിതയ്ക്കുന്നുണ്ടായിരുന്നു. കവിളിലൂടെ കണ്ണീർ ഒലിച്ചിറങ്ങി. അമ്മയേയും മകനേയും ഭാസ്കരൻ മാറി മാറി നോക്കി. അയാൾ സുഷമയുടെ അടുത്തേക്കു മെല്ലെ ചെന്നിട്ട് പറഞ്ഞു:

"മോളേ, നീയിനി എന്തരക്കെ ചെയ്താലും അവൻ സിനിമേരെ പെറകേ തന്നെ പോവും. കുറ്റം പറഞ്ഞിറ്റ് കാര്യമില്ല. അതവന്റെ ചോരേടെ കൊണമാണ്. പിന്നെ, അവനെ പെറ്റിട്ടത് തന്നെ സിനിമാപ്പെരേലല്ലേ.."

ഭാസ്കരൻ പറഞ്ഞതു പതുക്കെയാണെങ്കിലും കല്യാണി അതു കേട്ടു. അവർ ശ്രീദേവനെ മുറുകെപ്പിടിച്ചു. അവൻ കരച്ചിലടക്കാൻ പാടുപെട്ടു കൊണ്ട് അമ്മൂമ്മയെ നോക്കി. അമ്മൂമ്മയും കരയുകയാണ്.

ഓർക്കാപ്പുറത്ത്

മകരമഞ്ഞ് മൂടിക്കിടന്ന നാട്ടിടവഴിയിലൂടെ ഒരു കുറ്റൻ ബസ് മെല്ലെ ഇഴഞ്ഞു നീങ്ങി. നേരം പുലരുന്നതേയുള്ളൂ. വണ്ടിയുടെ മുരൾച്ച കേട്ടുകൊണ്ടാണ് ആലിൻപുറം നിവാസികളിൽ പലരും കിടക്കയിൽ നിന്നെണീറ്റത്. മാമ്പഴക്കുന്നും കടന്ന് കുടയാൽ മുകളിലേക്കും, അവിടുന്ന് തിരിഞ്ഞ് ചെറുകരക്കുന്നിറങ്ങി പനയ്ക്കത്തറ ഏലാക്കരയും പിന്നിട്ട് പോറ്റിമഠത്തിനു മുന്നിലായി ആ നീലനിറമുള്ള പഴഞ്ചൻ ബസ്, കിതച്ചു കിതച്ച് വന്നു നിന്നു. വർഷങ്ങളായി ആൾപ്പാർപ്പില്ലാതെ കിടക്കുന്ന ഒരു നാലുകെട്ടായിരുന്നു പോറ്റിമഠം. പണ്ട് പ്രൗഢിയോടെ കഴിഞ്ഞിരുന്ന കുടുംബക്കാർ, പിൽക്കാലത്ത് ഭൂപരിഷ്കരണ നിയമമൊക്കെ വന്നതോടെ ക്ഷയിക്കുകയായിരുന്നു. മഠത്തിന്റെ അനന്തരാവകാശികളൊക്കെ ഇപ്പോൾ അന്യനാട്ടിലെവിടെയോ ആണ്.

അല്പസമയത്തിനുള്ളിൽ ബസിനു തൊട്ടുപിറകിലായി ഒരു ജീപ്പും ഒരു കറുത്ത അംബാസിഡറും എത്തി. വാഹനങ്ങളിൽനിന്നും ആൾക്കാരിറങ്ങി. അവർ തമ്മിൽ എന്തൊക്കെയോ സംസാരിച്ചു. ഇരട്ട വാതിലുകളുള്ള ആ ബസിന്റെ പിൻഭാഗം തുറക്കപ്പെട്ടു. അഞ്ചാറു പേർ ഉള്ളിലേക്കു കയറി, കുറേ വയറുകളും ലൈറ്റുകളും ഇരുമ്പു സ്റ്റാന്റുകളുമൊക്കെ താങ്ങിയെടുത്ത് പുറത്തേക്കിറങ്ങി. അവർ പോറ്റിമഠം ലക്ഷ്യമാക്കി നടന്നു. അധികം താമസിച്ചില്ല. ബസിനുള്ളിൽ നിന്ന് ജനറേറ്ററിന്റെ ഇരമ്പൽ കേട്ടു തുടങ്ങി. പോറ്റിമഠത്തിനുള്ളിലും പുറത്തുമൊക്കെയായി ലൈറ്റുകൾ തെളിഞ്ഞു. ആ ദീപപ്രഭയിൽ, ബസ്സിനു മുകളിലെ നീല നിറമുള്ള

ബോർഡിലെ വെളുത്ത അക്ഷരങ്ങൾ സുവ്യക്തമായി - ശ്രീവിനായകാ മൂവീസ്.

പോറ്റിമഠത്തിൽ സിനിമാഷൂട്ടിങ് സംഘമെത്തിയ വാർത്ത ആലിൻപുറമാകെ പടരുവാൻ അധികനേരമൊന്നുമെടുത്തില്ല. കുടയാൽ മുകളിലെ നേശയ്യൻനാടാരും അയാളുടെ ചെറുമകൻ കുമാരദാസും ഒഴികെ നാട്ടുകാരിൽ ആരുംതന്നെ ജീവിതത്തിൽ ഇന്നേവരെ ഒരു സിനിമാഷൂട്ടിങ് നേരിട്ടു കണ്ടിട്ടില്ല. അവരെല്ലാം ആനന്ദത്തിലും ആവേശത്തിലുമായി. ഏറ്റവുമധികം സന്തോഷിച്ചത് കുമാരദാസാണ്. *കുമാരസംഭവ*ത്തിൽ കുമാരനെ കണ്ടില്ലെന്നു പറഞ്ഞ് അയാളുടെ ഭാര്യ പിണങ്ങിപ്പോയതില്പ്പിന്നെ ഏതെങ്കിലുമൊരു സിനിമയിൽ മുഖം വ്യക്തമാകുന്ന തരത്തിൽ, സംഭാഷണമൊക്കെയുള്ള ഒരു ചെറിയ വേഷമെങ്കിലും കിട്ടുന്നതിനുവേണ്ടി വർഷങ്ങളായി ഭഗീരഥപ്രയത്നം നടത്തുകയാണ് കുമാരദാസ്. ഭാര്യയെ തിരികെ കൊണ്ടുവരാൻ ഇപ്പോഴും അയാൾ ഭാര്യവീട്ടിൽ പോകാറുണ്ട്. സ്ക്രീനിൽ നല്ലൊരു വേഷത്തിൽ അയാളെ കാണാതെ ഒരു കാരണവശാലും തിരികെ വരില്ലെന്നാണ് അവളുടെ ഉറച്ച നിലപാട്. പാവം കുമാരദാസ്! സുബ്രഹ്മണ്യം മുതലാളിയോടും സ്റ്റുഡിയോയിലെത്തുന്ന ഒരുപാട് സംവിധായകരോടും പല തവണ കെഞ്ചിനോക്കി. പല ഷൂട്ടിങ് ലൊക്കേഷനുകളിലും കയറിയിറങ്ങി. പക്ഷേ, ഉദ്ദേശിച്ച വിധത്തിലുള്ള റോൾ ഇനിയും കിട്ടിയിട്ടില്ല. നാട്ടിലെത്തിയിരിക്കുന്ന ഷൂട്ടിങ് സംഘത്തിലാണ് ഇനി അയാളുടെ പ്രതീക്ഷ.

ഏതൊക്കെ നടീനടന്മാരാകും ഷൂട്ടിങ്ങിനെത്തുക? പലരും അവരവരുടെ സങ്കല്പത്തിനനുസരിച്ച് പല പല പേരുകളും പ്രചരിപ്പിക്കാൻ തുടങ്ങി -

പ്രേംനസീർ, ഷീല, മധു, ശാരദ, സോമൻ, ജയഭാരതി, ഉമ്മർ, ഉണ്ണിമേരി, തിക്കുറിശ്ശി.... അങ്ങനെ പോയി നിഗമനങ്ങൾ. തന്റെ ആരാധനാപുരുഷനായ സത്യൻ മരിച്ചു പോയല്ലോ എന്നോർത്ത് മലയിക്കാരൻ മാർക്കോസും തന്റെ സ്വപ്നനായികയായ വിജയശ്രീ മൂന്നു വർഷം മുമ്പ് ആത്മഹത്യ ചെയ്തുകളഞ്ഞല്ലോ എന്നോർത്ത് സായിപ്പ് സഹദേവന്റെ മൂത്ത മോൻ ശ്രീകുമാരനും നെടുവീർപ്പിട്ടു. എങ്കിലും ഷൂട്ടിങ് കാണാൻ പോകണമെന്നു തന്നെ അവരുറപ്പിച്ചു.

പോറ്റിമഠത്തിനു ചുറ്റും ആൺ പെൺ ഭേദമില്ലാതെ ആൾക്കൂട്ടം തിക്കിത്തിരക്കി. നസീറെവിടെ? ഷീലയെവിടെ? മധുവെവിടെ?..... അവരുടെ കണ്ണുകൾ പരക്കം പാഞ്ഞു. പക്ഷേ, പരിചിത മുഖങ്ങളെയൊന്നും കാണാതെ അവർ നിരാശരായി. നടീനടന്മാരായി ക്യാമറയ്ക്കു മുന്നിൽ നിൽക്കുന്നവരെ ഇന്നേവരെ ഒരു സിനിമയിലും തങ്ങൾ കണ്ടി

ട്ടില്ലല്ലോ എന്നോർത്ത് അവർ ഖിന്നരായി. അധികം താമസിയാതെ അവർ ആ സത്യം തിരിച്ചറിഞ്ഞു.

അൻപേ ഉനക്കാക എന്ന തമിഴ് സിനിമയുടെ ഷൂട്ടിങ്ങാണ് നടക്കുന്നത്. അഭിനേതാക്കളെല്ലാം പുതുമുഖങ്ങൾ!

വെള്ളിത്തിരയിലെ പ്രിയതാരങ്ങളെ ഉയിരോടെ കാണാമെന്ന പ്രത്യാശയോടെ വന്നവർ, ഷൂട്ടിങ്ങിനിടയിലെ റിഹേഴ്സലും ടേക്കും റീടേക്കുമൊക്കെ കണ്ട് കണ്ട് തലചൊറിഞ്ഞു. കോട്ടുവാ വിട്ടു. നിന്നു നിന്ന് കാല് കഴച്ചപ്പോൾ മെല്ലെ സ്ഥലം കാലിയാക്കി.

സ്കൂളിലേക്കുള്ള പതിവുയാത്രയ്ക്കിടയിൽ, സുബ്രനിൽ നിന്നാണ് ഷൂട്ടിങ് സംഘം നാട്ടിലെത്തിയ വിവരം ശ്രീദേവൻ അറിയുന്നത്. വൈകിട്ട് സ്കൂൾ വിട്ട് മടങ്ങും വഴി അവർ പോറ്റിമഠത്തിലേക്ക് വച്ചുപിടിച്ചു. അവർ ചെല്ലുമ്പോൾ ഒരു ഗാനചിത്രീകരണമായിരുന്നു നടന്നു കൊണ്ടിരുന്നത്. കാഴ്ചക്കാരായി അധികമാരും ഉണ്ടായിരുന്നില്ല. ക്യാമറയ്ക്കു പിന്നിൽ അല്പം മാറി, ബാഗും തൂക്കി നിൽക്കുകയായിരുന്ന താടിക്കാരനുമായി കുമാരദാസ് കാര്യമായെന്തോ ചർച്ചയിലാണ്.

പളപളപ്പുള്ള റോസ് പട്ടുസാരിയുമുടുത്ത്, മുടി നിറയെ കനകാംബരപ്പൂക്കളും ചൂടി നായികയും, തിളക്കമുള്ള നീല ഉടുപ്പും വെള്ളമുണ്ടുമുടുത്ത് നായകനും പാടവരമ്പിലൂടെ ആടിപ്പാടി വരുന്നതാണ് രംഗം. നാഗ്രയിൽ നിന്ന് 'അഴകാന പൊണ്ണായ്..' എന്നു തുടങ്ങുന്ന പാട്ട് കേൾക്കുന്നുണ്ട്. നാലഞ്ചു ടേക്കുകൾ വേണ്ടി വന്നു ആ രംഗം പൂർത്തിയാവാൻ.

ക്യാമറയ്ക്കു മുന്നിൽ നടക്കുന്ന കാര്യങ്ങളിലായിരുന്നു ശ്രീദേവന്റെ ശ്രദ്ധയെങ്കിൽ, ക്യാമറയ്ക്ക് പിന്നിലായിരുന്നു സുബ്രന്റെ നോട്ടം മുഴുവൻ. 'ലൈറ്റ്സ്, ക്യാമറ, ആക്ഷൻ, കട്ട്' എന്നൊക്കെ അലറി വിളിക്കുന്ന തൊപ്പിക്കാരനാണ് സംവിധായകനെന്ന് അവൻ ഊഹിച്ചു. ഷൂട്ടിങ് കാണുന്ന രസത്തിനിടയിൽ സമയം സന്ധ്യയായത് അവരറിഞ്ഞില്ല. വെട്ടം അരണ്ടു തുടങ്ങിയപ്പോൾ സംവിധായകൻ 'ബ്രേക്ക്' എന്നലറി. അപ്പോഴാണ് അവർക്ക് പരിസര ബോധമുണ്ടായത്. പിന്നെ അന്തം വിട്ട ഓട്ടമായിരുന്നു, വീട്ടിലേക്ക്.

അന്നു രാത്രി, ഉറങ്ങാതെ കണ്ണും മിഴിച്ച് കട്ടിലിൽ കിടന്ന ശ്രീദേവൻ ചിന്തിച്ചതു മുഴുവൻ സിനിമാ അഭിനയത്തെക്കുറിച്ചാണ്. എങ്ങനെയാണ് ഒരു സിനിമാ നടനാകുന്നത്? അച്ഛൻ പണ്ട് സിനിമയിലഭിനയിക്കാൻ ശ്രമിച്ച് പരാജയപ്പെട്ടതിന്റെ കഥകൾ അവൻ കേട്ടിട്ടുണ്ട്. അമ്മൂമ്മയുടെയും അച്ഛന്റെയും തന്റെയും പേരിനു മുന്നിൽ 'കോപ്പ്' എന്ന വാക്കുകൂടി കൂട്ടിച്ചേർക്കപ്പെട്ടതെങ്ങനെയെന്ന കഥകളും അവനറിയാം. സിനിമയെ വെറുക്കാൻ പ്രേരിപ്പിക്കുന്നവയാണ് അതൊക്കെ. എങ്കിലും

സിനിമ തന്നെ പ്രലോഭിപ്പിച്ചു കൊണ്ടേയിരിക്കുകയാണെന്ന് അവൻ തിരിച്ചറിഞ്ഞു. *ഷോലെ* കണ്ടതിനു പൊതിരെ തല്ലു കിട്ടിയിട്ടും അവൻ സിനിമ കാണൽ നിർത്തിയിട്ടില്ല. നല്ല സിനിമകൾ വരുമ്പോൾ അപ്പുപ്പ നാണ് ടിക്കറ്റിനുള്ള കാശ് കൊടുക്കുന്നത്. മണ്ണിൽ ടാക്കീസിൽ നിന്ന് സൗജന്യമായി സിനിമ കാണാമെന്ന എബ്രഹാം കോശിയുടെ വാഗ്ദാ നമുണ്ടെങ്കിലും ടിക്കറ്റെടുക്കാതെ സിനിമ കാണുന്നത് അവനെന്തോ നാ ണക്കേടാണ്.

സിനിമാ അഭിനയമോഹവുമായി ശ്രീദേവൻ ഉറക്കമറ്റു കിട ന്നപ്പോൾ സിനിമാ സംവിധായകനാകാൻ എന്താണു മാർഗമെന്ന ആലോചനയുമായി ഉറക്കമൊഴിക്കുകയായിരുന്നു സുബ്രൻ. സംവിധായ കനാകാൻ എന്താണു ചെയ്യേണ്ടത്? ആരെയാണ് കാണേണ്ടത്? സത്യ ത്തിൽ സംവിധായകന്റെ ജോലി എന്തൊക്കെയാണ്? ഉത്തരം കണ്ടെ ത്താനാകാതെ അവൻ ഉറക്കത്തിലേക്കു വഴുതി.

ഷൂട്ടിങ് നാലു ദിവസം പിന്നിട്ടു. അഞ്ചാം ദിവസം അതിരാവിലെ വാതിലിലെ മുട്ടുകേട്ടുകൊണ്ടാണ് സുബ്രൻ ഉറക്കമെണീറ്റത്. അവനും അമ്മയും അമ്മൂമ്മയും കണ്ണ് തിരുമ്മിക്കൊണ്ട് വാതിൽ തുറന്ന് വരാന്ത യിലേക്കിറങ്ങി. കുമാരദാസും ഒരു താടിക്കാരനും വരാന്തയിൽ നിൽക്കു കയാണ്. താടിക്കാരനെ എവിടെയോ കണ്ടിട്ടുണ്ടല്ലോ എന്ന് സുബ്രൻ ഓർത്തു.

"ചേച്ചീ, നമ്മളെ നാട്ടില് സിനിമാ ഷൂട്ടിങ് നടക്കണ കാര്യം അറി ഞ്ഞല്ല്. ഇത് സിനിമേലെ പ്രൊഡക്ഷൻ കൺട്രോളറാണ്, പ്രഭാകരൻ പട്ടാമ്പി."

താടിക്കാരൻ കൈകൂപ്പി. ഷൂട്ടിങ് കാണാൻ പോയപ്പോൾ അയാളെ കണ്ട കാര്യം സുബ്രൻ ഓർത്തു.

സിനിമാക്കാരനെന്തിനാണ് വെളുപ്പാൻ കാലത്തേ വന്ന് തങ്ങളെ കിടക്കപ്പായയിൽ നിന്ന് വിളിച്ചുണർത്തിയതെന്നറിയാതെ വീട്ടുകാർ പുരികം ചുളിച്ചു.

"ഞങ്ങളെന്തരിനാണ് വന്നതെന്നു വച്ചാ, ഷൂട്ടിങ്ങുകാർക്കുള്ള ആഹാരം സിറ്റീലൊള്ള ഒരു ഹോട്ടലീന്നാണ് വരുത്തിക്കൊണ്ടിരുന്നത്. നാല് ദെവസം കഴിച്ചപ്പഴേക്കും എവരെ വയറ് മൊത്തം കൊഴപ്പത്തി ലായി. അതോണ്ട് ഏതെങ്കിലും വീട്ടീന്ന് ആഹാരം ഒണ്ടാക്കിക്കാനാണ് എവരെ പ്ലാന്. ഏതെങ്കിലും പരിചയക്കാരൊണ്ടോയെന്ന് എന്റൂടെ പ്രഭാ കരൻ സാറ് ചോദിച്ച്. പെട്ടെന്നോർമ്മ വന്നത് നിങ്ങളെയാണ്. നിങ്ങ ക്കാവുമ്പം ചായക്കട നടത്തിപ്പരിചയമൊള്ളതാണല്ല്...."

കുമാരദാസ് വന്ന കാര്യം അവതരിപ്പിച്ചു. അമ്മയും മകളും മുഖ

ത്തോട്ടു മുഖംനോക്കി. പഞ്ചാപകേശൻപിള്ളയുടെ മരണത്തോടെയാണ് ചായക്കട നടത്തിപ്പ് അവസാനിപ്പിച്ചത്. ആടിനേയും പശുവിനേയും കോഴിയേയുമൊക്കെ വളർത്തിയാണ് ഇപ്പോൾ കഴിഞ്ഞു പോകുന്നത്. കുറച്ച് കാശ് ഒരുമിച്ച് കിട്ടുന്ന കാര്യമാണ് രാവിലേ വന്ന് വാതിലിൽ മുട്ടിയിരിക്കുന്നത്. പക്ഷേ,...

"കാശിന്റെ കാര്യത്തില് ങ്ങക്ക് ബേജാറ് വേണ്ട. അഡ്വാൻസ് തരാം."

അമ്മയും മോളും ചിന്തിച്ച് നിൽക്കുന്നത് കണ്ടപ്പോൾ പ്രഭാകരൻ പട്ടാമ്പി ഇടപെട്ടു. അയാൾ ബാഗിൽ നിന്ന് കുറച്ച് നോട്ടുകളെടുത്ത് തുപ്പൽ തൊട്ട് എണ്ണി, ഭാഗീരഥിയമ്മയ്ക്ക് നേരെ നീട്ടി.

"ആയിരമൊണ്ട്. അഡ്വാൻസായി കണ്ടാൽ മതി. കാശിനൊന്നും ഒരു പ്രശ്നവുമില്ല. ഫുഡ് നന്നായിരിക്കണം. അത്രേ ഉള്ളൂ."

അയാൾ വാചാലനായി. നോട്ടുകൾ വാങ്ങണോ വേണ്ടയോ എന്ന് ചിന്താക്കുഴപ്പത്തിലായ ഭാഗീരഥിയമ്മ മകളെ നോക്കി. അവൾ അനുകൂല ഭാവത്തിൽ അമ്മയെ നോക്കി. അവർ വിറയ്ക്കുന്ന കൈകളോടെ നോട്ടുകൾ വാങ്ങി കണ്ണിൽ വച്ച് എന്തോ ജപിച്ചു.

എല്ലാറ്റിനും സാക്ഷിയായി നിൽക്കുകയാണ് സുബ്രൻ. സിനിമാക്കാർക്ക് അന്നമൂട്ടാനുള്ള ഭാഗ്യം കൈവന്നതിൽ അവന് സന്തോഷവും അഭിമാനവും തോന്നി. സിനിമാക്കാരുമായി അടുപ്പം സ്ഥാപിക്കാൻ ഇതില്പ്പരം അവസരം വേറെയില്ലല്ലോ എന്നോർത്ത് ഉൾപുളകിതനായി.

ദേഹണ്ഡകാര്യങ്ങൾ അതിവേഗംതന്നെ നീങ്ങി. അരിയും പച്ചക്കറികളും പലവ്യഞ്ജനങ്ങളും എത്തി. ചായക്കട മതിയാക്കിയപ്പോൾ തട്ടിൻപുറത്ത് വാരി നിരത്തിയിരുന്ന കലങ്ങളും അണ്ടാവുകളും തവികളും പാത്രങ്ങളുമൊക്കെ മുറ്റത്ത് നിരന്നു. വീടിനു കിഴക്ക് വശത്ത് കരിങ്കല്ല് കൊണ്ടുള്ള അടുപ്പ് തയ്യാറായി. പള്ളിക്കൂടത്തിൽ പോക്ക് പോലും വേണ്ടെന്നു വച്ച് അമ്മൂമ്മയേയും അമ്മയേയും സഹായിക്കാൻ സുബ്രൻ ഓടി നടന്നു.

പന്ത്രണ്ടു മണിയായപ്പോഴേക്കും മുപ്പതു പേർക്കുള്ള ഊണ് തയ്യാറായി. പ്രഭാകരൻപട്ടാമ്പി, ജീപ്പുമായി വന്ന് ഭക്ഷണം കയറ്റി സെറ്റിലേക്കു പോയി. അപ്പോഴാണ് ഭാഗീരഥിയമ്മയ്ക്കും വാസന്തിക്കും സുബ്രനും ശ്വാസം നേരേ വീണത്.

സിനിമാക്കാർക്ക് ഭക്ഷണമുണ്ടാക്കിക്കൊടുക്കാനുള്ള ദൗത്യം അമ്മയും ചേച്ചിയും ഏറ്റെടുത്തതറിഞ്ഞ വനജയ്ക്ക് കലികയറിയതാണെങ്കിലും രാജൻ അവളെ വിലക്കി.

"എടീ, ദെവസോം പത്തമ്പത് സോഡ ഷൂട്ടിങ് സെറ്റിലെത്തിക്ക

ണമെന്ന് ആ കുമാരദാസ് വഴി അവര് ഓർഡറ് ചെയ്തിട്ടൊണ്ട്. അത് പോലെ അവരെക്കൊണ്ട് ആർക്കെങ്കിലും ഗുണമുണ്ടാവണെങ്കി ഒണ്ടായിക്കോട്ട്."

ഭർത്താവിന്റെ വാക്കുകൾ കേട്ട് വനജ ഒന്നടങ്ങി.

സിനിമാ സെറ്റിൽ സോഡ എത്തിക്കാനുള്ള ദൗത്യം വന്നുവീണതും സുബ്രന്റെ പുറത്താണ്. രാവിലെ പത്തര മണിക്കും വൈകിട്ട് മൂന്നര മണിക്കും സൈക്കിളിൽ വച്ചുകെട്ടിയ സോഡയുമായി സുബ്രൻ സെറ്റിൽ കയറിയിറങ്ങി.

ഈ പോക്കുവരവുകൾക്കിടയിലെല്ലാം, ക്യാമറയ്ക്കു പിന്നിൽ നിൽക്കുന്ന തൊപ്പിക്കാരന്റെ ചെയ്തികൾ അവൻ സശ്രദ്ധം വീക്ഷിച്ചുകൊണ്ടിരുന്നു.

"സാറേ, ഒരു സംവിധായകനാവാൻ എന്തരാണ് ചെയ്യേണ്ടത്?"

കുറച്ചു ദിവസമായി മനസ്സിൽ വീർപ്പുമുട്ടിക്കൊണ്ടിരുന്ന ആ ചോദ്യം പ്രഭാകരൻപട്ടാമ്പിക്കു മുന്നിൽ അവനെടുത്തിട്ടു. അയാൾ അവനെ അടിമുടി സൂക്ഷിച്ചുനോക്കി. അഭിനയമോഹവുമായാണ് സാധാരണ പലരും സമീപിക്കാറുള്ളത്. ആദ്യമായാണ് ഒരാൾ, അതും ഒരു കുട്ടി, സംവിധാനമോഹവുമായി വരുന്നത്.

"സംവിധായകനാകാൻ കുറേ കഷ്ടപ്പാടുണ്ട് സുബ്രാ. ഒരുപാട് കാര്യങ്ങള് പഠിക്കണം."

"എങ്ങനെ പഠിക്കും?"

"ഏതെങ്കിലും നല്ലൊരു സംവിധായകന്റെ കൂടെ അസിസ്റ്റന്റായി നിക്കണം."

"ഈ സാറിന്റെ കൂടെ നിർത്തുമോ?"

സുബ്രൻ ക്യാമറയ്ക്കു പിന്നിലെ തൊപ്പിക്കാരനെ ചൂണ്ടി.

"സാറിന് ആവശ്യത്തിന് അസിസ്റ്റന്റ്സ് ഉണ്ട്. അതുമല്ല, കുറച്ചു കൂടി മുതിർന്നാലേ ആരെങ്കിലും കൂടെക്കൂട്ടൂ. നീ ഒരു കാര്യം ചെയ്യ്. പഠിത്തമൊക്കെ കഴിഞ്ഞിട്ട് കോടമ്പാക്കത്തോട്ടു വാ. അവിടെ ഒരുപാട് സംവിധായകരൊണ്ട്."

സുബ്രന്റെ തോളിൽത്തട്ടി പ്രഭാകരൻ പറഞ്ഞു.

ഷൂട്ടിങ് സെറ്റിലേക്കുള്ള മൂന്നുനേരത്തെ ഭക്ഷണവിതരണം ഒരാഴ്ച പിന്നിട്ടപ്പോഴേക്കും അഡ്വാൻസായി കിട്ടിയ കാശ് ഏതാണ്ട് തീരാറായി. ഭക്ഷണമെടുക്കാൻ വന്ന പ്രഭാകരനോട് ഭാഗീരഥിയമ്മ പ്രശ്നമവതരിപ്പിച്ചു. അയാളുടെ മുഖം മ്ലാനമായി.

"ചേച്ചീ, സിനിമയ്ക്ക് കാശ് മുടക്കുന്നയാള് തമിഴ്നാട്ടിലെ വലിയൊരു കോടീശ്വരനാ. പുള്ളി ബിസിനസ് കാര്യങ്ങളുമായി ബോംബേല് പോ

യിരിക്കുകയാ. അതുകൊണ്ട് കാശെത്താൻ അല്പം താമസിക്കും. ചേച്ചി ഞങ്ങളെ സഹായിക്കണം. എങ്ങനെയെങ്കിലും കുറച്ചു കാശുമറിച്ച് ആഹാരമുണ്ടാക്കിത്തരണം. ഒന്നുകൊണ്ടും പേടിക്കണ്ട. കാശെത്തിയാലുടനെ പലിശസഹിതം തിരികെത്തരും."

കൈക്കൂപ്പിക്കൊണ്ടാണ് പ്രഭാകരൻ അഭ്യർത്ഥിച്ചത്.

ഭാഗീരഥിയമ്മയുടെ മനസ്സലിഞ്ഞു തുടങ്ങി. മുപ്പതുപേരുടെ അന്നത്തിന്റെ കാര്യമാണ്. എങ്ങനെ പറ്റില്ലെന്നു പറയും? വിശന്നുവലഞ്ഞു വരുന്നവനോട് കാശുണ്ടെങ്കിലേ ആഹാരം തരൂ എന്ന് ഒരിക്കലും പറയരുതെന്നായിരുന്നു പഞ്ചാപകേശൻപിള്ളയുടെ പക്ഷം. ആഹാരം കഴിച്ച്, പറ്റെഴുതി പറ്റിച്ചു പോയവരോടുപോലും അയാൾ ക്ഷമിച്ചിരുന്നു. ഭാഗീരഥിയമ്മയുടെ ചിന്തകൾ പല വഴിക്കു പോയി. സിനിമാക്കാർക്ക് ഭക്ഷണം നൽകണമെന്നു തന്നെയാണ് അവരുടെ ആഗ്രഹം. എന്നാൽ, കാശിന്റെ കാര്യം ഓർക്കുമ്പോൾ.....! ആരോടാണ് പണം കടം ചോദിക്കേണ്ടതെന്നാലോചിച്ച് അവർ തല പുകച്ചു.

"നമുക്ക് രായണ്ണനോട് ചോതിച്ചു നോക്കാം. അണ്ണൻ തരാതിരിക്കൂല."

അമ്മയുടെ ചെവിയോടു ചേർന്നുനിന്ന് വാസന്തി കുശുകുശുത്തു. രാജന്റെ കൈയിൽ കാശ് കാണുമെന്ന് ഭാഗീരഥിയമ്മയ്ക്കുറപ്പുണ്ട്. അത് കടമായി കിട്ടുമോ എന്നതിലാണ് സംശയം.

"ഞാൻ അണ്ണന്റൂടെ ചോദിക്കാം."

വാസന്തി നല്ല ആത്മവിശ്വാസത്തിലാണ്.

ഭാഗീരഥിയമ്മ, പ്രഭാകരനെ നോക്കി അനുകൂല ഭാവത്തിൽ തലയാട്ടി. അയാൾ സന്തോഷത്തോടെ ജീപ്പിലേക്കു കയറി.

ഉച്ചയ്ക്ക്, അലക്കാനുള്ള തുണികളും വാരിക്കെട്ടി, വനജ പുന്നച്ചിറക്കുളത്തിലേക്ക് പോയപ്പോഴാണ് രാജനെ കാണാൻ വാസന്തി അയാളുടെ വീട്ടിലേക്കു ചെന്നത്. അലക്കും കുളിയുമൊക്കെ കഴിഞ്ഞ് വനജ തിരികെയെത്തുമ്പോൾ നേരമൊരുപാടാകുമെന്ന് അവൾക്കറിയാം. അവൾ ചെല്ലുമ്പോൾ സോഡയിൽ ഗ്യാസ് നിറച്ചുകൊണ്ടിരിക്കുകയായിരുന്നു രാജൻ. അയാളെ വിളിച്ച് വാസന്തി കാര്യം പറഞ്ഞു. അയാൾ കുറേ നേരം ഒന്നും മിണ്ടാതെ അവളെത്തന്നെ നോക്കി നിന്നു. തന്റെ ഭാര്യയായി കഴിയേണ്ടവളുടെ ഇപ്പോഴത്തെ അവസ്ഥ കാണുമ്പോൾ അയാൾക്ക് വല്ലാത്ത സഹതാപമുണ്ട്. അറിവില്ലാത്ത കാലത്ത് അവൾ കാട്ടിയ അവിവേകത്തിന് അയാൾ എന്നേ മാപ്പ് നൽകിയിരിക്കുന്നു.

"അണ്ണനെന്തര് പറയണ്?"

അവൾ അയാളെ ചിന്തകളിൽ നിന്നുണർത്തി.

"കാശ് ഞാൻ തരാം. പക്ഷേ, അവളറിയല്ല്. പിന്നെ, ഒരാഴ്ചയ്ക്കകം തിരിച്ച് തരേം വേണം."

അവൾ തലകുലുക്കി. വീടിനകത്തു കയറിയ രാജൻ, കുറേ നോട്ടുകളുമെണ്ണിക്കൊണ്ട് പുറത്തേക്കു വന്നു. വാസന്തി കൈ നീട്ടി.

കടം വാങ്ങിയ ആയിരം രൂപകൊണ്ട് വീണ്ടും ഒരാഴ്ചക്കാലം പാചകം തകൃതിയായി നടന്നു. കാശ് നാളെത്തരാം നാളെത്തരാം എന്നു പറഞ്ഞ് പ്രഭാകരൻപട്ടാമ്പി ഓരോ ദിവസവും തള്ളി നീക്കി. പണം പിന്നെയും തീർന്നു. വാസന്തി വീണ്ടും രാജനെക്കണ്ടു. പഴയ പ്രതിശ്രുത വധുവിനോടുള്ള അനുകമ്പയിൽ അയാൾ പിന്നെയും ആയിരം രൂപ കൂടിക്കൊടുത്തു. ഇനി ചോദിക്കരുതെന്നും വാങ്ങിയത് ഉടനേ തിരികെത്തരണമെന്നും തീർത്തു പറയുകയും ചെയ്തു. പിന്നെയും പാചകം തുടർന്നു. അഞ്ചാം ദിനം പ്രഭാകരൻ പട്ടാമ്പി നെഞ്ചിൽ കൈവച്ച് പറഞ്ഞു:

"ഇന്ന് പണമെത്തും. ഇതുവരെയുള്ള എല്ലാ കണക്കും നാളെ രാവിലെ തീർത്തിരിക്കും."

കാശ് ഇന്നു കിട്ടുമല്ലോ എന്ന പ്രത്യാശയോടെയാണ് പിറ്റേന്ന് അതിരാവിലെ ഭാഗീരഥിയമ്മയും വാസന്തിയും ഉറക്കമെണീറ്റത്. ഷൂട്ടിങ് സെറ്റിലേക്കുള്ള പ്രഭാത ഭക്ഷണമായ ഇഡലിയും സാമ്പാറും ഉത്സാഹത്തോടെ തയ്യാറാക്കിയ ശേഷം അവർ ഉച്ചയൂണിനുവേണ്ടി പച്ചക്കറിയരിയാൻ തുടങ്ങി. സുബ്രനും അവരോടൊപ്പം കൂടി. നേരം പരപരാ വെളുത്തു.

മണി എട്ടായിട്ടും ഭക്ഷണമെടുക്കാൻ ഷൂട്ടിങ് സെറ്റിലെ ജീപ്പ് എത്തിയില്ലല്ലോ എന്ന് വാസന്തിയോർത്തു. സാധാരണ ഏഴരയ്ക്കു മുൻപേ എത്തുന്നതാണ്. ഇന്നെന്തു പറ്റി? വലിയ ചെമ്പുക്കലത്തിൽ തിളച്ചുമറിയുന്ന വെള്ളത്തിലേക്ക് കഴുകി വൃത്തിയാക്കിയ ചമ്പാവരി തട്ടിക്കൊണ്ട് അവൾ ചിന്താവിഷ്ടയായി. ഇറയത്ത് തേങ്ങ ചുരണ്ടിക്കൊണ്ടിരുന്ന സുബ്രനും വടക്കേപ്പുറത്തെ അമ്മിക്കല്ലിൽ അരച്ചുകൊണ്ടിരുന്ന ഭാഗീരഥിയമ്മയും ചിന്തിച്ചത് ഇതേ കാര്യമാണ്. പെട്ടെന്ന്, സോഡാ രാജന്റെ ടി വി എസ് മോപ്പഡിന്റെ ശബ്ദം അടുത്തടുത്തെത്തുന്നത് അവരറിഞ്ഞു. മൂവരും തലയുയർത്തി. മോപ്പഡ് തങ്ങളുടെ വീട്ടുമുറ്റത്താണ് വന്നു നിൽക്കുന്നതെന്നു മനസ്സിലാക്കിയ അവരുടെ പുരികങ്ങൾ ചുളിഞ്ഞു.

മുറ്റത്തെ ചാമ്പ മരത്തിന്റെ ചുവട്ടിൽ മോപ്പഡിനെ സ്റ്റാന്റിട്ടശേഷം ഉൽക്കണ്ഠാഭരിതമായ മുഖഭാവത്തോടെ രാജൻ വാസന്തിയുടെ അടുത്തേക്കു ചെന്നു. ഉടുത്തിരുന്ന കൈലിയിൽ കൈ തുടച്ചുകൊണ്ട് ഭാഗീരഥിയമ്മയും ചിരവപ്പുറത്തു നിന്നെണീറ്റ് സുബ്രനും മുറ്റത്തിറങ്ങി. കൈകൊണ്ട്

നെറ്റിത്തടത്തിലെ വിയർപ്പ് വടിച്ചുകൊണ്ട് രാജൻ, മൂന്നു പേരെയും ദയനീയ ഭാവത്തിൽ മാറി മാറി നോക്കി.

"അവര് പോയി."

അയാളുടെ സ്വരം പരിക്ഷീണമായിരുന്നു.

"ആര്?"

മൂവരും ഒന്നിച്ചു ചോദിച്ചു.

"ആ സിനിമാക്കാര്."

ദേഷ്യവും സങ്കടവും ഇടകലർന്ന രാജന്റെ മറുപടി കേട്ട് ഭാഗീരഥിയമ്മയും വാസന്തിക്കും തല ചുറ്റിത്തുടങ്ങി. ഷൂട്ടിങ് മതിയാക്കി പോകുന്നതിനു മുമ്പ് കോടമ്പാക്കത്തെ തന്റെ വിലാസം തരാമെന്ന് പ്രഭാകരൻ പട്ടാമ്പി പറഞ്ഞിരുന്നതാണല്ലോ എന്നും ഇനിയത് കിട്ടില്ലല്ലോ എന്നുമോർത്ത് സുബ്രനും ഖിന്നനായി.

"അവരെങ്ങോട്ടാണ് പോയത്?"

അമ്മയ്ക്കും അമ്മൂമ്മയ്ക്കും നടുവിൽ നിന്ന സുബ്രൻ ഉദ്വേഗഭരിതനായി ചോദിച്ചു.

"ആർക്കറിയാം. സോഡേരെ പൈസ ഇന്നു രാവിലെ ചെന്നാ തരാമെന്നു പറഞ്ഞതോണ്ട് അത് വാങ്ങിക്കാൻ പോയതാണ് ഞാൻ. ചെന്നപ്പം അവിടെ ആവീമില്ല അനക്കോമില്ല. ഞാൻ അന്തംവിട്ടു നിന്നപ്പോ, അതിലേ വന്ന സായിപ്പ് സഹദേവന്റെ മോനാണ് പറഞ്ഞത്; അവന്മാരിന്നലെ പാതിരാത്രിയേ വാരിക്കെട്ടിപ്പോണത് അവൻ സെക്കന്റ് ഷോയ്ക്കു പോയിറ്റ് വരണവഴി കണ്ടെന്ന്."

അത്രയും പറഞ്ഞ്, മുണ്ടിന്റെ കോന്തലകൊണ്ട് മുഖത്തെ വിയർപ്പൊപ്പി, രാജൻ വീടിന്റെ തിണ്ണയിൽ ചെന്ന് തളർന്നിരുന്നു.

വരുന്ന ഓണത്തിന് വനജയ്ക്ക് അഞ്ചു പവനുള്ള നാഗപട മാല വാങ്ങാൻ കരുതിവച്ചിരുന്ന രണ്ടായിരം രൂപയാണല്ലോ വാസന്തിക്ക് കടമായി നൽകിയതെന്നോർത്തപ്പോൾ, നിന്ന നിൽപ്പിൽ താൻ പാതാളത്തിലേക്കു പോയെങ്കിലെന്ന് രാജൻ ആത്മാർത്ഥമായി പ്രാർഥിച്ചു. അല്ലെങ്കിൽ, പണം കടംകൊടുത്ത കാര്യമറിഞ്ഞ് അവൾ തന്നെ ചവിട്ടിത്താഴ്ത്തുമെന്ന കാര്യം ഉറപ്പ്.

കടം വാങ്ങിയ രണ്ടായിരം രൂപയും, പലവ്യഞ്ജനക്കടയിലും മലക്കറിക്കടയിലും കൊടുക്കാനുള്ള അഞ്ഞൂറു രൂപയുമൊക്കെ ഇനിയെങ്ങനെ നൽകുമെന്നറിയാതെ വാസന്തിയും ഭാഗീരഥിയമ്മയും വിയർത്തൊഴുകി.

"ആ കുമാരനല്ലേ സിനിമാക്കാരെ ഇവിടെ കൊണ്ടുവന്നത്. അവനോടു ചോതിച്ചാ...."

ഭാഗീരഥിയമ്മ പറഞ്ഞത് ശരിയാണല്ലോയെന്ന് രാജനു തോന്നി. അയാൾ തിണ്ണയിൽ നിന്ന് പതുക്കെ എണീറ്റു.

മോപ്പഡിലേറി രാജൻ, കുമാരദാസിന്റെ വീട്ടുമുറ്റത്തെത്തിയപ്പോൾ, അയാൾ കിണറ്റിൻകരയിൽ നിന്ന് ഉമിക്കരികൊണ്ട് പല്ല് തേയ്ക്കുകയായിരുന്നു. രാജൻ ശ്വാസം വിടാതെ കാര്യങ്ങൾ വിശദീകരിച്ചു. അപ്പോഴാണ്, സിനിമാക്കാർ നാടുവിട്ട കാര്യം കുമാരദാസ് അറിയുന്നത്. അയാൾ അന്തംവിട്ട് വായ തുറന്നു. ചിറിയിലൂടെ കറുത്ത കുഴമ്പൊഴുകി. സിനിമയിൽ കുമാരന് നല്ലൊരു വേഷമുണ്ടെന്നും രണ്ടു ദിവസത്തിനകം തന്നെ അത് ഷൂട്ട് ചെയ്യാമെന്നും പ്രഭാകരൻപട്ടാമ്പി വാക്കു കൊടുത്തിരുന്നതാണ്. ആ റോൾചെയ്ത്, ഭാര്യയെ തിരികെ കൂട്ടിക്കൊണ്ടുവരാമെന്ന അയാളുടെ മനക്കോട്ടയാണ് തകർന്നു തരിപ്പണമായിപ്പോയത്.

"നിന്റേല് അയാളെ അഡ്രസ് വല്ലതുമൊണ്ടോ?"

രാജൻ ചോദിച്ചു. ഇല്ലെന്ന മട്ടിൽ കുമാരദാസ് തലയാട്ടി. ഇനി ഇവനോട് കൂടുതൽ ചോദിക്കുന്നതിൽ കാര്യമില്ലെന്നു തോന്നിയ രാജൻ, മോപ്പഡ് സ്റ്റാർട്ട് ചെയ്തു.

ഇനി എന്താണ് പോംവഴിയെന്ന് രാജൻ ചിന്തിച്ചു. സോഡ കൊടുത്ത വകയിൽ അമ്പതു രൂപയാണ് കിട്ടാനുള്ളത്. അത് പോട്ടേയെന്നു വയ്ക്കാം. പക്ഷേ, വാസന്തിക്ക് കടംകൊടുത്ത രണ്ടായിരം രൂപയുടെ കാര്യമോ? സിനിമാക്കാര് കൊടുക്കാതെ അവരെങ്ങനെ തനിക്കു തിരിച്ചു തരും? എത്രകാലം വനജയിൽ നിന്ന് കാര്യങ്ങൾ ഒളിച്ചുവയ്ക്കും? പോലീസിൽ പെറ്റീഷൻ കൊടുക്കാമെന്നു വച്ചാൽ, മദിരാശിയിലൊക്കെ പോയി അന്വേഷിക്കണമെന്നുള്ളതുകൊണ്ട് കിട്ടാനുള്ളതിന്റെ പകുതിയെങ്കിലും കൊടുക്കാതെ പോലീസ് കേസന്വേഷിക്കില്ല. ചിന്തിച്ചു ചിന്തിച്ച് അയാൾക്ക് തല പെരുത്തു.

ഭാഗീരഥിയമ്മയുടെ വീട് ചത്ത വീടുപോലെയായി. പാതി വഴിയിൽ നിന്നു പോയ ദേഹണ്ഡ ജോലികൾക്കു നടുവിൽ അവരും വാസന്തിയും സുബ്രനും ചിന്താധീനരായി തളർന്നിരുന്നു. തട്ടിയും മുട്ടിയുമാണെങ്കിലും അല്ലലില്ലാതെ കഴിഞ്ഞു പോന്ന തങ്ങളുടെ കുടുംബത്തിന് ഓർക്കാപ്പുറത്ത് ഇങ്ങനെയൊരാപത്ത് വന്നുഭവിച്ചല്ലോ എന്നോർത്ത് അവർ വ്യാകുലപ്പെട്ടുകൊണ്ടിരുന്നു.

കടം വീട്ടുന്നതിനെക്കുറിച്ച് ആധികയറിയും, പണം തരാതെ പറ്റിച്ചു കടന്നു കളഞ്ഞ സിനിമാക്കാരെ തൊഴുതു പ്രാകിയും ഭാഗീരഥിയമ്മയുടെയും കുടുംബത്തിന്റെയും ദിവസങ്ങൾ നിരങ്ങി നീങ്ങി. വാസന്തിയെ കാണുമ്പോഴെല്ലാം 'എങ്ങനെയെങ്കിലും എന്റെ കാശ് താ' എന്ന മട്ടിൽ രാജൻ കണ്ണുകൾകൊണ്ടു കെഞ്ചും. അതു കാണുന്ന വാസന്തിയാകട്ടെ

'ഞാനെന്തര് ചെയ്യാനണ്ണാ' എന്ന് സഹതാപഭാവത്തിൽ അയാളെ നോക്കി, തലകുനിച്ച് കടന്നു പോകും. അധികം താമസിയാതെ തന്നെ തന്റെ ജീവിതത്തിൽ ആ ദുർദ്ദിനം വന്നു ചേരുമല്ലോ എന്ന ആധിയിൽ രാജൻ നെടുവീർപ്പിടും. അയാൾ ഭയപ്പെട്ടിരുന്നതുപോലെ ആ ദിനം വന്നു ചേരാൻ കുറച്ചു ദിവസങ്ങളേ വേണ്ടി വന്നുള്ളൂ.

സോഡാ രാജന്റെ വീട്ടിൽ നിന്നുള്ള ആക്രോശങ്ങളും ആർത്തനാദങ്ങളും കേട്ടാണ് ആലിൻപുറത്തെ ഒരു പ്രഭാതം പൊട്ടി വിടർന്നത്. ആക്രോശങ്ങൾ വനജയുടേതും ആർത്തനാദം രാജന്റേതുമായിരുന്നു. രാജന്റെ വീടിനു ചുറ്റും നാട്ടുകാർ ഓടിക്കൂടി. വനജയുടെ ആക്രോശങ്ങളിൽ നിന്ന് അതിന്റെ മൂലകാരണം തിരിച്ചറിഞ്ഞ ഭാഗീരഥിയമ്മയും കുടുംബവും മാത്രം വീടിനു പുറത്തിറങ്ങിയില്ല.

പാവം രാജൻ! കുറച്ചു ദിവസങ്ങളായി മനസ്സിൽ കൊണ്ടുനടക്കുന്ന ഭാരം ഭാര്യയുടെ മുന്നിൽ അതിരാവിലെ അറിയാതെ ഇറക്കിവച്ചുപോയതാണ്. ഇന്നലെ രാത്രി ഉറങ്ങാൻ കിടക്കുമ്പോൾ, ഓണത്തിനു വാങ്ങേണ്ട ആഭരണങ്ങളെക്കുറിച്ച് അവൾ വാചാലയായിരുന്നു. അപ്പോഴേ രാജൻ നിശ്ചയിച്ചതാണ്. വെളിപ്പെടുത്തൽ ഇനിയും നീട്ടിക്കൊണ്ടു പോകരുതെന്ന്. കണ്ണുപൊടിയുന്ന കുറേ ചീത്ത വിളിച്ച് അവൾ കോപമടക്കുമെന്നാണ് അയാൾ വിചാരിച്ചത്. പക്ഷേ, പറഞ്ഞു തീരുന്നതിനു മുമ്പേ ആദ്യ അടി ഇടതുകവിളത്തു വീണു. പാറി വീണ പൊന്നീച്ചകളെ നോക്കി അന്തംവിട്ടുനിൽക്കുന്നതിനിടയിൽ അടുത്ത അടി വലതു കവിളത്തു വീണു. പിന്നെ അടി, ഇടി, കടി, തൊഴി, കിഴുക്ക് തുടങ്ങിയവയിലൂടെ താഡനപരമ്പരയായിരുന്നു. രാജൻ നിലവിളിച്ചു. ഉറക്കപ്പായയിൽ നിന്നെണീറ്റു വന്ന പിള്ളേരും അച്ഛനൊപ്പം നിലവിളിച്ചു.

"പണ്ട് നിങ്ങളെ പറ്റിച്ച് ഏതോ പാണ്ടീരെ കൂടെപ്പോയവളെ തന്നെ നിങ്ങക്ക് സഹായിക്കണം. അല്ലേ? കണ്ടാ അവള് വീണ്ടും പറ്റിച്ചത്. എന്റെ ജീവിതം ഇങ്ങനെയാക്കിയതവളാണ്. അവള് കാരണമാണ് നിങ്ങളെപ്പോലൊരു മരങ്ങോടൻ എന്റെ തലേലായത്.....ഞാൻ കൊറേ നാളായി നോക്കിക്കൊണ്ടിരിക്കേയിരുന്ന്.. നിങ്ങക്ക് അവളെ കാണുമ്പം ഒള്ള എളക്കം ..."

കുറേക്കാലമായി ഉള്ളിൽ തളം കെട്ടി നിന്ന ആത്മരോഷത്തെ വനജ ഒഴുക്കിവിട്ടു. അവൾ ഉറഞ്ഞു തുള്ളി. വെള്ളയാണിക്കോവിലിലെ ഭദ്രകാളിക്കു മുന്നിലാണോ താൻ നിൽക്കുന്നതെന്ന് കാക്കാമൂലക്കാരനായ രാജൻ സംശയിച്ചു.

രാജന് കൊടുക്കാനുള്ളതൊക്കെ കൊടുത്ത്, വീടിന്റെ വാതിൽ തുറന്ന് വനജ മുറ്റത്തിറങ്ങി. കഥയറിയാതെ 'ആട്ടം' കണ്ടു കൊണ്ടു നിന്ന

നാട്ടുകൂട്ടത്തിനു നടുവിലൂടെ അവൾ ഭാഗീരഥിയമ്മയുടെ വീട്ടുമുറ്റത്തേക്കു പാഞ്ഞു.

"വീട്ടിനകത്ത് കേറി ഒളിച്ചിരിക്കാതെ എറങ്ങി വാടീ. കീഴും കെഴക്കുമില്ലാത്ത ആ അപ്പാവി മനുഷ്യനെ മയക്കി പണവും പിടുങ്ങീറ്റ് കേറി കതടച്ചിരിക്കണൊ?

എന്റെ പണം തന്നില്ലെങ്കി ഒന്നിനേം ഞാൻ വിടൂല്ല.."

പിന്നെയും എന്തൊക്കെയോ വിളിച്ചു പറഞ്ഞിട്ട് വനജ തിരിച്ചു പോയി.

എല്ലാം കണ്ട് രസിച്ചു നിന്ന നാട്ടുകാർക്ക് വനജയുടെ ആക്രോശങ്ങളിലൂടെ സംഭവമെന്തെന്നു പിടികിട്ടി. ഇന്നത്തെ ഒറ്റ പ്രദർശനത്തിലൂടെ അവസാനിക്കുന്ന ദൃശ്യ-ശ്രാവ്യ വിരുന്നല്ല ഇതെന്നും എല്ലാ ദിവസവും പൂർവ്വാധികം ഭംഗിയായിത്തന്നെ ഈ പ്രദർശനം തുടരുമെന്നും ഉറപ്പിച്ചു അവർ ആത്മനിർവൃതിയോടെ സ്വഗൃഹങ്ങളിലേക്ക് മടങ്ങി.

പുറത്തു നടക്കുന്നതെല്ലാം അറിഞ്ഞ്, വടക്കേ മുറിയുടെ മൂലയിൽ ഒന്നും മിണ്ടാതെ തല കുനിച്ചിരിക്കുകയായിരുന്നു ഭാഗീരഥിയമ്മയും വാസന്തിയും സുബ്രനും. ഇടയ്ക്ക് സുബ്രൻ തലയുയർത്തി നോക്കി. അമ്മയുടെയും അമ്മൂമ്മയുടെയും കവിളുകളിലൂടെ കണ്ണീരൊലിച്ചിറങ്ങുകയാണ്. കരച്ചിൽ വന്ന അവൻ മുട്ടുകാലുകൾക്കിടയിലേക്ക് മുഖം പൂഴ്ത്തി തേങ്ങിത്തുടങ്ങി.

യവനിക

"ഹരി ശ്രീ ഗണപതയേ നമ:"

പോലീസുകാരൻ നാഗേന്ദ്രൻ നായരുടെ മടിയിലിരുന്ന കോലപ്പനാശാരിയുടെ ചെറുമകൻ സുനിൽകുമാർ നിലവിളിയോടെ തന്റെ കുഞ്ഞുവിരലുകൾകൊണ്ട് തട്ടത്തിലെ ചമ്പാവരിയിൽ അവ്യക്തമായി ആ ആദ്യാക്ഷരങ്ങൾ കോറിയിട്ടു. വലിയവായിൽ നിലവിളിക്കുന്ന ആ പിഞ്ചുബാലന്റെ നാവിൽ സ്വർണ്ണമോതിരംകൊണ്ടും ഹരിശ്രീ ഗണപതയേ നമഃ എന്ന് കുറിച്ചതിനുശേഷമേ ആ പോലീസുകാരൻ തന്റെ കസ്റ്റഡിയിൽനിന്നും അവനെ മോചിപ്പിച്ചുള്ളൂ. ഉയിര് തിരിച്ചു കിട്ടിയല്ലോ എന്നമട്ടിൽ ആശ്വാസത്തോടെ സുനിൽകുമാർ അമ്മയെ കെട്ടിപ്പിടിച്ചു. ദക്ഷിണയായി തട്ടത്തിൽ ഒരുരൂപാ നാണയം വീണു. അപ്പോഴേക്കും അടുത്തയാളിന്റെ ഊഴമായി. നിലവിളിക്കൊപ്പം 'ഹരി ശ്രീ ഗണപതയേ'യും ഉയർന്നുകേട്ടു. അങ്ങനെ പന്ത്രണ്ടു കുട്ടികളെയാണ് ഈ വിജയദശമി ദിവസം നാഗേന്ദ്രൻ നായർ എഴുത്തിനിരുത്തിയത്.

എഴുത്താശാനായിരുന്ന നാഗേന്ദ്രൻ നായരുടെ അച്ഛൻ നാണപ്പൻപിള്ള പണ്ട് കുടിപ്പള്ളിക്കൂടവും നടത്തിയിരുന്നു. അക്കാലത്തേയുള്ളതാണ് വിപുലമായ രീതിയിലുള്ള വിദ്യാരംഭച്ചടങ്ങുകൾ. വീടിനു മുന്നിൽ പന്തൽകെട്ടി, സരസ്വതീദേവിയുടെ ചിത്രത്തിനു മുന്നിൽ നിലവിളക്കു കൊളുത്തി പടുക്കയിട്ട് പുസ്തകങ്ങൾ പൂജവയ്ക്കും. ആലിൻപുറത്തെ കുട്ടികളെല്ലാം പുസ്തകമെത്തിക്കും. പൂജയെടുപ്പും എഴുത്തിനിരുത്തും കഴിഞ്ഞാൽ പടുക്ക വച്ചിരുന്ന വാഴപ്പഴം, ആപ്പിൾ, മുന്തിരി, ഓറഞ്ച്, പേരയ്ക്ക, മാതളം

എന്നിവയെല്ലാം കൂടി കൂട്ടിക്കലർത്തി നെയ്യും പഞ്ചസാരയുമൊക്കെ ചേർത്തിളക്കിയ പഞ്ചാമൃതം, പൊരി, അവൽ, കൽക്കണ്ടം, പായസം, ചുണ്ടൽ എന്നിവയുടെ പ്രസാദവിതരണവുമുണ്ട്. അതുകൊണ്ടുതന്നെ നാട്ടിലെ കുട്ടികൾ മാത്രമല്ല, മുതിർന്നവരും പൂജയെടുപ്പിന് സാക്ഷിയാകാനെത്തും. അച്ഛന്റെ മരണശേഷമാണ് നാഗേന്ദ്രൻ നായർ ചടങ്ങിന്റെ കാർമികത്വം ഏറ്റെടുത്തത്. വിജയദശമി ദിവസം മാത്രം എഴുത്താശാനായി മാറുന്ന ആ പോലീസുകാരൻ, സ്റ്റേഷനിലെത്തുന്ന പ്രതികളോടു പക്ഷേ, ആ സാത്വികഭാവമൊന്നും കാണിക്കാറില്ലെന്നാണ് അനുഭവസ്ഥരുടെ മൊഴി.

എഴുത്തിനിരുത്ത് ചടങ്ങ് അവസാനിച്ചു. പൂജവച്ചിരുന്ന പുസ്തകങ്ങളുടെ വിതരണമാണിനി. കുട്ടികൾ തിക്കിത്തിരക്കാൻ തുടങ്ങിയപ്പോൾ നാഗേന്ദ്രൻ നായരിലെ പോലീസുകാരൻ ഉണർന്നു.

"എല്ലാവമ്മാരും കൂടെക്കെടന്ന് തള്ളണ്ട. ഞാൻ പേര് വിളിക്കും. അവര് മാത്രം വന്നാമതി."

പോലീസുകാരന്റെ ആജ്ഞയിൽ കുട്ടികൾ അടങ്ങി. പുസ്തകക്കെട്ടുകൾക്കു മുകളിൽ ന്യൂസ് പേപ്പർ കൊണ്ട് പൊതിഞ്ഞുവച്ചിരുന്ന ഒരു കടലാസ് കെട്ട് അയാൾ കൈയിലെടുത്തു.

"സഹദേവൻ നായർ.."

വിളി കേട്ടതും കുട്ടികൾക്കിടയിൽനിന്ന സായിപ്പ് സഹദേവൻ മുന്നോട്ടുവന്ന്, തൊഴുതുകൊണ്ട് പൊതിവാങ്ങി, ഒരു രൂപാ തുട്ട് തട്ടത്തിലിട്ടു. പൂജാ പ്രസാദങ്ങളൊന്നും കഴിക്കാൻ നിൽക്കാതെയാണ് അയാൾ ധൃതിയിൽ നടന്നുപോയത്. സായിപ്പിന്റെ മക്കളെല്ലാം പഠിത്തം മതിയാക്കിയിട്ട് കാലം കുറേയായല്ലോ. പിന്നെ എന്തായിരിക്കും അയാൾ പൂജവച്ചത്? പഞ്ചാമൃതം കഴിക്കുന്നതിനിടയിലും നാട്ടുകാർ ഗാഢമായി ചിന്തിച്ചു.

പൂജവച്ചിരുന്ന പുസ്തകങ്ങളുമെടുത്ത്, പഞ്ചാമൃതവും പായസവും കഴിച്ചശേഷം ചുണ്ടലും കൊറിച്ചുകൊണ്ട് സുബ്രനും ശ്രീദേവനും ഏലാവരമ്പിലൂടെ വീട്ടിലേക്കുനടന്നു. അവർ നടന്നുനടന്ന് സായിപ്പ് സഹദേവന്റെ വീട്ടുനടയിലെത്തിയതും അതാ കേൾക്കുന്നു സായിപ്പിന്റെ വീട്ടിനുള്ളിൽ നിന്നും ചില തട്ടുമുട്ടുകൾ:

"ധാം ധരികിട ധോം ധരികിട ധീം ധരികിട ധോം .."

ആ തബലനാദത്തോടൊപ്പംതന്നെ ഹാർമോണിയത്തിന്റെ ശ്രുതിയും കേട്ടുതുടങ്ങി. സുബ്രനും ശ്രീദേവനും മുഖത്തോടുമുഖം നോക്കി. സായിപ്പിന്റെ വീട്ടിലെന്താണ് വിശേഷമെന്നറിയാനുള്ള ആകാംക്ഷയോടെ അവരിരുവരും വീട്ടുമുറ്റത്തെ വേലിവാതിൽ തള്ളിമാറ്റി വീടിനടുത്തേ

ക്കോടി. വീട്ടിനുള്ളിൽ നിന്നല്ല, വീടിനോടുചേർന്ന കളിയലിൽ നിന്നാണ് താളമേളങ്ങൾ കേൾക്കുന്നതെന്ന് അപ്പോഴാണവർക്ക് മനസ്സിലായത്. കളിയലിന്റെ മുൻവാതിൽ അടഞ്ഞുകിടക്കുകയാണ്. തെക്കുവശത്തുള്ള ജനൽവാതിൽ തുറന്നിട്ടുണ്ട്. അവർ ആയാസപ്പെട്ട് എത്തിവലിഞ്ഞ് ജനൽ വാതിലിലൂടെ അകത്തേക്കുനോക്കി. തബല, മദ്ദളം, ചെണ്ട, ഹാർമോണിയം, ഓടക്കുഴൽ, വീണ തുടങ്ങിയ വാദ്യോപകരണങ്ങളുമായി തറയിൽ കുറേപേർ നിരന്നിരിക്കുന്നു. അവർ ഇടയ്ക്കിടെ അതിൽ തട്ടുകയും മുട്ടുകയും ഊതുകയുമൊക്കെ ചെയ്യുന്നുണ്ട്. അവർക്കു മുന്നിലായി നാല് യുവാക്കൾ നില്പുണ്ട്. അതിൽ രണ്ടുപേർ സായിപ്പിന്റെ മക്കളായ അജയനും വിജയനുമായിരുന്നു. കൈയിലിരിക്കുന്ന കടലാസ് കെട്ട് നോക്കി സായിപ്പ് ഉറക്കെ വായിച്ചു. വിജയൻ അതേറ്റുപറഞ്ഞു. സായിപ്പിനത് തൃപ്തിയായില്ല. അയാൾ വീണ്ടും വായിച്ചു. വിജയൻ വീണ്ടും അതേറ്റുപറഞ്ഞു. അപ്പോഴാണ് ശ്രീദേവൻ അത് ശ്രദ്ധിച്ചത്, സായിപ്പിന്റെ കൈയിലിരിക്കുന്നത് നാഗേന്ദ്രൻ നായരുടെ വീട്ടിൽ പൂജ വച്ചിരുന്ന കടലാസ് കെട്ടാണ്!

കുറേനേരം പതുങ്ങിനിന്ന് വാതിൽപ്പഴുതിലൂടെ രംഗനിരീക്ഷണം നടത്തിയ സുബ്രനും ശ്രീദേവനും കാര്യങ്ങൾ ഏകദേശം പിടികിട്ടി; സായിപ്പിന്റെ കളിയലിൽ നടക്കുന്നത് നാടകത്തിന്റെ റിഹേഴ്സലാണ്! ആ നാടകത്തിന്റെ കയ്യെഴുത്തുപ്രതിയാണ് അയാൾ പൂജവച്ചത്. തങ്ങൾ കണ്ടെത്തിയ ആ പുതുവാർത്ത ആലിൻപുറം നിവാസികളോട് ചൂടോടെ പങ്കുവയ്ക്കാനായി അവർ കളിയലിൽനിന്നിറങ്ങി വച്ചുവിട്ടു..

ആശുപത്രി കമ്പോണ്ടറായി അടുത്തൂൺ പറ്റിയ സായിപ്പ് സഹദേവൻ ഒരു ഡോക്ടറെപ്പോലെ കൈപ്പുണ്യമുള്ളവനും തികഞ്ഞ കലാസ്വാദകനുമായിരുന്നു. ഡോക്ടർമാരുമായുള്ള നിരന്തര ഇടപെടൽകൊണ്ട് മരുന്നുകളെക്കുറിച്ച് ഒരുവിധം ധാരണയുണ്ടായിരുന്നതിനാൽ നാട്ടുകാരുടെ ഒട്ടുമിക്ക രോഗങ്ങൾക്കും ശമനമുണ്ടാക്കാനുള്ള വൈദഗ്ധ്യം അയാൾക്കുണ്ടായിരുന്നു. രോഗശാന്തി കിട്ടിയവർ അയാളെ ആദരപൂർവ്വം 'ഡാക്കിട്ടറേ' എന്നു വിളിച്ചുപോന്നു. കാണാൻ പ്രേംനസീറിനെപ്പോലെ സുന്ദരനായിരുന്ന സായിപ്പ്, പണ്ട്, നാട്ടിലെ ചില വേദികളിൽ 'കതിരുകാണാക്കിളി', 'ചതിക്കു ചതി' തുടങ്ങിയ നാടകങ്ങളിൽ നായകവേഷം അഭിനയിച്ച് കൈയടി നേടിയിട്ടുണ്ട്. സിനിമകളെക്കാൾ നാടകങ്ങളോടായിരുന്നു അയാൾക്കു കമ്പം. സമീപപ്രദേശങ്ങളിൽ എവിടെ നാടകമുണ്ടെങ്കിലും അവിടെ സായിപ്പ് ഹാജരായിരിക്കും. *നിങ്ങളെന്നെ കമ്മ്യൂണിസ്റ്റാക്കിയും മുടിയനായ പുത്രനു*മൊക്കെ എത്രതവണ കണ്ടുവെന്ന് അയാൾക്കു തന്നെ നിശ്ചയംപോരാ. അങ്ങനെ നാടകഭ്രാന്തനായി ഓടി

നടക്കുമ്പോഴാണ് അയാളുടെ അതുവരെയുള്ള നാടകക്കാഴ്ചകളെയെല്ലാം അപ്രസക്തമാക്കിക്കൊണ്ട് കലാനിലയം നാടകങ്ങളുടെ വരവ്.

"സത്ക്കലാദേവി തൻ ചിത്രഗോപുരങ്ങളേ
സർഗ്ഗസംഗീതമുയർത്തൂ...."

യവനിക ഉയരുമ്പോൾ ഇളകിമറിയുന്ന സമുദ്രം, ആളിപ്പടരുന്ന തീ ജ്വാലകൾ, താഴേക്കു പ്രവഹിക്കുന്ന വെള്ളച്ചാട്ടങ്ങൾ, സ്റ്റേജിൽ ലാൻഡ് ചെയ്യുന്ന ഇന്ത്യൻ എയർലൈൻസ് വിമാനം, പായുന്ന കാറുകൾ, ജീപ്പുകൾ .....

കലാനിലയം സ്ഥിരം നാടകവേദിയുടെ കറങ്ങുന്ന അരങ്ങിലെ ആ വിസ്മയക്കാഴ്ചകൾ കണ്ട് സായിപ്പിന്റെ കണ്ണുതള്ളി. സിനിമകളിൽ പോലും അയാൾ ഇത്തരം ദൃശ്യങ്ങൾ കണ്ടിട്ടില്ല. ആര്യശാലയിലെ 'ഭഗവതിവിലാസം' തീയേറ്ററിൽനിന്നും പുത്തരിക്കണ്ടം മൈതാനിയിലെ കലാനിലയം സ്ഥിരം നാടകവേദിയിൽ നിന്നുമൊക്കെയായി *ഇളയിടത്തു റാണിയും കായംകുളം കൊച്ചുണ്ണിയും പഞ്ചവൻകാടും പ്രേതലോകവും കടമറ്റത്തു കത്തനാരുമൊക്കെ* കണ്ട് അയാൾ അത്ഭുതപരതന്ത്രനായി. ഏറ്റവും ഒടുവിൽ കണ്ടത് *രക്തരക്ഷസ്!* 'ഗർഭിണികളും കുട്ടികളും ഒരു കാരണവശാലും ഈ നാടകം കാണരുത്' എന്ന മുന്നറിയിപ്പ് ബോർഡ് സ്ഥിരം നാടകവേദിക്കു മുന്നിൽ തൂക്കിയിട്ടിരുന്നതു കണ്ടപ്പോൾ അത് അതിശയോക്തിയായിരിക്കുമെന്നുറപ്പിച്ചുകൊണ്ടാണ് അയാൾ നാടകത്തിനു ടിക്കറ്റെടുത്തത്. പക്ഷേ, കാതടപ്പിക്കുന്ന വെടിമുഴക്കത്തിന്റെ അകമ്പടിയിൽ, ബീഭത്സരൂപിണിയായി വേദിയിൽ പ്രത്യക്ഷയായ രക്തരക്ഷസിനെ കണ്ടപ്പോഴേ അയാൾ കിടുങ്ങിപ്പോയി. രണ്ടു മൂന്നു ദിവസം നേരേചൊവ്വേ ഉറങ്ങാൻപോലും കഴിഞ്ഞില്ല. അങ്ങനെ ഉറക്കമറ്റു കിടന്ന രാത്രികളിലെപ്പോഴോ ആണ് സ്വന്തമായൊരു നാടകട്രൂപ്പെന്ന ആശയം മുളച്ചത്.

കലാനിലയത്തിന്റേതുപോലെയുള്ള നാടകങ്ങൾ അവതരിപ്പിക്കുന്നതിന് പതിനായിരക്കണക്കിന് രൂപ വേണ്ടിവരുമെന്ന് സായിപ്പ് സഹദേവനറിയാം. അടുത്തൂൺ പറ്റി, കൃഷിയിൽനിന്നുള്ള ആദായം കൊണ്ടും, നാട്ടുകാർക്ക് ആതുരശുശ്രൂഷ നൽകുമ്പോൾ കിട്ടുന്ന അല്ലറചില്ലറ കൊണ്ടും ആറംഗ കുടുംബത്തെ പോറ്റാൻ പെടാപ്പാടുപെടുന്ന തന്നെക്കൊണ്ട് നാടകട്രൂപ്പുണ്ടാക്കാൻ കഴിയില്ലെന്ന് ബോധ്യമായ അയാൾ, ചക്രം ചെലവാക്കാൻ പാങ്ങുള്ള ആരെങ്കിലും നാട്ടിലുണ്ടോ എന്നാലോചിച്ചു. തിരുവാതിരക്കളി ആശാനായിരുന്ന കുഞ്ഞുകൃഷ്ണപിള്ളയുടെ ചെറുമകൻ ഗദാധരന്റെ രൂപമാണ് ഒടുവിൽ തെളിഞ്ഞത്. നാട്ടിലെങ്ങും കക്കൂസ് വ്യാപകമായപ്പോൾ സിമന്റ് കക്കൂസുകൾ നിർമ്മിച്ചുനൽകി പണമുണ്ടാ

ക്കിയ ആളാണ് ഗദാധരൻ. കൂടാതെ, വീടിന്റെ ചുമരിൽ പിടിപ്പിക്കാനുള്ള ജാളികളുടേയും ഫർണിച്ചറിന്റെയുമൊക്കെ ബിസിനസും അയാൾക്കുണ്ട്. പണമുണ്ട് എന്നതു മാത്രമല്ല, കലാഹൃദയമുള്ളയാളുമാണ് ഗദാധരൻ. പണ്ട് ചില നൃത്തനാടകങ്ങളിൽ അയാൾ വേഷമിട്ടിട്ടുള്ളത് സായിപ്പിന് ഓർമ്മയുണ്ട്. അയാൾ ഗദാധരനെ കണ്ടു കാര്യം അവതരിപ്പിച്ചു.

"അണ്ണാ, നിങ്ങളിതെന്തരാണ് പറയണത്! കലാനിലയക്കാരെപ്പോലെയൊക്കെ ചെയ്യണമെങ്കി കൊറഞ്ഞത് ഒരു ലക്ഷമെങ്കിലും വേണ്ടിവരും. ആനയെപ്പോലെ ചെയ്യാൻ അണ്ണാൻ നോക്കിയാല് എന്തരാവും ഗതി? ഒരു കാര്യം ചെയ്യാം. നമുക്കൊരു ബാലെ ട്രൂപ്പൊണ്ടാക്കാം. ഇപ്പം ബാലേക്ക് നല്ല ഡിമാൻഡാണ്."

ഗദാധരൻ ക്ഷിപ്രപ്രതികരണം നടത്തി.

സംഗതി ശരിയാണെന്ന് സായിപ്പിനും ബോധ്യമായി. അയാൾ സമ്മതഭാവത്തിൽ തലകുലുക്കി. അങ്ങനെയെങ്കിൽ ബാലെയുടെ സ്ക്രിപ്റ്റ് താൻതന്നെ എഴുതാമെന്ന് സായിപ്പ് പറഞ്ഞു. നൃത്തം പഠിച്ചിട്ടുള്ള തന്റെ ആൺമക്കളെ പെൺവേഷം കെട്ടിക്കാമെന്നും അയാൾ സമ്മതിച്ചു. ബാലെ ട്രൂപ്പിന്റെ പേരും നിശ്ചയിച്ചുറപ്പിച്ച ശേഷമാണ് അവർ പിരിഞ്ഞത് - നാട്യരഞ്ജിനി തീയേറ്റേഴ്സ്.

മൂന്നുനാല് ദിവസത്തെ കഠിനപ്രയത്നംകൊണ്ട് സായിപ്പ്, സ്ക്രിപ്റ്റ് പൂർത്തിയാക്കി. ഭഗവാൻ ശ്രീകൃഷ്ണന്റെ ഭാഗവതകഥകൾ കോർത്തിണക്കിയായിരുന്നു രചന. പേര് - *രാസലീല*. ഗാനങ്ങൾ - ശാസ്തമംഗലം കെ ടി, സംഗീതം - ജോയ് നെട്ടയം, നൃത്തസംവിധാനം -മണ്ണാമൂല മണിയപ്പൻ, നിർമ്മാണം -ഗദാധരൻ ആലിൻപുറം, സംവിധാനം - ആലിൻപുറം സഹദേവൻ...

അങ്ങനെയാണ് നാട്യരഞ്ജിനി തീയേറ്റേഴ്സിന്റെ പ്രഥമ നൃത്തസംഗീതനാടകമായ രാസലീലയ്ക്ക് സായിപ്പ് സഹദേവന്റെ കളിയലിൽവച്ച് വിജയദശമി നാളിൽ തുടക്കമായത്.

"ശിഞ്ജിതമാം മഞ്ജിമയിൽ കൊഞ്ചലുമായി
അഞ്ചിതൾപ്പൂമെത്തമേലെ താമരക്കണ്ണൻ
ഓടക്കുഴലൂതിയൂതി രാഗലോലനായ്
പേടമാൻകിടാവുപോലെയെന്നെ നോക്കവേ....."

വൃന്ദാവനത്തിൽ, രാധയോടും സഖിയോടും പ്രേമസല്ലാപം നടത്തുകയാണ് കൃഷ്ണൻ. മണിയപ്പന്റെ ശിഷ്യഗണത്തിൽപ്പെട്ട ഇടക്കുളം ശ്രീകുമാരനായിരുന്നു ശ്രീകൃഷ്ണവേഷത്തിൽ. രാധയായത് അജയനും ഗോപികയായത് വിജയനും.

റിഹേഴ്സൽ പുരോഗമിച്ചുകൊണ്ടിരിക്കെ, നൃത്തസംവിധായകൻ

മണ്ണാംമൂലമണിയപ്പന് ഒരുകാര്യം ബോധ്യമായി. പെൺവേഷം കെട്ടാൻ വന്ന സഹദേവന്റെ ആൺമക്കൾക്ക് സ്ത്രൈണത വേണ്ടത്ര പോര. രാധയുടെ വേഷത്തിലെങ്കിലും ഒറിജിനൽ പെണ്ണുതന്നെയാണ് നല്ലത്. അങ്ങനെയെങ്കിൽ ബാലേക്ക് കിട്ടാൻ പോകുന്ന സ്വീകാര്യതയും വലുതായിരിക്കും. അക്കാര്യം അജയവിജയന്മാരെ പറഞ്ഞു ബോധ്യപ്പെടുത്തിയ ശേഷം മണിയപ്പനും സഹദേവനും നടിയെ തപ്പിയിറങ്ങി. മണിയപ്പന്റെ ചില ശിഷ്യകളെയാണ് ആദ്യം സമീപിച്ചത്. എന്നാൽ, അവർക്ക് നാടകത്തിൽ അഭിനയിക്കാൻ താല്പര്യമില്ലായിരുന്നു. പലവഴിക്ക് നീണ്ട ആ അന്വേഷണം ഒടുവിൽ പരിസമാപ്തിയിലെത്തിയത് മലമുകൾ കടുവാക്കുഴി മാവൊടിഞ്ഞ വീട്ടിൽ മാതുനാടാരുടെ മകൾ മാലതിയുടെ മുന്നിലാണ്. കാക്കാരിശ്ശി നാടകങ്ങളിൽ അച്ഛനോടൊപ്പം വേഷംകെട്ടിയാടി അഭിനയപരിചയമുള്ളവളായിരുന്നു മാലതി.

മാ നിറമാണെങ്കിലും മുഖസൗന്ദര്യവും ആകാരസൗഷ്ഠവവുമുള്ള അവൾക്ക് രാധയുടെ വേഷമിണങ്ങുമെന്ന് മണിയപ്പനും സഹദേവനും തോന്നി. അങ്ങനെ മാലതി, രാധയായി നൃത്തച്ചുവടുകൾവച്ചു:

"പ്രാണനാഥനെന്നിലേക്ക് നോട്ടമെയ്യുവേ
 പ്രണയലോലയായി ഞാനുമിന്ന് പാരിതിൽ....."

കാക്കാലത്തിയിൽനിന്ന് രാധയിലേക്കുള്ള രൂപാന്തരത്തിന് ഒന്നുരണ്ടു ദിവസം വേണ്ടിവന്നെങ്കിലും മാലതിയുടെ പ്രകടനത്തിൽ പൊതുവേ എല്ലാവരും തൃപ്തരായിരുന്നു. അംഗവടിവും നടനമികവും തികഞ്ഞ അവൾക്ക് ശ്രീകൃഷ്ണനുമായി ഇഴുകിച്ചേർന്നഭിനയിക്കാൻ യാതൊരു സങ്കോചവുമില്ലായിരുന്നു. ഇതുകണ്ട മറ്റു നടന്മാർ ശ്രീകുമാരനെ കൊതിക്കെറുവോടെ നോക്കി ദീർഘനിശ്വാസമുതിർത്തു. വേദികളിൽ ഇവളൊരു കലക്ക് കലക്കുമെന്ന് മണിയപ്പനും സഹദേവനും ഉറപ്പിച്ചു.

ഒരുമാസത്തിലധികം നീണ്ടുനിന്ന റിഹേഴ്സൽ അവസാനിച്ചു. ആലിൻപുറം മുടിപ്പുര മഹോത്സവവേദിയിലായിരുന്നു രാസലീലയുടെ അരങ്ങേറ്റം. സ്വന്തം നാട്ടിൽ ഉടലെടുത്ത ബാലെ ട്രൂപ്പിന്റെ പ്രകടനം ആസ്വദിക്കാൻ നാട്ടുകാർ ഒന്നടങ്കം മുടിപ്പുര വയലിൽ സന്നിഹിതരായി. സുബ്രനും ശ്രീദേവനും കപ്പലണ്ടി കൊറിച്ചുകൊണ്ട് മുൻനിരയിൽത്തന്നെയുണ്ടായിരുന്നു. അമ്പാടി, മഥുരാപുരി, വൃന്ദാവനം തുടങ്ങിയവയുടെ സെറ്റുകളും, കർട്ടൻ ചിത്രങ്ങളും, പല വർണങ്ങളിലുള്ള ദീപവിതാനവും വേഷഭൂഷാദികളുമൊക്കെയായി കാണികളെ കണ്ണഞ്ചിപ്പിക്കാൻ 'രാസലീല'യ്ക്കു കഴിഞ്ഞു. പാട്ടും നൃത്തവുമൊക്കെ നാട്ടുകാർ നന്നായി ആസ്വദിച്ചു. യുവാക്കളെ ഏറെ ഹരം പിടിപ്പിച്ചത് മാലതിയായിരുന്നു. അവർ അവളെ ജയഭാരതിയായും ഉണ്ണിമേരിയായും വിജയശ്രീയായുമൊക്കെ

സങ്കല്പിച്ച് നിർവൃതിയടഞ്ഞു. വൻ കരഘോഷത്തോടെയാണ് രാസലീലയ്ക്ക് തിരശ്ശീല വീണത്.

മാലതിയുടെ നടനവിലാസം ആലിൻപുറത്തിനു പുറത്തേക്കും വ്യാപിച്ചു. നാട്യരഞ്ജിനി തീയേറ്റേഴ്സ് തിരക്കി പല നാട്ടുകളിലേയും ഉത്സവക്കമ്മിറ്റിക്കാർ ആലിൻപുറം കവലയിലെ ഗദാധരന്റെ ഫർണിച്ചർ കടയിലെത്തി. കടയോട്ടു ചേർന്നുതന്നെ അയാൾ ഒരു ബുക്കിങ് ഓഫീസ് തുറന്നിരുന്നു. ബുക്കിങ് കൊഴുത്തു. ദിവസവും ഒന്നും രണ്ടും പ്രോഗ്രാമുകളുമായി രാസലീല ജില്ലയ്ക്കകത്തും പുറത്തും നിറഞ്ഞോടി. ബാലെ ഒരു നഷ്ടക്കച്ചവടമല്ലെന്ന് ഗദാധരൻ തിരിച്ചറിഞ്ഞു. അടുത്തവർഷം കളിക്കാൻ പുതിയൊരു ബാലെ വേണമെന്നും അതിനുള്ള ഒരുക്കങ്ങൾ ഇപ്പോഴേ തുടങ്ങണമെന്നും അയാളുറപ്പിച്ചു. അങ്ങനെ സായിപ്പ് സഹദേവൻ പുതിയൊരു ബാലെ എഴുതിത്തുടങ്ങി - പാതാളഭൈരവി.

ഓണക്കാലമായി. തിരുവോണദിവസം മൂന്ന് ബുക്കിംഗാണ് കിട്ടിയത് - ചവറ, കായംകുളം, അമ്പലപ്പുഴ. ഉച്ചയൂണ് കഴിഞ്ഞ് രണ്ടുമണിയോടെ യാത്ര തിരിക്കാമെന്നും എല്ലാവരും ബുക്കിംഗ് ഓഫീസിനു മുന്നിൽ കൃത്യസമയത്ത് എത്തിച്ചേരണമെന്നും ഗദാധരൻ നിർദ്ദേശം നൽകിയിരുന്നു. മാലതിയൊഴികെ എല്ലാവരും കൃത്യസമയത്തുതന്നെ എത്തി. നാടകസാമഗ്രികളെല്ലാം ടെമ്പോയിൽ കയറ്റി അവർ കാത്തിരിപ്പുതുടങ്ങി. മണി രണ്ടരയായി, മൂന്നായി. മാലതിമാത്രം വന്നില്ല. ബാലെസംഘത്തിന് അങ്കലാപ്പ് തുടങ്ങി. മാലതി എന്താണു വരാത്തത്? പറയുന്നതിനും അരമണിക്കൂർ മുമ്പേ സാധാരണ എത്താറുള്ളതാണ് അവൾ. എന്തെങ്കിലും അസുഖമോ അപകടമോ പറ്റിയിരിക്കുമോ? അതോ അവൾക്കൊപ്പം കൂട്ട് വരാറുള്ള മാതുനാടാർക്ക് എന്തെങ്കിലും സംഭവിച്ചോ? ഇരിക്കപ്പൊറുതി നഷ്ടപ്പെട്ട ഗദാധരൻ, കർട്ടൻ വലിക്കാരനായ സുകുമാരനെ വിളിച്ച് കാതിൽ എന്തോ കുശുകുശുത്തു.

വാടകയ്ക്കെടുത്ത റാലി സൈക്കിളിലേറി സുകുമാരൻ കടുവാക്കുഴിയിലേക്കു പാഞ്ഞു. വിയർത്തുകുളിച്ച് അയാൾ മാവൊടിഞ്ഞ വീട്ടുനടയിലെത്തിയപ്പോൾ വീട്ടുമുറ്റം നിറയെ ആളുകൾ! വീട്ടിനുള്ളിൽനിന്ന് മാലതിയുടെ അമ്മ ജ്ഞാനശീലയുടെ നിലവിളി ഉയർന്നുകേൾക്കുന്നു. മാതുനാടാർക്ക് എന്തോ അത്യാഹിതം സംഭവിച്ചു കാണുമെന്ന് ഉറപ്പിച്ചു കൊണ്ട്, സൈക്കിളിനെ കയ്യാലയിൽ ചാരിവച്ച്, സുകുമാരൻ, കൂടിനിന്നവർക്കിടയിലൂടെ വീട്ടുപടിക്കലെത്തിയപ്പോൾ അതാ താടിക്ക് കൈയും കൊടുത്ത് തിണ്ണയിൽ വിഷണ്ണനായി ജീവനോടെ ഇരിക്കുന്നു മാതുനാടാർ! അപ്പോൾപ്പിന്നെ ആർക്കാണ് അത്യാഹിതം പിണഞ്ഞതെന്ന് ചിന്തിച്ച് സുകുമാരൻ നിൽക്കേ, മാതുനാടാർ മുഖമുയർത്തി. സുക

മാരനെ കണ്ടതും അയാളുടെ സങ്കടം പൊട്ടിയൊഴുകി. അയാൾ ചാടിയെ ണീറ്റ് ഓടിവന്ന് സുകുമാരനെ കെട്ടിപ്പിടിച്ച് വാവിട്ട് കരയാൻ തുടങ്ങി.

"എന്തരാണ് മാമാ.... എന്തരാണ് കാര്യം?"

സുകുമാരൻ അയാളെ ചേർത്തുപിടിച്ചുകൊണ്ടു ചോദിച്ചു.

മാതുനാടാർ ഇടുപ്പിൽനിന്നും ഒരു കടലാസെടുത്ത് സുകുമാരന് നേർക്കു നീട്ടി.

"ഇത് വായിച്ച് നോക്ക് ചെല്ലാ."

വരയിട്ട നോട്ടുബുക്ക്കടലാസിൽ പെൻസിൽ കൊണ്ടെഴുതിയ അക്ഷരങ്ങളിലൂടെ സുകുമാരൻ കണ്ണോടിച്ചു:

"സിനിമേല് അഫിനയിക്കാൻ ഞാൻ കേടമ്പാക്കത്ത് പോവേണ്. എന്നെ ആരും ഇനി അന്നേഴിക്കണ്ട. ഇനി സിനിമേല് കാണാം.

എന്ന്,

സ്വന്തം മാലതി."

തപ്പിത്തടഞ്ഞ് കത്ത് വായിച്ച സുകുമാരൻ കണ്ണുംമിഴിച്ച് നിന്നു. ആരാണ് മാലതിയെ കോടമ്പാക്കത്തേക്ക് കടത്തിയത്?.....

നാലുമാസങ്ങൾക്കുമുമ്പ് ഒരു വിഷുദിനം. അമ്പലംമുക്ക് ശ്രീകൃഷ്ണ സ്വാമി ക്ഷേത്രത്തിൽ *രാസലീല* കളിക്കുകയാണ്. രണ്ടാമത്തെ പ്രോ ഗ്രാമായതിനാൽ കളി കഴിഞ്ഞപ്പോൾ മണി രണ്ടര! ആടയാഭരണങ്ങൾ അഴിച്ചുമാറ്റി, നടീനടന്മാർ ഉറക്കച്ചടവോടെ നാടകവണ്ടിയിലേക്കു കയറാൻ ധൃതികൂട്ടുന്നതിനിടയിലാണ് ഒരാൾ ഇരുട്ടിൽനിന്ന് ടെമ്പോ വെട്ടത്തിലേക്ക് പ്രത്യക്ഷനായത്. സമൃദ്ധമായ തലമുടിയും വെളുത്തു തുടുത്ത മുഖവുമുള്ള അയാൾ ചുവപ്പുടുപ്പിനെ കറുത്ത പാന്റിനുള്ളിലാക്കി ബെൽറ്റ് കെട്ടിയിരുന്നു. കാലിൽ കറുത്ത ഷൂ. ഒരു സിനിമാനടന്റെ ഭാവ ഹാവാദികളോടെയാണ് ആ ചെറുപ്പക്കാരന്റെ വരവ്.

"നമസ്കാരം. ഞാൻ ബാലെ മുഴുവൻ കണ്ടു. എനിക്ക് നന്നായി ഇഷ്ട പ്പെട്ടു. എല്ലാവരും നന്നായി അഭിനയിച്ചു. കൂട്ടത്തിൽ രാധയുടെ പെർ ഫോമൻസാണ് ഗംഭീരമായത്. എന്താ കുട്ടിയുടെ പേര്?"

അയാളുടെ അഭിപ്രായപ്രകടനത്തിൽ കോരിത്തരിച്ചു പോയ മാലതി, അഭിമാനവിജൃംഭിതയായി മറുപടി പറഞ്ഞു.

"മാലതി. സാറിന്റെ പേരെന്തരാണ്?"

"സോമരാജ്,"

അപ്പോഴേക്കും ടെമ്പോഡ്രൈവർ നീണ്ട ഹോൺ മുഴക്കി. എല്ലാവ രും ധൃതിയിൽ വണ്ടിയിലേക്കു കയറാൻ തുടങ്ങി. മാലതിയാണ് ഏറ്റവും ഒടുവിൽ കയറിയത്. കയറുന്നതിനുമുമ്പ് അയാളെ നോക്കി കൈ വീശി ക്കാണിക്കാൻ അവൾ മറന്നില്ല. ഇരുട്ടിലേക്ക് ഇരമ്പിമറയുന്ന ടെമ്പോയെ അയാൾ നോക്കിനിന്നു.

ഒരുമാസം കഴിഞ്ഞു. മണ്ണിൽ ടാക്കീസിൽ 'ആലിബാബയും നാല്പത്തൊന്ന് കള്ളൻമാരും' കളിക്കുകയാണ്. ഒരുദിവസം മാറ്റിനി കാണാനായി മാലതിയും കൂട്ടുകാരി രാഗിണിയും ടാക്കീസിലെത്തി. ടിക്കറ്റെടുത്ത് തീയേറ്ററിനുള്ളിലേക്കു കയറാനായി അവർ വാതിൽക്ക ലേക്കു നടന്നതും 'മാലതീ' എന്ന വിളികേട്ടു. അവൾ തിരിഞ്ഞുനോക്കി-സോമരാജ്!

"സാറ് സിനിമയ്ക്ക് വന്നതാണോ?"

അവൾ ചോദിച്ചു.

"അല്ല. നിങ്ങളെയൊക്കെ സിനിമ കാണിക്കാൻവേണ്ടി വന്നതാ."

മാലതി കാര്യം മനസ്സിലാകാതെ പുരികം ചുളിച്ചു.

"ഞാൻ ഫിലിം റെപ്രസന്റേറ്റീവ് ആണ്. അന്ന് പേത്രൂർക്കട ജന തയിൽ *ചുമടുതാങ്ങി*യും കൊണ്ടുവന്നപ്പഴാണ് നിങ്ങളുടെ പ്രോഗ്രാം കണ്ടത്."

അയാൾ വിശദീകരിച്ചു. അപ്പോഴേക്കും നീണ്ട ബെൽ മുഴങ്ങി. മാലതിയും കൂട്ടുകാരിയും ടാക്കീസിനുള്ളിലേക്ക് കയറി.

സിനിമ കഴിഞ്ഞിറങ്ങിയപ്പോഴും മാലതി, സോമരാജിനെ കണ്ടു. തീയേറ്റർ ഗേറ്റിനരികെ അവളെ കാത്തുനിൽക്കുകയായിരുന്നു അയാൾ.

"ഞാൻ മാലതിയെ കാത്തു നിൽക്കുകയായിരുന്നു."

അയാൾ അവരുടെ അടുത്തേക്കുചെന്നു.

"നമുക്കങ്ങോട്ടു മാറിനിൽക്കാം."

ആൾത്തിരക്കിൽനിന്ന് മാറി, പ്രൊജക്ഷൻ റൂമിനരികിലേക്ക് അവർ മാറിനിന്നു.

"രാസലീലയിലെ മാലതിയുടെ അഭിനയം എനിക്കിപ്പോഴും മറ ക്കാൻ പറ്റിയിട്ടില്ല. കുട്ടിക്ക് സിനിമയിലഭിനയിച്ചൂടേ?"

അപ്രതീക്ഷിതമായ ആ ചോദ്യം കേട്ട് മാലതിയുടെ കണ്ണുകൾ വിടർന്നു. ഉള്ളം കുളിർന്നു. അവൾ അഭിമാനത്തോടെ കൂട്ടുകാരിയെ നോക്കി. എങ്കിലും വിനയാന്വിതയായി അവൾ പറഞ്ഞു:

"അയ്യോ സാറേ, കളിയാക്കാതെ. നമ്മളെയൊന്നും സിനിമേലൊന്നും ആരും അഫിനയിപ്പിക്കുല."

"ആര് പറഞ്ഞു? നിങ്ങളെപ്പോലെ കഴിവുള്ളവരെ സിനിമാക്കാര് കാത്തിരിക്കുകയാണ്. താല്പ്പര്യമുണ്ടെങ്കിൽ, മാലതിയെ സിനിമയില ഭിനയിപ്പിക്കുന്ന കാര്യം ഞാനേറ്റു. കോടാമ്പാക്കത്തുള്ള സകല സിനിമാക്കാരും നമ്മുടെ ഫ്രണ്ട്സല്ലേ. ഒരുവാക്ക് പറഞ്ഞാമതി..."

സിനിമാക്കാരുമായി തനിക്കുള്ള ദൃഢബന്ധത്തെക്കുറിച്ച് സോമരാജ് വാചാലനായി. മാലതിയുടെ മനസ്സിന്റെ വെള്ളിത്തിരയിൽ പ്രലോ

ഭനത്തിന്റെ വർണരാജികൾ വിടർന്നു. മേൽവിലാസങ്ങൾ പരസ്പരം കൈമാറി അന്നവർ പിരിഞ്ഞു.

ദിവസങ്ങൾ കടന്നുപോയി. മാലതിയെ സോമരാജ് വീണ്ടും കണ്ടു. പേട്ടയിലെ എസ് എൻ ഡി പി യൂണിയൻ സംഘടിപ്പിച്ച ബാലെപരിപാടി കഴിഞ്ഞപ്പോഴായിരുന്നു അയാൾ പ്രത്യക്ഷനായത്. കാർത്തികേയ തീയേറ്ററിൽ

*ഭാര്യ ഇല്ലാത്ത രാത്രി*യുടെ പെട്ടിയുമായി വന്നതായിരുന്നു അയാൾ. ട്രൂപ്പിലെ എല്ലാവരേയും കണ്ട് അയാൾ പരിചയം പുതുക്കി.' ഒരു ചാൻസ് ഒത്തുവരുന്നുണ്ട്. ഞാനറിയിക്കാം' എന്ന് മാലതിയോട് അടക്കം പറഞ്ഞിട്ടാണ് അന്ന് അയാൾ മടങ്ങിയത്.

ഒരുമാസം കഴിഞ്ഞു. ഒരു നട്ടുച്ചനേരത്ത് സോമരാജ്, മാവൊടിഞ്ഞ വീട്ടിലെത്തി. വരാന്തയിലെ കുട്ടക്കസേരയിലിരുന്ന് അയാൾ തന്റെ കൈയിലിരുന്ന ചെറിയ ആൽബം നിവർത്തി. പ്രേംനസീർ, മധു, ഉമ്മർ, ഷീല, ശാരദ, ജയഭാരതി തുടങ്ങിയ താരങ്ങൾക്കൊപ്പം അയാൾ നിൽക്കുന്ന ചിത്രങ്ങളായിരുന്നു അതിൽ. മാലതിയുടെ മാത്രമല്ല, അവളുടെ അനിയത്തി രമണിയുടേയും അമ്മ ജ്ഞാനശീലയുടെയും അച്ഛൻ മാതുനാടാരുടേയും കണ്ണുകൾ തള്ളി. അവർ അയാളെ അത്ഭുതാദരങ്ങളോടെ നോക്കിനിന്നു. അയാൾ ആൽബത്തിന്റെ താൾ പിന്നെയും മറിച്ചു. അവർക്കാർക്കും പരിചിതനല്ലാത്ത ഒരു ജൂബാക്കാരനൊപ്പം സോമരാജ് ചേർന്നുനിൽക്കുന്ന ചിത്രമായിരുന്നു അതിൽ. ഇതാരാണെന്നു ചോദിക്കാൻ മാലതി നാവുയർത്താൻ തുടങ്ങിയതും സോമരാജ് പറഞ്ഞു:

"ഇതാണ് ഡയറക്ടർ ശശികുമാർ സാർ. *ലങ്കാദഹനം, പഞ്ചതന്ത്രം, റസ്റ്റ് ഹൗസ്, ചട്ടമ്പിക്കല്യാണി, ആലിബാബേം നാപ്പത്തൊന്നു കള്ളന്മാരു*മൊക്കെ സാറിന്റെ പടങ്ങളാ. സാറുമായിട്ട് എത്രകൊല്ലത്തെ പരിചയമാണെന്നോ എനിക്ക്. ഞാനിപ്പോ വന്നതും സാറിന്റെ ഒരാവശ്യവുമായിട്ടാ."

ശശികുമാറിനെപ്പോലെ പ്രശസ്തനായൊരു സംവിധായകന് കട്ടവാക്കഴിക്കാരനായ മാതുനാടാരുടെ കുടുംബത്തിൽനിന്ന് എന്ത് സഹായമാണ് ആവശ്യമെന്നറിയാതെ മാതുനാടാരും ജ്ഞാനശീലയും മുഖത്തോടു മുഖം നോക്കി.

"സാറ് പുതിയൊരു പടത്തിന്റെ ആലോചനയിലാണ്. നായികയ്ക്കാണ് പ്രാധാന്യം. ഷീലേം ജയഭാരതീമൊന്നും പോരെന്നാണ് സാറ് പറയണത്. പുതിയൊരാളെവച്ച് ചെയ്യാനാ പ്ലാൻ. ആരെങ്കിലുമുണ്ടെങ്കി പറയാൻ സാറ് എന്നോടു പറഞ്ഞു. ഞാൻ മാലതീരെ കാര്യം സൂചിപ്പിച്ചിട്ടൊണ്ട്."

സോമരാജ് പറഞ്ഞുനിർത്തിയതും മാതുനാടാർ എടുത്തടിച്ചതു പോലെ പറഞ്ഞു:

"അതൊന്നും ശരിയാവൂല."

"അങ്ങനെ പറയരുത്. ഇത് നല്ലൊരു ചാൻസാണ്. കോടാമ്പക്കം വരെ വന്ന് സാറിനെയൊന്നു കണ്ടാമതി..."

"കെട്ടിക്കാറായ പെങ്കൊച്ചാണ് സാറേ. ബാലെ കളിക്കാമ്പോണത് തന്നെ നമ്മളെ കുടുംബക്കാർക്ക് പിടിക്കണില്ല. ഒരുവർഷം കളിച്ച് കിട്ടണ കായ് കൊണ്ട് എന്തെരെങ്കിലും ഉരുപ്പടീം ഒണ്ടാക്കിച്ച് ആരുടേയെങ്കിലും കൂടെ കെട്ടിച്ചയയ്ക്കാനാ ഞങ്ങള് നോക്കണത്. സിനിമയൊന്നും നമ്മക്ക് ശരിയാവൂല."

അറുത്തുമുറിച്ചതു പോലെയുള്ള അപ്പന്റെ മറുപടികേട്ട് മാലതി മറുത്തൊന്നും പറഞ്ഞില്ലെങ്കിലും അവൾക്ക് സങ്കടംവന്നു. അതുകണ്ട സോമരാജ് പിന്നെയും തുടർന്നു:

"ഓരോരുത്തര് സിനിമേല് മുഖം കാണിക്കാൻവേണ്ടി സംവിധായകരെ അന്വേഷിച്ച് തേരാപാരാ നടക്കുകയാണ്. അപ്പഴാണ് ഒരു സംവിധായകൻ ഇങ്ങോട്ടു വരുന്നത്. ഈ ചാൻസ് നിങ്ങള് പാഴാക്കരുത്."

സോമരാജ് പ്രലോഭനവാക്കുകൾ തുടർന്നു. പക്ഷേ, മാതുനാടാർ കുലുങ്ങിയില്ല. സോമരാജ് എണീറ്റു.

"ഞാൻ പറയാനുള്ളത് പറഞ്ഞു. ഇനി നിങ്ങളെ ഇഷ്ടം."

അയാൾ മുറ്റത്തേക്കിറങ്ങി. മാലതിയുടെ കവിളിലൂടെ കണ്ണീരൊലിച്ചിറങ്ങി. അവൾ കിടപ്പുമുറിയിലേക്കോടിക്കയറി കട്ടിലിൽ കമിഴ്ന്നുവീണ് എങ്ങിയേങ്ങിക്കരഞ്ഞു:

"എനിക്ക് സിനിമേലഭിനയിക്കണം....."

മകളുടെ കണ്ണീരിനൊന്നും മാതുനാടാരുടെ ഉറച്ച തീരുമാനത്തെ മാറ്റാൻ കഴിഞ്ഞില്ല.

"കൂടുതല് മോങ്ങിയാ നിന്റെ ബാലേക്കളിയും ഞാൻ നിറുത്തും."

അയാൾ കട്ടായം പറഞ്ഞതോടെ മാലതിയുടെ കരച്ചിലടങ്ങി. പക്ഷേ, ഉള്ളിൽ വീണുകഴിഞ്ഞ സിനിമാമോഹത്തിന്റെ വിത്തുകൾ കിളിർത്തു തുടങ്ങി. ഇരിക്കപ്പൊറുതി നഷ്ടപ്പെട്ട അവൾ, ഒരുദിവസം അരിസ്റ്റോ ജംഗ്ഷനിലെ വിമലാ ഫിലിംസിന്റെ ഓഫീസ് വിലാസത്തിൽ സോമരാജിനൊരു കത്തെഴുതി. സിനിമയിലഭിനയിക്കാൻ താൻ തയ്യാറാണെന്നും വീട്ടുകാരറിയാതെ കോടമ്പാക്കത്തേക്കു വരാമെന്നും അവൾ അതിലെഴുതിയിരുന്നു. രണ്ടാഴ്ച കഴിഞ്ഞപ്പോൾ മറുപടിക്കത്ത് വന്നു. കത്ത് വീട്ടിലെത്തുന്നതിനു മുമ്പ്, പോസ്റ്റോഫീസിൽ നിന്നുതന്നെ അവൾ അത് കൈപ്പറ്റുകയായിരുന്നു. കോടമ്പാക്കത്തേക്കുള്ള യാത്രയും

മറ്റും വിശദമാക്കുന്നതായിരുന്നു ആ കത്ത്. അങ്ങനെ തിരുവോണ ദിവസം രാവിലെ, പുന്നാംകോണം കോവിലിൽ തൊഴാൻ പോകുന്നു വെന്നു പറഞ്ഞ് വീട്ടിൽ നിന്നിറങ്ങിയ മാലതി, ബസ്സിൽ തമ്പാനൂരിറ ങ്ങി, ആരുമറിയാതെ സോമരാജിനൊപ്പം മദ്രാസ് മെയിൽ കയറി..

മാലതിയുടെ തിരോധാനത്തിന്റെ ആഘാതത്തിൽ നാട്യരഞ്ജിനി തീയേറ്റേഴ്സ് ആടിയുലഞ്ഞു. ബുക്കിംഗുകളെല്ലാം ക്യാൻസൽ ചെയ്യേണ്ടി വന്നുവെന്നു മാത്രമല്ല, ചില ഉത്സവക്കമ്മറ്റിക്കാർക്ക് നഷ്ടപരിഹാരം കൊടുക്കേണ്ടതായും വന്നു. വേലിയിലിരുന്നതിനെ എടുത്ത് വേണ്ടാത്തി ടത്തു വച്ചതുപോലെയായല്ലോ എന്നോർത്ത് ഗദാധരൻ നെടുവീർപ്പിട്ടു. ബാലെ ട്രൂപ്പ് നടത്തുന്നതിനേക്കാൾ നല്ലത് സിമന്റ്കട്ടസും ജാളിയും ഫർണിച്ചറും വിൽക്കുന്നതാണെന്ന് അയാൾ തിരിച്ചറിഞ്ഞു. അങ്ങനെ പത്തുമാസത്തോളം മാത്രം നീണ്ടുനിന്ന പ്രകടനത്തിന് വിരാമമിട്ടു കൊണ്ട് നാട്യരഞ്ജിനി തീയേറ്റേഴ്സിന് എന്നെന്നേക്കുമായി തിരശ്ശീല വീണു.

അസ്തമയം

ഉച്ചമയക്കത്തിന്റെ ആലസ്യത്തിലാണ്ടിരുന്ന ആലിൻപുറം കവലയെ ഞെട്ടിയുണർത്തിച്ചുകൊണ്ട് ഒരു ആംബുലൻസ്, സൈറൺ മുഴക്കി പാഞ്ഞുപോയി. പിന്നാലെ ഒരു പോലീസ് ജീപ്പും. കവലയിലെ കടകൾക്കുള്ളിലും കടത്തിണ്ണകളിലും അലസരായിരുന്നവർ, എന്തോ അപകടം മണത്ത് ചാടിയെണീറ്റ്, വാഹനങ്ങളുടെ സഞ്ചാരപാതയെ സാകൂതം നോക്കിനിന്നു. ചിലരാകട്ടെ കാര്യമെന്തെന്നറിയാനുള്ള വ്യഗ്രതയിൽ, നേരമൊട്ടും കളയാതെ വാഹനങ്ങളുടെ പിന്നാലെ ഓടാൻ തുടങ്ങി.

അന്തംവിട്ടു വന്ന ആംബുലൻസും പോലീസ് ജീപ്പും തെന്നൂർക്കോണവും പിന്നിട്ട്, മാമ്പഴക്കുന്നിലെ മണ്ണിൽബംഗ്ലാവിനെ ലക്ഷ്യമാക്കിയാണ് പാഞ്ഞത്. വണ്ടികൾക്കു പിന്നാലെ വച്ചുപിടിച്ചവർ ബംഗ്ലാവിന്റെ ഗേറ്റ് കടക്കവേ, നിലവിളികളും അലമുറകളും കേട്ടുതുടങ്ങി. അവർ കൂടുതൽ പരിഭ്രാന്തരായി കയറ്റം കയറി.

വീട്ടുമുറ്റത്തെത്തിനിന്ന ആംബുലൻസിന്റെ പിൻവാതിൽ തുറക്കപ്പെട്ടു. പിന്നാലെ വന്ന ജീപ്പിൽനിന്ന് ഇൻസ്പെക്ടർ റഷീദും അഞ്ചു പോലീസുകാരും ചാടിയിറങ്ങി. ബംഗ്ലാവിലെ പണിക്കാർ വീടിനകത്തും പുറത്തുമൊക്കെയായി പരിഭ്രാന്തരായി പാഞ്ഞുനടക്കുന്നുണ്ടായിരുന്നു. വരാന്തയിലെ നിലത്തിരുന്ന് അലറിക്കരയുന്ന സൂസന്നയേയും മകൾ അമേയയേയും കടന്ന് പോലീസുകാർ അകത്തെ മുറിയിലേക്കോടി. ഹാളിൽ, ക്രിസ്തുവിന്റെ ചില്ലിട്ട ചിത്രത്തിനു താഴെ, ചൂരൽക്കസേരയി

ലിരുന്ന്, കൊന്തമാല ജപിച്ചുകൊണ്ടിരിക്കുകയായിരുന്ന വൃദ്ധയായ കത്രീന, ബഹളം കേട്ട് 'ആരാ ആരാ' എന്നു ചോദിച്ചുകൊണ്ടിരുന്നു.

ഹാൾ കടന്ന്, വാതിൽ തകർന്നുകിടന്ന, ഇടതുവശത്തെ കിടപ്പുമുറിയിലേക്ക് പോലീസുകാർ ഓടിക്കയറിയപ്പോൾ തറയോടിലൂടെ ഒഴുകി വന്ന കരി കലർന്ന വെള്ളത്തിൽ അവരുടെ ബൂട്ടുകൾ നനഞ്ഞു. കരിഞ്ഞ പച്ചമാംസത്തിന്റെ ഗന്ധം മൂക്കിലേക്ക് പടർന്നുകയറി. മുറിക്കുള്ളിൽ നിന്നുയർന്ന പുകച്ചുരുളുകളെ കൈകൾകൊണ്ട് വീശിയകറ്റി അവർ മുറിക്കകത്തേക്കു നോക്കി.

"സാറേ, എന്റെ മോൻ....."

പുകവലയങ്ങൾക്കിടയിൽ, കൈയിലൊരു ചുവന്ന ബക്കറ്റുമായി എബ്രഹാം കോശി പ്രത്യക്ഷനായി. അയാൾ അലറിക്കരഞ്ഞുകൊണ്ട് മുറിയുടെ മൂലയിലേക്ക് കൈചൂണ്ടി. മുക്കാലും കത്തിയമർന്ന കട്ടിലിനടുത്തേക്ക് റഷീദ് ഓടിച്ചെന്നു. മനുഷ്യശരീരത്തിന്റെ ആകൃതിയിൽ ഒരു കരിക്കട്ട! ആ ഭീകരദൃശ്യം കാണാൻ ശേഷിയില്ലാതെ അയാൾ ഞെട്ടിത്തിരിഞ്ഞു. കരിപിടിച്ച ചുവരിൽ പതിച്ചിരുന്ന ചിത്രങ്ങളിലേക്കാണ് ആ നോട്ടം പതിഞ്ഞത്. മുടിയും താടിയും നീട്ടിവളർത്തിയ യുവാക്കളും അവരോട് അടുത്തിടപഴകി നിൽക്കുന്ന യുവതികളുമൊക്കെയായിരുന്നു അവ. മിക്കവരുടെയും കൈകളിൽ പുകയുന്ന സിഗരറ്റും ബീഡിയും. ചിലരുടെ കൈയിൽ 'മേക് ലൗ നോട്ട് വാർ' എന്ന പ്ലക്കാർഡുകൾ. ചിലർ പുകച്ചുരുളുകൾക്കിടയിലിരുന്ന് ഗിറ്റാർ വായിക്കുന്നു.

എന്തുചെയ്യണമെന്നറിയാതെ ഒരുനിമിഷം പകച്ചുപോയെങ്കിലും ആത്മസംയമനം വീണ്ടെടുത്തുകൊണ്ട് ഇൻസ്പെക്ടർ റഷീദ്, എബ്രഹാം കോശിയുടെ നേർക്ക് തിരിഞ്ഞ് ചോദിച്ചു:

"എന്താണ് സംഭവിച്ചത്?"

ഒന്നും പറയാതെ കുറച്ചുനേരം ഇൻസ്പെക്ടറെത്തന്നെ നോക്കി നിന്നശേഷം ബക്കറ്റ് നിലത്തേക്കെറിഞ്ഞ്, അലറിവിളിച്ചുകൊണ്ട് എബ്രഹാം കോശി, മുട്ടുകുത്തി നിലത്തിരുന്നു..

"ഹൗ ഡസ് ഇറ്റ് ഫീൽ?
ഹൗ ഡസ് ഇറ്റ് ഫീൽ
ടു ബി ഓൺ യുവർ ഓൺ
വിത് നോ ഡയറക്ഷൻ ഹോം
എ കംപ്ലീറ്റ് അൺനോൺ
ലൈക് എ റോളിംഗ് സ്റ്റോൺ?......"

കോഴിക്കോട് എഞ്ചിനീയറിംഗ് കോളേജ് മെൻസ് ഹോസ്റ്റലിലെ രണ്ടാംനിലയിലെ ഇടത്തേ അറ്റത്തെ റൂമിൽനിന്ന് ബോബ് ഡൈലന്റെ ആ വിഖ്യാതഗാനം ഒഴുകിവന്നു. ഒന്നാംവർഷ മെക്കാനിക്കൽ വിദ്യാർ

ത്ഥിയായ അലൻ എബ്രഹാമിന്റേതായിരുന്നു ആ റൂം. അലന്റെ സഹപാഠികളായ ആറുപേരാണ് റൂമിൽ ഒത്തുകൂടിയിരിക്കുന്നത്. ടേപ്പ് റിക്കോർഡറിൽനിന്നും കേട്ടുകൊണ്ടിരുന്ന ആ ഗാനത്തിൽ ലയിച്ച്, കട്ടിലിലും തറയിലുമൊക്കെയായി കാൽ നീട്ടിയിരുന്ന് കണ്ണുകളടച്ചാണ് അവർ ഗാനം ആസ്വദിച്ചത്. കൈയിലിരുന്ന് പുകയുന്ന ബീഡി, ഇടയ്ക്കിടെ അവർ ആഞ്ഞുവലിച്ചുകൊണ്ടിരുന്നു. ചിലർ ഇടയ്ക്ക് കണ്ണുതുറന്ന്, തുറന്നു കിടന്ന ജനലിലൂടെ അനന്തതയിലേക്കു നോക്കി. ഭിത്തിയിൽ പതിച്ചിരുന്ന കൂറ്റൻ ചിത്രത്തിലിരുന്ന് ബോബ് മെർലി ചിരിച്ചു; എല്ലാത്തിനും സാക്ഷിയെന്നപോലെ.

താടിയും മുടിയും നീട്ടിവളർത്തിയ അവരെല്ലാവരും കാഴ്ചയിൽ, ഒരമ്മപെറ്റ മക്കളെപ്പോലെ തോന്നിച്ചു. പലവിധ കടുംനിറങ്ങൾ ചേർന്ന ഉടുപ്പുകളും ജലസ്പർശമേറ്റിട്ട് മാസങ്ങളായ നരച്ച ബെൽബോട്ടം പാന്റ്സുമായിരുന്നു അവരുടെ വേഷം. ക്യാമ്പസിലെ അരാജകക്കൂട്ടങ്ങളിലൊന്നായിരുന്ന അവർ ഹിപ്പികൾ എന്നറിയപ്പെട്ടു.

നഗരത്തിലെ സെന്റ് ജോസഫ്കോൺവെന്റ് സ്കൂളിൽനിന്ന് പത്താം ക്ലാസും മാർ ഇവാനിയോസ് കോളേജിൽനിന്ന് പ്രീ യൂണിവേഴ്സിറ്റിയും മികച്ചരീതിയിൽ വിജയിച്ചാണ് അലൻ എബ്രഹാം കോഴിക്കോട് എഞ്ചിനീയറിംഗ് കോളേജിൽ ചേർന്നത്. ക്രൈസ്തവസഭകളുടെ നേരിട്ടുള്ള നിയന്ത്രണത്തിലായിരുന്നതിനാൽ കർശന അച്ചടക്കത്തിന്റെ വീർപ്പുമുട്ടലുണ്ടാക്കിയ വിദ്യാലയങ്ങളിൽനിന്നും തികച്ചും വ്യത്യസ്തമായിരുന്നു അവിടുത്തെ അന്തരീക്ഷം. ഒരു സ്വതന്ത്രലോകത്തിലേക്കുള്ള അലൻ എബ്രഹാമിന്റെ പ്രവേശനമായിമാറി അത്. ഹോസ്റ്റൽ അന്തേവാസികൂടിയായതോടെ വീട്ടുകാരുടെ നോട്ടവുമെത്തിയില്ല.

പീരുമേട്ടിൽ ഏക്കർ കണക്കിന് തേയിലത്തോട്ടങ്ങളുടെ ഉടമയായ ഫിലിപ്പോസ് മത്തായിയുടെ ഇളയ മകനും മൂന്നാംവർഷക്കാരനുമായ സണ്ണിക്കുട്ടിയായിരുന്നു ഹോസ്റ്റലിന്റെ സർവ്വാധിപൻ. 'ഡെവിൾസ്' എന്ന പേരിൽ ഒരു ഏഴംഗസംഘവും അവനുണ്ടായിരുന്നു. ഇടുക്കിയിൽ നിന്ന് സണ്ണിക്കുട്ടി എത്തിച്ചുകൊടുത്തിരുന്ന സ്വയമ്പൻ നീലച്ചടയൻ പുകച്ച് അവർ പലപ്പോഴും ഇഹലോകത്തെ ബന്ധം വിച്ഛേദിച്ച് മായാലോകത്ത് നീന്തിനടന്നു. ഈ സംഘത്തിലേക്കാണ് അലൻ ആദ്യം എത്തിപ്പെട്ടത്. കുറച്ചുദിവസത്തിനുള്ളിൽ, തന്റെ ക്ലാസിലെ സമാനമനസ്കരായ ആറ് സഹപാഠികളെ കൂടെക്കൂട്ടി അവൻ പുതിയൊരു സംഘമുണ്ടാക്കി - ബീറ്റ്സ്.

വലി, കുടി, പാട്ട്, നൃത്തം, വല്ലപ്പോഴുമൊക്കെ ക്ലാസ്സിൽ കയറൽ എന്നിവയൊക്കെയായിരുന്നു സംഘത്തിന്റെ പ്രവർത്തനങ്ങൾ. ആഴ്ച

തോറും മുടങ്ങാതെ പോക്കറ്റ്മണി വന്നിരുന്നതുകൊണ്ട് ഒന്നിനും ഒരു മുട്ടുണ്ടായതുമില്ല.

ക്രിസ്തുമസ് അവധിക്ക് അലൻ വീട്ടിലെത്തിയപ്പോൾ അവന്റെ രൂപമാറ്റം കണ്ട് വീട്ടുകാർ അതിശയിച്ചു.

"മോനേ, ഇത് എന്നാ കോലമാ? നിനക്ക് ഹോസ്റ്റലീന്ന് ഭക്ഷണമൊന്നും കിട്ടുന്നില്ലേ? നീ ഈ മുടിയൊക്കെയൊന്ന് വെട്ടിക്കാത്തതെന്നാ?"

മകനെ ചേർത്തുപിടിച്ച് സൂസന്ന പരിഭവം പറഞ്ഞു.

"ഇത് ഫാഷനാ അമ്മച്ചി."

അലൻ ചിരിച്ചുകൊണ്ട് മറുപടിപറഞ്ഞു.

"താടീം മുടീം മുറിക്കാതെ മെനകെട്ട് നടക്കണതാണോ ഫാഷൻ?"

ചോദ്യം കത്രീനയുടേതായിരുന്നു. തിമിരം പടർന്ന കണ്ണുകളിലൂടെയാണെങ്കിലും അവർ ചെറുമകന്റെ രൂപം പിടിച്ചെടുക്കുകയായിരുന്നു.

"അമ്മാമ്മേ കാലമൊക്കെ മാറി. ഇതിപ്പം ആയിരത്തി തൊള്ളായിരത്തി എഴുപത്തേഴാ. പഴേ ചട്ടേം മുണ്ടുമൊക്കെ പോയി. പെമ്പിള്ളേരു വരെ ഇപ്പോ പാന്റ്സാ ഇടുന്നത്."

അലന്റെ മറുപടി കേട്ട് 'ഓ സാത്താന്റെ കാലം' എന്നുപറഞ്ഞ് കത്രീന കെറുവിച്ചു.

"ഇച്ചായാ ഞാനൊരു സത്യം പറഞ്ഞാൽ ഇച്ചായനെന്നോട് കെറുവിക്കരുത്."

അടുത്ത ഊഴം അമേയയുടേതായിരുന്നു.

"നീ പറയെടീ."

"ഇച്ചായനെ ഇപ്പം കണ്ടാലേ ബോബനും മോളീലെ അപ്പീഹിപ്പിയെ പോലെയുണ്ട്."

"എടീ നിന്നെ ഞാൻ...."

അലൻ അവളെ അടിക്കാനായി കൈയോങ്ങിചെന്നു. അവൾ ചിരിച്ചു കൊണ്ട് അകത്തേക്കോടി. അതു കണ്ടുകൊണ്ടാണ് എബ്രഹാം കോശി വീട്ടിലേക്കു കയറിവന്നത്. ബിസിനസ് കാര്യങ്ങൾക്കുവേണ്ടി പുറത്തു പോയിരിക്കുകയായിരുന്നു അയാൾ. മകന്റെ രൂപമാറ്റം കണ്ട് അയാളും അത്ഭുതപ്പെട്ടു. കുശലാന്വേഷണങ്ങൾക്കുശേഷം അയാൾ മകനെ ഓർമ്മിപ്പിച്ചു:

"ഫാഷനൊക്കെ ചെറുപ്പത്തിൽ നല്ലതാ. പക്ഷേ, ചീത്ത കൂട്ടുകെട്ടിലൊന്നും ചെന്നുപെടാതെ നോക്കണം. കോളേജുകളിലൊക്കെ ഹിപ്പികളാണെന്നും പറഞ്ഞ് ചിലരിറങ്ങിയിട്ടുണ്ട്. സൂക്ഷിക്കണം."

പപ്പയുടെ വാക്കുകൾ കേട്ട് ഒന്നും മിണ്ടാതെ അലൻ തലകുനിച്ചു നിന്നു.

ആദ്യവർഷത്തെ പരീക്ഷ കഴിഞ്ഞ് അലൻ നാട്ടിലെത്തിയപ്പോഴേക്കും അവന്റെ രൂപഭാവങ്ങളിൽ കാര്യമായ മാറ്റംതന്നെ സംഭവിച്ചു കഴിഞ്ഞിരുന്നു. ശരീരം നന്നായി മെലിഞ്ഞു. കൺതടങ്ങൾ കുഴിഞ്ഞു. എണ്ണമയമില്ലാത്ത ചെമ്പിച്ച തലമുടി കാറ്റത്ത് പാറിക്കളിച്ചു. പലതരം ഇറച്ചികൾകൊണ്ട് നാനാതരം വിഭവങ്ങളുണ്ടാക്കി സൂസന്ന തീൻമേശയിൽ വിളമ്പിയെങ്കിലും അവനതൊന്നും രുചിച്ചുനോക്കിയില്ല. ഒന്നിനും ഒരു ഉത്സാഹവുമില്ലാതെ അവൻ എപ്പോഴും അഗാധചിന്തയിലമർന്നു. പലപ്പോഴും മുറിക്കകത്തുതന്നെ ഒതുങ്ങിക്കൂടി. ചിലപ്പോഴൊക്കെ മുറിക്കുള്ളിലെ ടേപ്പ് റെക്കോർഡറിൽനിന്നും പതിഞ്ഞ സ്വരത്തിൽ പാശ്ചാത്യസംഗീതം കേൾക്കാമായിരുന്നു. സായാഹ്ന കുടുംബപ്രാർത്ഥനകൾക്കുപോലും അവൻ മടിച്ചുമടിച്ചാണ് പങ്കുചേർന്നത്. ഒരു ദിവസം അവിചാരിതമായി അവന്റെ മുറിക്കുള്ളിൽ ചെന്ന എബ്രഹാം കോശിയുടെ മൂക്കിലേക്ക് ബീഡിപ്പുകയുടെ ഗന്ധം അടിച്ചുകയറി. മകനോട് ഒന്നും ചോദിച്ചില്ലെങ്കിലും അരുതാത്തതെന്തോ സംഭവിക്കുകയാണെന്ന് അയാൾക്കു തോന്നി. അവധികഴിഞ്ഞ് അലൻ കോളേജിലേക്ക് മടങ്ങി, ഒരാഴ്ച പിന്നിട്ടപ്പോഴേക്കും എബ്രഹാം കോശി കോഴിക്കോട്ടേക്ക് തീവണ്ടി കയറി.

കോഴിക്കോട് എഞ്ചിനീയറിംഗ് കോളേജിലെത്തി അധ്യാപകരിൽനിന്ന് നേരിട്ട് വിവരങ്ങൾ മനസ്സിലാക്കിയ എബ്രഹാം കോശിക്ക് താൻ പ്രതീക്ഷിച്ചതിനുമപ്പുറമാണ് കാര്യങ്ങളെന്നു മനസ്സിലായി. അടിയന്തിരമായി ചിലത് ചെയ്തില്ലെങ്കിൽ എല്ലാം കൈവിട്ടുപോകുമെന്ന് അയാൾക്കു ബോധ്യമായി. അയാൾ മകനെ അനുനയിപ്പിച്ച് വീട്ടിലേക്കു തിരികെ കൊണ്ടുവന്നു. അധികമാരുമറിയാതെ പ്രശ്നം പരിഹരിക്കണമെന്ന് ആഗ്രഹിച്ച അയാൾ മണ്ണിൽകുടുംബവുമായി അടുത്ത ബന്ധമുണ്ടായിരുന്ന തൊടുപുഴ വികാരി ഫാദർ ജോർജ് മാന്തോട്ടത്തിനോട് ഫോണിൽ ബന്ധപ്പെട്ടു.

"നീ അവനെ മുരിങ്ങൂരിലേക്ക് കൊണ്ടുപോ. ഒന്നുരണ്ടു മാസത്തെ ധ്യാനം കഴിയുന്നതോടെ കാര്യങ്ങൾ നേരെയാകും."

ഫാദറിന്റെ നിർദ്ദേശം അനുസരിക്കാൻ തന്നെ എബ്രഹാം കോശി തീരുമാനിച്ചു. അങ്ങനെ അലൻ, ധ്യാനകേന്ദ്രത്തിലെത്തി. കഠിനമായ വ്രതാനുഷ്ഠാനങ്ങളും പ്രാർത്ഥനകളും കൗൺസിലിംഗുമൊക്കെയായി രണ്ടു മാസം കഴിഞ്ഞുപോയി. പ്രകടമായ മാറ്റങ്ങൾ കണ്ടുതുടങ്ങിയതോടെ എബ്രഹാം കോശി, അവനെ വീട്ടിലേക്കു മടക്കിക്കൊണ്ടുവന്നു. മുടിയും താടിയുമൊക്കെ വെട്ടിയൊതുക്കി വീണ്ടും പഴയ രൂപത്തിലേക്ക് അവൻ മാറിത്തുടങ്ങി. ഒരാഴ്ചയ്ക്കകം കോളേജിലേക്ക് മടങ്ങാനുള്ള തയ്യാറെടുപ്പും തുടങ്ങി. എല്ലാം കലങ്ങിത്തെളിയുകയാണെന്നു തന്നെ എല്ലാവരും കരുതി.

"അമ്മച്ചീ, ഞാനൊന്ന് പുറത്തോട്ടിറങ്ങിയിട്ട് വരാം. എത്രദിവസമായി പുറംലോകമൊന്ന് നേരാംവണ്ണം കണ്ടിട്ട്."

ഒരുദിവസം ബ്രേക്ക്ഫാസ്റ്റ് കഴിച്ചുകഴിഞ്ഞ് അലൻ, സൂസന്നയോടു പറഞ്ഞു. എന്ത് പറയണമെന്നറിയാതെ സൂസന്ന കുഴങ്ങി. എബ്രഹാം കോശി പുറത്തുപോയിരിക്കുകയാണ്. അലൻ പറയുന്നതിലും കാര്യമുണ്ടെന്ന് അവൾക്കുതോന്നി. ഈ പ്രായത്തിലുള്ള പിള്ളേർ എത്രയെന്നും പറഞ്ഞാ വീട്ടിൽത്തന്നെ കുത്തിയിരിക്കുന്നത്! അവൾ സമ്മതം മൂളി.

ഇളംപച്ച നിറത്തിലുള്ള എസ്ഡിയിൽ കയറി അലൻ യാത്രയായി. പ്രത്യേകിച്ച് ലക്ഷ്യമൊന്നുമില്ലാത്തതായിരുന്നു ആ യാത്ര. നീണ്ട നാളുകൾക്കുശേഷം പുറംകാഴ്ചകൾ കണ്ട അവന് കാണുന്നതെല്ലാം ആദ്യകാഴ്ചകൾപോലെ തോന്നി. നഗരവീഥികൾക്കിരുവശവുമായി അടിമുടി പൂത്തുനിൽക്കുന്ന ചുവന്ന വാകമരങ്ങൾ, കണിക്കൊന്നകൾ, കൈകോർത്തു നടക്കുന്ന കമിതാക്കൾ, അച്ഛനുമമ്മയ്ക്കുമൊപ്പം തുള്ളിച്ചാടി നടക്കുന്ന കുട്ടികൾ, നഗരത്തിൽ ഉടൻ ആരംഭിക്കുന്ന കാർണിവലിന്റെ വിളംബരം നടത്തിക്കടന്നു പോകുന്ന ബാൻഡ് വാദ്യസംഘം. മനസ്സിന് കുളിർമയും സന്തോഷവും പകരുന്നതായിരുന്നു ആ കാഴ്ചകൾ. ജീവിതം എത്ര മനോഹരവും ചലനാത്മകവുമാണെന്ന് അവൻ ചിന്തിച്ചു.

ഒരു സിനിമ കണ്ടാൽ കൊള്ളാമെന്ന് അലന് തോന്നി. നാലു മാസം മുമ്പ്, കോഴിക്കോട് ഷേണായീസ് തീയേറ്ററിൽനിന്ന് *ഒൺ ഫ്ലൂ ഓവർ ദ കുക്കൂസ് നെസ്റ്റ്* ആണ് അവൻ അവസാനമായി കണ്ടത്. തമ്പാനൂരിലെ ശ്രീകുമാർ തീയേറ്ററിനു മുന്നിൽ എസ്ഡി നിന്നു. തികച്ചും യാദൃച്ഛികം എന്നുതന്നെ പറയാം, അന്നവിടെ മോണിംഗ് ഷോ പ്രദർശിപ്പിച്ചിരുന്ന സിനിമ *ആൻ അമേരിക്കൻ ഹിപ്പി ഇൻ ഇസ്രയേൽ* ആയിരുന്നു. സിനിമ കാണണോ വേണ്ടയോ എന്ന് ഒരുനിമിഷം അവൻ ആശയക്കുഴപ്പത്തിലായെങ്കിലും ഒടുവിൽ കാണാൻതന്നെ തീരുമാനിച്ചു. വിയറ്റ്നാം യുദ്ധവീരനായ മൈക്ക് എന്ന അമേരിക്കക്കാരൻ, തന്റെ യുദ്ധവിരുദ്ധ നിലപാടുകളുമായി ന്യൂയോർക്കിൽനിന്ന് ഇസ്രയേലിലെത്തുന്നതും സ്വാതന്ത്ര്യാഭിവാഞ്ഛയോടെ, അരാജകജീവിതം നയിക്കുന്ന മൂന്നു പേരോടൊപ്പം അലഞ്ഞു തിരിയുന്നതുമൊക്കെയായിരുന്നു സിനിമയുടെ ഇതിവൃത്തം. സിനിമ ആസ്വദിച്ചു കണ്ടിറങ്ങിയ അലന്റെയുള്ളിൽ തന്റെ സമീപഭൂതകാലം വീണ്ടും പുകഞ്ഞുതുടങ്ങി. ജീവിതം എത്ര വ്യർത്ഥവും പാരതന്ത്ര്യം നിറഞ്ഞതും അർത്ഥശൂന്യവുമാണെന്നും അവനുതോന്നി. ഓരോ മനുഷ്യനും വേണ്ടത് സ്വാതന്ത്ര്യവും സ്നേഹവുമാണ്. ഒരു പഫ് എടുക്കാൻ അവന്റെ ചുണ്ടുകൾ കിരുകിരുത്തു. നാഡീവ്യൂഹങ്ങൾ ഉത്തേജിതമാകാൻ വെമ്പൽകൊണ്ടു.

ചെങ്കൽച്ചൂള കോളനിയിലെ ഊടുവഴികളിലൂടെ പടപട ശബ്ദമുണ്ടാ

ക്കിക്കൊണ്ട് അലന്റെ എസ്ഡി നീങ്ങി. കഞ്ചാവ് വിൽക്കുന്നവർ കോളനിക്കുള്ളിൽ ഉണ്ടെന്നറിയാമെങ്കിലും അവരെവിടെയാണെന്നതിനെപ്പറ്റി അവന് വലിയ ധാരണയൊന്നുമുണ്ടായിരുന്നില്ല. എന്നാൽ, നട്ടുച്ചയ്ക്ക് എന്തോ തിരഞ്ഞ് കോളനിക്കുള്ളിൽ ചുറ്റിത്തിരിയുന്ന അപരിചിതനായ യുവാവിന്റെ ഉദ്ദേശ്യമെന്തെന്നറിയാൻ ജിജ്ഞാസയുള്ള ചില കോളനിക്കാർ അവനെ സമീപിച്ചു.

"ഐറ്റമുണ്ട്. കൈയില് ചക്രമൊണ്ടാ?"

"ഉണ്ട്."

"എന്നാ വണ്ടീന്നെറങ്ങി കൂടെ വാ."

അവർക്കു പിന്നാലെ അലൻ നടന്നു. അഴുക്കുചാലുകൾ നിറഞ്ഞ ഏതൊക്കെയോ വഴികൾ പിന്നിട്ട് ഒരു ചെറ്റക്കുടിലിനു മുന്നിൽ അവരെത്തി. കാൽമുട്ടിനു താഴെ വച്ച് മുറിച്ച് മാറ്റിയ ഒരു താടിക്കാരൻ വീടിന്റെ തിണ്ണയിൽ ഇരിപ്പുണ്ട്.

"അണ്ണാ, നമക്ക് പരിചയമുള്ള ചെറ്ക്കനാണ്. ഐറ്റം അന്വേഴിച്ച് വന്നതാണ്."

കൂടെ ചെന്നവരിലൊരാൾ പറഞ്ഞു. താടിക്കാരൻ താടി ചൊറിഞ്ഞുകൊണ്ട് അലനെ കുറച്ചുനേരം ചെറഞ്ഞു നോക്കിയശേഷം ചുവരിൽ ചാരി വച്ചിരുന്ന സ്റ്റിച്ചറെടുത്ത്, മൊണ്ടി മൊണ്ടി വീടിനകത്തേക്കു കയറി. എല്ലാവരും പ്രതീക്ഷാനിർഭരരായി മുറ്റത്തുനിന്നു. അല്പസമയം കഴിഞ്ഞപ്പോൾ ഒരു ചെറിയ പൊതിയുമായി താടിക്കാരൻ പുറത്തേക്കു വന്നു.

"അമ്പതു രൂപ"

താടിക്കാരൻ കൈ നീട്ടി. അലൻ. പഴ്സിൽനിന്ന് രൂപയെടുത്ത് അയാൾക്ക് നൽകിയതും അയാൾ പൊതി അവനു കൈമാറി.

കഞ്ചാവ് പൊതിയുമായി കോളനിയിൽനിന്ന് പുറത്തുകടന്ന അലന് എത്രയും വേഗം ഒരു പുകയെടുത്താൽ കൊള്ളാമെന്നു തോന്നി. പക്ഷേ, വണ്ടിയോടിക്കാൻ ബുദ്ധിമുട്ടാകുമെന്നുള്ളതുകൊണ്ട് വീട്ടിലെത്തിയിട്ടാകാമെന്ന് ഉറപ്പിച്ച്, പൊതിയെ ഇടുപ്പിൽ ഭദ്രമായി തിരുകി വച്ച് അവൻ വണ്ടി പറപ്പിച്ചു.

"എന്താ മോനേ വൈകിയത്? ഞാൻ ആധിയെടുത്തിരിക്കുകയായിരുന്നു."

അലൻ വീട്ടിലേക്കു കയറിയതും സൂസന്ന പരിഭവം പറഞ്ഞു. വിഭവസമൃദ്ധമായ ഊണൊരുക്കി മോനെ കാത്തിരിക്കുകയായിരുന്നു അവർ.

"ഞാനൊരു ഫിലിമിന് കയറി."

അവൻ അലക്ഷ്യമായി പറഞ്ഞു.

"മദനോത്സവത്തിനാണോ?"

അമേയ ചോദിച്ചു. ചെറുപ്പക്കാരെ ആകർഷിച്ചുകൊണ്ട്, കമലാഹാസനും സറീനാ വഹാബും ജോടികളായി അഭിനയിച്ച *മദനോത്സവം* സൂപ്പർ ഹിറ്റായിക്കൊണ്ടിരിക്കുന്ന സമയായിരുന്നു അത്.

"അല്ല. ഒരിംഗ്ലീഷ് പടം."

അവൾ കൂടുതലെന്തെങ്കിലും ചോദിക്കുന്നതിനുമുമ്പേ അവൻ മുറിക്കുള്ളിലേക്കു കയറി. വേഷംമാറി അവൻ പുറത്തിറങ്ങിയപ്പോഴേക്കും തീൻമേശയിൽ വിഭവങ്ങൾ നിരന്നിരുന്നു. കുടുംബാംഗങ്ങളെല്ലാവരും ഭക്ഷണം കഴിക്കാനിരുന്നു.

"നീയിപ്പം ഓക്കെയാണല്ലോ മോനേ?"

എബ്രഹാം കോശി ചോദിച്ചു. അവൻ 'അതെ' എന്നമട്ടിൽ തല കുലുക്കി.

"അടുത്ത മൺഡേ കോളേജിൽ പോകാമല്ലോ?"

അച്ഛന്റെ ആ ചോദ്യത്തിനും അവൻ തലകുലുക്കി.

ഭക്ഷണം കഴിച്ച് അലൻ ബെഡ്റൂമിലേക്കു കയറി കതകടച്ചു. എല്ലാവരും പതിവുള്ള ഉച്ചമയക്കത്തിലേക്ക് വഴുതി. ഷെൽഫിൽ ഭദ്രമായി വച്ചിരുന്ന പൊതിയിൽനിന്നും അവൻ ബീഡിയൊരെണ്ണമെടുത്ത് ചുണ്ടിൽ വച്ച് ലൈറ്റർ കത്തിച്ചു. ഹ്രസ്വമായൊരു ഇടവേളയ്ക്കുശേഷം ധൂമലഹരി കോശങ്ങളിലേക്ക് പടർന്നുതുടങ്ങി. അവൻ ടേപ്പ് റെക്കോർഡർ ഓൺ ചെയ്തു:

"ഒൺ ഗുഡ് തിങ് എബൗട്ട് മ്യൂസിക്,

വെൻ ഇറ്റ് ഹിറ്റ്സ് യൂ ഫീൽ നോ പെയ്ൻ ......"

ഇതുവരെ ഉപയോഗിച്ച ലഹരികളേക്കാൾ കൂടുതൽ വീര്യം അവനു തോന്നി. ഒരു ഗഗനചാരിയായി താൻ പറന്നുനടക്കുകയാണ്; കനമേതുമില്ലാതെ. അവൻ മെല്ലെ കട്ടിലിലേക്കുവീണു. ഇടയ്ക്ക് രണ്ടുമൂന്ന് പുകയെടുത്തു. പിന്നെ ചലനമറ്റ് ബോധരഹിതനായി. കൈയിലിരുന്ന ബീഡി അപ്പോഴും പുകഞ്ഞുകൊണ്ടേയിരുന്നു. കിടക്കയിലെ പുതപ്പിനെ അത് പതിയെ ചുംബിച്ചു തുടങ്ങി.....

അലന്റെ ദാരുണമായ അന്ത്യം മണ്ണിൽ കുടുംബത്തെ ആകെ തകർത്തുകളഞ്ഞു. ആ ഭീകരദൃശ്യത്തിനു ദൃക്സാക്ഷികളായ എബ്രഹാം കോശിയും സൂസന്നയും അമേയയും കടുത്ത മാനസികവിഭ്രാന്തിയിലമർന്നു. വർഷങ്ങൾക്കുമുമ്പ്, ഉരുൾപൊട്ടലിൽ അപ്പനേയും കൂടപ്പിറപ്പുകളേയും നഷ്ടപ്പെട്ടതിന്റെ നടുക്കുന്ന ഓർമ്മകളിൽനിന്ന് കരകയറിയ എബ്രഹാം കോശിക്ക് സ്വന്തം മകന്റെ അന്ത്യം ഉൾക്കൊള്ളാനേ കഴിഞ്ഞില്ല. വാർദ്ധക്യത്തിന്റെ ഓർമ്മത്തെറ്റുകളും ഇരുൾമൂടിക്കഴിഞ്ഞ കണ്ണുകളുമായി കഴിയുന്ന കത്രീന മാത്രം സംഭവിച്ചതൊന്നുമറിയാതെ അവ്യക്തമായെന്തോ പുലമ്പിക്കൊണ്ടിരുന്നു.

കടുത്ത ജീവിതവിരക്തിയിലമർന്ന എബ്രഹാം കോശി, വീടിനു പുറത്തിറങ്ങാതായി. പശുക്കളേയും ആടുകളേയും കോഴികളേയും താറാവുകളേയുമൊക്കെ ബംഗ്ലാവിലെ ജോലിക്കാർക്ക് അയാൾ ചുമ്മാ കൊടുത്തു. കൃഷിയും ബിസിനസുകളെല്ലാം മതിയാക്കി. അതോടെ മണ്ണിൽ ടാക്കീസിനും തിരശ്ശീലവീണു. ആളും ആരവവുമായി പതിനഞ്ചു വർഷത്തിലധികം ഉത്സവപ്രതീതിയിലമർന്നു കിടന്ന ടാക്കീസും പരിസരവും ശ്മശാനമൂകമായി. ഒന്നുരണ്ടു മാസം പിന്നിട്ടപ്പോഴേക്കും ടാക്കീസിന്റെ ഓല മേൽക്കൂര പൊളിഞ്ഞു തുടങ്ങി. പാഴ്ച്ചെടികളും കാട്ടുവള്ളികളും ടാക്കീസിനെ മറയ്ക്കുംവിധം വളർന്നുപടർന്നു. ആ പരിതാപകരമായ അവസ്ഥയിലും, അവസാനമായി പ്രദർശിപ്പിച്ച, മധുവും ജയനും ജയഭാരതിയുമൊക്കെ അഭിനയിച്ച *അസ്തമയം* എന്ന ചിത്രത്തിന്റെ പോസ്റ്റർ, ടാക്കീസിന്റെ ഭിത്തിയിൽ തെളിഞ്ഞുനിന്നു; അറം പറ്റിയൊരു വാക്കുപോലെ!

റീൽ - ആറ്

സർവകലാശാല

ആർത്തിരമ്പുന്ന ജനക്കൂട്ടത്തിനു നടുവിൽ ഞെങ്ങിഞെരുങ്ങി നിന്ന് ശ്രീദേവൻ നെടുവീർപ്പിട്ടു. ഒരുതരി മണ്ണുപോലും തറയിൽ വീഴാൻ ഇടമില്ലാത്തവിധം യുവാക്കൾ ഇരമ്പിമറിയുകയാണ്. ശ്രീദേവൻ നെറ്റിയിലെ വിയർപ്പു തുടച്ചുകൊണ്ട് കിഴക്കേകോട്ട ശ്രീപത്മനാഭ തീയേറ്റർ വളപ്പിനകത്തെ ചുവരിലേക്കു നോക്കി. *മീൻ* എന്നെഴുതിയ കൂറ്റൻ പോസ്റ്ററിലിരുന്ന് ജയനും മധുവും സീമയും ജനക്കൂട്ടത്തെ നോക്കി പുഞ്ചിരിക്കുകയാണ്!

ഉന്തിലും തള്ളിലുംപെട്ട് ശ്രീദേവൻ വല്ലവിധേനെയും ടിക്കറ്റ് കൗണ്ടറിലേക്കുള്ള പ്രവേശനകവാടത്തിനടുത്തെത്തി. നീണ്ടുകിടക്കുന്ന ആ ഗുഹാമുഖത്തിനുള്ളിലേക്കു കടക്കാൻ അവനു പെടാപ്പാട് പെടേണ്ടിവന്നു. ഉള്ളിലേക്കു കടന്നുകിട്ടിയ സ്ഥിതിക്ക്, ടിക്കറ്റ് കിട്ടുമെന്നു തന്നെ അവനുറപ്പിച്ചു. ജീവിതത്തിലാദ്യമായി, ആദ്യദിവസത്തെ ആദ്യ ഷോ തന്നെ കാണാൻ പോകുന്നതിന്റെ ആവേശം മുഖത്തുവിരിഞ്ഞു. വിയർപ്പിൽ കുതിർന്നുകിടന്ന ഒരുരൂപാ നോട്ടിനെ ഉടുപ്പിന്റെ പോക്കറ്റിൽ നിന്ന് അവൻ കൈയിലെടുത്തു. ഉച്ചയൂണിന് അമ്മ തന്നതാണ്. ജയന്റെ *മീൻ* കണ്ടാൽ വിശപ്പൊക്കെ താനേ കെട്ടടങ്ങിക്കൊള്ളുമെന്ന് അവൻ ആശ്വസിച്ചു.

എം ജി കോളേജിലെ ഒന്നാംവർഷ പ്രീഡിഗ്രിക്കാരനായ ശ്രീദേവൻ, *മീനി*ന്റെ വരവറിയിച്ചുകൊണ്ട് ഒരാഴ്ചമുമ്പ് നഗരത്തിലെ ചുവരുകളിലെങ്ങും പതിഞ്ഞ പോസ്റ്ററുകൾ കണ്ടപ്പോഴേ ഉറപ്പിച്ചതാണ്, ആദ്യദിവസത്തെ ആദ്യഷോതന്നെ കാണണമെന്ന്. സ്കൂളിലേതുപോലെയുള്ള

നിയന്ത്രണങ്ങളൊന്നും കോളേജിൽ ഇല്ലാത്തതുകൊണ്ട്, ക്ലാസ് കട്ട് ചെയ്ത് കേശവദാസപുരത്തുനിന്ന് ബസ് കയറി നേരെ കിഴക്കേകോട്ട ഇറങ്ങുകയായിരുന്നു. മണ്ണിൽ ടാക്കീസിൽ മാത്രം ഇതുവരെ സിനിമ കണ്ടിട്ടുള്ള അവന് നഗരത്തിലെ തീയേറ്ററുകൾ എവിടെയൊക്കെയാണെന്നുപോലും നിശ്ചയമില്ലായിരുന്നു. പലരോടും ചോദിച്ചുചോദിച്ചാണ് പത്മനാഭ തീയേറ്റർ കണ്ടെത്തിയത്.

"മാറി നില്ലെടാ മൈത്താണ്ടികളേ....."

പിന്നിൽനിന്നുള്ള അലർച്ചകേട്ട് ശ്രീദേവൻ ഞെട്ടിത്തിരിഞ്ഞു. ടിക്കറ്റ്കൗണ്ടർഗഹ്വരത്തിനു വെളിയിൽനിന്നാണ് ഗർജ്ജനം! അവൻ എത്തിവലിഞ്ഞ് പുറത്തേക്കുനോക്കി. കണ്ണ് പൊടിഞ്ഞുപോകുന്ന രീതിയിലുള്ള മുട്ടൻ തെറികൾ വിളിച്ച് എല്ലാവരെയും വിരട്ടാൻ ശ്രമിക്കുകയാണ്, കുറ്റിത്താടിയുള്ളൊരു നരുന്ത് പയ്യൻ! അവനെ ചുറ്റിപ്പറ്റി ശിങ്കിടികളെപ്പോലെ വേറെ മൂന്നു പയ്യന്മാരുമുണ്ട്. ഗുഹയ്ക്കകത്ത് കയറിപ്പറ്റുകയാണ് അവരുടെ ലക്ഷ്യം. പക്ഷേ, പഠിച്ചപണി പതിനെട്ടും നോക്കിയെങ്കിലും, കഷ്ടിച്ച് ഒരാൾക്ക് നിൽക്കാൻ മാത്രം വീതിയുള്ള ആ ഇരുണ്ട ഇടനാഴിയിലേക്ക് ഊർന്നുകയറാൻ അവർക്ക് കഴിഞ്ഞില്ല. ആക്രോശം തുടർന്നുകൊണ്ടേയിരുന്നു. അപ്പോഴേക്കും ടിക്കറ്റ് വിതരണത്തിനുള്ള നീണ്ട ബെൽ മുഴങ്ങി. ക്യൂ ചലിച്ചു തുടങ്ങി. അല്പസമയം പിന്നിട്ടപ്പോൾ, തന്റെ തലയിലൂടെ എന്തോ ഇഴയുന്നതറിഞ്ഞ് ശ്രീദേവൻ ഞെട്ടിപ്പിടഞ്ഞ് കണ്ണ് മേല്പോട്ടുയർത്തി. ദൈവമേ! ക്യൂ നിൽക്കുന്നവരുടെ തലയിലൂടെ നീന്തി നീന്തി പോവുകയാണ്, പുറത്തുനിന്ന് തെറിയഭിഷേകം നടത്തിക്കൊണ്ടിരുന്ന നരുന്ത്! അതിസാഹസികമായി നീന്തിയ അവൻ കൗണ്ടറിനു മുന്നിലെത്തി നിലത്തിറങ്ങി.

"മാറെടാ മൈരേ..."

ഏറ്റവും മുന്നിൽ ടിക്കറ്റെടുക്കാൻനിന്ന പയ്യന്റെ കോളറിൽ അവൻ പിടിച്ചുവലിച്ചു. ഒത്ത ശരീരമുള്ളവനായിരുന്നു പയ്യൻ. അവന്റെ കണ്ണുകളിൽ തീപാറി. ജയന്റെ കടുത്ത ആരാധകനായ അവനിൽ ജയൻ ആവേശിച്ചു. പിന്നെ സംഭവിച്ചതെല്ലാം പെട്ടെന്നായിരുന്നു. മുഷ്ടിചുരുട്ടി, നരുന്തിന്റെ മൂക്കാമണ്ട നോക്കിത്തന്നെ അവനൊന്നു കൊടുത്തു. അപ്രതീക്ഷിതമായി കിട്ടിയ ഇടിയേറ്റ് നിലവിളിച്ചുകൊണ്ട് നരുന്ത് നിലത്തിരുന്നുപോയി. ഒന്നും സംഭവിക്കാത്ത മട്ടിൽ ടിക്കറ്റും വാങ്ങി പയ്യൻ ധൃതിയിൽ തീയേറ്റർ വാതിൽ ലക്ഷ്യമാക്കി നീങ്ങി.

"എടാ ഷുക്കൂറേ....കബീറേ....മുനീറേ..... എന്നെ കൊന്നെടാ ....."

നിലത്തു കുത്തിയിരുന്ന് നരുന്ത് നിലവിളിച്ചു. നീണ്ട ഇടനാഴിയുടെ അങ്ങേയറ്റത്തുനിന്ന് നീന്തിത്തുടങ്ങുകയായിരുന്ന മൂവർസംഘം ആ മൂക്കടഞ്ഞ ശബ്ദത്തിലുള്ള ദീനരോദനം കേട്ടതേയില്ല. ഈ കോലാഹല

ത്തിനിടയിലും ടിക്കറ്റ് വിതരണം സുഗമമായിത്തന്നെ നടന്നു. ഒടുവിൽ, ശ്രീദേവന്റെ ഊഴവുമെത്തി..

റിലീസിംഗ് തീയേറ്ററുകളിൽ കരിഞ്ചന്തയ്ക്ക് ടിക്കറ്റ് വില്പന നടത്തി ഉപജീവനം നടത്തിവന്നിരുന്ന വള്ളക്കടവ് സ്വദേശി പീരുമുഹമ്മദായിരുന്നു ഇടിയേറ്റുവീണ നരുന്ത്. ജയന്റെ സിനിമകൾ റിലീസ് ചെയ്യുന്ന ആദ്യദിനങ്ങളിൽ, ക്യൂ നിൽക്കുന്നവരെ വിരട്ടി കൗണ്ടറിലേക്ക് തള്ളിക്കയറി കുറേ ടിക്കറ്റുകൾ ഒരുമിച്ചു വാങ്ങുകയാണ് പീരുമുഹമ്മദിന്റെയും സംഘത്തിന്റെയും ആദ്യ ഉദ്യമം. അത് വിജയിക്കുന്നതോടെ, ക്യൂ നിൽക്കുന്നവരിൽ പലർക്കും ടിക്കറ്റ് കിട്ടാതെവരും. പ്രിയതാരത്തിന്റെ സിനിമ ചൂടാറാതെ കണ്ടില്ലെങ്കിൽ പിന്നെ ജീവിച്ചിരുന്നിട്ടു കാര്യമില്ലെന്നു വിശ്വസിക്കുന്ന കടുത്ത താരാരാധകരായിരിക്കും അവരിൽ ഭൂരിഭാഗവും. എന്തു വിലകൊടുത്തും സിനിമ കാണാൻ അവർ സന്നദ്ധരാണ്. അവരിലേക്കാണ് പീരുമുഹമ്മദും സംഘവും കടന്നുകയറുന്നത്. ഒരു രൂപാ ടിക്കറ്റിന് പത്തു രൂപ വരെ വാങ്ങിയാണ് കച്ചവടം ഉറപ്പിക്കുന്നത്!

ചെങ്കൽച്ചൂള കോളനി, ബംഗ്ലാദേശ് കോളനി, ഉണ്ടുകാട് കോളനി, ബീമാപള്ളി തുടങ്ങിയവ കേന്ദ്രീകരിച്ച് ഇതുപോലെയുള്ള അഞ്ച് കരിഞ്ചന്തസംഘങ്ങൾ നഗരത്തിൽ സജീവമാണ്. സംഘങ്ങൾ തമ്മിലുള്ള സംഘർഷം കഴിയുന്നതും ഒഴിവാക്കാൻ പരസ്പരധാരണയോടെയാണ് അവർ പ്രവർത്തിക്കുന്നത്. പോലീസുകാർക്ക് കൊടുക്കാനുള്ള പടിയും മുടക്കാറില്ല. പീരുമുഹമ്മദും സംഘവും മൂന്നുവർഷമായി ഫീൽഡിലുണ്ട്. ചീത്ത വിളിച്ചും വിരട്ടിയും, ക്യൂ നിൽക്കുന്ന കാണികളെ നിലയ്ക്കു നിർത്തിയാണ് ഇന്നലെവരെയും അവർ വിഹരിച്ചിരുന്നത്. ഇതാദ്യമായാണ് ഒരു കാണിയിൽനിന്ന് അവിചാരിതമായൊരു പ്രത്യാക്രമണമുണ്ടായിരിക്കുന്നത്!

തീയേറ്റർ ഗേറ്റ് അടഞ്ഞു. ഗേറ്റിന്റെ കൊളുത്തിൽ 'ഹൗസ്ഫുൾ' ബോർഡ് തൂങ്ങിയാടി. തീയേറ്ററിനുള്ളിലെ ലൈറ്റുകളണഞ്ഞു. കൂരിരുട്ടിൽ തീയേറ്റർ നിശ്ശബ്ദമായി. അത് അധികനേരം നീണ്ടുനിന്നില്ല. പലവിധ വർണ്ണങ്ങൾ മിന്നിത്തെളിച്ചുകൊണ്ട് ചടുലസംഗീതത്തിന്റെ അകമ്പടിയോടെ, സ്ക്രീനിനു മുന്നിലെ ചുവന്ന കർട്ടൻ മെല്ലെ മെല്ലെ ഉയർന്നു തുടങ്ങി. മുൻനിരയിലെ ഇരുമ്പ് കസേരയിലിരുന്ന ശ്രീദേവൻ വിസ്മയത്തോടെ അത് നോക്കിയിരുന്നു. ആദ്യമായാണ് അവൻ ഇത്തരമൊരു കാഴ്ച കാണുന്നത്.

നീണ്ട കരഘോഷത്തോടെ സ്ക്രീനിൽ പ്രകാശം വന്നുവീണു. സിനിമ തുടങ്ങി. കടപ്പുറത്തിന്റെ പശ്ചാത്തലത്തിലാണ് കഥ. ജയന്റെ എൻട്രിക്കുവേണ്ടി പ്രേക്ഷകർ കാത്തിരിക്കുകയാണ്. ഏതാണ്ട് അരമണിക്കൂർ പിന്നിട്ടപ്പോൾ ജയൻ പ്രത്യക്ഷനായി. കാണികൾ ഒന്നടങ്കം

ഇളകിമറിഞ്ഞു. കരഘോഷവും ചൂളംവിളിയും ഉയർന്നു. ചെറുകഷണങ്ങളാക്കിയ വർണ്ണക്കടലാസുകൾ കുറേ യുവാക്കൾ വാരിയെറിഞ്ഞു. കുറച്ചു നേരം നീണ്ടുനിന്ന ആഹ്ലാദാരവങ്ങൾ മെല്ലെ കെട്ടടങ്ങി. എല്ലാവരും വീണ്ടും സിനിമയിൽ മുഴുകി. പെട്ടെന്നൊരു ചെറുവെളിച്ചം തീയേറ്ററിലെ ഇരുട്ടിൽ തെളിഞ്ഞു. മുൻനിരയിലെ ഓരോ സീറ്റുകളിലൂമായി അത് മാറി മാറി സഞ്ചരിക്കുകയാണ്. ശ്രീദേവനു മുന്നിലും ആ വെട്ടമെത്തി. സിഗരറ്റുലാംബുമായി എത്തിയ കരിഞ്ചന്തസംഘമായിരുന്നു അത്. പീരുമുഹമ്മദിനെ ഇടിച്ച പ്രതിയെ കണ്ടെത്താനുള്ള തിരിച്ചറിയൽ പരേഡാണ് നടക്കുന്നത്. ഓരോരുത്തരുടേയും അടുത്തെത്തി അവരുടെ മുഖത്തിനു നേരെ സിഗരറ്റ് ലാംബ് തെളിച്ച് മുനീർ, പീരുമുഹമ്മദിനോടു ചോദിക്കും:

"എവനാണോ?"

പീരുമുഹമ്മദ് ആളിനെ സൂക്ഷിച്ചുനോക്കി, അല്ലെന്നു തലയാട്ടുമ്പോൾ അടുത്തയാളിലേക്കു പോകും.

ശ്രീദേവനെ സൂക്ഷിച്ചു നോക്കിയ പീരുമുഹമ്മദ് ഇവനല്ലെന്ന മട്ടിൽ തലയാട്ടി. സംഘം അടുത്തയാളിലേക്കു പോയി. കാഴ്ചയെ തടസ്സപ്പെടുത്തുന്ന രീതിയിൽ ചില തലകൾ പ്രത്യക്ഷമായതിൽ പ്രതിഷേധിച്ച് പ്രേക്ഷകരിൽ ചിലർ മുറുമുറുത്തെങ്കിലും മുട്ടൻ തെറികൾകൊണ്ട് കരിഞ്ചന്ത സംഘം അവരുടെ നാവടക്കി. ഓരോ വരിയായി പരിശോധന നടത്തി സംഘം പിന്നിലേക്കു നീങ്ങിക്കൊണ്ടിരുന്നു.

"ഉല്ലാസപ്പൂത്തിരികൾ കണ്ണിലണിഞ്ഞവളേ
ഉന്മാദത്തേനലകൾ ചുണ്ടിലണിഞ്ഞവളേ...."

സ്ക്രീനിൽ, അംബികയെ നോക്കി ജോസ് പാടിത്തുടങ്ങി. പ്രേക്ഷകർ കൈയടിച്ച് താളംപിടിച്ചു. പെട്ടെന്ന്, നാലാമത്തെ വരിയുടെ ഇടത്തേ അറ്റത്ത് എന്തോ കശപിശ. ശ്രീദേവൻ തിരിഞ്ഞുനോക്കി. പീരുമുഹമ്മദ് യഥാർത്ഥ പ്രതിയെ തിരിച്ചറിഞ്ഞിരിക്കുന്നു! ആക്രോശം, അട്ടഹാസം, അസഭ്യമാരി. തുടർന്ന് സംഘട്ടനമാരംഭിച്ചു. കരിഞ്ചന്ത സംഘത്തിന്റെ ആക്രമണത്തെ നേരിടാൻ ' പ്രതി' നന്നേ വിയർത്തു. ഗത്യന്തരമില്ലാതെ അയാൾ കസേര ഉയർത്തി വീശിയടിച്ചു. കാണികൾ ഇരിപ്പിടങ്ങളിൽനിന്ന് ചാടിയെണീറ്റ് ചിതറിമാറി. ഏതുനിമിഷവും പുറത്തേക്ക് ഓടിരക്ഷപ്പെടാൻ കണക്കാക്കി പ്രാണഭയത്തോടെ ശ്രീദേവനും വാതിലിനടുത്തേക്കു മാറിനിന്നു. തീയേറ്ററിനകം ആകെ അലങ്കോലമായതോടെ സ്ക്രീനിലെ വെളിച്ചം അണയുകയും മറ്റു ബൾബുകൾ തെളിയുകയും ചെയ്തു. വെള്ളിത്തിരയിലെ ജയനെപ്പോലെ, നാലംഗ കരിഞ്ചന്ത സംഘത്തെ 'പ്രതി' ഒറ്റയ്ക്ക് നേരിട്ടുകൊണ്ടിരുന്നു. പക്ഷേ, അധികം പിടിച്ചുനിൽക്കാൻ കഴിയാതെ അയാൾ നിലത്തുവീണു. അല്പസമയത്തിനകംതന്നെ വലതുവശത്തെ വാതിൽ തുറക്കപ്പെട്ടു. വിസിൽ മുഴക്കി

ക്കൊണ്ട് മൂന്നുനാലു പോലീസുകാർ തീയേറ്ററിനുള്ളിലേക്ക് ഇരച്ചുകയറി. കാക്കിനിക്കർധാരികളെ കണ്ട് കരിഞ്ചന്തസംഘം ഓടി രക്ഷപ്പെടാൻ ഒരു ശ്രമം നടത്തിനോക്കിയെങ്കിലും വിജയിച്ചില്ല. നിലത്തുകിടന്ന 'പ്രതി'യെ പോലീസ് താങ്ങി എഴുന്നേല്പിച്ചു. അഞ്ചു പേരെയും കൊണ്ട് പോലീസ് സംഘം പുറത്തേക്കുപോയി. സ്ക്രീൻ വീണ്ടും ചലിച്ചുതുടങ്ങി.

അന്നു വൈകിട്ട്, പുന്നച്ചിറക്കുളത്തിൽ കുളിക്കാൻ പോയപ്പോൾ ശ്രീദേവൻ, സുബ്രനോട് *മീൻ* അനുഭവങ്ങൾ വിവരിച്ചു. തീയേറ്ററിലെ അടിയും മീനിന്റെ കഥയുമൊക്കെ സുബ്രൻ രസിച്ചുകേട്ടു. മൂന്നാലു വർഷം മുമ്പുവരെ എല്ലാ സിനിമകളും വിടാതെ കണ്ട് ശ്രീദേവനുമുന്നിൽ കഥ അവതരിപ്പിച്ചു കൊണ്ടിരുന്ന താൻ ഇപ്പോൾ വെറും കേൾവിക്കാര നായല്ലോ എന്നോർത്തപ്പോൾ അവന് സങ്കടവും അസൂയയുമൊക്കെ തോന്നി. മണ്ണിൽ ടാക്കീസ് പൂട്ടിയതോടെ സിനിമകാണൽ കുറവാണ്. പെയിന്റിംഗ് പണിക്കു പോകുന്നതുകൊണ്ട് സമയം കിട്ടാറില്ല. എങ്കിലും സിനിമയോടുള്ള അഭിനിവേശം കുറഞ്ഞിട്ടില്ല. ജയന്റെ കടുത്ത ആരാധ കൻ കൂടിയാണ് സുബ്രൻ. കിടപ്പുമുറിയിലെ ചുവരുകളിൽ മുഴുവൻ ജയന്റെ ചിത്രങ്ങളാണ്. സമയം കിട്ടുകയാണെങ്കിൽ പേരൂർക്കട ജനതയിലോ നെട്ടയം ജയശ്രീയിലോ പോകും. നഗരത്തിലെ തിയേറ്ററുകൾ ഇപ്പോഴും കാണാക്കനിയായി തുടരുകയാണ്.

"കോപ്പേ, എന്റെ മനസ്സിലൊരു സിനിമാക്കഥയൊണ്ട്. ജയന് തകർത്തഭിനയിക്കാൻ പറ്റിയ കഥയാണ്."

സുബ്രൻ അല്പം ഗൗരവത്തിലാണത് പറഞ്ഞത്. അതിശയഭാവ ത്തോടെ ശ്രീദേവൻ അവനെ നോക്കി.

"നീ പറഞ്ഞാണ്. ഞാൻ കേട്ടുനോക്കട്ട്."

കണ്ഠശുദ്ധി വരുത്തി സുബ്രൻ കഥപറയാൻ തുടങ്ങി. നിരവധി സിനിമകൾ കണ്ടതിന്റെ പിൻബലത്തിൽ, പ്രണയം, പാട്ട്, ഡാൻസ്, സ്റ്റണ്ട്, സെന്റിമെന്റ്സ് തുടങ്ങിയ ചേരുവകളെല്ലാം കൃത്യമായ അനുപാ തത്തിൽ ചേർത്തുവച്ച കഥയായിരുന്നു അത്. ജയന് ഒരു ഇൻസ്പെക്ടറുടെ വേഷമായിരുന്നു.

"സുബ്രാ, ഇതു കൊള്ളാമല്ലോ!"

ശ്രീദേവൻ കൂട്ടുകാരന്റെ തോളിൽത്തട്ടി.

"ഞാൻ സംവിധാനം ചെയ്യാൻ പോണ സിനിമയാണ്."

സുബ്രൻ അഭിമാനത്തോടെ പറഞ്ഞു.

"അതിന് നെനക്ക് സംവിധാനം ചെയ്യാൻ അറിയാമോ?"

ശ്രീദേവൻ നെറ്റിചുളിച്ചു.

"ഇല്ല. ശശികുമാറിന്റെടെയോ ശ്രീകുമാരൻതമ്പിയുടെയോ കൂടെ അസിസ്റ്റന്റായിനിന്ന് പണി പഠിക്കണം."

"അതിന് അവരൊക്കെ അങ്ങ് കോടമ്പാക്കത്തല്ലേ!"

"അതിനെന്ത്? ഞാനങ്ങോട്ടു പോകും."

സുബ്രൻ പലതും തീരുമാനിച്ചുറപ്പിച്ചിരിക്കുകയാണെന്ന് ശ്രീദേവന് തോന്നി.

"എടാ, നീ സംവിധായകനാവുമ്പം എനിക്കും കൂടി ഒരു റോൾ തരണേ."

"അതിന് ഞാൻ സംവിധായകനാകുന്നതുവരെ നീ കാത്തിരിക്കണതെന്തിന്? നീയും കൂടെ കോടമ്പാക്കത്തോട്ടുവാ. നമുക്കൊരുമിച്ച് പോവാം."

ശ്രീദേവൻ മറുപടിയൊന്നും പറഞ്ഞില്ല. സുബ്രൻ, കൈലി അഴിച്ചു മാറ്റി തോർത്തെടുത്തുടുത്ത് കുളത്തിലേക്കു ചാടി.

കുളികഴിഞ്ഞ് മടങ്ങുന്നവഴി സുബ്രൻ, ശ്രീദേവനെ അടിമുടി നോക്കിയ ശേഷം പറഞ്ഞു:

"നീ കുറച്ചൂടെ സൈസ് വയ്ക്കണം. ജയന്റെ ബോഡി കണ്ടിട്ടില്ലേ. സിനിമാ നടന്മാർക്ക് നല്ല ശരീരം അത്യാവശ്യമാ."

കൂട്ടുകാരൻ പറഞ്ഞത് ശരിയാണെന്ന് ശ്രീദേവനും തോന്നി. പൊക്കവും നിറവുമൊക്കെയുണ്ടെങ്കിലും തനിക്ക് വണ്ണം തീരെ കുറവാണ്. പേരൂർക്കടയിലൊരു ജിംനേഷ്യമുണ്ട്. പക്ഷേ, അവിടെ കൊടുക്കാൻ കാശിനെവിടെ പോകും? കുറേ ആലോചിച്ചശേഷം, വീട്ടിൽ വച്ചു തന്നെ വ്യായാമം ചെയ്യാൻ അവൻ തീരുമാനിച്ചു. കോളേജിലെ സഹപാഠിയായ അശോകൻ ജിമ്മിൽ പോകുന്നുണ്ട്. അവനോട് കാര്യങ്ങൾ ചോദിച്ചു മനസ്സിലാക്കിയാണ് വ്യായാമത്തിന് തുടക്കം കുറിച്ചത്. അമ്മിയുടേയും ആട്ടുകല്ലിന്റേയും കുഴവികളെ ഡംബെൽസാക്കിയും ചുട്ടകട്ടകളിൽ കയ്യൂന്നി കസർത്തു ചെയ്തും, ഓടിയും ചാടിയുമൊക്കെയായിരുന്നു അഭ്യാസങ്ങൾ. എന്നും രാവിലെ അഞ്ചരമണി മുതൽ ഒരുമണിക്കൂറോളം നീണ്ടുനിൽക്കുന്ന ആ പ്രകടനങ്ങൾക്കുശേഷം, കുരുമുളകും ഉപ്പും ചേർത്ത്, വാട്ടിയ രണ്ടു കോഴിമുട്ടകൾ അകത്താക്കും. ദോശ, അപ്പം, പുട്ട്, ഇഡലി തുടങ്ങിയവ പൂർണമായും ഉപേക്ഷിച്ച്, കട്ടത്തൈര് ചേർത്തിളക്കിയ പഴങ്കഞ്ഞിയെ പ്രഭാതഭക്ഷണമാക്കി. ദിവസങ്ങൾ പിന്നിട്ടപ്പോൾ മസിലുകൾ മെല്ലെ മെല്ലെ വീർത്തുതുടങ്ങി. മകന്റെ ജീവിതചര്യയിലെ മാറ്റങ്ങൾ കണ്ട സുഷമ 'അവന്റെ പ്രായമതല്ലേ ' എന്നുപറഞ്ഞ് ഉള്ളിൽ ചിരിച്ചു.

സിനിമ കാണലും വ്യായാമവുമൊക്കെയായി ശ്രീദേവന്റെ പ്രീഡിഗ്രി പഠനം മുന്നോട്ടു പോകുന്നതിനിടയിൽ എം ജി കോളേജ് ക്യാമ്പസിൽ അതിശയിപ്പിക്കുന്നൊരു വാർത്ത പടർന്നു; കോളേജിലെ ഡിഗ്രി വിദ്യാർത്ഥിയായിരുന്ന മോഹൻലാൽ സിനിമയിലഭിനയിക്കുന്നു! ആദ്യ

മാദ്യം ആ വാർത്ത വിശ്വസിക്കാൻ പലരും മടിച്ചു. പക്ഷേ, വാർത്തയും ചിത്രവുമൊക്കെ 'നാന'യിൽ വന്നതോടെ എല്ലാവർക്കും കാര്യങ്ങൾ ബോധ്യമായി. മോഹൻലാലിന്റെ വിശേഷങ്ങളും കഥകളും പൊടിപ്പും തൊങ്ങലും വച്ച് ക്യാമ്പസിൽ ഓടിത്തുടങ്ങി - വിദ്യാർത്ഥിസംഘടനാ പ്രവർത്തകനായിരുന്ന മോഹൻലാൽ, യൂണിവേഴ്സിറ്റി കോളേജിലെ വിദ്യാർത്ഥിഗ്യാങ്ങിനെ നേരിട്ട മോഹൻലാൽ, പെൺകുട്ടികളെ കമന്റടിക്കുന്ന പൂവാലസംഘത്തിലെ മോഹൻലാൽ, കെ എസ് ആർ ടി സി ബസ്സിൽ അലമ്പ് കാണിക്കുന്ന മോഹൻലാൽ, കോളേജ് നാടകത്തിലഭിനയിച്ച മോഹൻലാൽ, കൂട്ടുകാരോടൊത്ത് സിനിമ പിടിക്കാനിറങ്ങിയ മോഹൻലാൽ ......

മോഹൻലാൽ ഒന്നുരണ്ടു തവണ കോളേജിൽ വന്നപ്പോൾ താൻ കണ്ടിട്ടുണ്ടല്ലോ എന്ന് ശ്രീദേവൻ ഓർത്തു. നീട്ടിവളർത്തിയ തലമുടിയും മുഖക്കുരു നിറഞ്ഞ തുടുത്ത കവിളുകളും തോൾ ചരിച്ചുള്ള ആ നടത്തവുമൊക്കെ അവനോർമ്മയുണ്ട്.

"എടാ കോപ്പേ, ശ്രമിച്ചാൽ നടക്കാത്തതായി ഒന്നുമില്ല. പക്ഷേ, നമ്മള് ശ്രമിക്കണം. ഈ ആലിൻപുറത്ത് കെടന്ന് ശ്രമിച്ചിട്ടും കാര്യമില്ല. സിനിമേല് കേറണമെങ്കി അങ്ങ് കോടാമ്പക്കത്തു പോണം. ഞാൻ പോവാൻതന്നെ തീരുമാനിച്ചു. നീ വരണാ?"

മോഹൻലാലിന്റെ സിനിമാ പ്രവേശനവാർത്തയറിഞ്ഞപ്പോൾ സുബ്രൻ ആവേശഭരിതനായി. ഇപ്പോൾ, പെയിന്റിങ് പണിയുടെ കൂലിയിൽ നിന്നൊരു വിഹിതം അവൻ കൂട്ടിവയ്ക്കുകയാണ്, കോടമ്പാക്കത്തേക്ക് ട്രെയിൻ കയറാൻ. ശ്രീദേവനും അവനോടൊപ്പം പോകണമെന്നുണ്ട്. പക്ഷേ, വീട്ടിൽ കാര്യം അവതരിപ്പിച്ചാൽ നടക്കില്ല. അമ്മയെ സങ്കടപ്പെടുത്തി നാട്ടുവിടാനും മനസ്സ് വരുന്നില്ല. അവൻ ആകെ ധർമ്മസങ്കടത്തിലായി.

"സുബ്രാ, തൽക്കാലം നീ പൊയ്ക്കോ. വലിയ സംവിധായകനൊക്കെ ആവുമ്പം നമ്മളെ മറക്കാതിരുന്നാ മതി."

അതു പറയുമ്പോൾ ശ്രീദേവന്റെ ശബ്ദം ഇടറിത്തുടങ്ങിയിരുന്നു. സുബ്രൻ കൂട്ടുകാരനെ ചേർത്തുപിടിച്ചു.

കോടാമ്പാക്കത്തേക്ക് വണ്ടികയറാൻ തീരുമാനിച്ചുറപ്പിച്ചെങ്കിലും വീട്ടുകാരോട് എങ്ങനെ വിഷയം അവതരിപ്പിക്കണമെന്ന കാര്യത്തിൽ സുബ്രന് ഒരുഹവുമുണ്ടായിരുന്നില്ല. ആരോടും പറയാതെ നാട്ടുവിടാൻ അവന് താല്പര്യവുമില്ല. പല വഴികളും ആലോചിച്ചു. ഒടുവിൽ, ഒരു പോംവഴി തെളിഞ്ഞു.

ഒരു നട്ടുച്ചനേരത്ത്, പതിവ് കുളിക്കായി പുന്നച്ചിറക്കുളത്തിലേക്കു പോകാൻ, ബക്കറ്റിൽ കുറേ മുഷിഞ്ഞ തുണികളുമെടുത്ത് വനജ ഇടവ

ഴിയിലേക്കിറങ്ങി. കുളത്തിലേക്കുള്ള വഴിയിലോട്ടു തിരിയാതെ അവൾ നേരെ വാസന്തിയുടെ വീടിനു നേർക്കാണ് നടന്നത്. മുറ്റത്ത്, മടൽ വെട്ടി ചീളുകളാക്കിക്കൊണ്ടിരുന്ന വാസന്തി, വനജയുടെ വരവുകണ്ട് പ്രാണനും കൈയിലെടുത്ത് വീടിനകത്തേക്കു ഓടിക്കയറി വാതിലടച്ചു. വനജയുടെ ആഗമനോദ്ദേശ്യം തിരിച്ചറിഞ്ഞതുകൊണ്ടാണ് വാസന്തി വാതിലടച്ചത്. സിനിമാക്കാർക്ക് ഭക്ഷണമുണ്ടാക്കിക്കൊടുക്കാൻ കടം വാങ്ങിയ രണ്ടായിരം രൂപ തിരികെക്കൊടുക്കാൻ അവൾക്ക് ഇതുവരെ കഴിഞ്ഞിട്ടില്ല. ആ കലി മുഴുവൻ വനജ തീർക്കുന്നത് വാസന്തിയും ഭാഗീരഥിയമ്മയുമൊക്കെ താമസിക്കുന്ന വീടിനുമുന്നിൽ ആഴ്ചയിലൊരിക്കലെങ്കിലും വന്നുനിന്ന് ചീത്തവിളിച്ചാണ്. അഞ്ചാറുവർഷമായി ഈ പ്രതിഷേധപ്രകടനം മുടക്കമില്ലാതെ തുടരുന്നു. കടം വാങ്ങിയതു തിരികെക്കിട്ടിയില്ലെന്നതിലുപരി, തന്റെ ജീവിതം അപ്രതീക്ഷിതമായി വഴിതിരിച്ചുവിട്ടവരോടുള്ള അടങ്ങാത്ത പ്രതികാരപ്രകടനം കൂടിയായി മാറി ആ അസഭ്യതാഡനം.

"എടീ, പട്ടിപ്പൊലയാടി മോളേ, നെനക്ക് നാണമൊണ്ടോടീ കേറി കതവടയ്ക്കാൻ ....."

വനജയുടെ വചനധോരണി തുടങ്ങി. വാസന്തിയും ഭാഗീരഥിയമ്മയും മുഖത്തോടു മുഖം നോക്കിയശേഷം തലയ്ക്ക് കൈവച്ചുകൊണ്ട് മുറിയുടെ മൂലയിലിരുന്നു. പത്തുപതിനഞ്ചു മിനിട്ട് നേരം ഈ അസഭ്യവർഷം സഹിക്കുകയേ അവർക്ക് നിവൃത്തിയുള്ളൂ. എന്ന് ഇതിനൊരറുതി വരുത്താൻ കഴിയുമെന്ന കാര്യത്തിലും നിശ്ചയമില്ല. അവർ നെടുവീർപ്പിട്ടു. പെട്ടെന്ന്, അകത്തെ മുറിയിൽനിന്ന് സുബ്രൻ പുറത്തേക്കിറങ്ങി. പണിയില്ലാത്തതുകൊണ്ട് അവൻ വീട്ടിൽത്തന്നെയുണ്ടായിരുന്നു. അവൻ തിടുക്കത്തിൽ നടന്നുചെന്ന് മുൻവശത്തെ വാതിൽ തുറന്നു. വാസന്തിയും ഭാഗീരഥിയമ്മയും അന്ധാളിപ്പോടെ അവനെത്തന്നെ നോക്കി. ഇവൻ ഇതെന്തിനുള്ള പുറപ്പാടാണ്!

"നിർത്ത്! നിർത്താൻ ..."

സുബ്രന്റെ അലർച്ചയിൽ വനജയുടെ വായടഞ്ഞു.

"നിങ്ങക്ക് എത്ര രൂപയാണ് തരാനൊള്ളത്?"

സുബ്രന്റെ ചോദ്യം കേട്ട് നെറ്റി ചുളിച്ചുകൊണ്ട് കുറേനേരം അവനെ നോക്കി നിന്ന വനജ മെല്ലെ പറഞ്ഞു:

"രണ്ടായിരം."

"ഞാൻ രണ്ടു മാസത്തിനകം അതു തരും. അതുവരെ ക്ഷമിക്കണം."

"പെയിന്റടിക്കാൻ പോണ നീ എവിടുന്നെടുത്തു തരുമെടാ?"

വാസന്തിക്കും ഭാഗീരഥിയമ്മയ്ക്കും ഉണ്ടായ സംശയം തന്നെയാണ് വനജയും ചോദിച്ചത്.

"അത് കുഞ്ഞമ്മ അറിയണ്ട. പണം കിട്ടിയാപ്പോരേ?"

വനജ തലയാട്ടിക്കൊണ്ട് ബക്കറ്റ് കൈയിലെടുത്തു.

"രണ്ടുമാസം നോക്കും. കിട്ടിയില്ലെങ്കി എന്റെ തനിക്കൊണം നിങ്ങള് കാണും."

മുന്നറിയിപ്പ് കൊടുത്തിട്ട് വനജ കുളക്കരയിലേക്കു നടന്നു.

"നീ പണം എവിടുന്നെടുത്ത് കൊടുക്കും?"

വാസന്തിയും ഭാഗീരഥിയമ്മയും ഒരേ സ്വരത്തിൽ ചോദിച്ചു.

"നമ്മളെ പറ്റിച്ചിട്ട് പോയ പ്രഭാകരൻ പട്ടാമ്പി ഒരു സിനിമാ ഷൂട്ടിംഗിനുവേണ്ടി കോടാമ്പാക്കത്തു നിക്കണ ഫോട്ടോ *ചിത്രതാര* മാസികയിൽ ഞാൻ കണ്ട്. ഞാൻ ഈയാഴ്ച തന്നെ കോടാമ്പാക്കത്തു പോയി അയാളെ കാണും."

"നീ ചെന്നു ചോദിച്ചാ അയാള് പണം ഒടനേ എടുത്തുതരുമെന്ന് എന്താര് ഒറപ്പ്?"

ഭാഗീരഥിയമ്മയുടെത് ന്യായമായ ചോദ്യമായിരുന്നു.

"അത് ഞാനെങ്ങനെയും വാങ്ങിക്കും."

സുബ്രന്റെത് ദൃഢനിശ്ചയത്തോടെയുള്ള മറുപടിയായിരുന്നു.

വനജയുടെ തെറിവിളികളും, നാട്ടുകാരുടെ മുന്നിൽ തങ്ങൾ നാണംകെട്ടു ജീവിക്കുന്നതുമൊക്കെയോർത്തപ്പോൾ, സുബ്രന്റെ നീക്കത്തെ വിലക്കാൻ വാസന്തിക്കും ഭാഗീരഥിയമ്മയ്ക്കും നാക്ക് പൊങ്ങിയില്ല. അവനിപ്പോൾ ചെറിയ കുട്ടിയൊന്നുമല്ലല്ലോ. ഇനി കുടുംബം നോക്കി നടത്താനുള്ള ആണാപ്പിറന്നവനാണവൻ. അവർ തലകുലുക്കി.

സുബ്രൻ, കോടമ്പാക്കത്തേക്കുള്ള ട്രങ്ക് പെട്ടിയൊരുക്കി. രണ്ടുദിവസത്തിനകം തീവണ്ടി കയറാനാണ് പ്ലാൻ. സംവിധാനസഹായിയാകുക മാത്രമല്ല, രണ്ടായിരം രൂപ കണ്ടെത്തി കടം വീട്ടുക എന്ന ദൗത്യം കൂടി തന്റെ ചുമലിലായല്ലോ എന്നോർത്തപ്പോൾ അവന് അല്പം ആധി തോന്നാതിരുന്നില്ല. ഏതെങ്കിലും നല്ലൊരു സംവിധായകനൊപ്പം സഹായിയായി നിൽക്കാൻ കഴിഞ്ഞാൽ പരിഹരിക്കാവുന്ന പ്രശ്നമേയുള്ളൂ. അവൻ ആശ്വസിച്ചു. പണി പഠിച്ചു കഴിഞ്ഞാലുടൻ ജയനെ കണ്ട് കഥപറയണം. അദ്ദേഹത്തിനിഷ്ടമായാൽ കാൾഷീറ്റ് കിട്ടും. പിന്നെ ഒന്നും പേടിക്കാനില്ല. 'സംവിധാനം: സുബ്രഹ്മണ്യൻ' എന്ന് വെള്ളിത്തിരയിൽ തെളിയും. സുന്ദരമായൊരു ഭാവിയെ സ്വപ്നവും കണ്ട് അവൻ ഉച്ചമയക്കത്തിലേക്കു വീണു.

"സുബ്രാ.. സുബ്രാ ....."

വെപ്രാളപ്പെട്ട വിളികേട്ട് സുബ്രൻ ഉറക്കപ്പായയിൽനിന്ന് ചാടിയെണീറ്റ് വരാന്തയിലേക്കു ചെന്നു. വിയർത്തൊലിച്ച് വിഷണ്ണനായി മുറ്റത്ത് നിൽക്കുകയാണ് ശ്രീദേവൻ!

"എടാ, നീയറിഞ്ഞോ... ജയൻ മരിച്ച്."

ശ്രീദേവൻ കിതച്ചുകൊണ്ടാണത് പറഞ്ഞത്. സുബ്രൻ കാര്യം തിരിയാത്തതുപോലെ കൂട്ടുകാരനെത്തന്നെ നോക്കിനിന്നു.

"എടാ, ജയൻ മരിച്ചെന്ന്."

കേൾക്കുന്നത് സത്യമാണോ അതോ ഉച്ചമയക്കത്തിലെ സ്വപ്നമാണോ എന്നറിയാതെ സുബ്രൻ കുറച്ചുനേരം പകച്ചുനിന്നു. മദ്രാസിലെ ഷോളയാറിൽ വച്ച് ഷൂട്ടിങ്ങിനിടെ ഹെലികോപ്ടർ അപകടത്തിൽപ്പെട്ട് ജയൻ മരിച്ച വിവരം ആകാശവാണി വാർത്തയിൽ കേട്ട കാര്യം ശ്രീദേവൻ വിവരിച്ചു. എല്ലാം കേട്ട്, ഒന്നും മിണ്ടാനാകാതെ സുബ്രൻ വരാന്തപ്പടിയിൽ തളർന്നിരുന്നു. തന്റെ സ്വപ്നസിനിമയിലെ നായകനായി ഇനി ആരെ അഭിനയിപ്പിക്കും? അവന് കരച്ചിൽവന്നു.

ജയന്റെ അപ്രതീക്ഷിത മരണം സുബ്രന്റെ യാത്രയെയും ബാധിച്ചു. ജയന്റെ മരണത്തിന്റെ ആഘാതത്തിലായ മലയാളസിനിമാരംഗം ഇനി പഴയതുപോലെയാകാൻ കുറെ ദിവസം വേണ്ടിവരും. മുടങ്ങിയ ഷൂട്ടിങ്ങുകൾ അപ്പോഴേ സജീവമാകൂ. അവൻ യാത്ര നീട്ടിവച്ചു. പക്ഷേ, അപ്പോഴും അവനെ മഥിച്ചു കൊണ്ടിരുന്നത് തന്റെ കഥയുടെ ഭാവിയാണ്.

"നീ വെഷമിക്കാതെടാ. ജയനെപ്പോലെയല്ലെങ്കിലും ജയന്റെ സ്ഥാനത്ത് വേറൊരു നടൻ വരും."

ശ്രീദേവൻ കൂട്ടുകാരനെ ആശ്വസിപ്പിക്കാൻ ശ്രമിച്ചു.

രണ്ടാഴ്ച പിന്നിട്ടപ്പോൾ സുബ്രൻ, കോടമ്പാക്കത്തേക്ക് പുറപ്പെട്ടു. അവനെ യാത്രയാക്കാൻ ശ്രീദേവനും റെയിൽവേ സ്റ്റേഷനിലെത്തിയിരുന്നു. കൈവീശി യാത്രപറയുമ്പോൾ ഇരുവരുടെയും കണ്ണുകളിൽ നനവ് പടർന്നു. സുബ്രൻ സംവിധായകനാകുമോ? അഭിനയിക്കാൻ അവൻ തനിക്ക് അവസരം തരുമോ? ജയനു പകരം അവൻ ആരെ നായകനാക്കും? ഈ മൂന്നു ചോദ്യങ്ങളുമായി ശ്രീദേവൻ റെയിൽവേ സ്റ്റേഷനു പുറത്തേക്കിറങ്ങി. അപ്പോൾ, തമ്പാനൂർ ബസ് സ്റ്റാൻഡിനെതിരെയുള്ള ചുമരിൽ പതിച്ചിരുന്ന പോസ്റ്ററിൽ തെളിഞ്ഞുകണ്ട മുഖത്തെ അവൻ അതിശയത്തോടെ നോക്കി നിന്നു - നീണ്ട തലമുടി, മുഖക്കുരു നിറഞ്ഞ തുടുത്ത കവിൾ, ചരിഞ്ഞതോൾ....

പോസ്റ്ററിലെ അക്ഷരങ്ങളിലൂടെ അവന്റെ കണ്ണുകൾ പാഞ്ഞു:

"വരുന്നൂ ....നവോദയായുടെ *മഞ്ഞിൽ വിരിഞ്ഞ പൂക്കൾ.....*"

പുതിയ വെളിച്ചം

ആലിൻപുറത്ത് പുതിയതായി തുടങ്ങിയ 'ന്യൂ ഫാഷൻ' സലൂണിൽ നിന്ന്, കൃതാവ് ചരിച്ച് അമിതാഭ് ബച്ചൻ സ്റ്റൈലിൽ മുടി വെട്ടിയിട്ടിറങ്ങാൻ തുടങ്ങുമ്പോഴാണ് ആ നോട്ടീസ് ശ്രീദേവന്റെ കണ്ണിൽ പെട്ടത്. മഞ്ഞുവീഴുന്ന കാശ്മീർ താഴ്‌വരയുടെ പശ്ചാത്തലത്തിൽ *തുഷാര*ത്തിന്റെ സെറ്റിൽ നിൽക്കുന്ന രതീഷിന്റെയും സീമയുടെയും വർണക്കവർച്ചിത്രമുള്ള 'നാന'യുടെ അടുത്തുകിടന്ന ആ മഞ്ഞക്കടലാസ് അവൻ കൈയിലെടുത്തു.

"ലോകസിനിമയിലേക്ക് സ്വാഗതം.

'ദൃശ്യ'ഫിലിം സൊസൈറ്റിയുടെ ആഭിമുഖ്യത്തിൽ 1-2-1981 ഞായറാഴ്ച രാത്രി 6.30 മണി മുതൽ ആലിൻപുറം ജങ്ഷനിൽ ലോകക്ലാസിക് സിനിമയായ *ബൈസൈക്കിൾ തീവ്സ്* പ്രദർശിപ്പിക്കുന്നു ....."

സിനിമയെക്കുറിച്ചുള്ള ലഘു വിവരണവും മറ്റുമുണ്ടായിരുന്ന ആ നോട്ടീസ് ശ്രീദേവൻ മനസ്സിരുത്തിത്തന്നെ വായിച്ചു. സൊസൈറ്റി ഭാരവാഹികളായി നോട്ടീസിൽ അച്ചടിച്ചിരുന്ന ശൈലേന്ദ്രൻ, പ്രേംശങ്കർ എന്നീ പേരുകൾ അവന് പരിചിതമായിരുന്നില്ല.

"സൊസൈറ്റിയെന്നും പാൽ സൊസൈറ്റിയെന്നുമൊക്കെ കേട്ടിട്ടുണ്ട്. ഇതെന്തരാണോയെന്തോ ഈ ഫിലിം സൊസൈറ്റി!"

നോട്ടീസിൽ ബദ്ധശ്രദ്ധനായി നിൽക്കുന്ന ശ്രീദേവനെ നോക്കി ബാർബർ ഗോപൻ തന്റെ 'അറിവില്ലായ്മ' വെളിപ്പെടുത്തി. ശ്രീദേവൻ അയാളെ നോക്കിയൊന്ന് ചിരിച്ച്, മറുപടിയൊന്നും പറയാതെ കടയ്ക്കു പുറത്തിറങ്ങി.

ഫിലിം സൊസൈറ്റികൾ പല പേരുകളിൽ കേരളമെങ്ങും സജീവമാണെന്ന് ശ്രീദേവനറിയാം. പക്ഷേ, ആലിൻപുറത്തും ഫിലിം സൊസൈറ്റി യൂണിറ്റുണ്ടെന്നത് അവന് പുതിയ അറിവായിരുന്നു. ഒരു സിനിമാനടനാകാൻ കൊതിച്ചുനടക്കുന്ന താൻ അതറിയാതെ പോയതിൽ അവന് അത്ഭുതം തോന്നാതിരുന്നില്ല. ആരായിരിക്കും ഇതിന്റെ പ്രവർത്തകർ? ഏതായാലും സിനിമ കാണാൻതന്നെ അവനുറപ്പിച്ചു.

"ഇല്ലിമുളം കാട്ടുകളിൽ
ലല്ലലം പാടിവരും തെന്നലേ തെന്നലേ ....."

ഞായറാഴ്ച വൈകിട്ട് നാലുമണി മുതൽ കെ പി എ സി നാടകഗാനങ്ങളാൽ ആലിൻപുറം ജങ്ഷൻ ശബ്ദമുഖരിതമായി. റോഡിൽ നിന്ന് മാറി, ആലിൻചുവട്ടിലായി ഒരു മേശയും നാലു കസേരകളുമിട്ട്, അതിനു പുറകിൽ 'ദൃശ്യ ഫിലിം സൊസൈറ്റി, ആലിൻപുറം' എന്നെഴുതിയ ബാനറും കെട്ടി ഒരു താൽക്കാലിക വേദി രൂപപ്പെട്ടു. നീലനിറത്തിലുള്ള അമ്പതോളം ഇരുമ്പുകസേരകൾ സദസ്സിലും നിരത്തി. ഫ്രീയായി സിനിമ പ്രദർശിപ്പിക്കുന്നുവെന്ന വിവരം കേട്ടറിഞ്ഞ് സ്ത്രീകളും കുട്ടികളുമടക്കം ഒരുപാടുപേർ എത്തിത്തുടങ്ങി. മണ്ണിൽ ടാക്കീസിന് അസ്തമയമായതോടെ സിനിമ കാണൽ നിലച്ചുപോയവരായിരുന്നു അവരിൽ ഭൂരിഭാഗവും.

ശ്രീദേവൻ, ജങ്ഷനിലെത്തിയപ്പോഴേക്കും സാമാന്യം വലിയൊരു ജനാവലിതന്നെ രൂപപ്പെട്ടിരുന്നു. സംഘാടകർ ആരാണെന്നറിയാനായി അവൻ ചുറ്റും കണ്ണോടിച്ചു. വേദിയിലും സദസ്സിലുമായി ഓടിനടക്കുന്ന, താടിയുള്ളൊരു മദ്ധ്യവയസ്കനെ അവൻ ശ്രദ്ധിച്ചു. ഇതിനുമുമ്പ് അയാളെ അവൻ കണ്ടിട്ടുണ്ടായിരുന്നില്ല. ഇനി അയാളായിരിക്കുമോ സൊസൈറ്റി ഭാരവാഹി? അപ്പോഴേക്കും ആറേകാലിനുള്ള കെ എസ് ആർ ടി സി ബസ് ജങ്ഷനിൽ എത്തി. ബസ്സിൽ നിന്നിറങ്ങുന്നവരെ താടിക്കാരൻ ആകാംക്ഷയോടെ നോക്കിനിൽക്കുകയാണ്. അയാൾ ആരെയോ പ്രതീക്ഷിക്കുന്നുണ്ട്. പെട്ടെന്നയാളുടെ കണ്ണുകൾ വിടർന്നു. അയാൾ ബസ്സിനടുത്തേക്ക് ഓടിച്ചെന്നു. ആൾക്കൂട്ടത്തിനിടയിൽ നിന്നിരുന്ന സായിപ്പ് സഹദേവന്റെ ഇളയ മോൻ അനിക്കുട്ടനും അയാൾക്കു പിന്നാലെ ചെന്നു. തൂവെള്ള ഷർട്ടിട്ടൊരാൾ, മുണ്ടും മടക്കിക്കുത്തി തോളിലൊരു കനപ്പെട്ട പെട്ടിയും താങ്ങിപ്പിടിച്ച് ബസ്സിൽ നിന്നിറങ്ങാൻ തുടങ്ങവേ, താടിക്കാരനും അനിക്കുട്ടനും ഓടിച്ചെന്ന് പെട്ടിക്ക് കൈനീട്ടി. മൂവരും ചേർന്ന് പെട്ടിയെ താങ്ങിപ്പിടിച്ച് മൈക്ക് ഓപ്പറേറ്റർ ഇരിക്കുന്ന ഭാഗത്തു കൊണ്ടുവച്ചു.

താടിക്കാരനും അനിക്കുട്ടനും ബസ്സിൽ വന്നിറങ്ങിയ ആളും വേദി

യിലിരുന്നു. യോഗം തുടങ്ങിയതോടെ താടിക്കാരന്റെ പേര് ശ്രീദേവന് പിടി കിട്ടി - ശൈലേന്ദ്രൻ. ബസ്സിൽ വന്നിറങ്ങിയ ആൾ - ഡൊമനിക്. അയാളാണ് പ്രൊജക്ടർ ഓപ്പറേറ്റർ. പക്ഷേ, അവനെ അത്ഭുതപ്പെടുത്തിയത് അനിക്കുട്ടന്റെ ഔദ്യോഗികനാമം പ്രേംശങ്കർ ആണെന്ന അറിവായിരുന്നു. ശൈലേന്ദ്രൻ പ്രസംഗിച്ചു തുടങ്ങി:

".....നമ്മൾ കണ്ടുശീലിച്ചതും ഇപ്പോഴും കണ്ടുകൊണ്ടിരിക്കുന്നതുമായ സിനിമകൾ യഥാർത്ഥ സിനിമകളല്ല എന്ന് ലോകസിനികൾ കണ്ടുതുടങ്ങുമ്പോൾ നിങ്ങൾക്ക് മനസ്സിലാകും. ഓരോ പ്രേക്ഷകന്റെയും ആസ്വാദനശീലത്തെയും നിലവാരത്തെയും മാറ്റാനും ഉയർത്തിക്കൊണ്ടുവരാനുമാണ് ഫിലിം സൊസൈറ്റി പ്രസ്ഥാനം ശ്രമിച്ചുകൊണ്ടിരിക്കുന്നത്. മലയാളത്തിലും മാറ്റത്തിനുള്ള ശ്രമങ്ങൾ ആരംഭിച്ചിട്ടുണ്ട്. ചിത്രലേഖ ഫിലിം സൊസൈറ്റിയിലൂടെ വളർന്നുവന്ന അടൂർ ഗോപാലകൃഷ്ണന്റെ *സ്വയംവരം* അതിന്റെ നല്ലൊരു തുടക്കമായിരുന്നു. പക്ഷേ, നമ്മളിൽ എത്രപേർ ആ സിനിമ കണ്ടിട്ടുണ്ട്?...."

ശൈലേന്ദ്രനും ഡൊമനിക്കും ലോകസിനിമയെക്കുറിച്ച് വാചാലരായി. സേതുമാധവൻ, വിൻസെന്റ്, എം കൃഷ്ണൻ നായർ, പി സുബ്രഹ്മണ്യം, കുഞ്ചാക്കോ, ശങ്കരൻനായർ, ശ്രീകുമാരൻതമ്പി, ഐ വി ശശി തുടങ്ങിയ സംവിധായകരുടെ പേരുകൾ പോലും നേരാംവണ്ണം കേട്ടിട്ടില്ലാത്ത സദസ്യരുടെ കാതുകളിലേക്ക് തർക്കോവ്സ്കി, ഗൊദാർദ്, കുറുസോവ, ബർഗ്മാൻ, ഡിസീക്ക, മൃണാൾ സെൻ, സത്യജിത് റേ, ഋത്വിക് ഘട്ടക് തുടങ്ങിയ പേരുകൾ പെയ്തിറങ്ങി. പ്രാസംഗികരുടെ 'സ്റ്റഡി ക്ലാസ്' കേട്ടിരുന്നവരിൽ പലർക്കും കാണാൻ പോകുന്ന സിനിമ തങ്ങൾക്ക് നേരാംവണ്ണം ആസ്വദിക്കാൻ പറ്റുന്ന ഒന്നാണോ എന്ന ആശങ്ക പോലുമുണ്ടായി.

ഏഴുമണി കഴിഞ്ഞപ്പോൾ സിനിമയ്ക്കുള്ള ഒരുക്കങ്ങൾ തുടങ്ങി. കൊണ്ടുവന്ന പെട്ടി തുറന്ന് 16 എം എം പ്രൊജക്ടറും ഫിലിംറീലുകളും ഡൊമനിക് പുറത്തെടുത്തു. വേദിയിലെ മേശയും കസേരയും മാറ്റി അവിടെയൊരു ചെറിയ സ്ക്രീൻ വലിച്ചുകെട്ടി. അധികം താമസിയാതെ സിനിമ തുടങ്ങി. ഇറ്റാലിയൻ സിനിമയായിരുന്നിട്ടും, ഇംഗ്ലീഷ് സബ്ടൈറ്റിലുകൾ വായിക്കാൻ മഹാഭൂരിപക്ഷത്തിനും അറിവില്ലാതിരുന്നിട്ടും കാണികൾ സിനിമ ആസ്വദിച്ചു. രണ്ടാം ലോകമഹായുദ്ധത്തിനെത്തുടർന്നുണ്ടായ പട്ടിണിയിലും അരക്ഷിതാവസ്ഥയിലും ജീവിതം മുന്നോട്ടു കൊണ്ടുപോകാൻ പാടുപെടുന്ന അന്റോണിയ എന്ന ഫാക്ടറിത്തൊഴിലാളിയുടെയും കുടുംബത്തിന്റെയും കഥയായിരുന്നു *ബൈസൈക്കിൾ തീവ്സ്*. മോഷണം പോയ തന്റെ സൈക്കിൾ കണ്ടെത്താനുള്ള ശ്രമത്തിനിടയിൽ അന്റോണിയയും കുഞ്ഞുമകൻ ബ്രൂണോയും നേരിടുന്ന യാതനകൾ കണ്ട് പ്രേക്ഷകർക്ക് സങ്കടംവന്നു. സിനിമ

അവസാനിച്ചപ്പോൾ കൈയടികൾ ഉയർന്നു. സിനിമ ഇഷ്ടമായെങ്കിലും കാണികളെ അലോസരപ്പെടുത്തിയത് ഇടയ്ക്കിടെയുണ്ടായ ഫിലിം പൊട്ടലുകളാണ്. ഓരോ തവണ പൊട്ടുമ്പോഴും 'ഈശോയേ....' എന്നു വിളിച്ചുകൊണ്ട് ഡൊമനിക്, പൊട്ടിമാറിയ രണ്ടറ്റങ്ങളെ അതിവിദഗ്ധമായി വിളക്കിച്ചേർക്കും. പിന്നെയും സിനിമ തുടരും. പത്തുമിനിട്ടോളം സുഗമമായി ഫിലിം ഓടും. പെട്ടെന്നായിരിക്കും അടുത്ത പൊട്ടൽ. ഡൊമനിക് പിന്നെയും ഈശോയെ വിളിക്കും. ഒന്നര മണിക്കൂർ ദൈർഘ്യമുണ്ടായിരുന്ന സിനിമ തീരുന്നതിനിടയിൽ ഒമ്പതു തവണയാണ് ഫിലിം പൊട്ടിയത്. മണ്ണിൽ ടാക്കീസിലെ പ്രദർശനത്തിനിടയിൽ ഒരുതവണപോലും ഫിലിം പൊട്ടിയാൽ, പ്രൊജക്ടർ ഓപ്പറേറ്ററായ ചൂപ്പി ശശിയുടെ മാതാപിതാക്കളെ പരസ്യമായി ഉറക്കെ സ്മരിച്ചിരുന്ന പലരും ഇവിടെയും പ്രേക്ഷകരായി ഉണ്ടായിരുന്നെങ്കിലും 'ദാനം കിട്ടിയ' സിനിമയായതുകൊണ്ടാകാം അവരൊക്കെ തികഞ്ഞ ആത്മസംയമനം പാലിച്ചു.

"ഞാനെന്നാ ചെയ്യാനാ. ഓടിയോടി ഫിലിമെല്ലാം തേഞ്ഞുപോയെന്നേ. പുതിയ പ്രിന്റാണെങ്കിൽ കിട്ടാനുമില്ല. പിന്നെയൊരു സന്തോഷമെന്തെന്നു വച്ചാൽ എത്ര തടസ്സമുണ്ടെങ്കിലും ആളുകൾ ഹാപ്പിയാണ്. ഇനി എത്രകാലം കൂടി ഇതിങ്ങനെ ഓടിക്കാൻ പറ്റുമെന്ന് കർത്താവിനറിയാം."

ഷോ കഴിഞ്ഞ്, ജങ്ഷനിലെ സംതൃപ്തി ടീ ഷോപ്പിലിരുന്ന് ചായ കുടിക്കുന്നതിനിടയിൽ ഡൊമനിക് പറഞ്ഞു. പത്തുവർഷത്തിലധികമായി അയാൾ ഈ പണി തുടങ്ങിയിട്ട്. പാലാക്കാരനായ അയാൾ മുണ്ടക്കയം മാതാ തീയേറ്ററിലെ പ്രൊജക്ടർ ഓപ്പറേറ്ററായിരുന്നു. തീ പിടിത്തത്തെത്തുടർന്ന് പത്തുവർഷം മുമ്പ് തീയേറ്റർ പൂട്ടി. പണിയില്ലാതെ ചുമ്മാ വീട്ടിലിരിക്കുമ്പോഴാണ് അടുത്തുള്ള ജനചിത്ര ഫിലിം സൊസൈറ്റിക്കാർ വിളിക്കുന്നത്. വിദേശത്തുനിന്ന് ആരോ കൊണ്ടുവന്ന ഒരു പഴയ 16 എം എം പ്രൊജക്ടർ അവരുടെ കൈവശമുണ്ടായിരുന്നു. പക്ഷേ, ഓപ്പറേറ്റ് ചെയ്യാൻ അറിയില്ല. അങ്ങനെ അവരെ സഹായിക്കാൻവേണ്ടി ഇറങ്ങിയതാണ്.

പഥേർ പാഞ്ചലി ആയിരുന്നു അന്ന് കളിച്ചത്. തട്ടുപൊളിപ്പൻ സിനിമകൾ മാത്രം ഓടിക്കുകയും കാണുകയും ചെയ്തിരുന്ന ഡൊമനിക്കിന് ആ സിനിമ വല്ലാതെ ഇഷ്ടമായി. ഇതൊക്കെയാണ് സിനിമ എന്ന് അയാൾക്കുതോന്നി. പിന്നെ പലരും വിളിച്ചുതുടങ്ങി. ഫിലിം സൊസൈറ്റികൾ കൂണുകൾ പോലെ മുളച്ചുതുടങ്ങിയ കാലമായതുകൊണ്ട് ദിവസവും ഒന്നും രണ്ടും സ്ഥലങ്ങളിലാണ് ഷോ. തിരക്ക് കൂടിയപ്പോൾ ഒരു ചെറിയ തുകയ്ക്ക് ജനചിത്രക്കാരുടെ പ്രൊജക്ടർ സ്വന്തമാക്കി. വിദേശത്തുനിന്നും പൂനയിൽ നിന്നുമൊക്കെ വരുന്ന കുറേ ക്ലാസിക് ചിത്രങ്ങളു

ടെ 16 എം എം പ്രിന്റുകൾ എറണാകുളത്തുനിന്ന് സംഘടിപ്പിച്ചു. പിന്നെ നിരന്തര യാത്രയായിരുന്നു. അമ്പതു കിലോയിലധികം ഭാരമുള്ള പ്രൊജക്ടറും ഫിലിം റീലുകളും ചുമന്നുകൊണ്ടുള്ള യാത്ര. നഗരങ്ങളിലും ഗ്രാമങ്ങളിലും കുഗ്രാമങ്ങളിലൂടെയുമൊക്കെ ആ യാത്ര ഇപ്പോഴും തുടരുന്നു.

ഡൊമനിക്കിനെ യാത്രയാക്കാൻ ശൈലേന്ദ്രനും പ്രേംശങ്കറും ബസ് സ്റ്റോപ്പിലേക്കു നടന്നു. ശൈലേന്ദ്രൻ തന്റെ ഉടുപ്പിന്റെ പോക്കറ്റിൽ നിന്ന് കുറച്ചു രൂപയെടുത്ത് ഡൊമനിക്കിനു കൊടുത്തുകൊണ്ടു പറഞ്ഞു:

"ഒരുപാടൊന്നുമില്ല ചേട്ടാ. തന്നത് കുറവാണെന്നുമറിയാം. ഞങ്ങള് തുടങ്ങിയിട്ടല്ലേയുള്ളൂ. അടുത്തത് ടിക്കറ്റ് വച്ചായിരിക്കും. അപ്പോ നമുക്ക് കൂടുതല് ..."

"ശൈലാ, വലിയ പണക്കാരനാകാൻ വേണ്ടിയൊന്നുമല്ല ഞാനിതും ചുമന്നോണ്ട് നടക്കണത്. മ്മടെ ആളോള് നല്ല നല്ല സിനിമകള് കാണെട്ടടോ. അതിലൊരാളെങ്കിലും മാറിച്ചിന്തിച്ചാൽ, അയാളൊരു ഫിലിം മേക്കറായാൽ അതാണെടോ മ്മക്ക് കിട്ടണ വലിയ സമ്പാദ്യോം സന്തോഷോം."

ശൈലന് ഒന്നും പറയാൻ കഴിഞ്ഞില്ല. അയാൾ ആദരവോടെ ഡൊമനിക്കിനെ നോക്കി.

ഡൊമിനിക്കിനെ യാത്രയാക്കി ശൈലേന്ദ്രനും പ്രേംശങ്കറും വീട്ടിലേക്ക് പോകാനായി നടന്നുതുടങ്ങിയപ്പോൾ ശ്രീദേവൻ അവർക്കരികിലേക്കു ചെന്നു. സിനിമ കഴിഞ്ഞ് എല്ലാവരും പിരിഞ്ഞു പോയെങ്കിലും അവൻ ആൽമരത്തിനടുത്തു തന്നെ നിൽക്കുകയായിരുന്നു.

"ഫിലിം സൊസൈറ്റീല് എന്നെക്കൂടി ചേർക്കുമോ?"

ശ്രീദേവന്റെ ചോദ്യം കേട്ട് ശൈലേന്ദ്രൻ അവനെ അടിമുടി നോക്കി.

"എന്താ പേര്? എവിടാ താമസം?"

അവർ പരിചയപ്പെട്ടു. ആലിൻപുറം ഏലായ്ക്കു കിഴക്കുമാറി കിള്ളിയാറ്റിനക്കരെ ആയുർക്കോണത്തുനിന്ന് വിവാഹം കഴിച്ച് താമസിക്കുകയാണ് പോത്തൻകോട്ടുകാരനായ ശൈലേന്ദ്രൻ. ധാരാളം ഭൂസ്വത്തുക്കളും കൃഷിയുമൊക്കെയുള്ളതുകൊണ്ട് സർക്കാർ ഉദ്യോഗം കിട്ടിയിട്ടും വേണ്ടെന്നു വച്ചു.

"നാളെ വൈകിട്ട് വീട്ടിലേക്കു വാ. ഫോം തരാം."

ശൈലേന്ദ്രൻ പറഞ്ഞു.

സിനിമാനടനാകാൻ കൊതിപൂണ്ടു നടക്കുന്ന തനിക്ക് അതിലേക്കുള്ള പ്രവേശനകവാടമായി ദൈവം കൊണ്ടുവന്ന വഴിയായിരിക്കും ദൃശ്യ ഫിലിം സൊസൈറ്റിയെന്ന് ശ്രീദേവനു തോന്നി. രണ്ടുമാസം മുമ്പ് കോടമ്പാക്കത്തേക്ക് വണ്ടി കയറിയ സുബ്രനെപ്പറ്റി ഇപ്പോൾ വി

വരമൊന്നുമില്ല. അവിടെയെത്തിയെന്നും പറഞ്ഞ് ഒരേയൊരു കത്ത് മാത്രമേ അവനിതുവരെ എഴുതിയിട്ടുള്ളൂ. കടം വാങ്ങിയ കാശ് തിരികെക്കൊടുക്കാത്തതിന് വനജ വിളിക്കുന്ന ഓളിയത്തിന്റെ വോളിയം കൂടിക്കൊണ്ടേയിരിക്കുകയാണ്. സുബ്രനിലുള്ള വിശ്വാസമൊക്കെ നഷ്ടപ്പെട്ട് ആകെ നിരാശനായി നടക്കുകയായിരുന്ന ശ്രീദേവന് മുന്നിലൊരു രക്ഷകനായാണ് ശൈലേന്ദ്രൻ അവതരിച്ചിരിക്കുന്നത്. സിനിമാക്കാരുമായൊക്കെ അയാൾക്ക് നല്ല പരിചയം കാണുമെന്നും സിനിമയിൽ എങ്ങനെ കയറിപ്പറ്റണമെന്ന് അയാളോട് ചോദിച്ച് മനസ്സിലാക്കണമെന്നും ഉറപ്പിച്ചുകൊണ്ട് പിറ്റേന്ന് സന്ധ്യയോടെ അവൻ ശൈലേന്ദ്രന്റെ വീട്ടിലേക്കു നടന്നു. റോഡിൽനിന്ന് അല്പം ഉള്ളിലായിരുന്നു ആ ഓടിട്ട വീട്. ഇരുവശത്തും ചെമ്പരത്തിയും മുല്ലവള്ളിയും സമൃദ്ധമായി പൂത്തുതളിർത്തു കിടക്കുന്ന നടവഴിയിലൂടെ അവൻ നടന്നു. വീട്ടിലേക്ക് നടന്നടുക്കുന്തോറും ഒരു റേഡിയോഗാനം അവന്റെ കാതുകളിലേക്കു പൊഴിഞ്ഞു വീണുകൊണ്ടിരുന്നു:

"എന്റെ കടിഞ്ഞൂൽ പ്രണയകഥയിലെ
പെൺകൊടീ നിന്നെയും തേടീ...ആ....
എന്റെ കടിഞ്ഞൂൽ പ്രണയകഥയിലെ
പെൺകൊടീ നിന്നെയും തേടി
എൻ പ്രിയ സ്വപ്നഭൂമിയിൽ വീണ്ടും
സന്ധ്യകൾ തൊഴുതു വരുന്നു വീണ്ടും.."

വരാന്തയിലെ മേശപ്പുറത്തിരിക്കുന്ന മർഫി റേഡിയോയിൽ നിന്നാണ് പാട്ട് കേൾക്കുന്നത്. തൊട്ടടുത്തു തന്നെയിട്ടിരുന്ന ഒരു ചൂരൽക്കസേരയിൽ ചാരിക്കിടന്ന്, കണ്ണടച്ച് ഗാനമാസ്വദിക്കുകയാണ്, പതിനാറോ പതിനേഴോ വയസ്സുള്ള ഒരു പെൺകുട്ടി. ശ്രീദേവൻ അവളെ അടിമുടി നോക്കി - വിടർത്തിയിട്ട തലമുടി, വാലിട്ടെഴുതിയ കണ്ണുകൾ, നെറ്റിയിൽ ഭസ്മക്കുറി, ചുവന്ന ജാക്കറ്റ്, ചെറിയ ചുവന്ന പൂക്കളുള്ള നീണ്ട വെള്ളപ്പാവാട.

*ഉൾക്കടലി*ലെ ആ മധുരഗാനം തീരുന്നതുവരെ, അവളെയും നോക്കി അവൻ മുറ്റത്തുതന്നെ നിന്നു. ഗാനം അവസാനിച്ചപ്പോൾ, വരാന്തയിലെ കഴുക്കോലിൽ ഞാന്നു കിടന്ന കോളിങ്ബെൽ സ്വിച്ചിൽ അവൻ വിരലമർത്തി."ആരാ?"

പെൺകുട്ടി ഞെട്ടിപ്പിടഞ്ഞെണീറ്റുകൊണ്ട് ചോദിച്ചു.

"ശൈലേന്ദ്രൻ സാറ് വരാൻ പറഞ്ഞിരുന്നു....."

"ഞാനച്ഛനെ വിളിക്കാം."

റേഡിയോ ഓഫ് ചെയ്ത് അവൾ അകത്തേക്ക് പോകാൻ ഭാവിച്ചു തുടങ്ങവേ ശൈലേന്ദ്രൻ വാതിൽക്കലെത്തി.

"ങാ താനായിരുന്നോ! വാ കേറിയിരിക്ക്."

ശ്രീദേവൻ വരാന്തയിലേക്ക് കയറി ചൂരൽക്കസേരയിലിരുന്നു. പെൺകുട്ടി അകത്തേക്കു കയറിപ്പോയപ്പോൾ ശൈലേന്ദ്രൻ വിളിച്ചു പറഞ്ഞു:

"പാറൂ, അമ്മയോട് ചായയെടുക്കാൻ പറ."

വരാന്തയുടെ ചുമരുകളിൽ തൂക്കിയിരിക്കുന്ന ചില്ലിട്ട ചിത്രങ്ങളിലൂടെ ശ്രീദേവൻ കണ്ണോടിച്ചു. ഭൂരിഭാഗവും അവന് തിരിച്ചറിയാൻ കഴിയാത്തവയായിരുന്നു. ഒരാൾ സത്യജിത് റേ ആയിരിക്കുമെന്ന് അവനൂഹിച്ചു. അവന്റെ കണ്ണുകളിലെ അജ്ഞത വായിച്ചെടുത്ത ശൈലേന്ദ്രൻ ഫോട്ടോകളിലുള്ള ചലച്ചിത്രപ്രതിഭകളെക്കുറിച്ച് വാചാലനായി. സിനിമയുടെ ഉത്ഭവവും ചരിത്രവും ക്ലാസിസവും റിയലിസവും നിയോറിയലിസവുമൊക്കെയായി അത് നീണ്ടു. എല്ലാം മൂളിക്കേട്ടുകൊണ്ടിരുന്നതല്ലാതെ എന്തെങ്കിലും അഭിപ്രായപ്രകടനം നടത്താനുള്ള ത്രാണി ശ്രീദേവനുണ്ടായിരുന്നില്ല. കേട്ടതെല്ലാം അവന് പുത്തൻ അറിവുകളായിരുന്നു. അപ്പോഴേക്കും ചായയും ബിസ്കറ്റുമായി പാറുവും അമ്മയും എത്തി. അയാൾ അവരെ പരിചയപ്പെടുത്തി. ഭാര്യയുടെ പേര് ജലജ. പാറുവിന്റെ യഥാർത്ഥ പേര് പാർവ്വതി. അവൾ മാർ ഇവാനിയോസിലെ ഒന്നാം വർഷ പ്രീഡിഗ്രിക്കാരിയാണ്. ശ്രീദേവൻ, എം ജി കോളേജിലാണെന്നറിഞ്ഞപ്പോൾ അവളുടെ കണ്ണുകൾ അതിശയഭാവത്തിൽ വിടർന്നു.

ഫോം പൂരിപ്പിച്ച്, അംഗത്വഫീസായ അഞ്ചുരൂപയുമായി നാളെ എത്താമെന്നു പറഞ്ഞ് ശ്രീദേവൻ അവിടെ നിന്നുമിറങ്ങുമ്പോൾ ഇരുട്ടിത്തുടങ്ങിയിരുന്നു. മുല്ലപ്പൂ മണമുള്ള നടവഴിയിലൂടെ റോഡിലേക്കിറങ്ങുന്നതിനു മുമ്പ് അവൻ ഒന്നു തിരിഞ്ഞുനോക്കി. വരാന്തയിലെ കൈവരിയിൽ കത്തിച്ചുവച്ച നിലവിളക്കിനു മുന്നിൽ തൊഴുകൈയുമായി നിൽക്കുകയാണ് പാർവ്വതി. വിളക്കിന്റെ വെട്ടത്തിൽ അവൾ കൂടുതൽ സുന്ദരിയായതായി അവനു തോന്നി. അല്പനേരം അതു നോക്കിനിന്നിട്ട് അവൻ റോഡിലേക്കിറങ്ങി.

പിറ്റേന്ന് വൈകിട്ടും ശ്രീദേവൻ ശൈലേന്ദ്രന്റെ വീട്ടിലെത്തി. ഫോമും പണവും അയാളെ ഏല്പിച്ചു.

"സൊസൈറ്റി യൂണിറ്റെന്നൊക്കെ പറയാമെങ്കിലും പത്തിൽ താഴെയേ അംഗങ്ങളുള്ളൂ. സിനിമകൾ കണ്ട് കണ്ട് ശ്രീദേവനെപ്പോലെയുള്ള യുവാക്കൾ കൂടുതൽ വരുമെന്നാണ് പ്രതീക്ഷിക്കുന്നത്. അടുത്ത ഞായറാഴ്ച നമുക്കൊരു കമ്മറ്റി കൂടി, ഭാവിപരിപാടികൾ ചർച്ചചെയ്യണം..." സൊസൈറ്റി പ്രവർത്തനങ്ങളെക്കുറിച്ച് ശൈലേന്ദ്രൻ വാചാലനായി. അതെല്ലാം ശ്രദ്ധിക്കുന്നുവെന്ന മട്ടിലിരുന്നെങ്കിലും ശ്രീദേവന്റെ കണ്ണുകൾ പരതിക്കൊണ്ടിരുന്നത് പാർവ്വതിയെയാണ്. പക്ഷേ, അവിടെ നിന്നിറങ്ങു

ന്നതുവരെയും അവളെ പുറത്തെങ്ങും കണ്ടില്ല. അല്പം നിരാശയോടെയാണ് അവൻ വീട്ടിലേക്കു മടങ്ങിയത്.

രണ്ടുദിവസം കഴിഞ്ഞ്, കോളേജിൽ പോകാൻ പേരൂർക്കട ബസ് സ്റ്റോപ്പിൽ നിൽക്കുമ്പോൾ ശ്രീദേവൻ പാർവ്വതിയെ കണ്ടു. കൂട്ടുകാരികളോടൊപ്പം കളിചിരികളുമായി നിൽക്കുകയായിരുന്ന അവൾ, അവനെ കണ്ടതും ചിരിച്ചുകൊണ്ട് അടുത്തേയ്ക്കുവന്നു.

"എന്നും ഇവിടുന്നാണോ ബസ് കയറുന്നത്?"

"ങാ...."

"പക്ഷേ, നമ്മളിതുവരെ ഇവിടെവച്ച് കണ്ടിട്ടില്ല അല്ലേ?"

"ങാ... ഞാൻ മെനഞ്ഞാന്ന് വീട്ടിൽ വന്നിരുന്നു."

ഉള്ളിൽ വീർപ്പുമുട്ടലായി നിന്ന കാര്യത്തിലേക്ക് അവൻ പെട്ടെന്നു തന്നെ പ്രവേശിച്ചു.

"അച്ഛൻ പറഞ്ഞു. കോളേജ് ഫെസ്റ്റിവലിന്റെ റിഹേഴ്സലുണ്ടായിരുന്നതുകൊണ്ട് ഞാൻ വരാൻ ലേറ്റായി."

"ഡാൻസോ പാട്ടോ?"

"രണ്ടുമുണ്ട്. അടുത്ത വെള്ളിയാഴ്ചയാ പ്രോഗ്രാം."

അപ്പോഴേക്കും ബസ് എത്തി. ഇരുവരും അതിൽ കയറി. പിന്നെ രണ്ടുദിവസം അവളെ കണ്ടില്ല.

ഫിലിം സൊസൈറ്റി മീറ്റിംഗിനായി ഞായറാഴ്ച മൂന്നുമണിക്ക് ശൈലേന്ദ്രന്റെ വീട്ടിൽ ശ്രീദേവനെത്തുമ്പോൾ, വരാന്തയിൽ, അവനെ കാത്തുനിൽക്കുന്ന മട്ടിൽ പാർവ്വതിയുണ്ടായിരുന്നു.

"കോളേജ് ഫെസ്റ്റ് എന്തായി? പ്രൈസ് കിട്ടിയോ?"

അവളെ കണ്ടയുടൻ അവൻ ചോദിച്ചു.

"ലളിതഗാനത്തിനും മോഹിനിയാട്ടത്തിനും ഫസ്റ്റ്."

"കൺഗ്രാജുലേഷൻസ്. ചെലവുണ്ട്."

"ഷുവർ."

അവൾ വെറുതെ പറഞ്ഞതായിരുന്നില്ല അത്. അന്നത്തെ കമ്മറ്റിയിൽ പങ്കെടുത്ത എല്ലാവർക്കും മകളുടെ വിജയത്തിന്റെ ആഹ്ലാദം പങ്കുവച്ചുകൊണ്ട് ശൈലേന്ദ്രൻ പായസം വിളമ്പി.

അടുത്തമാസത്തെ ആദ്യഞായറാഴ്ച, ആലിൻപുറം സ്കൂളിൽവച്ച് വൈകിട്ട് ആറുമണിക്ക് *പഥേർ പാഞ്ചലി*യുടെ പ്രദർശനം സംഘടിപ്പിക്കാൻ, ആറു പേർ പങ്കെടുത്ത യോഗം തീരുമാനിച്ചു. മൂന്നു രൂപയുടെ പാസ് വിതരണം ചെയ്താണ് ഫണ്ട് കണ്ടെത്തേണ്ടത്. ശ്രീദേവനും ശൈലേന്ദ്രനും പ്രേംശങ്കറുമൊക്കെ പാസുകളുമായി പല വീടുകളിലും കയറിയിറങ്ങി. മൂന്നു രൂപ കൊടുത്ത്, അറിയാത്ത ഭാഷയിലെ സിനിമ കാണുന്നതെന്തിനാ എന്ന ഭാവമായിരുന്നു ഭൂരിഭാഗം പേർക്കും. വല്ല

വിധേനെയും അവർ നാല്പത് പാസുകൾ വിറ്റു. സിനിമ എല്ലാവർക്കും ഇഷ്ടമായെങ്കിലും ഏഴുതവണ ഫിലിം പൊട്ടിയത് അവരെ അലോസരപ്പെടുത്താതിരുന്നില്ല. ഒന്നുരണ്ടു പേർ സിനിമ തീരുന്നതിനുമുമ്പ് എണീറ്റുപോയി. പാസ് വിറ്റുകിട്ടിയ തുക, ഡൊമനിക്കിന് കൊടുക്കാൻ കഷ്ടിച്ച് തികഞ്ഞെങ്കിലും സൊസൈറ്റി ഫണ്ടിലേക്ക് നീക്കിയിരിപ്പൊന്നുമുണ്ടായില്ല. എങ്കിലും പ്രദർശനങ്ങളുമായി മുന്നോട്ടു പോകാൻതന്നെ ശൈലേന്ദ്രൻ തീരുമാനിച്ചു.

ഫിലിം സൊസൈറ്റിയിൽ അംഗത്വമെടുത്തതിനു പിന്നിലെ തന്റെ യഥാർത്ഥലക്ഷ്യം ഇനിയും ശൈലേന്ദ്രനോടു വെളിപ്പെടുത്തിയിട്ടില്ലല്ലോ എന്ന് കുറച്ചുദിവസം പിന്നിട്ടപ്പോൾ ശ്രീദേവനു തോന്നി. സൊസൈറ്റി മീറ്റിംഗുകളും സിനിമാപ്രദർശനങ്ങളുമായി ദിവസങ്ങൾ പിന്നിടുന്നതല്ലാതെ സിനിമയിലേക്ക് പ്രവേശിക്കാനുള്ള ഉപായമൊന്നും തെളിഞ്ഞു കാണുന്നില്ല. ഓരോ മീറ്റിംഗിനു വരുമ്പോഴും പാർവ്വതിയെ കാണാനും മിണ്ടാനും പറ്റുന്നുവെന്നതാണ് ഏക ആശ്വാസം.

"സാറിന് സംവിധായകരെ ആരെയെങ്കിലും പരിചയമുണ്ടോ?"

ഒരുദിവസത്തെ കമ്മറ്റി കഴിഞ്ഞ് എല്ലാവരും പിരിഞ്ഞു പോയപ്പോൾ ശ്രീദേവൻ രഹസ്യമായി ശൈലേന്ദ്രനോട് ചോദിച്ചു. ചോദ്യം കേട്ട് അയാൾ അവനെ ആപാദചൂഡം ഒന്നു നോക്കി.

"എന്താ കാര്യം?"

"എനിക്ക് .... സിനിമേല് അഭിനയിച്ചാൽ കൊള്ളാമെന്നുണ്ട്."

ശൈലേന്ദ്രൻ, താടി തടവിക്കൊണ്ട് കുറച്ചുനേരം അവനെ നോക്കി നിന്നു. അയാൾ എന്തോ ചിന്തയിലാണെന്ന് ശ്രീദേവനു തോന്നി.

"വാ...."

അയാൾ അവനെ വരാന്തയിലേക്ക് ക്ഷണിച്ചു. അവൻ കസേരയിലിരുന്നപ്പോൾ, അയാൾ വീടിനകത്തു കയറി, കൈയിലൊരു ഫയലുമായി തിരികെവന്നു. ഫയലിനു പുറത്ത് 'തിരക്കഥ - സായന്തനം - രചന: ശൈലേന്ദ്രൻ' എന്നെഴുതിയിരിക്കുന്നത് ശ്രീദേവൻ ശ്രദ്ധിച്ചു.

"ഇത് കണ്ടോ. ആറേഴ്വർഷംമുമ്പ് ഞാനെഴുതിയതാണ്. കാണാത്ത സംവിധായകരും നിർമ്മാതാക്കളുമില്ല. എല്ലാവർക്കും തിരക്കഥയൊക്കെ ഇഷ്ടമായി. പക്ഷേ, ഓരോരോ കാരണങ്ങൾകൊണ്ട് സിനിമയാകാൻ മാത്രം ഇതുവരെ വിധിയുണ്ടായില്ല."

അയാളുടെ മുഖത്ത് അല്പം നിരാശ പടർന്നിരുന്നു. ശ്രീദേവൻ ഫയൽ വാങ്ങി താളുകൾ മറിച്ചു. മനോഹരമായ കൈപ്പടയിലെഴുതിയതായിരുന്നു ആ തിരക്കഥ. അവൻ ആദ്യമായാണ് ഒരു തിരക്കഥ കാണുന്നത്.

"ഞാൻ പറഞ്ഞു വന്നത്, സിനിമ ഒരു മായാലോകമാണ്. അവിടെ

ആർക്ക് എപ്പോൾ പ്രവേശിക്കാൻ കഴിയുമെന്ന് പ്രവചിക്കാൻ കഴിയില്ല. ഞാനിപ്പോഴും ശ്രമിക്കുന്നുണ്ട്. ചിലപ്പോൾ നടക്കുമായിരിക്കും. ശ്രമിക്കുക എന്നതാണ് പ്രധാനം. നടനാകാനും സംവിധായകനാകാനും തിരക്കഥാകൃത്താകാനും എന്തിന്, ലൈറ്റ് ബോയി ആകാനായാലും ശ്രമമാണ് വേണ്ടത്. മറ്റു കുറുക്കുവഴികളൊന്നുമില്ല."

ശൈലേന്ദ്രൻ പറഞ്ഞു.

"ശ്രമിക്കാൻ ഞാൻ റെഡിയാണ്. പക്ഷേ, എവിടെ എങ്ങനെ തുടങ്ങണമെന്ന് അറിയില്ല ...."

ശൈലേന്ദ്രൻ അല്പനേരത്തെ ചിന്തയ്ക്കുശേഷം മേശയിൽ നിന്നൊരു കടലാസെടുത്ത് എന്തോ കുറിച്ച് അവനു നീട്ടി.

"ഇത് ബാലണ്ണന്റെ അഡ്രസാണ്. പോയി കണ്ട് നോക്ക്. സിനിമാക്കാരുമായൊക്കെ നല്ല ബന്ധമുള്ളയാളാ. എന്റെ പേര് പറഞ്ഞാൽ മതി."

സിനിമയിലെ സ്റ്റിൽ ഫോട്ടോഗ്രാഫറായ എൻ എൽ ബാലകൃഷ്ണന്റെ മേൽവിലാസമായിരുന്നു അത്. തിരക്കഥയുമായി സംവിധായകരെയും നടന്മാരെയുമൊക്കെ കാണാൻ സെറ്റുകൾ തോറും കയറിയിറങ്ങുന്നതിനിടയിൽ *കൊടിയേറ്റ*ത്തിന്റെ സെറ്റിൽവച്ചാണ് ബാലകൃഷ്ണനെ ശൈലേന്ദ്രൻ പരിചയപ്പെടുന്നത്. ഇരുവരും അടുത്തടുത്ത നാട്ടുകാരാണെന്നറിഞ്ഞപ്പോൾ സൗഹൃദം ദൃഢമായി. പല സംവിധായകരേയും ശൈലേന്ദ്രന് അയാൾ പരിചയപ്പെടുത്തിക്കൊടുക്കുകയും ചെയ്തു. ആ ഒരു സൗഹൃദത്തിന്റെ പിൻബലത്തിലാണ് ശൈലേന്ദ്രൻ, ശ്രീദേവന് വിലാസം നൽകിയത്.

പിറ്റേന്ന് രാവിലെ പൗഡിക്കോണത്തുള്ള ബാലകൃഷ്ണന്റെ വീടിനു മുന്നിൽ ശ്രീദേവൻ എത്തി. വീട് അടഞ്ഞുകിടക്കുകയാണ്. നിരാശയോടെ വീടിനുമുന്നിൽ നിൽക്കുന്ന പയ്യനെക്കണ്ട് റോഡിലൂടെ സൈക്കിളിൽ പോയ ആൾ കാര്യം തിരക്കി.

"ബാലണ്ണൻ ഏതോ പുതിയ പടത്തിന്റെ വർക്കുണ്ടെന്നും പറഞ്ഞ് ഇന്നലെ സിറ്റീലോട്ട് പോയല്ല്. മിക്കവാറും വഴുതക്കാട്ടെ ആ നികുഞ്ജം ഹോട്ടലീക്കാണും."

അത്രയും പറഞ്ഞ് അയാൾ ധൃതിയിൽ സൈക്കിൾ ചവിട്ടി മറഞ്ഞു. ഒരു സിനിമാനടനാകാനുള്ള തന്റെ അലച്ചിൽ തുടങ്ങിക്കഴിഞ്ഞെന്ന് ശ്രീദേവൻ തിരിച്ചറിയുകയായിരുന്നു. തിരികെ വീടെത്താനുള്ള കാശ് മാത്രമേ കഷ്ടിച്ച് കൈയിലുള്ളൂ. കേശവദാസപുരംവരെ നടക്കാൻ തീരുമാനിച്ചു. അവിടുന്ന് ബസ് കയറി വെള്ളയമ്പലത്തിറങ്ങി വഴുതക്കാട്ടേക്കു നടക്കാം. അടുത്തു കണ്ട പൊതുടാപ്പിൽനിന്ന് വയർ നിറയെ വെള്ളം കുടിച്ച് അവൻ നടന്നുതുടങ്ങി.

വിയർത്തുകുളിച്ച് ശ്രീദേവൻ നികുഞ്ജത്തിലെത്തുമ്പോൾ നട്ടുച്ച നേരമായി. ഹോട്ടലിന്റെ റിസപ്ഷനിലിരുന്നയാളോട് കാര്യം പറഞ്ഞു.

"ആളിവിടെയൊണ്ട്. പക്ഷേ, പത്മരാജൻ സാറിൻറൂടെ ഡിസ്കഷനിലാണല്ലോ. ആരേം കേറ്റി വിടല്ലെന്നാ പറഞ്ഞിരിക്കണത്. ഊണ് കഴിക്കാനേ ഇനി പുറത്തോട്ടിറങ്ങൂ."

കുപ്പിവളക്കഷണങ്ങളും പൊട്ടിയ ഗ്ലാസ്കഷണങ്ങളും പതിച്ച് അലങ്കരിച്ച ആ ഹോട്ടലിന്റെ മുന്നിലെ കോൺക്രീറ്റ് തൂണിനടുത്തു കുറേ നേരം നിന്നശേഷം സമയം പോക്കാനായി അവൻ ഹോട്ടലിന്റെ പിന്നിലേക്കുനടന്നു. അവിടെ ഭീമാകാരത്തിലുള്ള കരിങ്കാളിയുടെ നഗ്നശില്പവും കൽവിളക്കും ബലിപീഠവുമൊക്കെയുണ്ടായിരുന്നു. സംവിധായകൻ ഭരതനാണ് അത് നിർമ്മിച്ചതെന്ന് എവിടെയോ വായിച്ച കാര്യം അവനോർത്തു.

ഹോട്ടലിന്റെ മുറ്റത്തെ മാഞ്ചുവട്ടിൽ കിടന്ന വലിയൊരു കല്ലിനു പുറത്ത് ശ്രീദേവൻ ഇരുന്നു. അരമണിക്കൂർ കഴിഞ്ഞപ്പോൾ അഞ്ചു പേർ ഹോട്ടലിനു പുറത്തേയ്ക്കുവന്നു. അവരിൽ സിഗരറ്റ് പുകച്ചുകൊണ്ടിരിക്കുന്ന താടിക്കാരൻ പത്മരാജനാണെന്ന് അവന് മനസ്സിലായി. നാനയിൽ അദ്ദേഹത്തിന്റെ പടം അവൻ കണ്ടിട്ടുള്ളതാണ്. പിന്നെയുള്ള നാലു പേരിൽ ആരാണ് എൻ എൽ ബാലകൃഷ്ണൻ? അവൻ വേഗം റിസപ്ഷനിലേക്കു ചെന്നു. അവനെ കണ്ടതും റിസപ്ഷനിസ്റ്റ് പുറത്തേക്ക് വിരൽ ചൂണ്ടിക്കൊണ്ടു പറഞ്ഞു:

"നീ അന്നേഴിച്ചയാള് ലോണ്ടെ പോണ്. ആ താടിക്കാരൻ തടിയൻ.."

അവൻ ആ അഞ്ചംഗസംഘത്തിനടുത്തേക്ക് ധൃതിയിൽ നടന്നു ചെന്നു.

"സാർ ... സാർ..."

പിന്നിൽ നിന്നുള്ള വിളികേട്ട് അവരെല്ലാവരും പിറകോട്ട് തിരിഞ്ഞു. അവൻ ബാലകൃഷ്ണനെ നോക്കി.

"ങ്ഉം?"

അയാൾ ചോദ്യഭാവത്തിൽ അവനെ നോക്കി. മറ്റുള്ളവർ മുന്നോട്ട് നടന്നു.

"ഞാൻ ശൈലേന്ദ്രൻസാറ് പറഞ്ഞിട്ട് വന്നതാ, സാറിനെ കാണാൻ ......"

അവൻ ഒറ്റശ്വാസത്തിൽ കാര്യം പറഞ്ഞു. ബാലകൃഷ്ണൻ താടി തടവിക്കൊണ്ട് അവനെ നോക്കി.

"ഡേയ്, നാളെ മുതൽ പത്മരാജൻ സാറിന്റെ പുതിയ പടത്തിന്റെ ഷൂട്ട് തുടങ്ങുന്നുണ്ട്. പേയാടിനപ്പുറത്തുള്ള തച്ചോട്ടുകാവാണ് ലൊക്കേ

ഷൻ. നീയൊരു കാര്യം ചെയ്യ്. നാളെ അങ്ങോട്ട് വാ. വേഷം എന്തെങ്കിലുമൊണ്ടാന്ന് നോക്കാം."

അത്രയും പറഞ്ഞിട്ട് അയാൾ തിടുക്കത്തിൽ നടന്നുപോയി.

രാവിലെ എണീറ്റ് കുളിച്ച് കുറിതൊട്ട് ആലിൻപുറംദേവിയെ മനസ്സാസ്മരിച്ച് ശ്രീദേവൻ തച്ചോട്ടുകാവിലേക്ക് തിരിച്ചു. കോളേജിൽ ചില പരിപാടികളുണ്ടെന്നും പറഞ്ഞ് ഉച്ചയൂണിനുള്ള കാശും അമ്മയിൽ നിന്ന് വാങ്ങിയാണ് അവൻ പുറപ്പെട്ടത്. കുണ്ടാംകടവ് വരെ നടന്ന്, അവിടുന്ന് ബസ്സിൽ കയറി പേയാടിറങ്ങി, പിന്നെയും കുറേ നടന്നാണ് ലൊക്കേഷനിലെത്തിയത്. സിനിമയുടെ പേര് *കള്ളൻ പവിത്രൻ.* നെടുമുടി വേണുവും ഗോപിയുമൊക്കെ സെറ്റിലുണ്ട്. നടന്മാരെ കാണാൻ നാട്ടുകാർ തിക്കിത്തിരക്കുന്നുണ്ട്. ആൾക്കൂട്ടത്തിനിടയിലൂടെ തിക്കിത്തിരക്കി അവൻ മുന്നിലേക്കുചെന്നു. ഒരു ഫ്ലവർ മില്ലിനു മുന്നിൽ ഗോപിയും നെടുമുടി വേണുവും സംസാരിച്ചു നിൽക്കുന്ന രംഗത്തിന്റെ ചിത്രീകരണമാണ് നടക്കുന്നത്. ക്യാമറാമാൻ വിപിൻദാസിനടുത്ത്, വേണ്ട നിർദ്ദേശങ്ങൾ നൽകി പത്മരാജൻ നില്പുണ്ട്. സ്റ്റിൽക്യാമറയുമായി ബാലകൃഷ്ണനും തൊട്ടടുത്തുണ്ട്. കയ്യുയർത്തി അയാളുടെ ശ്രദ്ധയാകർഷിക്കാൻ അവൻ ശ്രമിച്ചെങ്കിലും ഫലിച്ചില്ല. ഏതാണ്ട് മുക്കാൽ മണിക്കൂർ നീണ്ട ചിത്രീകരണത്തിനുശേഷം ബ്രേക്ക് ആയി. സെറ്റിലുള്ള എല്ലാവരും ചായകുടിക്കാനായി പിരിഞ്ഞു.

റോഡിനടുത്തുള്ള ആലിൻചുവട്ടിൽ, നെടുമുടിയോട് സംസാരിച്ചുകൊണ്ട് ചായകുടിച്ചു നിൽക്കുകയായിരുന്ന ബാലകൃഷ്ണന്റെയടുത്തേക്ക് ശ്രീദേവൻ മടിച്ചു മടിച്ചു ചെന്നു.

"ആരാ?"

ബാലകൃഷ്ണന്റെ ചോദ്യം കേട്ട് ശ്രീദേവൻ അമ്പരന്നു.

"ഞാൻ.... ഇന്നലെ നികുഞ്ജത്തിൽ വച്ച്.... ശൈലേന്ദ്രൻ സാറ് പറഞ്ഞ....."

"ഓ... മനസ്സിലായി. ആ സീൻ എപ്പഴ് എടുക്കുമെന്നറിഞ്ഞൂടാ. ഏതായാലും നീ വെയ്റ്റ് ചെയ്യ്. ചെലപ്പോ ഇന്നു കാണും."

അവൻ കാത്തുനിന്നു. നേരം ഉച്ചയായി. തൊട്ടടുത്തുള്ളൊരു വീട്ടിലെ കിണറ്റിൽനിന്ന് വെള്ളം കോരിക്കുടിച്ചു. കിണറ്റിൻകരയിൽ കായ്ച്ചുകിടന്ന ചാമ്പയിൽനിന്ന് കുറേ ചാമ്പയ്ക്കയും പറിച്ചുതിന്നു. കാത്തിരിപ്പ് വൈകുന്നേരം വരെ നീണ്ടെങ്കിലും അന്ന് വിളിയുണ്ടായില്ല. പിറ്റേന്നും ഇതുതന്നെ തുടർന്നു. ഇന്നലത്തെ അനുഭവമുണ്ടാകാതിരിക്കാൻ ഒരു പൊതിച്ചോർ കൈയിലെടുക്കാൻ അവൻ മറന്നില്ല. കോളേജിലേക്കെന്നു പറഞ്ഞാണ് വീട്ടിൽനിന്നും ഇറങ്ങിയത്. ഷൂട്ടിങ് സെറ്റിലെ വിരസമായ കാത്തിരിപ്പിനിടയിൽ അവനൊരു കാര്യം പിടികിട്ടി. അവ

സരമന്വേഷിച്ച് തന്നെപ്പോലെ വേറെയും ചില അഭിനയമോഹികൾ സെറ്റിനു ചുറ്റും കറങ്ങിനടപ്പുണ്ട്. സംവിധായകൻ മുതൽ പ്രൊഡക്ഷൻ ബോയ് വരെയുള്ളവരുടെ പരിചയക്കാരാണ് അവരിൽ പലരും. അന്നും വൈകുന്നേരം വരെ കാത്തിരുന്നിട്ടും ഫലമുണ്ടായില്ല.

ഷൂട്ടിങ് ഒരാഴ്ച പിന്നിട്ടു. പതിവുപോലെ ശ്രീദേവൻ കാത്തുനിൽക്കുകയാണ്. ഇനി എത്രനാൾ ഇങ്ങനെ കാത്തിരിക്കേണ്ടി വരുമെന്ന് അവനൊരു നിശ്ചയവുമുണ്ടായിരുന്നില്ല. ഒന്നുരണ്ടു ദിവസം ബാലകൃഷ്ണനോടു ചോദിച്ചു നോക്കി. 'വെപ്രാളപ്പെടാതെ. വിളിക്കും.' എന്നായിരുന്നു മറുപടി.

കള്ളൻ പവിത്രനായ നെടുമുടിയുടെ വീടാണ് ലൊക്കേഷൻ. ഗോപിയും പോലീസ് വേഷമിട്ടവരുമൊക്കെ സെറ്റിലുണ്ട്. നേരം നട്ടുച്ചയാകാറായി. കാഴ്ചക്കാരൊക്കെ പൊള്ളുന്ന വെയിലിൽ ഷൂട്ടിങ് കണ്ടു നിൽക്കുകയാണ്. ശ്രീദേവന്റെ കണ്ണുകൾ അവരിലേക്ക് വെറുതേ നീണ്ടു. അപ്രതീക്ഷിതമായി ഒരു മുഖം കണ്ണിലുടക്കി - കുമാരദാസ്! അയാളും അവനെ കണ്ടു.

"നീയെന്ത് ഇവിടെ....?"

കുമാരദാസ് അവന്റെയടുത്തേക്കു ചെന്നു.

"ചുമ്മാ.. ഷൂട്ടിങ് കാണാൻ.. അണ്ണനാ?"

അവൻ തലചൊറിഞ്ഞു.

"പത്മരായൻ സാറ് വരാൻ പറഞ്ഞ്, ഒരു വേഷമുണ്ടെന്ന് ......"

അതുകേട്ട് ശ്രീദേവൻ ഉള്ളിൽ ചിരിച്ചു. ഭാര്യ ഷീലാമണി പിണങ്ങിപ്പോയതിൽപ്പിന്നെ സിനിമയിൽ എങ്ങനെയെങ്കിലും നല്ലൊരു വേഷം കിട്ടാൻ വേണ്ടി ഓടിനടക്കുകയാണ് കുമാരദാസ്. പല സിനിമകളിലും ആൾക്കൂട്ടത്തിനിടയിൽ ഒരാളായി അഭിനയിക്കാനേ അയാൾക്ക് യോഗമുണ്ടായിട്ടുള്ളൂ. ഓരോ സിനിമ കഴിയുമ്പോഴും അയാൾ ഭാര്യവീട്ടിൽ ചെല്ലും. പക്ഷേ, ഒരു ഡയലോഗു പോലുമില്ലാത്ത വേഷം കെട്ടിയ അയാളെ ഭാര്യ ഷീലാമണി നിഷ്കരുണം ആട്ടിപ്പുറത്താക്കും. പാവം കുമാരദാസ്! പിന്നെയും ശ്രമം തുടരും.

'ഹലോ....' എന്ന നീട്ടിവിളി കേട്ട് ശ്രീദേവനും കുമാരദാസും ഞെട്ടിത്തിരിഞ്ഞു. വീടിനടുത്തുള്ള പ്ലാവിൻ ചുവട്ടിൽനിന്ന് അസിസ്റ്റന്റ് ഡയറക്ടറാണ് വിളിക്കുന്നത്.

"ഹലോ... ചാൻസ് അന്വേഷിച്ചു വന്നവരൊക്കെ ഇങ്ങോട്ടു വരണേ."

ആ പ്രഖ്യാപനം കേട്ടതും, തെറ്റിയും തെറിച്ചും അവിടവിടെക്കൂടിനിന്ന ആളുകൾ, കൂടുതലും ചെറുപ്പക്കാർ, ആവേശത്തോടെ ഓടി പ്ലാവിൻ ചുവട്ടിലെത്തി. അതൊരു വലിയ ആൾക്കൂട്ടമായി മാറാൻ അധികനേരമൊന്നും വേണ്ടിവന്നില്ല. ശ്രീദേവനും കുമാരദാസും അതിനിടയിൽ തിക്കിത്തിരക്കി.

"ആരും തിരക്കുകൂട്ടണ്ട. എല്ലാർക്കും ചാൻസുണ്ട്. ഞാൻ പറയുന്നത് എല്ലാരും ശ്രദ്ധിച്ചു കേൾക്കണം....."

അയാൾ രംഗം വിശദീകരിച്ചു-നെടുമുടിയെ വിലങ്ങണിയിച്ച് പോലീസ് ജീപ്പിൽ കയറ്റുമ്പോൾ അത് കാണാൻ തിക്കിത്തിരക്കുന്ന കുറേ നാട്ടുകാർ, ജീപ്പ് മുന്നോട്ടുപോകുമ്പോൾ അതിനു പിറകേ ആർപ്പു വിളികളോടെ ഓടുന്നു.

".... ഒരു കാര്യം പ്രത്യേകം ശ്രദ്ധിക്കണം. ക്യാമറയിലേക്ക് ആരും നോക്കരുത്."

അസിസ്റ്റന്റ് ഡയറക്ടർ വിശദീകരണം അവസാനിപ്പിച്ച് അവരെ ക്യാമറയുടെ മുന്നിലേക്കു നയിച്ചു.

'ആൾക്കൂട്ടത്തിനിടയിൽ ഒരുവനായി മാറാനാണോ ഒരാഴ്ച മുഴുവൻ വെയില് കൊണ്ടത്?' എന്നോർത്തുകൊണ്ട് ശ്രീദേവൻ ക്യാമറയ്ക്കു മുന്നിലെത്തി.

"സ്റ്റാർട്ട് ക്യാമറ.. ആക്ഷൻ...."

പത്മരാജൻ വിളിച്ചുപറഞ്ഞു. വിലങ്ങണിയിച്ച നെടുമുടിയെ പോലീസുകാർ ജീപ്പിനകത്തേക്കു കയറ്റി. ആൾക്കൂട്ടം തിക്കിത്തിരക്കി. ജീപ്പ് മുന്നോട്ടെടുത്തു. ആൾക്കൂട്ടം പിറകേ പാഞ്ഞു. രണ്ടു റിഹേഴ്സലും നാല് ടേക്കും വേണ്ടിവന്നു സീൻ ഓക്കെയാകാൻ. അങ്ങനെ ശ്രീദേവന്റെ ആദ്യ സിനിമാഭിനയം പൂർത്തിയായി. അവൻ വീട്ടിലേക്കു മടങ്ങാൻ തുടങ്ങുമ്പോഴും കുമാരദാസ് അവിടെത്തന്നെ ചുറ്റിപ്പറ്റി നിൽക്കുകയായിരുന്നു; ഡയലോഗുള്ളൊരു വേഷവും കാത്ത്!

ക്യാമറയ്ക്കുമുന്നിൽ മുഖം കാണിച്ചെങ്കിലും ശ്രീദേവന് ഒരു മനഃസംതൃപ്തി തോന്നിയില്ല. ഒരു ഡയലോഗ് പോലുമില്ലാത്ത വേഷംകൊണ്ട് പ്രത്യേകിച്ച് കാര്യമൊന്നുമില്ല. സിനിമയിൽ അഭിനയിച്ച കാര്യം കോളേജിലോ വീട്ടിലോ മിണ്ടിയില്ല. പറഞ്ഞത് ശൈലേന്ദ്രനോടും പാർവ്വതിയോടും മാത്രം.

"എല്ലാരുടേയും തുടക്കം ഇങ്ങനെയൊക്കെത്തന്നെയാണ് ശ്രീദേവാ. *തൃഷാര*ത്തിലും *തൃഷ്ണ*യിലുമൊക്കെയുള്ള മമ്മൂട്ടി എന്ന നടൻ, രണ്ടാഴ്ച മുമ്പത്തെ നാനയില് പറഞ്ഞിരിക്കുന്നത് നീ വായിച്ചില്ലേ, *അനുഭവങ്ങൾ പാളിച്ചകളില്* ഏതാനും സെക്കന്റുകൾ മുഖം കാണിച്ചാണ് അയാൾ സിനിമേല് അഭിനയിച്ചുതുടങ്ങിയതെന്ന്. ചെറിയ ചെറിയ വേഷങ്ങളിലൂടെത്തന്നെയാണ് എല്ലാരും വലിയ നടന്മാരാകുന്നത്."

ശൈലേന്ദ്രൻ അവനെ ആശ്വസിപ്പിച്ചു.

"വലിയ സിനിമാനടനൊക്കെയാകുമ്പോ നമ്മളെയൊന്നും മറക്കല്ലേ."

ബസ്സ്റ്റോപ്പിൽവച്ചു കണ്ടപ്പോൾ പാർവ്വതി കളിയായിട്ടാണ് അത് പറഞ്ഞതെങ്കിലും അവളുടെ കണ്ണുകളിലെ തിളക്കം പ്രണയത്തി ന്റേതു തന്നെയാണെന്ന് അവനുതോന്നി. ആ വിടർന്ന കണ്ണുകളിലേക്കു നോക്കി അവൻ മെല്ലെ പറഞ്ഞു:

"സിനിമാനടനായാലും ഇല്ലെങ്കിലും ഞാൻ മറക്കുല."

അവൾ ചിരിച്ചുകൊണ്ട് മുഖം താഴ്ത്തി.

കള്ളൻ പവിത്രൻ തീയേറ്ററുകളിലെത്തിയപ്പോൾ ആദ്യ ഷോ തന്നെ ശ്രീദേവൻ കണ്ടു. ആൾക്കൂട്ടത്തിനിടയിൽ ഒന്നുരണ്ടു പ്രാവശ്യം ഒരു മിന്നായംപോലെ കടന്നുപോകുന്ന തന്നെ കാണാൻ അവൻ മാറ്റിനി കൂടി കണ്ടു. സിനിമയിലേക്ക് താൻ കാൽവച്ച് കഴിഞ്ഞതായി ശ്രീദേ വൻ ഉറപ്പിച്ചു. ഇനിയും കാര്യമായിത്തന്നെ ശ്രമിച്ചേ പറ്റൂ. സിനിമകളുടെ ഷൂട്ടിങ് എവിടെയൊക്കെയുണ്ടെന്നറിയാൻ സിനിമാ വാരികകൾ നിര ന്തരം വായിച്ചു. മെരിലാൻഡ്, ഉമ, ശ്രീശാസ്താ തുടങ്ങിയ സ്റ്റുഡിയോക ളിലൊക്കെ കയറിയിറങ്ങി. പേരൂർക്കടയ്ക്കടുത്ത് ഷൂട്ടിങ് നടന്ന *സ്വപ്നമേ നിനക്കു നന്ദി*യുടെ ലൊക്കേഷനിലും പോയി. പക്ഷേ, അവസരമൊ ന്നും കിട്ടിയില്ല. അവന് നിരാശ തോന്നിത്തുടങ്ങി. വല്ലപ്പോഴുമൊക്കെ ഷൂട്ടിങ് നടക്കുന്ന കേരളത്തിൽ, പ്രത്യേകിച്ച് തിരുവനന്തപുരത്ത് മാത്രം അവസരമന്വേഷിച്ച് നടക്കുന്നതിൽ അർത്ഥമില്ല. സിനിമകൾ കൂടുതലും നടക്കുന്നത് മദ്രാസിലും കോടമ്പാക്കത്തുമൊക്കെയാണ്. എങ്ങനെയും അവിടെ എത്തിപ്പെടണം. സുബ്രന് ഒരു കത്തയയ്ക്കാൻ അവനുറപ്പിച്ചു.

പിറ്റേന്ന്, ആലിൻപുറംകവലയിലെ ഗദാധരന്റെ ഫർണിച്ചർ മാർ ട്ടിനടുത്ത് സ്ഥാപിച്ചിരുന്ന ചുവന്ന എഴുത്തുപെട്ടിയുടെ വായിൽ കോട മ്പാക്കത്തേക്കുള്ള ഇൻലൻഡ് നിക്ഷേപിച്ചശേഷം അവൻ റോഡിലേ ക്കിറങ്ങി. അപ്പോൾ, ഒരു കറുത്ത അംബാസിഡർ ടാക്സി പാഞ്ഞുവന്ന് കവലയിൽനിന്നു. കവലയിൽ കൂടിനിന്നവരുടെയെല്ലാം കണ്ണുകൾ ആ കാറിനെ വലം വച്ചു. അല്പസമയം കഴിഞ്ഞപ്പോൾ കാറിന്റെ ഡോർ തുറന്ന്, മുൻസീറ്റിൽനിന്ന് ഒരാൾ ഗമയിൽ പുറത്തേക്കിറങ്ങി. തലയിൽ കമ്പിളിത്തൊപ്പിയും കൂളിങ് ഗ്ലാസും കോട്ടും സ്യൂട്ടും കറുത്ത ഷൂവുമൊക്കെ യായി പ്രത്യക്ഷനായ ആ മനുഷ്യൻ ആരാണെന്നറിയാതെ കാണികൾ ആകാംക്ഷാഭരിതരായി. ശ്രീദേവനും അയാളെത്തന്നെ നോക്കിനിൽ ക്കുകയാണ്. അവന്റെയുള്ളിലും ആ ചോദ്യം മുഴങ്ങി; 'ആരാണിയാൾ?'

ഷോട്ടാ മുംബൈ

വഴിതെറ്റി വന്നൊരു യാത്രക്കാരനെപ്പോലെ അയാൾ നാലുപാടും പരപരാ നോക്കി. പഞ്ചാപകേശൻപിള്ളയുടെ ചായക്കട എവിടെ? ചായക്കടയ്ക്കപ്പുറമുണ്ടായിരുന്ന വലിയ ഇലവുമരമെവിടെ? ഇലവുമരത്തിനപ്പുറമുണ്ടായിരുന്ന വലിയ പാറയെവിടെ? പാറയ്ക്കരികിലെ കാഞ്ഞാവെവിടെ...? ഹോട്ടലും മുറുക്കാൻ കടയും ബാർബർഷോപ്പും സൈക്കിൾ ഷോപ്പും തുണിക്കടയും തയ്യൽക്കടയും ഫർണിച്ചർ കടയും, നീണ്ടുകിടക്കുന്ന ടാറിട്ട റോഡുമൊക്കെ നോക്കി എങ്ങോട്ടു പോകണമെന്നറിയാതെ അയാൾ ആകെ ആശയക്കുഴപ്പത്തിലായി.

പതിനേഴുവർഷംകൊണ്ട് ഒരു നാട്ടുകവലയ്ക്കുണ്ടായ മാറ്റം കണ്ട് അയാൾ നെടുവീർപ്പിട്ടു. തലയുയർത്തി നിൽക്കുന്ന കൂറ്റൻ ആൽമരവും അതിനു ചുവട്ടിലെ നാട്ടുചന്തയും ഇപ്പോഴും മാറ്റമില്ലാതെയുള്ളതുകൊണ്ടു മാത്രം അയാളുറപ്പിച്ചു; ഇത് ആലിൻപുറംതന്നെ.

ടാക്സിക്കാറിൽ വന്നിറങ്ങി വാപൊളിച്ചു നിൽക്കുന്ന പരദേശിയെ കടത്തിണ്ണകളിലിരുന്ന അഞ്ചു ചെറുപ്പക്കാർ കുറേനേരം സൂക്ഷ്മനിരീക്ഷണം നടത്തി. വന്നിറങ്ങിയത് ഏതോ വശപ്പിശക് കേസാണെന്നു തോന്നിയതിനാലാകാം അവർ അയാളുടെ നേർക്ക് നടന്നടുത്തു.

"ആരാ? എവിടുന്ന്?"

ചെറുപ്പക്കാരിലൊരാൾ മുരണ്ടു.

"ഇതല്ലേ ആലിൻപുറം?"

പരദേശി സംശയിച്ചു.

"ആണ്. എവിടെ പോണം?"

"കാർത്യായനീരെ വീടെവിടെയാണ്?"

ചെറുപ്പക്കാർ മുഖത്തോടു മുഖം നോക്കി.

മലക്കറിക്കച്ചവടം നടത്തുന്ന കമുകൊടിഞ്ഞവിള വീട്ടിലെ കാർത്ത്യായനിയെ അന്വേഷിച്ചു വന്ന മറുനാട്ടുകാരനെ ചെറുപ്പക്കാർ അതിശയത്തോടെ നോക്കി.

"കാർത്ത്യായനി മാമീരെ...?"

കാർത്ത്യായനിയുടെ ഒരകന്ന ബന്ധുവായ സുനി ചോദിച്ചു.

"ഭർത്താവ്."

പരദേശിയുടെ ഉറച്ച മറുപടി കേട്ട് ചെറുപ്പക്കാർ ഒന്നടങ്കം ഞെട്ടി. അവരുടെ കുട്ടിക്കാലം മുതൽ കേൾക്കുന്ന ഒരു നാടോടിക്കഥയിലെ പ്രധാന കഥാപാത്രത്തെ ജീവനോടെ കൺമുന്നിൽ കണ്ടതിലുള്ള അമ്പരപ്പോടെ അവരുടെ ചുണ്ടുകൾ ഒന്നടങ്കം മന്ത്രിച്ചു:

"മരണാവലി മണിയൻ മാമൻ!"

വീട്ടിലേക്കുള്ള വഴികാട്ടിയായി സുനിയേയും കയറ്റി അംബാസിഡർ ആലിൻപുറം കവലയിൽനിന്ന് യാത്രയായി. റോഡിനിരുവശവും വന്ന മാറ്റങ്ങൾ സാകൂതം വീക്ഷിക്കാതിരിക്കാൻ മണിയന് കഴിഞ്ഞില്ല. പുതിയ കാഴ്ചകൾക്കൊപ്പം പഴയ കാഴ്ചകളും അയാളുടെ മനസ്സിൽ മാറി മറഞ്ഞു കൊണ്ടിരുന്നു. മണ്ണിൽ ടാക്കീസിനു മുന്നിലെത്തിയതും അയാൾ ഡ്രൈവറുടെ തോളിലൊന്നു തട്ടി. അയാളുടെ കാൽ ബ്രേക്കിൽ അമർന്നു.

പൊളിഞ്ഞുവീണ തുടങ്ങിയ ടാക്കീസിലാണ് കണ്ണ് പതിഞ്ഞതെങ്കിലും മണിയന്റെ തലച്ചോറിൽ ഒരു സൈക്കിൾച്ചക്രം കറങ്ങി. ജനക്കൂട്ടത്തിന്റെ ആരവങ്ങളും കൂക്കിവിളികളും മുഴങ്ങി. നാണംകെട്ട് നാടുവിടേണ്ടി വന്ന സംഭവപരമ്പരകൾ ഒരു ചലച്ചിത്രത്തിലെന്നപോലെ മിന്നി മറഞ്ഞു. നടന്നതെല്ലാം നല്ലതിനായിരുന്നുവെന്ന് അയാൾ ആശ്വാസം കൊണ്ടു.

"സിനിമാപ്പെരയായിരുന്നു മാമാ. പൂട്ടിപ്പോയി."

സുനി പറഞ്ഞതുകേട്ട് മണിയൻ ചിന്തകളിൽ നിന്നുണർന്നു. കാർ മുന്നോട്ടു നീങ്ങി.

"ഇത്രേംകാലം മാമൻ എവിടാര്ന്ന്?"

"ബോംബേല്."

"അവിടെ എന്തരായിര്ന്ന്?

മണിയൻ കുറച്ചുനേരം മൗനത്തിലായി. എന്നിട്ട് പറഞ്ഞു:

"വിസിനസ്"

സുനിക്ക് കൂടുതൽ കാര്യങ്ങൾ ചോദിക്കണമെന്നുണ്ടായിരുന്നു.

പക്ഷേ, അപ്പോഴേക്കും കമുകൊടിഞ്ഞവിള വീട്ടിനു മുന്നിലുള്ള ചെമ്മൺ പാതയിൽ കാർ എത്തിക്കഴിഞ്ഞിരുന്നു.

ആലിൻപുറത്തിനാകെ സംഭവിച്ച മാറ്റങ്ങളുടെ ഒരംശം പോലും പച്ചക്കട്ട കെട്ടിയ ഓലമേഞ്ഞ തന്റെ വീടിനു സംഭവിച്ചിട്ടില്ലല്ലോ എന്ന് ചിന്തിച്ചുകൊണ്ട് മണിയൻ കാറിനു പുറത്തിറങ്ങി. 'മാമീ.... മാമീ....' എന്നു വിളിച്ചുകൊണ്ട് സുനി വീട്ടുമുറ്റത്തേക്ക് ഓടിക്കയറി.

അടുക്കളയിലായിരുന്ന കാർത്ത്യായനി, ആർക്കോ എന്തോ അത്യാഹിതം സംഭവിച്ചു കാണുമെന്ന് കരുതി പരിഭ്രാന്തിയോടെ ഓടി മുറ്റത്തു വന്നു.

"എന്തരെടാ?"

അവൾ സുനിയോടു വിളിച്ചുചോദിച്ചു. സുനി പിറകിലേക്ക് വിരൽ ചൂണ്ടിക്കൊണ്ട് ചോദിച്ചു:

"അതാരാണെന്ന് മാമിക്ക് മനസ്സിലായോ?"

അപ്പോഴാണ് ആ മനുഷ്യനെ അവൾ കണ്ടത്. ജമ്പറും കൈലിയും മാത്രം ധരിച്ചിരുന്ന അവൾ പെട്ടെന്നു തന്നെ കൈലിയുടെ കോന്തല യെടുത്ത് മാറ് മറച്ചുകൊണ്ട് ആ 'അന്യപുരുഷനെ' അടിമുടി വീക്ഷിച്ചു. അയാളുടെ വേഷഭൂഷാദികൾ കണ്ടപ്പോൾ ഏതെങ്കിലും സിനിമാനടനോ നാടകനടനോ മറ്റോ ആണോ അയാൾ എന്നവൾ സന്ദേഹിച്ചു. അവളുടെ മുഖഭാവം വായിച്ചെടുത്ത മണിയൻ, ആദ്യം തൊപ്പിയും പിന്നെ കൂളിംഗ് ഗ്ലാസും ഊരിമാറ്റി. അവളുടെ ഉള്ളിൽ ഇരുപതുവർഷങ്ങൾക്കു മുമ്പുള്ള ഒരു യുവാവിന്റെ ചിത്രം തെളിഞ്ഞു. അമ്പരപ്പും ആഹ്ലാദവും ഇടകലർന്ന് കണ്ണുകൾ ഈറനണിഞ്ഞു.

കാറിന്റെ ഡിക്കിയിൽനിന്ന് രണ്ടു പെട്ടികളുമെടുത്ത്, മണിയൻ ചിരിച്ചുകൊണ്ട് ഭാര്യയുടെ അടുത്തേക്കുനടന്നു. അയാളുടെ കണ്ണിലും നനവ് പടർന്നിരുന്നു. മദ്ധ്യവയസ്കദമ്പതികളുടെ പുനഃസമാഗമം കണ്ടു നിന്ന സുനിക്കും കരച്ചിൽവന്നു. അവൻ കൈലിയുടെ തുമ്പുകൊണ്ട് കണ്ണ് തുടച്ചു.

മരണാവലി മണിയന്റെ മടങ്ങിവരവ്, ആലിൻപുറം ദേശമെങ്ങും അത്ഭുതവാർത്തയായി. പലർക്കും അതൊരു സിനിമാക്കഥപോലെ തോന്നി. നാടുവിട്ടുപോയവൻ സമ്പന്നനായി തിരിച്ചുവരുന്ന കഥകൾ അവർ സിനിമകളിൽ മാത്രമേ ഇതുവരെ കണ്ടിട്ടുള്ളൂ. മണിയന്റെ അജ്ഞാതവാസകാലത്തെക്കുറിച്ച് പലവിധകഥകൾ പ്രചരിച്ചുതുടങ്ങി. മണിയൻ വന്നത് ബോംബെയിൽ നിന്നാണെങ്കിൽ ഉറപ്പായും അയാൾ ഹാജിമസ്താന്റെ അധോലോകസംഘാംഗമായിരിക്കുമെന്ന് ഒരുകൂട്ടർ കഥ മെനഞ്ഞപ്പോൾ, ബോംബേയിൽനിന്ന് കള്ളക്കപ്പൽ കയറി പേർഷ്യയിൽ പോയി പണക്കാരനായതാകുമെന്ന് വേറൊരു കൂട്ടരും

വാദിച്ചു. ഏതായാലും, ഇരുപതുവർഷങ്ങൾക്കുമുമ്പ് തല്ലിപ്പൊളിയായി വാലാകോലാ നടന്ന മരണാവലി, ലക്ഷപ്രഭുവായി മാറിയെന്ന സത്യം അവർ അംഗീകരിച്ചു.

"ബോംബേല് നിങ്ങക്കെന്തരായിരുന്ന് വേല?"

പുനഃസമാഗമത്തിന്റെ രണ്ടാംനാൾ ഉറങ്ങാൻ കിടന്നപ്പോൾ കാർത്ത്യായനി, ഭർത്താവിനോടു ചോദിച്ചു.

"വിസിനസ്."

"എന്തരിന്റെ?"

"അത്തറ്, വാച്ച്, സിഗരറ്റ്, റേഡിയോ, സെന്റ്, സ്പ്രേ, തുണികള് .."

"ഇതൊക്കെ വിറ്റാ ഇത്രേം പണം കിട്ടോ?"

മണിയൻ കാറിൽ കൊണ്ടുവന്ന്, കട്ടിലിനടിയിൽ സൂക്ഷിച്ചിരിക്കുന്ന രണ്ടുപെട്ടി നോട്ടുകളെ ഓർത്തുകൊണ്ട് കാർത്ത്യായനി ചോദിച്ചു.

"നീ മിണ്ടാതെ കെടന്നാണ്. എനിക്കൊറക്കം വരണ്."

മണിയൻ പുതപ്പെടുത്ത് തലവഴി മൂടി. ചോദ്യങ്ങൾ മതിയാക്കി കാർത്ത്യായനി കണ്ണടച്ചു. പക്ഷേ, മണിയന്റെ കണ്ണുകളടഞ്ഞിരുന്നില്ല. അയാളുടെ സ്മൃതിപഥത്തിലൂടെ പല പല ചിത്രങ്ങൾ മാറിമറഞ്ഞു ..

നാട്ടുകാരുടെ മുന്നിൽ ഉടുമുണ്ടില്ലാതെനിന്ന് അപമാനിതനായ മണിയൻ അന്നുരാത്രി എങ്ങോട്ടെന്നില്ലാതെ നടന്നു. നടന്നു വലഞ്ഞു ചെന്നെത്തിയത് തമ്പാനൂർ ബസ് സ്റ്റാൻഡിൽ. അവിടെക്കിടന്നുറങ്ങി പിറ്റേന്ന് രാവിലെ എണീറ്റപ്പോൾ എങ്ങോട്ടു പോകണമെന്ന് ഒരു ഊഹവും കിട്ടിയില്ല. നിലയും വിലയും കെട്ട സ്ഥിതിക്ക് ആലിൻപുറത്തേക്ക് ഒരു തിരിച്ചുപോക്ക് ആലോചിക്കാനേ വയ്യ. സ്റ്റാൻഡിൽ നിന്നിറങ്ങി കുറേ പൈപ്പ് വെള്ളവും കുടിച്ച് നഗരത്തിലെങ്ങും അലഞ്ഞു. വിശപ്പുകൊണ്ട് വയർ കത്തിത്തുടങ്ങി. കൈയിൽ കാലണയില്ല. ഈ പ്രതിസന്ധി എങ്ങനെ തരണം ചെയ്യുമെന്നാലോചിച്ചുകൊണ്ട് അയാൾ പുത്തരിക്കണ്ടം മൈതാനിയിലേക്കു കയറിയപ്പോൾ അവിടെ വലിയൊരാൾക്കൂട്ടം. എങ്ങും ചുവന്ന കൊടികൾ. ഇ എം എസ് പ്രസംഗിക്കുകയാണ്. കീരിപ്പാറയിലെ കുടിയൊഴിപ്പിക്കലിനെതിരെ സമരംചെയ്ത എ കെ ജിയെ അറസ്റ്റ് ചെയ്തതിൽ പ്രതിഷേധിച്ചുള്ള യോഗമായിരുന്നു അത്. ഇ എം എസിന്റെ വാക്കുകളിൽ മാത്രം കാത് കൂർപ്പിച്ച് സർവ്വവും മറന്ന് നിൽക്കുകയാണ് പുരുഷാരം. മണിയന്റെ ഉള്ളിലെ സഹജവാസനയ്ക്ക് ചിറകുമുളച്ചു. ആൾക്കൂട്ടത്തിനിടയിലേക്ക് നുഴഞ്ഞു കയറിയ അയാൾ നിമിഷങ്ങൾക്കുള്ളിൽ തിരികെയിറങ്ങി. തിരിഞ്ഞും പിരിഞ്ഞും നോക്കാതെ ഒറ്റ നടത്തമായിരുന്നു പിന്നെ. കോട്ടയ്ക്കകത്തുകൂടെ കയറി പത്മതീർത്ഥക്കുളത്തിനു മുന്നിലായി നടത്തത്തിന് വിരാമമിട്ടു. കൈലി

പൊക്കി ഡ്രൗസിന്റെ പോക്കറ്റിൽ കൈയിട്ട് മൂന്നു പഴ്സുകൾ പുറത്തെടുത്ത് ഓരോന്നായി തുറന്നു. ഒന്നാമത്തെ കറുപ്പിൽ നാലണയും ഒരു നോട്ടീസും. രണ്ടാമത്തെ ബ്രൗണിൽ ഒരുരൂപയുടെ മൂന്നു നോട്ടുകൾ. മൂന്നാമത്തെ കറുപ്പിൽ ഒരു രൂപ. കാശിനെ മാത്രം കീശയിലാക്കിയിട്ട് പഴ്സുകളെയെല്ലാം അയാൾ കുളത്തിലേക്ക് വലിച്ചെറിഞ്ഞു.

പഴവങ്ങാടിയിലെ നാരായണഭവൻ ഹോട്ടലിൽ കയറി വയറു നിറയെ ചോറുണ്ടിറങ്ങിയപ്പോൾ മണിയന് ഉറങ്ങാൻ തോന്നി. എല്ലാം മറന്ന് ബോധം കെട്ടുറങ്ങണമെങ്കിൽ സ്വല്പം ചാരായം അകത്തെത്തണം. അന്വേഷണത്തിൽ, കിള്ളിപ്പാലത്തിനടുത്ത് സാധനം കിട്ടുമെന്നറിഞ്ഞു. അങ്ങോട്ടേക്ക് വച്ചുപിടിച്ചു. ഒരു രൂപ മുടക്കി അമ്പതടിച്ചപ്പോൾ നല്ല കറക്കം തോന്നി. ഇനി കിടക്കാൻ നല്ലൊരിടം കൂടി കണ്ടെത്തണം. നോക്കിയപ്പോൾ നിരനിരയായി കിടക്കുകയാണ് വലിയ വലിയ ലോറികൾ. ചാലയിൽ ചരക്കുകളിറക്കിയ ശേഷം ഡ്രൈവർമാർ വിശ്രമിക്കുന്നതുകൊണ്ടാണ് അവ അങ്ങനെ നിരന്നുകിടക്കുന്നത്. മണിയൻ ഒന്നും നോക്കിയില്ല. ആരോരുമറിയാതെ ഒരു ലോറിയുടെ പിന്നിൽ വലിഞ്ഞുകയറി നീണ്ടുനിവർന്നങ്ങു കിടന്നു.

സുദീർഘമായൊരു നിദ്രയ്ക്കുശേഷം മണിയൻ കണ്ണു തിരുമ്മിയുണർന്നപ്പോൾ കേരളം വിട്ട് ലോറി മംഗലാപുരത്തെത്തിയിരുന്നു. ജൗളിവ്യാപാരിയായ ദേവരാജഗൗഡയുടെ ഗോഡൗണിനു മുന്നിൽ അത് നിന്നു. മണിയൻ വേവലാതിയോടെ ചാടിയിറങ്ങി. നുഴഞ്ഞുകയറ്റക്കാരനായ അജ്ഞാതനെ കണ്ട് ഡ്രൈവർ വീരയ്യ അന്ധാളിച്ചു. മണിയൻ കരഞ്ഞ് കാര്യം പറഞ്ഞു. വീരയ്യയുടെ മനസ്സലിഞ്ഞു. തിരുവനന്തപുരത്തേക്കുള്ള ഏതെങ്കിലും വണ്ടിയിൽ കയറ്റിവിടാൻ അയാൾ സന്നദ്ധനായി. പക്ഷേ, മണിയന് ആലിൻപുറത്തേക്ക് മടങ്ങുന്ന കാര്യം ആലോചിക്കാനേ വയ്യ. അങ്ങനെ, നഗരത്തിലെ ഒരു ഹോട്ടലിൽ വീരയ്യ, മണിയന് സപ്ലയർ ജോലി ശരിയാക്കിക്കൊടുത്തു. നാലഞ്ചുവർഷം അങ്ങനെ കഴിഞ്ഞു. ഇതിനിടയിൽ, ഹോട്ടലിൽ സ്ഥിരമായി ഭക്ഷണം കഴിക്കാൻ വന്നിരുന്ന കോഴിക്കോട്ടുകാരൻ സുലൈമാനുമായി അയാൾ സൗഹൃദത്തിലായി. ബോംബെയിൽനിന്ന് ഫോറിൻ സാധനങ്ങൾ കൊണ്ടുവന്ന് കച്ചവടം ചെയ്തിരുന്ന ആളായിരുന്നു സുലൈമാൻ. ഒരുദിവസം സുലൈമാൻ ചോദിച്ചു:

"മണിയാ, ബോംബേല് ഞമ്മളൊരു ഷോപ്പ് തുടങ്ങാമ്പോണ്. ജ്ജ് ബരണാ?"

ഭക്ഷണം വിളമ്പിവിളമ്പി നന്നേ മടുത്തുകഴിഞ്ഞിരുന്ന അയാൾക്ക് ആ ക്ഷണം നിരസിക്കാൻ കഴിഞ്ഞില്ല.

മണിയൻ ബോംബെയിലെത്തി. താജ് ഹോട്ടലിനടുത്തുള്ള റോഡിലെ വഴിയോരക്കടകളിലൊന്നായിരുന്നു സുലൈമാന്റെ ഷോപ്പ്. അത്തർ, സെന്റ്, വാച്ച്, ട്രാൻസിസ്റ്റർ, തുണികൾ തുടങ്ങിയ ഫോറിൻ സാധനങ്ങൾ വിൽക്കുന്ന കടയായിരുന്നു അത്. ദിവസങ്ങൾ പിന്നിട്ടപ്പോൾ മണിയന് കച്ചവടരഹസ്യങ്ങൾ പലതും പിടികിട്ടി. കസ്റ്റംസുകാരുടെയും കോസ്റ്റൽ ഗാർഡുകാരുടെയും കണ്ണ് വെട്ടിച്ച് കടത്തുന്ന സാധനങ്ങളാണ് വിൽക്കാൻ വച്ചിരിക്കുന്നത്!

സുലൈമാന് സാധനങ്ങൾ പതിവായി എത്തിച്ചുകൊടുത്തിരുന്നത് മുഹമ്മദ് ഖുറൈഷി എന്ന പൂനെക്കാരനായിരുന്നു. ബോംബെ തുറമുഖത്തിലെ കയറ്റിറക്ക് തൊഴിലാളികളിൽ ചിലരെ ഉപയോഗിച്ചാണ് ഖുറൈഷി നികുതി വെട്ടിച്ച് സാധനങ്ങൾ കടത്തിയിരുന്നത്. അതിന് ചില ഉദ്യോഗസ്ഥരുടെ ഒത്താശയുമുണ്ടായിരുന്നു. ഫോറിൻ സാധനങ്ങളോട് ആളുകൾക്ക് അമിതതാല്പര്യമുണ്ടായിരുന്നതിനാൽ കച്ചവടം പൊടിപൊടിച്ചു. അതിന്റെ ഗുണം മുഹമ്മദ് ഖുറൈഷിക്കു മാത്രമല്ല സുലൈമാനും മണിയനുമൊക്കെ കിട്ടി. വലിയ സൗകര്യങ്ങളൊന്നുമുണ്ടായിരുന്നില്ലെങ്കിലും അന്ധേരിയിലെ ഒരു ലോഡ്ജിലെ കുടുസ്സുമുറിയിലായിരുന്നു മണിയൻ താമസിച്ചിരുന്നത്. കുറേക്കൂടി ഭേദപ്പെട്ട വാടകവീട്ടിലായിരുന്നു സുലൈമാന്റെയും കുടുംബത്തിന്റെയും താമസം.

ശമ്പളമായി കിട്ടിയതു മുഴുവൻ കുടിച്ചും ചീട്ടുകളിച്ചും സിനിമകണ്ടും ഇടയ്ക്കിടെ കാമാത്തിപ്പുര സന്ദർശിച്ചും മണിയൻ ജീവിതം ആഘോഷിച്ചു. അയാൾ ഭാര്യയേയും മക്കളെയുമൊക്കെ മറന്നു. ഇനിയുള്ള ജീവിതം ബോംബെയിൽത്തന്നെയെന്നുറപ്പിച്ച അയാൾ സുലൈമാന്റെ വിശ്വസ്തസേവകനായി മാറിക്കഴിഞ്ഞിരുന്നു. പണത്തിനോടു വലിയ ആർത്തിയുമൊന്നുമില്ലാത്ത മണിയനെപ്പോലൊരുത്തനാണ് തന്റെ കച്ചവട സഹായിയായി വേണ്ടതെന്ന് സുലൈമാനും ഉറപ്പിച്ചു.

വർഷങ്ങൾ കടന്നുപോയി. സാധനങ്ങളുടെ വില്പനയിൽ നിന്ന് സുലൈമാൻ സ്വർണബിസ്കറ്റ് കച്ചവടത്തിലേക്കു കടന്നു.മുഹമ്മദ് ഖുറൈഷിയിൽനിന്ന് ഒന്നോരണ്ടോ ബിസ്കറ്റുകൾ വാങ്ങി മറിച്ചുവിറ്റുകൊണ്ടായിരുന്നു തുടക്കം. അതീവരഹസ്യമായി ഇടപാടുകാർക്ക് ബിസ്കറ്റ് കൈമാറുന്നതിന് പലപ്പോഴും മണിയനാണ് നിയോഗിക്കപ്പെട്ടിരുന്നത്. ദിവസങ്ങൾ പിന്നിട്ടപ്പോൾ ബിസ്കറ്റുകളുടെ എണ്ണവും കൂടി. ബോംബേയിലെ ധനികരുടെ ശ്രേണിയിലേക്ക് സുലൈമാനും ഇടംപിടിച്ചു. അതോടെ, ഇതേ കച്ചവടം ചെയ്തുവന്നിരുന്ന ചിലരുടെ കണ്ണിലെ കരടായി അയാൾ മാറിത്തുടങ്ങി.

മുഹമ്മദ് ഖുറൈഷിയുമായി സുലൈമാൻ വലിയൊരു ഇടപാട്

ഉറപ്പിച്ചു. ഇരുപത്തിനാല് ബിസ്കറ്റുകളാണ് അയാൾ വാങ്ങിയത്. നാസിക്കിലെ ഒരു ജ്വല്ലറി ഉടമസ്ഥ് കൈമാറി പണം വാങ്ങാനായിരുന്നു പ്ലാൻ. രാത്രി, തന്റെ അംബാസിഡർ കാറിൽ വന്ന സുലൈമാൻ, രണ്ടു പെട്ടികൾ മണിയന്റെ മുറിയിലെത്തിച്ചു. അതിലൊന്നിൽ ബിസ്കറ്റുകളും മറ്റേതിൽ പുത്തൻ കുർത്തയും പൈജാമയും രോമത്തൊപ്പിയുമായിരുന്നു. അതിരാവിലെ ഒരു ടാക്സി പിടിച്ച് നാസിക്കിലേക്ക് പോകാൻ വേണ്ട നിർദ്ദേശങ്ങളും നൽകി സുലൈമാൻ വീട്ടിലേക്കു തിരിച്ചു.

കുർത്തയും പൈജാമയും തൊപ്പിയും ധരിച്ച്, മാന്യനായൊരു ബിസിനസ്സുകാരനെപ്പോലെ, ബിസ്കറ്റുകൾ അടുക്കി വെച്ച ഒരു വലിയ സ്യൂട്ട് കേസുമായി മണിയൻ അതിരാവിലെ തന്നെ ടാക്സി സ്റ്റാൻഡിലെത്തി. ആദ്യം കണ്ട ടാക്സിയുടെ അടുത്തേക്കുനടന്നു. സ്ട്രീറ്റ് ലൈറ്റ് വെട്ടത്തിൽ, കാറിൽ ചാരിനിന്ന് ഡ്രൈവർ പത്രം വായിക്കുകയാണ്. പത്രത്തിലെ ചിത്രത്തിലേക്ക് ഒരു നിമിഷം ദൃഷ്ടി പതിഞ്ഞ മണിയൻ ഞെട്ടി. അയാൾ ധൃതിയിൽ അടുത്തേക്കുചെന്നു. സുലൈമാന്റെ ചിത്രത്തിനൊപ്പമുള്ള വാർത്ത, അറിയാവുന്ന മറാത്തിയിൽ അയാൾ തപ്പിപ്പിടിച്ചു വായിച്ചു - നഗരമധ്യത്തിൽ വ്യാപാരി വെടിയേറ്റു മരിച്ചു! അയാൾ ഡ്രൈവറിൽ നിന്ന് പത്രം വാങ്ങി. വ്യാപാരികൾ തമ്മിലുള്ള കുടിപ്പക കാരണമാകും കൊലനടന്നതെന്ന് പോലീസ് സംശയിക്കുന്നതായി റിപ്പോർട്ടിലുണ്ടായിരുന്നു. പത്രത്തിലെ മറ്റൊരു വാർത്തയും അയാളെ അമ്പരപ്പിച്ചു- കള്ളക്കടത്തുകാരൻ മുഹമ്മദ് ഖുറൈഷി കസ്റ്റംസ് പിടിയിൽ! മണിയൻ വിയർത്തുപോയി. ഏതുനിമിഷവും ഒരു വെടിയുണ്ട തനിക്കുനേരെ പാഞ്ഞു വന്നേക്കുമെന്ന് അയാൾ ഭയന്നു. കൈയിലിരുന്ന പെട്ടിയെ നെഞ്ചോടു ചേർത്തുവച്ചിട്ട് അയാൾ ഡ്രൈവറെ നോക്കി പറഞ്ഞു:

"റെയിൽവേ സ്റ്റേഷൻ... "

മംഗലാപുരത്തേക്കുള്ള തീവണ്ടിയിലിരിക്കുമ്പോഴും കൈയിലിരിക്കുന്ന നിധിയെ എങ്ങനെ കൈകാര്യം ചെയ്യണമെന്ന കാര്യത്തിൽ മണിയന് ഒരു ധാരണയുമുണ്ടായിരുന്നില്ല. ഇനി ബോംബെയിലേക്ക് ഒരു മടങ്ങിവരവുണ്ടാകില്ലെന്നു മാത്രം ഉറപ്പിച്ചു. ഇത്രയും കാലം, പണത്തിനോടുള്ള ആർത്തിയൊന്നുമില്ലാതെ, കിട്ടുന്ന പണം മുഴുവൻ ദീവാളി കുളിച്ചു നടന്ന മണിയന് ഇനിയുള്ളകാലം നിലയും വിലയുമുള്ള ഒരാളായി ജീവിക്കാനുള്ള ആഗ്രഹം മുളച്ചുതുടങ്ങി. നീണ്ട പതിനേഴ് വർഷങ്ങൾക്കുശേഷം അയാൾ ആലിൻപുറത്തെയും അവിടേക്കുള്ള മടങ്ങിപ്പോക്കിനെക്കുറിച്ചുമൊക്കെ ആലോചിച്ചു. അപമാനിതനായി നാടുവിട്ടവൻ രാജാവിനെപ്പോലെ തിരിച്ചുചെല്ലുന്നതും അപഹസിച്ചവരുടെ മുന്നിൽ നെഞ്ചുവിരിച്ചു നിൽക്കുന്നതുമൊക്കെ ഓർത്തപ്പോൾത്തന്നെ ഉള്ളിൽ

മധുരപ്രതികാരത്തിന്റെ കുളിരുകോരി. സംഭവിച്ചതെല്ലാം നല്ലതിനു തന്നെയെന്ന് ഉറപ്പിച്ചു. മംഗലാപുരം എത്തിയപ്പോഴേക്കും അയാൾ ഭാവിപരിപാടികൾ ചിട്ടപ്പെടുത്തിക്കഴിഞ്ഞിരുന്നു.

വർഷങ്ങളായി സുലൈമാന് കച്ചവടബന്ധമുണ്ടായിരുന്ന രാജഗൗഡ എന്ന സ്വർണപ്പണിക്കാരനടുത്തേക്കാണ് മണിയനെത്തിയത്. വില അല്പം കുറച്ചെങ്കിലും മുഴുവൻ സ്വർണവും അയാൾ വാങ്ങി.

രണ്ട് സ്യൂട്ട്കേസ് നിറയെ നോട്ടുകെട്ടുകളുമായി മണിയൻ തിരുവനന്തപുരത്ത് തീവണ്ടിയിറങ്ങി. ആരാലും സംശയിക്കാതെ, ഒരു പോറൽ പോലുമേൽക്കാതെ വിലപിടിപ്പുള്ള പെട്ടികളുമായി ഇത്രയും ദൂരം യാത്ര ചെയ്യാൻ കഴിഞ്ഞല്ലോ എന്നോർത്തപ്പോൾ അയാൾ അറിയാതെ പറഞ്ഞു പോയി; 'ദൈവമുണ്ട്.'

കട്ടിലിനടിയിലിരിക്കുന്ന പണം ഏറെക്കാലം അങ്ങനെ സൂക്ഷിക്കുന്നത് അപകടമാണെന്ന് മണിയനറിയാം. അത് ചെലവഴിക്കാനുള്ള വഴികൾ അയാൾ ആലോചിച്ചു. ആദ്യം നല്ലൊരു വീട് വയ്ക്കണം. കെട്ട് കഴിഞ്ഞ് കുട്ടികളും കുടുംബവുമായി കഴിയുന്ന രണ്ട് പെൺമക്കളേയും സഹായിക്കണം. ഒരു കാർ വാങ്ങണം. പിന്നെയുള്ളതുകൊണ്ട് ഒരു ബിസിനസ് തുടങ്ങണം. എന്ത് ബിസിനസ് ചെയ്യും? അയാൾ പലതും ആലോചിച്ചു. ഒടുവിൽ, ഉറക്കം വരുന്നതിനുമുമ്പ് അയാൾ ഒരു തീരുമാനത്തിലെത്തി.

ഇടിഞ്ഞു വീഴാറായ പഴഞ്ചൻ ഓലക്കെട്ടിടത്തിനടുത്തു തന്നെ നല്ലൊരു ഓടിട്ട കെട്ടിടം പണിതുകൊണ്ട് മണിയൻ തന്റെ തിരിച്ചുവരവിന് ഉജ്ജ്വലമായ തുടക്കംകുറിച്ചു. മക്കളേയും മരുമക്കളേയും വിളിച്ച് കുറേ കാശ് കൊടുത്ത് നല്ല കുടുംബസ്ഥനുമായി. പേരൂർക്കടയിലെ നടേശൻ കണ്ട്രാക്കിന്റെ പഴയ അമ്പാസിഡർ കാർ വിലയ്ക്കുവാങ്ങി. അങ്ങനെ, ആലിൻപുറത്തെ പുത്തൻപണക്കാരനായി മാറി മരണാവലി മണിയൻ. ആലോചിച്ചുറപ്പിച്ച ലക്ഷ്യങ്ങളോരോന്നും നേടിക്കൊണ്ടിരുന്ന അയാൾക്കുമുന്നിൽ ഇനി അവശേഷിക്കുന്നത് ഒന്നുമാത്രം.

ഒരുദിവസം രാവിലെ, മണിയന്റെ അമ്പാസിഡർ, തുരുമ്പിച്ച ഗേറ്റ് കടന്ന് മാമ്പഴക്കുന്നിലേക്കു കയറി. പരിപാലനമേതുമില്ലാത്തതിനാൽ കുണ്ടും കുഴിയുമായ വഴിക്കിരുവശവും കാടുപിടിച്ചു കിടക്കുകയായിരുന്നു. മണ്ണിൽ ബംഗ്ലാവിനു മുന്നിൽ കാർ നിന്നു. ശ്മശാനമൂകതയിൽ അമർന്നു കിടന്ന ആ ബംഗ്ലാവിന്റെ വരാന്തയിലിരുന്ന എബ്രഹാം കോശി മെല്ലെ മുറ്റത്തേക്കിറങ്ങി. മകന്റെ അകാലമരണത്തിനുശേഷം ആകെ തകർന്നു പോയ അയാൾക്കിപ്പോൾ ഒരു വൃദ്ധന്റെ രൂപമായിരുന്നു. തലമുടിയും താടിയുമൊക്കെ പാടേ നരച്ചു. ശരീരം മെലിഞ്ഞുണങ്ങി.

കാറിൽ നിന്നിറങ്ങിയ മണിയൻ, ദീർഘകാലം ബോംബെയിൽ ബിസിനസ് നടത്തി സ്വന്തം നാട്ടിൽ തിരികെയെത്തിയ ആളാണ് താനെന്ന പറഞ്ഞ് സ്വയം പരിചയപ്പെടുത്തി. എബ്രഹാം കോശി അയാളെ ക്ഷണിച്ച് വരാന്തയിലിരുത്തി.

".....ഞാൻ വന്നത് ഒരു സഹായം ചോദിച്ചാണ്. ഇനിയുള്ള കാലം നാട്ടിൽ എന്തെങ്കിലും വിസിനസ് ചെയ്യണമെന്നാ. ആ ടാക്കീസിരിക്കണ സ്ഥലം വെറുതേ കാടും പിടിച്ച് കിടക്കയല്ലേ. അത് കൊടുക്കയാണെങ്കി എനിക്ക് തരണം."

വളച്ചുകെട്ടാതെ ആഗമനോദ്ദേശ്യം മണിയൻ അറിയിച്ചു. എബ്രഹാം കോശി താടി തടവി എന്തോ ആലോചിച്ചു. അഞ്ചാറുവർഷമായി ആരും തിരിഞ്ഞുനോക്കാതെ കാടും പിടിച്ചു കിടക്കുന്ന സ്ഥലമാണ്. ഇനി അവിടെ എന്തെങ്കിലും ചെയ്യണമെന്ന് താല്പര്യമില്ല. മകൾ കെട്ടുകഴിഞ്ഞ് ബാംഗ്ലൂരിൽ സ്ഥിരതാമസമാക്കിയതിനാൽ അവൾക്കും ഈ വസ്തുവകകളിൽ കമ്പമില്ല. മനോഹരമായൊരു ഭൂതകാലത്തിന്റെ അസ്ഥിപഞ്ജരമായി ആ സ്ഥലം അങ്ങനെ കിടന്നിട്ടെന്തു കിട്ടാനാണ്!

"സ്ഥലം തരാം. ആട്ടെ, എന്നാ ബിസിനസാ ഉദ്ദേശിക്കുന്നെ?"

എബ്രഹാം കോശി ചോദിച്ചു.

"പലതും നോക്കണൊണ്ട്. ഒന്നും ഒറപ്പിച്ചിട്ടില്ല."

മണിയൻ പറഞ്ഞു.

ഒരാഴ്ചയ്ക്കുള്ളിൽ ആധാരം നടന്നു. എല്ലാത്തിനോടും വിരക്തിയുണ്ടായിരുന്ന എബ്രഹാം കോശി, വിപണി വിലയെക്കാൾ കുറഞ്ഞ വിലയ്ക്കാണ് വസ്തുവില്പന നടത്തിയത്.

മണ്ണിൽ ടാക്കീസ് ഇടിച്ചുനിരപ്പാക്കാൻ തൊഴിലാളികളെത്തി. വില പിടിപ്പുള്ള വസ്തുക്കളൊന്നും ശേഷിച്ചിട്ടില്ലാത്തതിനാൽ പണി എളുപ്പമായി. പ്രൊജക്ടറും സ്ക്രീനും ഇരുമ്പുകസേരകളുമൊക്കെ ആക്രി വില്പനക്കാർ നേരത്തേതന്നെ കൊണ്ടു പോയിരുന്നു. പൂർണമായും അടർന്നുവീണ ഓല മേൽക്കൂരയും ഏറക്കുറെ ദ്രവിച്ചുതീർന്ന പനമ്പായ ഭിത്തികളും മാത്രമേ പൊളിച്ചുമാറ്റാനായി ഉണ്ടായിരുന്നുള്ളൂ. കാണികൾ ഉപവിഷ്ടരായിരുന്ന ഇടങ്ങളെല്ലാം പുല്ലും കുറ്റിച്ചെടികളും വള്ളികളും കയ്യടക്കിക്കഴിഞ്ഞിരുന്നു. പായൽ പിടിച്ച മതിലിൽ അവസാന സിനിമയായ *അസ്തമയ*ത്തിന്റെ പോസ്റ്റർ അവശിഷ്ടങ്ങൾ ഇവിടെയൊരു സിനിമാപ്പുരയുണ്ടായിരുന്നുവെന്ന ഓർമ്മപ്പെടുത്തൽപോലെ പറ്റിപ്പിടിച്ചു നിന്നിരുന്നു.

കുറേക്കാലം തങ്ങളുടെ നിത്യജീവിതത്തിന്റെതന്നെ ഭാഗമായിരുന്ന ടാക്കീസിന്റെ അന്ത്യനിമിഷങ്ങൾ കാണാൻ ഒരുപാട് നാട്ടുകാർ

ഒത്തുകൂടി. ശ്രീദേവനും കൂട്ടത്തിലുണ്ടായിരുന്നു. അവന്റെ ജന്മഗൃഹമാണ് തകർന്നുവീഴുന്നത്. അവന് സങ്കടംവന്നു.

കൂടിനിന്നവരിൽ പലർക്കും പലതരം ഓർമ്മകളായിരുന്നു. ആദ്യം കണ്ട സിനിമ, കല്യാണം കഴിഞ്ഞശേഷം ആദ്യം കണ്ട സിനിമ, കാമുകിയെ ആദ്യമായി കണ്ടത്ത്, പ്രതിശ്രുതവധുവിനെ കണ്ടുമുട്ടിയത്, പാട്ടുപുസ്തകങ്ങൾ, സോഡ, കടല - കപ്പലണ്ടി, ഉടക്ക്, അടി, കൈയടി, ആർപ്പുവിളി, കൂക്കിവിളി... മനസ്സിലെ ഫ്ലാഷ് ബാക്കിനൊപ്പം അവർ നെടുവീർപ്പുകളുതിർത്തു.

ഉച്ചയോടടുത്തപ്പോഴേക്കും ടാക്കീസിന്റെ അവശിഷ്ടങ്ങളെല്ലാം നീങ്ങി, പഴയ തെന്നൂർക്കോണം മൈതാനം രൂപപ്പെട്ടു. ഇനി ഇവിടം എന്തായി മാറുമെന്നറിയാനുള്ള ആകാംക്ഷയിലായി നാട്ടുകാർ. പലതരം അഭ്യൂഹങ്ങളുമായി അവർ ചർച്ച തുടങ്ങിയപ്പോഴേക്കും മണിയന്റെ അംബാസിഡർ സ്ഥലത്തെത്തി. കാറിൽനിന്നിറങ്ങിയ അയാൾ, ആ മൈതാനത്തിലേക്കു നോക്കി. ടാക്കീസ് ഓർമ്മകളല്ല, അതിനും മുമ്പുള്ള കയ്പേറിയ ഓർമ്മകളാണ് ആ മൈതാനം അയാളിലുണർത്തിയത്. വലിയൊരു ജനാവലിക്കുമുന്നിൽ അടിവസ്ത്രത്തിൽ നിൽക്കേണ്ടി വന്ന മരണാവലി മണിയന്റെ ദയനീയചിത്രം അയാളെ അസ്വസ്ഥനാക്കി.

"ഇനി എന്തരാണ് മണിയാ നിന്റെ പ്ലാൻ?"

ആൾക്കൂട്ടത്തിനിടയിൽ നിന്ന ഗദാധരൻ, മണിയന്റെ അടുത്തേക്ക് വന്നു ചോദിച്ചു. മണിയൻ അയാളെ കുറച്ചുനേരം നോക്കിനിന്നശേഷം ഷർട്ടിന്റെ പോക്കറ്റിൽനിന്ന് കൂളിങ്. ഗ്ലാസെടുത്ത് മുഖത്തുവച്ചിട്ട് പറഞ്ഞു:

"സിൻമാ തീയേറ്റർ"

മണിയൻ പറഞ്ഞതു വെറുതെയായിരുന്നില്ല. തീയേറ്ററിന്റെ പണി അതിദ്രുതം നടന്നു. മണ്ണിൽ ടാക്കീസിനെപ്പോലെ ഓലപ്പുരയോ പനമ്പായ തട്ടികളോ ഉള്ളതായിരുന്നില്ല ആ തീയേറ്റർ. നഗരത്തിലെ തീയേറ്ററുകളെപ്പോലെ ഇഷ്ടിക കെട്ടി സിമന്റ് പൂശിയ ചുവരുകളും ഷീറ്റിട്ട മേൽക്കൂരയുമായി തീയേറ്റർ കെട്ടിടമുയരാൻ അധികകാലമെടുത്തില്ല.

കൊത്തുപണികളാൽ അലംകൃതമായ ഉരുളൻ തൂണുകളുള്ള തീയേറ്റർവരാന്തയിൽ സാമാന്യം വലിപ്പമുള്ള ഒരു കൊമ്പനാനയുടെ ശില്പവുമുണ്ടായിരുന്നു. ആ വരാന്തയിൽത്തന്നെയായിരുന്നു ഉയർന്ന ക്ലാസായ അഞ്ചു രൂപയുടെ ടിക്കറ്റ് കൗണ്ടർ. മൂന്നു രൂപാ കൗണ്ടർ തീയേറ്ററിനു പുറത്ത് പടിഞ്ഞാറ് വശത്തായിരുന്നു. അഞ്ചു രൂപാ ടിക്കറ്റുകാർക്ക് ചുവന്ന റെക്സിൻ കസേരകളും മൂന്നു രൂപാ ടിക്കറ്റുകാർക്ക് നീല ഇരുമ്പു കസേരകളും. പ്രൊജക്ടർ ഓപ്പറേറ്ററായി ചൂപ്പി ശശിയേയും മാനേജരാ

യി ഗോവിന്ദപ്പിള്ളയുടെ മകൻ മനോഹരനെയും നിയമിച്ചു. മണ്ണിൽ ടാക്കീസ് പൂട്ടി, ഓപ്പറേറ്റർപണി പോയപ്പോൾ തന്റെ 'കൈത്തൊഴിലാ'യ കറവയിലേക്ക് മടങ്ങിപ്പോയ ശശിക്ക് തികച്ചും അപ്രതീക്ഷിതമായിരുന്നു ആ നിയമനം.

പണികളെല്ലാം പൂർത്തിയായപ്പോൾ തീയേറ്ററിന്റെ മുൻവശത്തെ ചുവരിനു മുകളിലായി സ്വർണനിറത്തിൽ കട്ടിയുള്ള അക്ഷരങ്ങളിൽ തീയേറ്ററിന്റെ പേര് തെളിഞ്ഞു - സോന തീയേറ്റർ.

എന്താണീ സോന? ആരാണീ സോന? നാട്ടുകാർ കുശുകുശുത്തു. മണിയന്റെ മരുമക്കളിലൊരാളുടെ പേര് സോമനാണെന്നും അയാളോടുള്ള സ്നേഹം കാരണം പേരിലെ 'മ' കളഞ്ഞ് ചുരുക്കിയെഴുതിയതാകുമെന്ന് ചിലർ കരുതി. ബോംബെയിലെ മണിയന്റെ കള്ളപ്പെണ്ടാട്ടിയായിരിക്കും സോനയെന്ന് വേറൊരു കൂട്ടർ വിധിയെഴുതി. സോനയെന്നാൽ സ്വർണമെന്നാണ് അർത്ഥമെന്ന് അറിയുന്ന നാട്ടുകാർ അത്യപൂർവ്വമായിരുന്നു.

തീയേറ്ററിന്റെ ഉദ്ഘാടനച്ചടങ്ങ് കെങ്കേമമാക്കാൻതന്നെ മണിയൻ തീരുമാനിച്ചു. ഏതെങ്കിലും സിനിമാനടനെത്തന്നെ കൊണ്ടുവരണം. അന്വേഷണം തുടങ്ങി. വട്ടിയൂർക്കാവിൽ തുണിക്കട നടത്തുന്ന തങ്കപ്പനാണ് *തകില്വകൊട്ടാമ്പുറം* എന്ന സിനിമയുടെ നിർമ്മാതാവെന്നറിഞ്ഞ മണിയൻ അയാളെ കണ്ടു. നസീറിനെ എങ്ങനെ സമീപിക്കണമെന്ന് ചോദിച്ചറിഞ്ഞശേഷം മണിയൻ ആ വഴിക്കു നീങ്ങി. കുറേ അലയേണ്ടിവന്നെങ്കിലും ഉദ്യമം വിജയിക്കുകതന്നെ ചെയ്തു.

"പ്രിയപ്പെട്ട നാട്ടുകാരേ, ആലിൻപുറത്തെ സിനിമാപ്രേമികളെ ആനന്ദത്തിലാറാടിക്കാൻ അത്യാധുനിക സംവിധാനങ്ങളോടെ നാളെ മുതൽ പ്രവർത്തനമാരംഭിക്കുന്നു സോനാ തീയേറ്റർ. നാളെ രാവിലെ പതിനൊന്നു മണിക്ക്, ആലിൻപുറത്തിന്റെ മണൽത്തരികളെ രോമാഞ്ചമണിയിച്ചുകൊണ്ട് മലയാളത്തിന്റെ നിത്യഹരിത നായകൻ ശ്രീ. പ്രേംനസീർ നിലവിളക്ക് കൊളുത്തി ഉദ്ഘാടനം നിർവ്വഹിക്കുന്നു....."

പുത്തൻ തീയേറ്ററിന്റെ വരവറിയിച്ചുകൊണ്ട് ആലിൻപുറത്തും പരിസരപ്രദേശങ്ങളിലുമൊക്കെയായി അതിരാവിലെ മുതൽ ആ കറുത്ത അംബാസിഡർ കാർ നീങ്ങി. എത്രയും പെട്ടെന്ന് നാളെയായെങ്കിൽ എന്ന് നാട്ടുകാർ പ്രാർത്ഥിച്ചു.

പഞ്ചവാദ്യം, താലപ്പൊലി, വെടിക്കെട്ട് തുടങ്ങിയവയുടെ അകമ്പടിയോടെ രാവിലെ പത്തരയ്ക്കുതന്നെ ആലിൻപുറം ജങ്ഷനിൽനിന്ന് ഘോഷയാത്ര ആരംഭിച്ചു. അതിനു പിന്നിലായി സാവധാനം നീങ്ങിയ ഒരു തുറന്ന ജീപ്പിന്റെ മുന്നിലിരുന്ന്, റോഡിനിരുവശവും തിക്കിത്തി

രക്കിയ വൻജനാവലിയെ നോക്കി പ്രേംനസീർ കൈവീശി. കറുത്ത സഫാരി സ്യൂട്ടിൽ അദ്ദേഹം കൂടുതൽ സുന്ദരനായിരുന്നു. ഇതുവരെ സ്ക്രീനിൽ മാത്രം കണ്ടിട്ടുള്ള പ്രിയതാരത്തെ ആദ്യമായി നേരിൽ കണ്ട ആബാലവൃദ്ധരായ ജനക്കൂട്ടം ആർത്തുവിളിച്ചു. ജീപ്പിന്റെ പിൻസീറ്റിലിരുന്ന് എല്ലാം വീക്ഷിച്ച മണിയന് വല്ലാത്തൊരു രോമഹർഷമുണ്ടായി. പത്തിരുപതുവർഷംമുമ്പ് തകർന്നടിഞ്ഞു പോയ മാനാഭിമാനങ്ങൾ നൂറിരട്ടിയായി തന്നിലേക്ക് തിരികെ പ്രവേശിക്കുന്നതായി അയാളറിഞ്ഞു. ഒരു മധുരപ്രതികാരപുഞ്ചിരി മുഖത്തുവിരിഞ്ഞു. അയാളും കൈവീശി ജനക്കൂട്ടത്തെ അഭിവാദ്യം ചെയ്തു.

തീയേറ്ററിനു മുന്നിൽ ജീപ്പെത്തിയപ്പോൾ, പോസ്റ്റർ ഒട്ടിക്കാനുള്ള തീയേറ്ററിന്റെ സൈഡ് വാളിലേക്ക് മണിയൻ നോക്കി. ശങ്കറും മോഹൻലാലും മേനകയും നിറഞ്ഞു നിൽക്കുന്ന ആ വലിയ പോസ്റ്ററിലെ അക്ഷരങ്ങളിലൂടെ ഉദ്ഘാടനചിത്രത്തിന്റെ പേര് അയാൾ വായിച്ചു:

എന്റെ മോഹങ്ങൾ പൂവണിഞ്ഞു.

റീൽ - ഏഴ്

ചിറകൊടിഞ്ഞ കിനാക്കൾ

ആളും ആരവവുമൊഴിഞ്ഞ മദിരാശി നഗരത്തിനു നടുവിൽ, എങ്ങോട്ടു പോകണമെന്നറിയാതെ ശ്രീദേവൻ നിന്നു. കഷ്ടകാലം എന്നല്ലാതെ എന്തുപറയാൻ! ഇന്ദിരാഗാന്ധി വെടിയേറ്റു മരിച്ച ദിവസമായിരുന്നു അവന്റെ മദിരാശി പ്രവേശം. പ്രതിഷേധക്കാർ പലയിടങ്ങളിലും തീവണ്ടിപ്പാളങ്ങൾ കയ്യേറിയപ്പോൾ, രാവിലെ പത്തര മണിക്ക് എത്തേണ്ടിയിരുന്ന തീവണ്ടി സ്റ്റേഷനിലെത്തിയത് രാത്രി എട്ടുമണിക്ക്!

റോഡ് ഏറെക്കുറെ വിജനമാണ്. വലിയ വലിയ കെട്ടിടങ്ങളോടു ചേർന്ന് കമലാഹാസന്റെയും രജനീകാന്തിന്റെയും കൂറ്റൻ കട്ടൗട്ടുകൾ തലയുയർത്തി നിൽക്കുന്നു. മതിലുകളിലൊക്കെ കമലഹാസന്റെ പുതിയ സിനിമയായ *എനക്കുൾ ഒരുവൻ* പോസ്റ്ററുകൾ.

റോഡിലെങ്ങും ഒരു റിക്ഷാക്കാരനെപ്പോലും കാണാനില്ല. തോളിൽ തൂക്കിയിരുന്ന ബാഗിനുള്ളിൽ ഭദ്രമായി മടക്കിവച്ചിരുന്ന ഇൻലൻഡ് പുറത്തെടുത്ത്, വടിവില്ലാത്ത ഇംഗ്ലീഷിലെഴുതിയിരുന്ന മേൽവിലാസം ശ്രീദേവൻ വായിച്ചു. ഇനിയും ഇങ്ങനെ നിൽക്കുന്നതിൽ കാര്യമില്ലെന്നു തോന്നിയതിനാൽ അവൻ മുന്നിൽകണ്ട വഴിയിലൂടെ നടക്കാൻ തുടങ്ങി. കുറച്ചുദൂരം പിന്നിട്ടപ്പോൾ, ഒരു കടത്തിണ്ണയിൽ കുത്തിയിരിക്കുന്ന വൃദ്ധനെ കണ്ടു.

"അയ്യാ, ഇന്ത കോടമ്പാക്കം പോണ റൂട്ട് എങ്കെ?"

ചോദ്യം കേട്ട് വൃദ്ധൻ ഉത്തരം പറയാൻ വായതുറന്നപ്പോൾ പുറത്തുവന്നത് ചുമയാണ്. അയാൾ ആഞ്ഞുചുമച്ചു. അരമിനിട്ടോളം അത് നീണ്ടു. ശ്വാസം മുട്ടി അയാൾ മരിച്ചുപോകുമെന്നുപോലും തോന്നി. ചുമ

അടങ്ങിയപ്പോൾ കിതച്ചുകൊണ്ട് അയാൾ വഴിപറഞ്ഞു. പക്ഷേ, ചുമ തളർത്തിയ തൊണ്ടയിൽനിന്നു വന്ന അടഞ്ഞ ശബ്ദത്തിലെ വാക്കുകൾ ഗ്രഹിച്ചെടുക്കാൻ ശ്രീദേവനു കഴിഞ്ഞില്ല. എങ്കിലും അയാളുടെ അംഗവിക്ഷേപങ്ങളിൽ നിന്ന് വഴിയുടെ ദിശ ഏതാണ്ട് ഊഹിച്ചെടുത്ത് അവൻ നടത്തം തുടർന്നു.

ഏതാണ്ട് പത്തു കിലോമീറ്ററോളം ചുറ്റിക്കറങ്ങി നടന്നു തളർന്ന് ശ്രീദേവൻ കോടമ്പാക്കത്ത് എത്തിയപ്പോൾ മണി പത്തു കഴിഞ്ഞിരുന്നു. വഴിയിൽ കണ്ട ചിലരോടു ചോദിച്ച് വല്ല വിധേനെയും വിലാസത്തിലെ സ്ഥലം കണ്ടെത്തി. വരിവരിയായി നിൽക്കുന്ന നൂറിലധികം ചെറുവീടുകളുള്ള കോളനിയിലെ മുപ്പത്തിനാലാം നമ്പർ വീട്ടിലാണ് അവന് പോകേണ്ടത്. അവൻ കോളനിയിലേക്ക് പ്രവേശിച്ചു.

"പൊൻമേനി ഉരുകുതേ
എന്നാശൈ പെരുകുതേ
ഏതേതോ നിനൈവു തോന്നുതേ
എങ്കേയോ ഇദയം പോകുതേ....."

എവിടെനിന്നോ ഉച്ചത്തിൽ പാട്ട് കേൾക്കുന്നുണ്ട്. ഉറക്കെയുള്ള സംസാരങ്ങളും പൊട്ടിച്ചിരികളും ചീത്തവിളികളും പിള്ളേരുടെ നിലവിളികളും, എല്ലാ വീടുകളിലും മുനിഞ്ഞുകത്തുന്ന വിളക്കുകളുമൊക്കെയായി കോളനി ഇപ്പോഴും ഉറങ്ങാതിരിക്കുകയാണ്. ഇന്ദിരാഗാന്ധി കൊല്ലപ്പെട്ടതൊന്നും ഇവരറിഞ്ഞമട്ടില്ല. ഇത് മറ്റൊരു ലോകമായി ശ്രീദേവനു തോന്നി. വാടിയ ജമന്തിപ്പൂക്കളുടെയും ഓടയുടെയും സമ്മിശ്രഗന്ധം മൂക്കിലേക്ക് ഇരച്ചുകയറി.

ഒരു അപരിചിതൻ ആരെയോ തിരക്കി നടക്കുകയാണെന്നറിഞ്ഞിട്ടും ആരും അവനോട് ഒന്നും ചോദിച്ചില്ല. അവർക്ക് അതൊരു പതിവുകാഴ്ചയായിരിക്കാം. ആരൊക്കെയോ എവിടെനിന്നോ വരുന്നു. എങ്ങോട്ടോ പോകുന്നു. അതൊന്നും തിരക്കേണ്ട കാര്യം അവർക്കില്ലായിരിക്കാം. ഓരോ വീടിന്റേയും ചുമരിലെ കറുത്ത വൃത്തത്തിലെ വെള്ള അക്കങ്ങൾ നോക്കി നോക്കി ശ്രീദേവൻ നടന്നു.

മുപ്പത്തിനാലാം നമ്പർ വീടിന്റെ പൊട്ടിപ്പൊളിഞ്ഞു തുടങ്ങിയ കതകിൽ ശ്രീദേവൻ മുട്ടി. അഞ്ചാറുതവണ അതാവർത്തിച്ചപ്പോൾ കതകു തുറക്കപ്പെട്ടു. ഉറക്കച്ചടവോടെ കണ്ണും തിരുമ്മി സുബ്രഹ്മണ്യൻ പ്രത്യക്ഷനായി.

"നീ വന്നാ!"

സുബ്രൻ ചിരിച്ചുകൊണ്ട് കൂട്ടുകാരനടുത്തേക്ക് ഓടിവന്ന് അവന്റെ കൈ ചേർത്തുപിടിച്ചു.

"വന്ന കാര്യമൊന്നും പറയണ്ട. നടന്ന് നടന്ന് ഊപ്പാട് വന്നു."

കാൽ തടവിക്കൊണ്ട് ശ്രീദേവൻ വീടിനകത്തേക്ക കയറി.

"ഇപ്പഴേ നീ തളർന്നാ? ഇനീം എത്ര നടക്കാനൊള്ളതാ."

സുബ്രൻ ചിരിച്ചു.

മുറിയുടെ മൂലയിലിരുന്ന മൺകുടത്തിൽനിന്ന് ഒരു ഗ്ലാസ് വെള്ളമെടുത്ത് അവൻ നീട്ടി. വെള്ളം മടമടാ കുടിച്ചുകൊണ്ട് ശ്രീദേവൻ ആ മുറിയെ ആകപ്പാടെയൊന്ന നോക്കി. സിമന്റടർന്നു തുടങ്ങിയ ചുമരുകളും തറയും. തൊട്ടടുത്ത വീടുമായി ആ മുറിയെ വേർതിരിക്കുന്നത് ഒരു കുറ്റൻ ചുമരാണ്. കിടപ്പുമുറിയും അടുക്കളയുമൊക്കെ ആ ഒരൊറ്റ മുറിയിലാണ്. തറയിൽ വിരിച്ച ഒരു പുല്പ്പായയും തലയണയും. മൂലയിൽ മണ്ണെണ്ണ സ്റ്റൗ, രണ്ട് അലുമിനിയം പാത്രങ്ങൾ, ഒരു മൺകുടം, രണ്ടു ഗ്ലാസ്, ഒരു ചായക്കെറ്റിൽ. ശരീരം ഉഷ്ണിച്ചു തുടങ്ങിയപ്പോൾ അവൻ മുകളിലേക്ക നോക്കി. മേൽക്കൂര ആസ്ബസ്റ്റോസ് ഷീറ്റാണ്!

"എങ്ങനെയുണ്ട് നമ്മുടെ കൊട്ടാരം? നാല്പത്തഞ്ചു രൂപയാണ് വാടക. ജഗതി ശ്രീകുമാർ പണ്ട് താമസിച്ചിരുന്നത് ഇതിന്റെ തൊട്ടടുത്ത വരിയിലാ. അതിനപ്പുറത്തായിരുന്ന ശോഭ."

ചിരിച്ചതല്ലാതെ ശ്രീദേവൻ ഒന്നും മിണ്ടിയില്ല.

"നീ വല്ലതും കഴിച്ചാ?"

സുബ്രൻ ചോദിച്ചു.

"ഇല്ല. കടകളെല്ലാം അടച്ചിരിക്കയല്ലേ?"

"നീ ബാഗൊക്കെ അവിടെ വച്ച് ഡ്രസൊക്കെ മാറ്. എന്തെങ്കിലും കിട്ടുമോയെന്ന് ഞാൻ നോക്കട്ടെ."

സുബ്രൻ മുറിക്ക് പുറത്തിറങ്ങി.

സിനിമയിലേക്കുള്ള ദൂരം കുറഞ്ഞുകുറഞ്ഞു വരുന്നതായി ശ്രീദേവന തോന്നി. മൈലുകൾക്കപ്പുറത്തുള്ള കുഗ്രാമത്തിൽനിന്നും ഈ സിനിമാനഗരത്തിലേക്ക് താൻ പ്രവേശിച്ചുകഴിഞ്ഞിരിക്കുന്നു. ഇനി വേണ്ടത് ഭാഗ്യവും ദൈവാധീനവുമാണ്. അവന് പെട്ടെന്ന് അച്ഛനെ ഓർമ്മവന്നു. വർഷങ്ങൾക്കുമുമ്പ് ഇതുപോലെ ഈ മഹാനഗരത്തിൽ വന്ന് ഒന്നും നേടാതെ വെറും കൈയോടെ മടങ്ങേണ്ടി വന്ന അച്ഛനെപ്പോലെയാകുമോ താനും?

"നെനക്ക് ഭക്ഷണയോഗമൊണ്ട് കോപ്പേ. പൊതിച്ചോറു വിക്കണെ ജാനകിപ്പാട്ടീരെ വീട്ടില് ഒരു പൊതി മിച്ചമുണ്ടായിരുന്നു."

കൈയിലൊരു പൊതിയുമായി സുബ്രൻ അകത്തേക്കുവന്നു. വാഴയിലയിൽ പൊതിഞ്ഞ പച്ചരിച്ചോറും നാരങ്ങാ അച്ചാറുമായിരുന്നു പൊതിയിൽ. നല്ല വിശപ്പുണ്ടായിരുന്നതുകൊണ്ട് ശ്രീദേവൻ ആർത്തിയോടെ അത് വാരിത്തിന്നു.

"നാട്ടിലെപ്പോലെ പല കറികളും കൂട്ടി ചോറുണ്ണണമെങ്കിൽ നല്ല കാശാകും. എനിക്കിതൊക്കെ ഇപ്പം ശീലമായി. നിനക്കും ആയിക്കൊള്ളും."

ഭക്ഷണം കഴിച്ച്, നിലത്തു വിരിച്ചിരുന്ന പായയിൽ അവർ കിടന്നു.

"നാട്ടിലെന്തൊക്കെയാണ് വിശേഷങ്ങൾ? വനജക്കുഞ്ഞമ്മ ഇപ്പഴും ചീത്ത വിളിച്ചോണ്ട് നടക്കണൊയിരിക്കും അല്ലേ?"

"അവര് മാത്രമല്ല. നിന്റെ അമ്മയും ഇപ്പോ നിന്നെ ചീത്തവിളിക്കണൊണ്ട്. നീ കാശയയ്ക്കാത്തതെന്ത്?"

സുബ്രൻ നെടുവീർപ്പിട്ടു.

"ഉണ്ടെങ്കിലല്ലേ അയയ്ക്കാൻ പറ്റൂ. കാണാത്ത സംവിധായകരില്ല. എല്ലാവരും നോക്കാം നോക്കാമെന്നു പറയും. വർഷം നാലായി. ഇതുവരെ ഒന്നും നടന്നില്ല. പക്ഷേ, ഞാൻ പിന്മാറാനൊന്നും പോണില്ല."

"അപ്പോ ഇവിടത്തെ ചെലവൊക്കെ....."

"ഇടയ്ക്ക് പ്രൊഡക്ഷനിൽ ജോലിക്കുപോകും. ഷൂട്ടിങ് സെറ്റിലുള്ളവർക്ക് വെള്ളവും ഭക്ഷണവുമൊക്കെ കൊടുക്കണതാ ജോലി."

"ആ പ്രഭാകരൻ പട്ടാമ്പിയെ കണ്ടില്ലേ?"

"എത്രയോ പ്രാവശ്യം കണ്ടു. അയാള് വെറും പ്രൊഡക്ഷൻ കൺട്രോളറല്ലേ. പ്രൊഡ്യൂസർ ചെട്ടിയാര് കാശ് കൊടുക്കാതെ അയാളെവിടുന്ന് എടുത്തുതരും? ങാ...നെനക്ക് യാത്രാക്ഷീണം കാണും. ബാക്കി വിശേഷങ്ങൾ നാളെ പറയാം."

സുബ്രൻ കണ്ണടച്ചു.

ശ്രീദേവന് ഉറക്കം വന്നില്ല. സുബ്രൻ ലാഘവത്തോടെ പറഞ്ഞ കാര്യങ്ങൾ പൊള്ളുന്നതാണെന്ന് അവനു തോന്നി. സുബ്രൻ അയച്ച കത്തുകളിൽ കാര്യങ്ങൾ വ്യക്തമായി എഴുതാത്തതിന്റെ കാരണം അവന് പിടികിട്ടി. തന്നെ കാത്തിരിക്കുന്നതും സമാനമായ അവസ്ഥയാണോ? യാത്രയാകുമ്പോൾ പൊട്ടിക്കരഞ്ഞ അമ്മയെയും യാത്രാവിവരം പറഞ്ഞപ്പോൾ കണ്ണുകൾ സജലങ്ങളായ പാർവ്വതിയെയും അവനോർത്തു. അവന്റെ ചിന്തകളിലേക്ക് ആലിൻപുറം കടന്നുവന്നു...

തിരുവനന്തപുരത്തെ സിനിമാസെറ്റുകളിലും സ്റ്റുഡിയോകളിലും ചില സംവിധായകരുടെ വീടുകളിലുമൊക്കെ ശ്രീദേവൻ കയറിയിറങ്ങുന്നതിനിടയിലാണ് പ്രീഡിഗ്രിഫലം വന്നത്. രണ്ട് വിഷയങ്ങൾക്ക് മാത്രമേ വിജയിക്കാൻ കഴിഞ്ഞുള്ളൂ. പിന്നെ ടൈപ്പ്റൈറ്റിംഗ് പഠനത്തിന് പേരൂർക്കടയിലെ വിന്നേഴ്സ് ഇൻസ്റ്റിറ്റ്യൂട്ടിൽ ചേർന്നു. വിമൻസ് കോളേജിൽ ഡിഗ്രിക്ക് ചേർന്ന പാർവ്വതിയും വിന്നേഴ്സിലുണ്ടായിരുന്നതുകൊണ്ട് അവളെ കാണാനുള്ള ഉത്സാഹത്തിൽ അവൻ ടൈപ്പ്റൈറ്റിംഗ് ക്ലാസുകൾ മുടക്കിയില്ല. അടുത്തടുത്തുള്ള സീറ്റുകളിലിരുന്ന്, ഇടയ്ക്കിടെ കണ്ണുകൾകൊണ്ട് പരസ്പരം കടാക്ഷിച്ച് അവരുടെ കൈവിരലുകൾ പ്രണയതാളത്തിൽ കീബോർഡിലൂടെ അതിദ്രുതം സഞ്ചരിച്ചു. ചാൻസ് തേടൽ - പ്രണയം - ടൈപ്പ്റൈറ്റിംഗ് എന്നിങ്ങനെയായി മാറി ജീവിതം.

ദൃശ്യ ഫിലിം സൊസൈറ്റി, ഇതിനോടകം, അനിവാര്യമായ അന്ത്യം വരിച്ചു കഴിഞ്ഞിരുന്നു. അവസാനപ്രദർശനമായിരുന്ന അരവിന്ദന്റെ *കാഞ്ചനസീത* കാണാൻ ആലിൻപുറം സ്കൂൾഹാളിലുണ്ടായിരുന്നത് സംഘാടകരുൾപ്പെടെ വെറും ഒൻപതുപേരായിരുന്നു. പൗലോസ് സഹതാപത്തോടെ ശൈലേന്ദ്രനെ നോക്കി. അന്നത്തെ പ്രദർശനത്തിന് അയാൾ പണം വാങ്ങാൻ കൂട്ടാക്കിയില്ല.

പ്രൊജക്റ്ററും സ്ക്രീനും ഫിലിംറീലുകളുമെല്ലാം പെട്ടിയിലടുക്കുന്നതിനിടയിൽ പൗലോസ്, ശൈലേന്ദ്രനോടു പറഞ്ഞു:

"ശൈലാ, നമുക്കിത് ഇവിടെ അവസാനിപ്പിക്കാം. ഇവിടുത്തെ മാത്രം അവസ്ഥയല്ലിത്. പലയിടത്തും സൊസൈറ്റികൾ ഷോ നിർത്തിക്കഴിഞ്ഞു. ആളുകളെല്ലാം മായക്കാഴ്ചകളുടെ പിറകെയാ. സ്വയം തിരിച്ചറിവുണ്ടാകുന്ന കാലത്ത് ആളുകൾ നല്ലത് തേടിപ്പിടിച്ച് കണ്ടോളും."

ബസ്സിലിരുന്ന് കൈവീശിക്കാണിക്കുമ്പോൾ പൗലോസിന്റെ കണ്ണുകൾ ഈറനണിഞ്ഞിരുന്നതായി ശൈലേന്ദ്രനു തോന്നി.

ഫിലിം സൊസൈറ്റിക്ക് തിരശ്ശീല വീണെങ്കിലും സാംസ്കാരികപ്രവർത്തനങ്ങളിൽനിന്ന് വിട്ടുനിൽക്കാൻ ശൈലേന്ദ്രനു കഴിഞ്ഞില്ല. ഒരു മാസത്തിനുശേഷം ഒരു ഞായറാഴ്ച വൈകുന്നേരം, ഗദാധരന്റെ ഫർണിച്ചർ കടയോടു ചേർന്നുള്ള, പണ്ടത്തെ 'നാട്യരഞ്ജിനി തീയേറ്റേഴ്സി'ന്റെ ഓഫീസായിരുന്ന മുറിയിൽ ശൈലേന്ദ്രന്റെ അധ്യക്ഷതയിൽ ശ്രീദേവൻ ഉൾപ്പെടെയുള്ള ആലിൻപുറത്തെ കുറേ യുവാക്കൾ ഒത്തുചേർന്നു. ഒരു ആർട്സ് ആൻഡ് സ്പോർട്സ് ക്ലബ്ബ് രൂപീകരിക്കുകയായിരുന്നു യോഗോദ്ദേശ്യം. ഒന്നര മണിക്കൂറോളം നീണ്ട ചൂടുപിടിച്ച ചർച്ചകൾക്കുശേഷം, 'സൗപർണിക' എന്ന പേരിൽ ക്ലബ്ബ് രൂപീകരിച്ച് പ്രവർത്തിക്കാൻ തീരുമാനമായി.

ആലിൻപുറം കവലയിൽ സ്റ്റേജ് കെട്ടി ക്ലബ്ബിന്റെ ഉദ്ഘാടന പരിപാടി സംഘടിപ്പിച്ചു. പഞ്ചായത്ത് പ്രസിഡന്റ് നടരാജപിള്ള നിലവിളക്ക് കൊളുത്തി. ഉദ്ഘാടനച്ചടങ്ങിനുശേഷം, ശൈലേന്ദ്രൻ രചനയും സംവിധാനവും നിർവ്വഹിച്ച *പഥികർ* എന്ന നാടകം അരങ്ങേറി. നാടകത്തിലെ പ്രധാന കഥാപാത്രമായ പോലീസ് ഇൻസ്പെക്ടറെ അവതരിപ്പിച്ചത് ശ്രീദേവനായിരുന്നു. ആലിൻപുറത്തെ മറ്റ് അഭിനയമോഹികളായ പ്രേംശങ്കറും കുമാരദാസുമൊക്കെ നാടകത്തിൽ വേഷമിട്ടുവെങ്കിലും ശ്രദ്ധിക്കപ്പെട്ടത് ശ്രീദേവന്റെ പോലീസ് വേഷമായിരുന്നു. ശ്രീദേവന്റെയുള്ളിൽ ഒരു മികച്ച നടനുണ്ടെന്ന് ശൈലേന്ദ്രനുൾപ്പെടെയുള്ളവർക്ക് ബോധ്യമായി. കാണികളുടെ പ്രശംസകളേറ്റുവാങ്ങിയപ്പോൾ ശ്രീദേവന്റെ ആത്മവിശ്വാസം ഇരട്ടിയായി. എത്രയുംവേഗം സിനിമയിൽ കടന്നുകൂടിയേ പറ്റൂ എന്നുറപ്പിച്ച അവൻ കോടമ്പാക്കത്തെത്താൻ എന്താണ്

വഴിയെന്ന് ആലോചിച്ചു. വീട്ടുകാരുടെ അനുമതിയോടെ അത് നടക്കില്ലെന്നുറപ്പാണ്. സുബ്രൻ പ്രയോഗിച്ചതുപോലെ എന്തെങ്കിലും തന്ത്രം വേണ്ടിവരും. അവൻ തന്ത്രമന്വേഷിച്ച് തലപുകച്ചു നടക്കുന്നതിനിടയിൽ ടൈപ്പ്റൈറ്റിംഗ് പരീക്ഷാഫലം വന്നു. ഭാഗ്യം! വിജയികളുടെ പട്ടികയിൽ അവനുമുണ്ടായിരുന്നു.

ഒരുമാസം കഴിഞ്ഞപ്പോൾ, ശ്രീദേവനുള്ളൊരു കത്തുമായി ഒരു നട്ടുച്ചയ്ക്ക് പോസ്റ്റുമാൻ തേരിവിളവീട്ടിലെത്തി. ഇംഗ്ലീഷിലെഴുതിയിരുന്ന കത്തിലെ ഉള്ളടക്കം ശ്രീദേവൻ വായിച്ചു പറഞ്ഞപ്പോൾ സുഷമയിൽ അതിശയ, സന്തോഷ ഭാവങ്ങൾ മിന്നിമറഞ്ഞു. മദ്രാസിലെ 'ന്യൂ സ്റ്റൈൽ' എന്ന മാർക്കറ്റിംഗ് കമ്പനിയിൽ ടൈപ്പിസ്റ്റായി ശ്രീദേവന് നിയമനം ലഭിച്ചിരിക്കുന്നു! ചെറുപ്രായത്തിൽത്തന്നെ ഒരു നല്ല ജോലി ലഭിച്ച മകനെക്കുറിച്ചോർത്ത് അമ്മ അഭിമാനിച്ചു. അവൾ മകനെ ചേർത്തുപിടിച്ച് നെറുകയിൽ ചുംബിച്ചു. കവിളിലൂടെ കണ്ണീരിറ്റിറങ്ങി. കിഴക്കേകോട്ടയിലെ പോസ്റ്റോഫീസിൽനിന്നും താൻതന്നെ പോസ്റ്റുചെയ്ത വ്യാജനിയമനക്കത്താണല്ലോ അതെന്നോർത്ത ശ്രീദേവന് നെഞ്ചിൽ കുറ്റബോധത്തിന്റെ കനം വിങ്ങി.

'വേറെ മാർഗമില്ലാത്തതുകൊണ്ടാണ് ദൈവമേ, എന്നോടു ക്ഷമിക്കണേ' എന്ന് അവൻ ഉള്ളുരുകി പ്രാർത്ഥിച്ചു. മദ്രാസിലേക്കുള്ള തന്റെ വരവറിയിച്ചുകൊണ്ട് അവൻ അന്നുതന്നെ സുബ്രന് കത്തെഴുതി..

"അയ്യോ! എന്നെ കൊല്ലല്ലേ......"

ആരുടെയോ ഉറക്കെയുള്ള നിലവിളികേട്ട്, ചിന്തകൾക്ക് വിരാമമിട്ട് ശ്രീദേവൻ പായയിൽനിന്ന് ചാടിയെണീറ്റു. പുറത്തുനിന്ന് ഏതോ വൃദ്ധന്റെ കരച്ചിലാണ് കേൾക്കുന്നത്. അവൻ സുബ്രനെ തട്ടിവിളിച്ചു.

"സുബ്രാ...., സുബ്രാ.... ആരോ നിലവിളിക്കണ്."

"അത് ആ ചന്ദ്രു ആശാനാ. നീ കെടന്നൊറങ്ങാൻ നോക്ക്."

സുബ്രൻ തിരിഞ്ഞുകിടന്നു. ശ്രീദേവൻ വീണ്ടും പായയിലേക്കു വീണു. വൃദ്ധന്റെ നിലവിളി ക്രമേണ പൊട്ടിച്ചിരിയായി മാറി. അവൻ കണ്ണുകളടച്ചു.

പിറ്റേന്ന് രാവിലെ തന്നെ സുബ്രൻ, ശ്രീദേവനെ തട്ടിയുണർത്തി.

"രാവിലെ ഇറങ്ങിയാലെ ഡയറക്ടേഴ്സിനെയൊക്കെ കാണാൻ പറ്റൂ. വേഗം റെഡിയായിക്കോ. നിനക്ക് സ്ഥലമൊന്നും പരിചയമില്ലാത്തതുകൊണ്ട് ഇന്ന് ഞാനുടെ വരാം."

സുബ്രൻ പറഞ്ഞു.

പൊതു ടാപ്പും പൊതു കുളിമുറി - കക്കൂസുമൊക്കെയാണ് പ്രാഥമിക കൃത്യങ്ങൾക്ക് കോളനിക്കാരുടെ ആശ്രയം. വരിയിൽ കാത്തുനിന്ന് ഊഴമനുസരിച്ചാണ് ഇതെല്ലാം നടത്തേണ്ടത്.

കളികഴിഞ്ഞു വന്ന ശ്രീദേവൻ, ബാഗിൽനിന്ന് ഇളംനീല ഷർട്ടും കറുത്ത പാന്റ്സുമെടുത്തിട്ട്, നാട്ടിൽനിന്നു കൊണ്ടുവന്ന ചെറിയ കണ്ണാടി നോക്കി തല നന്നായി ചീകിയൊതുക്കി, ക്യൂട്ടിക്യൂറ പൗഡറുമിട്ട് പുറപ്പെടാൻ തയ്യാറായി. നരച്ചൊരു ചുവന്ന ഷർട്ടും മുണ്ടുമായിരുന്നു സുബ്രന്റെ വേഷം. അവർ മുറി പൂട്ടിയിറങ്ങിയപ്പോൾ ഒരു വൃദ്ധൻ വേച്ച് വേച്ച് അടുത്തെത്തി.

"കോപ്പേ, ഇന്നലെ രാത്രി നിന്നെ പേടിപ്പിച്ചയാളാണ്. ചന്ദ്രു ആശാൻ."

സുബ്രൻ പറഞ്ഞു.

നീണ്ടു വളർന്ന തലമുടിയും താടിയും ചുക്കിച്ചുളിഞ്ഞ തൊലിയുമൊക്കെയായി ഏറെ പരിക്ഷീണനാണ് വൃദ്ധൻ. നന്നേ മുഷിഞ്ഞതായിരുന്നു അയാളുടെ വെളുത്ത ഷർട്ടും മുണ്ടും. അയാൾ ശ്രീദേവനെ കുറച്ചു നേരം സൂക്ഷിച്ചു നോക്കിയശേഷം കൈനീട്ടി. അവന് സഹതാപം തോന്നി. അവൻ തന്റെ ഷർട്ടിന്റെ പോക്കറ്റിൽ കൈയിട്ടു.

"വേണ്ട. ഒന്നും കൊടുക്കരുത്. കുടിക്കാനാണ് ചോദിക്കുന്നത്."

സുബ്രൻ വിലക്കി.

"പാവം തോന്നുണ്ടെടാ...."

ശ്രീദേവൻ ഒരു രൂപയെടുത്ത് വൃദ്ധന് നൽകി. അയാൾ ഭവ്യതയോടെ അതുവാങ്ങി അവനെ തൊഴുതു. ഒന്നു പുഞ്ചിരിച്ചശേഷം ശ്രീദേവൻ തിരിഞ്ഞുനടന്നു.

"ആശാൻ പണ്ട് നാടകനടനൊക്കെയായിരുന്ന വലിയ പുള്ളിയായിരുന്നെന്നാ പറയണത്. സിനിമേല് അഭിനയിക്കാൻവേണ്ടി വർഷങ്ങൾക്കുമുമ്പ് കോടമ്പാക്കത്തെത്തി. ചെറിയ കൊറേ വേഷങ്ങളൊക്കെ ചെയ്തെങ്കിലും രക്ഷപ്പെട്ടില്ല."

സുബ്രൻ പറഞ്ഞു.

തിരുവേർക്കാട് കരിമാരി അമ്മൻകോവിലിൽ കയറി തൊഴുതിട്ടാണ് അവർ വടപളനിയിൽനിന്ന് ബസ്സിൽ കയറിയത്. ജെമിനി, പോണ്ടിബസാർ, മൈലാപ്പൂർ, മന്ദവെള്ളിപ്പക്കം തുടങ്ങിയ സ്ഥലങ്ങളിലൂടെ കടന്നുപോകുന്ന ആ ബസ്സിൽ കയറിയതിനു കാരണമുണ്ട്. പ്രമുഖ സംവിധായകരും നിർമ്മാതാക്കളുമൊക്കെയായ ശ്രീകുമാരൻതമ്പി, ശശികുമാർ, കൃഷ്ണൻ നായർ, എ ബി രാജ്, ടി കെ ബാലചന്ദ്രൻ, കെ പി കൊട്ടാരക്കര തുടങ്ങിയവരൊക്കെ താമസിക്കുന്നത് ഈ റൂട്ടിലാണ്. ഓരോരുത്തരുടെയും വീടുകളെത്തുമ്പോൾ സുബ്രൻ ചൂണ്ടിക്കാണിച്ചു കൊടുക്കും.

"നമുക്കിവിടെയിറങ്ങാം."

ഒരു സ്റ്റോപ്പെത്തിയപ്പോൾ സുബ്രൻ പറഞ്ഞു.

ബസ്സിറങ്ങിയ അവർ ചില ഇടറോഡുകളിലൂടെ നടന്ന് ഒരു വലിയ

വീട്ടിനു മുന്നിലെത്തി. ശ്രീകുമാരൻതമ്പിയുടെ വീടായിരുന്നു അത്. അവർ വീടിനു മുന്നിലെത്തിയപ്പോൾ, പുറത്തേക്കു പോകാനായി അംബാസിഡർകാറിൽ കയറാനൊരുങ്ങുകയായിരുന്നു അദ്ദേഹം.

"ആരാ?"

ചോദ്യം കേട്ട് സുബ്രൻ മുന്നോട്ടുചെന്നു.

"സർ, ഞാൻ സുബ്രഹ്മണ്യൻ... മുമ്പ് സാറിനെ വന്ന് കണ്ടിരുന്നു. സാറിന്റെ അസിസ്റ്റന്റായി നിൽക്കാൻ ......"

"ഇപ്പോത്തന്നെ അസിസ്റ്റന്റുമാര് കൂടുതലാ ...."

"സാർ ഞാൻ ഇപ്പോ വന്നത് എന്റെ സുഹൃത്തിന്റെ കാര്യം പറയാനാ.."

ശ്രീദേവൻ തൊഴുതുകൊണ്ട് മുന്നിലേക്കു നീങ്ങിനിന്നു.

"ഇത് ശ്രീദേവൻ. അവന് അഭിനയിക്കാനൊരു.."

സുബ്രൻ, കൂട്ടുകാരനെ പരിചയപ്പെടുത്തിത്തുടങ്ങിയപ്പോഴേക്കും ശ്രീകുമാരൻതമ്പി തന്റെ വാച്ചിലേക്കു നോക്കി അസ്വസ്ഥനായി.

"നിങ്ങൾ പിന്നീടൊരു ദിവസം വാ. എനിക്ക് റെക്കോഡിംഗിനു സമയമായി."

അദ്ദേഹം തിടുക്കത്തിൽ വണ്ടിയിലേക്കു കയറി. സുബ്രനും ശ്രീദേവനും ഗേറ്റിന്റെ സൈഡിലേക്ക് ഒതുങ്ങിനിന്നു. പൊടിപറത്തിക്കൊണ്ട് കറുത്ത അംബാസിഡർ പാഞ്ഞുപോയി. സുബ്രൻ, ശ്രീദേവന്റെ മ്ലാനമായ മുഖത്തേക്കു നോക്കി.

"നെനക്ക് വെഷമമായോ? എനിക്കിതൊക്കെ ഇപ്പോ ശീലമായി. പിന്നെ, തമ്പി സാർ നല്ല മനുഷ്യനാ. എന്തെങ്കിലും ചാൻസുണ്ടെങ്കിൽ തരും. ആ ജഗതി ശ്രീകുമാറിന് അവസരം കൊടുത്തത് സാറല്ലേ."

അവർ റോഡിലൂടെ നടന്നു. കെ പി കൊട്ടാരക്കരയുടെയും ടി കെ ബാലചന്ദ്രന്റെയുമൊക്കെ വീടുകളിലാണ് പിന്നീട് പോയത്. ഇരുവരും സ്ഥലത്തില്ലായിരുന്നു. അപ്പോഴേക്കും വെയിൽ കനത്തുതുടങ്ങി. അവർ വിയർത്തൊഴുകി.

"ഇന്നത്തേക്ക് ഇതുമതി. റൂട്ടൊക്കെ നെനക്ക് ഏതാണ്ട് പിടികിട്ടിയല്ലോ. നാളെ മുതൽ നീ തനിയെ പോയാൽ മതി."

അവർ വീട്ടിലേക്കു തിരിച്ചു. വടപളനിയിൽ ബസ്സിറങ്ങി വീട്ടിലേക്കു പോകാനായി ഒരു സൈക്കിൾ റിക്ഷയുടെ അടുത്തെത്തി.

"തമ്പീ, തുട്ടിറ്ക്കാ?"

അവരെക്കണ്ടതും റിക്ഷാക്കാരൻ ചോദിച്ചു.

"ആമാ. നീങ്ക ധൈര്യമായ് വണ്ടിയെടുക്ക്."

അവർ റിക്ഷയിൽ കയറി.

"നമ്മളേല് കാശൊണ്ടോയെന്ന് പുള്ളിക്കൊരു സംശയം. അതാ തുട്ടുണ്ടോ എന്ന് ചോദിച്ചത്."

സുബ്രൻ അടക്കിപ്പിടിച്ച ശബ്ദത്തിൽ ശ്രീദേവനോടു പറഞ്ഞു.

"നമ്മളെ കണ്ടപ്പോൾത്തന്നെ അത്തപ്പാടികളാണെന്ന് അയാൾക്ക് തോന്നിക്കാണും."

ഇരുവരും പൊട്ടിച്ചിരിച്ചു.

വരിവീടുകൾക്കടുത്തുള്ള ഒരു ചെറിയ ഹോട്ടലിനു മുന്നിലെത്തിയതും റിക്ഷ നിർത്താൻ സുബ്രൻ പറഞ്ഞു. റിക്ഷാക്കാരന് ഒരു രൂപ കൂലി കൊടുത്തശേഷം അവർ റിക്ഷയിൽ നിന്നിറങ്ങി ഹോട്ടലിലേക്കു നടന്നു.

"നിന്റെ കൈയില് കാശുണ്ടല്ലോ?"

സുബ്രന്റെ ചോദ്യത്തിന് ശ്രീദേവൻ ഉണ്ടെന്ന് തലയാട്ടി.

"എന്നാ നമുക്ക് കോപറേറ്റ് മീൽസ് കഴിക്കാം."

"അതെന്തര്?"

ശ്രീദേവൻ സംശയിച്ചു.

"അവിയലും സാമ്പാറുമൊക്കെ ചേർന്ന പൊതിച്ചോറ്. കോടമ്പാക്കം സ്പെഷ്യൽ. നമ്മളെപ്പോലുള്ളവരുടെ ലാവിഷ് ലഞ്ച്."

അവർ ഹോട്ടലിലേക്കു കയറി.

രാത്രി, മുനിഞ്ഞു കത്തുന്ന ബൾബിനു ചുവട്ടിൽ വെറും നിലത്ത് കുത്തിയിരുന്ന് ശ്രീദേവൻ അമ്മയ്ക്ക് കത്തെഴുതി. മദിരാശി യാത്ര സുഖമായിരുന്നെന്നും കമ്പനിയിൽ ജോലിക്ക് കയറിയെന്നുമൊക്കെ എഴുതിപ്പിടിപ്പിച്ച ഇൻലൻഡ് മടക്കിയൊട്ടിക്കുമ്പോൾ അവൻ ശൈലേന്ദ്രനെയും പാർവ്വതിയെയും ഓർത്തു. അവരോടുപോലും സത്യം പറയാതെ പോരേണ്ടി വന്നല്ലോ എന്നോർത്തപ്പോൾ കുറ്റബോധവും തോന്നി. ഒന്നും മനഃപൂർവ്വമായിരുന്നില്ലല്ലോ എന്ന് ചിന്തിച്ച് സമാശ്വസിച്ചുകൊണ്ട് അവൻ ശൈലേന്ദ്രനും ഒരു കത്തെഴുതി. യാഥാർത്ഥ്യങ്ങളെല്ലാം വിശദീകരിച്ചുകൊണ്ടായിരുന്നു ആ എഴുത്ത്. അപ്പോൾ നെഞ്ചിലെ വലിയൊരു ഭാരം ഒഴിഞ്ഞതായി അവനു തോന്നി. അവൻ ഉറങ്ങാൻ കിടന്നു. ചന്ദ്രു ആശാന്റെ നിലവിളിയും പൊട്ടിച്ചിരിയും കേട്ട് അന്നും അവൻ ഉറക്കത്തിൽനിന്ന് ഞെട്ടിയുണർന്നു.

സംവിധായകരെയും നിർമ്മാതാക്കളെയും കാണാനുള്ള ശ്രീദേവന്റെ യാത്ര പിറ്റേന്നും തുടർന്നു. വിജയവാഹിനി സ്റ്റുഡിയോയിൽ പ്രൊഡക്ഷൻ യൂണിറ്റിനൊപ്പം സുബ്രൻ പോയതുകൊണ്ട് തനിച്ചായിരുന്നു അവന്റെ യാത്ര. ശശികുമാറിനെയും കൃഷ്ണൻനായരെയും കണ്ടു. 'നോക്കട്ടെ', 'ഒരുമാസം കഴിഞ്ഞു വരൂ' എന്നിങ്ങനെയായിരുന്നു മറുപടികൾ.

നഗരത്തിന്റെ പലയിടങ്ങളിലായി താമസിക്കുന്ന സംവിധായകരുടെ വീടുകൾ തേടിപ്പിടിച്ച് അവരെ കാണാൻ നിരന്തരമായി ശ്രീദേവൻ യാത്ര ചെയ്തു. മാസം ഒന്നു പിന്നിട്ടെങ്കിലും ഒരു പ്രയോജനവുമുണ്ടായില്ല. വീട്ടിൽനിന്നു വരുമ്പോൾ കരുതിയിരുന്ന പണവും ഏതാണ്ട്

തീരാറായി. ആഴ്ചതോറും അമ്മയുടെ കത്തുകൾ വരുന്നുണ്ട്. മകൻ കമ്പനി ജോലിക്കാരനായി സന്തോഷം ജീവിക്കുന്നുവെന്നാണ് ആ പാവം കരുതിയിരിക്കുന്നത്.

"കോപ്പേ, നീ നാളെ വിജയവാഹിനീലോട്ടു വാ. നാളെയൊരു ക്രൗഡ് സീനൊണ്ടെന്ന് പ്രൊഡക്ഷൻ കൺട്രോളറ് പറഞ്ഞു. കേറി നിന്നാൽ പത്തു രൂപയും ഊണും കിട്ടും."

സുബ്രൻ പറഞ്ഞു.

ഒരു ഡയലോഗു പോലുമില്ലാതെ ആൾക്കൂട്ടത്തിനിടയിൽ കയറി നിൽക്കുന്നതുകൊണ്ട് പ്രത്യേകിച്ച് പ്രയോജനമൊന്നുമില്ലെന്ന് ശ്രീദേവ നറിയാം. അവൻ മറുപടിയൊന്നും പറഞ്ഞില്ല.

"എടാ, എല്ലാവരും ഇതുപോലെ ആൾക്കൂട്ടത്തിനിടയിൽ മുഖം കാണിച്ചിട്ടൊക്കെത്തന്നെയാ വലിയ നടന്മാരായത്. മോഹൻലാലിനെ ത്തന്നെ നോക്ക്. *മഞ്ഞിൽ വിരിഞ്ഞ പൂക്കളാണ്* അയാളെ ആദ്യത്തെ പടമെന്നല്ലേ നമ്മളെല്ലാരും വിചാരിച്ചിരിക്കണത്. പക്ഷേ, അതിനുമു മ്പ് *രണ്ടു ലോകം* എന്ന സിനിമേല് ഒരു ബാറിൽ കുടിച്ചോണ്ടിരിക്കണ ആളായി ലാൽ അഭിനയിച്ചിട്ടൊണ്ട്."

സുബ്രൻ പറയുന്നതെല്ലാം യാഥാർത്ഥ്യങ്ങളാണെന്ന് ശ്രീദേവനറി യാം. പക്ഷേ....?

"ഈ സിറ്റീല് നിന്നോണ്ടേ സിനിമേലോട്ട് കേറാൻ പറ്റൂ. ഇവിടെ ഓരോദിവസവും കഴിച്ചുകൂട്ടണമെങ്കി...... നിനക്കറിയാലോ. കാശ് വേണം. അതോണ്ട് ഇങ്ങനെയെന്തെങ്കിലുമൊക്കെ ചെയ്തേ ഇവിടെ പി ടിച്ചുനിക്കാൻ പറ്റൂ."

മനസ്സില്ലാമനസ്സോടെ ശ്രീദേവൻ തലകുലുക്കി.

ആകാശദീപങ്ങൾ എന്ന സിനിമയുടെ ചിത്രീകരണമായിരുന്നു വി ജയവാഹിനിയിൽ നടന്നത്. നടീനടന്മാരും സംവിധായകനുമൊക്കെ പുതുമുഖങ്ങളായിരുന്നു. ഒരു ചന്തയുടെ സെറ്റാണ് സ്റ്റുഡിയോഫ്ലോറിൽ ഒരുക്കിയിരുന്നത്. രാവിലെ എട്ടുമണി മുതൽ ഷൂട്ടിങ് തുടങ്ങി. തിരക്കേ റിയ ചന്തയിലെ സംഘട്ടനരംഗമാണ് ചിത്രീകരിക്കുന്നത്. അമ്പതോളം ജൂനിയർ ആർട്ടിസ്റ്റുകൾ ചേർന്ന ആൾക്കൂട്ടത്തിലൊരാളായി ശ്രീദേവൻ മാറി. റിഹേഴ്സലും ടേക്കും റീടേക്കുമൊക്കെയായി ചിത്രീകരണം പൂർത്തി യായപ്പോൾ നേരം ഉച്ചയായി.

സ്റ്റുഡിയോക്ക് പുറത്ത്, വരിനിന്ന് ശ്രീദേവൻ ഊണ് വാങ്ങി. വിള മ്പുകാരുടെ കൂട്ടത്തിൽ സുബ്രനുമുണ്ടായിരുന്നു. പാത്രത്തിലേക്ക് കറികൾ വിളമ്പുമ്പോൾ സുബ്രനും ശ്രീദേവനും പരസ്പരം നോക്കി ഒന്നു പുഞ്ചിരി ച്ചു. ആ പുഞ്ചിരികൾക്കിടയിൽ ഒരല്പം നൊമ്പരവുമുണ്ടെന്ന് അവരിരുവ രും തിരിച്ചറിയുന്നുണ്ടായിരുന്നു.

പ്രൊഡക്ഷൻ കൺട്രോളറിൽനിന്ന് പത്തു രൂപയും കൈപ്പറ്റി ശ്രീദേവൻ മടങ്ങി. തുടർന്നുള്ള ദിവസങ്ങളിലും ഇതുതന്നെയാണ് സംഭവിച്ചത്. തമിഴ് - തെലുങ്ക് - മലയാളം സിനിമകളുടെ ആൾക്കൂട്ടസീനുകളിൽ അവൻ മിന്നിമറഞ്ഞു കൊണ്ടിരുന്നു. അത്യാവശ്യചെലവിനുള്ള പണവും ഭക്ഷണവും കിട്ടിയെന്നതു മാത്രമല്ല, പല സംവിധായകരെയും സഹസംവിധായകരെയും അടുത്തുകാണാനും പരിചയപ്പെടാനുമുള്ള അവസരങ്ങൾ കൂടി കിട്ടി. അങ്ങനെയാണ് *ചോരയ്ക്കു ചോര*യുടെ ചിത്രീകരണത്തിനിടയിൽ സഹസംവിധായകനായ പ്രകാശനെ പരിചയപ്പെടുന്നത്. സിനിമാമോഹവുമായി കണ്ണൂരിൽനിന്ന് മദ്രാസിൽ എത്തി, എത്രയോ കാലം അലഞ്ഞുതിരിഞ്ഞതിനു ശേഷമാണ് അയാൾക്ക് അവസരങ്ങൾ കിട്ടിത്തുടങ്ങിയത്. അതുകൊണ്ട് ചാൻസ് തേടി നടക്കുന്നവരുടെ മാനസികനില അയാൾക്ക് നന്നായി മനസ്സിലാകും.

"ങ്ങള് ഒരു കാര്യം ചെയ്യ്. പേരും വിലാസോം ഒരു കടലാസിലെഴുതി തന്നോളീൻ. ഞാനറിയിക്കാം."

ശ്രീദേവനെ അടിമുടി നോക്കിക്കൊണ്ട് പ്രകാശൻ പറഞ്ഞു. എല്ലാവരും സ്ഥിരമായി പറയുന്ന വാക്കുകളായേ ശ്രീദേവന് അതുകേട്ടപ്പോൾ തോന്നിയുള്ളൂ. എന്നാൽ, ആ കണക്കുകൂട്ടലുകൾ തെറ്റിച്ചുകൊണ്ട് ഒരു മാസം കഴിഞ്ഞപ്പോൾ അവനെ തേടി ഒരു കത്തുവന്നു. സ്ക്രീൻ ടെസ്റ്റിനു വേണ്ടി ഉമാഹോട്ടലിൽ അടുത്ത തിങ്കളാഴ്ച രാവിലെ പത്തുമണിക്ക് എത്തിച്ചേരണമെന്നായിരുന്നു കത്തിലെ ഉള്ളടക്കം.

"കോപ്പേ, നിന്റെ സമയം തെളിഞ്ഞെന്നാണു തോന്നണത്."

കാര്യമറിഞ്ഞപ്പോൾ സുബ്രനും സന്തോഷമായി.

ശ്രീദേവൻ, ഉമ ഹോട്ടലിലെ റൂം നമ്പർ 124 നു മുന്നിലെത്തുമ്പോൾ അവന്റെ പ്രായമുള്ള എട്ടു ചെറുപ്പക്കാർ അവിടെ ഉണ്ടായിരുന്നു. എല്ലാവരും കത്തു കിട്ടി വന്നവരാണ്. പത്തരമണിയായപ്പോൾ ഓരോരുത്തരെയായി റൂമിനുള്ളിലേക്ക് വിളിക്കാൻ തുടങ്ങി. അഞ്ചാമനായാണ് ശ്രീദേവൻ റൂമിൽ പ്രവേശിച്ചത്. പ്രകാശനെ കൂടാതെ മൂന്നുപേർ കൂടി റൂമിലുണ്ടായിരുന്നു. അവർ പരിചയപ്പെടുത്തി. അതിൽ, തൊപ്പി വച്ച താടിക്കാരനായ ജയകൃഷ്ണനായിരുന്നു സംവിധായകൻ. ബാക്കി രണ്ടു പേർ പ്രൊഡ്യൂസർമാർ.

"ഒരു കൗമാരക്കാരനാണ് നമ്മുടെ സിനിമയിലെ നായകൻ. അവന് അവന്റെ ട്യൂഷൻ ടീച്ചറോടു തോന്നുന്ന പ്രണയമാണ് സിനിമേടെ തീം. രതിനിർവ്വേദം കണ്ടിട്ടില്ലേ? ഏതാണ്ട് അതുപോലത്തെ ഒരു സിനിമയാണ് നമ്മൾ പ്ലാൻ ചെയ്യുന്നത്. തന്റെ ഫിഗറൊക്കെ ഏതാണ്ട് ഓക്കെയാണ്. ആ ഷർട്ടൊന്നു മാറ്റിയേ. ബോഡിഷേപ്പ് നോക്കട്ടെ."

സംവിധായകൻ പറഞ്ഞതുകേട്ട് ശ്രീദേവൻ ഷർട്ടൂരി. അയാൾ സാകൂതം അവനെ നോക്കി.

"നല്ല ഫുഡ്സ്സൊക്കെ കഴിച്ച് ഒന്നുകൂടിയൊന്ന് മെച്ചപ്പെടണം കേട്ടോ. ബാക്കി കാര്യങ്ങൾ ഞങ്ങളറിയിക്കാം."

പ്രതീക്ഷാനിർഭരമായ മനസ്സോടെ ശ്രീദേവൻ പുറത്തിറങ്ങി. പക്ഷേ, സിനിമയുടെ തീമിനെയും കഥാപാത്രത്തിനെയും കുറിച്ചോർത്തപ്പോൾ ചില ആശങ്കകൾ തോന്നാതിരുന്നുമില്ല. കെ എസ് ഗോപാലകൃഷ്ണനെയും പി ചന്ദ്രകുമാറിനെയും പോലെയുള്ളവരുടെ ചില സിനിമകൾ പോലെയാകുമോ ഈ സിനിമയും? അതോ ഭരതന്റെയും പത്മരാജന്റെയും സിനിമകൾ പോലെയോ?

സന്തോഷവും അല്പം ആശങ്കയും നിറഞ്ഞ മനസ്സോടെ ശ്രീദേവൻ ഹോട്ടലിന്റെ താഴത്തെ നിലയിലെത്തി. അപ്പോൾ, തനിക്ക് എതിരേ നടന്നുവരുന്ന സ്ത്രീയെ ശ്രദ്ധിക്കാതിരിക്കാൻ അവനു കഴിഞ്ഞില്ല. ജമന്തിപ്പൂക്കൾ ചൂടി, മുഖത്ത് പൗഡർ വാരിപ്പൂശി, തിളക്കമുള്ളതെങ്കിലും വില കുറഞ്ഞ ചുവപ്പുസാരിയും ചുറ്റി, എന്തോ ചവച്ചുകൊണ്ട് അലസഗാമിനിയായി അവൾ അവനെ കടന്നുപോയി. ഇവരെ എവിടെയാണ് കണ്ടിട്ടുള്ളത്? ആരാണിവർ? ഇവരെങ്ങനെ ഇവിടെ....? ശ്രീദേവന്റെ മനസ്സിലൂടെ ഒരുപാട് ചോദ്യങ്ങൾ കടന്നുപോയി. മുകളിലേക്കുള്ള പടവുകൾ കയറിപ്പോകുന്ന ആ സ്ത്രീയെ തിരിഞ്ഞു നോക്കിക്കൊണ്ട് അവൻ ഹോട്ടലിന് പുറത്തേക്കിറങ്ങി.

പൊരിവെയിലത്ത് വീട്ടിലേക്ക് നടക്കുന്നതിനിടയിൽ ഒരു മിന്നൽപ്പിണർ പോലെ ശ്രീദേവന്റെ ഉള്ളിൽ ഒരു നാടകയവനിക ഉയർന്നു. വേദിയിൽ വൃന്ദാവനം തെളിഞ്ഞു.

"ശിഞ്ജിതമാം മഞ്ജിമയിൽ കൊഞ്ചലുമായി
അഞ്ചിതൾപ്പൂമെത്ത മേലെ താമരക്കണ്ണൻ.."

ശ്രീകൃഷ്ണനു മുന്നിൽ നൃത്തമാടുന്ന രാധ. ആലിൻപുറം നാട്യരഞ്ജിനി തീയേറ്റേഴ്സിന്റെ *രാസലീല*യിലെ നായിക. സിനിമയിലഭിനയിക്കാൻ മദിരാശിയിലേക്കു ഫിലിം റെപ്രസന്റേറ്റീവിനൊപ്പം നാടുവിട്ട കടുവാക്കുഴിയിലെ മാവൊടിഞ്ഞവിള വീട്ടിൽ മാതുനാടാരുടെ മകൾ മാലതി!

ആ അമ്പരപ്പിക്കുന്ന കണ്ടെത്തൽ സുബ്രനു മുന്നിൽ ശ്രീദേവൻ വെളിപ്പെടുത്തിയപ്പോൾ അവന്റെ മുഖത്ത് പ്രത്യേകിച്ചൊരു ഭാവഭേദവുമുണ്ടായില്ല.

"ഞാൻ പലയിടങ്ങളിലും വച്ച് അവരെ കണ്ടിട്ടൊണ്ട്. അവർക്ക് നമ്മളെയൊന്നും നേരിട്ടറിയില്ലല്ലോ. ഞാൻ അങ്ങോട്ടുപോയി പരിചയപ്പെടാനും പോയില്ല. ഒരിക്കൽ, കെ എസ് ഗോപാലകൃഷ്ണൻ സാറിന്റെ സെറ്റില് വന്നിരുന്നു. ഒരു കാബറേ ഡാൻസറുടെ വേഷമായിരുന്നു

അതില്. നായികയാകാൻവേണ്ടി കോടമ്പാക്കത്തു വന്നതാണ് പാവം. ഇപ്പോ ജീവിക്കാൻവേണ്ടി എന്തും ചെയ്യുന്ന അവസ്ഥയിലായി."

സുബ്രന്റെ വാക്കുകൾ കേട്ട് ശ്രീദേവൻ നെടുവീർപ്പിട്ടു.

"എന്നാ പിന്നെ അവർക്ക് തിരികെ നാട്ടിലേക്ക് പൊയ്ക്കൂടേ?"

"അതാണ് കോടമ്പാക്കത്തിന്റെ പ്രത്യേകത. സിനിമേല് ചാൻസ് അന്വേഷിച്ച് ഇവിടെ വരണവരിൽ ഭൂരിഭാഗവും എന്തെങ്കിലുമൊക്കെ ആവാതെ തിരികെ നാട്ടിലേക്ക് പോവൂല്ല. ഇന്നല്ലെങ്കി നാളെ എന്തെങ്കിലും അവസരം കിട്ടുമെന്ന പ്രതീക്ഷയിൽ ഓരോദിവസവും തള്ളിനീക്കും. ഈ വരിവീടുകളിൽ താമസിക്കുന്ന മിക്കവരും എത്രയോ കാലമായി ചാൻസ് അന്വേഷിച്ച് നടക്കണ്. അഭിനയിക്കാനും സംവിധാനം ചെയ്യാനും മാത്രമല്ല, പാടാനും പാട്ടെഴുതാനും മ്യൂസിക് ചെയ്യാനും തിരക്കഥയെഴുതാനുമൊക്കെ. അതില് കൊറേപ്പേര് രക്ഷപ്പെട്ടും. ബാക്കിയുള്ളോര് ഒന്നുമൊന്നുമാകാതെ പോവും. ഞാനും നീയുമൊക്കെ ഈ വലയത്തിൽ പെട്ടുകഴിഞ്ഞു. ഇനി ഒരു മാർഗമേയുള്ളൂ. രക്ഷപ്പെടാനുള്ള ശ്രമം നടത്തുക."

സുബ്രൻ പറഞ്ഞ നടുക്കുന്ന സത്യങ്ങൾകേട്ട് ശ്രീദേവൻ മറുപടിയൊന്നും പറഞ്ഞില്ല. ഏതായാലും, മുന്നിൽ ഒരു സുവർണാവസരം തെളിഞ്ഞുവരുന്നുണ്ട്. അത് യാഥാർത്ഥ്യമായാൽ ജീവിതംതന്നെ മാറിമറിയും. ശുഭപ്രതീക്ഷയോടെയുള്ള കാത്തിരിപ്പിന്റെ നാളുകളായിരുന്നു പിന്നീട്.

ഇതിനിടയിൽ സംവിധായകരെയും നിർമ്മാതാക്കളെയും കണ്ടുകൊണ്ടേയിരുന്നു. ജൂനിയർ ആർട്ടിസ്റ്റായി വേഷമിട്ട സെറ്റുകളിലുള്ള സംവിധാനസഹായികളോട് സൗഹൃദം സ്ഥാപിക്കാനും മറന്നില്ല. പക്ഷേ, കാര്യങ്ങൾക്കൊന്നും ഒരു മാറ്റവുമുണ്ടായില്ല. എങ്കിലും നിരാശനായില്ല. സംവിധായകൻ ജയകൃഷ്ണന്റെ സിനിമ ഒരു പ്രതീക്ഷയുടെ തുരുത്തായി അവനെ മുന്നോട്ടുനടത്തി. മാസം രണ്ടു കഴിഞ്ഞപ്പോൾ കാത്തിരിപ്പിനു വിരാമമായി. സേലത്തിനടുത്തുള്ള എർക്കാട് എന്ന സ്ഥലത്തെ ലിവിങ്സ്റ്റൺ ബംഗ്ലാവിൽ നാളെ ഉച്ചയ്ക്ക് എത്തണമെന്ന് ആവശ്യപ്പെട്ടുകൊണ്ടുള്ള ടെലഗ്രാം ഒരു സന്ധ്യാനേരത്ത് അവനെ തേടിയെത്തി.

കരിമാരി അമ്മൻകോവിലിൽ പോയി തൊഴുത് കുറിതൊട്ടാണ് ശ്രീദേവൻ പിറ്റേന്ന് അതിരാവിലെ ബസ് കയറിയത്. തന്റെ കൈയിലുണ്ടായിരുന്ന കുറച്ചു രൂപ വഴിച്ചെലവിനു കൊടുത്താണ് സുബ്രൻ, കൂട്ടുകാരനെ യാത്രയാക്കിയത്. സ്വപ്നസാഫല്യത്തിലേക്കുള്ളതാണല്ലോ തന്റെ യാത്രയെന്ന സന്തോഷത്തോടെ ശ്രീദേവൻ ബസ്സിലിരുന്ന് കണ്ണുകളടച്ചു.

ദീർഘമായൊരു ഉറക്കത്തിനുശേഷം കണ്ണുതുറന്നപ്പോൾ ബസ് നിർത്തിയിട്ടിരിക്കുകയാണ്.

പുറത്തേക്കുനോക്കി. വെയിൽ പരന്നിരിക്കുന്നു. റോഡിൽ നിര നിരയായി കിടക്കുകയാണ് വാഹനങ്ങൾ. റോഡിലെങ്ങും എ ഐ എ ഡി എം കെയുടെ ത്രിവർണപതാകകൾ, വലിയ ആർച്ചുകൾ, എം ജി ആറിന്റെ കൂറ്റൻ കട്ടൗട്ടുകൾ. സേലത്ത് ഏതോ മഹാസമ്മേളനം നടക്കുകയാണെന്ന് തോന്നുന്നു. ഇനി ബസ് മുന്നോട്ടുപോകാൻ മണിക്കൂറുകൾ തന്നെ എടുത്തേക്കും. ഇനിയും രണ്ടു മണിക്കൂറോളം യാത്രയുണ്ട്. ഉച്ചയ്ക്കു മുമ്പ് എത്താൻ കഴിയില്ലേ? അവൻ ആകെ അസ്വസ്ഥനായി. കുറേ നേരത്തെ കാത്തിരിപ്പിനു ശേഷം ബസ് ഇഴഞ്ഞു നീങ്ങിത്തുടങ്ങി.

ഹെയർപിൻ വളവുകൾ ചുറ്റിത്തിരിഞ്ഞ് മല കയറി ബസ് എർക്കാട് എത്തിയപ്പോൾ രണ്ടുമണി കഴിഞ്ഞിരുന്നു. ശ്രീദേവൻ ബസ്സിറങ്ങി. നല്ല വിശപ്പുണ്ട്. അടുത്തു കണ്ട കടയിൽനിന്ന് ഒരു ബണ്ണും ചായയും വാങ്ങിക്കഴിച്ചു. കടക്കാരനോട് ലിവിങ്സ്റ്റൺ ബംഗ്ലാവിലേക്കുള്ള വഴി ചോദിച്ചു മനസ്സിലാക്കി അങ്ങോട്ടേക്ക് നടന്നു.

ഏതാണ്ട് ഒരു കിലോമീറ്ററോളം നടന്ന് അവൻ ബംഗ്ലാവിനടുത്തെത്തി. നിറയെ കായ്ച്ചു കിടക്കുന്ന ഒരു ഓറഞ്ചുതോട്ടത്തിനുള്ളിലായിരുന്നു ബംഗ്ലാവ്. നല്ല തണുപ്പും ഭംഗിയുമുള്ള സ്ഥലം. അവൻ ക്ഷീണമെല്ലാം മറന്നു. ജീവിതസാക്ഷാത്കാരത്തിലേക്ക് ഇനി ഏതാനും ചുവടുകൾ മാത്രം. അവന് എന്തെന്നില്ലാത്ത സന്തോഷം തോന്നി. പെട്ടെന്ന്, മുന്നിലൂടെ രണ്ടു പോലീസ് ജീപ്പുകൾ പാഞ്ഞുപോയി. ബംഗ്ലാവിൽനിന്നാണ് അവ വന്നതെന്ന് മനസ്സിലായി. ഷൂട്ടിങ് ആവശ്യത്തിനുള്ള ജീപ്പായിരിക്കുമോ? അവൻ ഒന്നു തിരിഞ്ഞുനോക്കിയശേഷം നടത്തം തുടർന്നു. ബംഗ്ലാവിന്റെ ഗേറ്റിനുമുന്നിൽ കുറേപേർ കൂടിനിൽപുണ്ട്. ഷൂട്ടിങ് കാണാൻ വന്നവരായിരിക്കും.

അവൻ ഗേറ്റിനടുത്തെത്തി. ഗേറ്റ് അടഞ്ഞുകിടക്കുകയാണ്. അകത്ത് ആളനക്കമൊന്നുമില്ല.

"ലിവിങ്സ്റ്റൺ ബംഗ്ലാവ്?"

കൂട്ടത്തിലൊരാളോട് അവൻ ചോദിച്ചു.

"ആമാ? എന്ന തമ്പി?"

"ഫിലിം ഷൂട്ടിങ് ഇല്ലയാ?"

അവന്റെ ചോദ്യം കേട്ട് അയാൾ അവനെ സൂക്ഷിച്ചുനോക്കി. മുഖത്ത് പരിഹാസച്ചിരി വിരിഞ്ഞു.

"ഷൂട്ടിങ് പാർട്ടിയെ അന്ത പോലീസ് വണ്ടി തൂക്കിയാച്ച്."

അയാൾ ജീപ്പുകൾ പോയ വഴിയിലേക്ക് വിരൽ ചൂണ്ടിയാണ് പറഞ്ഞത്. കാര്യമറിയാതെ മിഴിച്ചുനിന്ന അവനോട് കൂടിനിന്നവർ കാര്യങ്ങൾ വിശദമാക്കി - രണ്ടുദിവസമായി ബംഗ്ലാവിനുള്ളിൽ നീലച്ചിത്ര നിർമ്മാണം നടക്കുകയായിരുന്നു. രഹസ്യവിവരം കിട്ടിയ പോലീസ്

സ്ഥലത്തെത്തി റെയ്ഡ് ചെയ്ത് ഷൂട്ടിങ് സെറ്റിലുണ്ടായിരുന്നവരെ അറസ്റ്റു ചെയ്തു കൊണ്ടുപോയി!

ശ്രീദേവന്റെ നട്ടെല്ലിലൂടെ ഒരു വിറയൽ കടന്നുപോയി. കെട്ടിപ്പൊക്കിയ കിനാവുകളുടെ സൗധത്തിന്റെ തകർച്ചയല്ല, നിമിഷങ്ങളുടെ വ്യത്യാസത്തിൽ, തലനാരിഴയ്ക്ക് ഒഴിവായിപ്പോയ ജയിൽവാസത്തെക്കുറിച്ചോർത്താണ് അവൻ കിടുങ്ങിപ്പോയത്. ആരാണെന്നും എവിടെ നിന്നാണെന്നുമൊക്കെയുള്ള ആൾക്കാരുടെ ആവർത്തിച്ചുള്ള ചോദ്യങ്ങൾക്കൊന്നും മറുപടി പറയാൻ നിൽക്കാതെ അവൻ വേഗത്തിൽ തിരിഞ്ഞു നടന്നു. ഓറഞ്ചുതോട്ടത്തിന്റെ തണുപ്പിലൂടെ നടക്കുമ്പോഴും അവൻ വിയർത്തൊഴുകി. ഷർട്ടിന്റെ പോക്കറ്റിൽ തപ്പി നോക്കിയപ്പോൾ കുറച്ച് നാണയത്തുട്ടുകൾ കിലുങ്ങി. തിരികെ കോടമ്പാക്കത്തെത്താൻ ഇത് തികയുമോ? ഇല്ലെങ്കിൽ എന്തുചെയ്യും? ഒന്നിനും ഒരു ഉത്തരം കിട്ടുന്നില്ല. ഒന്നു മാത്രമറിയാം. സംഭവിച്ചതെല്ലാം നല്ലതിന്. ഇനി സംഭവിക്കാനിരിക്കുന്നതോ.....?

പൈതൃകം

ഇടിയും മിന്നലുമൊക്കെയായി മഴ തകർത്തുപെയ്യുകയാണ്. വരിവീടുകളിലേക്കുള്ള വഴിമുഴുവൻ വെള്ളക്കെട്ടുകളായി. ഓടകളും ഡ്രെയിനേജുകളും നിറഞ്ഞുകവിഞ്ഞൊഴുകി ദുർഗന്ധം പരന്നു. ആസ്ബസ്റ്റോസ് ഷീറ്റിന്റെ പൊട്ടിയ വിടവിലൂടെ, നിലത്തിരിക്കുന്ന പാത്രത്തിൽ ഇറ്റിറ്റു വീഴുന്ന വെള്ളത്തുള്ളികളേയും നോക്കിക്കൊണ്ട് ശ്രീദേവനും സുബ്രനും മുറിക്കുള്ളിൽത്തന്നെ ചടഞ്ഞുകൂടിയിരുന്നു. ഒരാഴ്ചയായി മഴ തുടരുന്നതുകൊണ്ട് ഷൂട്ടിംഗുകളൊക്കെ മുടങ്ങിയിരിക്കുകയാണ്. കൈയിലാണെങ്കിൽ കാൽക്കാശുമില്ല. ഭക്ഷണം നേരാംവണ്ണം കഴിച്ചിട്ടുതന്നെ നാളുകളായി. ഷൂട്ടിംഗുണ്ടായിരുന്നെങ്കിൽ തട്ടിമുട്ടിയാണെങ്കിലും കാര്യങ്ങൾ നടന്നുപോയേനെ. നേരം ഉച്ചയാകുന്നു. രാവിലെ ഒന്നും കഴിക്കാത്തതുകൊണ്ട് വയർ കത്തിപ്പിടിക്കുകയാണ്. അവരിരുവരും മുഖത്തോടുമുഖം നോക്കി. ഒന്നും മിണ്ടിയില്ലെങ്കിലും വിശപ്പാണ് തങ്ങളുടെ ഇപ്പോഴത്തെ ഏറ്റവും വലിയ പ്രശ്നമെന്ന് അവർ പരസ്പരം തിരിച്ചറിയുന്നുണ്ടായിരുന്നു. ഒരു ചൂട് കട്ടൻ കുടിച്ചാൽ കൊള്ളാമെന്ന് തോന്നി. പക്ഷേ, തേയിലയും പഞ്ചസാരയും രണ്ടുദിവസംമുമ്പ് തീർന്നല്ലോ എന്നോർത്തപ്പോൾ ആഗ്രഹം വെറും നെടുവീർപ്പായി മാറി. തറയിൽ വിരിച്ചിരുന്ന പായയിലേക്ക് ശ്രീദേവൻ മെല്ലെ കിടന്നു.

ശ്രീദേവന്റെ മനസ്സിൽ ആലിൻപുറത്തെ മഴയോർമ്മകൾ പെയ്തുതുടങ്ങി. മഴനനഞ്ഞു നിൽക്കുന്ന വയലുകളും നിറഞ്ഞൊഴുകുന്ന തോടുകളും, മഴയെയും നോക്കി വീടിന്റെ വരാന്തയിൽ ചൂടുചായ കുടിച്ച്

അലസനായി ഇരിക്കുന്നതും മഴയുടെ കുളിരുള്ള രാത്രികളിൽ, കാലു കൾക്കിടയിൽ കൈകൾ തിരുകി മൂടിപ്പുതച്ചുറങ്ങുന്നതുമെല്ലാം ഓരോ ന്നോരോന്നായി സിനിമാഫ്രെയിമുകൾപോലെ മിന്നിമറഞ്ഞു. ഒടുവിൽ തെളിഞ്ഞത് മഴയത്തു നിൽക്കുന്ന പാർവ്വതിയുടെ ദൃശ്യമായിരുന്നു. ഇളം പച്ച ജാക്കറ്റും പാവാടയുമാണ് അവളുടെ വേഷം. കഴുത്തിൽ ഇളംപച്ച മുത്തുമാല. കൈകളിൽ ഇളംപച്ച കുപ്പിവളകൾ. ഹരിതാഭമായ ആ ദൃശ്യ ത്തിൽനിന്ന് ശ്രീദേവന്റെ ചിന്തകൾ പിന്നിലേക്കു സഞ്ചരിച്ചു.

വിന്നേഴ്സ് ടൈപ്പ്റൈറ്റിംഗ് ഇൻസ്റ്റിറ്റ്യൂട്ടിലെ ക്ലാസ് കഴിഞ്ഞ് മര ഗോവണി ഇറങ്ങി വരികയാണ് പാർവ്വതി. തൊട്ടുപിന്നാലെ ശ്രീദേ വനും. പേരൂർക്കട ജങ്ഷനിലൂടെ സംസാരിച്ച് നടന്ന് അവർ ബസ് സ്റ്റോപ്പിലെത്തി. അധികം താമസിയാതെതന്നെ ആലിൻപുറത്തേക്കു ള്ള ബസ്സെത്തി. സാമാന്യം തിരക്കുണ്ടായിരുന്നെങ്കിലും ആലിൻപുറ ത്തിറങ്ങാൻ അവർ രണ്ടുപേരുമേ ഉണ്ടായിരുന്നുള്ളൂ. ബസ്സിറങ്ങിയതും മഴ തുടങ്ങി. അവർ ഓടി ബസ്‌സ്റ്റോപ്പിലെ വെയിറ്റിംഗ്ഷെഡ്ഡിലേക്കു കയറി. അപ്രതീക്ഷിതമായി ഏതോ അതിഥികൾ കയറി വന്നതറിഞ്ഞ്, ഷെഡ്ഡിനുള്ളിൽ നിദ്രയിലായിരുന്ന കറുത്ത നായ കണ്ണൊന്നു തുറന്നടച്ചു. നായകളെ പണ്ടേ പേടിയുള്ള പാർവ്വതി ഗത്യന്തരമില്ലാത്തതുകൊണ്ടു മാത്രം ഷെഡ്ഡിന്റെ മൂലയിൽ ഒതുങ്ങിനിന്നു. അവളുടെ പേടികണ്ട് ശ്രീ ദേവൻ കളിയാക്കി ചിരിച്ചു. അതുകണ്ടപ്പോൾ അവൾ ദേഷ്യപ്പെട്ട്പല്ലിറു മ്മി. അവളുടെ ആ മുഖഭാവം ആകർഷകമായി അവനു തോന്നി. അവന്റെ നോട്ടം അവളിൽ തറഞ്ഞുനിന്നു. തലയിൽ നിന്നൊലിച്ചിറങ്ങുന്ന ജല ത്തുള്ളികൾ കവിളിലൂടെ ഒഴുകി കഴുത്തിലൂടെ സഞ്ചരിച്ച് അവളുടെ മാറിടത്തിലേക്ക്. ഒരു നിമിഷം! അതിരുകൾ ഭേദിക്കുന്ന ആ നോട്ടം അവൾ തിരിച്ചറിഞ്ഞെന്നു മനസ്സിലാക്കിയ അവൻ ഞൊടിയിടയിൽ തന്റെ കണ്ണുകളെ വെയ്റ്റിംഗ് ഷെഡ്ഡിന്റെ അരഭിത്തിയിൽ പതിച്ചിരു ന്ന *ആട്ടക്കലാശ*ത്തിന്റെ പോസ്റ്ററിലേക്ക് വെട്ടിത്തിരിച്ചു. സോന തീയേ റ്ററിൽനിന്ന് തലേദിവസം കണ്ട ആ ചിത്രത്തിലെ പാട്ടുരംഗം അവൻ അറിയാതെ ഓർത്തുപോയി:

"നാണമാവുന്നോ? മേനി നോവുന്നോ?

എന്റെ കൈകൾ നിന്നെ മൂടുമ്പോൾ ....."

പെട്ടെന്ന് കണ്ണഞ്ചിക്കുന്നൊരു വെള്ളിവെളിച്ചം മിന്നിമറഞ്ഞു. തൊട്ടുപിന്നാലെ അതിഭയങ്കരമായൊരു ഇടിനാദവും! ഭയന്നുവിറച്ച പാർ വ്വതി 'അയ്യോ ' എന്നു നിലവിളിച്ചുകൊണ്ട് ശ്രീദേവനെ കെട്ടിപ്പിടിച്ചു...

"കോപ്പേ, എഴിക്കെഴിക്ക് വെളിയിലൊരു ബഹളം കേക്കണ് ....."

സുബ്രന്റെ ആധികലർന്ന ശബ്ദം കേട്ട് ശ്രീദേവൻ സുന്ദരചിന്ത യിൽ നിന്നുണർന്നു.

ഇരുപത്തിഅഞ്ചാം നമ്പർ വരിവീടിനടുത്തായി ഒരാൾക്കൂട്ടം! മഴയിലൂടെ ഓടി ശ്രീദേവനും സുബ്രനും അവിടെ എത്തി. വീടിന്റെ വരാന്തയുടെ വെറുംനിലത്ത് കമിഴ്ന്ന കിടക്കുകയാണ് ചന്ദ്രു ആശാൻ! കൂ ട്ടത്തിലുണ്ടായിരുന്ന രണ്ടുപേർ ചേർന്ന് ആശാനെ മലർത്തിക്കിടത്തി. കണ്ണുകൾ തുറിച്ച്, വായ അല്പം തുറന്ന് അനക്കമേതുമില്ലാതെ കിടക്കുക യാണ് വൃദ്ധൻ. നരച്ച് ചെമ്പിച്ച താടിയിലൂടെ ഉമിനീർ ഒലിച്ചിറങ്ങിയി രിക്കുന്നു. നിലത്ത് ഉറുമ്പുകൾ വരിവച്ചു തുടങ്ങിയിട്ടുണ്ട്. ഒരാൾ ഇടത്തേ കൈയിലെ നാഡി പിടിച്ചുനോക്കി. വേറൊരാൾ മൂക്കിൽ വിരൽ വച്ചു. ഇരുവരുടെയും മുഖഭാവത്തിൽനിന്ന് കൂടിനിന്നവർ കാര്യം ഉറപ്പിച്ചു - ചന്ദ്രു ആശാൻ മരിച്ചു!

ചന്ദ്രു ആശാൻ എവിടെയുള്ള ആളാണെന്നോ, എന്നാണ് കോടമ്പാ ക്കത്തു വന്നതെന്നോ, ഈ വരിവീട്ടിൽ എങ്ങനെ എത്തിപ്പെട്ടെന്നോ ആർക്കുമറിയില്ല. ഇപ്പോഴത്തെ താമസക്കാരെല്ലാം ഇവിടെ താമസി ക്കാൻ എത്തുന്നതിനും മുമ്പുതന്നെ ആശാൻ ഇവിടുത്തെ അന്തേവാസി യായിരുന്നു. പണ്ട് വാടക കൊടുത്തുതന്നെയായിരുന്നു താമസം. അന്ന യാൾക്ക് വല്ലപ്പോഴുമൊക്കെ ജൂനിയർ ആർട്ടിസ്റ്റിന്റെ വേഷങ്ങൾ കിട്ടി യിരുന്നു. വയസ്സായി ആരോഗ്യം നശിച്ചതോടെ അത് നിലച്ചു. വാടക കൊടുക്കാൻ നിവൃത്തിയില്ലാതായതോടെ താമസിച്ചിരുന്ന വീട്ടിൽനി ന്നും പുറത്തായി. പക്ഷേ, അയാൾ കോടമ്പാക്കത്തെ വരി വീടുകൾ വിട്ടു പോയില്ല. പകൽ മുഴുവൻ എവിടെയെങ്കിലുമൊക്കെ അലഞ്ഞുതി രിഞ്ഞു നടക്കുമെങ്കിലും രാത്രി വരിവീട്ടിലെത്തും. ഏതെങ്കിലുമൊന്നിന്റെ പുറത്ത്, വരാന്തയിലോ മറ്റോ ചുരുണ്ടുകൂടും. ഇരുപത്തിയഞ്ചാം നമ്പറി ലെ താമസക്കാർ ഒഴിഞ്ഞു പോയതോടെ കുറേക്കാലമായി അതിന്റെ വരാന്തയിലാണ് സ്ഥിരംകിടപ്പ്. വീട്ടുടമയായ ചെട്ടിയാർ പലതവണ വിരട്ടിയെങ്കിലും ആശാൻ അവിടം വിട്ടു പോയില്ല.

"ഇന്നലെ രാത്രീം ബഹളം കേട്ടതാണ്....."

ശ്രീദേവൻ, സുബ്രനോടു മെല്ലെ പറഞ്ഞു. അവന് വല്ലാത്ത സങ്കടം തോന്നി. കാണുമ്പോഴൊക്കെ ആശാൻ കാശ് ചോദിക്കുമായിരുന്നു. ചി ലപ്പോഴൊക്കെ കൊടുത്തിട്ടുണ്ട്. കാശ് കിട്ടുമ്പോൾ ആ മുഖത്ത് വിരിയു ന്ന നിറവുള്ള ചിരി ശ്രീദേവന് മറക്കാൻ കഴിയുന്നില്ല. ഒരാഴ്ചമുമ്പ്, ജാ നകിപ്പാട്ടീരെ വീട്ടിൽനിന്നും പൊതിച്ചോറും വാങ്ങിയിറങ്ങുമ്പോഴാണ് ചന്ദ്രു ആശാനെ അവസാനമായി കണ്ടതെന്ന് അവനോർത്തു. തന്നെ കണ്ടതും കൈ നീട്ടി. പോക്കറ്റിലുണ്ടായിരുന്ന അമ്പതു പൈസ എടുത്തു കൊടുത്തെങ്കിലും വാങ്ങിയില്ല.

"വെശക്കണ് മോനേ...."

അയാൾ തൊഴുതുകൊണ്ട് ദീനസ്വരത്തിൽ പറഞ്ഞു. ആ യാചന കേട്ട് ശ്രീദേവന്റെ ഉള്ളൊന്നു പിടഞ്ഞു. അവൻ കൈയിലിരുന്ന പൊതിച്ചോറ് വൃദ്ധന്റെ കൈകളിൽ വച്ചുകൊടുത്തു.

"പോലീസിനെ അറിയിക്കണ്ടേ?"

കൂടി നിന്നവരിലാരോ ചോദിച്ചു. ആരോ സ്റ്റേഷനിലേക്ക് ഫോൺ ചെയ്യാനായി റോഡിലേക്ക് പോയി. അധികം വൈകാതെ പോലീസ് സംഘമെത്തി. പിന്നാലെ ഒരു ആംബുലൻസും. കൂടിനിന്നവരോട് ആശാനെക്കുറിച്ച് പോലീസുകാർ പലതും ചോദിച്ചെങ്കിലും ആർക്കും വ്യക്തമായി ഒന്നും പറയാൻ കഴിഞ്ഞില്ല. മൃതദേഹം ആംബുലൻസിലേക്കു കയറ്റി.

ആംബുലൻസ് അകന്നുപോകുന്നതു നോക്കി ശ്രീദേവനും സുബ്രനും നിന്നു. പോലീസും ആളുകളുമൊക്കെ പിരിഞ്ഞുപോയിക്കഴിഞ്ഞു.

"വാ, ജാനകിപ്പാട്ടീരേന്ന് കടം പറഞ്ഞ് ഒരു പൊതിച്ചോറ് വാങ്ങിക്കാം. നല്ല വെശപ്പ്"

സുബ്രൻ, കൂട്ടുകാരനെ വിളിച്ചു.

"നീ പൊയ്ക്കോ. ഞാൻ പിന്നെ വരാം."

ശ്രീദേവൻ പറഞ്ഞു. സുബ്രൻ നടന്നു.

ശ്രീദേവൻ വരാന്തയുടെ കൈവരിയിലിരുന്നു. അവന്റെ മനസ്സിൽ അപ്പോഴും ചന്ദ്രു ആശാന്റെ മരവിച്ച മുഖമായിരുന്നു. ഒരുപാട് പ്രതീക്ഷകളോടെ കോടമ്പാക്കത്തു വന്നിറങ്ങിയ ആ മനുഷ്യന്റെ അന്ത്യം എത്ര ദാരുണമായി മാറി! ഇതുപോലെ എത്രയെത്ര ചന്ദ്രു ആശാന്മാർ ഈ നഗരത്തിൽ ഇനിയുമുണ്ടാവും? ചിന്തകൾ കാടുകയറുന്നതിനിടയിൽ, വരാന്തയുടെ മൂലയിലിരിക്കുന്ന ഒരു സഞ്ചിയിൽ അവന്റെ കണ്ണുകൾ പതിഞ്ഞു. മുഷിഞ്ഞ ആ പഴഞ്ചൻസഞ്ചി തുറന്നപ്പോൾ കണ്ടത് കുറേ കടലാസുകൾ. അവൻ സഞ്ചിയുമെടുത്ത് മുറ്റത്തിറങ്ങി. മഴ അപ്പോഴും തുടരുകയാണ്.

രാത്രി, മുനിഞ്ഞു കത്തുന്ന ചിമ്മിനിവിളക്കിനു മുന്നിലിരുന്ന് ശ്രീദേവൻ, ചന്ദ്രു ആശാന്റെ സഞ്ചിക്കുള്ളിലെ കടലാസുകൾ ഓരോന്നായി പുറത്തെടുത്തു. പലതും കാലപ്പഴക്കം കൊണ്ട് നിറം മങ്ങിയതോ ദ്രവിച്ചു തുടങ്ങിയതോ ഒക്കെയായിരുന്നു. അതിലെ അക്ഷരങ്ങൾ വായിക്കാൻ കഴിയാത്തവിധം മഷി പടർന്നിരുന്നു. എങ്കിലും അവൻ വായിക്കാൻ ശ്രമിച്ചു. അതൊരു തിരക്കഥയായിരിക്കാമെന്ന് അവൻ ഊഹിച്ചു. അഭിനയിക്കാൻ മാത്രമാവില്ല, ഒരു സംവിധായകനോ തിരക്കഥാകൃത്തോ ആകാനും ഒരുപക്ഷേ, ആശാൻ ശ്രമിച്ചിരിക്കാം. കടലാസുകൾ ഓടിച്ചു മറിച്ചു നോക്കുന്നതിനിടയിൽ അതിനുള്ളിൽനിന്ന് ഒരു പത്രക്കട്ടിംഗ് താഴെ വീണു. മഞ്ഞിച്ച ആ കടലാസ് അവനെടുത്തു.

'കഥപറച്ചിലുകാരൻ ഇനി കഥാനായകൻ' എന്ന തലക്കെട്ടിനു താഴെയുള്ള മൂന്നുകോളം വാർത്തയ്ക്കൊപ്പം സുമുഖനായൊരു ചെറുപ്പക്കാരന്റെ ചിത്രവും ഉണ്ടായിരുന്നു. അവൻ വാർത്ത വായിച്ചു:

"ആലപ്പുഴ: നിശ്ശബ്ദസിനിമകളുടെയും ബയോസ്കോപ്പ് സിനിമകളുടെയും കാലത്ത് സിനിമയുടെ കഥ വിളിച്ചുപറഞ്ഞ് കാണികളെ വിസ്മയഭരിതരാക്കിയ 'വിളിച്ചുപറയൽ'കാരിൽ സൂപ്പർ സ്റ്റാറായിരുന്ന ചമ്പക്കുളം ചന്ദ്രപ്പൻ ഇനി വെള്ളിത്തിരയിലെ നായകനാകും....."

അത്രയും വായിച്ചപ്പോൾ ശ്രീദേവന്റെ കണ്ണുകൾ അത്ഭുതംകൊണ്ടു. 'കോപ്പ്' എന്ന വിളിപ്പേരിനു പിറകിലെ രഹസ്യമന്വേഷിച്ച നാളുകളിൽ കേട്ട തന്റെ കുടുംബചരിത്രത്തിലെ പ്രധാനകഥാപാത്രമായ ചമ്പക്കുളം ചന്ദ്രപ്പൻ എന്ന ആ പേര് അവനെ കിടിലംകൊള്ളിച്ചു. അവൻ വാർത്ത ആവേശത്തോടെ വായിച്ചു. ശബ്ദസിനിമകളുടെ വരവോടെ തൊഴിൽ രഹിതനായി മാറിയ ചമ്പക്കുളം ചന്ദ്രപ്പൻ എന്ന വിളിച്ചുപറയൽ കലാകാരനെ നായകനാക്കി രാജ് മൂവീസിന്റെ ബാനറിൽ അമീർ സേഠ് സംവിധാനം ചെയ്യുന്ന *പുഷ്പതല്പം* എന്ന ചിത്രത്തിന്റെ ചിത്രീകരണം മദിരാശിയിലെ വാഹിനിസ്റ്റുഡിയോയിൽ ഉടൻ ആരംഭിക്കുമെന്നതായിരുന്നു വാർത്തയിലെ ഉള്ളടക്കം. വിളിച്ചുപറയൽ കലാകാരന്മാരിൽ പ്രതിഭാധനനായിരുന്ന ചമ്പക്കുളം ചന്ദ്രപ്പന് ശബ്ദസിനിമകൾ വന്നതോടെ ജോലി നഷ്ടമാകുകയായിരുന്നുവെന്നും ചന്ദ്രപ്പന്റെ കഴിവ് കണ്ടറിഞ്ഞ സംവിധായകൻ അദ്ദേഹത്തെ തന്റെ സിനിമയിലെ നായകനായി തെരഞ്ഞെടുക്കുകയായിരുന്നുവെന്നും വാർത്തയിൽ പരാമർശിച്ചിരുന്നു.

ശ്രീദേവന്റെ കൈയിലിരുന്ന് ആ വാർത്താശകലം വിറച്ചു. പുറത്ത് ഇടിമുഴക്കത്തോടെ മഴയിരമ്പി.

അമ്പതുവർഷങ്ങൾക്കുമുമ്പ് ആലിൻപുറത്ത് ഒരു ഗന്ധർവ്വനെപ്പോലെ അവതരിച്ച്, കല്യാണിക്കുട്ടിയുടെ ഹൃദയം അപഹരിച്ച്, വാസുദേവൻ എന്ന പുത്രന് ബീജാവാപം ചെയ്ത് അപ്രത്യക്ഷനായ ചമ്പക്കുളം ചന്ദ്രപ്പൻ തന്നെയായിരുന്നു ചന്ദ്രു ആശാൻ! നിശ്ശബ്ദസിനിമകളുടെ അവിഭാജ്യഘടകമായതിനാൽ വിളിച്ചുപറയൽകാരനായ ചന്ദ്രപ്പന്റെ ജീവിതം താരപരിവേഷത്തോടെയായിരുന്നു. കൈ നിറയെ കാശ്. എങ്ങും ആരാധകവൃന്ദം. മുന്തിയ ഹോട്ടലുകളിൽ താമസിച്ചും വില കൂടിയ വസ്ത്രങ്ങൾ ധരിച്ചും അയാൾ ജീവിതം ആഘോഷമാക്കി. മദ്യത്തിനും മദിരാക്ഷിക്കും വേണ്ടി പണമൊഴുക്കി. പതിനഞ്ചുവർഷത്തോളം ഉത്സവം പോലെ കൊണ്ടാടിയ ആ ജീവിതത്തിന് തിരശ്ശീല വീണുതുടങ്ങിയത് ശബ്ദചിത്രങ്ങൾ സജീവമായതോടെയായിരുന്നു. പുതിയ സാങ്കേതികവിദ്യയുടെ കടന്നുവരവിൽ ചന്ദ്രപ്പൻ പകച്ചു. സമ്പാദ്യമായി ഒന്നുമുണ്ടായിരുന്നില്ല.

വരുമാനം നിലച്ചതോടെ ജീവിതം വഴിമുട്ടി. അയാൾ മദിരാശിയിലേക്ക് തീവണ്ടി കയറി. സിനിമാ നടനാകുകയായിരുന്നു ലക്ഷ്യം. കുറേ അലഞ്ഞു. ഒടുവിൽ, കോഴിക്കോട്ടുകാരനായ അമീർ സേഠ് തന്റെ സിനിമയിൽ ചന്ദ്രപ്പനെ നായകനാക്കാമെന്നു സമ്മതിച്ചു. പണ്ട്, മാനാഞ്ചിറ മൈതാനത്തിലെ ടൂറിങ് ടാക്കീസിൽ വച്ച് ചന്ദ്രപ്പന്റെ അതിശയപ്രകടനം കണ്ടതിന്റെ ഓർമയിലാണ് അയാൾ അതിനു തയ്യാറായത്.പത്രങ്ങളിലും സിനിമാ മാസികകളിലും വാർത്തവന്നു. സിനിമയുടെ പൂജയും പാട്ടുകളുടെ റെക്കോർഡിംഗും കഴിഞ്ഞു. പക്ഷേ, എന്തുകൊണ്ടോ പിന്നീട് കാര്യങ്ങൾ മുന്നോട്ടുപോയില്ല. ഏറേ നാളത്തെ കാത്തിരിപ്പിനു ശേഷം ചന്ദ്രപ്പൻ വീണ്ടും അവസരങ്ങൾ തേടിയലഞ്ഞു. കുറേ ചിത്രങ്ങളിൽ ജൂനിയർ ആർട്ടിസ്റ്റായി അഭിനയിക്കാൻ മാത്രമേ കഴിഞ്ഞുള്ളൂ. നിരാശയുടെ പടുകുഴിയിൽ വീണുപോയ അയാളുടെ ജീവിതം തികച്ചും അരാജകമായി. കാലം കടന്നുപോകവേ, ചന്ദ്രപ്പൻ എന്ന പേര് പോലും നഷ്ടപ്പെട്ട അയാൾ ചന്ദ്രു ആശാനായി. എന്നെങ്കിലുമൊരിക്കൽ തന്നെത്തേടി നല്ലൊരു വേഷം വരുമെന്ന പ്രതീക്ഷയിലായിരുന്നു മരിക്കുന്നതുവരെയും അയാൾ. പക്ഷേ,..

കണ്ണടച്ചു കിടന്നെങ്കിലും ശ്രീദേവന് ഉറങ്ങാൻ കഴിഞ്ഞില്ല. എല്ലാം ഒരു സിനിമാക്കഥപോലെ തോന്നി. വർഷങ്ങൾക്കുമുമ്പ് അച്ഛനും അപ്പൂപ്പനും ഈ നഗരത്തിലുണ്ടായിരുന്നിട്ടും അവർ കണ്ടുമുട്ടിയതായി അറിവില്ല. പതിറ്റാണ്ടുകൾക്കുമുമ്പ് തിരോധാനം ചെയ്ത പിതാമഹനെ കണ്ടുമുട്ടാനുള്ള നിയോഗം, കാലം തനിക്കായി കരുതിവച്ചിരുന്നതാണോ? ഇതൊരു മുന്നറിയിപ്പ് കൂടിയാണ്. ജീവിതം വ്യർത്ഥമാക്കാതെ മടങ്ങിപ്പോകൂ എന്ന മുന്നറിയിപ്പ്. അവന് അമ്മയെ കാണണമെന്നു തോന്നി. കുളിർകാറ്റേറ്റ് ആലിൻപുറത്തെ വയലേലകളിലൂടെ നടന്നുപോകണമെന്നു തോന്നി. പുന്നച്ചിറക്കുളത്തിൽ നീന്തിത്തുടിക്കണമെന്നു തോന്നി. ആലിൻപുറം മുടിപ്പുരയിലെ ഉത്സവത്തിമിർപ്പിൽ അമരണമെന്നു തോന്നി. പാർവ്വതിയുടെ കൈപിടിച്ച് നാട്ടിടവഴിയിലൂടെ നടന്നുപോകണമെന്നു തോന്നി...

പിറ്റേന്ന് രാവിലെ, തിരുവനന്തപുരത്തേക്കുള്ള തീവണ്ടിയും കാത്ത് മദിരാശി സെൻട്രൽ റെയിൽവേ സ്റ്റേഷനിൽ ശ്രീദേവൻനിന്നു. കൂട്ടുകാരനെ യാത്രയാക്കാൻ സുബ്രൻ കൂടെയുണ്ടായിരുന്നു. നാട്ടിലേക്ക് മടങ്ങുകയാണെന്ന് ശ്രീദേവൻ തലേന്നുരാത്രി പറഞ്ഞപ്പോൾ മറുത്തൊന്നും പറഞ്ഞില്ലെങ്കിലും 'സിനിമയിൽ എന്തെങ്കിലുമാകാതെ ഞാൻ വരില്ല' എന്നാണ് സുബ്രൻ തീർത്തുപറഞ്ഞത്.

തീവണ്ടി എത്തി. സുബ്രന്റെ കൈ പിടിച്ചുകുലുക്കിക്കൊണ്ട് ഇടറുന്ന

ശബ്ദത്തിൽ 'ആൾ ദി ബെസ്റ്റ്' ആശംസിച്ച് ശ്രീദേവൻ, ജനറൽ കമ്പാർട്ടുമെന്റിലേക്ക് തിക്കിത്തിരക്കി കയറി. ചൂളം വിളിച്ച് പാഞ്ഞുപോകുന്ന തീവണ്ടിയെ നോക്കി സുബ്രൻ നിറകണ്ണുകളോടെ കൈകൾ വീശി.

ശ്രീദേവനേയും വഹിച്ച് തിരുവനന്തപുരം ലക്ഷ്യമാക്കി മദിരാശിയിൽനിന്ന് തീവണ്ടി പുറപ്പെട്ടു തുടങ്ങവേ, ഒരു മരണസന്ദേശവുമായി തിരുവനന്തപുരം കമ്പിത്തപാലാപ്പീസിൽനിന്ന് മദിരാശിയിലേക്ക് ഒരു കമ്പി സഞ്ചരിച്ചു തുടങ്ങിക്കഴിഞ്ഞിരുന്നു. തലേന്നു രാത്രി, ഉറങ്ങിക്കിടക്കുമ്പോൾ ഹൃദയം സ്തംഭിച്ചുപോയ കല്യാണിക്കുട്ടിയുടെ മരണ അറിയിപ്പായിരുന്നു ആ കമ്പിയുടെ ഉള്ളടക്കം.

റീൽ - എട്ട്

നോട്ടം

"**അ**യ്യോ..... ഓടി വരണേ....."

ചാത്തൻപാറയ്ക്ക താഴെയുള്ള മാർക്കോസിന്റെ വീട്ടിൽനിന്നും പാതി രാത്രി ഉയർന്ന നിലവിളിയൊച്ചകേട്ട് ആലിൻപുറം ഞെട്ടിയുണർന്നു. വീടുകളിൽ വെട്ടം തെളിഞ്ഞു. ആളുകൾ ചാത്തൻപാറ ലക്ഷ്യമാക്കി പാഞ്ഞു.

മാർക്കോസിന്റെ വീട്ടുമുറ്റത്ത് ആദ്യം ഓടിയെത്തിയത് കറവക്കാരൻ പുരുഷന്റെ മൂത്തമോൻ ഉത്തമനായിരുന്നു. കൈയിലിരുന്ന നാലുകട്ട ബാറ്ററിയുടെ ടോർച്ചിന്റെ വെട്ടം നാലുപാടും തെളിച്ച്, കിതച്ചുകൊണ്ട് ഉത്തമൻ ചോദിച്ചു:

"ആര്? എവിടെ? എന്തര്?"

"ദാ, എവളാണ് കണ്ടത്.... പെട്ക്കാനെറങ്ങിയപ്പോ വടക്കേപ്പുറത്തെ വാഴേരെ മൂട്ടില് ഒരുത്തൻ പതുങ്ങിനിക്കണ് ....."

മൂത്തമോൻ ഗിൽബർട്ടിന്റെ ഭാര്യ ഗിൽഡാറാണിയെ ചൂണ്ടി വൃദ്ധനായ മാർക്കോസ് കിതച്ചുകൊണ്ടു പറഞ്ഞു.

"എന്നിട്ടവൻ എങ്ങോട്ടു പോയി?"

ഉത്തമനു പിന്നാലെയെത്തിയ നാട്ടുകൂട്ടം ഒരേ സ്വരത്തിൽ ഒരുമിച്ചു ചോദിച്ചു.

"എന്റെ വിളി കേട്ടപ്പം ലോണ്ടെ അങ്ങോട്ടോടി."

ഗിൽഡാറാണി, ചാത്തൻപാറയ്ക്കടുത്തുള്ള ശീമമുള്ളുകൂട്ടത്തിനു നേരെ വിരൽ ചൂണ്ടി. കേട്ടപാതി കേൾക്കാത്ത പാതി നാട്ടുകാർ ഒന്നടങ്കം അങ്ങോട്ടേക്കു വച്ചുപിടിച്ചു. ടോർച്ചിന്റെയും ചൂട്ടുകറ്റയുടെയും വെട്ടത്തിൽ

ഏറെനേരം തിരച്ചിൽ നടന്നു. പക്ഷേ, 'പ്രതി'യെ പിടികൂടാനായില്ല. നാട്ടുകാർ നിരാശയോടെ മടങ്ങി.

ആ സംഭവം നടന്ന് കൃത്യം ഒരാഴ്ച പിന്നിട്ടപ്പോഴേയ്ക്കും പാതിരാത്രിയിൽ വീണ്ടും ഒരു നിലവിളിയുയർന്നു. കോഴിയങ്കോണത്തെ സിംപ്ലൻ ഗോപാലകൃഷ്ണന്റെ വീട്ടിൽ നിന്നാണ് ഇക്കുറി അത് കേട്ടത്. സിംപ്ലന്റെ രണ്ടാമത്തെ മകൾ സന്ധ്യാറാണിയുടെതായിരുന്നു ആ നിലവിളി. രാത്രി, രണ്ടുമാസത്തെ ലീവിന് നാട്ടിൽ വന്ന പട്ടാളക്കാരൻഭർത്താവിനൊപ്പം കട്ടിലിൽ കിടക്കുകയായിരുന്ന അവൾ, തുറന്നുകിടന്ന ജനലിനരികെ ആരെയോ കണ്ട് നിലവിളിക്കുകയായിരുന്നു. നാട്ടുകാർ ഓടിക്കൂടി. ചുറ്റുവട്ടം മുഴുവൻ അരിച്ചുപെറുക്കി. ആരെയും കണ്ടില്ല.

നിലവിളികൾ പലരാത്രികളിൽ പിന്നെയും പലയിടങ്ങളിൽ ആവർത്തിച്ചു. എന്നാൽ 'പ്രതി' മാത്രം വെളിപ്പെട്ടില്ല. രാത്രിയിൽ അജ്ഞാതനായ ഒരുത്തനെ കാണുന്നുവെന്നല്ലാതെ എവിടെ നിന്നെങ്കിലും എന്തെങ്കിലും മോഷണം പോയതായി ആർക്കും പരാതിയില്ല. പിന്നെ എന്താവും ആ നിശാചരന്റെ മനസ്സിലിരിപ്പ്? നാട്ടുകാർക്കിടയിൽ പരിഭ്രാന്തിക്കൊപ്പം അഭ്യൂഹങ്ങളും വളർന്നു. കേരളത്തിലെമ്പാടും റിപ്പർ ആക്രമണങ്ങൾ നടക്കുന്ന കാലമാണ്. ഇനി വല്ല റിപ്പറുമായിരിക്കുമോ? ചെറുപ്പക്കാർ, കുറുവടികളുമെടുത്ത് ചെറുസംഘങ്ങളായി തിരിഞ്ഞ് നാട്ടിലങ്ങുമിങ്ങും പാതിരാത്രികളിൽ ഉറക്കമിളച്ച് റോന്തുചുറ്റി. എന്നാൽ, സംഘത്തിന്റെ കണ്ണെത്താത്ത ചിലയിടങ്ങളിൽ 'പ്രതി' പ്രത്യക്ഷപ്പെട്ടെന്ന വാർത്തകൾ ഇടയ്ക്കിടെ വന്നുകൊണ്ടിരുന്നു. ആലിൻപുറത്തുകാരൻ കൂടിയായ പേരൂർക്കട സബ് ഇൻസ്പെക്ടർ നാഗേന്ദ്രൻ നായർക്ക് നാട്ടുകാർ പെറ്റീഷൻ നൽകി. അയാൾ പഠിച്ച പണി പതിനെട്ടും പയറ്റി. പക്ഷേ, ഫലമൊന്നുമുണ്ടായില്ല.

ഒരു മഴയുള്ള ദിവസം രാത്രി. എല്ലാ വീടുകളിലേയും വെളിച്ചമണഞ്ഞിട്ടും പേർഷ്യാക്കാരൻ സതീശന്റെ വീട്ടിലെ കിടപ്പുമുറിയിലെ ഇളം നീലവെട്ടം മാത്രം തുറന്നിട്ട ജനലിലൂടെ പുറത്തേക്കു പരന്നു. കട്ടിലിൽ പതുപതുപ്പുള്ള മെത്തയിൽ, ഭാര്യ സുനിതയേയും കാത്ത് സതീശൻ ഞെരിപിരി പൂണ്ട് കിടക്കുകയാണ്. മൂന്നുവർഷത്തെ അബുദാബി ജീവിതം കഴിഞ്ഞ് ഇന്നു വൈകിട്ടാണ് അയാൾ വീട്ടിലെത്തിയത്. ബന്ധുക്കളും അയൽക്കാരുമൊക്കെ പേർഷ്യക്കാരനെ സ്വീകരിക്കാൻ വീട്ടിലെത്തിയിരുന്നതു കാരണം കെട്ടിയോളെ നേരാംവണ്ണം ഒന്നു കാണാൻപോലും അയാൾക്കു കഴിഞ്ഞിരുന്നില്ല. നേരം ഏറെ വൈകിയിട്ടാണ് സന്ദർശകർ പിരിഞ്ഞുപോയത്.

"അയ്യോ സതീശേട്ടാ, ജനലും തൊറന്നിട്ടാണാ കെടക്കാമ്പോണത്! നാട്ടുനീളെ ഒരു കള്ളൻ കെടന്ന് കറങ്ങണൊണ്ട്."

മക്കളെ രണ്ടുപേരെയും തന്റെ അച്ഛനമമ്മയ്ക്കുമൊപ്പം ഉറങ്ങാൻ കിടത്തിയിട്ട് സുനിത മുറിയിലേക്കു പ്രവേശിച്ച്, ജനലിനടുത്തേക്ക് നടന്നു.

"അത് അടയ്ക്കണ്ട കുട്ടാ. മരുഭൂമീലെ ചൂടൊക്കെ മാറി എന്റെ ദേഹമൊക്കെ ഒന്നു തണുക്കട്ട്."

സ്നേഹപൂർവ്വം കെട്ടിയോൻ വിലക്കിയപ്പോൾ സുനിത കട്ടിലിനടുത്തേക്കു തിരിഞ്ഞുനടന്നു. സതീശൻ അക്ഷമനായിരുന്നു. അയാൾ കട്ടിലിൽനിന്ന് ചാടിയെണീറ്റ് ഭാര്യയെ പൂണ്ടടക്കം പിടിച്ചു.

"എന്റെ കുട്ടാ...."

"ഇതെന്തരാണ് പുതിയൊരു വിളി കുട്ടാ കുട്ടാന്ന്."

സുനിത ചിണുങ്ങി.

"നീ ഏപ്രിൽ 18 കണ്ടിട്ടില്ലേ. അതില് ബാലചന്ദ്രമേനോൻ ശോഭനയെ കുട്ടാന്നാണ് വിളിക്കണത്. ഞാനും ഇനി നിന്നെ അങ്ങനെയേ വിളിക്കൂ."

സുനിതയ്ക്കു നാണം വന്നു.

"അവിടെ സിനിമേക്കെ കാണാമ്പറ്റോ?"

"വീസീപ്പിയില് കാണും."

"അതെന്തര്?"

"ടീവീല് സിനിമ കാണാനൊള്ള സൂത്രം. ഞാൻ വാങ്ങിച്ചിട്ടൊണ്ട്. അടുത്തയാഴ്ച എയർപോർട്ടീപ്പോയി എടുക്കണം."

"അതിലെങ്ങനെ സിനിമ."

സുനിത അടുത്ത ചോദ്യം മുഴുമിപ്പിക്കുന്നതിനു മുമ്പേ, അവളുടെ ചുണ്ടുകളെ സതീശന്റെ ചുണ്ടുകൾ വിഴുങ്ങിക്കഴിഞ്ഞിരുന്നു. നീണ്ട കാത്തിരിപ്പു തീർത്ത ആവേശക്കൊടുങ്കാറ്റിലായിരുന്ന ഇരുവരും കട്ടിലിലേക്കു മറിഞ്ഞു. സുനിതയുടെ സാരിയും ജമ്പറും ബ്രായും അടിപ്പാവാടയും തറയിലേക്കുവീണു. അതിനുമീതേയ്ക്ക് സതീശന്റെ വഴുവഴുപ്പുള്ള ഫോറിൻ ലുങ്കിയും പറന്നിറങ്ങി. കരിമ്പിൻകാടു കണ്ട മദയാനയുടെ പരവേശമായിരുന്നു സതീശന്. അയാൾ അവളുടെ കാലുകൾ തിടുക്കത്തിൽ വലിച്ചകറ്റി പ്രവേശനോത്സവത്തിന് വെമ്പൽകൊണ്ടു.

"ആക്രാന്തം കാണിക്കാതെടാ മൈത്താണ്ടീ. പയ്യെ ചെയ്യ്."

എവിടെനിന്നോ ഒരശരീരി! സതീശനും സുനിതയും ശബ്ദം കേട്ട ഭാഗത്തേക്ക് ഒരുമിച്ച് തല വെട്ടിത്തിരിച്ചു. അതാ ജനലിനപ്പുറത്ത് അവ്യക്തമായ ഒരു ആൺതല!

"അയ്യോ!"

ഭാര്യയും ഭർത്താവും ഒരുമിച്ച് നിലവിളിച്ചു. തല അപ്രത്യക്ഷമായി.

പേർഷ്യാക്കാരന്റെയും ഭാര്യയുടെയും നിലവിളിയിൽ ആലിൻപുറം ദേശത്തെ വീടുകളിലെങ്ങും വെട്ടം തെളിഞ്ഞു. കോരിച്ചൊരിയുന്ന മഴ

യെപ്പോലും തൃണവത്ഗണിച്ചുകൊണ്ട് കൈയിൽ കിട്ടിയ കുറുവടികളും ടോർച്ചുകളുമായി നാട്ടുകാർ സതീശന്റെ വീട്ടുമുറ്റത്ത് ഓടിക്കൂടി.

"ഏതോ ഒരുത്തൻ ജനാലിന്റെ വെളീന്ന്....."

സതീശൻ കിതച്ചുകൊണ്ട് സംഭവം വിവരിക്കാൻ തുടങ്ങിയെങ്കിലും അത് മുഴുമിപ്പിക്കുന്നതിനു മുമ്പുതന്നെ നാട്ടുകാർ വീടിനു നാലുചുറ്റുമായി വിന്യസിക്കപ്പെട്ടു. ടോർച്ചുകൾ മിന്നിച്ചുകൊണ്ട് അവർ നാലുദിക്കിലും തിരച്ചിൽ തുടങ്ങി.

കൊത്തൻ സുരയുടെ നേതൃത്വത്തിലുള്ള സംഘമാണ് വടക്കുവശത്തെ തിരച്ചിൽ ഏറ്റെടുത്തത്. അവർ സായിപ്പ് സഹദേവന്റെ പുരയിടത്തിലൂടെ ഓടി പുന്നച്ചിറക്കുളത്തിലേക്കുള്ള ഇടവഴിയിലേക്കിറങ്ങി..

ഈ സമയം, ആലിൻപുറം കവല പിന്നിട്ട്, മാമ്പഴക്കുന്ന് റോഡിലേക്ക് പ്രവേശിക്കുകയായിരുന്നു മരണാവലി മണിയന്റെ കറുത്ത അമ്പാസിഡർ. തകരപ്പറമ്പിലെ സന്ധ്യാലോഡ്ജിൽ നിന്നുള്ള വരവായിരുന്നു അത്. വെട്ടിമലത്ത്, നോട്ട് അടവയ്പ്പ്, വെള്ളമടി, പെണ്ണുപിടി തുടങ്ങിയ കലാപരിപാടികൾക്ക് കുപ്രസിദ്ധിയാർജ്ജിച്ച സന്ധ്യാലോഡ്ജിലെ സന്ദർശനം എല്ലാ വെള്ളിയാഴ്ചകളിലും മണിയന് പതിവുള്ളതാണ്. നഗരത്തിലെ പുത്തൻപണക്കാരായ നാലഞ്ചുപേരും അയാളോടൊപ്പം കൂടിയിരുന്നു. സെക്കൻഡ്ഷോ തുടങ്ങുന്നതിനുമുമ്പ്, അന്നത്തെ കളക്ഷൻ കാശ് മുഴുവൻ മാനേജരിൽനിന്ന് വാങ്ങി കീശയിലിട്ടാണ് മണിയൻ നഗരത്തിലേക്കു തിരിക്കുന്നത്. എന്നാൽ, കലാപരിപാടികൾ കഴിഞ്ഞ് ലോഡ്ജിൽനിന്ന് വീട്ടിലേക്കു തിരിക്കുമ്പോൾ ആ കീശ മിക്കവാറും കാലിയായിരിക്കും. ഇന്നും പതിവുപോലെ, രണ്ടു ഷോകളുടെയും കളക്ഷൻ കാശുമായാണ് അയാൾ നഗരത്തിലേക്ക് തിരിച്ചത്. *രാജാവിന്റെ മകൻ* കളിച്ചുതുടങ്ങിയ ദിവസമായതുകൊണ്ട് കാര്യമായ തുക തന്നെ കൈവശമുണ്ടായിരുന്നു. വലിയ തുകകൾതന്നെ വെട്ടിമലത്തി. പക്ഷേ, ഇന്നും അയാളുടെ ദിവസമേ അല്ലായിരുന്നു. കൊണ്ടുപോയ പണം മുഴുവൻ നഷ്ടമായി. അതിന്റെ ക്ഷീണം മാറ്റാൻ വേണ്ടിക്കഴിച്ച റമ്മിന്റെ പണം കൊടുക്കാൻ പോലും പാങ്ങില്ലാതെ ബാറിൽ കടം പറയേണ്ടി വന്നു.

മണിയന്റെ കാർ മാമ്പഴക്കുന്നിനടുത്തെത്തിയതും മഴ കനത്തു. റമ്മിന്റെ ലഹരി കൂടി കണ്ണുകളിലുള്ളതുകൊണ്ട് പുറത്തെ കാഴ്ചകൾ തീരെ അവ്യക്തമായി. ഉപബോധമനസ്സിലെവിടെയോ തെളിഞ്ഞ ഊഹവഴികളിലൂടെയാണ് കാർ മുന്നോട്ടു പോയ്ക്കൊണ്ടിരുന്നത്. പെട്ടെന്നാണ് അത് സംഭവിച്ചത്. കാർ എന്തിലോ ചെന്ന് ശക്തിയായി ഇടിച്ചു. മണിയൻ ബ്രേക്ക് ആഞ്ഞുചവിട്ടി. ഒരുനിമിഷം എന്തോ ചിന്തിച്ചശേഷം വണ്ടി ഓഫാക്കി മെല്ലെ പുറത്തേക്കിറങ്ങി. ഹെഡ് ലൈറ്റിന്റെ വെട്ടത്തിൽ കണ്ട കാഴ്ചയിൽ മണിയന്റെ മണ്ട മരവിച്ചുപോയി. റോഡിലെ

ചെളിവെള്ളത്തിൽ കിടന്ന് പിടയുകയാണ് ഒരു ചെറുപ്പക്കാരൻ! മണിയന്റെ തലയിലെ കെട്ടിറങ്ങി. സ്ഥലകാലബോധം തെളിഞ്ഞു. എന്തെങ്കിലും ഉടനേ ചെയ്യേ പറ്റൂ. ഒന്നുകിൽ കാറുമെടുത്ത് സ്ഥലം വിടണം അല്ലെങ്കിൽ ചെറുപ്പക്കാരനെ ഉടൻ ആശുപത്രിയിലെത്തിക്കണം. മണിയൻ ഒരു തീരുമാനമെടുക്കാൻ കഴിയാതെ കാറിന്റെ ബോണറ്റിൽ ചാരിനിന്ന് ചിന്താമഗ്നനായി. പൊടുന്നനെ ഒരു ആരവം അടുത്തടുത്തു വരുന്നതായി മണിയന് തോന്നി. മഴ ഇരമ്പുന്നതാണോ? കാതുകൂർപ്പിച്ചു. അയാൾ ഞെട്ടിത്തിരിഞ്ഞു. പിന്നിൽനിന്നും ഒരുകൂട്ടം ടോർച്ചുകളുടെ വെളിച്ചം ഇരമ്പലോടെ പാഞ്ഞുവരികയാണ്. പിന്നെ ചിന്തിച്ച് സമയം പാഴാക്കിയില്ല. അയാൾ കാറിലേക്കു ചാടിക്കയറി.

രാമലിംഗം ആശാരിയുടെ മകൻ നീറ് സന്തോഷ്, കാറിടിച്ച് കാലൊടിഞ്ഞ് പേരൂർക്കട ആശുപത്രിയിലായ വാർത്തയുമായാണ് പിറ്റേന്ന് ആലിൻപുറത്ത് നേരം വെളുത്തത്.

"ഞങ്ങള് കള്ളനെ പിടിക്കാൻവേണ്ടി മാമ്പഴക്കുന്നിനടുത്തൂടെ ഓടിവരുമ്പഴാണ് റോഡില് വീണുകെടക്കണ നീറിനെ കണ്ടത്. ഇടിച്ച കാറ് നിർത്താതെ പൊയ്ക്കളഞ്ഞ്."

സന്തോഷിന്റെ രക്ഷകനായി അവതരിച്ച കൊത്തൻ സുര, പേരൂർക്കട സ്റ്റേഷൻ ഇൻസ്പെക്ടർ നാഗേന്ദ്രൻ നായർ മുമ്പാകെ മൊഴി നൽകി. വാഹനാപകടമായതുകൊണ്ട് ഡോക്ടർ, സ്റ്റേഷനിൽ അറിയിച്ചതനുസരിച്ചാണ് അയാൾ ആശുപത്രിയിലെത്തിയത്.

"ഇടിച്ച വണ്ടി ഏതാണെന്ന് നീ കണ്ടില്ലേ?"

പ്ലാസ്റ്ററിട്ട കാലുമായി കിടക്കുന്ന നീറിനോടായിരുന്നു ഇൻസ്പെക്ടറുടെ ചോദ്യം.

"മഴയായതോണ്ട് ഒന്നും കാണാമ്പറ്റീല്ല."

"ആലിൻപുറത്ത് ആകെ മൂന്നാലുപേർക്കല്ലേ കാറൊള്ളൂ. അതിലേതെങ്കിലുമായിരിക്കും."

സുരയ്ക്കൊപ്പമുണ്ടായിരുന്ന സുനിക്കുട്ടൻ പറഞ്ഞതുകേട്ട് നാഗേന്ദ്രൻ നായർ തലകുലുക്കി. അയാളോടൊപ്പമുണ്ടായിരുന്ന ഹെഡ് കോൺസ്റ്റബിൾ കടലാസിൽ എന്തൊക്കെയോ കുത്തിക്കുറിച്ചുകൊണ്ടിരുന്നു.

ആ കാറ് കണ്ടുപിടിക്കാൻ വലിയ പ്രയാസമുണ്ടെന്ന് തോന്നുണില്ല."

ഇൻസ്പെക്ടർ ആത്മവിശ്വാസം പ്രകടിപ്പിച്ചു.

"കേസും വഴക്കുമൊന്നും വേണ്ട സാറേ. ജീവൻ പോയില്ലല്ലോ."

നീറ് വിനയാന്വിതനായി.

"നീ രാത്രി എവിടെ പോയതായിരുന്നു?"

നാഗേന്ദ്രൻ നായരുടെ ആ ചോദ്യത്തിൽ നീറിന്റെ മുഖത്ത് പലവിധഭാവങ്ങൾ മിന്നി മിന്നി മറഞ്ഞു.

"ഞാൻ.... ചുമ്മാ ...... സിനിമേം കണ്ടിറ്റ്......"

"ഏത് തീയേറ്ററിൽ?"

"നെ... നെട്ടയം ജയശ്രീല്."

നീറിന്റെ മറുപടികളിലെ ഉറപ്പില്ലായ്മകൾ നാഗേന്ദ്രൻ നായർ ശ്രദ്ധിച്ചു.

"ഏത് പടം?"

"അത്.. പിന്നെ..*ചോരയ്ക്കു ചോര.*"

എവിടെയോ എന്തൊക്കെയോ വശപ്പിശകുണ്ടെന്ന് നാഗേന്ദ്രൻ നായരുടെ പോലീസ്ബുദ്ധിയിൽ തോന്നി. കുറേക്കാലമായി ആലിൻ പുറത്തുകാരുടെ ഉറക്കം കെടുത്തുന്ന പിടികിട്ടാപ്പുള്ളിയാണോ ഇവൻ? പക്ഷേ, ആളൊരു കുഴപ്പക്കാരനാണെന്ന് ഇതുവരെ തോന്നിയിട്ടില്ല. പൊതുവേ സൗമ്യനാണ്. എന്നാൽ, ആരോടെങ്കിലും എന്തെങ്കിലും കാര്യത്തിന് ഇടഞ്ഞാൽ ഒരു ദാക്ഷിണ്യവുമില്ലാതെ ചീറിക്കൊണ്ട് വായിൽ തോന്നുന്നതൊക്കെ വിളിച്ചുപറയും. ദേഹം വിറയ്ക്കും. കണ്ണ് ചുവക്കും. കടിച്ചാൽ കടി വിടാത്ത നീറിനെപ്പോല ഒരു പ്രത്യേക ഇനം. ഇവനെ പണ്ട് 'ഹരിശ്രീ' കുറിപ്പിച്ചതും താനാണല്ലോ എന്ന് നാഗേന്ദ്രൻ നായർ ഓർത്തു. അയാൾ കൊത്തൻ സുരയെ വിളിച്ച് അല്പം മാറ്റി നിർത്തി ശബ്ദം താഴ്ത്തി ചോദിച്ചു.

"എനിക്കൊരു സംശയം. നിങ്ങള് രാത്രീല് ഓടിച്ചത് എവനെയാണാ?"

"അയ്യോ സാറേ, എവനൊരു അപ്പാവി. ദേഷ്യം വന്നാ കണ്ണു കണ്ടൂടെന്നേ ഒള്ള്. ആർക്കും ഒരു ശല്യവുമില്ലാത്തവൻ."

നാഗേന്ദ്രൻ നായർ അമർത്തിയൊന്നു മൂളി, വീണ്ടും നീറിനടുത്തേക്ക് നടന്ന് അടുത്ത ചോദ്യം തൊടുക്കാനാഞ്ഞതും 'അയ്യോ എന്റെ മക്കളെ കൊന്നേ ' എന്ന നിലവിളിച്ചുകൊണ്ട് രാമലിംഗം ആശാരിയും കനകം കമ്മാട്ടിയും ആശുപത്രിപ്രവേശനം നടത്തി. ചോദ്യങ്ങൾ പിന്നത്തേക്കാകാം എന്നുറപ്പിച്ചുകൊണ്ട് നാഗേന്ദ്രൻ നായർ എണീറ്റു. ആശുപത്രിക്ക് തൊട്ടടുത്തുതന്നെയുള്ള സ്റ്റേഷനിലേക്ക് അയാൾ നടന്നു. ആ നടത്തത്തിനിടയിൽ റോഡിന് എതിർവശത്തുള്ള മുറുക്കാൻകടയുടെ തട്ടിയിൽ ഒട്ടിച്ചിരിക്കുന്ന പോസ്റ്ററിൽ അയാളുടെ കണ്ണുടക്കി; നെട്ടയം ജയശ്രീയിൽ *കിരാതം.* അനുരാധയുടെയും ലളിതശ്രീയുടെയും ഉടലഴകുകളിലൂടെ ആദ്യം ഒന്നു വലംവച്ചെങ്കിലും പെട്ടെന്നുതന്നെ അയാളിലെ കുറ്റാന്വേഷകൻ ഉണർന്നു. ഇന്നലെ മുതൽ ജയശ്രീയിൽ *കിരാത*മാണ് ഓടുന്നത്. പിന്നെന്തിനാണ് *ചോരയ്ക്കു ചോര* എന്നു നീറ് പറഞ്ഞത്?

നീറിനെ ഇടിച്ചിട്ട കാറിന്റെ ഉടമയെ കണ്ടെത്തുന്നതിനെക്കാൾ

പ്രധാനം രാത്രിഞ്ചരനായ പ്രതിയെ കണ്ടെത്തുക എന്നതാണെന്ന് ആലിൻപുറത്തുകാരനായ നാഗേന്ദ്രൻ നായർ ഉറപ്പിച്ചു. സ്വന്തം നാട്ടിലെ ഒരു പ്രശ്നത്തിന് പരിഹാരം കണ്ടെത്താൻ കഴിയാതെ ഇൻസ്പെക്ടറുടെ യൂണിഫോമിട്ടു നടക്കുന്നത് മാനക്കേടാണെന്നു അയാൾക്കു തോന്നി. പിറ്റേന്നു തന്നെ നെട്ടയം ജയശ്രീയിൽ പോയി മാനേജരെ കണ്ട് ചില കാര്യങ്ങൾ ചോദിച്ചറിഞ്ഞു. രണ്ടുദിവസം കഴിഞ്ഞപ്പോൾ യൂണിഫോമൊന്നും ധരിക്കാതെ ഷർട്ടും മുണ്ടും ധരിച്ച് സാധാരണ വേഷത്തിൽ അയാൾ രാമലിംഗം ആശാരിയുടെ വീട്ടിലേക്കു കയറിച്ചെന്നു. പ്ലാസ്റ്ററിട്ട കാൽ ഒരു സ്റ്റൂളിൽ ഉയർത്തി വച്ച് വരാന്തയിൽത്തന്നെ ഇരിക്കുകയായിരുന്ന നീറ്, അയാളെക്കണ്ട് ഭവ്യതയോടെ എണീക്കാൻ ശ്രമിച്ചെങ്കിലും അയാൾ വിലക്കി. അല്പനേരത്തെ കുശലാന്വേഷണങ്ങൾക്കു ശേഷം അയാൾ ആഗമനോദ്ദേശ്യത്തിലേക്കു കടന്നു.

"നീ അന്ന് ജയശ്രീയിൽ കണ്ടത് ഏതു സിനിമയായിരുന്നെന്നാ പറഞ്ഞത്?"

നീറിന്റെ മുഖത്ത് അങ്കലാപ്പിന്റെ ഭാവരേഖകൾ തെളിഞ്ഞു.

"*ചോരയ്ക്കു.. ചോര.*"

"ഉറപ്പാണോ?"

നീറ് തലയാട്ടി.

"പക്ഷേ, അത് കഴിഞ്ഞയാഴ്ചയിലെ പടമായിരുന്നല്ലോ. വെള്ളിയാഴ്ച, അതായത് അപകടം നടന്ന ദിവസം ആ പടം മാറി

കിരാതം ആയി. പിന്നെങ്ങനെ നീ *ചോരയ്ക്കു ചോര* കണ്ടു?"

"ഞാൻ... കണ്ടത് *ചോരയ്ക്കു ചോര* തന്നെ."

നീറ് ഉറച്ചുനിന്നു. നാഗേന്ദ്രൻ നായരിലെ പോലീസുകാരൻ പൊടുന്നനെ ഉണർന്നു

"ഫ കഴുവറട മോനേ.... *കിരാതം* ഓടണ തീയേറ്ററില് *ചോരയ്ക്കു ചോര* നിന്റപ്പൻ വന്ന് കാണിച്ചാടാ?"

ആ അലർച്ചകേട്ട്, വീടിന്റെ വടക്കേപ്പുറത്തിരുന്ന് പാത്രം കഴുകുകയായിരുന്ന കനകം കമ്മാട്ടി ഓടിപ്പിടച്ച് മുറ്റത്തുവന്നു.

"എന്തര് സാറേ.."

അവർ വിറയ്ക്കുന്ന സ്വരത്തിൽ ചോദിച്ചു.

"വണ്ടിയിടിച്ച ദിവസം എവൻ സിനിമയ്ക്കു പോയത് നിങ്ങളറിഞ്ഞായിരുന്നോ?"

ആ ചോദ്യത്തിൽ കമ്മാട്ടിയൊന്നു പരുങ്ങി.

"അത്... പിന്നെ.... എവൻ വരണതുംപോണതുമൊന്നും ഞങ്ങളറിയാറില്ല സാറേ."

"അപ്പോ എവൻ അന്ന് സിനിമയ്ക്കു പോയതാണോ എന്ന് നിങ്ങൾക്കുറപ്പില്ല. അല്ലേ?"

കമ്മാട്ടി മൂളി.

" സത്യമായിട്ടും ഞാൻ സിനിമയ്ക്കു പോയതാണു സാറേ."

നീറ് യാചനാസ്വരത്തിൽ പറഞ്ഞു. പക്ഷേ, നാഗേന്ദ്രൻ നായർ ഗൗനിച്ചില്ല.

"എവൻ കെടക്കണെ മുറി ഏതാണ്?"

കമ്മാട്ടി വീടിനുള്ളിലേക്കു നടന്നു. പിന്നാലെ നാഗേന്ദ്രൻ നായരും അയാൾക്കു പിറകെ മൊണ്ടി മൊണ്ടി നീറും നടന്നു. അടുക്കളയോടു ചേർന്നുള്ള ഒരു മുറി കനകം കമ്മാട്ടി ചൂണ്ടിക്കാണിച്ചു. അത് പൂട്ടിയിരിക്കുകയായിരുന്നു.

"തൊറക്ക്"

നാഗേന്ദ്രൻ നായർ കമ്മാട്ടിയെ നോക്കിപ്പറഞ്ഞു. കമ്മാട്ടി നീറിനെ നോക്കി. അവൻ മനസ്സില്ലാ മനസ്സോടെ ഇടുപ്പിൽനിന്നും ഒരു പഴയ താക്കോലെടുത്തു നീട്ടി. 'എവനെന്തിനാണ് മുറിയും പൂട്ടി മുന്തിയിൽ വച്ചോണ്ടു നടക്കണെത്' എന്നു ചിന്തിച്ചുകൊണ്ട് നാഗേന്ദ്രൻ നായർ മുറി തുറന്നു. അകത്തുകയറി ലൈറ്റിട്ട അയാൾ, ചുമരിൽ പതിച്ചിരിക്കുന്ന ചിത്രങ്ങൾ കണ്ട് അന്ധാളിച്ചുപോയി. എത്രയോ നാളുകൾക്കുശേഷം മകന്റെ മുറിയുടെ ഉൾവശം കാണാൻ യോഗമുണ്ടായ കനകം, ആ ചുമർചിത്രദർശനത്തിൽ അറിയാതെ 'അയ്യേ' എന്നുറക്കെ പറയുകയും കണ്ണ് പൊത്തിക്കൊണ്ട് അടുക്കളയിലേക്ക് പിൻവലിയുകയും ചെയ്തു.

സിൽക്ക് സ്മിത, അനുരാധ, ഉണ്ണിമേരി, ജയഭാരതി തുടങ്ങിയ മാദകനടിമാരുടെ അർദ്ധനഗ്ന ചിത്രങ്ങളാൽ അലംകൃതമായതായിരുന്നു ആ ചുമരുകൾ. ഖജുരാഹോയിലെ ചുമർചിത്രങ്ങൾക്കു നടുവിലാണോ താൻ നിൽക്കുന്നതെന്ന് നാഗേന്ദ്രൻ നായർ ഒരുവേള സംശയിച്ചുപോയി. അത്രമാത്രം നഗ്നചിത്രങ്ങളായിരുന്നു ചുറ്റിലും. സിനിമാ വാരികകളിലെ നടുപ്പേജുകളിൽനിന്നും സിനിമാ പോസ്റ്ററുകളിൽനിന്നും പത്രപ്പരസ്യങ്ങളിൽനിന്നും വെട്ടിയെടുത്ത ചിത്രങ്ങളായിരുന്നു അവയെല്ലാം. അയാൾ നീറിനെ തറപ്പിച്ചൊന്നു നോക്കി. അവൻ തലകുനിച്ചു.

നാഗേന്ദ്രൻ നായർ മുറിക്കകം വീക്ഷിച്ചു. മുറിയുടെ പുറത്തിറങ്ങാനും അകത്തു കയറാനും മുറിയുടെ പുറകുവശത്ത് മറ്റൊരു വാതിൽകൂടിയുണ്ടെന്ന് കണ്ട അയാളുടെ മുഖത്ത് ഒരു വിജയസ്മിതം വിടർന്നു. ഉദ്ദേശിച്ചതു പോലെതന്നെയാണ് കാര്യങ്ങൾ. നീറിന്റെ രാത്രികാല വരവു പോക്കുകൾ വീട്ടുകാർ അറിയുന്നതേ ഇല്ല! മുറിയുടെ പുറത്തിറങ്ങി വാതിൽ ചാരി, അയാൾ നീറിന്റെ ചുമലിലൂടെ കൈയിട്ടുകൊണ്ട് വരാന്തയിലേക്കു നടന്നു. നടക്കുന്നതിനിടയിൽ അയാൾ അടുക്കളഭാഗത്തേക്ക് നോക്കി 'അക്കോ, ഒരു കട്ടനെടുത്തോ ' എന്നു വിളിച്ചുപറഞ്ഞു.

"സന്തോഷ്, സിനിമകള് ഒരുപാട് കാണാറുണ്ടല്ലേ?"

നീറൊന്നു മൂളി.

"നടിമാരെയൊക്കെ ഭയങ്കര ഇഷ്ടമാണല്ലേ?"

നീറൊരു ഇളിഭ്യച്ചിരി ചിരിച്ചു.

അവർ വരാന്തയിലെത്തി. നീറിനെ കുട്ടക്കസേരയിലിരുത്തിയിട്ട് നാഗേന്ദ്രൻ നായർ അവനഭിമുഖമായി കൈവരിയിലിരുന്നു.

"സ്ക്രീനില് കാണണതൊക്കെ നേരിട്ടു കാണാനും നെനക്ക് വലിയ ഇഷ്ടമാണല്ലേ?"

ആ ചോദ്യത്തിൽ നീറൊന്നു ഞെട്ടി. ആ ഞെട്ടൽ നാഗേന്ദ്രൻ നായരുടെ പോലീസ് കണ്ണുകൾ അതിവേഗം പിടിച്ചെടുത്തു. നീറിന് ഇറങ്ങിയോടാൻ തോന്നി. പക്ഷേ, കാല് ! കുറുക്കനു മുന്നിലകപ്പെട്ട കോഴിയെപ്പോലെ അവൻ പകച്ചു, വിയർത്തു...

"കുടയോളം ഭൂമി കുടത്തോളം കുളിര്
കുളിരാം കുരുന്നിലെ ചൂട്
നുരയിട്ടും പത പതയിട്ടും നുര
തിരമാലപ്പെണ്ണിന്റെ ചേല് .."

കടൽത്തീരത്ത് കമിഴ്ന്നു കിടക്കുകയാണ് സുഭാഷിണി. തിരമാലകൾ ആഞ്ഞടിച്ചപ്പോൾ, കുതിർന്ന പാവാടയ്ക്കിടയിലൂടെ അവളുടെ കൊഴുത്തുരുണ്ട പിൻഭാഗം ദൃശ്യമായി. ദൂരെനിന്നും തകര ഓടി അവളുടെ അടുത്തെത്തി. സുഭാഷിണിയുടെ നഗ്നമേനി കണ്ട തകര വികാരപരവശനായി. അവൾ അവനെ അരികിലേക്ക് കണ്ണുകൊണ്ട് ക്ഷണിച്ചു. അവളുടെ പൊക്കിൾച്ചുഴിയിലേക്ക് അവൻ മണൽ തൂകി. അവൾ വികാരവതിയായി. അവർ തിരകളിൽ കെട്ടിമറിഞ്ഞു.

നെട്ടയം ജയശ്രീയുടെ വെള്ളിത്തിരയിൽ തെളിഞ്ഞ ആ വർണദൃശ്യങ്ങൾ നോക്കിയിരുന്ന പതിനഞ്ചുകാരൻ സന്തോഷിന്റെ ഉടലിലാകെ ഒരു വൈദ്യുതസ്പർശം അനുഭവപ്പെട്ടു. സിനിമകൾ പലതും കണ്ടിട്ടുണ്ടെങ്കിലും ഇത്തരം ദൃശ്യങ്ങൾ അവൻ കാണുന്നത് ആദ്യമായാണ്. അവൻ തൊട്ടടുത്തിരുന്ന ഷൺമുഖൻ മാമനെ ഇടയ്ക്കൊന്ന് ഒളികണ്ണിട്ടു നോക്കി. മാമൻ എല്ലാം മറന്ന് സിനിമയിൽ ലയിച്ചിരിക്കുകയാണ്.

എട്ടാംക്ലാസിൽ മൂന്നാംവട്ടവും തോറ്റതോടെയാണ് അപ്പനോടൊപ്പം സന്തോഷ് ആശാരിപ്പണിക്കിറങ്ങിയത്. മൂത്താശാരിയായ അപ്പന്റെ സഹായികളിലൊരാളാണ് ഷൺമുഖൻ മാമൻ. വയസ് അമ്പതോടടുത്തെങ്കിലും പെണ്ണുകെട്ടാതെ ഒറ്റയാനായി നടക്കുകയാണയാൾ. മേൽക്കൂരപ്പണിയിൽ കൃതഹസ്തനായ അയാൾ, കൂലി കിട്ടുന്നതു മുഴുവൻ കള്ളുകുടിച്ചും സിനിമ കണ്ടും നല്ല ഭക്ഷണം കഴിച്ചും തീർത്തുകൊണ്ടിരുന്നു.

"ടേയ്, നീ സിനിമയ്ക്ക് വരണാ?"

വൈകിട്ട്, പണി കഴിഞ്ഞ് പുന്നച്ചിറക്കുളത്തിലിറങ്ങി കൈകാലു കൾ കഴുകിക്കൊണ്ടിരിക്കുന്നതിനിടയിൽ ഷൺമുഖൻ, സന്തോഷിനോ ട്ട ചോദിച്ചു.

"ഏത് പടം മാമാ?"

തകര

"ജയന്റെയാണൊ?"

"ജയനും നസീറൊന്നുമില്ല. പുതിയ കൊറേ പേരാ. നമ്മള് ആശാരി മാരെ കതയെന്നാണ് പറയണത്. നീ വരണെങ്കി വാ."

അങ്ങനെയാണ് സന്തോഷ് *തകര* കാണാനെത്തിയത്. ഷൺ മുഖൻ പറഞ്ഞത് ഏറക്കുറെ ശരിയായിരുന്നു. നെടുമുടി വേണുവിന്റെ കഥാപാത്രത്തിന്റെ പേര് ചെല്ലപ്പനാശാരി എന്നായിരുന്നു. അയാളാണ് പാവം തകരയെ ഓരോന്ന് പറഞ്ഞ് വഴിപിഴപ്പിച്ചു കൊണ്ടിരുന്നത്.

സന്തോഷിന് ഒരു വെളിപ്പെടലായി മാറി തകര. പെണ്ണുടലിന്റെ നിഗൂഢതകളിലേക്ക് എത്തിനോക്കാനും അതിലൂടെ അത്യാനന്ദത്തി ന്റെ അതിരസങ്ങളിലേക്ക് പറന്നുനടക്കാനും അവനുറച്ചു. പണിയില്ലാ ത്ത ഉച്ചനേരങ്ങളിൽ അവൻ മണ്ണിൽ ബംഗ്ലാവിന്റെ ദ്രവിച്ചടർന്ന ഗേറ്റി ലൂടെ മാമ്പഴക്കുന്നിലേക്കു നുഴഞ്ഞുകയറും. ഒരു പരിപാലനവുമില്ലാതെ കാടുപിടിച്ചു കിടക്കുന്ന പുരയിടത്തിലെ വൃക്ഷത്തലപ്പുകളെ വകഞ്ഞു മാറ്റി കുറേദൂരം മുന്നോട്ടുനടന്ന്, തോടിനോടു ചേർന്നുനിൽക്കുന്ന പൂവര ശിനടുത്തെത്തി അതിലേക്കു വലിഞ്ഞുകയറും. അതിന്റെ കൊമ്പിലി രുന്നാൽ പുന്നച്ചിറക്കുളം മാത്രമല്ല, കുളിക്കാനെത്തുന്ന പെണ്ണുങ്ങളെയും വ്യക്തമായി കാണാം. ആദ്യമായി കണ്ടത് നട്ടുച്ച നേരത്തെ വനജയുടെ കുളിയായിരുന്നു. അവളുടെ അംഗോപാംഗങ്ങളുടെ നിഗൂഢസ്ഥലികളി ലെങ്ങും അവന്റെ കണ്ണുകളിഴഞ്ഞു. തന്റെ അരക്കെട്ടിൽ തിടം വച്ചുയരു ന്ന മാംസദൃഢതയിൽ സുഖകരമായൊരു വീർപ്പുമുട്ടൽ അവൻ അറിഞ്ഞു. ഉളി പിടിച്ചു തഴമ്പിച്ച കൈ, മാംസദണ്ഡിലേക്കു നീണ്ടു. കണ്ണുകളടച്ചു. മനസ്സിന്റെ വെള്ളിത്തിരയിൽ പലപല മുഖങ്ങളുള്ള നഗ്നമേനികൾ പല പല ഭാവങ്ങളിൽ തെളിഞ്ഞു. ചീവുളിയുടെ ചലനവേഗം കൈയിലേക്കു പടർന്നു... ഒടുവിൽ, പൂവരശിനു താഴെ, വിടർന്നുനിന്ന കാർത്തികപ്പൂവി ലേക്ക് ശ്വേതനീർത്തുള്ളികൾ തെറിച്ചുവീണു. ക്ഷീണിച്ച കണ്ണുകളുമായി നീറ് മരമിറങ്ങി.

പുന്നച്ചിറക്കുളത്തിൽ നീരാട്ടിനിറങ്ങിയ ആലിൻപുറത്തെ പെ ണ്ണുങ്ങളിലൂടെയെല്ലാം ഉടലുപ്രദക്ഷിണം നടത്തി നീറിന്റെ രതിഭരദിന ങ്ങൾ കുറേക്കാലം മുന്നോട്ടുപോയി. ഒരുദിവസം, പണിയില്ലാതിരുന്ന ഒരുച്ചനേരത്ത് പതിവുപോലെ നീറ്, പൂവരശിനുമേൽ വലിഞ്ഞുകയറി. ഇഞ്ചിക്കുന്നന്റെ മരുമകൾ രമയായിരുന്നു കുളിക്കടവിൽ. അവളുടെ മേ

നിയിലൂടെ നിരങ്ങി നീങ്ങുന്ന ലൈഫ് ബോയിയുടെ സഞ്ചാരപഥങ്ങളിലൂടെയെല്ലാം നീറിന്റെ കണ്ണുകൾ പതഞ്ഞുനടന്നു. അവൻ പണിയും തുടങ്ങി. ഈ സമയത്ത് തികച്ചും അപ്രതീക്ഷിതമായൊരു കാര്യം സംഭവിച്ചു. ആടിന് കൊഴയറുക്കാനായി മാമ്പഴക്കുന്നിലേക്ക് നഴഞ്ഞു കയറിയ ചെല്ലമ്മനാടാത്തി കൊഴയറുത്തറുത്ത് പൂവരശിനടുത്തെത്തിയപ്പോൾ പൂവരശിന്റെ കൊമ്പുകൾക്ക് അസാധാരണമായൊരു കുലുക്കം! അവർ കൊമ്പിലേക്ക് സാകൂതം നോക്കി. പുറംതിരിഞ്ഞിരിക്കുന്നതിനാൽ ആളാരാണെന്നു വ്യക്തമായില്ലെങ്കിലും അതൊരു ആണാണെന്നും അവൻ ചെയ്യുന്ന പ്രവൃത്തിയെന്താണെന്നും അവർ തിരിച്ചറിഞ്ഞു. ആദ്യം ഒന്നു നാണിച്ചെങ്കിലും, കുളക്കടവിൽ, ഒന്നൊന്നുമറിയാതെ സവിസ്തരം കുളിക്കുന്ന രമയെക്കുറിച്ചോർത്തപ്പോൾ ചെല്ലമ്മ നാടാത്തിയിലെ സ്ത്രീശക്തിയുണർന്നു. അവർ കുനിഞ്ഞൊരു കല്ലെടുത്ത്, ഒരു മുട്ടൻ തെറിയുടെ അകമ്പടിയോടെ അതിനെ കുലുങ്ങുന്ന കൊമ്പിനുനേർക്കു പായിച്ചു. പരിണാമഗുപ്തിയിലേക്കടുക്കുകയായിരുന്ന നീറിന്റെ കർണപുടത്തിനരികിലൂടെയാണ് കല്ല് മുരണ്ടുകൊണ്ട് പാഞ്ഞത്. അപായം തിരിച്ചറിഞ്ഞ അവൻ പ്രാണനും കൊണ്ട് താഴോട്ടു ചാടി.

"ഏത് കഴ്പ്പണം കെട്ട എമ്പോക്കിയെടാ നീ....."

ചെല്ലമ്മ ഉറക്കെ വിളിച്ചുചോദിച്ചുകൊണ്ട് അടുത്ത കല്ലെടുക്കുന്നതിനിടയിൽ, അവർക്ക് മുഖം കൊടുക്കാതെ, കുറ്റിക്കാടുകൾക്കിടയിലൂടെ ഉടുമുണ്ടും വാരിച്ചുറ്റി നീറ് ഓടിമറഞ്ഞു. ചെല്ലമ്മയുടെ ദൃക്സാക്ഷിവിവരണത്തിലൂടെ കാര്യങ്ങളുടെ കിടപ്പുവശം മനസ്സിലാക്കിയ ആലിൻപുറത്തെ പെണ്ണുങ്ങൾ, തിരിച്ചറിയാത്ത ആ ഒളിനോട്ടക്കാരനെ തൊഴുതു പ്രാകിക്കൊണ്ട് തുടർസ്നാനങ്ങൾക്കായി വീടുകളിൽ മറപ്പുരകളൊരുക്കി.

നേരിട്ടുള്ള കുളിദൃശ്യസുഖങ്ങൾക്ക് വിരാമമായതോടെ നീറ് അടുത്ത മാർഗത്തിലേക്കു തിരിഞ്ഞു. സിനിമാവാരികകളും സിനിമാപോസ്റ്ററുകളും സംഘടിപ്പിച്ച് അവയിലെ ദർശനസുഖമുള്ള ചിത്രങ്ങൾ വെട്ടിയെടുത്ത് അവൻ കിടപ്പുമുറിയുടെ ചുവരുകളിലെങ്ങും ഒട്ടിച്ചു. താക്കോൽ മറ്റാർക്കും കൈമാറാതായതോടെ ആ മുറി അവന്റെ രഹസ്യ രതിസാമ്രാജ്യമായി മാറി. സമൃദ്ധരതിരംഗങ്ങളുള്ള സിനിമകളുടെ കടുത്ത ആരാധകനായ അവൻ ജയശ്രീ തീയേറ്ററിലെ സ്ഥിരം പ്രേക്ഷകനുമായി. ഇപ്പോഴും ഓലപ്പുരയായി മാത്രം ഒതുങ്ങി നിൽക്കുന്നതിനാൽ 'സി' ക്ലാസ് പദവിയേ ജയശ്രീക്കുണ്ടായിരുന്നുള്ളൂ. അതുകൊണ്ടുതന്നെ ഹിറ്റ് സിനിമകൾ പ്രദർശനത്തിനു നൽകാൻ വിതരണക്കാർ മടിച്ചിരുന്നു. അങ്ങനെയാണ് രതിസിനിമകളുടെ പ്രദർശനകേന്ദ്രമായി ജയശ്രീ മാറിയത്. കെ എസ് ഗോപാലകൃഷ്ണന്റെയും ചന്ദ്രകുമാറിന്റെയും ക്രോസ്ബെൽറ്റ് മണിയുടെയുമൊക്കെ സിനിമകൾക്കു പുറമേ ഭരതന്റെയും ഐ വി ശശിയുടെ

യുമൊക്കെ പഴയതും പുതിയതുമായ രതിപ്രസരസിനിമകൾ അവിടെ നിറഞ്ഞോടിക്കൊണ്ടിരുന്നു.

ഒരുദിവസം രാത്രി, *ഇതാ ഇവിടെ വരെ* സെക്കൻഡ് ഷോയും കണ്ട് വീട്ടിലേക്ക് മടങ്ങുകയായിരുന്നു നീറ്. കുടയാൽമുകൾ എത്തിയപ്പോൾ പെരുമഴ തുടങ്ങി. അടുത്തുകണ്ട അടച്ചിട്ടിരുന്ന മുറുക്കാൻകടയുടെ ഓലമേൽക്കൂരയ്ക്കു കീഴേ അവൻ ഓടിക്കയറി. ഒരു വീടിനോടു ചേർന്നായിരുന്നു ആ കട. വീട്ടുകാരെല്ലാം ഉറങ്ങിക്കഴിഞ്ഞെന്ന് അവനു തോന്നി. കോരിച്ചൊരിയുന്ന മഴയത്ത് തണുത്തുറഞ്ഞുനിൽക്കുന്ന നീറിന്റെ ചെവിയിലേക്ക് അടക്കിപ്പിടിച്ച പെൺചിരി വന്നുവീണത് പെട്ടെന്നായിരുന്നു. അവൻ കാതുകൂർപ്പിച്ചു. വീടിനുള്ളിൽ, കടയോടു ചേർന്നുള്ള മുറിയിൽനിന്നാണ് ആ വശപ്പിശക് ചിരിയെന്ന് അവൻ തിരിച്ചറിഞ്ഞു. വാതിലുകളില്ലാത്ത ജനലിൽ കെട്ടിമറച്ചിരുന്ന സാരിക്കഷണം കാറ്റത്ത് ഇളകിപ്പറക്കുന്നുണ്ട്. അതിലൂടെ ഒരു നേരിയ വെട്ടം പുറത്തേക്കുവരുന്നു. അവൻ അതിനടുത്തേക്ക് മെല്ലെ ചെന്നു. പാറിപ്പറക്കുന്ന നീലസാരിക്കഷണത്തിനിടയിലൂടെ മുറിക്കുള്ളിലെ ചിമ്മിനി വെട്ടത്തിൽ, അവൻ ശ്വാസമടക്കിപ്പിടിച്ച് ആ കാഴ്ച കണ്ടു! പാമ്പുകളെപ്പോലെ കെട്ടിപ്പിണയുകയാണ് രണ്ട് ആൺ-പെൺ ഉടലുകൾ. അല്പംമുമ്പു കണ്ട *ഇതാ ഇവിടെ വരെ*യിലെ സോമൻ - ജയഭാരതി സമാഗമരംഗം അവനോർമ്മ വന്നു.

"രാസലീല രാസലീല
രതിമന്മഥ ലീല .."

വെള്ളിത്തിരയിലെ ചലനദൃശ്യങ്ങളായി മാത്രം ഇതുവരെ കണ്ടിരുന്നതും അതിലുമപ്പുറവും ആദ്യമായി നേരിട്ടുകാണുകയായിരുന്നു നീറ്.

മഴയൊന്നടങ്ങിയപ്പോൾ ചൂടുപിടിച്ച ശരീരവുമായി അവൻ വീട്ടിലേക്കു നടന്നു. തനിക്കു മുന്നിൽ തുറന്നുകിട്ടിയ പുതിയ സാധ്യതയെ എങ്ങനെ പ്രയോജനപ്പെടുത്താമെന്ന് അവൻ ചിന്തിച്ചുറച്ചു. പിന്നീടുള്ള പല രാത്രികളിലും ആലിൻപുറത്തെ വീടുകളിലെ കിടപ്പുമുറി ജനാലകൾക്കരികിൽ അവൻ പ്രത്യക്ഷനായിത്തുടങ്ങി.

"ഒള്ളതു പറ. നീയല്ലേ കൊറേക്കാലമായി ഇവിടൊള്ള വീടുകളില് രാത്രി എത്തിനോക്കാൻ പോണത്? ആ പേർഷ്യാക്കാരന്റെ വീട്ടില് എത്തിനോക്കിയതിന് ആളുകള് ഓട്ടിച്ചപ്പഴല്ലേ നിന്നെ കാറിടിച്ചത്?"

നാഗേന്ദ്രൻ നായരുടെ ചോദ്യം കേട്ട് ഒന്നു പതറിയെങ്കിലും ഒന്നുമറിയാത്ത നിരപരാധിയുടെ ഭാവം മുഖത്തു വരുത്തി നീറ് പറഞ്ഞു:

"സാറിതെന്തര് പറയണത് ! ഞാനൊന്നുമല്ല അത്...."

നാഗേന്ദ്രൻ നായർക്കു കലികയറി.

"കഴുവറട മോനേ, നീ പിന്നേം വെളച്ചിലെടുക്കണാടാ...."

അയാൾ കൈയോങ്ങിക്കൊണ്ട് കൈവരിയിൽനിന്ന് ചാടിയിറങ്ങി. നീറ് വിരണ്ടു. അവൻ മെല്ലെ തലകുനിച്ചു.

വരാന്തയിലെ ഒച്ചകേട്ട് കനകം കമ്മാട്ടി ഓടിപ്പിടച്ച് വന്നു.

"സാറേ, എവനെന്തരെങ്കിലും കന്നന്തിരിവ് ചെയ്തോ?"

"ഏയ് ഒന്നുമില്ല. നിങ്ങള് എത്രയും പെട്ടെന്ന് എവനൊരു പെണ്ണ് കെട്ടിക്കൊട്, നാട്ടുകാർക്ക് മെനക്കേടുണ്ടാക്കാതെ."

ഒന്നും മനസ്സിലാകാതെ പാവം കനകം കമ്മാട്ടി താടിക്കു കൈയും കൊടുത്ത് മിഴിച്ചുനിന്നു.

"ഇനി രാത്രി എവിടെയെങ്കിലും നീ ചെന്നെന്ന് ഞാനറിഞ്ഞാ....."

അയാൾ നീറിന്റെ മുഖത്തിനുനേരെ കൈ ചൂണ്ടി താക്കീതു നൽകിയശേഷം, ഒളിഞ്ഞിരുന്ന പ്രതിയെ കണ്ടെത്തിയ ആത്മസംതൃപ്തിയോടെ മുറ്റത്തേക്കിറങ്ങി.

"നിങ്ങള് വല്യ മാന്യനൊന്നുമാകണ്ട.."

പിന്നിൽ നിന്നുള്ള ആ അലർച്ചകേട്ട് നാഗേന്ദ്രൻ നായർ ഞെട്ടിത്തിരിഞ്ഞു. ജ്വലിക്കുന്ന കണ്ണും കലികൊണ്ടു വിറയ്ക്കുന്ന ശരീരവുമായി തനിക്കു നേരെ കൈചൂണ്ടി നിൽക്കുകയാണ് നീറ്!

"കോഴിയങ്കോണത്തെ പട്ടാളക്കാരന്റെ ഭാര്യേടടുത്ത് അയാളില്ലാത്തപ്പം പരിപാടിക്ക് പോണവനല്ലേ നിങ്ങള്?"

തന്റെ ഉടുതുണി മുഴുവൻ അഴിഞ്ഞുവീണതായി നാഗേന്ദ്രൻ നായർക്കു തോന്നി. പക്ഷേ, മാന്യതയുടെ മൂടുപടം കൊണ്ട് അത് മറച്ചുപിടിച്ച് അയാൾ കോപാകുലനായി.

"അനാവശ്യം പറയണാടാ കഴുവേറീ....."

അയാൾ വരാന്തയിലേക്ക് ഓടിക്കയറി. കനകം കമ്മാട്ടി വിറച്ചു. പക്ഷേ, നീറിന് കുലുക്കമില്ല. അവൻ പല്ല് കടിച്ചുപിടിച്ച് വിറച്ചുകൊണ്ട് തനി നീറായി നിൽക്കുകയാണ്.

"നിങ്ങളെ ചന്തീലൊരു വലിയ അരിമ്പാറയില്ലേ? അവളെ തൊടയിലൊരു പാലുണ്ണിയില്ലേ?"

നീറിന്റെ സാക്ഷ്യംപറച്ചിൽ കേട്ട നാഗേന്ദ്രൻ നായർ അറിയാതെ തന്റെ ചന്തിയിൽ തൊട്ടുപോയി. സന്ധ്യാറാണിക്കും തനിക്കും മാത്രമേ ഈ പ്രപഞ്ചത്തിൽ അറിയാവൂ എന്ന് ഈ നിമിഷംവരെ താൻ കരുതിയിരുന്ന അവിഹിതവേഴ്ചയുടെയും ദൃക്സാക്ഷിയാണ് നീറെന്ന നഗ്നസത്യം അയാളുടെ വീര്യം കെടുത്തി. കൊടും കോപത്തിൽനിന്നും കടുത്ത നിസ്സഹായതയിലേക്ക് അയാളുടെ മുഖഭാവം മാറി. 'ആരോടും പറയരുതേ' എന്ന യാചനാഭാവത്തിൽ അയാൾ അവന്റെ മുഖത്തുനോക്കി. കൺമുന്നിൽ നടക്കുന്നതെന്താണെന്ന് ഒരെത്തും പിടിയും കിട്ടാതിരുന്ന കനകം കമ്മാട്ടി ഇരുവരുടേയും ഭാവപ്പകർച്ചകളിലേക്കു മാറിമാറി നോക്കി വായും തുറന്നങ്ങനെ നിന്നു.

പിന്നെയും

"യൂറോപ്യന്മാർ വന്നപ്പോൾ അവരുടെ കൈകളിൽ ബൈബിളുണ്ടായിരുന്നു; നമുക്ക് മണ്ണും. എന്നാലിന്ന് അവരുടെ ബൈബിൾ നമ്മുടെ കൈയിലായി. നമ്മുടെ മണ്ണ് അവരുടെതും."

ദക്ഷിണാഫ്രിക്കയിലെ അടിച്ചമർത്തപ്പെട്ട കറുത്തവർഗക്കാരുടെ പ്രതിഷേധസ്വരം ബഞ്ചമിൻ മൊളെയർ എന്ന കവി ഉറക്കെ വിളിച്ചു പറഞ്ഞു. ബഞ്ചമിന്റെ കൂട്ടുകാരായ ലോറയും ജോസഫും അതേറ്റു പറഞ്ഞു. ചാട്ടവാറുമായി വന്ന വെള്ളക്കാരൻ അവരെ ക്രൂരമായി മർദ്ദിച്ചു. അപ്പോഴും അവർ കരഞ്ഞില്ല. സ്വാതന്ത്ര്യത്തിലേക്ക് പൊരുതിമുന്നേറാൻ അവർ കറുത്തവരോട് വിളിച്ചു പറഞ്ഞുകൊണ്ടിരുന്നു. ഒടുവിൽ, കഴുമരത്തിലേക്ക് നടന്നടുക്കുമ്പോഴും അവർ ആവേശത്തോടെ മുദ്രാവാക്യം മുഴക്കിക്കൊണ്ടിരുന്നു. വേദിയിൽ ചുവന്ന വെളിച്ചം പരന്നു. തിരശ്ശീല വീണു. കാണികൾ നിർത്താതെ കയ്യടിച്ചു. വേദിയിൽ പിന്നെയും നാടകങ്ങൾ നിറഞ്ഞാടി; നേരം വെളുക്കുവോളം.

"പ്രിയമുള്ളവരേ, മൂർക്കനാട് സി എച്ച് മുഹമ്മദ്കോയ സ്മാരക വായനശാല സംഘടിപ്പിച്ച അഖിലകേരള ഏകാങ്കനാടകമത്സരത്തിന്റെ ഫലം പ്രഖ്യാപിക്കുകയാണ്....."

വെളുപ്പിന് ആറര മണിക്ക് അനൗൺസ്മെന്റ് മുഴങ്ങി. നെഞ്ചിടിപ്പോടെ മത്സരാർത്ഥികൾ കാത് കൂർപ്പിച്ചു.

"...ഏറ്റവും മികച്ച അവതരണം, രണ്ടാം സ്ഥാനം: കരിവെള്ളൂർ പീപ്പിൾസ് ആർട്സ് ആൻഡ് സ്പോർട്സ് ക്ലബ്, കണ്ണൂർ അവതരിപ്പിച്ച *കൊഴുത്ത കാളക്കുട്ടി.* ഒന്നാം സ്ഥാനം: ആലിൻപുറം സൗപർണിക

ആർട്സ് ആൻഡ് സ്പോർട്സ് ക്ലബ്ബ്, തിരുവനന്തപുരം അവതരിപ്പിച്ച *ലോറ ജോസഫ് ബഞ്ചമിൻ.* മികച്ച നടൻ: ലോറ ജോസഫ് ബഞ്ചമിൻ എന്ന നാടകത്തിൽ ബഞ്ചമിൻ മൊളെയറായി വേഷമിട്ട ശ്രീദേവൻ...."

സദസ്സിന്റെ പിന്നിൽ ഒരാരവമുയർന്നു. ശ്രീദേവനെ ചുമലിൽ എടുത്തുയർത്തി സംഘാംഗങ്ങൾ ആർപ്പുവിളിച്ചു.

സമ്മാനമായി കിട്ടിയ കുറ്റൻ ട്രോഫികളും മൂവായിരം രൂപ ക്യാഷ് അവാർഡും സർട്ടിഫിക്കറ്റുകളുമൊക്കെയായി സൗപർണിക ആർട്സ് ആൻഡ് സ്പോർട്സ് ക്ലബ്ബിന്റെ ചെറിയ വാൻ ആ വെളുപ്പാൻകാലത്ത് മൂർക്കനാടിന്റെ ഇടവഴികളിലൂടെ നീങ്ങിത്തുടങ്ങി. ഇരിങ്ങാലക്കുടയിലേക്കാണ് ഇനിയുള്ള യാത്ര. ഇന്നുരാത്രി അവിടെയൊരു മത്സരമുണ്ട്. വിജയത്തിന്റെ ആഹ്ലാദാരവങ്ങൾ പാട്ടും ഡാൻസുമൊക്കെയായി വാനിനുള്ളിൽ കുറേനേരം നീണ്ടുനിന്നു. പെരിന്തൽമണ്ണ പിന്നിട്ടപ്പോഴേക്കും ക്ഷീണംകൊണ്ട് പലരുടെയും കണ്ണുകളടഞ്ഞു. വാനിന്റെ മുൻസീറ്റിലിരിക്കുകയായിരുന്ന ശ്രീദേവൻ സൈഡ് വിൻഡോയിലൂടെ പുറം കാഴ്ചകൾ കണ്ടുവെങ്കിലും അവന്റെ ചിന്തകൾ പല വഴികളിലൂടെ നീങ്ങുകയായിരുന്നു. എത്രയുപേക്ഷിക്കാൻ ശ്രമിച്ചാലും ഒരു ഭൂതാവേശംപോലെ തന്നെ പിന്തുടരുന്നതാണ് അഭിനയമോഹമെന്ന് അവൻ അതിശയത്തോടെ തിരിച്ചറിഞ്ഞു. ഇതിനെയൊക്കെയാണോ നിയോഗം എന്നു വിളിക്കുന്നത്?

അഭിനയമോഹം ഉപേക്ഷിച്ച് കോടമ്പാക്കത്തോടു വിടപറഞ്ഞ് ആലിൻപുറത്തെത്തിയപ്പോൾ ശ്രീദേവനെ കാത്തിരുന്നത് അമ്മൂമ്മ കല്യാണിക്കുട്ടിയുടെ മരണവാർത്തയാണ്. വിവരത്തിന് കമ്പിയടിച്ചിരുന്നുവെങ്കിലും അത് കിട്ടുന്നതിനുമുമ്പുതന്നെ അവൻ തീവണ്ടി കയറിയിരുന്നല്ലോ. വീടെത്തിയപ്പോൾ അടക്കം കഴിഞ്ഞിരുന്നു.

"പ്രത്യേകിച്ച് ഒരു ദീനവുമുണ്ടായിരുന്നില്ല. രാത്രി, കഞ്ഞീം കുടിച്ചോണ്ട് ഒറങ്ങാൻ കെടന്നതാണ്. രാവിലെ നോക്കുമ്പം ..... തണുത്ത് മരവിച്ച്..... രാത്രീലെപ്പോഴോ ആയിരിക്കും ....."

ശ്രീദേവനെ ചേർത്തുപിടിച്ച് സുഷമ വിതുമ്പി. അവന്റെ മനസ്സിൽ മരിച്ചു മരവിച്ച ചന്ദ്രു ആശാന്റെ രൂപം തെളിഞ്ഞു. ആശാൻ മരിച്ച രാത്രിയിലാണല്ലോ അമ്മൂമ്മയുടെ മരണവും സംഭവിച്ചതെന്ന് ഒരു ഉൾക്കിടിലത്തോടെ അവനോർത്തു. ചിലപ്പോൾ അതൊരു യാദൃച്ഛികതയാവാം. പക്ഷേ, മരണത്തിനുപോലും തോല്പിക്കാൻ കഴിയാത്തവിധം, വറ്റാത്ത പ്രണയത്തിന്റെ കടൽ അവരുടെ ഉള്ളിൽ എന്നും അലയടിച്ചിരിക്കുമോ?

മദിരാശിയിലെ വിശേഷങ്ങളും ജോലിയെക്കുറിച്ചുമെല്ലാം അമ്മ ചോദിച്ചു തുടങ്ങിയപ്പോൾ കുറ്റബോധംകൊണ്ട് അവന്റെ തലകുനിഞ്ഞു. പിടിച്ചുനിൽക്കാൻ കഴിയാതെ, വിതുമ്പിക്കൊണ്ട് അവൻ മദിരാശിയാത്രയുടെ യഥാർത്ഥലക്ഷ്യം തുറന്നുപറഞ്ഞു. പക്ഷേ, അമ്മയുടെ മുഖത്ത്

ഒരു അമ്പരപ്പം ഉണ്ടായില്ലെന്നത് അവനെ അതിശയപ്പെടുത്തി.

"നീ പോയി കൊറച്ചുദിവസം കഴിഞ്ഞപ്പോൾത്തന്നെ എനിക്ക് സംശയം തോന്നിയിരുന്നു. നീ കാശൊന്നും കൃത്യമായി അയയ്ക്കാതായപ്പോൾ എനിക്കുറപ്പായി; നിന്റെ അച്ഛൻ പണ്ടു പോയ വഴികളിലൂടെ തന്നെയാണു നീയുമെന്ന്."

ദീർഘമായി നെടുവീർപ്പുതിർത്തുകൊണ്ട് അവർ അവന്റെ ശിരസ്സിൽ തലോടി.

ഇനി എന്തു ചെയ്യണമെന്നറിയാത്ത നാളുകളായിരുന്നു പിന്നീട്. ആളുകളെ അഭിമുഖീകരിക്കാൻതന്നെ അവനു മടിയായി. എല്ലാവർക്കും അറിയേണ്ടത് മദിരാശിയിലെ ജോലിവിശേഷങ്ങൾ. വലിയ ഉദ്യോഗക്കാരനാണ് എന്നു ധരിച്ച ചിലർ പണം കടം ചോദിക്കാൻപോലും തുടങ്ങി!

ശ്രീദേവൻ നാട്ടിലെത്തിയതറിഞ്ഞ് വാസന്തി അവനെ തിരക്കിയെത്തി. സുബ്രഹ്മണ്യന്റെ വിശേഷങ്ങളായിരുന്നു അവർക്കറിയേണ്ടിയിരുന്നത്. സുബ്രൻ സിനിമയിൽ സംവിധാനസഹായിയായി സുഖമായിരിക്കുന്നുവെന്ന് പറഞ്ഞപ്പോൾ അവർക്ക് ആശ്വാസമാകുമെന്നാണ് അവൻ കരുതിയത്. പക്ഷേ, പ്രതികരണം മറിച്ചായിരുന്നു.

"അവൻ വല്യ സിനിമാക്കാരനായി അവിടെ ഞെളിഞ്ഞു നടക്കട്ട്. ഇവിടെ അവന്റെ തള്ള ജീവനോടെ ഒണ്ടോയെന്നുപോലും അവനറിയണ്ടല്ലോ. ഒരു കത്തോ കാലണയോ ഇന്നുവരെ അവനയച്ചിട്ടില്ല. എവനൊക്കെ എങ്ങനെ കൊണം പിടിക്കും.."

ശാപവാക്കുകൾ ഉരുവിട്ടുകൊണ്ടു നടന്നുമറഞ്ഞ വാസന്തിയെ സഹതാപത്തോടെ നോക്കിനിൽക്കാനേ ശ്രീദേവനു കഴിഞ്ഞുള്ളൂ.ഒരാഴ്ച കഴിഞ്ഞപ്പോൾ ശ്രീദേവൻ, ശൈലേന്ദ്രന്റെ വീട്ടിലേക്കുനടന്നു. പാർവ്വതിയെ കണ്ടിട്ട് ഒരു വർഷത്തിലേറെക്കഴിഞ്ഞിരിക്കുന്നുവെന്ന് വീട്ടുമുറ്റത്തേക്കു നടന്നുകയറുമ്പോൾ അവനോർത്തു.

"നീ വന്നതൊക്കെ ഞാനറിഞ്ഞു..."

വരാന്തയിലിരുന്ന ശൈലേന്ദ്രൻ മുറ്റത്തേക്കിറങ്ങിവന്നു.

"ഞാൻ മുമ്പേ പറഞ്ഞിട്ടുള്ളതല്ലേ. ഒരുപാട് കഷ്ടപ്പെട്ടാലേ എന്തെങ്കിലുമൊക്കെ ആകാൻ കഴിയൂവെന്ന്..... ഇനി എന്താ അടുത്ത പരിപാടി?"

"ഒന്നും തീരുമാനിച്ചിട്ടില്ല ...."

"ങാ...എനിക്ക് അത്യാവശ്യമായി ഒരാളെ കാണാൻ പോകണം. നമുക്കു പിന്നീട് വിശദമായി സംസാരിക്കാം."

അയാൾ ധൃതികൂട്ടി.

ഏറെ നാളുകൾക്കുശേഷം കണ്ടിട്ടും അയാളുടെ പെരുമാറ്റത്തിൽ ഒരു അകൽച്ചയുള്ളതായി ശ്രീദേവനു തോന്നി. വീടിനകത്തേക്കു കട ന്നിരിക്കാൻ പോലും അയാൾ പറഞ്ഞില്ലല്ലോ എന്ന് അവൻ അതിശ യപ്പെട്ടു.

യാത്രപറഞ്ഞ് തിരിഞ്ഞു നടക്കാനൊരുങ്ങുമ്പോൾ പക്ഷേ, അവന് അത് ചോദിക്കാതിരിക്കാൻ കഴിഞ്ഞില്ല.

"പാർവ്വതി.?"

ശൈലേന്ദ്രന്റെ മുഖം ഇരുണ്ട് വല്ലാതാകുന്നത് അവൻ ശ്രദ്ധിച്ചു. അയാൾ കുറച്ചുനേരം അവന്റെ മുഖത്തേക്കുതന്നെ നോക്കി നിന്ന ശേഷം അടുത്തേക്കുവന്ന് അവന്റെ ചുമലിൽ കൈയിട്ടു. അവർ നടവഴിയിലൂടെ റോഡിലേക്കു നടന്നു.

"നിന്നെ കുറ്റപ്പെടുത്താനൊന്നും ഞാനില്ല. നിന്റെ ഈ പ്രായത്തിൽ അതൊക്കെ സ്വാഭാവികവുമാണ്. പക്ഷേ, ഒരച്ഛന്റെ സ്ഥാനത്തു നിൽ ക്കുമ്പോൾ എന്തോ... ആ വിശാല മനസ്സൊന്നും കാണിക്കാൻ എനിക്ക് കഴിയുന്നില്ല. നിന്റെ കത്ത് അവിചാരിതമായി എനിക്ക് കിട്ടിയപ്പോഴാ ണ് നിങ്ങൾ തമ്മിലുള്ള ഇഷ്ടം ഞാനറിയുന്നത്. ഞാനവളെ കാര്യങ്ങൾ പറഞ്ഞ് ബോധിപ്പിച്ചിട്ടുണ്ട്. ചില നല്ല ആലോചനകളും വന്നിട്ടുണ്ട്. അതുകൊണ്ട് .."

അയാളുടെ വാക്കുകൾ ഇടറി. അവൻ അയാളെത്തന്നെ നോക്കി നിന്നു. അയാൾ പറയാതെ പറയുന്നതെന്തെന്ന് തിരിച്ചറിഞ്ഞു. പിന്നെ, ഉള്ളിലിരമ്പുന്ന സങ്കടപ്പേമാരി പുറത്തേക്കുവരാതെയൊളിപ്പിച്ച്, ചുണ്ടി ന്റെ കോണിലൊരു പുഞ്ചിരി വരുത്തിക്കൊണ്ട് അവൻ അയാളുടെ കൈകൾ മെല്ലെ ചുമലിൽ നിന്നെടുത്തുമാറ്റി, നടവഴിയിൽ വീണുകിട ക്കുന്ന രാജമല്ലിപ്പൂക്കളെ ചവിട്ടിമെതിച്ചുകൊണ്ട് തിടുക്കത്തിൽ ഗേറ്റിനു പുറത്തേക്കു നടന്നുപോയി. അപ്പോൾ അവന്റെ കണ്ണുകൾ നിറഞ്ഞു തുട ങ്ങിയിരുന്നു. എവിടെയോ ആ വിഷാദഗാനം കേൾക്കുന്നതായി അവനു തോന്നി.

"...... കരളാലവളെൻ കണ്ണീരു കോരി
കണ്ണിലെൻ സ്വപ്നങ്ങളെഴുതി -ചുണ്ടിലെൻ
സുന്ദര കവനങ്ങൾ തിരുകി
കൊഴിഞ്ഞൊരാ വീഥിയിൽ
പൊഴിഞ്ഞൊരെൻ കാൽപ്പാടിൽ
വീണപൂവായവൾ പിന്നേ
അകന്നേ പോയ് നിഴൽ അകന്നേപോയ്
അഴലിന്റെ കഥയതു തുടർന്നേ പോയ്...."

ഭഗ്നപ്രണയത്തിന്റെ ഉഷ്ണദിനങ്ങളായിരുന്നു പിന്നീട്. സ്വയമൊരു

വേണുനാഗവല്ലി കഥാപാത്രമായി അവൻ മാറി. ഒന്നിനും ഒരുന്മേഷവുമില്ലാതെ സദാസമയവും വീടിനുള്ളിൽത്തന്നെ ചടഞ്ഞിരുന്നു. മകന്റെ ഭാവമാറ്റങ്ങൾ സുഷമ തിരിച്ചറിയുന്നുണ്ടായിരുന്നു. കാര്യം തിരക്കിയപ്പോൾ 'ഒന്നുമില്ല' എന്നുമാത്രം പറഞ്ഞ് അവനൊഴിഞ്ഞുമാറി. ഒരുദിവസം അവൾക്ക് ക്ഷമകെട്ടു. സന്ധ്യക്ക് വിളക്കുകൊളുത്താൻ നേരത്തും കിടക്കപ്പായയിൽത്തന്നെയായിരുന്ന മകനെ കണ്ട് അവളുടെ നിയന്ത്രണം വിട്ടു.

"എപ്പഴുമിങ്ങനെ മുറിക്കകത്തുതന്നെ ചുരുണ്ടുകൂടികെടക്കാൻ വല്ലവളും നിന്നെ പ്രേമിച്ചിട്ടു പറ്റിച്ചോ? അതോ സിനിമാനടനാകാൻ പറ്റാത്തതിന്റെ വെഷമമോ? എന്തരായാലും നീ ഇങ്ങനെ കോലംകെട്ടു നടന്നതുകൊണ്ട് ഒന്നും നേടാൻ പോകുന്നില്ല. വെറുതേ വിഡ്ഢിവേഷം കെട്ടാതെ അവനവന് രക്ഷപ്പെടാനുള്ള വഴി നോക്ക്. ഈ വീട് എങ്ങനെയാണ് ഓരോ ദിവസവും കഴിഞ്ഞുപോകുന്നതെന്ന് നീ ചിന്തിച്ചിട്ടൊണ്ടോ?...."

മനസ്സിൽ ഉറഞ്ഞുകൂടിക്കിടന്ന പരിഭവങ്ങളുടെ മാറാല മുഴുവൻ അവൾ കുടഞ്ഞിടാൻ തുടങ്ങിയപ്പോൾ, കിടക്കയിൽ നിന്നെണീറ്റ ശ്രീദേവൻ, അയയിൽ നിന്നൊരു ഷർട്ടുമെടുത്തിട്ട് ഒന്നും മിണ്ടാതെ മുറിക്കു പുറത്തിറങ്ങി. ഉള്ളിൽ ഇളകിമറിയുന്ന നിരാശയും സങ്കടവും ആത്മനിന്ദയുമൊക്കെയായി അവൻ നടന്നു. മാമ്പഴക്കുന്നിനടുത്തെത്തിയപ്പോഴും എങ്ങോട്ടാണ് പോകേണ്ടതെന്ന് അറിയില്ലായിരുന്നു. എങ്കിലും നടപ്പ് തുടർന്നു. ഒടുവിൽ അതവസാനിച്ചത് സൗപർണിക ആർട്സ് ആൻഡ് സ്പോർട്സ് ക്ലബ്ബിന്റെ ഓഫീസിനു മുന്നിലായിരുന്നു. പതിവിനു വിപരീതമായി ആ സന്ധ്യാനേരത്തും കുറേപ്പേർ അവിടെ കൂടിയിരുന്നു. ഓഫീസിനുള്ളിൽനിന്നും ചില ഒച്ചപ്പാടുകൾ കേൾക്കുന്നുണ്ട്. കൂടിനിന്നവർക്കിടയിലൂടെ അവൻ അകത്തേക്കു നോക്കി. നാടകത്തിന്റെ റിഹേഴ്സൽ നടക്കുകയാണ്. മുഷിവുകൊണ്ടാകാം അല്പസമയം കഴിഞ്ഞപ്പോൾ കാണികൾ ഓരോരുത്തരായി കൊഴിഞ്ഞു. ഒടുവിൽ, അവൻ മാത്രമായി കാഴ്ചക്കാരൻ. കാന്തികമണ്ഡലത്തിലകപ്പെട്ട പച്ചിരുമ്പുപോലെ അവൻ അങ്ങനെ നിന്നു. കുടഞ്ഞെറിയാൻ ശ്രമിക്കുന്ന അഭിനയചിന്തകൾ തന്നിലേക്ക് വീണ്ടും ഇഴഞ്ഞിഴഞ്ഞുകയറുകയാണോ? അന്നത്തെ റിഹേഴ്സൽ അവസാനിക്കുന്നതുവരെ അവൻ അവിടെത്തന്നെയുണ്ടായിരുന്നു. പിന്നീടുള്ള ദിവസങ്ങളിലും അത് തുടർന്നു.

നാട്ടിലെങ്ങും ആർട്സ് ആൻഡ് സ്പോർട്സ് ക്ലബ്ബുകൾ സജീവമായ കാലമാണ്. എവിടെയും ഏകാങ്കനാടകമത്സരങ്ങളുടെ ചാകരക്കാലം. സൗപർണികയ്ക്കും അതിൽ നിന്നൊഴിഞ്ഞു നിൽക്കാനായില്ല. ക്ലബ്ബിന്റെ ഭാരവാഹികൾ, നാടകകൃത്തും സംവിധായകനുമായ രവി കെ പാപ്പാടിനെ സമീപിച്ചു. ഒരുപാട് ക്ലബ്ബുകൾക്ക് നാടകമെഴുതി സംവിധാനം ചെയ്യു

ന്ന, തിരക്കുള്ളയാളായിരുന്നെങ്കിലും അയാൾ സമ്മതം മൂളി. അവർക്കു വേണ്ടി അയാളെഴുതിക്കൊടുത്ത നാടകം *രോഗം*. അധികാരത്തിന്റെ അമിതപ്രയോഗങ്ങൾക്കെതിരെയുള്ളതായിരുന്നു അതിന്റെ പ്രമേയം. ഒരു രാജാവും മന്ത്രിയും നാലഞ്ചു തൊഴിലാളികളുമൊക്കെയായിരുന്നു അതിലെ മുഖ്യ കഥാപാത്രങ്ങൾ.

"നീ ഒരാഴ്ചമുമ്പ് വന്നിരുന്നെങ്കിൽ ഒരു വേഷം തരാമായിരുന്നു."

സ്ഥിരമായി റിഹേഴ്സൽ കാണാനെത്തിയ ശ്രീദേവനോട് ഒരു ദിവസം ക്ലബ്ബ് പ്രസിഡന്റ് മോഹനൻ പറഞ്ഞു. പണ്ട് സ്കൂളിൽ അവർ സഹപാഠികളായിരുന്നു.

"അതു സാരമില്ല മോഹനാ. എനിക്കിപ്പം അഭിനയമോഹമൊന്നുമില്ല. എന്തെങ്കിലും ഒരു ജോലി കണ്ടെത്തണം."

ശ്രീദേവൻ അതു വെറുതെ പറഞ്ഞതായിരുന്നില്ല. അമ്മയുടെ പരിഭവം പറച്ചിൽ കൂടിക്കൂടി വരുന്നതുകൊണ്ട് ഒരു ജോലി കണ്ടെത്താനുള്ള ശ്രമം അവൻ തുടങ്ങിക്കഴിഞ്ഞിരുന്നു. പത്രപ്പരസ്യങ്ങൾ കണ്ട് പല കമ്പനികളിലേക്കും അപേക്ഷകൾ അയച്ച് മറുപടിയും പ്രതീക്ഷിച്ചിരിക്കുകയാണ്.

രോഗം മത്സരിക്കാനുള്ള പരുവത്തിലായി. ആദ്യമത്സരം നടന്നത് വെള്ളനാടായിരുന്നു. പക്ഷേ, സമ്മാനമൊന്നും കിട്ടിയില്ല. ദിവസങ്ങൾ പിന്നിടും തോറും പല മത്സരവേദികളിലും *രോഗം* അരങ്ങേറി. ഒരിടത്തു നിന്നും സമ്മാനം കിട്ടിയില്ലെങ്കിലും ആളുകളെ രസിപ്പിക്കുന്ന നാടകമെന്ന അഭിപ്രായമുണ്ടായി.

ഒരുദിവസം വൈകുന്നേരം ശ്രീദേവൻ പുന്നച്ചിറക്കുളത്തിലെ കുളിയും കഴിഞ്ഞ് വീട്ടിലേക്കു നടക്കുമ്പോൾ മോഹനൻ വിയർത്തൊലിച്ച് പരിഭ്രാന്തനായി അവനടുത്തേക്ക് ഓടിവന്നു.

"ഞാൻ നിന്നെ അന്വേഷിച്ച് നിന്റെ വീട്ടിപ്പോയിയിരുന്നു. എടാ ഒരത്യാവശ്യമൊണ്ട് ...."

ശ്രീദേവൻ കാര്യമറിയാതെ അവനെ മിഴിച്ചുനോക്കി.

"എടാ നമ്മളെ നാടകത്തിലെ രാജാവ് ഗിരീശന് ചിക്കൻപോക്സ്. ഇന്ന് രാത്രി പിരപ്പൻകോട് മത്സരമൊള്ളതാണ്... നീ ഞങ്ങളെ സഹായിക്കണം."

"ഞാനെങ്ങനെ സഹായിക്കും?"

"എടാ നീ റിഹേഴ്സല് മുഴുവൻ കണ്ടതല്ലേ. നീ അഡ്ജസ്റ്റ് ചെയ്ത് ഡയലോഗൊക്കെ പറഞ്ഞാമതി. നെനക്ക് പറ്റും. ഒന്നുമില്ലെങ്കിലും നീ സിനിമാനടനാവാൻ വേണ്ടി കൊറേക്കാലം നടന്നതല്ലേ. പറ്റില്ലെന്നു പറയരുത്, പ്ലീസ്."

യാചനാഭാവത്തിൽ നിൽക്കുന്ന മോഹനന്റെ മുഖത്തുനോക്കി

എതിർവാക്ക് പറയുന്നതെങ്ങനെ എന്ന ചിന്തയിലായി ശ്രീദേവൻ. ഒരു അഗ്നിപരീക്ഷയാണ് മുന്നിൽ. ഉപേക്ഷിക്കാൻ മനസ്സിനെ ഏതാണ്ട് പാകപ്പെടുത്തിക്കഴിഞ്ഞ കാര്യത്തിലേക്കാണ് ക്ഷണിക്കുന്നത്. കൂട്ടുകാരന്റെ അഭ്യർത്ഥന തള്ളണോ കൊള്ളണോ എന്നറിയാതെ അവൻ വീർപ്പുമുട്ടി.

"ഞാൻ വരാം. പക്ഷേ, നാടകം മോശമായാൽ എന്നെ കുറ്റപ്പെടുത്തരുത്."

അവൻ മനസ്സില്ലാമനസ്സോടെ സമ്മതം മൂളി.

സന്ധ്യയോടെ നാടകവണ്ടി നീങ്ങി. വണ്ടിക്കുള്ളിലിരുന്ന് ഡയലോഗുകൾ പറഞ്ഞുറപ്പിച്ച് നാടകസംഘം പിരപ്പൻകോടെത്തി. കാണികളായി വൻ ജനക്കൂട്ടം തന്നെയുണ്ടായിരുന്നു. ജില്ലയ്ക്കകത്തു നിന്നും പുറത്തുനിന്നുമായി പതിനഞ്ച് നാടകസംഘങ്ങളാണ് മത്സരിക്കാനെത്തിയിരിക്കുന്നത്. എട്ടുമണി മുതൽ മത്സരം ആരംഭിച്ചു. സൗപർണികയുടെ ഊഴം ആറാമതായിരുന്നു.

വേഷഭൂഷാദികൾ അണിഞ്ഞ് രാജാവായി മാറിയ ശ്രീദേവന് വേദിയിൽ കയറാനുള്ള സമയം അടുത്തടുത്തു വരുന്തോറും ആധികയറിത്തുടങ്ങി. ഒരു റിഹേഴ്സല്പോലുമില്ലാതെയാണ് അരങ്ങിൽ കാൽവയ്ക്കാനൊരുങ്ങുന്നത്. ദൈവമേ കാത്തുകൊള്ളണേ! അവൻ മനസ്സുരുകി പ്രാർത്ഥിച്ചു. നാടകം തുടങ്ങാനുള്ള മണി മുഴങ്ങി. വേദിയിലെ പ്രകാശം മങ്ങി. കർട്ടനുയർന്നു. വികൃതമായ അലറിച്ചിരിയുമായി രാജാവ് രംഗപ്രവേശം നടത്തി. ശ്രീദേവനിൽനിന്ന് രാജാവിലേക്കുള്ള പരകായപ്രവേശമായിരുന്നു പിന്നീട്. അതുവരെ കാണാത്തതരം പുതിയൊരു രാജാവിനെക്കണ്ട് സഹകഥാപാത്രങ്ങളായ മന്ത്രിയും പ്രജകളും അമ്പരന്നു. ഡയലോഗുകൾ തെറ്റിച്ചില്ലെന്നു മാത്രമല്ല, അതിശയിപ്പിക്കുന്ന മനോധർമ്മങ്ങളും ശ്രീദേവൻ കൂട്ടിച്ചേർത്തു. ഒടുവിൽ, നിറഞ്ഞ കയ്യടികളോടെയാണ് തിരശ്ശീല വീണത്.

നേരം പുലരാറായപ്പോൾ ഫലപ്രഖ്യാപനം നടന്നു. *രോഗ*ത്തിന് അവതരണത്തിനുള്ള പുരസ്കാരങ്ങളൊന്നും ലഭിച്ചില്ല. എന്നാൽ, ഏറ്റവും മികച്ച രണ്ടാമത്തെ നടനായി തെരഞ്ഞെടുക്കപ്പെട്ടത് ശ്രീദേവനായിരുന്നു! അപ്രതീക്ഷിതമായ ആ പുരസ്കാരലബ്ധിയെ ആഹ്ലാദത്തിമിർപ്പോടെയാണ് മോഹനനും സംഘവും വരവേറ്റത്. ഏതെങ്കിലും സ്വപ്നലോകത്തിലാണോ എന്ന് ശ്രീദേവൻ അതിശയപ്പെട്ടു. അഭിനയമോഹിയായി നടന്ന തനിക്കു കിട്ടിയ ആദ്യ അംഗീകാരവും പരിഗണനയുമാണതെന്ന് അവൻ നിറകണ്ണുകളോടെ ഓർത്തു.

ശ്രീദേവന്റെ ജീവിതത്തിലെ പുതിയൊരു ഘട്ടത്തിന്റെ തുടക്കമായിരുന്നു അത്. സിനിമയിൽ അവസരം തേടി പരാജയമടഞ്ഞ അവനെ സ്വാഗതം ചെയ്തുകൊണ്ട് നാടകവേദിയുടെ യവനിക ഉയരുകയായിരു

ന്നു. കുറേ വേദികളിൽ കൂടി *രോഗം* അവതരിപ്പിച്ചു. മിക്കയിടങ്ങളിലും മികച്ച നടനായും മികച്ച രണ്ടാമത്തെ നടനായുമൊക്കെ അവൻ തെരഞ്ഞെടുക്കപ്പെട്ടു. തൊട്ടടുത്ത വർഷങ്ങളിൽ ആന്റണിയുടെ *മനോരഥങ്ങൾ, ഉച്ചാടനം, പൂതപ്പാട്ട്, പാവക്കൂത്ത്, മന്ദൻ ഗോവിന്ദന്റെ സന്ദേഹങ്ങൾ, ഒരു പാമ്പ് നാടകം* എന്നിങ്ങനെ കുറേ നാടകങ്ങൾ ചെയ്തു. പുതിയ നാടകമാണ് *ലോറ ജോസഫ് ബഞ്ചമിൻ.* അവതരണത്തിനുള്ള പുരസ്കാരങ്ങളാൽ സൗപർണികയുടെ ഓഫീസിലെയും മികച്ച നടനുള്ള പുരസ്കാരങ്ങളാൽ ശ്രീദേവന്റെ വീട്ടിലെയും അലമാരകൾ വീർപ്പുമുട്ടി.

പാറശ്ശാല മുതൽ കാസർകോഡ് വരെയുള്ള ക്ലബ്ബുകളുടെയെല്ലാം നാടകമത്സരങ്ങളിൽ പങ്കെടുത്തുകൊണ്ട് സൗപർണികയുടെ ചെറിയ നാടകവണ്ടി ഇപ്പോഴും ഓട്ടം തുടരുകയാണ്.

ശ്രീദേവന്റെ ചിന്തകൾക്കു വിരാമമിട്ടുകൊണ്ട് നാടകവാൻ ഇരിങ്ങാലക്കുടയിലെത്തി. അവതരണത്തിനും മികച്ച നടനുമുള്ള പുരസ്കാരങ്ങൾ നേടിയാണ് സംഘം അവിടെനിന്നും നാട്ടിലേക്കു മടങ്ങിയത്. രണ്ടുദിവസം കഴിഞ്ഞപ്പോൾ ക്രിസ്തുമസ് ആയി. അന്ന് പുത്തൻതോപ്പിലെ ജയ്ഹിന്ദ് വായനശാലയുടെ നാടകമത്സരമാണ്. ആയിരത്തൊന്നു രൂപയുടെ ക്യാഷ് അവാർഡും കുറ്റൻ ട്രോഫിയുമൊക്കെയാണ് ഒന്നാം സമ്മാനം. വീറും വാശിയും മുറ്റി നിൽക്കുന്ന മത്സരമാണ്. കടൽക്കരയിൽ, നക്ഷത്രദീപാലംകൃതസമൃദ്ധിയിൽ തിളങ്ങിനിന്ന സെന്റ് ആന്റണീസ് ദേവാലയത്തിനു മുന്നിലായിരുന്നു നാടകവേദി. മണല്പ്പരപ്പിൽ കാണികൾ ആർത്തിരമ്പുകയാണ്. ആദ്യനാടകം സൗപർണികയുടെതായിരുന്നു. ബെഞ്ചമിൻ മൊളെയർ ആയി ശ്രീദേവൻ അരങ്ങിൽ നിറഞ്ഞാടി. കാണികൾ ആവേശത്തോടെ കൈയടിച്ചു. അപ്പോൾ, ആൾക്കൂട്ടത്തിൽ നിന്നും അല്പം മാറി, അവന്റെ ചടുലനടനങ്ങളെ സൂക്ഷ്മമായി വീക്ഷിച്ചുകൊണ്ട് നിൽക്കുകയായിരുന്നു ഫ്രാൻസിസ് മിരാൻഡ. അയാളുടെ കണ്ണുകൾ തിളങ്ങി. ചുണ്ടിലൊരു നേരിയ പുഞ്ചിരി വിരിഞ്ഞു. വിരലുകൾക്കിടയിൽ പുകഞ്ഞുകൊണ്ടിരുന്ന ഫോറിൻ സിഗരറ്റ് അയാൾ ആഞ്ഞുവലിച്ചു.

നാടകം കഴിഞ്ഞപ്പോൾ വേദിക്കു പിന്നിലുള്ള ഗ്രീൻ റൂമിനടുത്തേക്ക് ഫ്രാൻസിസ് മിരാൻഡ നടന്നു. ദേഹത്തു പൂശിയിരുന്ന കറുത്ത ചായം കഴുകിവൃത്തിയാക്കി, ഷർട്ട് ധരിച്ചുകൊണ്ടിരുന്ന ശ്രീദേവനടുത്തേക്ക് അയാൾ പുഞ്ചിരിച്ചുകൊണ്ട് ചെന്ന് ഹസ്തദാനം നടത്തി.

"ഉഗ്രൻ പെർഫോമൻസായിരുന്നു. കൺഗ്രാജുലേഷൻസ്."

അവർ പരിചയപ്പെട്ടു. കുറേവർഷങ്ങൾക്കുമുമ്പ് നാടക ഭ്രാന്തുമായി നടന്നയാളായിരുന്നു ഫ്രാൻസിസ്. കാവാലത്തിന്റെയും നരേന്ദ്രപ്രസാദിന്റെയും പി കെ വേണുക്കുട്ടൻ നായരുടെയും നാടകയോഗം രഘുവിന്റെയുമൊക്കെ നാടകസംരംഭങ്ങളിൽ പലപ്പോഴും അണിയറ പ്രവർത്തകനാ

യിരുന്നു അയാൾ. മൂന്നുവർഷംമുമ്പ് ജോലി തേടി അബുദാബിയിലേക്കു പോയി. ഇപ്പോൾ ലീവിനു വന്നിരിക്കുകയാണ്.

"ഇനി മടങ്ങിപ്പോകണമോ എന്ന കാര്യം തീർച്ചപ്പെടുത്തിയിട്ടില്ല. മനസ്സിൽ അല്പം കലാവാസനയുള്ളവർക്ക് അന്യനാട്ടിൽ ചെന്ന് കിടക്കുമ്പോ ആകെ ഒരു വീർപ്പുമുട്ടലാ. ഇവിടെത്തന്നെ നിന്നുകൊണ്ട് എന്തെങ്കിലുമൊക്കെ ചെയ്യണമെന്നുണ്ട്. ഒന്നും തീർച്ചപ്പെടുത്തിയിട്ടില്ല."

കുറേനേരം സംസാരിച്ചശേഷം ശ്രീദേവന്റെ വിലാസവും വാങ്ങിയാണ് അയാൾ മടങ്ങിയത്.

ഒരു മാസം കഴിഞ്ഞപ്പോൾ ഒരുദിവസം രാവിലെ വീട്ടുമുറ്റത്തു വന്നു നിന്ന ബുള്ളറ്റിന്റെ പടപട ശബ്ദം കേട്ടാണ് ശ്രീദേവൻ ഉറക്കമുണർന്നത്. വാതിൽ തുറന്നപ്പോൾ ഫ്രാൻസിസ് മിരാൻഡ!

"ഒരു നാടകട്രൂപ്പ് തുടങ്ങുകയാണ്. അമച്വറല്ല, പ്രൊഫഷണൽ. ചെറുന്നിയൂർ ജയപ്രസാദിന്റെ നല്ലൊരു സ്ക്രിപ്റ്റ് കിട്ടിയിട്ടുണ്ട്. ഗിരീഷ് സൂര്യമിത്ര സംവിധാനം ചെയ്യാമെന്നും ഏറ്റിട്ടുണ്ട്. സെൻട്രൻ ക്യാരക്ടർ ഒരു നക്സലൈറ്റിന്റെതാണ്. ഫീൽഡിലുള്ള ഒരുപാട് പേരെ നോക്കി. എല്ലാവരും ഓരോരോ ട്രൂപ്പുകളിൽ എഗ്രിമെന്റായിപ്പോയി. അപ്പോഴാണ് ഞാൻ ശ്രീദേവന്റെ കാര്യം ഓർത്തത്...."

"അയ്യോ അത്ര വലിയ റോളൊന്നും ഞാൻ ചെയ്താൽ ശരിയാവില്ല."

ശ്രീദേവൻ ഒഴിഞ്ഞുമാറാൻ നോക്കി. പക്ഷേ, ഫ്രാൻസിസ് മിരാൻഡ പിന്മാറിയില്ല. അയാൾ നിർബന്ധിച്ചുകൊണ്ടേയിരുന്നു.

"നാടകം ക്ലിക്കായാൽ സീസണിൽ ദിവസവും രണ്ടും മൂന്നും കളികൾ കിട്ടും. ആർട്ടിസ്റ്റുകൾക്ക് നല്ല പ്രതിഫലവും ഉണ്ട്. പിന്നെ എപ്പഴാണ് സിനിമേലേക്കുള്ള വിളി വരണതെന്നും പറയാൻ പറ്റില്ല. *റാംജിറാവു സ്പീക്കിംഗി*ലെ നായകൻ സായികുമാറിന്റെ കാര്യംതന്നെ നോക്ക്. അയാള് സംഘചേതനയില് *സ്വാതിതിരുനാൾ* ചെയ്തോണ്ടിരിക്കുമ്പോഴല്ലേ സിദ്ദിഖ് - ലാൽ വിളിക്കണത്....."

എന്തു മറുപടി പറയണമെന്നറിയാതെ ശ്രീദേവൻ കുഴങ്ങി. ഉള്ളിലെവിടെയോ സിനിമയുടെ വെള്ളിവെളിച്ചം മിന്നിമറഞ്ഞുവോ? ഉപേക്ഷിക്കാൻ ശ്രമിച്ച മോഹങ്ങളിലേക്കുള്ള വഴികൾ ഓരോന്നായി തെളിയുകയാണോ? വെറുതെ നാടകം കളിക്കാനല്ല, ജീവിക്കാനുള്ള വരുമാനമാർഗത്തിലേക്കു കൂടിയാണ് ക്ഷണിക്കപ്പെടുന്നത്. ഒരു തീരുമാനത്തിലെത്താനാകാതെ പലവിധ ചിന്തകളിൽ അവൻ കറങ്ങിത്തിരിയുമ്പോൾ പിന്നിലൊരു ആൾപ്പെരുമാറ്റം! തിരിഞ്ഞുനോക്കി. അമ്മയാണ്. അവർ എല്ലാം കേട്ടെന്നു തോന്നുന്നു. ഒരു ഉത്തരത്തിനായി അവൻ അമ്മയെത്തന്നെ നോക്കിനിന്നു. അപ്പോൾ അമ്മയുടെ മുഖത്തു വിരിഞ്ഞ ചെറുചിരിക്ക് സമ്മതഭാവമുള്ളതായി അവനു തോന്നി.

കാലം മാറി കഥ മാറി

സോനാ തീയേറ്ററിലെ ഡെയ്‌ലി കളക്ഷൻ അടിക്കടി താഴ്ന്നുതുട ങ്ങിയപ്പോഴാണ് ആലിൻപുറത്തെ പല വീട്ടുമുറ്റങ്ങളിലും തോട്ട പോലെ ഉയർന്നു നിൽക്കുന്ന ടെലിവിഷൻ ആന്റിനകൾ വെറും നോക്കുകുത്തി കളല്ലെന്ന് മരണാവലി മണിയന് ബോധ്യമായത്. തീയേറ്റർ മാനേജർ മനോഹരനും ഫിലിം റെപ്രസന്റേറ്റീവുമാരും ചേർന്ന് കള്ളക്കണക്ക് നിരത്തി പണം ഇസ്കുന്നതായിരിക്കുമെന്ന് ആദ്യം കരുതിയ അയാൾ, ഷോ നടക്കുന്ന സമയങ്ങളിൽ തുടർച്ചയായി മൂന്നാലുദിവസം തീയേ റ്ററിൽ മിന്നൽസന്ദർശനങ്ങൾ നടത്തി. മാറ്റിനിക്ക് പൊതുവേ ആള് കുറവായിരിക്കുമെന്നയാൾക്കറിയാം. പക്ഷേ, മുമ്പുണ്ടായിരുന്നതിന്റെ പകുതി പോലും കാണികൾ ഇപ്പോഴില്ല. ആറരയ്ക്കുള്ള ഫസ്റ്റ് ഷോയ്ക്കും സെക്കൻഡ് ഷോയ്ക്കും കാര്യങ്ങൾ തഥൈവ!

"ടീവീല് മലയാളം പരിപാടികൾ വന്നതീപ്പിന്നെയാണ് മൊതലാളീ ഷോയ്ക്ക് ആള് കൊറഞ്ഞുതൊടങ്ങിയത്."

മനോഹരന്റെ വിശദീകരണം ആദ്യം തൃപ്തികരമായി തോന്നിയി ല്ല. പക്ഷേ, കുറച്ചുനാളത്തെ നിരീക്ഷണങ്ങൾക്കുശേഷം മണിയന് അത് സത്യം തന്നെയെന്നുറപ്പിക്കേണ്ടിവന്നു.

ഞായറാഴ്ചകളിൽ വൈകിട്ട് ദൂരദർശനിൽ മലയാളസിനിമയുള്ള തുകൊണ്ടു മാത്രമേ മുൻപ് തീയേറ്ററിൽ ആളുകൾ കുറഞ്ഞിരുന്നുള്ളൂ. ഇപ്പോൾ വില്ലനായി അവതരിച്ചിരിക്കുന്നത് ദിവസവും രാത്രി ഏഴര മണി മുതലുള്ള സീരിയലുകളാണ്. ഓരോ കുടുംബവും സന്ധ്യയായാൽ

ടി വിക്കു മുന്നിൽ കുത്തിയിരിക്കുകയാണ്. പിന്നെ എങ്ങനെ അവർ തീയേറ്ററിൽ വരും? ടി വിയിൽ വരുന്ന മലയാള സിനിമയ്ക്കു മാത്രമല്ല, ഹിന്ദി സിനിമകൾക്കും പാട്ടുകൾക്കും ആരാധകർ കൂടുതലാണ്. ചിത്രഹാർ കാണാൻ സായിപ്പ് സഹദേവന്റെ വീടിനു മുന്നിൽ കൂടിക്കിടക്കുന്ന ജനക്കൂട്ടത്തെക്കണ്ട് മണിയന്റെ കണ്ണുതള്ളി. ഏതു സിനിമയും ഇന്നല്ലെങ്കിൽ നാളെ ടി വിയിൽ വരുമല്ലോ. പിന്നെ എന്തിന് ചുമ്മാ തീയേറ്ററിൽ കൊണ്ടുപോയി ചക്രം കളയണം എന്ന മനോഭാവമാണ് പലർക്കും. ആളില്ലാത്തതു കാരണം തീയേറ്റർ അടച്ചുപൂട്ടേണ്ടി വരുമോ എന്ന് മണിയൻ ആശങ്കപ്പെട്ടു തുടങ്ങി. പക്ഷേ, ആ ആശങ്കകളെ അസ്ഥാനത്താക്കിക്കൊണ്ടാണ് *കിലുക്കം* സോനയിലെത്തിയത്. ആളുകൾ കൂട്ടത്തോടെ തീയേറ്ററിലെത്തി. എല്ലാ ഷോയും ഹൗസ്ഫുൾ! മണിയന് ആശ്വാസമായി. മൂന്നു വാരമാണ് *കിലുക്കം* തകർത്തോടിയത്. തൊട്ടടുത്ത ആഴ്ച വന്നത് *വേനൽക്കിനാവുകൾ.* കാര്യങ്ങൾ പിന്നെയും തകിടം മറിഞ്ഞു. തീയേറ്ററിലെ സീറ്റുകൾ ശൂന്യമായി. ടിക്കറ്റ് കൗണ്ടറിലെ പണപ്പെട്ടി കിലുങ്ങാൻ ഇനി എന്നാണൊരു *കിലുക്കം* വരുന്നതെന്നോർത്ത് അയാൾക്ക് ആധികയറി. അപ്പോഴാണ് *ഗോഡ്ഫാദർ* വന്നത്. മണിയന്റെ പണപ്പെട്ടി വീണ്ടും കിലുങ്ങി. പിന്നെ വന്നത് *വാസ്തുഹാര.* പണപ്പെട്ടി വീണ്ടും കാലിയായി. വെള്ളിയാഴ്ചകളിലെ നഗരസന്ദർശനത്തിനും ആഘോഷത്തിനുമുള്ള കാശിന്റെ നാലിലൊന്നുപോലും പലപ്പോഴും കളക്ഷൻ കിട്ടാതായതോടെ സന്ധ്യാ ഹോട്ടലിലെ പതിവു കലാപരിപാടികൾക്കായി അയാൾ പലരിൽനിന്നും കടം വാങ്ങിത്തുടങ്ങി.

സോന തീയേറ്ററിന്റെ നടത്തിപ്പ് ഒരു പ്രതിസന്ധി ഘട്ടത്തിലൂടെ കടന്നുപോകുന്നതിനിടയിൽ ആ പ്രതിസന്ധിക്ക് ആക്കം കൂട്ടിക്കൊണ്ട് ആലിൻപുറം കവലയിൽ, ഗദാധരന്റെ ഫർണിച്ചർ കടയ്ക്കു തൊട്ടടുത്ത് പുതിയതായി പണിത നാലുനിരക്കടകളിലൊന്നിന്റെ ഷട്ടർ ഉയർന്നു- കാർത്തിക വീഡിയോ വേൾഡ്. പേർഷ്യാക്കാരൻ സതീശൻ തന്റെ പ്രവാസജീവിതത്തോടു വിടപറഞ്ഞുകൊണ്ട് നാട്ടിൽ തുടങ്ങിയ ഒരു സംരംഭമായിരുന്നു അത്. സിനിമകളുടെ വീഡിയോ കാസറ്റുകളും വീഡിയോ കാസറ്റ് പ്ലേയറുകളും ടെലിവിഷനുമൊക്കെ വാടകയ്ക്ക് കൊടുത്ത് വരുമാനമുണ്ടാക്കലാണ് ലക്ഷ്യം. രണ്ടു ടെലിവിഷൻ സെറ്റുകളും മൂന്ന് കാസറ്റ് പ്ലേയറുകളും മലയാളം, തമിഴ്, ഹിന്ദി ഭാഷകളിലെ നൂറോളം സിനിമാ കാസറ്റുകളുമായാണ് സതീശൻ കട തുടങ്ങിയത്. വി സി പി ക്കും ടി വിക്കും നൂറു രൂപയും കാസറ്റിന് പത്തു രൂപയുമായിരുന്നു വാടക.

ആലിൻപുറത്തെ വീടുകളിൽ ചലച്ചിത്രോത്സവത്തിന്റെ നാളുകളായിരുന്നു പിന്നീട്. ദൂരദർശൻസീരിയലുകളുടെ സമയം ക്രമപ്പെടുത്തി

ക്കൊണ്ട്, സന്ധ്യ മുതൽ പാതിര കഴിഞ്ഞും ആ പ്രദർശനങ്ങൾ നീണ്ടു. ഒരുദിവസംതന്നെ നാലും അഞ്ചും സിനിമകൾ അവർ ആർത്തിയോടെ കണ്ടുതീർത്തു. ഇഷ്ടസിനിമകളുടെ കാസറ്റുകൾക്കായും വി സി പിക്കായും കാർത്തിക വീഡിയോ വേൾഡിൽ ആലിൻപുറത്തുകാർ തിക്കിത്തിരക്കി. കിട്ടാത്തവർ മുൻകൂർ ബുക്ക് ചെയ്ത് ആഴ്ചകളോളം കാത്തിരുന്നു. തിരക്കേറിയതോടെ പല സിനിമകളുടെയും ഒന്നിലധികം കാസറ്റുകൾ സതീശനു വാങ്ങിവയ്ക്കേണ്ടി വന്നു.

വരുമാനം കൊഴുത്തതോടെ, കൂടുതൽ കൂടുതൽ വരുമാനമുണ്ടാക്കുക എന്ന മനുഷ്യസഹജവാസന സ്വാഭാവികമായും സതീശനുമുണ്ടായി. അങ്ങനെ കാർത്തികയുടെ കാസറ്റ് റാക്കുകളിൽ രഹസ്യ അറകൾ രൂപപ്പെടുകയും വിശേഷപ്പെട്ട ചില കാസറ്റുകൾ അതിൽ ഒളിഞ്ഞിരിക്കുകയും ചെയ്തു. കടയിലെത്തുന്ന കസ്റ്റമേഴ്സിന്റെ മുഖഭാവങ്ങളിൽനിന്നും ശരീരഭാഷയിൽനിന്നും അത്തരം കാസറ്റുപ്രേമികളെ കണ്ടെത്താനുള്ള നിരീക്ഷണപാടവം സതീശൻ സ്വായത്തമാക്കിയിരുന്നു. കടയുടെ ഭിത്തിയിൽ ഒട്ടിച്ചിട്ടുള്ള *തകര, വൈശാലി, രതിനിർവ്വേദം, അവളുടെ രാവുകൾ, ഈറ്റ* തുടങ്ങിയവയുടെ പോസ്റ്ററുകളിൽ ഏറെനേരം നോക്കിനിൽക്കുന്നവരുടെയും റാക്കിലിരിക്കുന്ന ഓരോ കാസറ്റിന്റെയും പേരുകൾ വായിച്ച് വായിച്ച് ചുമ്മാ സമയം പോക്കുന്നവരുടെയും ആഗമനോദ്ദേശ്യം അയാൾ പെട്ടെന്നു തിരിച്ചറിയും. അത്തരക്കാരെ അടുത്തേക്ക് വിളിച്ച് ശബ്ദം താഴ്ത്തി ചോദിക്കും:

"ഇംഗ്ലീഷാ മലയാളോ?"

ആവശ്യക്കാരൻ ഒരിളിഭ്യച്ചിരിയോടെ തന്റെ അഭിരുചിക്കനുസരിച്ചുള്ള ഉത്തരം പറയുമ്പോൾ റാക്കുകളിലെ അതിനിഗൂഢസ്ഥലികളിലേക്ക് സതീശന്റെ കൈ ചലിക്കും. നാലുപാടും നോക്കി ആരും കണ്ടില്ലെന്നുറപ്പു വരുത്തിയിട്ട് അയാൾ കാസറ്റ് കൈമാറും. അതിനെ ഷർട്ടു പൊക്കി ഇടുപ്പിലൊളിപ്പിച്ച് ആവശ്യക്കാരൻ സ്ഥലം വിടും. പക്ഷേ, നീറ് സന്തോഷിനെപ്പോലെയുള്ള സ്ഥിരം കസ്റ്റമേഴ്സിനെ കാണുമ്പോൾ തന്നെ അവർക്കാവശ്യമുള്ളത് സതീശൻ കണ്ടറിഞ്ഞ് കൊടുക്കും. ഇതിനു പുറമേ, പുതിയ സിനിമകളുടെ വ്യാജ പതിപ്പുകളും അതീവ രഹസ്യമായി സതീശൻ വിതരണം ചെയ്തിരുന്നു. അങ്ങനെ പരിമിതമായ സൗകര്യങ്ങളിൽ, ഒരു കൊച്ചു കടമുറിക്കുള്ളിൽനിന്ന് മികച്ച വരുമാനമുണ്ടാക്കി സതീശന്റെ വീഡിയോഷോപ്പ് മുന്നേറിക്കൊണ്ടിരിക്കേ, കസേരകൾ മിക്കതും ശൂന്യമായ അതിവിശാലമായ സിനിമാഹാളിനെ നോക്കി നെടുവീർപ്പിടാനായിരുന്നു സോന തീയേറ്ററിലെ ജീവനക്കാരുടെ വിധി.

ഒരു വെള്ളിയാഴ്ച ദിവസം വൈകിട്ട് മണിയന്റെ അമ്പാസിഡർ, തീയേറ്ററിനു മുന്നിൽ വന്നുനിന്നു. പ്രതീക്ഷാനിർഭരമായ മുഖത്തോടെ മണിയൻ കാറിൽ നിന്നിറങ്ങി. മോഹൻലാലിന്റെ *അഹം* ആണ് ഇന്നു മുതൽ കളിക്കുന്നത്. അതുകൊണ്ട് കാര്യമായ കളക്ഷൻ ഉണ്ടാകുമെന്ന് അയാൾക്കുറപ്പായിരുന്നു. എന്നാൽ പ്രതീക്ഷകൾ തെറ്റി. ആകെ നൂറ്റി ഇരുപത്തഞ്ചു രൂപയായിരുന്നു അന്നത്തെ കളക്ഷൻ! മനോഹരന്റെ കണക്കിൽ വിശ്വാസം വരാതെ അയാൾ തീയേറ്ററിന്റെ കതകുതുറന്ന് കാണികളുടെ തലയെണ്ണി. മുൻ സീറ്റുകളിലും റിസർവേഷൻ സീറ്റുകളിലുമായി ആകെ പതിനഞ്ചാളുകൾ! ഇതികർത്തവ്യതാമൂഢനായി അയാൾ അങ്ങനെ നിൽക്കേ, ആ സന്ദർഭത്തിന് ഒട്ടും അനുഗുണമല്ലാത്ത രീതിയിൽ വെള്ളിത്തിരയിൽനിന്ന് 'നന്ദിയാരോടു ഞാൻ ചൊല്ലേണ്ടൂ.... ' എന്ന ഗാനം കേട്ടുതുടങ്ങി. ആ വരികൾക്കു മറുപടിയെന്നവണ്ണം പല്ലിറുമ്മിക്കൊണ്ട് ഒരു മുട്ടൻ തെറി വിളിച്ച് അയാൾ വാതിൽ വലിച്ചടച്ച് പുറത്തിറങ്ങി. അന്ന് അയാൾ സന്ധ്യാബാറിലേക്കു പോയില്ല.

കറണ്ട് ചാർജ് അടയ്ക്കാനും ജോലിക്കാർക്ക് ശമ്പളം കൊടുക്കാനും പോലും നിവൃത്തിയില്ലാത്ത അവസ്ഥയിലേക്കാണ് കാര്യങ്ങളുടെ പോക്കെന്ന് മണിയൻ തിരിച്ചറിഞ്ഞു. എന്താണൊരു പോംവഴി?

"മൊതലാളീ, ഇനി ഫാമിലി സിനിമകള് മാത്രം കളിച്ചു പിടിച്ചു നിക്കാൻ പറ്റുമെന്ന് തോന്നണില്ല. നെട്ടയം ജയശ്രീയും മണ്ണന്തല എസ് പിയും പേയാട് എസ് പിയുമൊക്കെ പോണ വഴി തന്നെ നമ്മളും നോക്കണം. പയ്യന്മാര് മാത്രമല്ല കെളവന്മാര് വരെ ഇടിച്ചുകേറിക്കോളും."

കളക്ഷൻ കൂട്ടാനുള്ള ഉപായം മാനേജർ മനോഹരൻ, മണിയനു മുന്നിൽ അവതരിപ്പിച്ചു. കുറേനേരത്തെ ആലോചനകൾക്കുശേഷം മനസ്സില്ലാ മനസ്സോടെയാണെങ്കിലും മണിയൻ സമ്മതം മൂളി.

അടുത്ത വെള്ളിയാഴ്ച, സോന തീയേറ്ററിന്റെ വെള്ളിത്തിരയെ കോരിത്തരിപ്പിച്ചു കൊണ്ട് *മലയത്തിപ്പെണ്ണ്* പ്രദർശനത്തിനെത്തി:

"മട്ടിച്ചാറ് മണക്കണ് മണക്കണ്
മലങ്കാറ്റ് കുളിരണ് കുളിരണ്
മലയത്തിപ്പെണ്ണ് നിന്ന് തുടിക്കണ്...."

രണ്ടുവർഷംമുമ്പ് റിലീസായ സിനിമയായിരുന്നെങ്കിലും ആവശ്യമായ ഇടങ്ങളിലെല്ലാം അത്യുഗ്രൻ തുണ്ടുകൾ തിരുകിക്കയറ്റി പുതുപുത്തൻ രൂപലാവണ്യങ്ങളോടെയായിരുന്നു *മലയത്തിപ്പെണ്ണി*ന്റെ വരവ്. മനോഹരന്റെ പ്രതീക്ഷ തെറ്റിയില്ല. ആദ്യ ഷോയ്ക്ക് പകുതിയിലധികം സീറ്റുകൾ നിറഞ്ഞു. *മലയത്തിപ്പെണ്ണി*ന്റെ മദാലസഭാവങ്ങൾ പ്രേക്ഷകരെ വികാരവിജൃംഭിതരാക്കി.

*മലയത്തിപ്പെണ്ണി*ന്റെ ഖ്യാതി വാമൊഴിയായി പടർന്നു. നെട്ടയം ജയശ്രീയിലെ നിത്യപ്രേക്ഷകനായ നീറ് സന്തോഷിനെപ്പോലെയുള്ള വർ സോനയിലേക്ക് ചുവടുമാറി.

ചുവപ്പുതാളം, ആദിപാപം, രതി, എന്റെ ട്യൂഷൻ ടീച്ചർ, സീക്രട്ട് ഓഫ് വുമൺ, എണ്ണത്തോണി, ഡ്രൈവിംഗ് സ്കൂൾ, മന്മഥശരങ്ങൾ തുടങ്ങിയ സിനിമകളായിരുന്നു തുടർന്നുള്ള ആഴ്ചകളിൽ. സ്വദേശ-വിദേശ തുണ്ടുകൾ യഥേഷ്ടം തിരുകിക്കയറ്റിയ ഷോകൾ കാണാൻ നഗരത്തിലെ കോളേജുകളിൽനിന്നും വിദ്യാർത്ഥികൾ പ്രവഹിച്ചു. മണിയന് എന്തുകൊണ്ടും ലാഭക്കച്ചവടം തന്നെയായി മാറി പുതിയ പരീക്ഷണം. തുണ്ട് കാണാൻവേണ്ടി മാത്രം തീയേറ്ററിലെത്തിയിരുന്ന പ്രേക്ഷകർക്ക് ഒന്നൊന്നര മണിക്കൂറിനുള്ളിൽത്തന്നെ കൊടുക്കേണ്ടതെല്ലാം കൊടുത്തുവിട്ടിരുന്നതുകൊണ്ട് കറണ്ട് ചാർജ് ലാഭം. വിതരണക്കാരനുള്ള കമ്മീഷൻ നിരക്കും താരതമ്യേന കുറവായിരുന്നു. പിന്നെ അധിക ചെലവായി വന്നത്, പരിശോധന നടത്തി മെനക്കെടുത്താതിരിക്കാൻ പോലീസ് സ്റ്റേഷനിലേക്കു കൃത്യമായി എത്തിച്ചു കൊടുത്തിരുന്ന മാസപ്പടിയായിരുന്നു.

കാര്യങ്ങൾ ഒരുവിധം ഭംഗിയായി മുന്നോട്ടു പോയിക്കൊണ്ടിരുന്നു. വെള്ളിയാഴ്ചകളിൽ, സന്ധ്യാബാറിലെ ആഘോഷങ്ങൾ അയവിറക്കിക്കൊണ്ട് തീയേറ്ററിലെ തന്റെ ഓഫീസ് മുറിക്കുള്ളിൽ മണിയൻ ഏകനായി ഇരുന്ന് മദ്യപിച്ചു. നഗരത്തിലെ തന്റെ കാമിനിമാരെ ഓർമ വന്നപ്പോൾ, പ്രൊജക്ഷൻ റൂമിലെ കിളിവാതിലിലൂടെ തിരശ്ശീലയിലെ നഗ്നമേനികൾ കണ്ട് നെടുവീർപ്പിട്ടു.

പെട്ടെന്നൊരു ദിവസം കാര്യങ്ങൾ തകിടം മറിഞ്ഞു. ഒരു ഗ്ലാസ് പട്ടച്ചാരായവുമായി ഓഫീസ് മുറിയിലിരിക്കുകയായിരുന്ന മണിയനു മുന്നിൽ നഗരത്തിലെ കുപ്രസിദ്ധ റൗഡിയും വട്ടിപ്പലിശക്കാരനുമായ ചമ്പസുകുവും മൂന്നു ശിങ്കിടികളും പ്രത്യക്ഷരായി.

"..... പലിശയും മൊതലും കൂടി പന്ത്രണ്ടുലക്ഷത്തി അറുപത്തയ്യായിരമാണ് കിട്ടേണ്ടത്. ഒരു മാസത്തിനകം അത് തന്നില്ലെങ്കി... മണിയണ്ണാ, സുകുവിന്റെ തനിക്കൊണം നിങ്ങള് കാണും."

മണിയനെക്കണ്ട് പറയാനുള്ളത് പറഞ്ഞ് സുകുവും സംഘവും മടങ്ങി.

തന്റെ പ്രതാപകാലത്തിന്റെ അസ്തമയം ആരംഭിച്ചുകഴിഞ്ഞെന്ന് ഉൾഭയത്തോടെ മണിയൻ തിരിച്ചറിഞ്ഞു. കടം വാങ്ങിയതു തിരികെ ക്കൊടുക്കണമെന്ന ആവശ്യവുമായി ചമ്പ സുകുവിനു പിന്നാലെ ഇനിയും പലരും വരും. വായ്പകളെടുത്തതു പിഴപ്പലിശ സഹിതം തിരിച്ചടയ്ക്കാൻ

ബാങ്കുകളിൽനിന്നും നോട്ടീസുകളും വരും. ഇവയെയൊക്കെ എങ്ങനെ നേരിടണമെന്നറിയാതെ മണിയൻ വിയർത്തു.

രണ്ടു പെട്ടി നോട്ടുകെട്ടുകളുമായി ആറേഴുവർഷങ്ങൾക്കുമുമ്പ് ആലിൻ പുറത്ത് വന്നിറങ്ങിയ ദിവസം അയാളോർത്തു. നഷ്ടപ്പെട്ട മാനാഭിമാനം തിരിച്ചുപിടിക്കാനായിരുന്ന അന്നത്തെ ആദ്യശ്രമം. സോന തീയേറ്റർ മുതലാളിയായതോടെ ആ ലക്ഷ്യം നേടിയെടുത്തെങ്കിലും കൊണ്ടുവന്ന പണത്തിന്റെ പകുതിയോളം തീർന്നു. ബാക്കിവന്ന പണം വച്ചായി പിന്നത്തെ കളി. പ്രാരാബ്ധം പറഞ്ഞുവന്ന നാട്ടുകാർക്കും ബന്ധുക്കൾക്കും വാരിക്കോരി കൊടുത്തു. അവരുടെ വാഴ്ത്തിപ്പാടലുകളിൽ അയാൾ അഭിമാനപുളകിതനായി. ഒരു കൈയിലൂടെ പണം ചോർന്നു കൊണ്ടിരുന്നപ്പോഴും മറുകൈയിലേക്ക് പണം ഒഴുകിക്കൊണ്ടിരുന്നു; തീയേറ്റർ കളക്ഷനായി. ആ പണം കൊണ്ടായിരുന്നു നഗരത്തിലെ ആഘോഷരാവുകൾ. പണം വെട്ടി മലത്തിയും നോട്ട് അട വച്ചും കുറച്ചു നേടി. കുറച്ചധികം നഷ്ടമായി. നഷ്ടമായതു തിരിച്ചുപിടിക്കാൻ കടം വാങ്ങിക്കൂട്ടി. മദ്യമൊഴുക്കി നേട്ടങ്ങളും കോട്ടങ്ങളും ആഘോഷമാക്കി. സുഹൃത്തുക്കളായി അടുത്തുകൂടിയവർ കൈ നനയാതെ മീൻ പിടിക്കുന്ന മട്ടിൽ എല്ലാത്തിനും പിന്തുണ നൽകി മണിയനെ നന്നായി ഊറ്റി. ഇതിനൊക്കെ പുറമെയായിരുന്നു അയാളുടെ വിഷയാസക്തി. പൊന്നറ സരസുവും പൂന്തുറ വാസന്തിയുമൊക്കെ തങ്ങളുടെ തൊഴിൽ നൈപുണ്യത്തിലൂടെ മണിയന്റെ ഖജനാവ് കാലിയാക്കാൻ മത്സരിച്ചു.

അകപ്പെട്ടുപോയ പ്രതിസന്ധിയിൽനിന്ന് എങ്ങനെ കരകയറണമെന്ന ചിന്തയിൽ മണിയന്റെ ഉറക്കമറ്റു. വീടും തീയേറ്ററും കാറുമൊക്കെ വിൽക്കാതെ ഇനി പിടിച്ചുനിൽക്കാൻ കഴിയില്ല. നാട്ടുകാരുടെ മുന്നിൽ വീണ്ടും പരിഹാസ്യനാകാനാണോ തന്റെ വിധി? മണിയൻമുതലാളിയിൽനിന്ന് വീണ്ടും മരണാവലി മണിയനാകാനാണോ തന്റെ തലയിലെഴുത്ത്? സംഘർഷഭരിതമായ ദിവസങ്ങളിലൂടെ കടന്നുപോയ മണിയന്റെ രൂപത്തിനും മാറ്റംവന്നു. തലമുടിയും മീശയുമൊക്കെ കറുപ്പിച്ച് തിളക്കമുള്ള സിൽക്ക് ജൂബയും ധരിച്ച് ഒരു ധനാഢ്യന്റെ ഭാവാഹാവാദികളോടെ സദാ നടന്നിരുന്ന അയാളുടെ തലമുടിയും മീശയും വെളുത്തു. മുഖത്ത് കുറ്റി രോമങ്ങൾ നിറഞ്ഞു. വസ്ത്രങ്ങൾ മുഷിഞ്ഞു.

"നിങ്ങക്കെന്തര് പറ്റി?"

ഭർത്താവിന്റെ രൂപമാറ്റം ശ്രദ്ധിച്ച കാർത്ത്യായനി ചോദിച്ചു.

"ഒന്നുമില്ല."

അയാൾ ഒഴിഞ്ഞുമാറി. കൂടുതൽ ചോദിച്ചാൽ നല്ല തെറിയായിരിക്കും മറുപടിയെന്നറിയാവുന്നതുകൊണ്ട് കാർത്ത്യായനി കൂടുതലൊന്നും

ചോദിച്ചില്ല.

ആരോടും ഒന്നും പറഞ്ഞില്ലെങ്കിലും പലവിധ ചിന്തകളിലൂടെ മണിയൻ ചില ഉറച്ച തീരുമാനങ്ങളിലെത്തിച്ചേർന്നിരുന്നു. ഒരുദിവസം നേരം പരപരാ വെളുത്തപ്പോൾ അമ്പാസിഡറിൽ കയറി അയാൾ മനോഹരന്റെ വീട്ടിലെത്തി.

"മനോഹരാ, *എന്റെ മോഹങ്ങൾ പൂവണിഞ്ഞുവി*ന്റെ പ്രിന്റ് എവിടെ നിന്നെങ്കിലും ഒപ്പിക്കണമല്ലോ?"

"അത് കൊറച്ച് പഴയ പടമല്ലേ മൊതലാളി. വേണമെങ്കി കാസറ്റെടുക്കാം."

മനോഹരൻ പറഞ്ഞു.

"കാസറ്റിട്ട് സ്ക്രീനിൽ കാണാമ്പറ്റോ? നീ പ്രിന്റ് കിട്ടോന്നു നോക്ക്."

കാര്യമൊന്നും പിടികിട്ടിയില്ലെങ്കിലും മനോഹരൻ തലയാട്ടി. പരിചയക്കാരായ ഫിലിം റെപ്രസന്റേറ്റീവുമാരെയെല്ലാം വിളിച്ച് അയാൾ ആവശ്യം അറിയിച്ചു. ഏതാണ്ട് ഒരാഴ്ച കഴിഞ്ഞപ്പോൾ എറണാകുളത്തെ ജീവൻ പിക്ചേഴ്സിന്റെ റെപ്പ് വിനു കുര്യൻ പ്രിന്റ് എത്തിച്ചു. അന്നുരാത്രി *മിസ് പമീല*യുടെ സെക്കൻഡ് ഷോ കഴിഞ്ഞ് ആളൊഴിഞ്ഞപ്പോൾ മണിയൻ തീയേറ്ററിലെത്തി. അസമയത്ത് കാറിൽ വന്നിറങ്ങിയ മുതലാളിയെക്കണ്ട് മനോഹരനും ചൂപ്പി ശശിയുമൊക്കെ അന്ധാളിച്ചുനിന്നു. ഇന്നലെ കണ്ട മുഷിഞ്ഞ രൂപത്തിൽനിന്നും അയാൾ പഴയ രൂപത്തിലേക്ക് തിരിച്ചുപോയിരിക്കുന്നു! തലമുടിയും മീശയും കറുപ്പിച്ചിരിക്കുന്നു. ക്ലീൻ ഷേവ്. തിളങ്ങുന്ന റോസ് കളർ ജുബ്ബ.

"മനോഹരാ, എനിക്കിപ്പോ *എന്റെ മോഹങ്ങൾ പൂവണിഞ്ഞു* കാണണം. ഞാൻ തീയേറ്ററിനകത്തിരിക്കും. വേറെ ആരും കൂടെ വേണ്ട."

അയാൾ ഡോർ തുറന്ന് തീയേറ്ററിനകത്തു കയറി, ഏതാണ്ട് മധ്യഭാഗത്തുള്ള സീറ്റുകളിലൊന്നിൽ ഇരിപ്പുറപ്പിച്ചു.

മുതലാളിക്ക് പാതിരാത്രിയിൽ സമനില തെറ്റിയോ എന്ന് മനസ്സിൽ പറഞ്ഞുകൊണ്ട് ശശിയും മനോഹരനും പ്രൊജക്ഷൻ റൂമിലേക്കു കയറി. റീലുകൾ കറങ്ങിത്തുടങ്ങി.

സ്ക്രീനിൽ കണ്ണുംനട്ടാണ് ഇരുന്നതെങ്കിലും മണിയന്റെ മനസ്സ് സിനിമയ്ക്കൊപ്പമല്ല സഞ്ചരിച്ചത്. പൂർവ്വകാലസ്മൃതികളിലൂടെ മറ്റൊരു സിനിമ അയാളുടെ ഉള്ളിൽ ഓടിക്കൊണ്ടിരുന്നു. ചട്ടമ്പിയിൽനിന്ന് മുതലാളിയിലേക്കുള്ള രൂപാന്തരം ഒരു മൊണ്ടാഷ് പോലെ അതിൽ തെളിഞ്ഞു. ഒടുവിൽ, ഒരു ക്ലൈമാക്സ് എന്നപോലെ, ഇപ്പോൾ അയാൾ എത്തിനിൽക്കുന്ന പ്രതിസന്ധിഘട്ടവും അതിൽ ദൃശ്യമായി. ഇനി എങ്ങോട്ടുപോകണമെന്നും എവിടെ അവസാനിപ്പിക്കണവുമെന്നറിയാതെ ആ ദൃശ്യപ

രമ്പര അവിടെ സ്തംഭിച്ചുനിന്നു. നേരത്തേ ഉറപ്പിച്ചു വച്ചൊരു കഥാന്ത്യം ഉണ്ടായിരുന്നെങ്കിലും അത് വേണമോ എന്നൊരു ചിന്തയിൽ അയാൾ കുറച്ചു നേരം അറച്ചുനിന്നു. മനസ്സിൽ മറ്റു പല കഥാന്ത്യങ്ങളും സങ്കല്പിച്ചു നോക്കി. പക്ഷേ, ഒന്നും തൃപ്തിയായില്ല. ഇനി കൂടുതൽ ചിന്തിക്കാനില്ലെന്നുറപ്പിച്ചുകൊണ്ട് അയാൾ ഇടുപ്പിലിരുന്ന കുപ്പിയെടുത്ത് നന്നായി കുലുക്കിയ ശേഷം അടപ്പുതുറന്ന് മുഴുവനും വായിലേക്കു കമഴ്ത്തി. ഫ്യൂറിഡാൻ കലർന്ന വാറ്റ് മണിയന്റെ അന്നനാളത്തിലൂടെ ഒഴുകിയിറങ്ങി... അപ്പോഴും സോന തീയേറ്ററിലെ ആദ്യസിനിമയുടെ അവസാനപ്രദർശനം സ്ക്രീനിൽ ഓടിക്കൊണ്ടേയിരുന്നു:

“ആഷാഢമേഘങ്ങൾ നിഴലുകളെറിഞ്ഞു
വിഷാദചന്ദ്രിക മങ്ങിപ്പടർന്നു
വിരഹം വിരഹം രാവിനു വിരഹം
രാഗാർദ്രനാം കിളി തേങ്ങിത്തളർന്നു..”

മാലയോഗം

പ്രാർത്ഥന തീയേറ്റേഴ്സിന്റെ ആദ്യനാടകമായ *കനലാട്ട*ത്തിൽ നക്സ്ലൈറ്റ് വേണുഗോപാൽ എന്ന കഥാപാത്രത്തെ അവതരിപ്പിച്ചു കൊണ്ട് പ്രൊഫഷണൽ നാടകവേദിയിൽ രംഗപ്രവേശം ചെയ്ത ശ്രീദേവന്റെ വളർച്ച പെട്ടെന്നായിരുന്നു. കനലാട്ടത്തിൽ സഹനടനായിരുന്നെങ്കിൽ തൊട്ടടുത്തവർഷം ചെയ്ത *സ്നേഹപൂർവ്വം സച്ചിദാനന്ദനിൽ* അയാൾ നായകനായി. ഉത്സവപ്പറമ്പുകളിൽ ആ നാടകം ഒരു തരംഗമായി. മിക്കദിവസങ്ങളിലും രണ്ടും മൂന്നും കളികൾ. ശ്രീദേവനെ തിരക്കി ഒരുപാട് സമിതികളെത്തി. നല്ലൊരു തുക അഡ്വാൻസായി അവർ വാഗ്ദാനം ചെയ്തെങ്കിലും അയാൾ പ്രാർത്ഥനയിൽത്തന്നെ ഉറച്ചു നിന്നു. *പിൻഗാമി*യായിരുന്നു അടുത്ത നാടകം. റിഹേഴ്സൽ തുടങ്ങി. അന്തിമഘട്ടത്തിലെത്താൻ ഇനി ദിവസങ്ങളേ ബാക്കിയുള്ളൂ. അപ്പോഴാണ് അപ്രതീക്ഷിതമായ ചിലത് സംഭവിച്ചത്. പ്രാർത്ഥനയുടെ ഉടമയായ ഫ്രാൻസിസ് മിരാൻഡയുടെ പപ്പ നെൽസൺ മിരാൻഡയുടെ മരണത്തോടെയായിരുന്നു സംഭവങ്ങൾ തുടങ്ങിയത്. പള്ളിയിലെ പ്രാർത്ഥന ചടങ്ങുകൾ കഴിഞ്ഞ് ഒരാഴ്ച പിന്നിട്ടപ്പോൾ കുടുംബത്തിൽ അസ്വാരസ്യങ്ങൾ തലപൊക്കിത്തുടങ്ങി. നെൽസൺ മിരാൻഡ ജീവിച്ചിരുന്നപ്പോൾ എതിർവാക്കുകൾ പറയാൻ ഭയപ്പെട്ടിരുന്ന മക്കളാണ് അയാളുടെ മരണശേഷം മുറുമുറുപ്പ് തുടങ്ങിയത്. കുടുംബസ്വത്തുക്കളുടെ വീതംവയ്പ്പ് തന്നെയായിരുന്നു അതിന്റെ അടിസ്ഥാനകാരണം. അഞ്ചു മക്കളോടും പപ്പ തുല്യനീതി കാട്ടിയില്ലെന്നു പറഞ്ഞ് മൂത്തമകൻ പീറ്റർ മിരാൻഡയാണ് ആദ്യം കലാപക്കൊടി ഉയർത്തിയത്. മൂന്നാമത്തെ മകൻ റോഷൻ മിരാൻഡ ചേട്ടന് പിന്തുണ

നൽകി. ഇവരുടെ എതിർ ചേരിയിലായിരുന്ന ഇളയ മകനായ ഫ്രാൻസിസ് മിരാൻഡയുൾപ്പെടെയുള്ള മറ്റു മൂന്നുപേർ. ദിവസങ്ങൾ പിന്നിടുന്തോറും സഹോദരങ്ങൾ തമ്മിലുള്ള അകൽച്ചയും കൂടിക്കൂടി വന്നു. ഒരു ഞായറാഴ്ച ദിവസം കാര്യങ്ങൾ കൈവിട്ടുപോയി. പള്ളിയിൽ പോയി മടങ്ങിവന്ന സഹോദരങ്ങൾ ഒന്നും രണ്ടും പറഞ്ഞ് വാഗ്വാദം തുടങ്ങി. മെല്ലെ മെല്ലെ അത് കയ്യാങ്കളിയിലേക്ക് വളർന്നു. രക്തബന്ധം മറന്ന് സഹോദരങ്ങൾ ശത്രുക്കളെപ്പോലെ വീറിലും വാശിയിലും ഏറ്റുമുട്ടി. ഒടുവിൽ, റോഷൻ മിരാൻഡയുടെ ചവിട്ടേറ്റു നിലത്തുവീണ ഫ്രാൻസിസ് മിരാൻഡ, വീട്ടുമുറ്റത്തു കിടന്ന പങ്കായം കൈയിലെടുത്ത് ചാടിയെണീറ്റു. ആക്രോശിച്ചുകൊണ്ടു തനിക്കു നേരെ വീണ്ടും പാഞ്ഞടുത്ത ചേട്ടന്റെ തല ലക്ഷ്യമാക്കിത്തന്നെ അയാൾ പങ്കായം ആഞ്ഞുവീശി.

ഫ്രാൻസിസ് മിരാൻഡ ജയിലിലായതോടെ പ്രാർത്ഥനാ തീയേറ്റേഴ്സിനു തിരശ്ശീല വീണു. എന്തു ചെയ്യണമെന്നറിയാതെ നടീനടന്മാരും പിന്നണി പ്രവർത്തകരും വലിയ പ്രതിസന്ധിയിലായി. സീസൺ തുടങ്ങാൻ ഒന്നുരണ്ടു മാസം മാത്രം ബാക്കിയുള്ളതുകൊണ്ട് വേറൊരു സംഘത്തിലും ഇനി അവസരങ്ങളില്ല. എല്ലാ സംഘങ്ങളും ഫൈനൽ റിഹേഴ്സലിലേക്ക് അടുക്കുകയാണ്. ഇനി എന്താണൊരു പോംവഴി? പ്രാർത്ഥനയെ ആരെങ്കിലും ഏറ്റെടുത്താൽ മാത്രമേ കാര്യങ്ങൾ നേരെയാകൂ. പണം മുടക്കാൻ കഴിയുന്നവരെ കണ്ടെത്താൻ എല്ലാവരും ആഞ്ഞു ശ്രമിച്ചു. അങ്ങനെയാണ് തടിക്കച്ചവടക്കാരനായ സദാനന്ദൻ മുതലാളി രക്ഷകനായി അവതരിക്കുന്നത്. തടിമില്ലും ഫർണിച്ചർ കച്ചവടവുമൊക്കെയായി നല്ല കാശുകാരനായിരുന്ന അയാളിൽ നല്ലൊരു നാടകാസ്വാദകനുമുണ്ടായിരുന്നു. അതുകൊണ്ടാണ് അയാൾ ഈ സാഹസത്തിനു മുതിർന്നത്. പ്രാർത്ഥനാ തീയേറ്റേഴ്സിനെ യവനിക തീയേറ്റേഴ്സ് എന്നു പുനർനാമകരണം ചെയ്തുകൊണ്ടാണ് സദാനന്ദൻ മുതലാളി തന്റെ പുതിയ സംരംഭത്തിനു തുടക്കം കുറിച്ചത്. പുത്തൻതോപ്പിൽനിന്നും പേയാട്ടുള്ള തന്റെ പഴയ കുടുംബവീട്ടിലേക്കു അയാൾ റിഹേഴ്സൽക്യാമ്പ് മാറ്റി. ഒന്നര ഏക്കർ പുരയിടത്തിലെ ഒരൊറ്റപ്പെട്ട വീടായിരുന്നു അത്. ഒന്നുരണ്ടാഴ്ചത്തെ തീവ്രറിഹേഴ്സലുകൾകൊണ്ട് നാടകം തട്ടിൽക്കേറ്റാമെന്ന ആത്മവിശ്വാസത്തോടെയാണ് കാര്യങ്ങൾ മുന്നേറിയത്. അതുകൊണ്ടു തന്നെയാണ് മൂന്നാമത്തെ ആഴ്ചയിലെ ഒരുദിവസം നിശ്ചയിച്ച് സദാനന്ദൻ മുതലാളി, കാർത്തിക തിരുനാൾ തീയേറ്റർ ബുക്ക് ചെയ്തതും ക്ഷണക്കത്ത് അച്ചടിക്കാൻ കൊടുത്തതും.

ഒരു ഉച്ചനേരം. ഊണ് കഴിഞ്ഞ് ആണുങ്ങളെല്ലാം മയങ്ങാൻ കിടന്നു. ഇനി നാലുമണി മുതലേ റിഹേഴ്സൽ തുടങ്ങൂ. പാത്രങ്ങളൊക്കെ കഴുകി വൃത്തിയാക്കി പെണ്ണുങ്ങളും മയങ്ങാൻ ഒരുങ്ങുകയാണ്.

"ഈ വീടിന്റെ പിറകിലൊക്കെ എന്തുമാത്രം സ്ഥലവും മരങ്ങളുമാ! കാണാൻ നല്ല രസമൊണ്ട്."

അടുക്കളവാതിൽ ചാരിനിന്ന് പുറത്തേക്കു നോക്കിക്കൊണ്ട് ജോളി പറഞ്ഞു. നാടകത്തിലെ നായികയാണവൾ. അതു കേട്ടതും മറ്റു മൂന്നു സഹനടിമാരും പുറത്തേക്കു നോക്കി തല കുലുക്കിക്കൊണ്ട് നായികയുടെ അഭിപ്രായം ശരിവച്ചു.

"ഈ പൊരയിടത്തിന്റെ അങ്ങേയറ്റത്തൊരു വലിയ ആമ്പൽക്കൊളമൊണ്ടെന്ന് മൊതലാളി പറയണത് കേട്ടു."

സഹനടിയായ ശോഭ പറഞ്ഞു.

"നമുക്കൊന്നു പോയാലോ?"

ജോളി ചോദിച്ചു. മറ്റു മൂന്നു പേർക്കും സമ്മതം.

അങ്ങനെ നാലു പെണ്ണുങ്ങളും കൂടി കാഴ്ചകൾ കാണാനിറങ്ങി. പടർന്നു പന്തലിച്ച കുറ്റൻ മരങ്ങൾക്കിടയിലൂടെ നടന്നപ്പോൾ ഒരു കാടിനകത്താണു തങ്ങളെന്നു അവർക്കു തോന്നി. കടൽ മാത്രം കണ്ടുശീലിച്ച കൊച്ചുവേളിക്കാരി ജോളിക്ക് ആ കാഴ്ചകൾ വലിയ കൗതുകമായി. നടന്നുനടന്ന് അവർ ആമ്പൽക്കുളത്തിനടുത്തെത്തി. കുളം നിറയെ പൂത്തു കിടക്കുന്ന ചുവന്നപൂക്കൾ അവരെ മോഹിപ്പിച്ചു. അവർ കുളത്തിലിറങ്ങി കുറേ പൂക്കൾ പറിച്ചു.

കൈനിറയെ ആമ്പൽപ്പൂക്കളുമായി നാലുപേരും തിരികെ നടക്കാൻ തുടങ്ങി.

"ദേ അങ്ങോട്ട് നോക്കിയാണ് ഒരു മാങ്ങ നല്ല പഴുത്ത് നിക്കണ്."

ജോളി ചൂണ്ടിയിടത്തേക്ക് എല്ലാവരും നോക്കി. കുറച്ച് ഉയരത്തിൽ നല്ല ചുവപ്പുനിറത്തിൽ അവരെ പ്രലോഭിപ്പിച്ചുകൊണ്ട് നിൽക്കുകയാണത്. എല്ലാവരും വായിൽ വെള്ളമൂറിക്കൊണ്ടു നിന്നപ്പോൾ, കൂട്ടത്തിൽ പ്രായം ചെന്ന ലളിത നിലത്തു നിന്നൊരു കല്ലെടുത്ത് മാങ്ങയ്ക്കു നേരെ ഉന്നം പിടിച്ചു. മറ്റുള്ളവർ ചിരി അടക്കിപ്പിടിച്ചുനിന്നു. ലളിത ആഞ്ഞെറിഞ്ഞു. മാങ്ങയുടെ സമീപപ്രദേശങ്ങളെയൊന്നും സ്പർശിക്കാതെ കല്ല് എങ്ങോ മറഞ്ഞു. എല്ലാവരും പൊട്ടിച്ചിരിച്ചു. ലളിതയെ കളിയാക്കിക്കൊണ്ട് അവർ നടത്തം തുടങ്ങി. പെട്ടെന്ന് എവിടെയോ ഒരിരമ്പം! ഈ കാട്ടിനുള്ളിൽ ആരാണ് ഹാർമോണിയം വായിക്കുന്നത്! അവർ തിരിഞ്ഞുനോക്കി. അതാ മൂളിപ്പാഞ്ഞു വരുന്നു തേനീച്ചപ്പട! നിലവിളിച്ചു കൊണ്ട് അവർ ഓടി. പ്രാണരക്ഷാർത്ഥമുള്ള ആ ഓട്ടത്തിനിടയിൽ എതോ മരത്തിന്റെ വേരിൽത്തട്ടി ജോളി കമിഴ്ന്നടിച്ചുവീണു. തേനീച്ചകൾ അവളെ പൊതിഞ്ഞു.

തേനീച്ചകളുടെ കുത്തും കാലിലെ പൊട്ടലുമായി ജോളി ആശുപത്രിയിലായതോടെ നാടകം വീണ്ടും പ്രതിസന്ധിയിലായി. ഉദ്ഘാടനത്തി

ന് ഇനി രണ്ടാഴ്ച മാത്രമേയുള്ളൂ. ഇതിനിടയിൽ ഒരു പുതിയ നായികയെ കണ്ടെത്തി എങ്ങനെ പരിശീലിപ്പിച്ചെടുക്കും? സദാനന്ദൻ മുതലാളിയും സംവിധായകൻ മീനമ്പലം സുനിലും നായകൻ ശ്രീദേവനുമൊക്കെ അങ്കലാപ്പിലായി. പിന്നെ പുതിയ നായികയെ തേടിയുള്ള നെട്ടോട്ടമായിരുന്നു. പല വഴികളിൽ അന്വേഷണം പുരോഗമിച്ചു. ഒരു അമച്വർ നാടകത്തിലെങ്കിലും അഭിനയിച്ച ആരെയെങ്കിലും കിട്ടിയാലും മതി എന്ന നിലയിലായിരുന്നു അന്വേഷണം. പലരെയും സമീപിച്ചു.രണ്ടാഴ്ചകൊണ്ട് അരങ്ങേറ്റം നടത്താനുള്ള നാടകമാണെന്നു കേട്ടപ്പോൾ ആർക്കും ധൈര്യം പോരാ. നാടകം ഉപേക്ഷിക്കേണ്ടി വരുമോ എന്നു പോലും സദാനന്ദൻ മുതലാളി ചിന്തിച്ചുതുടങ്ങി. അങ്ങനെ, എന്തു ചെയ്യണമെന്നറിയാതെ എല്ലാവരും വേവലാതി പൂണ്ടിരിക്കെ ഒരു ഉച്ചനേരത്ത് റിഹേഴ്സൽ ക്യാമ്പിന്റെ മുറ്റത്ത് ഒരു പുരുഷനും പെൺകുട്ടിയും കടന്നു വന്നു. വെളുത്തു കൊലുന്നനെയുള്ള പെൺകുട്ടിക്ക് ഇരുപതോ ഇരുപത്തൊന്നോ പ്രായം വരും. കാഴ്ചയ്ക്ക് അത്യാവശ്യം സൗന്ദര്യമൊക്കെയുണ്ട്. നരകയറിത്തുടങ്ങിയ കുറ്റിത്താടിയുള്ള, അമ്പത്തഞ്ചു വയസ്സെങ്കിലുമുള്ളയാളായിരുന്നു കൂടെ വന്ന പുരുഷൻ.

"ഞങ്ങള് നെടുമങ്ങാട്ടീന്ന് വരേണ്. എന്റെ പേര് നടരായൻ. ഇതെന്റെ ഒടപ്രന്നാളെ മോളാണ് മിനി, നിങ്ങള് ഒരു നടിയെ അന്നേഴിക്കണെന്ന് ഇരിഞ്ചയത്തെ യുണൈറ്റഡ് ക്ലബ്ബിലെ ഒരു പയ്യൻ പറഞ്ഞറിഞ്ഞാണ് ഞങ്ങള് വന്നത്."

നടരാജന്റെ വാക്കുകൾ കേട്ട് റിഹേഴ്സൽ ക്യാമ്പിലുണ്ടായിരുന്നവരെല്ലാം പ്രതീക്ഷാനിർഭരരായി.

"മുമ്പ് നാടകത്തില് വല്ലതും അഭിനയിച്ചിട്ടുണ്ടോ?"

മീനമ്പലം സുനിൽ, മിനിയോടു ചോദിച്ചു.

"ഇല്ല. പക്ഷേ, ഡാൻസ് പടിച്ചിറ്റൊണ്ട്."

"ഡാൻസല്ല നാടകം. ഒരു പാട് ഡയലോഗുകളുണ്ട്. രണ്ടാഴ്ചകൊണ്ട് പഠിച്ച് പറയാൻ പറ്റണം."

"അതക്കെ എവളു പടിച്ചോളും."

നിസ്സാരഭാവത്തിലായിരുന്നു നടരാജന്റെ മറുപടി. ആ ലാഘവത്വം ശ്രീദേവന് ഒട്ടും ഇഷ്ടമായില്ല, അയാൾ മിനിയുടെ നേർക്കുനോക്കി.

"കൊച്ചിനു പറ്റോ?"

അവൾ തലയാട്ടി.

"ചുമ്മാ ക്രോസ്‌വിസ്താരം നടത്തി ആ കൊച്ചിനെ പേടിപ്പിക്കാതെ സാറെ."

സംവിധായകന്റെ കാതിൽ ലളിത പിറുപിറുത്തു.

"ഏതായാലും നമുക്കു നോക്കാം. നിങ്ങൾ അകത്തു വരൂ."

സുനിൽ അവരെ അകത്തേക്ക ക്ഷണിച്ചു. വീടിന്റെ പടിക്കെട്ട് തൊട്ട് കണ്ണിൽവച്ച്, വലതുകാൽ ചവിട്ടി മിനി അകത്തേക്ക കയറി. അക്ഷരാർത്ഥത്തിൽ അതൊരു കയറ്റമായിരുന്നു.

നാടകത്തിലെ ഏറ്റവും പ്രധാനപ്പെട്ട ഒരു മുഹൂർത്തത്തിലെ ഒരല്പം നീണ്ട ഡയലോഗായിരുന്ന മിനിയെ പരീക്ഷിക്കാനായി മീനമ്പലം സുനിൽ നൽകിയത്. അവൾ കടലാസിലെ ഡയലോഗിലൂടെ ഒന്നു കണ്ണോടിച്ചു. പിന്നെ കണ്ണടച്ചും ഇടയ്ക്കിടെ കണ്ണുതുറന്നു കടലാസിൽ നോക്കിയും ഡയലോഗ് ഉരുവിട്ടു കൊണ്ടിരുന്നു. രണ്ടുമൂന്നു മിനിട്ടുകൾ ഇതു തുടർന്നശേഷം സംവിധായകന് കടലാസ് കൈമാറി. തറയിൽ തൊട്ടു കണ്ണിൽവച്ച്, ചുരിദാറിന്റെ ഷോൾ എടുത്ത് അരയിൽച്ചുറ്റി അവൾ *പിൻഗാമി*യിലെ ദേവനന്ദയാകാൻ തയ്യാറെടുത്തു. കൂടിനിന്നവരുടെയെല്ലാം നോട്ടം അവളിലേക്കായി. 'ദൈവമേ, ശരിയാകണേ' എന്ന് അവരെല്ലാം ആത്മാർത്ഥമായി പ്രാർത്ഥിക്കുന്നുണ്ടായിരുന്നു. പ്രാർത്ഥനകൾ വെറുതെയായില്ല. ദേവനന്ദയായി മാറിയ മിനി മണിമണിയായി ഡയലോഗുതിർത്തു. പൂച്ചയെപ്പോലെ പമ്മി നിന്നവളുടെ ഗംഭീരപ്രകടനം കണ്ട് എല്ലാവരും അന്തംവിട്ട് കൈയടിച്ചു. മരണം കാത്തുകിടന്ന റിഹേഴ്സൽ ക്യാമ്പിന് അതോടെ ജീവൻവച്ചു.

നെടുമങ്ങാട്ടെ ജ്വല്ലറികളിൽ സ്വർണ്ണ ഉരുപ്പടികളുണ്ടാക്കി സപ്ലൈ ചെയ്തുകൊണ്ടിരുന്ന മനോഹരൻ തട്ടാന്റെയും വത്സലയുടെയും മൂത്തമോളായിരുന്നു മിനി. സ്വർണപ്പണിക്കാരൻ എന്നതിലുപരി നെടുമങ്ങാട് പ്രദേശങ്ങളിൽ അറിയപ്പെടുന്നൊരു കാഥികൻ കൂടിയായിരുന്ന മനോഹരൻ തട്ടാൻ. കഥയും ഗാനങ്ങളുമൊക്കെ സ്വയമെഴുതി ചിട്ടപ്പെടുത്തി സാംബശിവന്റെ ശൈലിയെ അനുകരിച്ച കഥപറയാൻ പ്രത്യേക കഴിവുണ്ടായിരുന്നതിനാൽ സാംബൻ മനോഹരനെന്നാണ് പലരും അയാളെ വിളിച്ചിരുന്നത്. കൊല്ലത്തിൽ പത്തോ പതിനഞ്ചോ പരിപാടിയേ കിട്ടുമായിരുന്നുള്ളൂവെങ്കിലും തന്നാലാവുംവിധം നന്നായി അവതരിപ്പിക്കാൻ അയാൾ ശ്രമിച്ചിരുന്നു. പ്രാരാബ്ധങ്ങൾക്കിടയിലും കുഞ്ഞുനാളിലെ തന്നെ മിനിയെ പാട്ടും ഡാൻസുമൊക്കെ പഠിപ്പിച്ചു. അവളെ വലിയൊരു കലാകാരിയാക്കാനായിരുന്നു അയാളുടെ മോഹം. ഹൈസ്കൂളിലെത്തിയപ്പോൾ അച്ഛനോടൊപ്പം കഥാപ്രസംഗവേദികളിൽ മിനിയും പോയിത്തുടങ്ങി. കഥാപ്രസംഗത്തിലെ പാട്ടുകൾ അച്ഛനൊടൊപ്പം അവൾ പാടി. അങ്ങനെ ഒരുവിധം ഭംഗിയായി കുടുംബജീവിതം മുന്നോട്ടു പോകുന്നതിനിടയിൽ മിനിക്ക് ഒരു സഹോദരൻകൂടി പിറന്നു. നീണ്ട ഇടവേളയ്ക്കുശേഷം വത്സല പ്രസവിച്ച ആ കുഞ്ഞിന് നിർഭാഗ്യവശാൽ വളർച്ചയ്ക്കനുസരിച്ചുള്ള ബുദ്ധിവികാസമില്ലായിരുന്നു. മനോഹരൻ വലിയ മനോവിഷമത്തിലായെങ്കിലും ഒന്നും പുറത്തുപ്രകടിപ്പിച്ചില്ല.

രണ്ടുവർഷം മുമ്പുള്ള ഒരു തിരുവോണനാൾ. നന്ദിയോട് മൈത്രി പൗരവേദിയുടെ ഓണാഘോഷവേദിയിൽ മനോഹരനും സംഘവും കഥപറയുകയാണ്. കഥ: ഗാന്ധാരി.

"എങ്കിലുമെന്റെയീ നൂറോമനകളെ
കൊല്ലിച്ച കൃഷ്ണാ നീ നീചനല്ലോ
എന്തിലും മേലെയാം സന്താനദുഃഖത്തെ
എങ്ങനെ നീ കൃഷ്ണാ.."

ആ വരികൾ പാടുന്നതിനിടയിൽ മനോഹരന്റെ തൊണ്ടയിടറി. പിന്നണി പാടിക്കൊണ്ടിരുന്ന മിനിയാണ് ബാക്കി പാടിയത്. അയാൾ, പരവേശത്തോടെ മേശയിലിരുന്ന ഗ്ലാസിലെ വെള്ളം ഒരു വായ കുടിച്ച ശേഷം വീണ്ടും പാടിത്തുടങ്ങി:

"എന്തിലും മേലെയാം സന്താനദുഃഖത്തെ.."

പിന്നെയും വരികൾ മുറിഞ്ഞു. അച്ഛനെന്തു പറ്റിയെന്നാലോചിച്ചു കൊണ്ടു മിനി പാട്ടു തുടർന്നു. പെട്ടെന്ന്, നെഞ്ചിലമർത്തിപ്പിടിച്ചുകൊണ്ട് ഒരു ഞരക്കത്തോടെ മനോഹരൻ സ്റ്റേജിൽ കുഴഞ്ഞു വീണു.

മനോഹരന്റെ അപ്രതീക്ഷിത മരണത്തോടെ ഇനി എങ്ങനെ മുന്നോട്ടു പോകുമെന്നറിയാതെ കുടുംബം പകച്ചുനിന്നു. പ്രീഡിഗ്രിയോടെ മിനിയുടെ പഠനം നിലച്ചു. അവൾ പഴകുറ്റിയിലെ കശുവണ്ടി ഫാക്ടറി ത്തൊഴിലാളിയായി. അപ്പോഴും ഒരു കലാകാരിയാകുക എന്ന മോഹം ഉപേക്ഷിക്കാൻ അവൾക്കാകുമായിരുന്നില്ല. അച്ഛന്റെ പാത പിന്തുടർന്ന് ഒരു കഥാപ്രസംഗസംഘത്തിന് അവൾ തുടക്കമിട്ടു. പക്ഷേ, മിമിക്സ് പരേഡുകളും ഗാനമേളകളും പ്രൊഫഷണൽ നാടകങ്ങളുമൊക്കെ വേദികൾ കയ്യേറിയതിനാൽ ഒരു വേദിക്കുവേണ്ടി പ്രമുഖകാഥികർപോലും വിഷമിക്കുന്ന അവസ്ഥയിലേക്കെത്തിയിരുന്നു കാര്യങ്ങൾ. രണ്ടോ മൂന്നോ വേദികൾ പിന്നിട്ടതോടെ അവൾ കഥാപ്രസംഗാവതരണം മതിയാക്കി. പിന്നീട് ഒഴിവുദിവസങ്ങളിൽ കുറച്ചു കുട്ടികൾക്ക് ഡാൻസ് ക്ലാസെടുക്കാൻ തുടങ്ങി. അങ്ങനെ തട്ടിയും മുട്ടിയും ജീവിതം ഒരുവിധം മുന്നോട്ടു പോകുന്നതിനിടയിലാണ് യവനിക തീയേറ്റേഴ്സ് നടിയെ അന്വേഷിക്കുന്ന വിവരമറിഞ്ഞത്. മകളെ നാടകത്തിലേക്ക് പറഞ്ഞയക്കാൻ വത്സലയ്ക്ക് തീരെ താല്പര്യമുണ്ടായിരുന്നതല്ല. പക്ഷേ, വീടിന്റെ അവസ്ഥയും മകളുടെ കലാഭിനിവേശവും കാരണം അവൾ സമ്മതംമൂളി. മകനെ തനിച്ചാക്കിയിട്ട് എങ്ങും പോകാൻ കഴിയാത്തതിനാൽ തന്റെ സഹോദരനായ നടരാജനോടൊപ്പം അവൾ മിനിയെ നാടകസംഘത്തിലേക്കു പറഞ്ഞയയ്ക്കുകയായിരുന്നു.

മിനിയെ നാടകത്തിലെടുത്തു എന്നുറപ്പായതോടെ നടരാജന്റെ തനിക്കൊണം പുറത്തുവന്നുതുടങ്ങി. സന്ധ്യക്ക് അയാൾ തല ചൊറി

ഞ്ഞുകൊണ്ട് സദാനന്ദൻ മുതലാളിയുടെ അടുത്തുചെന്നു.

"മൊതലാളീ, ഒരമ്പത് രൂപയൊണ്ടെങ്കി.. ചുമ്മാ വേണ്ട. പെണ്ണിന്റെ കൂലീന്ന് പിടിച്ചോളീൻ."

വേറെ നിവൃത്തിയില്ലാത്തതുകൊണ്ട് മുതലാളി കാശ് നൽകി. ഇതൊരു പതിവായി. കാശുമായി പുറത്തുപോകുന്ന അയാൾ തിരികെ വരുന്നത് നാലുകാലിലായിരിക്കും. ആദ്യമൊക്കെ യാതൊരു ശല്യവുമില്ലാതെ എന്തെങ്കിലും ആഹാരവും വാങ്ങിക്കഴിച്ച് ഏതെങ്കിലും മൂലയിൽ ചുരുണ്ടുകൂട്ടുമായിരുന്നു. എന്നാൽ, ദിവസങ്ങൾ പിന്നിടും തോറും സഹജവാസനകൾ പുറത്തുവന്നു തുടങ്ങി. ചീത്തവിളി, പാട്ടുപാടൽ, നാടക-സിനിമാ ഡയലോഗുകളുടെ ഉരുവിടൽ തുടങ്ങി, ഉറങ്ങിക്കിടക്കുന്നവരുടെ സൈ്വര്യം കെടുത്തുന്നവയായിരുന്നു പലതും. പൊറുതിമുട്ടിയപ്പോൾ ഒരുദിവസം സുനിൽ അയാളുടെ ഷർട്ടിനു കുത്തിപ്പിടിച്ചു.

"എന്റെ ദേഹത്തു തൊട്ടാ ഞാനെന്റെ ചേഴാറീയേം വിളിച്ചോണ്ടങ്ങു പോവും. പിന്നെ നീയക്കെ നാടകമൊണ്ടാക്കണ്ടേണതെങ്ങനെയെന്ന് നോക്കാലോ.."

ഒരു കൂസലുമില്ലാതെയായിരുന്നു നടരാജന്റെ ഭീഷണി. സുനിലിനു കലികയറി. അയാൾ കൈവീശിയൊന്നു പൊട്ടിക്കാൻ തുനിഞ്ഞെങ്കിലും മറ്റുള്ളവരെല്ലാം കൂടി അയാളെ പിടിച്ചു മാറ്റി.

"വേണ്ട വേണ്ട. നമുക്കെങ്ങനെയെങ്കിലും നാടകം തട്ടേൽ കേറ്റേണ്ടതാ."

ശ്രീദേവൻ അയാളെ സമാധാനിപ്പിക്കാൻ ശ്രമിച്ചു.

ഉറങ്ങിക്കിടക്കുകയായിരുന്ന മിനി മുറ്റത്തെ ബഹളം കേട്ട് പുറത്തേക്കിറങ്ങിവന്നു. അവൾ നടരാജനു നേർക്കു നടന്നു.

"മാമാ, മാമനിവിടെ നിക്കണെങ്കി മര്യാദയ്ക്കു നിക്കണം. ഇല്ലെങ്കി വന്നവഴി വീട്ടിപ്പൊായേക്കണം. എന്റെ വയറ്റിപ്പെഴപ്പ് ഇല്ലാതാക്കല്ല്."

കൈചൂണ്ടി ഉച്ചത്തിലുള്ള അവളുടെ മുന്നറിയിപ്പ് കേട്ട് നടരാജൻ മാത്രമല്ല റിഹേഴ്സൽ ക്യാമ്പ് ഒന്നടങ്കം കിടുങ്ങി. ഏതായാലും അതോടു കൂടി നടരാജന്റെ രാത്രികാലപ്രകടനങ്ങൾക്ക് കർട്ടൻ വീണു.

രണ്ടാഴ്ചക്കാലത്തെ അതിതീവ്ര റിഹേഴ്സലുകളിലൂടെ *പിൻഗാമി* അവതരണസജ്ജമായി. ഫൈനൽ റിഹേഴ്സൽ കണ്ടപ്പോഴാണ് സദാനന്ദൻ മുതലാളിക്ക് ശ്വാസം നേരെവീണത്. എല്ലാം ഒരുവിധം ഭംഗിയായി തന്നെ വന്നിട്ടുണ്ട്. അവസാനമായി ചില മിനുക്കുപണികൾ കൂടി ചെയ്ത്, കാർത്തിക തിരുനാൾ തീയറ്ററിലെ ക്ഷണിക്കപ്പെട്ട സദസ്സിനു മുന്നിൽ അരങ്ങേറ്റം നടന്നു. നിറഞ്ഞ കയ്യടികളോടെയാണ് കാണികൾ നാടകം സ്വീകരിച്ചത്. ശ്രീദേവന്റെയും മിനിയുടെയും കോമ്പിനേഷൻ രംഗങ്ങൾ വളരെ മികച്ചതായിരുന്നുവെന്ന അഭിപ്രായമായിരുന്നു എല്ലാവർക്കും.

മിനിയുടെ ആദ്യ നാടകമാണെന്നറിഞ്ഞപ്പോൾ ബുക്കിംഗ് ഏജന്റുമാർ പലരും ആശ്ചര്യപ്പെട്ടു. ആ ദിവസം തന്നെ നാടകത്തിന് ഇരുപത്തഞ്ചിലധികം ബുക്കിംഗുകൾ കിട്ടി. അങ്ങനെ, പലവിധ പ്രതിസന്ധികൾ തരണം ചെയ്ത് തട്ടിലേറിയ *പിൻഗാമി*യെയും വഹിച്ചുകൊണ്ട് യവനിക തീയേറ്റേഴ്സിന്റെ നാടകവണ്ടി വേദികളിൽനിന്നും വേദികളിലേക്ക് അതിന്റെ പ്രയാണം ആരംഭിച്ചു.

ശ്രീദേവൻ തിരക്കുള്ള നാടകനടനായി മാറിയതിൽ ഏറ്റവുമധികം സന്തോഷിച്ചത് സുഷമയാണ്. ഒരു സിനിമാനടനായില്ലെങ്കിലും അവൻ നാലാളറിയുന്ന ഒരു നാടകനടനായി മാറിയിരിക്കുന്നു. മാന്യമായ വരുമാനവും കിട്ടുന്നുണ്ട്. പിന്നെ ആകെ സങ്കടമുള്ളത്, പലപല അരങ്ങുകളിലൂടെയുള്ള അലച്ചിലുകൾ കാരണം വല്ലപ്പോഴുമേ അവൻ വീട്ടിൽ വരൂ എന്നുള്ളതാണ്. തിരുവനന്തപുരത്തുള്ളപ്പോൾ പോലും അരിസ്റ്റോ ജങ്ഷനിലെ ഉടുപ്പി ലോഡ്ജിലായിരിക്കും താമസം. കല്യാണിക്കുട്ടിക്കു പിന്നാലെ മൂന്നാലു വർഷങ്ങൾക്കുമുമ്പ് ഭാസ്കരനും മരിച്ചതോടെ പലപ്പോഴും സുഷമ വീട്ടിൽ ഒറ്റയ്ക്കാണ്. മകനൊരു പെണ്ണിനെ കണ്ടെത്തുക എന്നതാണ് തന്റെ ദൗത്യമെന്ന് ഏതൊരമ്മയെപ്പോലെ അവളും ഉറപ്പിച്ചു. ഏറെ നാളുകൾക്കുശേഷം ഒരുദിവസം ശ്രീദേവൻ വീട്ടിലെത്തിയപ്പോൾ അവൾ കാര്യം അവതരിപ്പിച്ചു.

"അതൊന്നും ഒടനേ വേണ്ട. സീസണൊക്കെ ഒന്നു കഴിയട്ടെ."

ശ്രീദേവൻ ഒഴിഞ്ഞുമാറാൻ നോക്കി.

"നാളെത്തന്നെ കെട്ടണമെന്നല്ല ഞാൻ പറഞ്ഞത്. ഇപ്പഴേ എല്ലാം നോക്കി ഉറപ്പിച്ചു വച്ചിട്ട് നിന്റെ തെരക്കു കഴിഞ്ഞ് മതി."

ശ്രീദേവൻ പിന്നെ തർക്കിക്കാനൊന്നും നിന്നില്ല. അമ്മയുടെ ഇഷ്ടംപോലെ നടക്കട്ടെ.

ബന്ധുക്കൾ വഴിയും ബ്രോക്കർമാർ വഴിയും പെണ്ണന്വേഷണം ആരംഭിച്ചു. അപ്പോഴാണ് സുഷമയ്ക്ക് ഒരുകാര്യം ബോധ്യമായത്. നാടകം കളിച്ചുനടക്കുന്നവന് പെണ്ണുകെട്ടൽ അത്ര എളുപ്പമല്ല. കള്ളനോ കൊള്ളക്കാരനോ വെള്ളമടിക്കാരനോ ആയാലും കുഴപ്പമില്ല. നാടകക്കാരൻ വേണ്ട എന്നാണ് പല വീട്ടുകാരുടെയും നിലപാട്.

നാടകസീസൺ അവസാനിക്കാറായി. പക്ഷേ, ഒരു പെണ്ണുകാണൽ ചടങ്ങിനുപോലും ശ്രീദേവനു പോകേണ്ടി വന്നില്ല. ഇടയ്ക്കു വീട്ടിൽ വരുമ്പോഴൊക്കെ അവൻ അമ്മയെ കളിയാക്കാനായി ചോദിക്കും:

"എന്നെ കെട്ടിക്കണ കാര്യമൊക്കെ അമ്മ മറന്നാ?"

"നീ കളിയാക്കണ്ട. സമയമാകുമ്പോ എല്ലാം നടക്കും."

ഒന്നിനു വേണ്ടിയും കാത്തുനിൽക്കാതെ സമയം മുന്നോട്ടുപോയിക്കൊണ്ടിരുന്നു. ആ സീസണിൽ നൂറ്റി അറുപത്തഞ്ചു വേദികൾ പിന്നിട്ട

*പിൻഗാമി*യുടെ അവതരണം അവസാനിപ്പിച്ച് യവനിക തീയേറ്റേഴ്സ്, അടുത്ത നാടകമായ *അകലെയല്ല നീലാകാശ*ത്തിന്റെ റിഹേഴ്സൽ ക്യാമ്പിനു തുടക്കമിട്ടു. സമൂഹത്തിലെ ജാതിവിവേചനങ്ങൾക്കെതിരെയുള്ള അതിനിശിതവിമർശനമായിരുന്നു നാടകത്തിന്റെ പ്രമേയം. പുരോഗമന ചിന്താഗതിക്കാരനായ അനന്തൻ മേനോൻ എന്ന നായകനായി ശ്രീദേവനും അയാളുടെ കാമുകി രാധയായി മിനിയുമാണ് വേഷമിടുന്നത്.

കഴിഞ്ഞ നാടകത്തിന്റെ ടീമിൽ കാര്യമായ മാറ്റങ്ങളൊന്നുമുണ്ടായിരുന്നില്ല. മിനിക്കു കൂട്ടായി വന്നിരുന്ന നടരാജനെ അവൾ തന്നെ ഒഴിവാക്കിവിട്ടു. നാടകലോകത്തെക്കുറിച്ച് അത്ര നല്ലതല്ലാത്ത കാര്യങ്ങൾ പുറംലോകത്തു പ്രചരിച്ചിരുന്നതുകൊണ്ട് തന്റെ ഒരു സുരക്ഷയ്ക്കു വേണ്ടിക്കൂടിയായിരുന്നു അവൾ നടരാജൻ മാമനെ കൂടെ കൂട്ടിയിരുന്നത്. പക്ഷേ, ഇതുവരെ ആരിൽനിന്നും ഒരു മോശം അനുഭവവും അവൾക്കുണ്ടായിട്ടില്ല എന്നു മാത്രമല്ല, അവളുടെ കഴിവുകളെ മതിപ്പോടെ തന്നെയാണ് എല്ലാവരും നോക്കിക്കണ്ടിരുന്നത്. തന്റെ ശമ്പളത്തിന്റെ ഒരു വിഹിതം മാമന് വെറുതേ വെള്ളമടിക്കാൻ കൊടുക്കേണ്ടതില്ലെന്നുറപ്പിച്ചിട്ടാണ് അവൾ അയാളെ ഒഴിവാക്കിയത്.

സദാനന്ദൻ മുതലാളിയും മീനമ്പലം സുനിലും ചേർന്നു നിലവിളക്കു കൊളുത്തിയശേഷം നടീനടന്മാരും സംവിധായകനും നാടകകൃത്തുമൊക്കെ വട്ടത്തിലിട്ട കസേരകളിലിരുന്ന് സ്ക്രിപ്റ്റ് വായന തുടങ്ങി. കഥാപാത്രങ്ങളായി നിശ്ചയിക്കപ്പെട്ടിരുന്നവർ കൈയിലുള്ള സ്ക്രിപ്റ്റ് നോക്കി തങ്ങളുടെ സംഭാഷണങ്ങൾ ഭാവഹാവാദികളോടെ അവതരിപ്പിച്ചുകൊണ്ടാണ് വായന മുന്നേറിയത്. വായന ഏതാണ്ട് ഇടവേളയോടടുത്തു. അപ്പോഴാണ് സദാനന്ദൻ മുതലാളിയുടെ തടിമില്ലിലെ ഒരു പണിക്കാരൻ പയ്യൻ അവിടേക്കു വന്നത്.

"മൊതലാളീ, മില്ലില് ശ്രീദേവൻ സാറിന്റെ അമ്മേരെ ഫോൺ വന്ന്. ആ സാറിൻറൂടെ നാളെ രാവിലെ വീട്ടിലോട്ട് ചെല്ലാൻ പറയാൻ പറഞ്ഞ്."

സദാനന്ദൻ മുതലാളിയുടെ മില്ലിലെ നമ്പരായിരുന്നു ശ്രീദേവൻ അമ്മയ്ക്കു നൽകിയിരുന്നത്. അവർ ആലിൻപുറത്തെ ടെലഫോൺ ബൂത്തിൽ നിന്നായിരിക്കും വിളിച്ചത്. എന്തായിരിക്കും അത്യാവശ്യം? ഇനി വല്ല പെണ്ണുകാണലുമാണോ?

ശ്രീദേവന്റെ ഊഹം തെറ്റിയില്ല. പിറ്റേന്ന്, ജീവിതത്തിലെ ആദ്യത്തെ പെണ്ണുകാണലിനുവേണ്ടി ബ്രോക്കറോടൊപ്പം അവൻ പുറപ്പെട്ടു. വർക്കലയിലുള്ള ഒരു പലവ്യഞ്ജനക്കടക്കാരന്റെ ഏകമകളായിരുന്നു പെണ്ണ്. കാണാൻ സുന്ദരി. പെണ്ണിനും പയ്യനും പരസ്പരം ഇഷ്ടമായി. ആദ്യത്തെ പെണ്ണുകാണലിൽ തന്നെ തന്റെ കല്യാണം നടക്കുമെന്നു തോന്നി ശ്രീദേവ

ന്. എന്നാൽ, കാര്യങ്ങൾ കുഴഞ്ഞു മറിയാൻ അധികനേരമൊന്നും വേണ്ടി വന്നില്ല. ശ്രീദേവന് ദർശനം നൽകിയശേഷം പെണ്ണ് മുറിക്കുള്ളിലേക്കു വലിഞ്ഞപ്പോൾ തന്ത സാഭിമാനം ഒരു കാര്യം അവതരിപ്പിച്ചു - മോളുടെ പേരിൽ പലവ്യഞ്ജനക്കട എഴുതിക്കൊടുക്കാം. നാടകാഭിനയം മതിയാക്കി ശ്രീദേവൻ കട നോക്കിനടത്തണം.

ആ വാഗ്ദാനം കേട്ട ശ്രീദേവന്റെ വായിൽ ഉഗ്രനൊരു ഡയലോഗ് ഉയർന്നുവന്നതാണ്. പക്ഷേ, അതു കടിച്ചമർത്തിക്കൊണ്ട് അയാൾ കസേരയിൽ നിന്നെണീറ്റു.

ആദ്യ പെണ്ണുകാണൽ ചീറ്റിപ്പോയതിന്റെ ജാള്യതയോടെയും നിരാശയോടെയുമാണ് പിറ്റേന്ന് ശ്രീദേവൻ റിഹേഴ്സൽ ക്യാമ്പിലെത്തിയത്. അന്നും സ്ക്രിപ്റ്റ് വായന തന്നെയായിരുന്നു. എല്ലാവരും വളഞ്ഞിരുന്നപ്പോൾ ശ്രീദേവൻ ഉച്ചത്തിലൊരു ആത്മഗതം നടത്തി:

"ഇങ്ങനെയാണെങ്കി നാടകനടന്മാരുടെ കല്യാണം സ്വർഗത്തിലേ നടക്കൂ എന്നാ തോന്നണത്. ഭൂമീലെ മാലാഖമാരൊന്നും അടുക്കണ ലക്ഷണമില്ല."

"എന്നാപ്പിന്നെ എന്നെ കെട്ടിക്കൂടേ?"

അപ്രതീക്ഷിതമായ ആ ചോദ്യം കേട്ട് എല്ലാവരും ശബ്ദത്തിന്റെ ഉടമയിലേക്ക് ഞെട്ടിത്തിരിഞ്ഞു. അറിയാതെ പറഞ്ഞുപോയത് അബദ്ധമായിപ്പോയല്ലോ എന്ന ഭാവത്തിൽ നാക്കു കടിച്ചുപിടിച്ച് ബ്ലിംഗസ്യയായി ഇരിക്കുകയാണ് മിനി. എല്ലാവരുടെയും നോട്ടം തന്നിൽ കേന്ദ്രീകരിക്കുന്നുവെന്ന് ബോധ്യമായപ്പോൾ അവൾ ആകെ വിളറിവെളുത്തു:

"ഞാൻ. ചുമ്മാ അറിയാതെ. ഒരോളത്തിന്.."

കൂർത്ത നോട്ടങ്ങൾ പൊട്ടിച്ചിരികളായി മാറി.

"എന്നാലും നീ ആളു കൊള്ളാമല്ലോ പെണ്ണേ.

ഉള്ളിലൊള്ളത് പരസ്യമാക്കിക്കളഞ്ഞല്ലോ?"

തൊട്ടടുത്തിരുന്ന ലളിത അവളുടെ തുടയിൽ നുള്ളിക്കൊണ്ടു പറഞ്ഞു.

"അയ്യോ ചേച്ചീ ഞാനൊന്നും മനസ്സീ വച്ചോണ്ടല്ല."

അവൾ കരയുമെന്നു തോന്നി. കളിയാക്കലുകൾ പിന്നെയും തുടർന്നപ്പോൾ ശ്രീദേവൻ ഇടപെട്ടു.

"ആ കൊച്ച് ചുമ്മാ കളിയായി പറഞ്ഞതിന് നിങ്ങളെല്ലാം കൂടി അതിനെയിട്ട് കരയിക്കാതെ. നമുക്കു സ്ക്രിപ്റ്റ് വായിക്കാം."

ആരവങ്ങൾ അടങ്ങി. അവർ സ്ക്രിപ്റ്റ് വായിക്കാൻ തുടങ്ങി. വായനയ്ക്കിടയിൽ പലപ്പോഴും തങ്ങളുടെ മനസ്സുകൾ പതറിപ്പോകുന്നതായും എങ്ങോട്ടൊക്കെയോ പറന്നുനടക്കുന്നതായും ശ്രീദേവനും മിനിയും പരസ്പരം തിരിച്ചറിഞ്ഞു. ഒരുവർഷമായി അടുത്തറിയാമായിരുന്നിട്ടും,

നൂറില്പരം വേദികളിൽ കാമുകീകാമുകന്മാരായി വേഷമിട്ട് ഇഴുകിച്ചേർന്ന് അഭിനയിച്ചിട്ടും ഇതേവരെ ഒരു പരസ്പരാകർഷണം തോന്നിയിരുന്നതല്ല. പിന്നെ എങ്ങനെയാണ് തന്റെ നാവിൽ ഇങ്ങനെയൊന്ന് വന്നു ഭവിച്ചതെന്ന് അവൾ അതിശയപ്പെട്ടു. ഇത്രയും നാൾ ഇങ്ങനെയൊരു മോഹം ഉള്ളിലൊതുക്കി നടക്കുകയായിരുന്നോ ഇവൾ എന്ന് അവനും സംശയിച്ചു. വായന കഴിഞ്ഞ് പിരിഞ്ഞശേഷം ആ ദിവസം ശ്രീദേവനു മുഖം കൊടുക്കാതിരിക്കാൻ അവൾ ശ്രദ്ധിച്ചു.

"ശ്രീദേവാ, നമുക്കതൊന്ന് ആലോചിച്ചാലോ?"

സന്ധ്യയ്ക്ക് ആണുങ്ങളെല്ലാവരും കൂടി മുറ്റത്ത് ചീട്ടുകളിച്ചുകൊണ്ടിരുന്നപ്പോൾ മീനമ്പലം സുനിൽ വിഷയമെടുത്തിട്ടു.

"ഏയ്... ആ കുട്ടി ചുമ്മാ എന്തോ പറഞ്ഞതിന്."

അവൻ ഒഴിഞ്ഞുമാറി.

"അവള് പറഞ്ഞ കാര്യം അവിടെ നിക്കട്ടെ. നെനക്ക് താല്പര്യമൊണ്ടാ?"

മുതിർന്ന നടൻ കരകുളം ശിവൻ ചോദിച്ചു. മുഖത്ത് ഒരു ചെറുചിരി വരുത്തിയതല്ലാതെ ശ്രീദേവൻ ഒന്നും മിണ്ടിയില്ല.

"ഒരേ ഫീൽഡിലുള്ളവര് തമ്മില് കെട്ടണതാണ് എപ്പഴും നല്ലത്."

മീനമ്പലം സുനിൽ പറഞ്ഞു.

വീട്ടുമുറ്റത്ത്, ആണുങ്ങൾക്കിടയിൽ ചർച്ചയായി ശ്രീദേവൻ - മിനി താലികെട്ട് വിഷയം അങ്ങനെ തുടരുമ്പോൾ വീട്ടിനുള്ളിൽ പെണ്ണുങ്ങൾക്കിടയിലും അത് കൊടുമ്പിരിക്കൊള്ളുകയായിരുന്നു.

"അവൻ നല്ലവനാ കൊച്ചേ. വലിയോ കുടിയോ പെണ്ണുപിടിയോ ഒന്നുമില്ല. കെട്ടിയാ ജീവിതത്തിലും നിങ്ങള് നല്ല ജോടികളാവും."

മിനിക്കു ചുറ്റും കൂടിയിരുന്ന് പെണ്ണുങ്ങൾ ഒരേസ്വരത്തിൽ പറഞ്ഞു. വെറുമൊരു തട്ടാത്തിപ്പെണ്ണിന്റെ അതിമോഹമാണതെന്ന് ആരോ ഉള്ളിലിരുന്ന് മന്ത്രിക്കുന്നതായി മിനിക്കു തോന്നി. അവൾ ഒന്നും മിണ്ടിയില്ല.

റിഹേഴ്സലുകൾക്കൊപ്പം ഒളിഞ്ഞും തെളിഞ്ഞുമുള്ള കല്യാണ ചർച്ചകളും കുറച്ചുദിവസങ്ങൾ നീണ്ടു. പിന്നെ ക്രമേണ അത് കെട്ടടങ്ങി. ശ്രീദേവനും മിനിയും അരങ്ങിൽ മാത്രം കാമുകീകാമുകന്മാരായി.

ഫൈനൽ റിഹേഴ്സൽ നടത്താൻ നിശ്ചയിച്ചിരുന്ന ഒരു സന്ധ്യാനേരം. പെട്ടെന്നാണ് തികച്ചും അപ്രതീക്ഷിതമായി നടരാജൻ റിഹേഴ്സൽ ക്യാമ്പിലേക്കു കടന്നുവന്നത്. അയാളെക്കണ്ട് മിനി മാത്രമല്ല, ക്യാമ്പിലുള്ളവരെല്ലാം നെറ്റിചുളിച്ചു. ഒഴിവാക്കി വിട്ട ഇയാളെന്തിനാണ് വീണ്ടും വന്നിരിക്കുന്നത്? മിനി അയാളുടെ അടുത്തേക്കു ചെന്നു.

"നമ്മളെ തട്ടാൻവിളാകത്തെ ഭാസ്കരന്റെ എളയമോന്റെ ഒരാലോചന വന്നിട്ടൊണ്ട്. ചെറ്ക്കൻ പേർഷ്യേലാണ്. നിന്നെ അവന് പണ്ട്

മൊതലേ അറിയാം. നമ്മളെ കുടുംബക്കാർക്കെല്ലാം വലിയ താല്പര്യ മൊണ്ട്. ഇപ്പോ എല്ലാം ഒറപ്പിച്ചു വച്ചിട്ട് ചെറ്ക്കന്റെ അടുത്ത വരവിന് കല്യാണം നടത്താമെന്നാ അവര് പറയണത്. അപ്പോ നിന്റെ നാടക സീസണും കഴിയുമല്ലോ. ചെലപ്പോ നിന്നെക്കൂടി അവൻ അങ്ങ് കൊണ്ടു പോവും. ഏതായാലും നീ വീട് വരെ ഒന്നുവരണം. നാളെ ഉച്ചയോടെ തിരിച്ചുപോരാം."

നടരാജൻ, മിനിയോട് കാര്യങ്ങൾ വിശദീകരിച്ചു. കേട്ടത് സന്തോഷവർത്തമാനമായിരുന്നിട്ടും അകാരണമായൊരു വിഷാദം തന്നെ വലയം ചെയ്യുന്നതായി മിനിക്കു തോന്നി.

'ഇതൊന്നു കഴിഞ്ഞോട്ടെ' എന്നുമാത്രം പറഞ്ഞ് അവൾ വീടിനകത്തേക്കു കയറി.

"എന്തിനാ അയാള് വന്നത്?"

ഓരോരുത്തരായി അവളുടെ അടുത്തേക്കു വന്നു. അവൾ ഒരു വിധത്തിൽ കാര്യം പറഞ്ഞു. ആ പറച്ചിലിനിടയിൽ താൻ കരഞ്ഞു പോകുമോ എന്നവൾക്കു പേടിയുണ്ടായിരുന്നു. എല്ലാവരും ശ്രീദേവന്റെ മുഖത്തേക്കു നോക്കി. അയാളുടെ മുഖവും മ്ലാനമായിരുന്നു.

നാടകം തുടങ്ങി. ശ്രീദേവൻ, അനന്തൻ മേനോനായി. മിനി, രാധയും. കലങ്ങിമറിയുന്ന ഒരു പാട് ചിന്തകളിലൂടെ മനസ്സ് സഞ്ചരിച്ചിട്ടും അതൊന്നും പ്രകടമാക്കാതെ അവർ കഥാപാത്രങ്ങളായി നിറഞ്ഞാടി. പഞ്ചസന്ധികൾ ഒന്നൊന്നായി പിന്നിട്ട് നാടകം പരിണാമഗുപ്തിയിലെത്തി. ജാതിവ്യവസ്ഥയെ വെല്ലുവിളിച്ചുകൊണ്ട് മേടയിൽ തറവാട്ടിലെ അനന്തൻ മേനോൻ, മണ്ണാത്തിയായ രാധയെ തന്റെ ജീവിതസഖിയാക്കുന്നു. ഒടുവിൽ, തറവാട്ടുമുറ്റത്ത് അവർ കെട്ടിപ്പുണർന്നു നിൽക്കുമ്പോൾ തിരശ്ശീല മെല്ലെ താണു തുടങ്ങി. വേദിയിലെ പ്രകാശം മങ്ങി.

തന്നെ മുറുകെപ്പിടിച്ചിരിക്കുന്ന മിനിയുടെ കൈകൾ, കർട്ടൻ വീണിട്ടും കൂടുതൽ മുറുകുകയാണെന്നും തന്റെ നെഞ്ചിൽ കണ്ണീർനനവു പടരുകയാണെന്നുമറിഞ്ഞ ശ്രീദേവൻ ഒരുനിമിഷം ഒന്നു പകച്ചു. പിന്നെ അവളെ കൂടുതൽ ചേർത്തുപിടിച്ചു. അവന്റെ കണ്ണിലും നനവുപടർന്നു തുടങ്ങി. മുന്നോട്ടുള്ള ജീവിതയാത്രയിൽ ഇനി തങ്ങൾ ഒരുമിച്ചായിരിക്കുമെന്ന് അവർ തിരിച്ചറിഞ്ഞ നിമിഷമായിരുന്നു അത്.

കൈയെത്തും ദൂരത്ത്

വൃശ്ചികത്തിന്റെ കൊടുംതണുപ്പിനെ വകവയ്ക്കാതെ, അതിരാവിലെ എണീറ്റ് പശുവിനെ കറന്ന് പാലുമായി ആലിൻപുറം പാൽസൊസൈറ്റിയിലേക്ക പോകാൻ വാസന്തി തയ്യാറെടുക്കുന്നതിനിടയിലാണ് തോളിൽ തൂക്കിയ ബാഗും, കൈയിലൊരു സ്യൂട്ട്കെയ്സുമായി മുറ്റത്ത് ഒരു യുവാവ് പ്രത്യക്ഷനായത്. താടിയുള്ള, കറുത്തുമെലിഞ്ഞ ആ യുവാവിനെ ആദ്യനോട്ടത്തിൽ തിരിച്ചറിയാൻ അവൾ കുറച്ച് ബുദ്ധിമുട്ടി. തിരിച്ചറിഞ്ഞപ്പോഴാകട്ടെ കണ്ണുകളിൽ അത്ഭുതം വിടർന്നു - സുബ്രഹ്മണ്യൻ! വർഷങ്ങൾക്കുശേഷം മടങ്ങിവന്ന മകനെ കാണുമ്പോൾ ഏതൊരമ്മയ്ക്കുമുണ്ടാകുന്ന സ്വാഭാവികമായ വികാരവിക്ഷോഭങ്ങൾ അവളിലും നുരഞ്ഞുപൊങ്ങി. പക്ഷേ, അതിന് അല്പായുസ്സായിരുന്നു. ദേഷ്യവും സങ്കടവും ഇരച്ചുകയറി അവളുടെ മുഖം ഇരുണ്ടു.

"ങ്ും.?"

അവൾ അപരിചിതഭാവത്തിൽ ഒന്നു മൂളി.

"അമ്മയ്ക്കെന്നെ മനസ്സിലായില്ലേ?"

"മനസ്സിലായി. അതുകൊണ്ടാ ചോതിക്കണത്. എന്തരിനാണു വന്നതെന്ന്?"

എന്തു മറുപടി പറയണമെന്നറിയാതെ സുബ്രൻ താടിയൊന്നു ചൊറിഞ്ഞു. പിന്നെ ഒരു ഇളിഭ്യച്ചിരി ചിരിച്ചു. അവൾ മറുപടി പ്രതീക്ഷിച്ചില്ലെന്നു തോന്നുന്നു. ബക്കറ്റിലെ പാലിനെ വലിയൊരു തൂക്കുപാത്രത്തിലേക്ക പകർന്നെടുത്തുകൊണ്ട്, അവന്റെ മുഖത്തുപോലും നോക്കാതെ അവൾ റോഡിലേക്കിറങ്ങി നടന്നുപോയി. അതും നോക്കി സ്വന്തം വീടിന്റെ മുന്നിൽ ഒരു അന്യനെപ്പോലെ അവൻ അങ്ങനെ നിന്നു.

" ആരത് മിറ്റത്ത് നിക്കണത്?"

പരിക്ഷീണമായ ഒരു വൃദ്ധസ്വരം കേട്ട് അവൻ ഞെട്ടിത്തിരിഞ്ഞു. വരാന്തയുടെ വാതിൽക്കൽ കണ്ണുകൾ ചുളിച്ച് കൂനിപ്പിടിച്ച നിൽക്കുന്ന വൃദ്ധയെക്കണ്ട് ഒരു നിമിഷം അവൻ അന്ധാളിച്ചു പോയി. പന്ത്രണ്ടു വർഷം കൊണ്ട് ഭാഗീരഥിയമ്മയ്ക്കുണ്ടായ മാറ്റം അവന്റെ സങ്കല്പങ്ങൾക്കു മപ്പുറമായിരുന്നു.

"അമ്മൂമ്മാ, ഞാൻ സുബ്രനാണ്."

"ആര്?"

അവർ ചെവി വട്ടംപിടിച്ചു.

"സുബ്രൻ.. സുബ്രൻ"

അവൻ അലറുന്ന ശബ്ദത്തിൽ വിളിച്ചുപറഞ്ഞു. വൃദ്ധയുടെ കണ്ണുകൾ തിളങ്ങി. അവർ ഇരുകൈകളും അവനുനേരെ നീട്ടി.

"നീയെന്തിനു മക്കളേ ആ മിറ്റത്തു തന്നെ നിക്കണത്? കേറി വാ."

അമ്മൂമ്മയുടെ ക്ഷണം സ്വീകരിച്ചുകൊണ്ട് അവൻ വീടിന്റെ പടി ചവിട്ടി.

പാൽസൊസൈറ്റിയിൽ പോയി മടങ്ങിവന്ന വാസന്തി കണ്ടത് അടുക്കളയുടെ പാതാമ്പുറത്തിരുന്ന് ദോശ തിന്നുകൊണ്ടിരിക്കുന്ന മകനെയാണ്. വിറയ്ക്കുന്ന കൈകൾകൊണ്ട് ദോശ ചുട്ടെടുത്ത് ഭാഗീരഥിയമ്മ ചെറുമകനെ ഊട്ടുന്നതു കണ്ടപ്പോൾ അവൾക്കു കലിയിളകി.

"ഈ ആവത്കെട്ട കാലത്ത് നിങ്ങക്ക് വേറെ വേലയില്ലേ.. എവിടേ പോയി നെരങ്ങീറ്റ് വന്നവനെയൊക്കെ സൽക്കരിക്കാൻ?"

അവൾ അമ്മയുടെ കൈയിൽനിന്ന് ചട്ടുകം പിടിച്ചുവാങ്ങി.

"എന്തരക്കെയായാലും നിന്റെ വയറ്റീക്കെടന്നവനല്ലേടീ. നീ ക്ഷമീ..."

വൃദ്ധ, സമവായത്തിനു ശ്രമിച്ചു.

"അമ്മ ഞാൻ പറയണതു കേക്കണം. കൊറേക്കാലം അലഞ്ഞു തിരിഞ്ഞിട്ടാണ് ഒരു കരപറ്റിയത്. വനജക്കുഞ്ഞമ്മയ്ക്കു കൊടുക്കാനുള്ള രണ്ടായിരം രൂപ ഞാൻ കൊണ്ടുവന്നിട്ടൊണ്ട്."

സുബ്രൻ അല്പം അഭിമാനത്തോടെയാണ് അതു പറഞ്ഞതെങ്കിലും വാസന്തിയുടെ കലി ഇരട്ടിക്കുകയാണ് ചെയ്തത്. 'ആർക്ക് വേണമെടാ നിന്റെ രണ്ടായിരം ഉലുവ?' എന്നു ചോദിച്ചുകൊണ്ട് കൈയിലിരുന്ന ചൂടുചട്ടുകം അവൾ സുബ്രന്റെ കൈത്തണ്ടയിലേക്കു വച്ചു! സുബ്രൻ നിലവിളിച്ചു പോയി.

നാടുവിട്ടുപോയി മടങ്ങിവന്ന മോനെ ചട്ടുകം പഴുപ്പിച്ച് വച്ച് ശിക്ഷിച്ചതോടെ ആ അമ്മമനസ്സിലെ ഭാരം ഒഴിഞ്ഞു. പൊള്ളലിന്റെ കുമിള

യിൽ സ്നേഹമസൃണമായി തേൻ പുരട്ടിക്കൊടുത്തുകൊണ്ട് മകന്റെ കോടമ്പാക്കം പുരാവൃത്തങ്ങൾ അമ്മ കേട്ടു.

പ്രൊഡക്ഷൻ ബോയിയിൽനിന്ന് ഒരു സംവിധാന സഹായിയായി മാറാൻ താൻ അനുഭവിച്ച കഷ്ടപ്പാടുകൾ സുബ്രൻ എണ്ണിയെണ്ണിപ്പറഞ്ഞു കേട്ടപ്പോൾ വാസന്തിക്ക് സങ്കടം ഇരട്ടിച്ചു. തോളിലിട്ടിരുന്ന തോർത്തിന്റെ തുമ്പുകൊണ്ട് അവൾ കണ്ണ് തുടച്ചു.

"ഇനി മക്കള് ഒരിടത്തും പോണ്ട. എന്തെരെങ്കിലും വേലചെയ്ത് ഇവിടെ കഴിഞ്ഞുകൂടിയാ മതി."

"ഇനി മദ്രാസില് പോയി താമസിക്കേണ്ട ആവശ്യമൊന്നുമില്ല. സിനിമേരെ മിക്ക കാര്യങ്ങളും ഇപ്പം നമ്മളെ നാട്ടിലും ആയി. അടുത്ത യാഴ്ച തിരുവല്ലത്തെ ചിത്രാഞ്ജലി സ്റ്റുഡിയോയില് വച്ച് പി ജി വിശ്വനാഥൻ സാറിന്റെ ഒരു പടം നടക്കണ്. അതുകൊണ്ടല്ലേ ഞാനിങ്ങോട്ടു വന്നത്."

ആവേശത്തോടെയും ആഹ്ലാദത്തോടെയും സുബ്രൻ പറഞ്ഞ വാക്കുകൾ കേട്ട് വാസന്തി നെറ്റി ചുളിച്ചുകൊണ്ട് ചോദിച്ചു:

"അപ്പം നീ സിനിമേരെ പെറകേപ്പോണത് ഇനീം മതിയാക്കീല്ലേ?"

ഇല്ലെന്ന മട്ടിൽ അവൻ തലയാട്ടി.

സിനിമ വിട്ടൊരു കളിയില്ലെന്ന് നിശ്ചയിച്ചുറപ്പിച്ചു തന്നെയാണ് സുബ്രന്റെ പോക്ക്. ഷൂട്ടിങ് സെറ്റുകളിൽ ഭക്ഷണം വിളമ്പിയും പാത്രം കഴുകിയും കോടമ്പാക്കത്ത് വർഷങ്ങൾ തള്ളിനീക്കുമ്പോഴും അവന്റെ മനസ്സിൽ കനലായി എരിഞ്ഞത് ഒരു സംവിധായകനാകുക എന്ന അഭിവാഞ്ഛ മാത്രമായിരുന്നു. ആ മോഹസാക്ഷാത്കാരത്തിലേക്ക് ആദ്യ ചുവട് വയ്ക്കാൻ അവസരം നൽകിയത് തമിഴ് സംവിധായകനായ കനകരാജാണ്. അവസരം തേടി കോടമ്പാക്കത്ത് അലഞ്ഞുതിരിഞ്ഞു നടന്ന നാളുകളിൽ സുബ്രനുമായി അയാൾ സൗഹൃദത്തിലായിരുന്നു. ആദ്യമായൊരു സിനിമ സംവിധാനം ചെയ്യാൻ അവസരം കിട്ടിയപ്പോൾ കനകരാജ് ചങ്ങാതിയെ മറന്നില്ല. അങ്ങനെ *നീ താനേ എൻ വസന്തം* എന്ന ചിത്രത്തിൽ സുബ്രൻ ആദ്യമായി സംവിധാനസഹായിയായി. പിന്നീട് തമിഴിലെയും മലയാളത്തിലെയും പല സംവിധായകരുടെയുമൊപ്പം കുറേ സിനിമകളിൽ സംവിധാന സഹായിയായി. ഇപ്പോൾ പി ജി വിശ്വനാഥന്റെ പുതിയ ചിത്രത്തിലൂടെ സഹസംവിധായകനായി സ്ഥാനക്കയറ്റം കിട്ടിയിരിക്കുകയാണ്. ആ ചിത്രത്തിന്റെ ഷൂട്ടിംഗാണ് അടുത്ത യാഴ്ച മുതൽ ചിത്രാഞ്ജലിയിൽ തുടങ്ങുന്നത്.

ഉച്ചയോടെ സുബ്രൻ, ശ്രീദേവന്റെ വീട്ടിലേക്കുനടന്നു. ശ്രീദേവൻ നാടകനടനായി മാറിയ കാര്യം ആലിൻപുറം കവലയിലെ ദേവി ഹോ

ട്ടലിൽ ഒട്ടിച്ചിരുന്ന യവനിക തീയേറ്റേഴ്സിന്റെ *സാഗരതീരം* പോസ്റ്ററിൽ നിന്ന് അവൻ മനസ്സിലാക്കിയിരുന്നു.

മാമ്പഴക്കുന്നും കടന്ന് സുബ്രൻ പുന്നച്ചിറക്കുളത്തിനടുത്തെത്തിയപ്പോൾ വനജ പതിവു തുണിയലക്കിലായിരുന്നു. അവനെ തിരിച്ചറിഞ്ഞ് അവളുടെ മുഖത്ത് അല്പനേരത്തേക്ക് വിരിഞ്ഞ അതിശയഭാവം പെട്ടെന്നുതന്നെ പുച്ഛഭാവത്തിലേക്കു വഴിമാറി. അവനെ രൂക്ഷമായി നോക്കി കാർക്കിച്ചു തുപ്പിയശേഷം അവൾ മുഖം വെട്ടിത്തിരിച്ചു. അമ്മ പറഞ്ഞ കാര്യങ്ങൾ സുബ്രന് അപ്പോൾ ഓർമ്മവന്നു. കടം വാങ്ങിയ പണം തിരികെ കൊടുക്കാത്തതുകൊണ്ടുള്ള വനജയുടെ ചീത്തവിളി കുറേക്കാലം കേട്ടു കേട്ടു മടുത്തപ്പോൾ, ബ്ലോക്കിൽനിന്നും ഐ ആർ ഡി പി ലോണിൽ കിട്ടിയ ഒരു പശുവിനെ വിറ്റ് വാസന്തി അവളുടെ കടം വീട്ടുകയായിരുന്നു. ഇതിനിടയിൽ വനജയും ഭർത്താവ് സോഡ രാജനും തമ്മിലുള്ള പ്രശ്നങ്ങളും മൂർദ്ധന്യത്തിലെത്തിയിരുന്നു. വർഷങ്ങളായുള്ള വനജയുടെ ശകാരവും ചീത്ത വിളിയും ഇടയ്ക്കിടെയുള്ള കൈ പ്രയോഗങ്ങളും കൊണ്ടു പൊറുതിമുട്ടിയ രാജൻ ഒരുദിവസം നാട്ടിൽനിന്ന് അപ്രത്യക്ഷനായി. അയാളെ അന്വേഷിച്ചു പോകാനൊന്നും വനജ മെനക്കെട്ടില്ല. നെയ്യാറ്റിൻകരയിലെവിടെയോനിന്ന് വേറൊരു പെണ്ണുകെട്ടി ഇപ്പോൾ അയാൾ സുഖമായി കഴിയുന്നുവെന്നാണ് നാട്ടുകാർ അടക്കം പറയുന്നത്. എന്നാൽ, അതൊന്നും വനജയെ കുലുക്കിയില്ല. അവളും മൂത്ത മോനും കൂടിയാണ് ഇപ്പോൾ സോഡാ കച്ചവടം നടത്തുന്നത്.

സുബ്രൻ, ശ്രീദേവന്റെ വീട്ടിലെത്തിയപ്പോൾ അയാൾ നല്ല ഉറക്കത്തിലായിരുന്നു. കോട്ടയത്തെ പ്രോഗ്രാം കഴിഞ്ഞ് ഇന്ന് വെളുപ്പാൻ കാലത്താണ് അയാളും മിനിയും വീടണഞ്ഞത്. മകനെയും മരുമകളെയും സുഷമ വിളിച്ചുണർത്തി.

"കോടമ്പാക്കത്തുനിന്നും നീ മടങ്ങി വരുമെന്ന് ഞാൻ കരുതിയതേയില്ല."

ഉറക്കക്കനമുള്ള കണ്ണുകൾ തിരുമ്മിക്കൊണ്ട് ശ്രീദേവൻ പറഞ്ഞു.

"നീയൊരു നാടകനടനാവുമെന്ന് ഞാനും കരുതിയില്ല. എല്ലാം മടുത്തല്ലേ അന്ന് നീ കോടമ്പാക്കത്തുനിന്ന് മടങ്ങിയത്."

സുബ്രൻ ചിരിച്ചുകൊണ്ടു പറഞ്ഞു.

അവർ വിശേഷങ്ങൾ പരസ്പരം പങ്കുവച്ചു.

"നിനക്കു പറ്റിയ എന്തെങ്കിലും വേഷമുണ്ടെങ്കിൽ ഞാനറിയിക്കാം."

സുബ്രൻ പറഞ്ഞു.

"സിനിമാ അഭിനയത്തിനോടൊന്നും പണ്ടത്തെപ്പോലെ വലിയ താല്പര്യമില്ല സുബ്രാ. നാടകാഭിനയംകൊണ്ട് എങ്ങനെയെങ്കിലും ജീവിച്ചു പോകണമെന്നേയുള്ളൂ."

"പണ്ടത്തെപ്പോലെയല്ല ശ്രീദേവാ. ഇൻഡസ്ട്രിയിൽ അത്യാവശ്യം ബന്ധങ്ങളൊക്കെ ഇപ്പോ എനിക്കുണ്ട്. നെനക്കൊരു റോള് ഞാൻ വിചാരിച്ചാലും നടക്കും. ഏതായാലും നിന്റെ ഫോൺ നമ്പറ് താ."

സുബ്രൻ, പോക്കറ്റിൽനിന്ന് കൊച്ചു ഡയറിയെടുത്ത് നമ്പർ കുറിച്ചു.

വൈകിട്ട്, സുബ്രൻ വീട്ടിൽ മടങ്ങിയെത്തിയപ്പോൾ കണ്ടത് തന്നെ കാത്ത് മുറ്റത്തുനിൽക്കുന്ന കുമാരദാസിനെയാണ്. കറുപ്പിച്ച തലമുടിയും മീശയുമായിരുന്നെങ്കിലും പ്രായത്തിന്റെ ചുളിവുകളും അവശതയും അയാളുടെ മുഖത്തും ശരീരത്തിലുമൊക്കെ പ്രകടമായിരുന്നു.

"പിള്ള വലിയ സംവിധായകനൊക്കെയായി തിരിച്ചു വന്നതറിഞ്ഞു വന്നതാണ്. എന്തരെങ്കിലും ഡയലോഗൊള്ള റോള് മാമന് ഒപ്പിച്ചു തരണം."

അടങ്ങാത്ത അഭിനയമോഹത്തോടെ മുന്നിൽനിൽക്കുന്ന ആ വൃദ്ധനെ സുബ്രൻ സഹതാപത്തോടെ നോക്കി.

"കൊറേ പടങ്ങളിലൊക്കെ ചെറിയ ചെറിയ വേഷങ്ങള് ചെയ്തെങ്കിലും ഒന്നിലും ഡയലോഗ് കിട്ടീല. ഡയലോഗൊള്ളതു കാണിച്ചുകൊടുത്തിറ്റ് വേണം എനിക്കവളെ തിരികെ വിളിച്ചോണ്ടുവരാൻ."

ഇടറിയ ശബ്ദത്തിൽ കുമാരദാസ് പറഞ്ഞു.

*കുമാരസംഭവ*ത്തിൽ കുമാരനെ കണ്ടില്ലെന്നു പറഞ്ഞ് അയാളെ ഉപേക്ഷിച്ചു പോയ ഭാര്യ ഷീലാമണി ഇനിയും മടങ്ങിവന്നിട്ടില്ല. കുടുംബക്കാരൊക്കെ പലവിധത്തിൽ ഇടപെട്ടെങ്കിലും ഡയലോഗുള്ള വേഷത്തിൽ കുമാരനെ സ്ക്രീനിൽ കണ്ടാലേ തിരികെ വരൂ എന്ന ഷീലാമണിയുടെ പിടിവാശിക്കു മുന്നിൽ എല്ലാം പരാജയപ്പെട്ടു. ഡയലോഗുള്ള ഒരു വേഷത്തിനായി കുമാരൻ കാണാത്ത സംവിധായകരില്ല. അലച്ചിലിന്റെ മുപ്പതോളം വർഷങ്ങളാണ് ഇതിനിടയിൽ കടന്നുപോയത്. പക്ഷേ, ആൾക്കൂട്ടങ്ങൾക്കിടയിൽ തല കാണിക്കാൻ മാത്രമേ ഇതുവരെ യോഗമുണ്ടായിട്ടുള്ളൂ.

"ഞാൻ സംവിധായകനായിട്ടില്ല മാമാ. സഹസംവിധായകനാണ്. എന്നാലും ഞാൻ നോക്കാം"

അയാളെ ആശ്വസിപ്പിക്കാനെന്ന മട്ടിൽ സുബ്രൻ പറഞ്ഞു. വൃദ്ധന്റെ കണ്ണുകൾ പ്രതീക്ഷയോടെ തിളങ്ങി. വിറയ്ക്കുന്ന കൈകൾകൊണ്ട് തന്നെ തൊഴുതിട്ട് വേച്ചുവേച്ചു നടന്നുപോകുന്ന അയാളെ നോക്കി അവൻ നെടുവീർപ്പതിർത്തു.

പി ജി വിശ്വനാഥന്റെ ചിത്രത്തിന്റെ ഷൂട്ടിങ് ചിത്രാഞ്ജലിയിൽ തുടങ്ങി. ചുരുങ്ങിയ ബഡ്ജറ്റിലുള്ള ഒരു കോമഡി ചിത്രമായിരുന്നതിനാൽ ഇരുപത് ദിവസംകൊണ്ട് ചിത്രീകരണം പൂർത്തിയായി. പോസ്റ്റ് പ്രൊഡക്ഷൻ ജോലികൾ നടന്നത് കൊച്ചിയിലെ മാക്സ് സ്റ്റുഡിയോയി

ലായിരുന്നു. ഇതിനിടയിൽ അടുത്തൊരു ചിത്രത്തിലേക്ക് സുബ്രന് വിളി വന്നു. അതിന്റെ ജോലികളെല്ലാം നടന്നത് എറണാകുളത്തു തന്നെയായിരുന്നു. പിന്നെ തിരിഞ്ഞുനോക്കേണ്ടി വന്നില്ല. മിമിക്രിപ്പടങ്ങളെന്നു വിളിക്കപ്പെട്ടിരുന്ന കോമഡിച്ചിത്രങ്ങളുടെ ചാകരക്കാലമായതിനാൽ ഒന്നിനു പിറകേ മറ്റൊന്ന് എന്ന കണക്കിൽ ഒരുപാട് സിനിമകളിൽ അവസരങ്ങൾ കിട്ടി. വലിയ പ്രതിഫലമൊന്നും കിട്ടിയിരുന്നില്ലെങ്കിലും അവസരങ്ങൾക്കുവേണ്ടി കാത്തുനിൽക്കേണ്ടി വന്നില്ല. അങ്ങനെ എറണാകുളത്തെ ഒരു ലോഡ്ജിൽ അവൻ സ്ഥിരതാമസമായി.

കൊച്ചിൻ ഡെന്നീസിന്റെ തിരക്കഥയിൽ നാസർ സംവിധാനം ചെയ്യുന്ന *നിൽക്കു, മാഡം അകത്തുണ്ട്* എന്ന ചിത്രത്തിന്റെ ചർച്ച എറണാകുളം സൗത്തിലെ അപ്സര ഹോട്ടലിൽ രാവിലെ നടക്കുകയാണ്. നടീനടന്മാരുടെ നിർണയമാണ് മുഖ്യവിഷയം. മുകേഷും ജഗദീഷും സിദ്ദിഖും സുനിതയുമൊക്കെയാണ് പ്രധാനവേഷങ്ങളിലെന്ന് നേരത്തേ നിശ്ചയിക്കപ്പെട്ടിരുന്നതിനാൽ സഹനടീനടന്മാരെ തെരഞ്ഞെടുക്കാനായിരുന്നു ചർച്ച. ഒരു മണിക്കൂറിനുള്ളിൽത്തന്നെ അത് പൂർത്തിയായി. നിശ്ചയിക്കപ്പെട്ട താരങ്ങളെ വിളിച്ച് ഡേറ്റ് ഉറപ്പിക്കാൻ പ്രൊഡക്ഷൻ കൺട്രോളർ രവി വെഞ്ഞാറമൂടിനെ ഏർപ്പാടാക്കിയ ശേഷം നാസറും സുബ്രനും ക്യാമറാമാൻ സാനു ജോർജും കൂടി ലൊക്കേഷനുകൾ കാണാനിറങ്ങി. എറണാകുളം നഗരവും ചുറ്റുവട്ടത്തുള്ള പ്രദേശങ്ങളുമായിരുന്നു പ്രധാന ലൊക്കേഷനുകൾ. വൈകിട്ടോടെ അവർ ഹോട്ടലിൽ തിരിച്ചെത്തിയപ്പോൾ രവി വെഞ്ഞാറമൂട്, സുബ്രനെ കാണാനെത്തി.

"ആർട്ടിസ്റ്റുകളെയൊക്കെ വിളിച്ച് ഡേറ്റ് ബ്ലോക്ക് ചെയ്തിട്ടുണ്ട്. പ്രകാശേട്ടന് ആ സമയത്ത് വേറൊരു പടമുണ്ടെങ്കിലും പുള്ളി അഡ്ജസ്റ്റ് ചെയ്യാമെന്നാണ് പറഞ്ഞത്."

"അത് ഉറപ്പാക്കിക്കൊള്ളണം. അയാളുടേത് ഒരു പ്രധാനവേഷമാണ്."

രവി തലകുലുക്കി.

ഒരാഴ്ച കഴിഞ്ഞപ്പോൾ ഷൂട്ടിങ് തുടങ്ങി. ഇരുപത് ദിവസത്തെ ഷെഡ്യൂൾ മാത്രമായതിനാൽ ദിവസവും അതിരാവിലെ മുതൽ പാതിരാത്രിയോളം വരെ നീളുന്നതായിരുന്നു ഷൂട്ടിങ്. എട്ടാംദിവസം രാവിലെ ടീ ബ്രേക്കായപ്പോൾ രവി വെഞ്ഞാറമൂട് ഓടിപ്പിടച്ച് സുബ്രനടുത്തെത്തി.

"പ്രകാശേട്ടൻ നാളെ എത്തുന്ന കാര്യം ഡൗട്ടാണ്. വരാൻ പറ്റില്ല എന്നു പുള്ളി തീർത്തു പറഞ്ഞില്ലെങ്കിലും ആ സംസാരത്തിൽനിന്ന് വരുന്ന ലക്ഷണം കാണുന്നില്ല."

"അയാള് വന്നാലും വന്നില്ലെങ്കിലും നാളെ ആ സീൻ എടുത്തേ പറ്റൂ. അല്ലെങ്കിൽ ഷെഡ്യൂൾ ആകെ കുഴയും."

സുബ്രൻ ഉറപ്പിച്ചു പറഞ്ഞു.

"വേറെ ആരെയെങ്കിലും...?"

"ഒരു കാര്യം ചെയ്യ്. സായികുമാറിനെയോ റിസബാവയേയോ കിട്ടുമോ എന്ന് നോക്ക്. ആരായാലും ഇന്നുതന്നെ ഉറപ്പിക്കണം."

രവി തിടുക്കത്തിൽ പുറത്തേക്കു പോയി. കുറേക്കഴിഞ്ഞ് നിരാശാഭാവത്തിൽ സെറ്റിലേക്ക് മടങ്ങിവന്ന് അയാൾ സുബ്രനെ കണ്ടു.

"രണ്ടു പേരെയും വിളിച്ചു. രക്ഷയില്ല. അവര് വേറെ വർക്കിലാണ്."

ഇനി എന്തുചെയ്യും? നാസറിനോടു കാര്യം പറഞ്ഞു. അയാൾ രണ്ടു മൂന്നു നടന്മാരുടെ പേരുകൾ നിർദ്ദേശിച്ചു. രവി അവരെയൊക്കെ വിളിച്ചെങ്കിലും ആർക്കും ഡേറ്റില്ല.

"എന്നാൽ പിന്നെ വല്ല സീരിയലുകാരെയോ നാടകക്കാരെയോ നോക്ക്. ആരായാലും വേണ്ടില്ല നാളെ ഷൂട്ട് നടക്കണം."

നാസർ തറപ്പിച്ചുപറഞ്ഞു. പെട്ടെന്ന് സുബ്രന്റെ ഉള്ളിൽ ശ്രീദേവന്റെ മുഖം തെളിഞ്ഞു. അവനെ സഹായിക്കാനുള്ള നല്ലൊരു അവസരമാണ് മുന്നിലുള്ളത്. പോക്കറ്റിൽക്കിടന്ന ചെറിയ ഡയറി അവൻ കൈയിലെടുത്തു.

കൊല്ലം ടൗൺഹാളിലെ പ്രോഗ്രാമിനു പോകാനായി ശ്രീദേവൻ ബാഗുമെടുത്ത് വീട്ടിൽനിന്ന് ഇറങ്ങാൻ തുടങ്ങുമ്പോഴാണ് ലാൻഡ് ഫോണിൽ സുബ്രന്റെ വിളി എത്തിയത്. പൂർണഗർഭിണിയായതുകൊണ്ട് മിനി ഇപ്പോൾ നാടകത്തിൽനിന്ന് മാറിനിൽക്കുകയാണ്.

ഫോണിലൂടെ സുബ്രൻ പറഞ്ഞകാര്യം കേട്ടപ്പോൾ ശ്രീദേവന് എന്തു പറയണമെന്നറിയാത്ത അവസ്ഥയായി. ഒരിക്കൽ എല്ലാം മടുത്ത് അവസാനിപ്പിച്ചിടത്തേക്കാണ് വീണ്ടും ക്ഷണിക്കുന്നത്. സ്വീകരിക്കണമോ വേണ്ടയോ?

"എടാ എന്താ നീയൊന്നും പറയാത്തത്? ഇതുപോലെയുള്ള ചാൻസ് ഇനി വന്നെന്നു വരില്ല. നീ നാളെ രാവിലെത്തന്നെ എറണാകുളത്തു വാ."

സുബ്രൻ തിടുക്കം കൂട്ടി.

"എനിക്ക് മറ്റന്നാള് രാത്രി കായംകുളത്ത് പ്രോഗ്രാമുള്ളതാണ്."

ശ്രീദേവൻ ഒഴിഞ്ഞുമാറാൻ നോക്കി.

"നിന്നെ മറ്റന്നാള് ഉച്ചയ്ക്കുതന്നെ വിട്ടേക്കാം. പോരേ?"

ശ്രീദേവന്റെ മനസ്സിന്റെ വെള്ളിത്തിരയിൽ വീണ്ടും പ്രകാശം തെളിഞ്ഞു. കാണികളുടെ ആരവമുയർന്നു. അവൻ സമ്മതം മൂളി. എത്തേണ്ട സ്ഥലവും ബന്ധപ്പെടേണ്ട ഫോൺ നമ്പരും കൈമാറിയശേഷം സുബ്രൻ ഫോൺവച്ചു. മിനിയോടു കാര്യം പറഞ്ഞപ്പോൾ അവൾക്ക് അതിശയവും സന്തോഷവും.

"തൽക്കാലം നീയിത് ആരോടും പറയണ്ട. സിനിമേടെ കാര്യമാണ്. ഒന്നും പറയാൻ പറ്റില്ല."

അവൾ തലയാട്ടി.

കൊല്ലത്തെ പ്രോഗ്രാം കഴിഞ്ഞ്, ശ്രീദേവൻ എറണാകുളത്തേക്കു തിരിച്ചു. വെളുപ്പിനു തന്നെ അപ്സര ഹോട്ടലിലെ സുബ്രന്റെ റൂമിലെത്തി. കുളി കഴിഞ്ഞ്, ആറര മണിയോടെ അവരിരുവരും തേവരയിലെ ഷൂട്ടിങ് ലൊക്കേഷനിലെത്തി സംവിധായകനെ കണ്ടു. ശ്രീദേവനെ ബോധിച്ച അയാൾ മേക്കപ്പും കോസ്റ്റ്യൂമുമിട്ട് റെഡിയാവാൻ നിർദ്ദേശിച്ചു.

നായികയായ സുനിതയുടെ സഹോദരന്റെ വേഷമായിരുന്നു ശ്രീദേവന്റേത്. മേക്കപ്പ് ചെയ്ത്, തിളക്കമുള്ള ചുവന്ന ഷർട്ടും നീല ജീൻസും വെള്ള ക്യാൻവാസ് ഷൂസുമൊക്കെ ധരിച്ച് ശ്രീദേവൻ സെറ്റിലെത്തി. ഒരു നായകനടന്റെ എല്ലാ ലക്ഷണവും അവനുള്ളതായി സുബ്രനു തോന്നി. കഥാസന്ദർഭം വിശദീകരിച്ചശേഷം ഡയലോഗുകൾ അവനു വായിക്കാൻ കൊടുത്തു.

വലിയൊരു വീടിന്റെ ഹാളിലാണ് രംഗം ചിത്രീകരിക്കേണ്ടത്. ക്യാമറാമാനും സഹായികളും ദ്രുതഗതിയിൽ ലൈറ്റപ്പ് ചെയ്തുകൊണ്ടിരിക്കുകയാണ്. അതു പൂർത്തിയാകാൻ കാത്തുനിൽക്കുകയാണ് സംവിധായകനും സംഘവും. പെട്ടെന്നാണ് രവി വെഞ്ഞാറമൂട് തിടുക്കപ്പെട്ട് വന്ന് സുബ്രന്റെ കാതിൽ എന്തോ മന്ത്രിച്ചത്. അവൻ ഞെട്ടിത്തിരിഞ്ഞ് ഹാളിന്റെ വാതിലിലേക്കു നോക്കി. അതാ നടന്നുവരുന്നു നടൻ പ്രകാശ്!

"വേറെ ആളിനെ ഫിക്സ് ചെയ്ത കാര്യം നീ അയാളെ വിളിച്ചു പറഞ്ഞില്ലേ?"

പല്ലിറുമ്മിക്കൊണ്ടാണ് സുബ്രൻ അതു ചോദിച്ചത്.

"ഞാൻ വിളിച്ചതാണ്. കിട്ടിയില്ല. വരാൻ പറ്റുന്ന കാര്യം ഡൗട്ടാണെന്നല്ലേ ഇങ്ങേര് ഇന്നലെയും പറഞ്ഞത്."

ദൈവമേ ഇനി എന്തുചെയ്യും? സുബ്രന് ഒരെത്തും പിടിയും കിട്ടിയില്ല. അവൻ ഹാളിന്റെ മൂലയിലേക്കു നോക്കി. ഡയലോഗുകൾ മനഃപാഠമാക്കുകയാണ് പാവം ശ്രീദേവൻ.

പ്രകാശിന്റെ അപ്രതീക്ഷിത രംഗപ്രവേശത്തിൽ നാസറും അന്ധാളിച്ചു പോയി. അയാൾ സുബ്രനെ രൂക്ഷമായി നോക്കി.

സംവിധായകനെ ഹസ്തദാനം ചെയ്തിട്ട് പ്രകാശ് തൊട്ടടുത്ത കസേരയിലിരുന്നു.

"തുളസിസാറിന്റെ സെറ്റിൽനിന്ന് വരാൻ പറ്റുമെന്ന് വിചാരിച്ചതല്ല. എന്തോ ഭാഗ്യംകൊണ്ട് ഇന്നലെ രാത്രിതന്നെ കഴിഞ്ഞു."

ഒന്നു ചിരിച്ചതല്ലാതെ നാസർ മറുപടിയൊന്നും പറഞ്ഞില്ല. അപ്പോഴേക്കും സുബ്രൻ, നാസറിനടുത്തേക്ക് നടന്നുതുടങ്ങിയിരുന്നു. നാസർ എണീറ്റു.

"എന്താടോ ഇതൊക്കെ? ഇയാള് വരില്ലെന്നല്ലേ പറഞ്ഞത്? ഇനി യിപ്പോ മറ്റയാളെ എന്തുപറഞ്ഞ് ഒഴിവാക്കും? പ്രകാശ് വന്ന സ്ഥിതി ക്ക് വേഷം ചെയ്യിച്ചേ പറ്റൂ. അല്ലെങ്കിൽ സംഘടനയിലൊക്കെ ഞാൻ സമാധാനം പറയേണ്ടിവരും. അതുമല്ല, പ്രകാശിനെപ്പോലൊരാൾ കൂടി യുള്ളതാ പടത്തിനും ഗുണം. താനെന്താന്നു വച്ചാ ചെയ്യ് മറ്റയാളെ ഒഴി വാക്കി വിട്."

പതിയെയാണ് പറഞ്ഞതെങ്കിലും നാസറിന്റേത് കർക്കശസ്വരമാ യിരുന്നു.

സുബ്രൻ ആകെ വിയർത്തു. നിർബന്ധിച്ച് ക്ഷണിച്ചു വരുത്തിയിട്ട് അപമാനിക്കുകയാണെന്നു തോന്നിയാൽ ശ്രീദേവന്റെ പ്രതികരണമെ ന്തായിരിക്കും?

"ലൈറ്റപ്പ് ഓക്കെയാണു സാർ"

ക്യാമറാമാൻ വിളിച്ചുപറഞ്ഞത് സുബ്രൻ കേട്ടു. ഇനി ചിന്തിച്ചു നിൽ ക്കാൻ ഒട്ടും സമയമില്ല. അവൻ ശ്രീദേവനടുത്തേക്കു ധൃതിയിൽ നടന്നു.

"സുബ്രാ, ഡയലോഗൊക്കെ ഞാൻ പഠിച്ചു കഴിഞ്ഞു."

ശ്രീദേവൻ നിറഞ്ഞ സന്തോഷത്തിലും ആത്മവിശ്വാസത്തിലുമാ ണ് അത് പറഞ്ഞത്. സുബ്രൻ സങ്കടം കൊണ്ട് വീർപ്പുമുട്ടി.

"നിന്റെ മുഖമെന്താ വല്ലാതിരിക്കുന്നത്?"

ശ്രീദേവൻ കസേരയിൽ നിന്നെണീറ്റ് കൂട്ടുകാരന്റെ തോളിൽ കൈ വച്ചുകൊണ്ടു ചോദിച്ചു.

സുബ്രന്റെ മുഖം കൂടുതൽ വലിഞ്ഞുമുറുകി.

"ഒരു പ്രശ്നമുണ്ട്. നീ ക്ഷമിക്കണം.."

തപ്പിത്തടഞ്ഞും ഗദ്ഗദകണ്ഠനുമായാണ് വല്ലവിധേനെയും സുബ്രൻ കാര്യങ്ങൾ പറഞ്ഞൊപ്പിച്ചത്.

മനസ്സിലെ വെള്ളിവെളിച്ചം ഒരുനിമിഷംകൊണ്ട് കെട്ടുപോകുന്ന തായും മുന്നിൽ കൂരിരുട്ട് പടരുന്നതായും ശ്രീദേവനു തോന്നി.

"ഒന്നും മനഃപൂർവ്വമല്ല. സംഭവിച്ചു പോയെടാ. നീ വിഷമിക്കണ്ട. അടുത്ത വർക്കിൽ ഉറപ്പായും."

സുബ്രൻ ആശ്വാസവാക്കുകൾ പറഞ്ഞു കൊണ്ടേയിരുന്നു. പക്ഷേ, ശ്രീദേവൻ ഒന്നും കേൾക്കുന്നുണ്ടായിരുന്നില്ല. ഉള്ളിലിരമ്പുന്ന സങ്ക ടക്കടൽ തന്റെ കണ്ണുകളിലേക്ക് തിരയടിക്കുകയാണെന്ന് അവനറി ഞ്ഞു. അതിനെ അടക്കാൻ പാടുപെട്ടുകൊണ്ട് അവൻ കൈയിലിരുന്ന കടലാസ് സുബ്രനു നീട്ടി.

"സാരമില്ലെടാ. സിനിമയല്ലേ. ഇതൊക്കെ സാധാരണം. നീ വിഷ മിക്കണ്ട..."

എങ്ങനെയൊക്കെയോ ശ്രീദേവൻ അത്രയും പറഞ്ഞു. സുബ്രൻ അവനെ ചേർത്തുപിടിച്ചു.

ഡ്രസ്, കോസ്റ്റ്യൂമറെ തിരികെ ഏല്പിച്ച്, മുഖത്തെ ചായം കഴുകിക്കളഞ്ഞ് തന്റെ ബാഗുമായി ശ്രീദേവൻ മുറിക്ക് പുറത്തിറങ്ങിയപ്പോൾ പ്രകാശ്, അവനെ മറികടന്ന് മുറിക്കകത്തേക്കു കയറിപ്പോയി. ഷൂട്ടിംഗിനുള്ള ഒരുക്കങ്ങൾ ദ്രുതഗതിയിൽ നടക്കുകയാണ്. എല്ലാവരും തിരക്കിട്ട് ഓരോരോ കാര്യങ്ങൾ ചെയ്യുന്നു. ലൈറ്റുകളുടെ കണ്ണഞ്ചിക്കുന്ന വെളിച്ചത്തിലൂടെ, ആരോടും യാത്രപറയാതെ ശ്രീദേവൻ പതിയെ പുറത്തേക്കിറങ്ങി. സുനിതയ്ക്ക് സീൻ വിശദീകരിച്ചുകൊടുത്തുകൊണ്ടിരുന്ന സുബ്രൻ അതുകണ്ടു. ഏകാകിയായി നടന്നുപോകുന്ന പ്രിയപ്പെട്ട കൂട്ടുകാരനെ നോക്കി സഹതാപത്തോടെ ഒന്നു നെടുവീർപ്പിടാൻ മാത്രമേ അപ്പോൾ അവനു കഴിയുമായിരുന്നുള്ളൂ.

ഷൂട്ടിങ് കാണാൻ വീടിനു പുറത്ത് കൂട്ടംകൂടി നിന്നവർക്കിടയിലൂടെ തലകുനിച്ച് നടന്ന് ശ്രീദേവൻ ഗേറ്റിനു പുറത്തെത്തിയപ്പോൾ, വീടിനകത്തുനിന്ന് സംവിധായകൻ നാസറിന്റെ ഉച്ചത്തിലുള്ള ശബ്ദം കേൾക്കാമായിരുന്നു:

"ലൈറ്റ്സ്... ക്യാമറ... ആക്ഷൻ.."

കുറ്റവും ശിക്ഷയും

പണി അറിയാവുന്ന ആശാരിച്ചെറുക്കൻ എന്നു മകനെക്കുറിച്ച് നാലാൾ പറഞ്ഞു തുടങ്ങിയപ്പോഴാണ് രാമലിംഗം ആശാരിയും കനകം കമ്മാട്ടിയും നീറ് സന്തോഷിനെ പെണ്ണുകെട്ടിക്കാൻ തീരുമാനിച്ചത്. ആലോചനകൾ പലതും വന്നു. കുറേ പെമ്പിള്ളേരെയും കണ്ടു. പക്ഷേ, നീറിന് ആരെയും ബോധിച്ചില്ല. സിൽക്ക് സ്മിതയുടെ കണ്ണുകളും ഉണ്ണി മേരിയുടെ മൂക്കും അഭിലാഷയുടെ ചുണ്ടുകളും ജയഭാരതിയുടെ ഉടൽവടിവുകളുമുള്ള ഒരുവളെ കണ്ടെത്താനാവാതെ അവൻ പെണ്ണുകാണലപ്പര്യടനം തുടർന്നു.

"ഇങ്ങനെ പോയാ എവൻ ഈ ജമ്മത്തില് പെണ്ണ് കെട്ടുമെന്ന് തോന്നണില്ല."

മകന്റെ പെണ്ണുകാണൽ ചടങ്ങുകളുടെ എണ്ണം അമ്പതും പിന്നിട്ടപ്പോൾ രാമലിംഗം ആശാരി തളർന്ന സ്വരത്തിൽ ഭാര്യയോടു പറഞ്ഞു. പക്ഷേ, നീറ് കുലുങ്ങിയില്ല. അവൻ പിന്നെയും പത്തെണ്ണത്തിനെക്കൂടി കണ്ടു. അതിൽ പത്താമത്തവളായിരുന്നു മൂന്നാനക്കുഴി ചാമവിളവീട്ടിൽ അറുമുഖൻ ആശാരിയുടെ മൂന്നാമത്തെ മകൾ മഞ്ജു. അവളെ കണ്ടതും നീറിന്റെ ഉള്ളിൽ പെട്ടെന്ന് തെളിഞ്ഞത് *രാജശില്പി*യിലെ ഗാനരംഗമാണ്. മഞ്ജു, പ്ലേറ്റിൽ കൊണ്ടുവച്ച ജിലേബി കടിച്ച് അവൻ അറിയാതെ മനസ്സിൽ മൂളിപ്പോയി:

"പൊയ്കയിൽ കുളിപ്പൊയ്കയിൽ
പൊൻവെയിൽ നീരാട്ടും നേരം....."

ഒറ്റ നോട്ടത്തിൽ ഭാനുപ്രിയയെ ഓർമ്മിപ്പിക്കുന്ന മഞ്ജുവിനെ കണ്ണ

കൾകൊണ്ട് അംഗോപാംഗം അളന്ന നീറ്, തന്റെ ഭാര്യാസങ്കല്പത്തിന് ചില ഇളവുകൾ കൊടുത്തുകൊണ്ട് അവളെ ജീവിതസഖിയാക്കാൻ തീരുമാനിച്ചു. അങ്ങനെ മഞ്ഞച്ചരടിൽ കോർത്ത താലിയുമണിഞ്ഞ് ഒരു തുലാംമാസത്തിൽ മഞ്ജു, നീറിന്റെ വീട്ടിൽ വലതുകാൽ വച്ചു.

ആദ്യരാത്രിയായി. ചീലാന്തിത്തടിയിൽ താൻ ഒറ്റയ്ക്ക പണിതെടുത്ത പുത്തൻ കട്ടിലിലെ പതുപതുപ്പുള്ള മെത്തയിൽ ഉദ്വേഗഭാവത്തോടെ ഇരിക്കുകയാണ് നീറ്. കല്യാണത്തിനു മുന്നോടിയായി, ചുമരിൽ നിറഞ്ഞിരുന്ന 'രതിദേവത'കളെയെല്ലാം കുടിയിറക്കിവിട്ട് ഇളം പിങ്ക് നിറത്തിലുള്ള പെയിന്റടിച്ച് കിടപ്പുമുറി മനോഹരമാക്കാൻ അവൻ ശ്രദ്ധിച്ചിരുന്നു. ഒരാഴ്ച മുമ്പ് പേര്യൂർക്കട ജനതയിൽ നിന്നുകണ്ട *കിന്നാരത്തുമ്പികൾ* ആയിരുന്നു മനസ്സുനിറയെ.

ഒരു ഗ്ലാസ് പാലുമായി മഞ്ജു കിടപ്പുമുറിയിലേക്കു വന്നു. നീറിന്റെ ഉടലാകെ ഒരു കിരുകിരുപ്പ് പടർന്നു.

അവൾ നീട്ടിയ പാൽഗ്ലാസ് ഒരു വിളറിയ ചിരിയോടെ വാങ്ങി

ഒരിറുക്ക് കുടിച്ചിട്ട് അവൻ അത് ടീപ്പോയിൽ വച്ചു. അവൾ മെത്തയിലിരുന്നു. അവൻ അവൾക്കരികിലേക്ക് മെല്ലെ നീങ്ങിയിരുന്നു. ഇത്രയും തൊട്ടുരുമ്മി ഒരു പെണ്ണിനടുത്ത് ഇരിക്കുന്നത് ആദ്യമായാണ്." ഭാനുപ്രിയേപ്പോലെ. ഇരിക്കണ്."

നീറ് വിക്കിവിക്കി പറഞ്ഞു. അവളുടെ മുഖം ലജ്ജാവിവശമായി.

"തോനെപ്പേര് അങ്ങനെ പറഞ്ഞിറ്റൊണ്ട്."

അവൾ ചിരിച്ചപ്പോൾ നുണക്കുഴി തെളിഞ്ഞു. കണ്ണുകൾ തിളങ്ങി. മുല്ലപ്പൂവിന്റെ മാദകമണം മുറിയിൽ നിറഞ്ഞു.

"നിന്നെ ആദ്യം കണ്ടപ്പം *രാജശില്പീല്* മോഹൻലാലിന്റൂടെയൊള്ള പാട്ടാണ് ഓർമ്മ വന്നത്."

ദൂരദർശനിലെ 'ചിത്രഗീത'ത്തിൽ ആ പാട്ട് കണ്ടിട്ടുള്ള മഞ്ജുവിന്റെ മുഖത്ത് കൃത്രിമമായൊരു പരിഭവം നിറഞ്ഞു.

"അയ്യേ അതൊരു അശ്ശ പാട്ടല്ലേ?"

"എനിക്ക് അങ്ങനത്തെ പാട്ടുകളാണ് ഇഷ്ടം."

"ഛെ...."

അവൾ മുഖം ചുളിച്ചു.

അറിയാതെയാണെങ്കിലും തന്റെ മനസ്സിലിരിപ്പ് വെളിപ്പെട്ടത് അബദ്ധമായിപ്പോയോ എന്ന് നീറ് ഒരുനിമിഷം ചിന്തിച്ചു. ഇനി കൂടുതൽ സംസാരിച്ച് ആദ്യരാത്രി കുളമാക്കണ്ട. കാര്യങ്ങളിലേക്കു കടക്കാം. എണീറ്റുപോയി മുറിയുടെ വാതിൽ കുറ്റിയിട്ടിട്ട് അവൻ വീണ്ടും അവളുടെ അരികിലിരുന്നു. കാര്യങ്ങൾ എവിടെ നിന്ന് എങ്ങനെ തുടങ്ങണമെന്നതിൽ അവന് ആശയക്കുഴപ്പമുണ്ട്. ഒളിനോട്ടങ്ങളിൽ കണ്ടതും വെ

ള്ളിത്തിരയിൽ കണ്ടതും കാസറ്റിട്ട് ടി വിയിൽ കണ്ടതുമായ ഒരുപാട് വ്യത്യസ്ത കിടപ്പറരംഗങ്ങൾ തലച്ചോറിൽ കുഴഞ്ഞുമറിഞ്ഞു. ഇവയിൽ ഏതു രീതിയാണ് സ്വീകരിക്കേണ്ടതെന്നറിയാതെ കുറച്ചുനേരം ശങ്കിച്ച പോയ അവൻ ഒടുവിൽ, രണ്ടും കല്പിച്ച് അവളുടെ തോളിലൂടെ കൈയിട്ട് ചേർത്തുപിടിച്ച് കവിളിൽ ഉമ്മ വച്ചു. ആ ആദ്യചുംബനത്തിൽ അവ ളൊന്നു പുളഞ്ഞു. നീറ് പിന്നെ തിരിഞ്ഞും പിരിഞ്ഞും നോക്കിയില്ല. തോന്നിയിടത്തൊക്കെ തെരുതെരെ ഉമ്മ വച്ചു. ഇരുവരും മെത്തയിലേ ക്കു വീണ് ഉരുണ്ടുപിരണ്ടു. സാരി അഴിഞ്ഞു. ജമ്പറിന്റെയും ബ്രേസിയ റിന്റെയും ഹുക്കുകൾ വിടർന്നു. അടിപ്പാവാടയുടെ ചരടഴിഞ്ഞു. ഇന്നലെ വരെ അന്യരുടെ ക്രീഡകൾ ഗൂഢമായി കണ്ടാസ്വദിച്ചിരുന്ന വെറുമൊരു കാണിയിൽനിന്ന് കളിക്കാരനിലേക്ക് സ്ഥാനക്കയറ്റം കിട്ടിയതിന്റെ ആവേശത്തിലായിരുന്നു നീറ്. ഉടുതുണിയില്ലാത്ത അവളുടെ ഉടലിനെ അവൻ അടിമുടി നോക്കി. ആ ദർശനസുഖത്തിൽ ലയിച്ചങ്ങനെ നിൽ ക്കവേ, പെട്ടെന്നാണ് തലച്ചോറിലൂടെ ഭീതിദമായൊരു ചോദ്യം മിന്ന ല്പ്പിണറായത്. മുറിയുടെ ജനലടച്ചോ? അവൻ തല ഉയർത്തി എത്തി വലിഞ്ഞു നോക്കി. ജനലടച്ചിട്ടുണ്ട്. പക്ഷേ, കുറ്റിയിട്ടിട്ടില്ലേ? വിടവിലൂ ടെ ആരെങ്കിലും അകത്തേക്കു നോക്കുന്നുണ്ടോ? ആകെ അസ്വസ്ഥനായ നീറ്, മെത്തയിൽനിന്നും ഊഴ്ന്നിറങ്ങി, കൈലിയും വാരിച്ചുറ്റി ജനലിനടു ത്തേക്കു നടന്നു.

"എന്തരണ്ണാ?"

ഒന്നും മനസ്സിലാകാതെ മഞ്ജു ചാടിപ്പിടഞ്ഞെണീറ്റു.

ജനലിന്റെ കുറ്റിയിട്ടിട്ടുണ്ടെന്ന് ഉറപ്പു വരുത്തിയിട്ട് അവൻ കട്ടിലി ലേക്കു മടങ്ങിവരുമ്പോൾ ഉത്കണ്ഠാകുലയായി വായും തുറന്ന് മെത്ത യിൽ കാൽമുട്ടൂന്നി നിൽക്കുകയായിരുന്നു മഞ്ജു. അവളുടെ ആ നില്പിന്റെ മാദകഭംഗിയിൽ പരവശനായി അവൻ പറഞ്ഞു:

"ഒന്നുമില്ല. ജനല് കുറ്റിയിട്ടോന്ന് നോക്കിയതാ."

അവൻ അവൾക്കുനേരെ കൈകൾ നീട്ടി.

ആ കൈകൾ കോർത്തുപിടിച്ച് പുഞ്ചിരിയോടെ അവൾ നില ത്തേക്കിറങ്ങി. സീറോ വാട്ട് ബൾബിന്റെ അരണ്ട നീലവെളിച്ചത്തിൽ അവളുടെ നിമ്നോന്നതമേനിയിലൂടെ അവന്റെ കണ്ണുകൾ മേഞ്ഞുനടന്നു. ആ സുഖത്തിലങ്ങനെ ലയിച്ചു നിൽക്കേ, നീറിന്റെ തല മെല്ലെ മുക ളിലേക്കുയർന്നു. മേൽക്കൂരയിലെ കണ്ണാടിയോടിൽ ആ നോട്ടം തറച്ചു. ആരെങ്കിലും മേൽക്കൂരയിലേക്ക് വലിഞ്ഞുകയറി തന്റെ ആദ്യരാത്രി ഒളിഞ്ഞു നോക്കുന്നുണ്ടോ? സംശയം മുറുകിയപ്പോൾ, 'ഞാനിതാ വരണ്' എന്നു പറഞ്ഞുകൊണ്ട് കൈലിയും വാരിച്ചുറ്റി, മുറിയുടെ പിൻവശത്തെ വാതിൽ തുറന്ന് അവൻ പുറത്തേക്കിറങ്ങി. കഥയറിയാത്ത മഞ്ജു കുറ

ച്ചനേരം അന്തംവിട്ടങ്ങനെ നിന്നിട്ട്, 'ഇയാക്കെന്തരോ കൊഴപ്പമൊണ്ട്' എന്ന് പിറുപിറുത്തുകൊണ്ട് നിലത്തുകിടന്ന ഉടുവസ്ത്രങ്ങൾ നുള്ളിപ്പെറുക്കിയെടുത്തു.

മേൽക്കൂരയ്ക്കു മുകളിൽ ആരുമില്ലെന്ന് ഉറപ്പു വരുത്തിയശേഷം നീറ് തിരികെ മുറിക്കകത്ത് പ്രവേശിച്ചപ്പോൾ, ഉടുതുണിയുടുത്ത് ഉറങ്ങിക്കിടക്കുകയായിരുന്നു മഞ്ജു. അവൻ മെല്ലെ മെത്തയിലേക്കു വീണ് അവളോട് ഒട്ടിക്കിടന്നിട്ട് അവളെ തടവാൻ തുടങ്ങി. എന്നാൽ, പ്രതികരണം ഒട്ടും ആശാവഹമായിരുന്നില്ല.

"എനിക്ക് ഒറക്കം വരണ്."

അവന്റെ കൈ തട്ടിമാറ്റിയശേഷം അവൾ തിരിഞ്ഞുകിടന്നു. നീറിന് ഒന്നും മിണ്ടാനായില്ല. കുറച്ചുനേരം മേൽക്കൂരയിലേക്ക് നോക്കിക്കിടന്നിട്ട് അവനും തിരിഞ്ഞുകിടന്നു. അങ്ങനെ അവരുടെ ആദ്യരാത്രി കടന്നുപോയി. തുടർന്നുള്ള രാത്രികളും ഏറെക്കുറേ സമാനമായിരുന്നു. കാര്യങ്ങളിലേക്ക് കടക്കാൻ തുടങ്ങുമ്പോഴായിരിക്കും ജനലടച്ചോ, കതകടച്ചോ, പുറത്ത് ആൾപ്പെരുമാറ്റമുണ്ടോ തുടങ്ങിയ പലവിധ ആധികൾ നീറിനെ പിടികൂടുന്നത്.

"ജനലും വാതിലുമൊക്കെ കുറ്റിയിട്ടിട്ടൊണ്ട്. വീടിന്റെ മണ്ടേലും ആരുമില്ല. എല്ലായിടത്തും ഞാൻ നോക്കി. ഇന്നെങ്കിലും നിങ്ങക്ക് മനസ്സമാധാനമൊണ്ടാവോ?"

നിവൃത്തികെട്ട മഞ്ജു, ഒരുരാത്രി അല്പം പരുഷമായിത്തന്നെ ചോദിച്ചു. നീറ് ഒരു വളിച്ച ചിരി ചിരിച്ചു.

ആധിയൊഴിഞ്ഞ മനസ്സുമായാണ് അവൻ അന്ന് കാര്യങ്ങളിലേക്കു കടന്നത്. മഞ്ജുവിനെ വിവസ്ത്രയാക്കി, ആ ഉടൽച്ചന്തത്തെ പല കോണുകളിലൂടെ നിന്നും ഇരുന്നും കിടന്നും ആവോളം ആസ്വദിച്ചു. ഇന്നെന്തെങ്കിലും നടക്കുമെന്ന പ്രതീക്ഷയോടെ കിടക്കുകയാണ് മഞ്ജു. നേരം കുറേ കടന്നുപോയി. നോട്ടമല്ലാതെ സ്പർശമൊന്നും സംഭവിക്കുന്നില്ലല്ലോ എന്നോർത്തുകൊണ്ട് അവൾ അല്പമൊന്നു ചരിഞ്ഞ് നീറിനെ നോക്കി. അവൻ തിരിഞ്ഞിരുന്ന് വലതുകൈ അതിവേഗം അവന്റെ മധ്യഭാഗത്ത് ചലിപ്പിക്കുകയാണ്. ഇങ്ങേര് ഇതെന്താണു ചെയ്യുന്നത്? ഒന്നും പിടികിട്ടാതെ അവൾ സാകൂതം ആ കാഴ്ച നോക്കിക്കിടന്നു. കുറച്ചു സമയം കഴിഞ്ഞപ്പോൾ കൈയുടെ വേഗം കുറഞ്ഞു കുറഞ്ഞു വന്നു. അവൻ തളർച്ചയോടെ മെല്ലെ മെത്തയിലേക്കുവീണ് കണ്ണുകളടച്ചു. മുഖവും ദേഹവുമെല്ലാം വിയർത്തിരുന്നു. വലതുകൈയിൽ വഴുവഴുപ്പുള്ള നനവ്. എന്താണു സംഭവിച്ചതെന്ന് മഞ്ജുവിന് ഏതാണ്ടൊരു ഊഹം കിട്ടി. അവൾക്ക് കരയാൻ തോന്നി.

ദർശനസുഖത്തിലൂടെ സ്വയം ആനന്ദം കണ്ടെത്തുന്നവനാണ്

തന്റെ ഭർത്താവെന്ന് മഞ്ജു ഞെട്ടലോടെ തിരിച്ചറിഞ്ഞു. എന്തുചെയ്യണ മെന്നും ആരോടു പറയണമെന്നുമറിയാതെ അവൾ നിസ്സഹായയായി. ഓരോ രാത്രിയും ഒരു പ്രദർശനവസ്തുവായി മാറുമ്പോൾ അവൾ ഉള്ളിൽ കരഞ്ഞുകൊണ്ടേയിരുന്നു.

കിടപ്പറയിൽ ഒരു വിചിത്രസ്വഭാവക്കാരനായിരുന്നെങ്കിലും ഭാര്യ യോടു സ്നേഹമുള്ളവനായിരുന്നു നീറ്. എന്നും വൈകിട്ട് പണികഴിഞ്ഞു വരുമ്പോൾ അരിമുറുക്കും പരിപ്പുവടയും മിക്സ്ചറുമൊക്കെ വാങ്ങിക്കൊണ്ടു വരും. തുടർക്കഥകളുടെ ആരാധികയായിരുന്ന അവൾക്ക് വായിക്കാൻ എല്ലാ ആഴ്ചയും മംഗളവും മനോരമയും വാങ്ങിക്കൊടുക്കും. കൺമഷി, കു പ്പിവള, പൗഡർ, ചാന്ത്, സിന്ദൂരം, ക്യൂട്ടെക്സ് ഇവയ്ക്കൊന്നും ഒരു മുട്ടുമുണ്ടാ ക്കിയില്ല. സീരിയലുകൾ കാണാൻ കേബിൾ കണക്ഷനമെടുത്തു. ഒരു ഞായറാഴ്ച, രണ്ടുപേരും കൂടി തമ്പാനൂർ ശ്രീകുമാർ തീയേറ്ററിൽ പോയി *തെങ്കാശിപ്പട്ടണം* കണ്ട്, ആസാദിൽ കയറി ചിക്കൻ ബിരിയാണിയും കഴിച്ചു. അങ്ങനെ ആ 'മധുവിധു' നാളുകൾ മൂന്നുമാസം പിന്നിട്ടു.

"മാസം മൂന്നു കഴിഞ്ഞല്ല്. ഇതുവരെയും പെണ്ണിന് വിശേഷമൊന്നു മായില്ലല്ല്. ഇനി എവള് മരടിയാണാ?"

ഒരു ഉച്ചനേരത്ത് കനകം കമ്മാട്ടി, രാമലിംഗം ആശാരിയോടു അടക്കം പറയുന്നത് അടുക്കളയിൽ അരി അടുപ്പത്തിട്ടുകൊണ്ടിരുന്ന മഞ്ജു അപ്രതീക്ഷിതമായി കേട്ടു. അവളുടെ ഉള്ളംകാൽ മുതൽ ഉച്ചന്തല വരെ പെരുത്തുകയറി. പലതും വിളിച്ചുപറയാൻ നാക്ക് തരിച്ചു. പക്ഷേ, എല്ലാം അടക്കി.

അന്നുരാത്രി, നീറിന്റെ കൈകൾ പതിവുപോലെ മഞ്ജുവിന്റെ നൈറ്റി ലക്ഷ്യമാക്കി നീണ്ടു.

"തൊട്ടു പോവല്ല്."

ആ കൈകൾ തട്ടിമാറ്റിക്കൊണ്ട് അവൾ ചീറി. നീറ് വിരണ്ടു.

"നേരാംവണ്ണം വല്ലതും ചെയ്യാമെങ്കി മതി."

സുവ്യക്തമായ ആ ആവശ്യത്തിന് തൃപ്തികരമായൊരു മറുപടി ഇല്ലാത്തതുകൊണ്ട് നീറ് നിരാശയോടെ കട്ടിലിൽ വീണു. നാലുദിവസം ഇതാവർത്തിച്ചു. പക്ഷേ, അഞ്ചാം ദിവസം നീറ് അവന്റെ തനിസ്വരൂപം വെളിവാക്കി. തട്ടിമാറ്റിയ കൈയിൽ അവൻ മുറുകെ പിടിച്ചു. കണ്ണുകൾ ചുവന്നു. ദേഹം വിറച്ചു.

"നീയെന്റെ പെണ്ടാട്ടിയാണെങ്കി ഞാമ്പറയണത് നീ കേക്കും....."

പല്ല് ഞെരിച്ചുകൊണ്ട് നീറ് മുരണ്ടു.

"ഞാൻ പെണ്ടാട്ടിയാവണോങ്കി നിങ്ങളൊരു ആണായ്പ്പെറന്നവനാ യിരിക്കണം."

മഞ്ജുവും വിട്ടില്ല. പിടിയും വലിയുമായി ഇരുവരും കട്ടിലിലേക്കു

വീണു. നീറിന്റെ പേശീബലത്തിനു മുന്നിൽ പിടിച്ചുനിൽക്കാൻ കഴിയില്ലെന്നു മഞ്ജുവിനു മനസ്സിലായി. നീറിന്റെ ഉരുക്കുമുഷ്ടിയുടെ നേർക്ക് അവൾ വാ തുറന്നു. ഉളി പിടിച്ച ദൃഢമായ കൈത്തണ്ടയിൽ അവളുടെ ഉളിപ്പല്ലുകൾ താണു. അവൻ ഉറക്കെ നിലവിളിച്ചു. ആ ദീനരോദനം കേട്ട് രാമലിംഗം ആശാരിയും കനകം കമ്മാട്ടിയും കിടക്കപ്പായയിൽ നിന്ന് ചാടിയെണീറ്റ് ഓടിച്ചെന്ന് മകന്റെ കിടപ്പുമുറിയിൽ ആഞ്ഞുമുട്ടി.

"അയ്യോ! എന്തര് പറ്റി മക്കളേ... കതവ് തൊറ.. കതവ് തൊറ.."

അല്പസമയത്തിനകം കതക് തുറക്കപ്പെട്ടു. മുറിക്കുള്ളിലെ അരണ്ട വെളിച്ചത്തിൽ ഉഗ്രരൂപിണിയായ മഞ്ജു പ്രത്യക്ഷയായി. അവളുടെ ചുണ്ടുകളിൽ ചോരയുടെ ചുവപ്പ്! രക്തമിറ്റു വീഴുന്ന കൈത്തണ്ട അമർത്തിപ്പിടിച്ച് നിലത്തിരുന്നു തേങ്ങുകയാണ് നീറ്. നിലവിളിച്ചുകൊണ്ട് രാമലിംഗവും കനകവും മുറിക്കകത്തേക്ക് ഇരച്ചുകയറി.

"എന്തര് പറ്റി മക്കളേ.... നിന്റെ കൈയില് എവള് കടിച്ചാ?... എന്തരിന്?"

മറുപടി പറയാതെ നീറ് ഏങ്ങിയേങ്ങിക്കരഞ്ഞു.

"അവര് പെണ്ടാട്ടീം മാപ്പളേം ആവുമ്പം കശപിശേക്ക കാണും. നീ ചുമ്മായിരി." എന്നു പറഞ്ഞിട്ട് രാമലിംഗം, മകന്റെ കൈത്തണ്ട പിടിച്ചു പരിശോധിച്ചശേഷം, മുറിവിൽ വയ്ക്കാനുള്ള മുറിവൊട്ടിപ്പച്ചയില അന്വേഷിച്ച് മുറിയുടെ പിൻവാതിൽ തുറന്ന് പുറത്തേക്കിറങ്ങി. പെട്ടെന്നാണ് കനകത്തിന്റെ മാതൃഹൃദയം ഉണർന്നത്. കലിയോടെ അവർ മഞ്ജുവിനു നേർക്കു നടന്നു.

"നീ എന്തരിനെടീ എന്റെ ചെറ്ക്കനെ കടിച്ചത്? ഒന്നുമില്ലെങ്കിലും അവനൊരു ആണാപ്പെറന്നവനല്ലേ?"

"ഭ്രൂ.. ഒരു ആണാപ്പെറന്നവൻ വന്നിരിക്കണ്."

ആ ആട്ടിൽ ഒന്നു പകച്ചുപോയെങ്കിലും കനകം വിട്ടില്ല.

"എന്തരെടീ എന്റെ ചെറ്ക്കനൊരു കൊറവ്?"

"കൊറവെന്തരെന്നാ? കേക്കണോ നിങ്ങളെ മോന്റെ കൊണവതികാരം......"

കുറേക്കാലമായി ഉള്ളിൽ തിളച്ചുമറിയുന്ന വികാരവിക്ഷോഭങ്ങളെ പുറത്തേക്കൊഴുക്കാനുള്ള സമയമായെന്ന് അവൾക്കു തോന്നി. ആദ്യരാത്രി മുതൽ ഇങ്ങോട്ടുള്ള കിടപ്പറരഹസ്യങ്ങളെല്ലാം വള്ളിപുള്ളി വിടാതെ മഞ്ജു വിളിച്ചുപറഞ്ഞു. അന്തംവിട്ട് എല്ലാം കേട്ടുനിന്ന കനകത്തിന് തല ചുറ്റുന്നതുപോലെ തോന്നി. വീഴാതിരിക്കാൻ അവർ കതകിന്റെ പാളിയിൽ പിടിച്ചു. പെട്ടെന്നാണതു സംഭവിച്ചത്. ഇലയന്വേഷിച്ചുപോയ രാമലിംഗം മുറിക്കുള്ളിലേക്ക് ഇരച്ചുകയറി വന്ന് നീറിന്റെ കരണംനോക്കി ഒരെണ്ണം പൊട്ടിച്ചു.

"കഴ്പ്പണംകെട്ടവനേ നെനക്ക് നാണമൊണ്ടോടാ?"

മരുമകൾ പറഞ്ഞതെല്ലാം അയാൾ പുറത്തുനിന്ന കേൾക്കുന്നുണ്ടായിരുന്നു.

കൈയിലിരുന്ന മുറിവൊട്ടിപ്പച്ച ഇലകൾ അവന്റെ മുഖത്തേക്കു വലിച്ചെറിഞ്ഞു.

'അവരായി. അവരെ പാടായി. നീ വാ.' എന്നുപറഞ്ഞ് ഭാര്യയേയും പിടിച്ചുവലിച്ച് അയാൾ മുറിക്കു പുറത്തേക്കു നടന്നു.

ഇനി എന്തുചെയ്യണമെന്നറിയാതെ മഞ്ജു നിസ്സഹായയായി നിന്നു. അവൾ നീറിനെ നോക്കി. കലികയറിയ കണ്ണുകളോടെ അവളെ നോക്കിക്കൊണ്ട് മുറിവിൽ ഇലച്ചാർ ഇറ്റിക്കുകയാണവൻ. കിടപ്പുമുറിക്കു പുറത്ത് അടുക്കളവാതിലിനോടു ചേർന്നുള്ള ചുമരിൽ ചാരിയിരുന്ന് അവൾ കരഞ്ഞുകൊണ്ടേയിരുന്നു. നിവൃത്തികേട് കൊണ്ടാണ് എല്ലാം വെട്ടിത്തുറന്നു പറയേണ്ടിവന്നത്. എന്തെങ്കിലും പരിഹാരമുണ്ടാകുമെന്നും കരുതി. ഈ വീട്ടിൽ ഇനി എങ്ങനെ കഴിയുമെന്നോർത്തപ്പോൾ അവൾക്ക് ആധിപെരുകി. സ്വന്തം വീട്ടിലേക്ക് മടങ്ങിപ്പോകുന്നത് ചിന്തിക്കാനും വയ്യ. വീട് പണയപ്പെടുത്തിയാണ് വീട്ടുകാർ കല്യാണം നടത്തിയത്. തിരിച്ചുചെന്ന് വീട്ടുകാർക്കൊരു ബാധ്യതയാകുന്നതെന്തിനാണ്? എങ്ങനെയും ഇവിടെ കഴിച്ചുകൂട്ടുകയേ നിവൃത്തിയുള്ളൂ. ചിലപ്പോൾ എല്ലാം നേരെയായാലോ? പലതും ചിന്തിച്ച് അവൾ നേരം വെളുപ്പിച്ചു.

തലേന്നുരാത്രി നടന്ന സംഭവങ്ങളെക്കുറിച്ച് ആരും പരസ്പരം ഒന്നും പറഞ്ഞില്ല. മഞ്ജുവിന്റെ മുഖത്തുപോലും നോക്കാതെ, കൈയിൽ തുണിയും ചുറ്റിക്കെട്ടി നീറ് പണിക്കുപോയി. അടുക്കളയിൽ ഒരുമിച്ചു നിന്ന് ജോലി ചെയ്യുമ്പോഴും അമ്മാവിയും മരുമകളും ഒന്നും ഉരിയാടിയില്ല. തെറ്റ് ഭർത്താവിന്റെ ഭാഗത്താണെങ്കിലും ഒരു ഭാര്യക്ക് അത് പരസ്യമായി വിളിച്ചുപറയാൻ കൊള്ളാമോ എന്നാണ് അവരുടെ മനോഭാവം. ആരോടും ഒന്നും മിണ്ടുവാൻ പോലുമാകാതെ താൻ ഒറ്റപ്പെട്ടു പോകുകയാണെന്ന് മഞ്ജു തിരിച്ചറിഞ്ഞു. രാത്രി, ഭക്ഷണം വിളമ്പിക്കൊടുക്കുമ്പോൾ പോലും അവൻ മഞ്ജുവിനെ കണ്ടഭാവം കാണിച്ചില്ല. അവളും ഒന്നും മിണ്ടാൻ തുനിഞ്ഞില്ല. കിടപ്പുമുറിയിലേക്കു കയറുമ്പോൾ, തലേന്നത്തെ സംഭവങ്ങളോർത്ത് അവളുടെ മനസ്സ് കിടുങ്ങുന്നുണ്ടായിരുന്നു. എന്നാൽ, ഒന്നും സംഭവിച്ചില്ല. ഒരു കട്ടിലിന്റെ രണ്ടു ധ്രുവങ്ങളിലായി അപരിചിതരായ രണ്ടു വ്യക്തികളെപ്പോലെ അവർ കിടന്നു. ഒരാഴ്ച അങ്ങനെ കടന്നുപോയി.

ഒരുദിവസം, വട്ടിയൂർക്കാവിലുള്ള പണിസ്ഥലത്തുനിന്ന് വൈകിയാണ് നീറ് വീട്ടിലേക്കു തിരിച്ചത്. പാലുകാച്ചൽ അടുത്തയാഴ്ച നിശ്ചയിച്ച ഒരു വീടിന്റെ പണിയായിരുന്നതുകൊണ്ട് ഓവർടൈം കൂടി ചെയ്താലേ

പണി തീരുമായിരുന്നുള്ളൂ. നടന്നുനടന്ന് നെട്ടയം ജയശ്രീ തീയേറ്ററിനു മുന്നിലെത്തിയപ്പോൾ അവന്റെ കാലുകൾ അറിയാതെ നിശ്ചലമായി. ചുവരിൽ ഒട്ടിച്ചിരുന്ന *ഡ്രൈവിംഗ് സ്കൂൾ* പോസ്റ്ററിലിരുന്ന് മദാലസഭാവത്തിൽ അവനെ കടാക്ഷിക്കുകയാണ് ഷക്കീല. തീയേറ്ററിനുള്ളിൽ നിന്ന് സീൽക്കാരങ്ങളും കാതരസ്വരങ്ങളും കേൾക്കുന്നുണ്ട്. ഏതെങ്കിലുമൊരു ദർശനസുഖം അനുഭവിച്ചിട്ട് കുറേ ദിവസങ്ങളായല്ലോ എന്ന് അവനോർത്തു. സഹജവാസന തീവ്രമായി. പക്ഷേ, സെൻട്രൽ പോളിടെക്നിക്കിലെ മെൻസ്ഹോസ്റ്റൽ അന്തേവാസികളായ വിദ്യാർത്ഥികൾ കൂട്ടത്തോടെ തള്ളിക്കയറിയിരുന്നതിനാൽ തീയേറ്റർഗേറ്റിൽ ഹൗസ്ഫുൾ ബോർഡ് തൂങ്ങിക്കിടക്കുന്നതു കണ്ട് അവൻ നിരാശയോടെ നടപ്പ് തുടർന്നു. ഷക്കീല തീർത്ത പ്രലോഭനം അപ്പോഴേക്കും ഉള്ളിൽ തലയുയർത്തിക്കഴിഞ്ഞിരുന്നു.

മെയിൻറോഡിൽനിന്ന് ഇടറോഡിലേക്കു കടന്നതും ചുറ്റുവട്ടത്തുള്ള വീടുകളിലേക്കായി നീറിന്റെ നോട്ടം. ഏതെങ്കിലും വീടുകളുടെ ജനലുകൾ തുറന്നിട്ടുണ്ടോ? അതിനുള്ളിൽനിന്ന് നേർത്ത വെട്ടം പുറത്തേക്കു വരുന്നുണ്ടോ? നടപ്പാതയുടെ ഇരുവശവും സൂക്ഷ്മമായി നിരീക്ഷിച്ചു കൊണ്ട് നടന്ന അവൻ കുടയാൽമുകൾ കടന്ന് മണ്ണിങ്ങാവിളയിലെത്തി.പെട്ടെന്ന് പ്രതീക്ഷയുടെ പ്രകാശമായി ഒറ്റപ്പെട്ടൊരു വീട് കൺമുന്നിൽ തെളിഞ്ഞു. ദർശനയോഗമുള്ള അന്തരീക്ഷമാണ് ആ വീടിനുള്ളതെന്ന് ഇതേവരെയുള്ള തന്റെ അനുഭവസമ്പത്തുകൊണ്ട് അവനുറപ്പായിരുന്നു. ചുറ്റുപാടും നോക്കി എല്ലാം ഭദ്രമാണെന്നുറപ്പുവരുത്തി പതിയെ വീടിന്റെ തെക്കുഭാഗത്തേക്കു നടന്നു. ജനല്പ്പഴുതിലൂടെ മെല്ലെ അകത്തേക്കു നോക്കി. പ്രതീക്ഷകൾ തെറ്റിയില്ല. ആ ദർശനസുഖത്തിൽ സ്വയം ആനന്ദം കണ്ടെത്താനുള്ള വഴികളിലേക്ക് കൈകൾ ചലിച്ചു. ആനന്ദമൂർച്ഛയിലേക്കുള്ള ആ സഞ്ചാരത്തിനിടയിൽ ചുറ്റുപാടെല്ലാം മറന്നു. പെട്ടെന്ന്, കാലിൽ എന്തോ കടിച്ചു വലിക്കുന്നതായി തോന്നിയ അവൻ തിരിഞ്ഞു നോക്കി! ഇടം കാലിൽ കടിച്ചുപിടിച്ചിരിക്കുകയാണ് ഒരു ചെമ്പൻപട്ടി! പേടിച്ചുവിറച്ച അവൻ 'പോ പട്ടീ' എന്നുറക്കെ വിളിച്ചു കൊണ്ട് കാൽ കുടഞ്ഞു. തെറിച്ചുവീണ പട്ടി വീണ്ടും ചീറിക്കൊണ്ട് അവനടുത്തേക്കു ചെന്നു. പുറത്തെ ബഹളം കേട്ട് വീടിന്റെ അകവും പുറവും ലൈറ്റുകൾ തെളിഞ്ഞു. വാതിലുകൾ തുറക്കപ്പെട്ടു.

ഇനി രക്ഷയില്ല. അവൻ ഓടാൻ തുടങ്ങി. 'കള്ളൻ. കള്ളൻ' എന്ന നിലവിളികളുയർന്നു.

അടുത്തുകണ്ട മരച്ചീനിവിളയിലൂടെയും അവിടെനിന്നും ചാടി ഒരു വാഴപ്പണയിലൂടെയും അവൻ ഓടി. പാതിവഴിയിൽ വച്ച് ഓട്ടം അവസാനിപ്പിച്ച് പട്ടി പിന്മാറിയെങ്കിലും ഒരാൾക്കൂട്ടം തനിക്കു പിറകിലുണ്ടെന്ന്

നീറ് തിരിച്ചറിഞ്ഞു. ഒരു നിശ്ചയവുമില്ലാത്ത വഴികളിലൂടെയൊക്കെയായിരുന്നു അവന്റെ പരക്കംപാച്ചിൽ. ഓടിയോടി അവനെത്തിച്ചേർന്നത് ആളുകൾ ആരും അധികം കടന്നുചെല്ലാത്ത കല്ലംപൊറ്റക്കാട്ടിനുള്ളിലാണ്. മരങ്ങളും വള്ളിപ്പടർപ്പുകളും ചെറിയ പാറക്കൂട്ടങ്ങളുമൊക്കെയുള്ള ആ കാട്ടിനുള്ളിൽ അകപ്പെട്ടുപോയ നീറ്, ഒരു പാറയിൽ തളർന്നിരുന്ന് കിതച്ചു. ആൾക്കൂട്ടത്തിന്റെ ആരവം അകന്നുപോയതായി അവനു മനസ്സിലായി. ഇനി എങ്ങനെ ഇവിടെനിന്നും പുറത്തിറങ്ങാൻ പറ്റുമെന്നായി അടുത്ത ചിന്ത. അന്തംവിട്ട ഓട്ടത്തിനിടയിൽ ഏതെല്ലാം വഴികളിലൂടെയാണ് ഓടിയതെന്ന് ഒരു പിടിയുമില്ല. അവൻ പാറയിൽ നിന്നെണീറ്റ്, മരങ്ങൾക്കിടയിലൂടെ ഇറ്റിറങ്ങുന്ന നിലാവിന്റെ വെട്ടത്തിൽ, ഒരൂഹം വച്ച് നടക്കാൻ തുടങ്ങി. പെട്ടെന്ന്, വഴുവഴുപ്പുള്ള എന്തിലോ ചവിട്ടിയതായി അവനുതോന്നി. അവൻ ഭീതിയോടെ കാലുകൾ പിന്നിലേക്കു മാറ്റിയപ്പോൾ കണ്ടത് പത്തി വിടർത്തി നിൽക്കുന്ന ഒരു കരിമൂർഖനെ! അവൻ നിലവിളിച്ചുകൊണ്ട് തിരിഞ്ഞോടി. ആ ഓട്ടത്തിനിടയിൽ ഒരു പാറക്കല്ലിൽ കാൽ തട്ടി അവൻ മറിഞ്ഞു. പാറക്കല്ലിനു താഴേത്തട്ടിൽ, ഇലകളെല്ലാം കൊഴിഞ്ഞ് കുന്താഗ്രം പോലെ കൂർത്തുനിന്നിരുന്ന ഏതോ കാട്ടുമരത്തിന്റെ ഉറപ്പുള്ള കൊമ്പിലേക്കാണ് അവൻ കമിഴ്ന്നടിച്ചു വീണത്. ഉയരത്തിൽ നിന്നുള്ള വീഴ്ചയായതിനാൽ വയർ തുളച്ചുകയറി മുതുകിലൂടെ കൊമ്പിന്റെ അറ്റം പുറത്തുവന്നു. അവൻ പിടഞ്ഞുകൊണ്ട് ദീനമായി നിലവിളിച്ചു. കാട്ടിനുള്ളിൽ അത് പ്രതിദ്ധ്വനിയായി. നിലയ്ക്കാത്ത രക്തധാരയിൽ മരച്ചുവടാകെ ചുവന്നു. പിടച്ചിലും ഞരക്കങ്ങളും ക്രമേണ നിലച്ചു.

റീൽ - ഒമ്പത്

ഞാൻ സംവിധാനം ചെയ്യും

ഒറ്റപ്പാലം ഗവൺമെന്റ് ഗസ്റ്റ്ഹൗസിന്റെ ഗേറ്റ് കടന്ന് പുറത്തേക്കു നടക്കുമ്പോൾ സുബ്രഹ്മണ്യന്റെ മുഖത്ത് വിഷാദം കനത്തിരുന്നു. പതിനെട്ടാം നമ്പർ മുറിയിൽ താമസിക്കുന്ന ലോഹിതദാസിനെ കാണാനെത്തുമ്പോൾ പ്രതീക്ഷകൾ വാനോളമായിരുന്നു. എത്രയോ നാളത്തെ ശ്രമങ്ങൾക്കൊടുവിലാണ് ഒരു കൂടിക്കാഴ്ചയ്ക്ക് അവസരം ലഭിച്ചത്. മനസ്സിലുള്ള കഥ ഒരുവിധം ഭംഗിയായിത്തന്നെ അദ്ദേഹത്തിനു മുന്നിൽ അവതരിപ്പിച്ചതുമാണ്. ആ കഥയ്ക്ക് തിരക്കഥയും സംഭാഷണവും അദ്ദേഹത്തെക്കൊണ്ട് എഴുതിക്കുകയായിരുന്നു ലക്ഷ്യം.

"കഥയ്ക്കൊരു ലൈഫുണ്ട്. കുറച്ചുകൂടിയൊന്നു മിനുക്കിയാൽ ഇനിയും മെച്ചപ്പെടും. പക്ഷേ, എനിക്ക് എഴുതാൻ തത്ക്കാലം നിവൃത്തിയില്ല. *കസ്തൂരിമാനി*ന്റെ ഷൂട്ടിങ് അടുത്തമാസം തുടങ്ങുന്നതുകൊണ്ട് അതിന്റെ കൊറേ തിരക്കുകൾ .... വേറെ ഒന്നു രണ്ടു പ്രോജക്ടുകളും കമ്മിറ്റഡാണ്. താൻ വേറെ ആരെയെങ്കിലും നോക്ക്."

കഥമുഴുവൻ കേട്ടശേഷം താടി തടവിക്കൊണ്ട് ലോഹിതദാസ് പറഞ്ഞു. അതൊരു ഒഴിഞ്ഞുമാറലായി തോന്നിയെങ്കിലും കൂടുതലൊന്നും പറയാൻ നിൽക്കാതെ സുബ്രഹ്മണ്യൻ മുറിക്കു പുറത്തേക്കിറങ്ങുകയായിരുന്നു.

ഷൊർണ്ണൂരിൽനിന്നും തിരുവനന്തപുരത്തേക്കുള്ള ട്രെയിൻയാത്രയിൽ സുബ്രന്റെ മനസ്സാകെ കലങ്ങിമറിയുകയായിരുന്നു. തിരക്കുള്ള സഹസംവിധായകന്റെ ജോലി ഉപേക്ഷിച്ചത് അബദ്ധമായിപ്പോയോ എന്ന് അവൻ ചിന്തിച്ചു. സംവിധാനസഹായിയായും സഹസംവിധാ

യകനായുമൊക്കെ ജോലിചെയ്ത് പത്തുപന്ത്രണ്ടു വർഷങ്ങൾ പിന്നിട്ട പ്പോഴാണ് സ്വതന്ത്ര സംവിധായകനാകണമെന്ന മോഹം തീവ്രമായ ത്. പക്ഷേ, പെട്ടെന്നൊരു തീരുമാനത്തിലേക്കെത്തിയതിനു പിന്നിൽ വേറെയും കാരണങ്ങളുണ്ടായിരുന്നു. ഗുരുതുല്യനായി സുബ്രൻ കണ്ടിരു ന്ന സംവിധായകൻ ദേവരാജന്റെ അവസാന ചിത്രമായ *നാളെ*യുടെ സെറ്റിലുണ്ടായ ചില പ്രശ്നങ്ങളായിരുന്നു അതിൽ പ്രധാനം.

ഊട്ടിയിലെ കടുത്ത തണുപ്പിൽ *നാളെ*യുടെ ചിത്രീകരണം നട ക്കുകയാണ്. ജയദേവും വിദ്യയുമാണ് പ്രധാനതാരങ്ങൾ. ഒരുദിവസം സെറ്റിൽ ഒരു അടക്കം പറച്ചിൽ പരന്നു - കഴിഞ്ഞ രാത്രിയിൽ വിദ്യ യുടെ മുറിയിൽനിന്നും ദേവരാജൻ ഇറങ്ങിവരുന്നത് സുബ്രൻ കണ്ടു! മികച്ച സംവിധായകനാണെങ്കിലും ദേവരാജന്റെ സ്ത്രീദൗർബല്യം പര സ്യമായ രഹസ്യമായതിനാൽ ആരും അതിശയിച്ചില്ല. കാതുകളിൽനി ന്നും കാതുകളിലേക്കു കൈമാറ്റം ചെയ്യപ്പെട്ട ഈ പരദൂഷണം, അധികം വൈകാതെ ദേവരാജന്റെ കാതിലുമെത്തി. ചുരുക്കത്തിൽ, സുബ്രനൊഴി ച്ച് എല്ലാവരും ഈ വാർത്ത അറിഞ്ഞു.

രണ്ടുദിവസംമുമ്പ്, പിറ്റേന്നെടുക്കേണ്ട സീനുകളെക്കുറിച്ച് ചർച്ച ചെയ്യാൻ ദേവരാജന്റെ റൂമിലേക്ക് പോയപ്പോൾ നാലു റൂമുകൾക്കപ്പുറ ത്തുള്ള വിദ്യയുടെ റൂമിൽനിന്നും ദേവരാജൻ ഇറങ്ങിവരുന്നതു സുബ്രൻ കണ്ടുവെന്നത് സത്യമാണ്. ദീർഘകാലമായി ദേവരാജന്റെ അസിസ്റ്റന്റാ യി നിൽക്കുന്ന സുധീഷിനോട് തമാശമട്ടിൽ അതവൻ സൂചിപ്പിക്കുകയും ചെയ്തു. ദേവരാജന്റെ മുഖ്യ സംവിധാനസഹായിസ്ഥാനത്തിനുവേണ്ടി കുറേക്കാലമായി കൊതിച്ചുനടക്കുകയായിരുന്ന സുധീഷ് അത് സമർത്ഥ മായി ഉപയോഗിക്കുകയായിരുന്നു.

ഗോസിപ്പിനെക്കുറിച്ച് ദേവരാജൻ, സുബ്രനോട് ഒന്നും ചോദി ച്ചില്ല. എന്നാൽ, തന്റെ ഉള്ളിലെ നീരസം മുഴുവൻ സെറ്റിൽവച്ച് തീർ ക്കാൻ അയാൾ മറന്നില്ല. തൊട്ടതിനും പിടിച്ചതിനുമൊക്കെ സുബ്രൻ തെറിവിളി കേട്ടു. ദേവരാജന്റെ അസാധാരണമായ ഈ പെരുമാറ്റത്തി ന്റെ കാരണമറിയാതെ അവൻ അന്ധാളിച്ചു.

“സാറിനെന്നോട് എന്തെങ്കിലും വിരോധമുണ്ടോ?”

ഒരു വൈകുന്നേരം ഷൂട്ടിങ് പാക്കപ്പായപ്പോൾ സുബ്രൻ, ദേവരാജ നോടു നേരിട്ടുതന്നെ കാര്യം തിരക്കി. അയാൾ അവനെ രൂക്ഷമായൊ ന്നു നോക്കി.

“ഒരു നടിയുടെ റൂമിൽ കയറിപ്പോകുന്നത് മറ്റേ പരിപാടിക്കു മാത്ര മാണെന്ന് നിന്നോടാരാ പറഞ്ഞത്?"

ആ ചോദ്യത്തിന് മറുപടി പറയാനാകാതെ സുബ്രൻ വിയർത്തു. കു റച്ചുനേരം കലിയോടെ അവനെത്തന്നെ നോക്കി നിന്നശേഷം അയാൾ

കാറിൽ കയറി റൂമിലേക്കു തിരിച്ചു.

ഷൂട്ടിങ് അവസാനിച്ചതിന്റെ ആഘോഷരാത്രിയായിരുന്നു അന്ന്. യൂണിറ്റംഗങ്ങൾക്കെല്ലാം ഹോട്ടലിലെ കോൺഫറൻസ്ഹാളിൽ ഭക്ഷണവും മദ്യവും ഒരുക്കിയിരുന്നു. എല്ലാവരും പാട്ടും ഡാൻസുമൊക്കെയായി ആഹ്ലാദലഹരിയിലാണ്. അതിലൊന്നും പങ്കുചേരാതെ, രണ്ടു പെഗ് കഴിച്ച് അസ്വസ്ഥമായ മനസ്സോടെ സുബ്രൻ മാത്രം ഹാളിന്റെ ഒരു കോണിൽ മാറിനിന്നു. സുധീഷ് അതു ശ്രദ്ധിച്ചു. അവൻ സുബ്രനടുത്തേക്കു ചെന്നു.

"അണ്ണനെന്ത് മാറിനിക്കണെത്? വാ. വന്ന് രണ്ടെണ്ണം കൂടിയടിക്ക്."

അവൻ സുബ്രന്റെ കൈ പിടിച്ചുവലിച്ചു. സുബ്രന്റെ ദേഹമാസകലം ഒരു തരിപ്പ് പടർന്നു. അവൻ സുധീഷിന്റെ ചെകിട്ടിലേക്ക് കൈ ആഞ്ഞു വീശി.

"കൂടെ നടന്നിട്ട് പാരവയ്ക്കുണാടാ പട്ടീ..... "

സുബ്രന്റെ കലിയടങ്ങിയില്ല. അവൻ വീണ്ടും സുധീഷിനെ തല്ലി. ഹാളിലുണ്ടായിരുന്നവരെല്ലാം ഓടിക്കൂടി. അവരെല്ലാവരും ചേർന്ന് സുബ്രനെ വല്ലവിധേനെയും പിടിച്ചുമാറ്റി. പാർട്ടി അലങ്കോലമായി.ദേവരാജന്റെ കാതിൽ വാർത്തയെത്തി. അയാൾ സുബ്രനെ റൂമിലേക്കു വിളിപ്പിച്ചു.

"നീ കാണിച്ചത് തെമ്മാടിത്തരമാണ്. പരസ്യമായി സുധീഷിനോടു മാപ്പു പറയണം."

ദേവരാജന്റേത് ആജ്ഞാസ്വരമായിരുന്നു.

"പറ്റില്ല."

സുബ്രന്റേത് ഉറച്ച മറുപടിയായിരുന്നു. ദേവരാജൻ മുഖമുയർത്തി അവനെ കുറേനേരം നോക്കി.

"ശരി. എങ്കിൽ ഇനി മുതൽ നിന്റെ സേവനം എനിക്കാവശ്യമില്ല."

അതുകേട്ടപ്പോൾ സുബ്രന് പ്രത്യേകിച്ചൊന്നും തോന്നിയില്ല. അവൻ ഒന്നുംപറയാതെ മുറിക്കു പുറത്തേക്കിറങ്ങി.

അന്നു രാത്രി, ബസ്സിൽ ഊട്ടി മലനിരകളിറങ്ങുമ്പോൾ സുബ്രൻ ഒരു ഉറച്ച തീരുമാനത്തിലെത്തിയിരുന്നു. ഇനി ആരുടെയും സഹായിയായി നിൽക്കില്ല. എങ്ങനെയും സ്വതന്ത്രസംവിധായകനാകണം. എത്രയും വേഗം ഒരു സിനിമ സംവിധാനം ചെയ്യണം. അന്നുമുതൽ ശ്രമങ്ങൾ തുടങ്ങി. പരിചയക്കാരായ പല നിർമ്മാതാക്കളെയും കണ്ടു.' നോക്കാം‘, 'ആലോചിക്കാം' തുടങ്ങിയ മറുപടികൾ കേട്ടു മടുത്തു. ഒടുവിൽ, സർഗ്ഗധാര പ്രൊഡക്ഷൻസിലെ ഔസേപ്പച്ചൻ മുതലാളി ഒരു നിബന്ധന മുന്നോട്ടുവച്ചു.

"ലോഹിതദാസിന്റെ തിരക്കഥയാണെങ്കിൽ നമുക്കു ചെയ്യാം."

ലോഹിതദാസിനെ കാണാനായി പിന്നീടുള്ള പരിശ്രമങ്ങൾ. മുമ്പ്, *ഭൂതക്കണ്ണാടി*യുടെയും *കന്മദ*ത്തിന്റെയുമൊക്കെ സെറ്റിൽ ദേവരാജനോടൊപ്പം പോയപ്പോൾ അദ്ദേഹത്തെ പരിചയപ്പെട്ടിട്ടുള്ളതും സംസാരിച്ചിട്ടുള്ളതുമാണ്. ആ ബന്ധം ഓർമ്മിപ്പിച്ചുകൊണ്ടാണ് വിളിച്ചത്.

"ഒരുമാസം കഴിഞ്ഞു വിളിക്കൂ. തിരക്കാണ്."

ഓരോ പ്രാവശ്യം വിളിക്കുമ്പോഴും ഇതുതന്നെയായിരുന്നു മറുപടി. ഒരുവർഷം അങ്ങനെ പോയി. മനസ്സിൽ നിരാശ പടർന്നുതുടങ്ങി. ഇത് അവസാനത്തെ വിളി എന്നുറപ്പിച്ചുകൊണ്ട് ഒരുദിവസം വീണ്ടും വിളിച്ചു.

"നാളെ ഒറ്റപ്പാലം ഗസ്റ്റ് ഹൗസിൽ വന്നാൽ കാണാം. പിന്നെ, എന്റെ മനസ്സിൽ ഇപ്പോ കഥയൊന്നുമില്ല. ഏതെങ്കിലും നല്ല പ്ലോട്ടുണ്ടെങ്കിൽ സ്ക്രീൻപ്ലേയുടെ കാര്യം നമുക്കാലോചിക്കാം."

പ്രതീക്ഷയ്ക്കു വകനൽകുന്നതായിരുന്നു ലോഹിയുടെ വാക്കുകൾ. അങ്ങനെയാണ്, കുറേക്കാലമായി മനസ്സിൽ കൊണ്ടുനടക്കുകയായിരുന്ന, കുടുംബപശ്ചാത്തലത്തിലുള്ള ഒരു കഥയുമായി സുബ്രൻ ലോഹിതദാസിനെ കാണാനെത്തിയത്.

സുബ്രന്റെ യാത്രകൾ പിന്നെയും തുടർന്നു. കോടമ്പാക്കത്തിലെ അലച്ചിലുകളെ ഓർമ്മിപ്പിച്ചുകൊണ്ട് ഓരോദിവസവും കടന്നുപോയി. ഒരുപാട് നിർമ്മാതാക്കളെ കണ്ട് കഥപറഞ്ഞു. ചിലർക്ക് കഥ ഇഷ്ടമായില്ല. കഥ ഇഷ്ടമായവരാകട്ടെ ഒരു ഉപാധിവച്ചു:

"മമ്മൂട്ടിയുടെയോ മോഹൻലാലിന്റെയോ ഡേറ്റുണ്ടെങ്കിൽ നോക്കാം."

പിന്നെ അതിനായി ശ്രമങ്ങൾ. *കിളിച്ചുണ്ടൻ മാമ്പഴ*ത്തിന്റെയും *ക്രോണിക് ബാച്ചിലറി*ന്റെയും സെറ്റുകളിൽ പോയി രാവിലെ മുതൽ രാത്രിവരെ കാത്തുനിന്ന് മോഹൻലാലിനെയും മമ്മൂട്ടിയെയും കാണാൻ ശ്രമിച്ചെങ്കിലും കഴിഞ്ഞില്ല.

കടുത്ത നിരാശയോടെ സുബ്രന്റെ ദിനരാത്രങ്ങൾ കടന്നുപോയി. ഇൻഡസ്ട്രിയുമായി ഇത്രയും കാലത്തെ ബന്ധമുണ്ടായിരുന്ന തനിക്ക് ഇങ്ങനെ ഒരു ദുരവസ്ഥയുണ്ടാകുമെന്ന് അവനൊരിക്കലും പ്രതീക്ഷിച്ചിരുന്നതല്ല.

സമ്പാദ്യമായുണ്ടായിരുന്ന കാശ് മുഴുവൻ ഏതാണ്ട് തീരാറായി. എറണാകുളം പോലെയുള്ള ഒരു നഗരത്തിൽ ഇനിയും പിടിച്ചുനിൽക്കാൻ കഴിയാത്ത അവസ്ഥ. ഇടയ്ക്ക് രണ്ടുമൂന്നു പരസ്യചിത്രങ്ങൾ സംവിധാനം ചെയ്തെങ്കിലും വരുമാനത്തിന് എന്തെങ്കിലും കണ്ടെത്തിയേ പറ്റൂ എന്ന് അവനു ബോധ്യമായി. ശപഥങ്ങളൊക്കെ മാറ്റിവച്ച് വീണ്ടും സഹസംവിധായകവേഷം തന്നെ കെട്ടിയാലെന്തെന്നായി ആലോചന. ഉറക്കമറ്റു കിടന്ന ഒരു രാത്രിയിൽ, പരിചയക്കാരായ ചില സംവിധായകരെ പിറ്റേന്നു തന്നെ നേരിൽ പോയി കാണാമെന്ന് ഉറപ്പിച്ചു.

ടെലഫോണിന്റെ നിർത്താതെയുള്ള

മണിയൊച്ചകേട്ടാണ് സുബ്രൻ അന്ന് രാവിലെ ഉറക്കമെണീറ്റത്. ഫോണെടുത്തപ്പോൾ മറുതലയ്ക്കൽ പ്രൊഡക്ഷൻ കൺട്രോളർ അജിത്ത് നെല്ലിമൂട്.

"അണ്ണാ, ഞാൻ തിരുവനന്തപുരത്തുനിന്നാണ്. പടം ചെയ്യാൻ താല്പര്യമുള്ളൊരു കക്ഷിയുണ്ട്. നിങ്ങളിങ്ങോട്ടു വന്നാൽ നമുക്ക് സംസാരിക്കാം...."

അപ്രതീക്ഷിതമായി വന്ന ആ ക്ഷണം സുബ്രൻ സസന്തോഷം സ്വീകരിച്ചു. അന്നുതന്നെ അവൻ തിരുവനന്തപുരത്തേക്കു തിരിച്ചു. ഒട്ടും പ്രതീക്ഷകളില്ലാതെയുള്ളതായിരുന്നു ആ യാത്ര. ഒരുപാട് കൂടിക്കാഴ്ചകൾക്കൊപ്പം ഒരെണ്ണംകൂടി എന്നേ കരുതിയുള്ളൂ.

അമരവിളയിൽ സൗഭാഗ്യ ചിട്ടിഫണ്ട് എന്ന പേരിൽ ചിട്ടിക്കമ്പനി നടത്തുന്ന രമേഷ്ദാസിന്റെ നെയ്യാറ്റിൻകരയിലെ വീട്ടിൽ രാവിലെ തന്നെ സുബ്രനും അജിത്ത് നെല്ലിമൂടും എത്തി. കറുത്തു മെലിഞ്ഞ്, അമ്പതിനടുത്ത് പ്രായമുള്ളയാളായിരുന്നു അയാൾ. പത്തുപതിനഞ്ചു വർഷമായി ചിട്ടിക്കമ്പനി നടത്തുകയാണ്. ചിട്ടി നടത്തിപ്പ് മാത്രമല്ല, ഉയർന്ന പലിശനിരക്കിൽ ആളുകളിൽനിന്ന് ഡെപ്പോസിറ്റും വാങ്ങുന്നുണ്ട്. ഒരു സിനിമ നിർമ്മിച്ച് ആ വഴിയിൽ കുറേ കാശ് ചെലവായതായി കാണിച്ചാൽ ചില ഇൻകംടാക്സ് പ്രശ്നങ്ങളിൽനിന്ന് രക്ഷപ്പെടാൻ കഴിയുമെന്നുള്ളതുകൊണ്ടാണ് അയാൾ ഒരു സിനിമ നിർമ്മിക്കാൻ ഇറങ്ങിത്തിരിച്ചിരിക്കുന്നത്.

സുബ്രൻ കഥ പറഞ്ഞു. കുറേക്കാലമായി നിരന്തരം ആവർത്തിച്ചുകൊണ്ടിരിക്കുന്നതിനാൽ നല്ല ഒഴുക്കോടെയും വൈകാരികതീവ്രതയോടെയുമായിരുന്നു ആ അവതരണം. ഏതാണ്ട് ഒരു മണിക്കൂറോളം നീണ്ട കഥപറച്ചിൽ അവസാനിപ്പിച്ച് സുബ്രൻ, രമേഷ്ദാസിന്റെ മുഖത്തേക്കു നോക്കി. അയാൾ ഒന്നും മിണ്ടാതെ എന്തോ ചിന്തിച്ചിരിക്കുകയാണ്. കുറച്ചുനേരം മുറിയാകെ നിശ്ശബ്ദതയിലമർന്നു. അമിത പ്രതീക്ഷകളില്ലാതിരുന്നതിനാൽ ഏത് മറുപടി കേൾക്കാനും പാകപ്പെടുത്തിയ മനസ്സുമായാണ് സുബ്രന്റെ ഇരിപ്പ്. അവൻ ടീപ്പോയിലിരുന്ന ഒരുഗ്ലാസ് വെള്ളം കൈയിലെടുത്ത് ഒരുകവിൾ കുടിച്ചു.

"കുറേ നാളുകളായി ഞാൻ കഥകൾ കേൾക്കുകയാണ്. ഒരു നൂറ് കഥകളെങ്കിലും കേട്ടുകാണും. പക്ഷേ, ഒന്നും എനിക്കങ്ങോട്ടു കണക്റ്റായില്ല. നിങ്ങളുടെ കഥ ഭയങ്കര സംഭവമൊന്നുമല്ലെങ്കിലും എന്തോ എനിക്കത് ഇഷ്ടമായി. എവിടെയൊക്കെയോ നമ്മൾ കണ്ട കുറേ മനുഷ്യർ അതിലുണ്ട്. നായകനായ ദേവദത്തന്റെ വേഷത്തിൽ ആരെയാണ് ഉദ്ദേശിക്കുന്നത്?"

ഒരു സിഗരറ്റിന് തീ കൊളുത്തിക്കൊണ്ട് രമേഷ് ബാബു ചോദിച്ചു.

"മമ്മൂട്ടിക്കോ മോഹൻലാലിനോ ജയറാമിനോ ഒക്കെ ചെയ്യാവുന്ന വേഷമാണ്. പക്ഷേ, അവരുടെ ഡേറ്റ് കിട്ടാനാണ് പ്രയാസം."

"വലിയ നടന്മാരെക്കൊണ്ട് ചെയ്യിക്കാൻ എനിക്കും താല്പര്യമില്ല. ഒന്നാമത്തെ പ്രശ്നം ബഡ്ജറ്റ് തന്നെയാണ്. *ദേശാടനം* പോലെ, ചെറിയ ബഡ്ജറ്റിൽ നല്ലൊരു സിനിമ ചെയ്യണം. അതായത്, വലിയ നടന്മാർക്ക് കൊടുക്കുന്ന പ്രതിഫലം കൊണ്ട് ഒരു സിനിമ മുഴുവനും പൂർത്തിയാക്കുക...."

"എങ്കിൽ നമുക്ക് മനോജ് കെ ജയനെയോ മുകേഷിനെയോ നോക്കാം."

"അത് വേണ്ട. അവരുടെ പിറകേ നടന്ന് അവര് ചോദിക്കണ കാശും കൊടുത്ത് അവരുടെ സമയത്തിന് സിനിമ ചെയ്യാനൊന്നും എനിക്ക് പറ്റില്ല. കാര്യങ്ങൾ പെട്ടെന്ന് നടക്കണം. അതിന് പുതിയ ആൾക്കാരാ നല്ലത്."

ആരെയാണ് ഇയാൾ ഉദ്ദേശിക്കുന്നതെന്നറിയാതെ സുബ്രൻ മിഴിച്ചിരുന്നു. അയാൾ കുറച്ചു നേരം മൗനിയായിരുന്ന ശേഷം സുബ്രന്റെ മുഖത്തേക്കു നോക്കി.

"ഞാനായാലോ?"

ആ ചോദ്യം കേട്ട് സുബ്രൻ ഒന്നു ഞെട്ടി. മമ്മൂട്ടിയോ മോഹൻലാലോ ചെയ്യണമെന്ന് താൻ മനസ്സിൽ കണ്ട ദേവദത്തനിലേക്ക് രമേഷ് ദാസിന്റെ മുഖം ചേർത്തുവയ്ക്കാൻ ഒരു ശ്രമം നടത്തി നിരാശനായ അവൻ നെടുവീർപ്പിട്ടുകൊണ്ട് ചോദിച്ചു:

"മുമ്പ് നാടകത്തിലോ സിനിമയിലോ സാറ് എന്തെങ്കിലും വേഷം ചെയ്തിട്ടുണ്ടോ?"

ഇല്ല എന്ന മട്ടിൽ രമേഷ്ദാസ് തലയാട്ടി. വല്ലാത്തൊരു കെണിയിലാണ് താൻ അകപ്പെട്ടിരിക്കുന്നതെന്ന് സുബ്രനു തോന്നി. സിനിമാനടനാകാൻ കച്ചകെട്ടിയിറങ്ങിയിരിക്കുന്ന ഒരുപാട് പുത്തൻപണക്കാരുണ്ട്. അവർ സ്വയം സിനിമ നിർമ്മിച്ച് നായകരാകും. പക്ഷേ, ഒരുതരത്തിലും അവ ശ്രദ്ധിക്കപ്പെടില്ല. അഭിനയത്തിന്റെ ബാലപാഠം പോലുമറിയാത്ത നിർമ്മാതാക്കളെ അഭിനയിപ്പിക്കാൻ സംവിധായകർ അനുഭവിക്കുന്ന കഷ്ടപ്പാടുകളെക്കുറിച്ചുള്ള രസകരമായ കഥകൾ ഒരുപാട് കേട്ടിട്ടുള്ളതാണ്. എങ്ങനെ ഈ പ്രതിസന്ധി തരണം ചെയ്യണമെന്നറിയാതെ സുബ്രൻ കുഴങ്ങി. സുബ്രൻ ഒന്നും മിണ്ടാതിരിക്കുന്നതു കണ്ട് അജിത്ത് അസ്വസ്ഥനായി.

"അണ്ണാ, സമ്മതിച്ചേക്ക്. എങ്ങനെയെങ്കിലും പ്രോജക്ട് നടക്കട്ട്." അജിത്ത്, സുബ്രന്റെ കാതിൽ പിറുപിറുത്തു.

സുബ്രൻ ആകെ ധർമ്മസങ്കടത്തിലായി. പറ്റില്ല എന്ന് ഒറ്റയടിക്ക് പറയാൻ കഴിയില്ല. ഒരുവർഷത്തെ അലച്ചിലിനിടയിൽ ഇങ്ങനെയെങ്കിലും ഒരു മരുപ്പച്ച തെളിയുന്നത് ഇപ്പോഴാണ്. അത് ചവിട്ടിയരച്ചാൽ പിന്നെ ഒരവസരം എപ്പോൾ കിട്ടുമെന്നറിയില്ല. ചിലപ്പോൾ കിട്ടിയില്ലെന്നു തന്നെ വരും. അതു കൊണ്ട് നയപരമായ തീരുമാനമാണ് നല്ലത്.

“സാറേ, ആദ്യസിനിമയിലൂടെ തന്നെ നായകനായി വന്ന് ശ്രദ്ധിക്കപ്പെട്ടവർ വളരെ കുറവാണ്. അല്ലെങ്കിൽ മറ്റേതെങ്കിലും കലാരംഗത്ത് പേരെടുത്തവരായിരിക്കണം. ജയറാമിനെപ്പോലെ മിമിക്രിയിലോ സായികുമാറിനെപ്പോലെ നാടകത്തിലോ ഒക്കെ. മമ്മൂട്ടിയും മോഹൻലാലും സുരേഷ്ഗോപിയുമൊക്കെ അവരുടെ ആദ്യസിനിമകളിൽ ചെറിയ വേഷങ്ങളിലാണ് അഭിനയിച്ചത്. സാറിന് മറ്റ് എക്സ്പീരിയൻസ് ഒന്നുമില്ലാത്തതുകൊണ്ട് നായകവേഷം ചെയ്യാതിരിക്കുന്നതാണ് നല്ലത്. നമ്മുടെ കഥയിൽ വേറെയും നല്ല വേഷങ്ങളുണ്ട്. ദേവദത്തന്റെ കൂട്ടുകാരനായ വിഷ്ണുവിന്റെ വേഷം നല്ലതാണ്. തിരക്കഥയിൽ നമുക്കത് കുറച്ചു കൂടി പൊലിപ്പിക്കാം.”

പറയാനുള്ളത് ഭംഗ്യന്തരേണ സുബ്രൻ അവതരിപ്പിച്ചു. രമേഷ്ദാസ് മറുപടിയൊന്നും പറയാതെ ആലോചനയിലമർന്നു.

"…. ഇതിലെ വേഷം ശ്രദ്ധിക്കപ്പെട്ടാൽ സാറിന്റെ മുഖം ആൾക്കാർക്ക് ഫെമിലിയറാകും. പിന്നെ അവസരങ്ങൾ താനേ വന്നോളും. അങ്ങനെ മൂന്നാല് സിനിമകളാകുമ്പോ പ്രധാനവേഷത്തിലേക്കെത്താം. സിനിമേല് കുറേക്കാലത്തെ എക്സ്പീരിയൻസൊള്ളതുകൊണ്ടാ ഞാനിതു പറയുന്നത്."

സുബ്രൻ, തന്റെ വാദമുഖങ്ങൾ നിരത്തിക്കൊണ്ടിരുന്നു. എല്ലാം സശ്രദ്ധം കേട്ടിരുന്ന രമേഷ്ദാസ്, നീണ്ട നിശ്ശബ്ദതയ്ക്കുശേഷം മനസ്സില്ലാമനസ്സോടെയാണെങ്കിലും ഒരു തീരുമാനത്തിലെത്തി.

"താൻ പറഞ്ഞതൊക്കെ ശരിയാണ്. അപ്പോ നായകവേഷം ആര് ചെയ്യും?”

“പുതിയൊരാൾ മതിയെന്നു തീരുമാനിച്ചതുകൊണ്ട് നമുക്ക് നല്ല കഴിവുള്ള ഒരാളെത്തന്നെ കണ്ടെത്താം. അത് ഞാനേറ്റു.”

സുബ്രൻ ആത്മവിശ്വാസത്തോടെ പറഞ്ഞു.

“സിനിമയ്ക്ക് എന്തരാണ് പേരിട്ടിരിക്കണത്?”

രമേഷ്ദാസ് ചോദിച്ചു.

“*ഇന്നലത്തെ മഴ.*”

“പേര് കൊള്ളാം.”

അയാൾ സോഫയിൽ നിന്നെണീറ്റു.

“അപ്പോ നമ്മളിതു ചെയ്യുന്നു.”

രമേഷ്ദാസ്, സുബ്രനു നേരെ കൈനീട്ടി.

അഡ്വാൻസ് തുകയായി രമേഷ്ദാസ് നൽകിയ പതിനയ്യായിരം രൂപയുടെ ചെക്കും പോക്കറ്റിലിട്ടാണ് സുബ്രൻ അവിടെനിന്നിറങ്ങിയത്. അവന്റെ സന്തോഷത്തിന് അതിരില്ലായിരുന്നു. സ്വപ്നം കണ്ടിരുന്നതു പോലെ വലിയൊരു പ്രോജക്ടല്ലെങ്കിലും ഒരു സ്വതന്ത്രസംവിധായകനാകാനുള്ള ഭാഗ്യമാണ് ലഭിച്ചിരിക്കുന്നത്. ഈ അവസരം ആത്മാർത്ഥതയോടെ ഭംഗിയായി ചെയ്താൽ മികച്ചതു തേടിയെത്തുകതന്നെ ചെയ്യും.

സുബ്രൻ ആലിൻപുറത്തേക്കുള്ള ബസ്സിൽ കയറി. വീട്ടിലെത്തി അമ്മയോടു കാര്യങ്ങൾ പറയണം. ഇത്രയും കാലത്തെ തന്റെ കഷ്ടപ്പാടുകൾക്ക് ഫലമുണ്ടായെന്നറിയുമ്പോൾ അവർ സന്തോഷിക്കാതിരിക്കില്ല. ആ ആഹ്ലാദ നിമിഷങ്ങൾക്കിടയിലും, നെഞ്ചിടിപ്പ് കൂട്ടുന്ന പലവിധചിന്തകൾ കടന്നുവന്നു. തിരക്കഥ എഴുതണം, ടെക്നീഷ്യന്മാരെ നിശ്ചയിക്കണം, ബഡ്ജറ്റ് കണക്കാക്കണം, ലൊക്കേഷൻ കണ്ടെത്തണം.... ഏറ്റവും പ്രധാനം ഒരു നായകനെ കണ്ടെത്തുകയാണ്. ആരെ കണ്ടെത്തും? എങ്ങനെ കണ്ടെത്തും?..... താരങ്ങളില്ലാത്ത സിനിമ തീയേറ്ററിൽ റിലീസ് ചെയ്യാൻ കഴിയുമോ? ചെയ്താൽത്തന്നെ അത് കാണാൻ ആളുകളെത്തുമോ? തീയേറ്ററിൽ വിജയിക്കാത്ത സിനിമയുടെ സംവിധായകന് ഇൻഡസ്ട്രിയിൽ നിലനില്പുണ്ടാകുമോ? വ്യക്തമായ ഉത്തരങ്ങളില്ലാത്ത ആ ചോദ്യങ്ങളുടെ കുത്തൊഴുക്കിനിടയിലും അവന്റെ മനസ്സിന്റെ അടിത്തട്ടിൽ, താൻ ഒരു സംവിധായകനാകുന്നുവെന്ന ആഹ്ലാദം പറ്റിപ്പിടിച്ചു കിടന്നു.

നായകൻ

ആറ്റിങ്ങൽ ശ്രീമഹാദേവക്ഷേത്രത്തിലെ ശിവരാത്രി മഹോത്സവത്തിൽ യവനിക തീയേറ്റേഴ്സ് അവതരിപ്പിച്ച *ആകാശഗോപുരം* നാടകത്തിന്റെ അവസാനരംഗത്തിന് ആരവങ്ങളോ കയ്യടികളോ ഇല്ലാതെ തിരശ്ശീല വീണു. നിരാശയോടെ വേദി വിട്ടിറങ്ങിയ ശ്രീദേവൻ, ഗ്രീൻ റൂമിലേക്ക് കയറി മുഖത്തെ ചായം തുടയ്ക്കാൻ തുടങ്ങി. കുറച്ചുകാലമായി ഇതാണവസ്ഥ. നാടകത്തിനു വേദികൾ കിട്ടുന്നതേ കുറവ്. കിട്ടുന്ന വേദികളിലോ കാണികൾ തീരെയില്ല. ശൂന്യമായ സദസ്സിനു മുന്നിൽ അഭിനയിക്കുന്നത് എത്ര നിരർത്ഥകമാണ്. കാഴ്ചക്കാരിൽ നിന്നുയരുന്ന തത്സമയ പ്രതികരണങ്ങളാണ് അരങ്ങിലെ നടന്റെ ഏറ്റവും വലിയ പ്രചോദനം. ശുഷ്കമായ സദസ്സിനെ നോക്കി എങ്ങനെയാണ് ഒരു നടന് ഉജ്ജ്വലമായി അഭിനയിക്കാൻ കഴിയുക? ആൾക്കൂട്ടങ്ങളുടെ ആരവങ്ങളും ചൂളം വിളികളും കയ്യടികളുമാണ് ഓരോ നാടകനടന്റെയും ഉർജ്ജം. അതെല്ലാം ഇന്ന് ഓർമ്മകൾ മാത്രം.

ഈ സീസണിലെ അവസാനത്തെ സ്റ്റേജായിരുന്നു ഇന്നത്തേത്. അടുത്ത സീസണിൽ യവനിക തീയേറ്റേഴ്സ് ഉണ്ടാകുമോ എന്ന കാര്യത്തിൽ ഒരുറപ്പുമില്ല. ശ്രീദേവൻ നെടുവീർപ്പിട്ടു.

മിമിക്സ് പരേഡും ഗാനമേളകളും സിനിമാറ്റിക് ഡാൻസുമൊക്കെ അരങ്ങ് കീഴടക്കാൻ തുടങ്ങിയപ്പോൾ തന്നെ നാടകാവതരണങ്ങൾക്ക് വേദികൾ കുറഞ്ഞു തുടങ്ങിയതാണ്. സ്വകാര്യചാനലുകളിൽ സീരിയൽപ്രവാഹമുണ്ടായതോടെ കാണികളുടെ എണ്ണവും കുറഞ്ഞു. ഉത്സവങ്ങൾക്ക് നാടകംപോലെയുള്ള കലാപരിപാടികളേ വേണ്ടെന്നും പകരം മതപ്രഭാ

ഷണമോ അനുഷ്ഠാനകലകളോ മാത്രം മതിയെന്നും പല അമ്പലക്കമ്മറ്റികളും തീരുമാനിക്കുന്നത് ഇതിനിടയിലാണ്. അതോടെ അവസരങ്ങൾ പിന്നെയും കുറഞ്ഞു. മുമ്പ്, ഒരുവർഷത്തിൽ ചുരുങ്ങിയത് ഇരുന്നൂറ്റമ്പത് വേദികൾ കിട്ടിയിരുന്നിടത്ത് ഇപ്പോൾ വെറും അമ്പതോ അറുപതോ മാത്രം! നാടകനടനായി ഇനി എത്രകാലം തുടരാനാകുമെന്നതിൽ ഒരുറപ്പുമില്ല. പലരും അരങ്ങൊഴിഞ്ഞ്, ഉപജീവനത്തിന് വേറെ വഴികൾ കണ്ടെത്തുകയാണ്. അവരിൽ സീരിയൽ നടന്മാരായവരും കൂലിപ്പണിക്കാരായവരുമുണ്ട്. മുന്നോട്ടുള്ള ജീവിതം ഇനിയെങ്ങനെ എന്നത് ഉറക്കം കെടുത്തിത്തുടങ്ങിയിട്ടുണ്ട്. മോനെ പ്രസവിച്ചശേഷം മിനി അഭിനയിക്കാനിറങ്ങിയിട്ടില്ല. തന്റെ ഒരൊറ്റ വരുമാനത്തിലാണ് കുടുംബം മുന്നോട്ടുപോകുന്നത്. ഇങ്ങനെ പോയാൽ..?

മേക്കപ്പഴിച്ച് മുഖം കഴുകി മുണ്ടും ഷർട്ടുമിട്ട് ശ്രീദേവൻ ഗ്രീൻ റൂമിൽ നിന്നും പുറത്തേക്കിറങ്ങി. നാടകസാമഗ്രികൾ വാനിലേക്ക് കയറ്റുകയാണ് നടിമാരുൾപ്പെടെയുള്ളവർ. അയാളും അവരോടൊപ്പം ചേർന്നു. ബുക്കിംഗുകൾ കുറഞ്ഞതോടെ സംഘാംഗങ്ങളുടെ എണ്ണവും സദാനന്ദൻ മുതലാളി കുറച്ചിരിക്കുകയാണ്.

വെളുപ്പാൻകാലത്താണ് ശ്രീദേവൻ വീട്ടിലെത്തിയത്. ഉറക്കമെണീറ്റപ്പോൾ മണി പന്ത്രണ്ടായി. മകൻ രോഹിത്തിന്റെ നാലാം പിറന്നാളായിരുന്നു അന്ന്. പിറന്നാൾസദ്യ ഒരുക്കാനുള്ള തയ്യാറെടുപ്പുകളുമായി മിനിയും സുഷമയും അടുക്കളയിലാണ്.

ശ്രീദേവൻ, മോനെ കുളിപ്പിച്ച് പുതിയ ഉടുപ്പിട്ടു കൊടുത്തശേഷം സദ്യയ്ക്കുള്ള ഇല മുറിയാനായി പുറത്തേക്കിറങ്ങിയപ്പോൾ ഒരു കാർ വന്നു നിൽക്കുന്ന ശബ്ദം കേട്ടു തിരിഞ്ഞുനോക്കി. കാറിൽ നിന്നിറങ്ങിയത് സുബ്രനും രമേഷ് ദാസുമായിരുന്നു. നാലുവർഷം മുമ്പ് എറണാകുളത്തെ സെറ്റിൽവച്ചുണ്ടായ ആ സംഭവത്തിനുശേഷം സുബ്രനെ ശ്രീദേവൻ കാണുന്നത് ഇപ്പോഴാണ്. അയാൾ അവരെ ക്ഷണിച്ച് വീടിനകത്തിരുത്തി.

"ഇത് രമേഷ്ദാസ് സാർ."

സുബ്രൻ പരിചയപ്പെടുത്തി.

"ഞങ്ങൾ ഇന്നലെ ആറ്റിങ്ങലിൽ നാടകം കാണാനുണ്ടായിരുന്നു. കൊള്ളാം. നീ കലക്കി. കുറച്ചു തെരക്കായിരുന്നതുകൊണ്ട് നിന്നെക്കണ്ട് സംസാരിക്കാൻ പറ്റിയില്ല."

സുബ്രൻ പറഞ്ഞു. അവർ നാട്ടുകാര്യങ്ങളും നാടകക്കാര്യങ്ങളും സംസാരിച്ചു. അതിഥികളെ കാണാൻ സുഷമയും മിനിയും രോഹിത്തും വരാന്തയിലേക്കു വന്നു. രോഹിത്ത് അച്ഛന്റെ മടിയിലേക്കു ചാടിക്കയറി.

"കൂടുതൽ വളച്ചുകെട്ടാതെ തന്നെ ഞങ്ങള് വന്നകാര്യം പറയാം. ഞാനൊരു പടം സംവിധാനം ചെയ്യുകയാണ്. അതിന്റെ പ്രൊഡ്യൂസറാ

ണ് രമേഷ്ദാസ് സാർ. വലിയ ബഡ്ജറ്റിലൊള്ള പടമൊന്നുമല്ല. ഒരു കൊച്ചുസിനിമ. അതില് പ്രധാനവേഷത്തില് ഞങ്ങളുദ്ദേശിക്കുന്നത്.. നിന്നെയാണ്."

"ആരെ?"

സുബ്രന്റെ വാക്കുകൾ വിശ്വസിക്കാനാകാതെ അമ്പരപ്പോടെ ശ്രീദേവൻ ചോദിച്ചു.

"സത്യമാണ് ശ്രീദേവാ. ആ കഥാപാത്രത്തിന് നീയാണ് ആപ്റ്റ്. ഇന്നലെ നാടകം കണ്ടശേഷമാണ് ഞങ്ങളുറപ്പിച്ചത്."

സുബ്രൻ പറഞ്ഞതുകേട്ട് ശ്രീദേവൻ ചിരിച്ചു; ഒരു തമാശ കേട്ടതു പോലെ.

"ഒരുമാസം കഴിഞ്ഞാണ് സുബ്രാ ഏപ്രിൽ ഒന്ന്. നീ കലണ്ടറ് നേരേ നോക്കീലേ?"

കളിയാക്കും മട്ടിൽ ശ്രീദേവൻ ചോദിച്ചു.

"അന്ന് നാസർ സാറിന്റെ സെറ്റിലുണ്ടായ പ്രശ്നം നിന്റെ മനസ്സിലുള്ളതുകൊണ്ട് നീയിത് വിശ്വസിക്കില്ലെന്നെനിക്കറിയാം. പക്ഷേ, ഇതു സത്യമാണ്."

"ശരി. ഞാൻ വിശ്വസിച്ചിരിക്കുന്നു. പക്ഷേ, വീണ്ടും വിഡ്ഢിയാകാൻ എനിക്ക് താല്പര്യമില്ല. ഞാനൊരു നാടകനടനായി എങ്ങനെയെങ്കിലും കഴിഞ്ഞുപോകാം. എനിക്കു സിനിമാനടനാകണ്ട."

"സിനിമയിൽനിന്ന് മോശം അനുഭവങ്ങൾ മുമ്പ് നിങ്ങൾക്കുണ്ടായിട്ടുണ്ടാകാം. പക്ഷേ, ഇതങ്ങനെയല്ല. ഞാനാണ് പ്രൊഡ്യൂസർ. നിങ്ങൾക്കെന്നെ വിശ്വസിക്കാം."

രമേഷ്ദാസ്, പാന്റിന്റെ പോക്കറ്റിൽനിന്ന് ഒരു ചെക്ക് ബുക്കെടുത്ത് അതിലെന്തോ കുത്തിക്കുറിച്ച് 'ഇതൊരു ടോക്കൺ അഡ്വാൻസാണ്. ഇനിയെങ്കിലും വിശ്വസിക്ക് ' എന്നുപറഞ്ഞ് ശ്രീദേവനു നേർക്കു നീട്ടി. ശ്രീദേവൻ, മിനിയുടെയും സുഷമയുടെയും നേരെ നോക്കി. അമ്പരപ്പും ആഹ്ലാദവുമായിരുന്നു അവരുടെ കണ്ണുകളിൽ. തനിക്കുനേരെ നീണ്ടു നിൽക്കുന്ന ആ ചെക്ക് ലീഫ് വാങ്ങണോ വേണ്ടയോ എന്ന ആശയക്കുഴപ്പവുമായി ശ്രീദേവൻ ഇരിക്കവേ, പെട്ടെന്നാണത് സംഭവിച്ചത്. മടിയിലിരുന്ന നാലുവയസുകാരന്റെ വലതുകൈ ആ ചെക്ക് ലീഫിനെ പിടിച്ചെടുത്ത് ഒന്നു നോക്കിയശേഷം ശ്രീദേവന്റെ പോക്കറ്റിലേക്ക് തിരുകിവച്ചു. എല്ലാവരും പൊട്ടിച്ചിരിച്ചു.

തിരക്കഥ എഴുതി പൂർത്തിയാക്കിയതിനു ശേഷമായിരുന്നു സുബ്രഹ്മണ്യൻ നായകനടനെ അന്വേഷിച്ചിറങ്ങിയത്. പ്രശസ്തരായ തിരക്കഥാകൃത്തുക്കളെക്കൊണ്ട് തിരക്കഥ എഴുതിക്കാൻ നടത്തിയ ശ്രമങ്ങൾ പരാജയപ്പെട്ടപ്പോൾ അയാൾ സ്വയം എഴുതുകയായിരുന്നു. സിനിമയു

ടെ ആദിമധ്യാന്തം കൃത്യമായിത്തന്നെ മനസ്സിലുണ്ടായിരുന്നതുകൊണ്ട് എഴുത്ത് എളുപ്പമായി. കഴിവുള്ള പുതിയൊരാളെ നായകനായി കണ്ടെത്താൻ കുറെ അന്വേഷണങ്ങൾ വേണ്ടിവന്നു. ഫുട്ബോൾ താരം ഐ എം വിജയനെ ജയരാജ് *ശാന്ത*ത്തിൽ നായകനാക്കിയതുപോലെ സ്പോർട്സിലേയോ രാഷ്ട്രീയത്തിലേയോ മിമിക്സ് പരേഡിലെയോ സീരിയലിലേയോ ഒക്കെ ആരെയെങ്കിലും പരിഗണിക്കാമെന്നു കരുതി ആ വഴിക്കുള്ള ചില ശ്രമങ്ങൾ നടത്തിനോക്കി. ഒന്നും വിജയിച്ചില്ല. അങ്ങനെ ആകെ ടെൻഷനിലായിരിക്കുമ്പോഴാണ് ഒരു ദിവസം വളരെ യാദൃച്ഛികമായി പ്രൊഡക്ഷൻ കൺട്രോളർ അജിത്ത് നെല്ലിമൂട് ഒരു പത്രവാർത്ത ശ്രദ്ധയിൽപ്പെടുത്തിയത്. വെഞ്ഞാറമൂട് ഹേമചന്ദ്രൻ സ്മാരക നാടകോത്സവത്തിലെ വിജയികളെക്കുറിച്ചുള്ളതായിരുന്നു വാർത്ത. ഏറ്റവും മികച്ച നടനായി തെരഞ്ഞെടുക്കപ്പെട്ട ശ്രീദേവന്റെ ഫോട്ടോയും അതോടൊപ്പം ഉണ്ടായിരുന്നു. സുബ്രഹ്മണ്യന് അതൊരു ദൈവനിശ്ചയംപോലെ തോന്നി. മനഃപൂർവ്വമല്ലെങ്കിലും താൻ കാരണം ശ്രീദേവൻ അനുഭവിച്ച മനോവിഷമത്തിന് പ്രായശ്ചിത്തം ചെയ്യാനുള്ള അവസരമാണിത്. മാത്രവുമല്ല, നായക കഥാപാത്രമാകാൻ ഏറ്റവും അനുയോജ്യനുമാണവൻ. രമേഷ്ദാസിനോടു പറഞ്ഞപ്പോൾ, 'നാടകത്തിലെ പെർഫോമൻസ് കണ്ടിട്ടു തീരുമാനിക്കാം' എന്നായിരുന്നു മറുപടി. അങ്ങനെയാണ് അവർ രണ്ടുപേരും ഇന്നലെ ആറ്റിങ്ങലിൽ പോയി നാടകം കണ്ടതും അന്തിമ തീരുമാനമെടുത്തതും.

ശ്രീദേവന്റെ വീട്ടിൽ നിന്നിറങ്ങിയ സുബ്രഹ്മണ്യനും രമേഷ് ദാസും ആലിൻപുറത്തെ നാട്ടുവഴികളിലൂടെ കാറിൽ സഞ്ചരിച്ചു.

"കാണാൻ നല്ല ഭംഗിയുള്ള സ്ഥലങ്ങളാണല്ലോ."

റോഡിനിരുവശങ്ങളിലുമുള്ള വയലേലകളും പുന്നച്ചിറക്കുളവും മാമ്പഴക്കുന്നുമൊക്കെ കണ്ടപ്പോൾ രമേഷ്ദാസ് പറഞ്ഞു.

"പണ്ട് ഇതിനേക്കാളും ഭംഗിയുണ്ടായിരുന്നു. തിരക്കഥ എഴുതുമ്പോൾ ഈ സ്ഥലങ്ങളായിരുന്നു എന്റെ മനസ്സിൽ."

"എന്നാപ്പിന്നെ ലൊക്കേഷൻ വേറെ അന്വേഷിക്കണ്ടല്ലോ."

രമേഷ്ദാസ് പറഞ്ഞത് നല്ലൊരു ആശയമായി സുബ്രഹ്മണ്യനു തോന്നി. കുറഞ്ഞചെലവിലുള്ള സിനിമയായതുകൊണ്ട് പ്രാദേശികമായ ഒരുപാട് സഹായങ്ങൾ കിട്ടേണ്ടത് അത്യാവശ്യമാണ്. സ്വന്തം നാട്ടിലാകുമ്പോൾ അതുണ്ടാകും. മാത്രവുമല്ല, സംവിധായകനാകാൻ നാട്ടുവിട്ടു പോയവൻ ആ ലക്ഷ്യത്തിലെത്തിയിരിക്കുന്നുവെന്ന് നാട്ടുകാരെ നേരിട്ടു ബോധിപ്പിക്കാനൊരു അവസരം കൂടിയാണത്. അങ്ങനെ ലൊക്കേഷനായി ആലിൻപുറം ഉറപ്പിച്ചു. രണ്ടുദിവസത്തിനുശേഷം, ക്യാമറാമാൻ വിനോദ് മോഹനോടൊപ്പം ആലിൻപുറത്തെത്തി ലൊക്കേഷനുവേണ്ട

സ്ഥലങ്ങൾ കണ്ടു. തെക്കനാലപ്പുറത്തുകാരുടെയും സായിപ്പ് സഹദേവന്റെയും കുടുംബവീടുകളും മാമ്പഴക്കുന്നും കുടയാൽ മുകളും തെന്നൂർക്കോണവും ആലിൻപുറം കവലയുമൊക്കെ കഥാപരിസരങ്ങളാക്കാൻ ധാരണയായി.

കോപ്പ് ശ്രീദേവനെ നായകനാക്കി സുബ്രഹ്മണ്യൻ സിനിമ സംവിധാനം ചെയ്യുന്നുവെന്ന വാർത്ത ആലിൻപുറമാകെ പരന്നു. സിനിമയിൽ ഒരു റോൾ നൽകണമെന്ന അഭ്യർത്ഥനയുമായി നാട്ടുകാരിൽ ചിലർ സുബ്രനെ കാണാനെത്തി. അവരിൽ കുട്ടികൾ മുതൽ പടുവൃദ്ധന്മാർ വരെയുണ്ടായിരുന്നു. ആലിൻപുറത്ത് ഇത്രയധികം സിനിമാമോഹികളോ എന്ന് സുബ്രൻ അന്തംവിട്ടു. തലമുറകൾ ഏതായാലും സിനിമയോടുള്ള അഭിനിവേശത്തിന് മാറ്റം വരുന്നില്ലല്ലോ എന്ന് അയാൾ ഓർത്തു. 'നമുക്ക നോക്കാം' എന്നു പറഞ്ഞ്, വന്നവരെ മടക്കി. അതു വെറുതെ പറഞ്ഞതായിരുന്നില്ല. ആൾക്കൂട്ടരംഗങ്ങളിൽ ജൂനിയർ ആർട്ടിസ്റ്റുകൾക്കു പകരം അവരെ ഉപയോഗിക്കാമെന്നായിരുന്നു അയാളുടെ കണക്കുകൂട്ടൽ.

ഷൂട്ടിങ് തുടങ്ങുന്നതിനുള്ള ഒരുക്കങ്ങൾ ധ്രുതഗതിയിൽ മുന്നേറി. പ്രധാനകഥാപാത്രങ്ങളാകേണ്ട നടീനടന്മാരെയും ടെക്നീഷ്യന്മാരെയും ഉറപ്പിച്ചു. താരതമ്യേന പുതുമുഖങ്ങളായിരുന്നു ഭൂരിഭാഗവും. രണ്ടു പാട്ടുകളും റെക്കോഡ് ചെയ്തു. യൂണിറ്റംഗങ്ങൾക്കും നടീനടന്മാർക്കും താമസിക്കുന്നതിനായി ആലിൻപുറത്തുള്ള മൂന്നു വീടുകൾ വാടകയ്ക്കെടുത്തു.

പരിമിതമായ ബഡ്ജറ്റായതിനാൽ, ഇരുപതുദിവസംകൊണ്ടു ഷൂട്ടിങ് തീരത്തക്കവിധത്തിലായിരുന്നു ഷെഡ്യൂൾ.

നിരവധി സംവിധായകരോടൊപ്പം സഹസംവിധായകനായി പ്രവർത്തിച്ച സുബ്രഹ്മണ്യൻ *ഇന്നലത്തെ മഴ* എന്ന ചിത്രത്തിലൂടെ സ്വതന്ത്രസംവിധായകനാകുന്നുവെന്ന വാർത്തയും ചിത്രങ്ങളുമൊക്കെ സിനിമാവാരികകളിൽ വന്നുതുടങ്ങി. പ്രൊഫഷണൽ നാടകരംഗത്തുനിന്ന് ഒരു പുതിയ താരോദയം കൂടി എന്ന തലക്കെട്ടിൽ ശ്രീദേവനെക്കുറിച്ചുള്ള ബോക്സ് വാർത്തയും അതോടൊപ്പമുണ്ടായിരുന്നു.

മീനമാസം ഒന്നാം തീയതി രാവിലെ ആറുമണിക്ക് ശ്രീമൂവിസിന്റെ യൂണിറ്റ് വണ്ടി തെക്കനാലപ്പുറത്തു വീടിനു മുന്നിലെത്തി. ആദ്യഷോട്ടെടുക്കാൻ നിശ്ചയിച്ചിരിക്കുന്നത് അവിടെ വച്ചാണ്. നടീനടന്മാരും ടെക്നീഷ്യന്മാരുമെല്ലാം കൃത്യസമയത്തുതന്നെ എത്തി. ശ്രീദേവനും രമേഷ്ദാസും കുടുംബസമേതമാണെത്തിയത്. സംവിധായകനാകുന്ന മകനെ അനുഗ്രഹിക്കാൻ വാസന്തിയുമുണ്ടായിരുന്നു. വർഷങ്ങൾക്കുശേഷം തങ്ങളുടെ നാട്ടിൽ നടക്കുന്ന സിനിമാഷൂട്ടിങ് കാണാൻ ആലിൻപുറത്തെ നാട്ടുകാർ തെക്കനാലപ്പുറത്തു വീടിനു മുന്നിൽ തിക്കിത്തിരക്കി.

പൂജ കഴിഞ്ഞ് ആദ്യ ഷോട്ടെടുക്കാനുള്ള ഒരുക്കം തുടങ്ങി. മേക്കപ്പ് ചെയ്ത്, കസവുകരയുള്ള മുണ്ടും വെളുത്ത ഷർട്ടുമിട്ട് ശ്രീദേവൻ, സുബ്രനടുത്തെത്തി. വരാന്തയിലെ ചാരുകസേരയിൽ എന്തോ ആലോചിച്ചു കിടക്കുന്ന ദേവദത്തൻ, അല്പനേരം കഴിഞ്ഞ് എണീറ്റ് വീടിനകത്തേക്ക് നോക്കി

'ദേവൂ.' എന്നു വിളിക്കുന്നതാണ് ആദ്യഷോട്ട്. സുബ്രൻ, ശ്രീദേവന് അത് വിശദീകരിച്ചു കൊടുത്തു. ക്യാമറയുടെ മുന്നിലേക്കു നടക്കുന്നതിനു മുമ്പ് ശ്രീദേവൻ സുബ്രന്റെ കണ്ണുകളിലേക്കു നോക്കി. സുബ്രൻ തിരിച്ചും. വർഷങ്ങൾക്കുമുമ്പ് തങ്ങൾ ഒരുമിച്ചുകണ്ട സ്വപ്നങ്ങൾ ഒരു സിനിമാക്കഥപോലെ സഫലമാകുന്നതിന്റെ ആഹ്ലാദവും അഭിമാനവും അവരുടെ കണ്ണുകളിൽ തിളങ്ങി.

മകൻ, ക്യാമറയുടെ മുന്നിൽ നിൽക്കുന്നതു കണ്ട സുഷമയുടെ കണ്ണിൽ ആഹ്ലാദനനവ് പൊടിഞ്ഞു. ഇടവേളയിൽ നിലച്ചുപോയ ഒരു സിനിമപോലെ ജീവിതത്തിന്റെ പകുതിയിൽവച്ച് വിടപറഞ്ഞുപോയ വാസുദേവനെ അവളോർത്തു. അച്ഛനു നേടാൻ കഴിയാതെ പോയതിലേക്കാണ് മകൻ ചുവട് വയ്ക്കുന്നത്. അവൾ കണ്ണുതുടച്ചു. സംവിധായക പദവിയിലെത്തിയ സുബ്രനെ നോക്കി വാസന്തിയും ആഹ്ലാദക്കണ്ണീർ പൊഴിച്ചു.

സിനിമ എന്താണെന്നുപോലും അറിവില്ലാതിരുന്ന ആലിൻപുറത്തുകാരുടെ മുന്നിൽ ബയോസ്കോപ് പ്രദർശനം നടത്തി ആദ്യസിനിമാനുഭവം സമ്മാനിക്കാൻ കാരണക്കാരനായ തെക്കനാലപ്പുറത്തു പരമേശ്വരന്റെ വീട്ടിലാണല്ലോ ആലിൻപുറത്തുകാർ സംവിധായകനും നായകനുമാകുന്ന സിനിമയുടെ ഷൂട്ടിങ് നടക്കുന്നതെന്ന് നാട്ടുകാർക്കിടയിലുണ്ടായിരുന്ന ചില പഴമക്കാർ അപ്പോൾ ഓർക്കാതിരുന്നില്ല.

“ലൈറ്റ്സ്... ക്യാമറ... ആക്ഷൻ...”

സുബ്രൻ ഉറക്കെ വിളിച്ചുപറഞ്ഞു. ചെറിയൊരു മുരൾച്ചയോടെ ക്യാമറയിലെ ഫിലിംറോൾ ചലിച്ചുതുടങ്ങി.

അവിചാരിതം

ക്യാമറയ്ക്കുമുന്നിൽ നിൽക്കുമ്പോൾ കുമാരദാസിന്റെ ഉടലിലൂടെ ഒരു വിറയൽ കടന്നു പോയി. പതിറ്റാണ്ടുകളായി മനസ്സിൽ കൊണ്ടുനടക്കുന്ന ആഗ്രഹമാണ് ഇന്ന് പൂർത്തീകരിക്കാൻ പോകുന്നത്. പറയേണ്ട ഡയലോഗ് അയാൾ മനസ്സിൽ ഒന്നുകൂടി പറഞ്ഞുറപ്പിച്ചു- "മേല്പ്പാടത്തെ ദേവദത്തൻ കുഞ്ഞല്ലേ....."

"മാമാ, ഓക്കെയല്ലേ? നമുക്കു നോക്കാമോ?"

സുബ്രൻ വിളിച്ചുചോദിച്ചതു കേട്ട് കുമാരദാസ് തലകുലുക്കി. 'ദൈവമേ, ശരിയാകണേ' എന്ന് ഉള്ളുരുകി പ്രാർത്ഥിച്ചുകൊണ്ട് അയാൾ ക്യാമറയുടെ മുന്നിലേക്കുനടന്നു.

"ലൈറ്റ്സ്... ക്യാമറ... ആക്ഷൻ."

സുബ്രൻ വിളിച്ചു പറഞ്ഞു.

മാമ്പഴക്കുന്നിനു താഴെയുള്ള റോഡിലൂടെ കാലൻകുടയും പിടിച്ച് കുമാരദാസ് മെല്ലെ നടന്നുതുടങ്ങി. ഒരു സീനിൽ വന്നുപോകുന്ന വൃദ്ധനായൊരു നാട്ടുകാരന്റെ വേഷമായിരുന്നു അയാളുടേത്. എതിരേ നടന്നു വരുന്ന, ദേവദത്തനെ കണ്ട് അയാൾ നിന്നു. ദേവദത്തന്റെ മുഖത്തേക്കു സൂക്ഷിച്ചുനോക്കിക്കൊണ്ട് അയാൾ ചോദിച്ചു:

"മേല്പ്പാടത്തെ ദേവദത്തൻ കുഞ്ഞല്ലേ? എത്ര നാളായി കണ്ടിട്ട്! എവിടായിരുന്നു?"

ദേവദത്തൻ അയാൾക്കരികിലേക്കു വന്നു.

"കട്ട്."

സുബ്രൻ വിളിച്ചുപറഞ്ഞു. ആദ്യ ടേക്കിൽത്തന്നെ ആ ഷോട്ട്

ഓക്കെയായി. ഒരു ക്ലോസപ്പും രണ്ടു മിഡ് ഷോട്ടുമൊക്കെയായി ആ സീൻ വേഗത്തിൽ പൂർത്തിയായി.

കുമാരദാസിന്റെ സന്തോഷത്തിന് അതിരുകളില്ലായിരുന്നു. ഡയലോഗുള്ള ഒരു വേഷത്തിനായി ഒരായുസ്സു മുഴുവൻ അലഞ്ഞുതിരിഞ്ഞവനാണയാൾ. ഈ സിനിമ പുറത്തിറങ്ങിയാലുടൻ ഷീലാമണിയെ തിരികെ വിളിച്ചുകൊണ്ടുവരണം. താൻ എന്നെങ്കിലുമൊരിക്കൽ ഡയലോഗുള്ള റോൾ അഭിനയിച്ചശേഷം വീട്ടിലേക്കു കൂട്ടിക്കൊണ്ടുവരുമെന്ന പ്രതീക്ഷയിൽ മുപ്പത്തഞ്ചുവർഷമായി അവൾ കാത്തിരിക്കുകയാണ്. അയാൾ തൊഴുകൈകളുമായി സുബ്രനടുത്തേക്കു ചെന്നു. സന്തോഷക്കണ്ണീർ കവിളിലൂടെ ഒലിച്ചിറങ്ങി. വിറയ്ക്കുന്ന ആ കൈകളെ സുബ്രൻ തന്റെ നെഞ്ചോടു ചേർത്തുപിടിച്ചു. എന്തുപറയണമെന്നറിയാതെ സുബ്രൻ വിഷമിച്ചു.

"ഒരുപാട് നന്ദിയൊണ്ട് മക്കളേ... അവളെ വിളിച്ചോണ്ടുവരാനൊള്ള വഴിയൊണ്ടാക്കിത്തന്നല്ലോ മാമന്.. പടം തീയേറ്ററില് ഒടനേ വരുല്ലേ?"

പ്രതീക്ഷാനിർഭരനായി അയാൾ സുബ്രനെ നോക്കി.

"വരും മാമാ. ഒടനേ വരും."

"എഡിറ്റ് ചെയ്യുമ്പം വെട്ടിക്കളയല്ലേ മക്കളേ. ആദ്യദെവസംതന്നെ എനിക്ക് അവളെ വിളിച്ചോണ്ടുപോയി കാണിക്കാനൊള്ളതാണ്. അത് കണ്ടാ അവള് എന്റെ കൂടെ വരും ഒറപ്പാ"

അയാളുടെ മുഖത്ത് ആനന്ദവെട്ടം തെളിഞ്ഞു.

യാത്രപറഞ്ഞു വേച്ചുവേച്ചു നടന്നുപോയ കുമാരദാസിനെ സുബ്രനും ശ്രീദേവനും സഹതാപത്തോടെ നോക്കിനിന്നു. ഒരു ചെറിയ വേഷത്തിനായിപ്പോലും കാത്തിരിപ്പു തുടരുന്ന ഇതുപോലെയുള്ള എത്രയെത്ര കുമാരദാസുമാർ എവിടെയെല്ലാം ഉണ്ടായിരിക്കും!

ആലിൻപുറത്തിന് ഉത്സവച്ഛായ പകർന്നുകൊണ്ട് ഷൂട്ടിങ് പുരോഗമിച്ചു. തങ്ങളുടെ നാടിന്റെ സ്വന്തം സിനിമയെന്ന രീതിയിൽ തന്നെയായിരുന്നു നാട്ടുകാരിൽ ഭൂരിഭാഗത്തിന്റെയും സഹകരണം. അവർ സെറ്റൊരുക്കുന്നതിന് സഹായികളായും ജൂനിയർ ആർട്ടിസ്റ്റുകളായുമൊക്കെ ഒപ്പം കൂടി. ചിലദിവസങ്ങളിൽ അവർ സ്വന്തംവീടുകളിൽനിന്ന് സെറ്റിലേക്ക് ഭക്ഷണവുമെത്തിച്ചു. എന്നാൽ, മമ്മൂട്ടിയും മോഹൻലാലുമൊന്നുമില്ലാത്ത സിനിമ ഒരു സിനിമയാണോ എന്ന് പുച്ഛിച്ച് മാറിനിന്നവരും കുറവല്ലായിരുന്നു.

ഓരോ ദിവസവും എടുത്തു തീർക്കാനുദ്ദേശിച്ച സീനുകൾ അതതു ദിവസം തന്നെ ചെയ്തുതീർക്കാൻ സുബ്രൻ പ്രത്യേകം ശ്രദ്ധിച്ചു. ബഡ്ജറ്റായി നിശ്ചയിച്ചിരുന്ന മുപ്പതുലക്ഷം രൂപയല്ലാതെ ഒരു നയാപ്പൈസ

പോലും കൂടുതൽ മുടക്കില്ലെന്ന് രമേഷ്ദാസ് കട്ടായം പറഞ്ഞിട്ടുള്ളതു കൊണ്ട് ഒരുദിവസംപോലും അധികമെടുക്കാൻ കഴിയില്ല. സിനിമാ അഭിനയപരിചയമില്ലാത്തവരായിരുന്ന അഭിനേതാക്കളിൽ ഭൂരിഭാഗമെങ്കിലും നന്നായി റിഹേഴ്സൽ ചെയ്തതിനുശേഷം മാത്രം ടേക്കിലേക്കു പോയതിനാൽ ഫിലിം അധികമൊന്നും പാഴായില്ല.

നാടകാഭിനയത്തിന്റെ ചില ലാഞ്ഛനകൾ ആദ്യത്തെ ഒന്നുരണ്ടു ദിവസം ശ്രീദേവന്റെ അഭിനയത്തിൽ നിഴലിച്ചിരുന്നെങ്കിലും ബോധപൂർവ്വം അതിനെ മറികടക്കാൻ അയാൾക്കു കഴിഞ്ഞു. സുബ്രന് അല്പമെങ്കിലും തലവേദനയായി മാറിയത് രമേഷ്ദാസിന്റെ പ്രകടനമായിരുന്നു. പലവട്ടം റിഹേഴ്സൽ ചെയ്താണ് അയാളുടെ രംഗങ്ങൾ ടേക്കിലേക്കു പോയത്. പക്ഷേ, ക്യാമറയ്ക്കുമുന്നിൽ അയാൾ ഡയലോഗുകൾക്കായി തപ്പിത്തടഞ്ഞു. അത്ര എളുപ്പമുള്ള പണിയല്ല സിനിമാഭിനയം എന്നയാൾ തിരിച്ചറിഞ്ഞു. അയാളുടെ പരിമിതികൾ ആദ്യദിവസം തന്നെ മനസ്സിലാക്കിയ സുബ്രൻ, തിരക്കഥയിൽ ചില മാറ്റങ്ങൾ വരുത്തി സംഭാഷണങ്ങൾ വളരെ ലളിതമാക്കി ആ പ്രശ്നം ഒരുവിധം പരിഹരിച്ചു.

ഷൂട്ടിംഗിന്റെ ഇരുപതാം ദിവസമായി. അന്നായിരുന്നു ആലിൻപുറം മുടിപ്പുര മഹോത്സവത്തിന്റെ സമാപനം. താലപ്പൊലി ഘോഷയാത്രയും വെടിക്കെട്ടുമൊക്കെയായാണ് ഉത്സവത്തിന്റെ കൊടിയിറക്കം. സിനിമയിലെ പാട്ടുസീനിൽ ഉൾപ്പെടുത്താനായി ആ ഉത്സവക്കാഴ്ചകൾ കൂടി പകർത്തിക്കൊണ്ട് ഷൂട്ടിങ് പായ്ക്കപ്പായി. കണക്കുകൂട്ടിയതുപോലെ തന്നെ എല്ലാം ഭംഗിയായി അവസാനിച്ചപ്പോൾ സുബ്രനും ശ്രീദേവനും രമേഷ്ദാസും ആലിൻപുറം ദേവിയുടെ മുടിപ്പുരസന്നിധിയിൽ കൈകൂപ്പി നിന്നു.

ഒരാഴ്ച കഴിഞ്ഞപ്പോൾ രമേഷ്ദാസും സുബ്രഹ്മണ്യനും സംവിധാന സഹായികളും ചെന്നൈയിലേക്ക് തീവണ്ടി കയറി. പ്രകാശ് സ്റ്റുഡിയോയിലായിരുന്നു സിനിമയുടെ പോസ്റ്റ് പ്രൊഡക്ഷൻ ജോലികൾ നടന്നത്. ചിത്രത്തിന്റെ റഷസ് കണ്ടപ്പോഴാണ് സുബ്രന് ശ്വാസം നേരെവീണത്. ഉദ്ദേശിച്ച രീതിയിൽത്തന്നെ വിഷ്വലുകൾ വന്നിട്ടുണ്ട്. എഡിറ്റിംഗ് കഴിഞ്ഞ് ഡബ്ബിംഗ് പൂർത്തിയാകാൻ ഏതാണ്ട് മൂന്നാഴ്ചയോളമെടുത്തു. ശ്രീദേവൻ ഉൾപ്പെടെയുള്ളവരുടെ ശബ്ദം ഡബ്ബ് ചെയ്തത് ചെന്നൈയിലുള്ള ഡബ്ബിംഗ് ആർട്ടിസ്റ്റുകളാണ്. പശ്ചാത്തലശബ്ദങ്ങളും പശ്ചാത്തല സംഗീതവും ഫൈനൽ എഡിറ്റിംഗും മിക്സിംഗുമൊക്കെ കഴിഞ്ഞ് ആദ്യ പ്രിന്റെടുക്കാറായപ്പോൾ ഏതാണ്ട് ഒന്നരമാസം പിന്നിട്ടു. ചില അത്യാവശ്യ കാര്യങ്ങളുള്ളതുകൊണ്ട്, ചെലവുകൾക്കുള്ള കുറച്ച് കാശ് സുബ്രനെ ഏല്പിച്ചശേഷം രമേഷ്ദാസ് നാട്ടിലേക്കു മടങ്ങി.

ചെന്നൈയിൽ സ്റ്റുഡിയോ ജോലികൾ പുരോഗമിക്കുമ്പോൾ, സി

നിമയുടെ ഭാഗമായി മാറിയ ആലിൻപുറത്തുകാർ സിനിമ എപ്പോൾ കാണാൻ കഴിയുമെന്ന ആകാംക്ഷയിൽ വീർപ്പുമുട്ടുകയായിരുന്നു. നായകനായ ശ്രീദേവനായിരുന്നു ഏറ്റവുമധികം ഉത്കണ്ഠ. സ്വന്തം ശബ്ദത്തിൽ ഡബ്ബ് ചെയ്യാത്തതിനാൽ സിനിമയിലെ ഒരു സീൻപോലും ഇതുവരെ കാണാൻ കഴിഞ്ഞിട്ടില്ല. സ്ക്രീനിൽ തന്റെ പ്രകടനം എങ്ങനെയുണ്ടാകും? ആളുകൾക്കിഷ്ടമാകുമോ? ഇനിയും സിനിമയിൽ വേഷങ്ങൾ കിട്ടുമോ? തന്റെ ജീവിതത്തിന്റെ ഗതി നിർണയിക്കുന്നതാണ് ഈ സിനിമ. തുടർന്നും നായകവേഷങ്ങൾ തന്നെ കിട്ടുമെന്നോ സൂപ്പർ സ്റ്റാറാകുമെന്നോ ഉള്ള അതിരുകടന്ന ആഗ്രഹങ്ങളൊന്നും അയാൾക്കില്ല. ചെറിയ വേഷങ്ങളെങ്കിലും ചെയ്ത് സിനിമയിൽ തുടരണമെന്ന മോഹം മാത്രമേയുള്ളൂ. ഇനിയുള്ള കാലം നാടകനടനായി ഉപജീവനം നടത്താൻ കഴിയുമെന്നു തോന്നുന്നില്ല.

ശ്രീദേവൻ മാത്രമല്ല, മിനിയും സുഷമയും രോഹിത്തുമെല്ലാം ആകാംക്ഷയിലാണ്. ഇതുവരെ തീയേറ്ററിൽ പോയി സിനിമ കണ്ടിട്ടില്ലാത്ത രോഹിത്തിനെ അവന്റെ അച്ഛൻ അഭിനയിച്ച സിനിമ റിലീസാകുമ്പോൾ കൊണ്ടുപോയി കാണിക്കാമെന്ന് മിനി വാഗ്ദാനം നൽകിയിരിക്കുകയാണ്. അച്ഛന്റെ അഭിനയം കാണാൻ അമ്മയോടൊപ്പം മൂന്നാലു ദിവസം ഷൂട്ടിങ് സെറ്റിൽ പോയിരുന്ന അവൻ അച്ഛനെ വലിയ സ്ക്രീനിൽ കാണാൻ കാത്തിരിക്കുകയാണ്.

"നമ്മളെ സിനിമ എന്ന് തീയേറ്ററിൽ വരും പിള്ളേ?"

ഒരു ദിവസം അതിരാവിലെ ശ്രീദേവന്റെ വീട്ടുമുറ്റത്തെത്തിയ കുമാരദാസ് ഇടറിയ ശബ്ദത്തിൽ ചോദിച്ചു.

"ഒടനേ വരും മാമാ. സ്റ്റുഡിയോപണികള് നടന്നോണ്ടിരിക്കുകയാണ്."

ശ്രീദേവന്റെ മറുപടി കേട്ട് വൃദ്ധന്റെ മുഖത്ത് സന്തോഷത്തിന്റെ തിരയിളക്കമുണ്ടായി.

ഒരു നാട് മുഴുവൻ ഒരു സിനിമയ്ക്കുവേണ്ടിയുള്ള കാത്തിരിപ്പ് തുടരുമ്പോൾ, പ്രകാശ് സ്റ്റുഡിയോയിൽ, പശ്ചാത്തലശബ്ദങ്ങളും പശ്ചാത്തല സംഗീതവും ഫൈനൽ എഡിറ്റിംഗും മിക്സിംഗുമൊക്കെ കഴിഞ്ഞ് ആദ്യ പ്രിന്റെടുക്കാനുള്ള തയ്യാറെടുപ്പു തുടങ്ങി. വിതരണക്കാർക്കു മുന്നിൽ ആദ്യ പ്രിന്റ് സ്ക്രീൻ ചെയ്തു കാണിച്ച് അവർക്കാർക്കെങ്കിലും ഇഷ്ടപ്പെട്ടാലേ സിനിമ തീയേറ്ററിലെത്തൂ. വലിയ താരങ്ങളൊന്നുമില്ലെങ്കിലും ഭേദപ്പെട്ട കഥയും സംവിധാനവുമായതുകൊണ്ട് വിതരണത്തിന് ആളെക്കിട്ടുമെന്നു തന്നെയാണ് സുബ്രന്റെ പ്രതീക്ഷ.

" സുബ്രാ, ഫസ്റ്റ്പ്രിന്റെടുക്കും മുമ്പേ സ്റ്റുഡിയോയിലെ കണക്ക് സെറ്റിലാക്കണമല്ലോ."

സ്റ്റുഡിയോ മാനേജർ നാഗരാജസ്വാമി, മൂന്നുലക്ഷം രൂപയുടെ ബില്ല് നീട്ടിക്കൊണ്ടു പറഞ്ഞു.

"സ്വാമി ധൈര്യമായിട്ട് പ്രിന്റെടുക്ക്. പ്രൊഡ്യൂസറ് രണ്ടുദിവസത്തിനകം എത്തുമെന്നു പറഞ്ഞിട്ടൊണ്ട്. പുള്ളി വന്നിട്ട് നമുക്ക് സെറ്റില് ചെയ്യാം."

സുബ്രനുമായി വളരെ നാളത്തെ ബന്ധമുള്ളതുകൊണ്ട് മാനേജർ സമ്മതം മൂളി. അങ്ങനെ ആദ്യപ്രിന്റ് തയ്യാറായി. സ്റ്റുഡിയോക്കുള്ളിലെ തീയേറ്ററിൽ വിതരണക്കാർക്കും ടി വി ചാനലുകൾക്കും വേണ്ടിയുള്ള പ്രിവ്യൂ ഷോ സംഘടിപ്പിക്കാനായി സുബ്രൻ ശ്രമം തുടങ്ങി. അവൻ രമേഷ്ദാസിനെ വിളിച്ചു. പക്ഷേ, കിട്ടിയില്ല. ചെന്നൈയിലെത്താമെന്നു പറഞ്ഞദിവസം അയാൾ വന്നതുമില്ല. രമേഷ്ദാസിന്റെ സ്ഥാപനത്തിലും വീട്ടിലും മാറിമാറി വിളിച്ചു നോക്കി. ആരും ഫോണെടുക്കുന്നില്ല. നിത്യച്ചെലവുകൾക്കായി രമേഷ്ദാസ് തന്ന കാശ് ഏതാണ്ട് തീരാറായിരിക്കുന്നു. സുബ്രൻ ആകെ അങ്കലാപ്പിലായി.

സ്റ്റുഡിയോയിൽ കൊടുക്കാനുള്ള തുക ചോദിച്ചുകൊണ്ട് സ്വാമി, സുബ്രനെ പിറ്റേന്ന് രാവിലെ വിളിച്ചു. ഉടനേ അങ്ങോട്ടു വരാമെന്ന് ഉറപ്പു പറഞ്ഞ് അവൻ അയാളെ സമാധാനിപ്പിച്ചു.

ഫൈനൽ പ്രിന്റ് ഒന്നു കാണാൻപോലും കഴിഞ്ഞില്ലല്ലോ എന്ന് സുബ്രൻ സങ്കടപ്പെട്ടു. കൊടുക്കാനുള്ള പണമില്ലാതെ ഇനി സ്റ്റുഡിയോയിലേക്ക് പോകാനാകില്ല. എന്തുചെയ്യണമെന്ന് ഒരുരൂഹവുമില്ലാതെ അവനും സഹായികളും ഹോട്ടൽറൂമിൽത്തന്നെ കഴിച്ചുകൂട്ടി.

അന്നുച്ചയ്ക്ക് ഊണുകഴിക്കാനായി അവർ തൊട്ടടുത്തുള്ള മലയാളി ഹോട്ടലിലെത്തി. ഊണുകഴിച്ചു തുടങ്ങിയപ്പോഴാണ് ഹോട്ടലിലെ ടി വി സ്ക്രീനിലേക്ക് സുബ്രൻ നോക്കിയത്. ഏഷ്യാനെറ്റ് ചാനലിൽ സ്ക്രോൾ ചെയ്തു പോകുന്ന ആ ഫ്ലാഷ് ന്യൂസ് കണ്ട്, കഴിച്ചു കൊണ്ടിരുന്ന ഭക്ഷണം അവന്റെ തൊണ്ടയിൽ തടഞ്ഞു.

"നിക്ഷേപത്തട്ടിപ്പ് പ്രതി പിടിയിൽ. അമരവിള സൗഭാഗ്യചിട്ടി ഫണ്ട് ഉടമ രമേഷ്ദാസ് ആണ് പോലീസ് കസ്റ്റഡിയിലായത്. അഞ്ഞൂറോളം പേർ തട്ടിപ്പിനിരയായതായി സംശയിക്കുന്നു..."

സുബ്രന്റെ ഉടലാകെ വിയർത്തു. തല കറങ്ങി. കെട്ടിപ്പൊക്കിയ പ്രതീക്ഷകളുടെ സൗധം ചീട്ടുകൊട്ടാരംപോലെ നിലംപതിക്കുകയാണെന്ന് അവനറിഞ്ഞു. മുന്നിലിരുന്ന ചോറ്റുപാത്രത്തിൽ കണ്ണീരിന്റെ ഉപ്പ് പടർന്നു..

അങ്ങനെ, ഒരു നാടിന്റെ ഘനീഭവിച്ച സ്വപ്നങ്ങളാൽ ഉരുവം കൊണ്ട സെല്ലുലോയ്ഡ്റീലുകളുടെ ചതുരപേടകം, വെളിച്ചത്തിലേക്ക് മിഴിതുറക്കാനാകാതെ പ്രകാശ് സ്റ്റുഡിയോയുടെ ഇരുട്ടുമുറിയിലെങ്ങോ അനാഥമായി കിടന്നു; വർഷങ്ങളോളം.

മൊണ്ടാഷ്

കാലചക്രം

പ്രകാശ് സ്റ്റുഡിയോയിലെ ഇരുട്ടുമുറിയിൽനിന്ന് *ഇന്നലത്തെ മഴയെ* എന്നെങ്കിലും വീണ്ടെടുക്കാൻ കഴിയുമെന്ന പ്രതീക്ഷകൾ അസ്തമിച്ചു. രമേഷ്ദാസ് ജയിലിലായതോടെ സ്റ്റുഡിയോയിലെ കടബാധ്യതകൾ തീർക്കാൻ കഴിയാതായി. വിതരണക്കാരനെ കണ്ടെത്താനുള്ള ശ്രമങ്ങളും അതോടെ വഴിമുട്ടി. ആദ്യസിനിമ പെട്ടിയിലായതോടെ സുബ്രഹ്മണ്യനും പ്രതിസന്ധിയിലായി. രാശിയില്ലാത്തയാളെ സംവിധായകനാക്കാൻ ഒരു നിർമ്മാതാവും മുന്നോട്ടുവന്നില്ല. കുറേക്കാലം അയാൾ ടി വി സീരിയലുകളുടെ സഹസംവിധായകനായി. സിനിമാസംവിധായകനിൽ നിന്നുള്ള പതനത്തിന്റെ ആഘാതം മറക്കാൻ അയാൾ മദ്യത്തിൽ അഭയം കണ്ടെത്തി. ലഹരിതന്നെ ജീവിതമായതോടെ സീരിയലുകളിലെ അവസരവും നഷ്ടമായി. ഒരുദിവസം അയാൾ അപ്രത്യക്ഷനായി. ഇപ്പോൾ എവിടെയാണെന്നോ എന്തു പറ്റിയെന്നോ ആർക്കും അറിയില്ല.

ചെറുതെങ്കിലും, ഡയലോഗുള്ളൊരു വേഷം ആദ്യമായി ചെയ്തത് സ്ക്രീനിൽ കാണിച്ച് ഭാര്യയെ തിരികെ വിളിച്ചുകൊണ്ടുവരാമെന്ന പ്രതീക്ഷിച്ചിരുന്ന കുമാരദാസിന്റേത് ദാരുണമായ അവസ്ഥയായിരുന്നു. ചിത്രം പുറത്തിറങ്ങില്ലെന്നറിഞ്ഞതോടെ അയാൾ ആകെ തകർന്നു. പക്ഷേ, പിന്മാറാൻ തയ്യാറായില്ല. ഷൂട്ടിങ് ലൊക്കേഷനുകളിൽ കയറിയിറങ്ങി ശ്രമം പിന്നെയും തുടർന്നു. ഒടുവിൽ, ഏതോ ചിത്രത്തിന്റെ ഷൂട്ടിങ് സെറ്റിൽ, ആൾക്കൂട്ടത്തിലൊരാളായി അഭിനയിച്ചുകൊണ്ടിരിക്കേ, പൊരിവെയിലത്ത് കുഴഞ്ഞുവീണ് അയാൾ കണ്ണടച്ചു.

ശ്രീദേവന്റെ ജീവിതവും മാറിമറിയുകയായിരുന്നു. സിനിമ പുറത്തിറങ്ങിയില്ലെങ്കിലും അതിലെ നായകകഥാപാത്രത്തെ അവതരിപ്പിച്ചതുകൊണ്ട് പുതിയ അവസരങ്ങൾ തന്നെ തേടിയെത്തുമെന്നായിരുന്നു അയാളുടെ ധാരണ. അത് തെറ്റായിരുന്നുവെന്ന് അധികം വൈകാതെ തന്നെ അയാൾക്കു ബോധ്യമായി. പുറത്തിറങ്ങിയ സിനിമകളിൽ അഭിനയിച്ചവർപോലും അടുത്ത അവസരത്തിനുവേണ്ടി വിയർപ്പൊഴുക്കുമ്പോൾ പുറത്തിറങ്ങാത്ത സിനിമയിലെ നടന്റെ കാര്യം പറയേണ്ടതില്ലല്ലോ. പക്ഷേ, സിനിമാഭിനയം വീണ്ടും ശ്രീദേവനിൽ ഒരു പ്രലോഭനമായി മാറിക്കഴിഞ്ഞിരുന്നു. അയാൾ കോടമ്പാക്കത്തെ തെരുവുകളിൽ അലഞ്ഞു നടന്ന പഴയ ശ്രീദേവനായി. *ഇന്നലത്തെ മഴ*യിലെ നായകനെന്ന ആമുഖത്തോടെ പല സംവിധായകരെയും കണ്ടു. പെട്ടിയിലായ സിനിമയുടെ നായകനെ നോക്കി ചിലർ പുച്ഛച്ചിരി ചിരിച്ചു. ചിലർ സഹതപിച്ചു. ഒന്നുരണ്ടു സിനിമകളിൽ തലകാണിക്കാൻ അവസരം കിട്ടിയതൊഴിച്ചാൽ കാര്യമായ പ്രയോജനമൊന്നുമുണ്ടായില്ല. ഒടുവിൽ, സീരിയലുകളിലേക്കായി ശ്രമം. ചിലതിൽ വേഷംകിട്ടി. രണ്ടുനേരത്തെ ആഹാരം മാത്രമായിരുന്നു പ്രതിഫലം.

അവസരം തേടിയുള്ള പരക്കംപാച്ചിലിനിടയിൽ സ്വന്തം കുടുംബത്തെപ്പോലും നേരാംവണ്ണം ശ്രദ്ധിക്കാൻ ശ്രീദേവനു കഴിഞ്ഞിരുന്നില്ല. ഓരോ ദിവസവും എങ്ങനെ കഴിച്ചുകൂട്ടണമെന്നറിയാതെ മിനി പകച്ചു നിന്നു. ജീവിതത്തിന്റെ കടുത്ത യാഥാർത്ഥ്യങ്ങളെ അഭിമുഖീകരിച്ചു തുടങ്ങിയപ്പോൾ ഉള്ളിലെ കലാവാസനകളെ ഉപേക്ഷിക്കുകയേ നിവൃത്തിയുള്ളൂവെന്ന് അവൾ തിരിച്ചറിയുകയായിരുന്നു. വീട് പട്ടിണിയാകാതിരിക്കാൻ എന്തെങ്കിലും ജോലി കണ്ടെത്തേണ്ടത് അനിവാര്യമായി.

ആലിൻപുറം ജങ്ഷനിലെ മാർജിൻ ഫ്രീ ഷോപ്പിൽ അവൾ ജോലിക്കു പോയിത്തുടങ്ങി. ആ തുച്ഛവരുമാനത്തിൽ ഓരോദിവസവും തട്ടിമുട്ടി കഴിഞ്ഞുപോയി. ഇതിനിടയിലായിരുന്നു സുഷമയുടെ മരണം. പക്ഷാഘാതം വന്ന് ഏതാണ്ട് ഒരു മാസത്തോളം അവർ ഒരു സ്വകാര്യ ആശുപത്രിയിലായിരുന്നു. അമ്മയുടെ മൃതദേഹം വിട്ടുകിട്ടണമെങ്കിൽ ചികിത്സാചെലവുതുകയായ അമ്പതിനായിരം രൂപ ഒടുക്കിയേ പറ്റൂ എന്ന് ആശുപത്രി അധികൃതർ വാശിപിടിച്ചപ്പോൾ ശ്രീദേവൻ സ്തബ്ധനായി. അഞ്ചു പൈസ സമ്പാദ്യമില്ലാത്തവനാണ് താനെന്ന് അന്നയാൾ ഞെട്ടലോടെ തിരിച്ചറിഞ്ഞു. മിനിയുടെ താലിമാല വിറ്റാണ് പണമടച്ചത്. ഒന്നും പറയാതെയാണ് അവൾ മാല ഊരി നൽകിയതെങ്കിലും അവളുടെ ഉള്ളിൽ അമർന്നെരിയുന്ന അസ്വസ്ഥതകളുടെ കനൽ ആ മുഖത്തുനിന്ന് അയാൾ വായിച്ചറിഞ്ഞു.

കാലം അതിവേഗം കുതിക്കുകയാണെന്നും ജീവിതം പ്രതിസന്ധി

യിലേക്കു നീങ്ങുകയാണെന്നും ശ്രീദേവൻ തിരിച്ചറിഞ്ഞു തുടങ്ങുകയായിരുന്നു. അമ്മയുടെ ചിതയ്ക്കു മുന്നിൽനിന്ന്, മനസ്സില്ലാമനസ്സോടെയാണെങ്കിലും സിനിമാമോഹങ്ങൾക്ക് തിരശ്ശീലയിടാൻ അയാൾ തീരുമാനിച്ചു.

ഒരു ജീവിതമാർഗം കണ്ടെത്തിയേ തീരൂ എന്ന് ശ്രീദേവൻ ഉറപ്പിച്ചു. ഉപജീവനത്തിനായി അഭിനയം മാത്രമേ ഇന്നേവരെ ചെയ്തിട്ടുള്ളൂ. പക്ഷേ, ഇനിയൊരു തിരിച്ചുപോക്കിനു സാധ്യതയില്ലാത്ത വിധമാണ് പ്രൊഫഷണൽ നാടകരംഗത്തിന്റെ അവസ്ഥ. ഇനി എന്തുചെയ്യും? അന്വേഷണം തുടങ്ങി. അങ്ങനെ അയാൾ നഗരത്തിലെ 'സുപ്രിയ' ലോഡ്ജിൽ മാനേജരായി. പന്ത്രണ്ടുവർഷങ്ങൾ അങ്ങനെ കടന്നുപോയി. ഒരു കാലത്ത് വേദികളെ ഹരംകൊള്ളിച്ച നാടകനടനായിരുന്നുവെന്നതും ഒരു സിനിമയിലെ നായകനായിരുന്നുവെന്നതുമൊക്കെ ശ്രീദേവൻ മറന്നു. അപൂർവ്വാവസരങ്ങളിൽ അയാളെ തിരിച്ചറിയുന്ന ചിലർ നാടകത്തിലെ അയാളുടെ പ്രകടനത്തെക്കുറിച്ച് വാചാലരാകുമ്പോഴാണ് ആ ഭൂതകാലത്തെക്കുറിച്ച് അയാൾ ഓർക്കുന്നതുതന്നെ. നിസംഗത കലർന്ന ഒരു പുഞ്ചിരിയിൽ അയാൾ ആ അഭിനന്ദനങ്ങളെ സ്വീകരിക്കും.

ഒരു ദിവസം രാത്രി. ശ്രീദേവന് അന്ന് നൈറ്റ് ഡ്യൂട്ടിയായിരുന്നു. റിസപ്ഷൻ കൗണ്ടറിലെ ടേബിളിൽ തല ചായ്ച്ച് ഉറങ്ങുകയായിരുന്നു അയാൾ. ഒന്നര മണിയായിക്കാണും. മുകൾനിലയിലെവിടെയോനിന്ന് ഉച്ചത്തിലുള്ള സംസാരം കേട്ട് അയാൾ ഞെട്ടിയുണർന്നു. പടികൾ ഓടിക്കയറി മൂന്നാം നിലയിലെ റൂം നമ്പർ 312 ലെത്തിയപ്പോൾ ചേരിതിരിഞ്ഞ് ചീത്തവിളിച്ചും പോർവിളി നടത്തിയും കയ്യാങ്കളിയിലാണ് നാല് യുവാക്കൾ. മദ്യക്കുപ്പികളും ഗ്ലാസുകളും ഭക്ഷണാവശിഷ്ടങ്ങളുമൊക്കെ നിലത്ത് ചിതറിക്കിടക്കുന്നു.സിനിമാ ഡിസ്കഷനുവേണ്ടി രാവിലെ മുറിയെടുത്തവരായിരുന്നു അവർ.

"നിങ്ങളെന്താ ഈ കാണിക്കുന്നത്?"

ശ്രീദേവൻ യുവാക്കളെ പിടിച്ചു മാറ്റാൻ ശ്രമിച്ചു.

"താനാരാ?"

അബോധത്തിലായിരുന്ന യുവാക്കൾ അയാൾക്കു നേരേ തിരിഞ്ഞു. അവർ അയാളെ തള്ളിമാറ്റി. അയാൾ മുറിക്കു പുറത്തേക്കു തെറിച്ചു വീണു. തല കൈവരിയിൽ ചെന്നിടിച്ചു. അയാൾ തല അമർത്തിപ്പിടിച്ചു. കൈയിൽ ചോരപുരണ്ടു. പോക്കറ്റിൽക്കിടന്ന മൊബൈൽ ഫോൺ കൈയിലെടുത്ത് പോലീസ് സ്റ്റേഷനിലെ നമ്പർ അയാൾ തിരയാൻ തുടങ്ങി. പെട്ടെന്നാണത് സംഭവിച്ചത്. യുവാക്കളിലൊരാൾ പാഞ്ഞുവന്ന് ഫോൺ തട്ടി താഴെയെറിഞ്ഞു. ശ്രീദേവന്റെ സർവ്വ നിയന്ത്രണങ്ങളും വിട്ടു. അയാൾ ആ യുവാവിന്റെ ചെകിട്ടിൽ ആഞ്ഞടിച്ചു. അപ്പോഴേ

ക്കും മറ്റു മൂന്നുപേർ അയാളെ വളഞ്ഞുകഴിഞ്ഞിരുന്നു. അവരുടെ അടിയും ഇടിയും തൊഴിയുമൊക്കെ ചെറുക്കാൻ അയാൾ വൃഥാ ശ്രമിച്ചുകൊണ്ടിരുന്നു. പിടിച്ചു നിൽക്കാൻ കഴിയില്ലെന്നു ബോധ്യമായതോടെ അയാൾ അവരെ തള്ളിമാറ്റി ഓടാൻ തുടങ്ങി. പ്രാണരക്ഷാർത്ഥമുള്ള ആ ഓട്ടത്തിനിടയിൽ പടിക്കെട്ടിൽ കാൽവഴുതി. ഉരുണ്ടുരുണ്ടു താഴേക്കു വീഴുന്നതിനിടയിൽ പടിക്കെട്ടിന്റെ കോർണറിൽ വച്ചിരുന്ന കൂറ്റൻ നിലവിളക്കിൽ കാൽ തട്ടി. കമിഴ്ന്നുകിടന്ന അയാളുടെ മുതുകിലേക്ക് അത് ഊക്കോടെ മറിഞ്ഞു വീണു...

ബോധാബോധങ്ങളിലൂടെയുള്ള ഇരുപത്തഞ്ചു ദിനരാത്രങ്ങൾക്കു ശേഷം മെഡിക്കൽകോളേജിൽനിന്ന് ഡിസ്ചാർജ് ചെയ്തു വീട്ടിലേക്കു മടങ്ങുമ്പോൾ ശ്രീദേവന്റെ അരയ്ക്കു താഴെ പൂർണമായും തളർന്നുപോയിരുന്നു. അയാളുടെ തുടർജീവിതം ചക്രക്കസേരയിലായി.

അച്ഛന് അപകടം സംഭവിക്കുമ്പോൾ മാർ ഇവാനിയോസ് കോളേജിൽ ജേർണലിസം ആൻഡ് മാസ് കമ്യൂണിക്കേഷൻ രണ്ടാം വർഷ ബിരുദ വിദ്യാർത്ഥിയായിരുന്നു രോഹിത്. വീട്ടിലെ പ്രാരാബ്ധങ്ങൾ കൂടിയപ്പോൾ അവന്റെ പഠനം നിലയ്ക്കേണ്ടതായിരുന്നു. പക്ഷേ, വൈകുന്നേരങ്ങളിലും, കോളേജ് അവധി ദിവസങ്ങളിലും ഓൺലൈൻ ഫുഡ് ഡെലിവറി ബോയിയുടെ ജോലി ചെയ്താണ് അവൻ പഠനം തുടർന്നത്. കഷ്ടപ്പാടുകൾക്കു ഫലമുണ്ടായി. രണ്ടുവർഷം കഴിഞ്ഞ്, മികച്ച മാർക്കോടെ അവൻ ബിരുദധാരിയായി. അധികം താമസിയാതെ തന്നെ 'ടുഡേ ന്യൂസ്' എന്ന വാർത്താ ചാനലിൽ റിപ്പോർട്ടർ ട്രെയ്നിയായി അവന് ജോലികിട്ടി. പാലക്കാടായിരുന്നു നിയമനം. ഒരുദിവസം രാത്രി ചാനൽ ഓഫീസിൽനിന്ന് ന്യൂസ് എഡിറ്ററുടെ വിളി വന്നു:

"ചെന്നൈയിൽ ചുഴലിക്കാറ്റ്. എത്രയും വേഗം അവിടെയെത്തണം."

ക്യാമറാമാൻ അനൂപിനേയും കൂട്ടി രാത്രിതന്നെ കാറിൽ അവൻ ചെന്നൈയിലേക്കു പുറപ്പെട്ടു. വെളുപ്പിന് നഗരത്തിലെത്തുമ്പോഴേക്കും മഴ തുടങ്ങിക്കഴിഞ്ഞിരുന്നു. വൈദ്യുതിയില്ലാത്തതിനാൽ നഗരം ഇരുട്ടുമൂടിക്കിടന്നു. താംബരത്തെ ഒരു ലോഡ്ജിൽ കയറി ഫ്രഷായി പുറത്തിറങ്ങിയപ്പോൾ മഴ കനത്തു. തലേന്ന് ആഞ്ഞുവീശിയ മിഷോങ് ചുഴലിക്കാറ്റിൽ റോഡിൽ പലയിടങ്ങളിലും മരങ്ങളും ഇലക്ട്രിക് പോസ്റ്റുകളും വീണു കിടന്നിരുന്നതിനാൽ വളരെ പ്രയാസപ്പെട്ടാണ് കാർമുന്നോട്ടെടുത്തത്.

ആർ കെ നഗറിലെ ഫ്ലൈഓവറിനു മുകളിൽനിന്ന് നഗരത്തിലെ മഴ ദൃശ്യങ്ങൾ ക്യാമറയിൽ പകർത്തിക്കൊണ്ട് ചാനലിലേക്ക് രോഹിത്ത് ആദ്യത്തെ ബൈറ്റ് നൽകി. അപ്പോഴേക്കും മഴ അതിതീവ്രമായിക്കഴി

ഞ്ഞിരുന്നു. കടകളിലും വീടുകളിലും വെള്ളം ഇരച്ചുകയറി. ഫ്ലാറ്റുകളുടെ പാർക്കിംഗ് ഏരിയകളിൽ കിടന്ന വാഹനങ്ങൾ വെള്ളത്തിൽ ഒഴുകി നടന്നു. കൈയിൽ കിട്ടിയതുമെടുത്ത് ജനങ്ങൾ പരക്കം പാഞ്ഞു. സ്കൂളുകൾ ദുരിതാശ്വാസക്യാമ്പുകളായി. തീവണ്ടികൾ നിലച്ചു. വിമാനത്താവളമടച്ചു. എട്ടുവർഷങ്ങൾക്കുശേഷം നഗരം വീണ്ടുമൊരു വെള്ളപ്പൊക്കത്തിന്റെ പിടിയിലായി.

നേരാംവണ്ണം ഉറങ്ങാൻ പോലുമാകാതെ രോഹിത്തും അന്യപും വെള്ളപ്പൊക്കത്തിന്റെ വാർത്തകൾ റിപ്പോർട്ട് ചെയ്തുകൊണ്ടിരുന്നു. രണ്ടു ദിനരാത്രങ്ങൾക്കുശേഷം പേമാരി ക്രമേണ നിലച്ചു.നിരത്തുകളിൽ ആളനക്കമുണ്ടായി. വാഹനങ്ങൾ ചലിച്ചുതുടങ്ങി. പ്രളയശേഷം സാധാരണ ജീവിതത്തിലേക്കു മടങ്ങുന്ന നഗരത്തെക്കുറിച്ചുള്ള റിപ്പോർട്ട് തയ്യാറാക്കാനായി രോഹിത്തും അന്യപും ത്യാഗരാജനഗറിലേക്കു തിരിച്ചു. തുണിത്തരങ്ങളും വളകളും മാലകളും കമ്മലുകളുമൊക്കെ വാരിനിരത്തി കച്ചവടം പൊടിപൊടിച്ചിരുന്ന തെരുവീഥികൾ ഏറെക്കുറേ വിജനമാണ്. റോഡിനിരുവശവുമുള്ള കടക്കാർ ചെളിവെള്ളം നീക്കി കട വൃത്തിയാക്കാൻ പാടുപെടുകയാണ്. അവരിൽ ചിലരുടെ ബൈറ്റുകൾ എടുത്തശേഷം അവർ വാസൻ സ്ട്രീറ്റും ജവഹർലാൽ നെഹ്റു സ്ട്രീറ്റും പിന്നിട്ട് മാമ്പലം ഹൈവേയിലേക്കു തിരിയാനൊരുങ്ങുമ്പോഴാണ് റോഡിനു വലതുവശത്തെ ആ കാഴ്ച രോഹിത് കണ്ടത്. ഒരു കൂറ്റൻ കെട്ടിടം ജെ സി ബി കൊണ്ട് പൊളിച്ചുമാറ്റുകയാണ്. കെട്ടിടത്തിനു മുകളിൽനിന്ന് അടർന്നു വീഴാൻ തുടങ്ങുന്ന ഇംഗ്ലീഷ് അക്ഷരങ്ങളിലാണ് രോഹിത്തിന്റെ കണ്ണ് പതിഞ്ഞത്.

" ചേട്ടാ, വണ്ടി നിർത്ത്."

രോഹിത്, ഡ്രൈവറുടെ തോളിൽ തട്ടി.

അവൻ പുറത്തേക്കിറങ്ങി, കെട്ടിടത്തിന്റെ ഗേറ്റിനടുത്തേക്ക് ധൃതിയിൽ നടന്നു. കുഞ്ഞുനാൾ മുതൽ അവൻ കേൾക്കുന്ന പേരാണ് അടർന്നുവീണു കൊണ്ടിരിക്കുന്നത്. ഒരുപാടുപേരുടെ സ്വപ്നങ്ങൾ അടക്കംചെയ്ത ചതുരപേടകം ആ കെട്ടിടത്തിനുള്ളിലായിരുന്നു. അത് ഇനി അവിടെയുണ്ടാകുമോ എന്ന് ഇടയ്ക്കിടെ ഉറക്കെ ആത്മഗതം ചെയ്ത് നെടുവീർപ്പിടുന്ന അച്ഛനെ അവനോർമ്മ വന്നു.

“അയ്യാ, ഇത് വന്ത് പ്രകാശ് ഫിലിം സ്റ്റുഡിയോ താനേ?”

തുറന്നുകിടന്ന, തുരുമ്പെടുത്ത ദ്രവിച്ച ഗേറ്റിനരികിൽ നിന്ന കാക്കിയുടുപ്പിട്ട വൃദ്ധനായ മനുഷ്യനോട് അവൻ ചോദിച്ചു.

“ആമാ സാർ.”

ഇടറിയ സ്വരത്തിൽ അയാൾ പറഞ്ഞു.

“ഇതെന്താ പൊളിക്കുന്നത്?”

" അത് വന്ത് എട്ടൊമ്പത് വർഷം മുന്നാടിയേ സ്റ്റുഡിയോ സ്റ്റോപ്പ് പണ്ണിയാച്ച്. ഇനി വന്ത് ഇന്ത ഇടത്തിലേ പെരിയ മാള് വരപ്പോകറ്ത്."

സെല്ലുലോയ്ഡിൽനിന്ന് ഡിജിറ്റലിലേക്ക് സിനിമ മാറിയപ്പോൾ തന്നെ സ്റ്റുഡിയോയുടെ പ്രവർത്തനം ഏതാണ്ട് നിലച്ച മട്ടായിരുന്നു. പുതിയകാലത്തിനനുസരിച്ചുള്ള മാറ്റങ്ങൾക്കൊന്നും മാനേജ്മെന്റിനു താല്പര്യമില്ലായിരുന്നു. ഓഡിയോ റെക്കോർഡിംഗും മറ്റുമായി കുറേക്കാലം കൂടി തട്ടിമുട്ടി കടന്നുപോയി. ഒരുമാസം മുമ്പാണ് ഒരു കൺസ്ട്രക്ഷൻ ഗ്രൂപ്പിന് സ്റ്റുഡിയോ വിറ്റത്. രണ്ടുദിവസം മുമ്പുള്ള പേമാരിയിൽ കെട്ടിടത്തിന്റെ ഒരു ഭാഗം ഇടിഞ്ഞു വീണതോടെയാണ് അത് പൂർണമായും ഇടിച്ചുനിരത്താൻ അവർ തീരുമാനിച്ചത്. വൃദ്ധൻ വിശദീകരിച്ചു.

ഉഗ്രശബ്ദത്തോടെ കെട്ടിടത്തിന്റെ മേൽക്കൂര നിലംപതിച്ചു. ചുറ്റും പൊടിപടലമുയർന്നു. അല്പസമയം കഴിഞ്ഞ്, പൊടിയൊന്നടങ്ങിയപ്പോൾ സ്റ്റുഡിയോ വളപ്പിനുള്ളിൽ കിടക്കുകയായിരുന്ന ഒരു ലോറി മുന്നോട്ടുവന്നു. രോഹിത്തിനെയും വൃദ്ധനെയും കടന്ന് അത് ഗേറ്റിനു പുറത്തേക്കു പോയി. അപ്പോഴാണ് രോഹിത് അത് ശ്രദ്ധിച്ചത്. ലോറിയുടെ പിന്നിൽ നിറയെ കെട്ടിവച്ചിരിക്കുന്ന ഫിലിം പെട്ടികൾ!

അവൻ ഒരു നിമിഷം സ്തബ്ധനായിപ്പോയി.

"തമ്പീ, അത് വന്ത് സ്റ്റുഡിയോ ഗോഡൗണിൽ കൂട്ടിയിട്ടിരുന്ന ഫിലിം പെട്ടികൾ. സ്റ്റുഡിയോ കാശ് കൊടുക്കാനില്ലാത്തതിനാലേ പ്രൊഡ്യൂസർമാർ വന്നെടുക്കാത്തതാ അതൊക്കെ. കാലേലെ ഒരു ലോഡ് പോയാച്ച്."

ലോറിയുടെ പിന്നിലേക്ക് അന്തംവിട്ടു നോക്കിനിൽക്കുന്ന രോഹിത്തിനോട് അയാൾ പറഞ്ഞു. രോഹിത്തിന് അത് അവിശ്വസനീയമായി തോന്നി. ഇത്രയും കാലം ആ പെട്ടികൾ ഉടമസ്ഥരേയും കാത്ത് കിടക്കുകയായിരുന്നോ?

" ഇത് എങ്കെ കൊണ്ടു പോകലെ?"

അവൻ ആകാംക്ഷയോടെ ചോദിച്ചു.

"തെരിയാത്."

വൃദ്ധൻ മുഖം ചുളിച്ചു.

രോഹിത് അല്പനേരം എന്തോ ആലോചിച്ചു നിന്നശേഷം കാറിനടുത്തേക്ക് ഓടി.

"ചേട്ടാ, വണ്ടിയെടുക്ക്.. ആ ലോറീരെ പുറകേ വിട്...."

അവൻ കാറിലേക്ക് ഓടിക്കയറി. അനൂപും ഡ്രൈവറും കാര്യമെന്തെന്നറിയാതെ മുഖത്തോടു മുഖം നോക്കി.

"കാര്യമൊക്കെ ഞാൻ പറയാം. ചേട്ടൻ വണ്ടിയെട്...."

അവൻ ധൃതികൂട്ടി. ഡ്രൈവർ വണ്ടി സ്റ്റാർട്ട് ചെയ്തു.

തിരക്കേറിയ നഗരവീഥികൾ പിന്നിട്ട് ലോറി തിരുവണ്ണാമലൈ റോഡിലേക്കു കടന്ന് കെ ജി സ്ട്രീറ്റിലേക്കു കയറി. തൊട്ടു പുറകിൽത്തന്നെ കാറുമുണ്ടായിരുന്നു. ആൾത്തിരക്കുള്ള ഇടുങ്ങിയ തെരുവിലൂടെ ഇഴഞ്ഞു നീങ്ങിയ ലോറി 'ബാദുഷ ബാംഗിൾസ്'' എന്ന ബോർഡു വച്ച ഒരു ഗേറ്റിനുള്ളിലേക്ക് കടന്നു. കാർ അകത്തേക്കു കടക്കാൻ ശ്രമിച്ചപ്പോൾ സെക്യൂരിറ്റിക്കാരൻ തടഞ്ഞു. രോഹിത്തും അനൂപും പുറത്തിറങ്ങി അറിയാവുന്ന തമിഴിലൊക്കെ അയാളോട് കാര്യം ധരിപ്പിക്കാൻ ശ്രമിച്ചു. പക്ഷേ, അയാൾ വഴങ്ങിയില്ല. തർക്കം മുറുകിയപ്പോൾ, തലയിൽ തൊപ്പി വച്ച, നീണ്ട വെളുത്ത താടിയുള്ള ഒരു ശുവെള്ള പൈജാമധാരി അവിടേക്കു വന്നു. ആ സ്ഥാപനത്തിന്റെ ഉടമ നിസാർ അഹമ്മദ് ആയിരുന്നു അത്.

"എന്ന പ്രചനം?"

അയാളുടെ ചോദ്യം സൗമ്യമായിരുന്നു.

രോഹിത്തും അനൂപും ചേർന്ന് കാര്യങ്ങൾ വിശദീകരിച്ചു. പ്രകാശ് സ്റ്റുഡിയോയിൽനിന്നും ലോറിയിൽ കൊണ്ടുവന്ന ഫിലിം പെട്ടികളിൽ *ഇന്നലത്തെ മഴ*യുടെ പ്രിന്റ് ഉണ്ടോ എന്നറിയണം. ഉണ്ടെങ്കിൽ വില തന്ന് തങ്ങൾ അതെടുത്തു കൊള്ളാം.

"....അയ്യാ, എൻ അപ്പ നടിച്ച ഫിലിമാണ്. പക്ഷേ, ഇതുവരെ അപ്പ അത് പാത്തിട്ടേ ഇല്ല."

രോഹിത്തിന്റെ തൊണ്ടയിടറി. കണ്ണുകളിൽ നനവ് പടർന്നു. നിസാർ അഹമ്മദ് ആ യുവാവിനെ അനുകമ്പയോടെ നോക്കി.

"കവലപ്പെടാതെ തമ്പീ. ഉള്ളേക്ക് വാ."

അയാൾ അവന്റെ കൈ പിടിച്ചു.

സെല്ലുലോയ്ഡ് കൊണ്ട് വർണവളകൾ നിർമ്മിക്കുന്ന ഫാക്ടറിയായിരുന്നു അത്. എങ്ങും ഉരുകിയ സെല്ലുലോയ്ഡിന്റെ ഗന്ധം. ഷീറ്റിട്ട ഒരു ഷെഡ്ഡിലേക്കാണ് രോഹിത്തിനേയും അനൂപിനേയും നിസാർ അഹമ്മദ് കൂട്ടിക്കൊണ്ടുപോയത്. വലിയ വലിയ പാത്രങ്ങളിൽ തിളച്ചു കൊണ്ടിരിക്കുന്ന ഏതോ ലായനിയിൽ കിടന്നുരുകുകയാണ് ഫിലിം റോളുകൾ! അത് പൂർണമായും ഉരുകിത്തീരുമ്പോൾ കിട്ടുന്ന ദ്രാവകത്തിൽ പലതരം നിറങ്ങൾ കൂട്ടിച്ചേർത്ത് അച്ചുകളിലേക്ക് പകർന്ന് മെഷീനിൽ കട്ട് ചെയ്താണ് പല വലിപ്പങ്ങളിലും ഡിസൈനുകളിലുമുള്ള വളകൾ ഉണ്ടാക്കുന്നത്. എത്രയോകാലത്തിനു ശേഷമാണ് ഇത്രയധികം ഫിലിം റോളുകൾ ഒരുമിച്ച് ഇവിടെ എത്തുന്നത്. സ്റ്റുഡിയോയിൽനിന്ന് ആദ്യലോഡായി വന്ന ഓരോ പെട്ടിയും പൊളിച്ച് അതിനുള്ളിലെ റീലുകളിൽ നിന്ന് ഫിലിം റോൾ വലിച്ചൂരി നിലത്തേക്കിട്ടു കൊണ്ടിരുന്നു.

എത്രയെത്ര മനുഷ്യരുടെ എത്രയോ കാലത്തെ സ്വപ്നങ്ങളാണ് ഒരു

നിമിഷം കൊണ്ട് ഉരുകിയുരുകി ഇല്ലാതാകുന്നത്! *ഇന്നലത്തെ മഴയും* ഇതിനകം ഉരുകിത്തീർന്നിരിക്കുമോ? രോഹിത് ആശങ്കപ്പെട്ടു.

"നിർത്തുങ്കോ...."

റീലുകളിൽനിന്ന് ഫിലിം റോൾ വലിച്ചൂരുന്നവരെ നോക്കി നിസാർ അഹമ്മദ് ഉച്ചത്തിൽ വിളിച്ചു പറഞ്ഞു.

"തമ്പീ, പാരുങ്കോ."

അയാൾ രോഹിത്തിനെ ഷെഡ്ഡിനുള്ളിലേക്കു ക്ഷണിച്ചു.

"കഴിഞ്ഞവാരത്തിലേ ഇന്തമാതിരി രണ്ടു ലോഡ് വന്താച്ച്."

നിസാർ അഹമ്മദ് പറഞ്ഞതുകേട്ട് നിലത്ത് കൂനയായിക്കിടക്കുന്ന അഭ്രച്ചുരുളുകളിൽ നോക്കി, എങ്ങനെ തിരയണമെന്നറിയാതെ അവൻ സ്തംഭിച്ചു നിന്നു.

"നമുക്കൊരു കാര്യം ചെയ്യാം. ആ പെട്ടികളിലെഴുതിയിരിക്കുന്ന പേരുകൾ നോക്കാം."

ഫിലിം പുറത്തെടുത്ത ശേഷം ഷെഡ്ഡിന്റെ ഒരു മൂലയിൽ അടുക്കി വച്ചിരുന്ന ചതുരപ്പെട്ടികളിലേക്ക് അനൂപ് വിരൽ ചൂണ്ടി. അതൊരു നല്ല ആശയമാണെന്ന് രോഹിത്തിനു തോന്നി. ഇതിനകം തന്നെ ഫിലിം എടുത്തു മാറ്റിയിട്ടുണ്ടെങ്കിൽ കൂടുതൽ തിരയുന്നതിൽ അർത്ഥമില്ലല്ലോ. അവർ അങ്ങോട്ടു നടന്നു.

ഓരോ പെട്ടിയുടെ പുറത്തും ചുവപ്പു പെയിന്റിൽ ഇംഗ്ലീഷിൽ എഴുതിയിരിക്കുന്ന പേരുകൾ അവർ നെഞ്ചിടിപ്പോടെ വായിക്കാൻ തുടങ്ങി *കളരിവിക്രമൻ, കാറ്റും മഴയും, ജമിന്ദാർ, കാട്ടുപോത്ത്, പാമരം, കാവ്യം,....*

അവയിലൊന്നും 'ഇന്നലത്തെ മഴ' ഇല്ലായിരുന്നു. അവർ ആശ്വാസത്തോടെ, ഇനി തുറക്കാനുള്ള പെട്ടികളുടെ പേരുകളിലേക്കു തിരിഞ്ഞു - *ഭാരതപ്പുഴ, ബ്രഹ്മദത്തൻ, പഞ്ചപാണ്ഡവർ, ധനുഷ്കോടി,.....*

അക്കൂട്ടത്തിലും *ഇന്നലത്തെ മഴ* കണ്ടില്ല. ഇനി നോക്കാനുള്ളത് ലോറിയിൽ നിന്നിറക്കാനുള്ള പെട്ടികളാണ്. തൊഴിലാളികൾ അവ നിലത്തിറക്കിത്തുടങ്ങി. രോഹിത്തും അനൂപും ആകാംക്ഷയോടെ ഓരോന്നിലൂടെയും കണ്ണോടിച്ചു - *ട്വിങ്കിൾ ട്വിങ്കിൾ ലിറ്റിൽ സ്റ്റാർ, ജന്മം, മാനം തെളിഞ്ഞേ നിന്നാൽ, സ്വപ്നമാളിക,.....* ഓരോ പേര് വായിക്കുമ്പോഴും അവരുടെ മുഖം നിരാശാഭരിതമായിക്കൊണ്ടിരുന്നു. പതിന്നാല് പെട്ടികൾ പിന്നിട്ടു. പെട്ടെന്നാണ് രോഹിത്തിന്റെ മുഖത്ത് പ്രതീക്ഷയുടെ പ്രകാശം തെളിഞ്ഞത്. ലോറിയിൽ നിൽക്കുന്ന ഒരു തൊഴിലാളിയുടെ കൈയിൽനിന്നും നിലത്തുനിൽക്കുന്ന മറ്റൊരു തൊഴിലാളിയുടെ കൈയിലേക്കു കൈമാറുന്ന ആ പതിനഞ്ചാമത്തെ പെട്ടിയിലെ *ഇന്നലത്തെ മഴ* എന്ന പെയിന്റടർന്നു തുടങ്ങിയ ചുവപ്പുലിഖിതം വായിച്ച് അവൻ ഉറക്കെ വിളിച്ചു പറഞ്ഞു:

"അതാ... അതാണാ പെട്ടി.."

ഓടിച്ചെന്ന് ഒരു നിധിപേടകത്തെ എന്നപോലെ അവൻ ആ ഫിലിം പെട്ടിയെ ഏറ്റുവാങ്ങി. ആഹ്ലാദാതിരേകത്താൽ അവന്റെ കണ്ണ് നനഞ്ഞു.

"അയ്യാ, ഇത് എന്നുടെ അപ്പാവിൻ ഉയിര്. എനിക്കിതു തരണം. ഇത് നീങ്ക വാങ്ങാൻ കൊടുത്ത കാശ് നാൻ തരാം."

അവൻ നിസാർ അഹമ്മദിനെ നോക്കി പറഞ്ഞു. അയാൾ പുഞ്ചിരിച്ചു കൊണ്ട് അവനടുത്തേക്കു ചെന്നു.

"തമ്പീ, നീ കാശൊന്നുമേ തരവേണ്ട."

അയാൾ അവനെ ചേർത്തു പിടിച്ചു.

ലോകം കീഴടക്കിയവനെപ്പോലെ ഫിലിം പെട്ടിയെ നെഞ്ചോടു ചേർത്തുപിടിച്ചുകൊണ്ട് രോഹിത് കാറിനടുത്തേക്കു നടന്നു..

പതിനാറുവർഷങ്ങൾക്കുശേഷം മകൻ വീണ്ടെടുത്തു കൊണ്ടുവന്ന ഫിലിം പെട്ടി കണ്ട് ശ്രീദേവനുണ്ടായ സന്തോഷം സമാനതകളില്ലാത്തതായിരുന്നു. അലുമിനിയം ചതുരപ്പെട്ടി മെല്ലെ തുറന്ന് ഒരു ഫിലിം റീൽ പുറത്തെടുത്ത് രോഹിത്, അച്ഛനു നേർക്കു നീട്ടി. വീൽചെയറിൽ ഇരിക്കുകയായിരുന്ന ആ വൃദ്ധൻ, നഷ്ടപ്പെട്ടെന്നു കരുതിയത് വർഷങ്ങൾക്കുശേഷം തിരിച്ചുകിട്ടുമ്പോഴുള്ള ഭാവപ്പകർച്ചകളോടെ വിറയ്ക്കുന്ന കൈകൾകൊണ്ട് ആ സെല്ലുലോയ്ഡ് റീൽ ഏറ്റുവാങ്ങി. ചുറ്റിലും നിന്നവർ ആ അപൂർവ്വനിമിഷത്തെ അവരുടെ മൊബൈൽ ഫോണുകളിൽ നിശ്ചല-ചലന ദൃശ്യങ്ങളായി പകർത്തിക്കൊണ്ടിരുന്നു. അയാൾ ആ ഫിലിംറോളിന്റെ ചുരുൾ നിവർത്തി, തുറന്നിട്ട ജനാലയിലൂടെ കടന്നുവരുന്ന സൂര്യപ്രകാശത്തിനു നേർക്ക് നീട്ടി, ആകാംക്ഷയോടെ അതിലേക്ക് ഉറ്റുനോക്കി. അയാളുടെ കണ്ണുകൾ തിളങ്ങി. സെല്ലുലോയ്ഡിലൂടെ കടന്നുവന്ന സൂര്യവെളിച്ചം, അയാളുടെ മുഖത്ത് ചെറുചതുരചിത്രങ്ങൾ തീർത്തു. അവയിൽ തെളിഞ്ഞത് അയാളുടെ തന്നെ മുഖമായിരുന്നു. നരകയറിയ കുറ്റിത്താടിയിലൂടെ കണ്ണീരൊലിച്ചിറങ്ങി. നിറമുള്ളതും നിറം മങ്ങിയതും നിറമേതുമില്ലാത്തതുമായ പലവിധദൃശ്യങ്ങൾ അയാളുടെ കൈവിരലുകളുടെ ചലനത്തിനൊപ്പം മാറിമറിഞ്ഞു കൊണ്ടേയിരുന്നു...

എത്രയോ കാലത്തിനുശേഷമാണ് അയാൾ ഇത്രയധികം സന്തോഷിക്കുന്നത്. അയാൾ അവനെ അടുത്തേക്കുവിളിച്ച് നെറുകയിൽ ചുംബിച്ചു. അതു കണ്ടുനിന്ന മിനി സാരിത്തലപ്പുകൊണ്ട് കണ്ണീരൊപ്പി. സന്തോഷകരമായ ആ നിമിഷങ്ങളിലൂടെ കടന്നുപോകുമ്പോഴും കാതലായ ചില ചോദ്യങ്ങൾ രോഹിത്തിനെയും ശ്രീദേവനെയും അലട്ടുന്നുണ്ടായിരുന്നു. ഈ ഫിലിം കേടുപാടുകളില്ലാത്തതാണോ? ഫിലിമിൽ നിന്നും ഡിജിറ്റലിലേക്ക് സിനിമ മാറിയതിനാൽ ഇത് എങ്ങനെ പ്രദർശിപ്പിക്കും? എവിടെ പ്രദർശിപ്പിക്കും?...

പുനർജന്മം

*ഇന്നലത്തെ മഴ*യുടെ റീലുകൾ ഓരോന്നും സൂക്ഷ്മമായി പരിശോധിച്ച രോഹിത്തിനും അന്തപിനും ഒരു കാര്യം ബോധ്യമായി. ഫിലിമിൽ അവിടവിടെ കാര്യമായ കേടുപാടുകൾ സംഭവിച്ചിട്ടുണ്ടെങ്കിലും പകുതിയോളം കുഴപ്പമില്ലാത്തതാണ്. പക്ഷേ, തുടർച്ച നഷ്ടപ്പെട്ട ഫിലിംറോൾ കൊണ്ട് എന്ത് പ്രയോജനം? സിനിമ കാണാൻ പ്രതീക്ഷയോടെ കാത്തിരിക്കുന്ന അച്ഛന്റെ മുഖം ഓർത്തപ്പോൾ എന്തെങ്കിലും ചെയ്തേ പറ്റൂ എന്ന് രോഹിത് ഉറപ്പിച്ചു. ചാനലിലെ സ്റ്റുഡിയോ ടെക്നീഷ്യനായ സുധീറിനോടു അവൻ പ്രശ്നം അവതരിപ്പിച്ചു. ഫിലിം സ്റ്റുഡിയോകളിൽ മുൻപ് എഡിറ്റിംഗ് അസിസ്റ്റന്റായിരുന്നയാളാണ് സുധീർ.

“കൊള്ളാവുന്ന ഫിലിം കട്ട് ചെയ്തെടുത്ത് അവയെ യോജിപ്പിച്ച് ഡിജിറ്റലിലേക്ക് കൺവർട്ട് ചെയ്യാം. പക്ഷേ, കണ്ടിന്യൂറ്റി നഷ്ടപ്പെടും. അല്ലെങ്കിൽ, ആ ഭാഗങ്ങൾ റീ ഷൂട്ട് ചെയ്ത് ആഡ് ചെയ്യണം.”

നടപ്പാക്കാൻ പ്രയാസമുള്ളതായിരുന്നു സുധീറിന്റെ ആ നിർദ്ദേശം. പതിനാറുവർഷത്തിനിടയിൽ അഭിനേതാക്കൾക്കുമാത്രമല്ല, കഥാപശ്ചാത്തലമായ ആലിൻപുറത്തിനും കാര്യമായ മാറ്റങ്ങൾ സംഭവിച്ചിട്ടുണ്ട്. അതുകൊണ്ട് റീ ഷൂട്ടിങ് അസാധ്യമാണ്. പിന്നെന്താണ് പോംവഴി? അലുമിനീയംപെട്ടിക്കുള്ളിൽ പൊടിഞ്ഞൊടുങ്ങാനാണോ *ഇന്നലത്തെ മഴ*യുടെ വിധി?

ഒരുമാസം പിന്നിട്ടു. ഇതിനിടയിൽ രോഹിത്തിന് തിരുവനന്തപുരത്തേക്ക് സ്ഥലം മാറ്റമായി. ചാനലിലെ 'അരങ്ങ്' എന്ന പ്രോഗ്രാമിന്റെ

ഒരു എപ്പിസോഡ് തയ്യാറാക്കാനായി, സംസ്ഥാന ഫോക്‌ലോർ അക്കാഡമി അവാർഡ് നേടിയ നാടൻപാട്ട് കലാകാരൻ പനവൂർ നാണക്കുട്ടനെ ഇന്റർവ്യൂ ചെയ്യാൻ രോഹിത്തും അന്വപും ഒരുദിവസം അദ്ദേഹത്തിന്റെ വീട്ടിലെത്തി. നാടൻപാട്ട് പാടലും ഇന്റർവ്യൂമൊക്കെ കഴിഞ്ഞ് മടങ്ങാനൊരുങ്ങുമ്പോൾ നാണക്കുട്ടൻ ചോദിച്ചു:

"മോന്റെ വീടെവിടെയാ?"

"ആലിൻപുറം."

രോഹിത്തിന്റെ മറുപടി കേട്ടപ്പോൾ വൃദ്ധന്റെ കണ്ണുകൾ തിളങ്ങി. അയാൾ ഓർമ്മകളിൽ എന്തോ പരതുന്നതായി രോഹിത്തിനു തോന്നി.

"ആലിൻപുറത്ത് ഒരു, ഒരു വാസുദേവനുണ്ടായിരുന്നു. കവലകൾ തോറും പാടിനടന്ന് പാട്ടുപുസ്തകമൊക്കെ വിറ്റുനടന്ന ഒരു കോപ്പ് വാസുദേവൻ. അറിയാമോ?"

ആ ചോദ്യം കേട്ട് രോഹിത്തിന്റെ കണ്ണുകൾ വിടർന്നു. തന്റെ വീടിന്റെ വരാന്തയിൽ തൂക്കിയിട്ടുള്ള അപ്പൂപ്പന്റെ ചില്ലിട്ട ഫോട്ടോ മനസ്സിൽ തെളിഞ്ഞു.

"അതെന്റെ അച്ഛന്റെ അച്ഛനാണ്."

വൃദ്ധൻ അവിശ്വസനീയതയോടെ അവനെ നോക്കി.

"പണ്ട് ചെറുപ്പത്തില് ആ പാട്ടുപുസ്തകത്തിലെ പാട്ടുകൾ ഞാനും കൊറേ പാടിനടന്നിട്ടൊള്ളതാണ്."

സന്തോഷം അടക്കാനാകാതെ അയാൾ അവനെ ചേർത്തുപിടിച്ചു. വാസുദേവന്റെ കടുത്ത ആരാധകനായിരുന്ന നാണക്കുട്ടൻ ഒരുദിവസം ആലിൻപുറത്തു പോയി അയാളുമായി ഏറെനേരം സംസാരിച്ചിരുന്നത് ഓർത്തെടുത്തു. അന്നാണ് വാസുദേവന് 'കോപ്പ്' എന്ന വിശേഷണമുണ്ടെന്ന് അയാളറിയുന്നത്.

മടക്കയാത്രയിൽ രോഹിത് ചിന്തിച്ചത് അപ്പൂപ്പനെക്കുറിച്ചും അപ്പൂപ്പന്റെ പേരിനൊപ്പമുള്ള 'കോപ്പ്' എന്ന വിശേഷണത്തെക്കുറിച്ചുമായിരിന്നു. അച്ഛനെയും ചിലർ അങ്ങനെ വിശേഷിപ്പിക്കാറുണ്ട്. നാട്ടിലെ പ്രായമായ ചിലർ അവനെ കാണുമ്പോൾ 'നീയാ കോപ്പിന്റെ മോനല്ലേ?' എന്ന് ചോദിക്കാറുമുണ്ട്. പരസ്യമായി ആരും വിളിച്ചിട്ടില്ലെങ്കിലും ഒരു പക്ഷേ, രഹസ്യമായി തന്നെയും ആരെങ്കിലും 'കോപ്പ് രോഹിത്' എന്ന് വിളിക്കുന്നുണ്ടാകാം. തലമുറകളിലൂടെ കൈമാറി വന്ന 'കോപ്പ്' എന്ന വിശേഷണത്തിന്റെ ഉല്പത്തിചരിതത്തെക്കുറിച്ച് അവൻ വെറുതേ ചിന്തിച്ചു. ബയോസ്കോപ്പും കഥപറച്ചിലുകാരനായ മുത്തുമുത്തച്ഛൻ ചമ്പക്കുളം ചന്ദ്രപ്പനുമൊക്കെ ആ ചിന്തകളിലേക്ക് കടന്നുവന്നു. പെട്ടെന്ന് ഒരു മി

ന്നല്പ്പിണർ പോലെ ബയോസ്കോപ്പ്, കഥപറച്ചിൽ എന്നീ വാക്കുകൾക്കൊപ്പം *ഇന്നലത്തെ മഴ*യുടെ ഫിലിംറീലുകളും അവന്റെ മനസ്സിൽ ചുരുൾനിവർത്തി. പ്രതീക്ഷയുടെ ഇത്തിരിവെട്ടം തെളിയുന്നതായി അവനു തോന്നി.

ഉള്ളിൽ ഉരുവംകൊണ്ട ആശയം രോഹിത് ആദ്യം പങ്കുവച്ചത് അനൂപിനോടാണ്. അവന് ആശയം ഇഷ്ടമായെങ്കിലും എങ്ങനെ നടപ്പാക്കുമെന്നതിൽ സന്ദേഹമുണ്ടായി. അവർ സുധീറിനോടു കാര്യം പറഞ്ഞപ്പോൾ സഹായിക്കാമെന്ന് അയാൾ ഉറപ്പുനൽകി. ഉപയോഗിക്കാൻ കഴിയുന്ന ഫിലിമുകളെ തമ്മിൽ അയാൾ കൂട്ടിച്ചേർത്തു. ഏതാണ്ട് ഒന്നേകാൽ മണിക്കൂറോളം പ്രദർശനദൈർഘ്യമുണ്ടായിരുന്നു ആ ഫിലിം റോളിന്. അതിനെ ഡിജിറ്റലാക്കി മാറ്റി കംപ്യൂട്ടറിലിട്ടു കണ്ടപ്പോൾ രോഹിത്തിന് ഒരുകാര്യം മനസ്സിലായി. യഥാർത്ഥ കഥയിലേക്കെത്താനുള്ള പല ഭാഗങ്ങളും അവിടവിടെയായി നഷ്ടപ്പെട്ടിരിക്കുകയാണ്. ഉപയോഗിക്കാവുന്ന ശബ്ദങ്ങളും സംഭാഷണങ്ങളും അതേപടി നിലനിർത്താമെന്നു വിചാരിച്ചെങ്കിലും അവ്യക്തതയും ഇടർച്ചയുമൊക്കെ പ്രശ്നങ്ങളായി. ഇവിടെയാണ് കഥപറച്ചിലിന്റെ സാധ്യത പ്രയോജനപ്പെടുത്തേണ്ടത്. ദൃശ്യങ്ങൾക്കനുസരിച്ച് അവൻ കഥമെനഞ്ഞു. അതൊരു എളുപ്പപ്പണി അല്ലായിരുന്നതിനാൽ നാലഞ്ചുദിവസം ഉറക്കമിളയ്ക്കേണ്ടി വന്നു. കഥാഗതിക്കനുസരിച്ച് ഫിലിമിൽ ഒരു ഫൈനൽ എഡിറ്റിംഗ് കൂടി നടത്തി. ഇനി കണ്ടെത്തേണ്ടത് നല്ലൊരു കഥപറച്ചിലുകാരനെയാണ്. എഴുതിവച്ച സ്ക്രിപ്റ്റിനപ്പുറം രസകരമായും ഭാവപ്രധാനമായും മനോധർമ്മം ചേർത്തും കഥപറയാൻ കഴിവുള്ളയാളാണ് വേണ്ടത്. ചാനലുകളിൽ കോമഡി ഷോ അവതരിപ്പിക്കുന്ന പല മിമിക്രി താരങ്ങളേയും പരീക്ഷിച്ചു. ഒടുവിൽ, സാമാന്യം ഭേദപ്പെട്ട പ്രകടനം കാഴ്ചവച്ച കലാദർശൻ ഷിജുവിനെ തീരുമാനിച്ചു. പശ്ചാത്തലസംഗീതമുൾപ്പെടെയുള്ള റിഹേഴ്സൽ തുടങ്ങി.

പ്രദർശനത്തിന് ഫിലിം ഉപയോഗിക്കണമോ അതോ ഡിജിറ്റൽ രൂപം മതിയോ എന്നതിലായി അടുത്ത ആശയക്കുഴപ്പം. കഴിയുമെങ്കിൽ ഫിലിമിൽത്തന്നെ കാണിക്കുന്നതാണ് നല്ലതെന്നായിരുന്നു സുധീറിന്റെ അഭിപ്രായം. അതിന് ഫിലിം പ്രൊജക്ടർ വേണം. പിന്നെ അതിനായി അന്വേഷണം.

സോനാ തീയേറ്റർ പൂട്ടിയപ്പോൾ അവിടെയുണ്ടായിരുന്ന പ്രൊജക്ടർ, ചൂപ്പി ശശി കൊണ്ടുപോയതായി മരണാവലി മണിയന്റെ മരുമകനിൽ നിന്നറിഞ്ഞ രോഹിത് അയാളുടെ വീട്ടിൽചെന്നു. വാർദ്ധ

കൃത്തിന്റെ അവശതകൾ മറന്ന്, പഴയ സിനിമാകാലത്തെക്കുറിച്ച് ആവേശത്തോടെയാണ് ശശി സംസാരിച്ചത്.

കാലപ്പഴക്കംകൊണ്ട് പ്രൊജക്ടർ നേരാംവണ്ണം പ്രവർത്തിക്കുമോ എന്ന് രോഹിത് ആശങ്കപ്പെട്ടപ്പോൾ ഒരു ചെറുചിരിയോടെ അയാൾ രോഹിത്തിനെ വീടിനുള്ളിലേക്കു കൂട്ടിക്കൊണ്ടുപോയി. അവിടെ ചുമരിൽ ഫ്രെയിം ചെയ്ത് തൂക്കിയിരുന്ന വലിയൊരു ഫോട്ടോ അവൻ ശ്രദ്ധിച്ചു. വലിയൊരു നിലവിളക്കിന് തിരിതെളിക്കുന്ന പ്രേംനസീർ! സോനാ തീയേറ്ററിന്റെ ഉദ്ഘാടനത്തിന് എടുത്തതായിരുന്നു ആ ചിത്രം. പ്രേംനസീറിനു പിറകിലെ ആൾക്കൂട്ടത്തിനിടയിൽ അദ്ദേഹത്തെ ആരാധനയോടെ നോക്കി നിൽക്കുന്ന പൊടിമീശക്കാരൻ, ശ്രീദേവനാണെന്ന് ശശി പറഞ്ഞപ്പോൾ അവൻ അതിശയിച്ചുപോയി. സുന്ദരനായ ആ കൗമാരക്കാരനിൽനിന്നും എന്തൊരു രൂപമാറ്റമാണ് അച്ഛന് ഇപ്പോൾ സംഭവിച്ചിരിക്കുന്നത്!

മുറിയുടെ മൂലയിൽ ഒരു പുതപ്പ് കൊണ്ട് മൂടിവച്ചിരിക്കുകയായിരുന്നു പ്രൊജക്ടർ. ശശി, മൂടി മാറ്റി. രോഹിത്തിന് തന്റെ കണ്ണുകളെ വിശ്വസിക്കാനായില്ല! തുടച്ചു മിനുക്കി പുത്തനാക്കി വച്ചിരിക്കുകയാണത്.

"എന്നും രാവിലെ ഞാനിവനെ തുടച്ചു കുട്ടപ്പനാക്കി വയ്ക്കും. ഇടയ്ക്ക് എണ്ണയോ ഗ്രീസോ ഒക്കെ ഇട്ടു കൊടുക്കും. വല്ലപ്പോഴും ഓൺ ചെയ്യും. എത്രയോ കാലം എനിക്ക് അന്നം തന്നതല്ലേ. മറക്കാൻ പറ്റോ. ആക്രിക്കാര് കൊണ്ടുപോകേണ്ട ഇവനെ ഞാൻ എടുത്തോണ്ടുവന്നത് എന്റെ മരണം വരെ പൊന്നുപോലെ സൂക്ഷിക്കാനാ. അതുകൊണ്ട് മോൻ പേടിക്കേണ്ട. ഇവൻ നല്ല കണ്ടീഷനിലാ. ഞാനിവനെ ഓട്ടിക്കാം."

അയാൾ പ്രൊജക്ടറിനെ ചേർത്തുപിടിച്ചു ചുംബിച്ചു. പരിക്ഷീണമായ ആ കണ്ണുകളിൽ ആഹ്ലാദനീർ പൊടിയുന്നതായി രോഹിത്തിനു തോന്നി.

രോഹിത്തിന്റെ മനസ്സിലെ ആശയം സാക്ഷാത്കരിക്കാനുള്ളതെല്ലാം ഏതാണ്ട് പൂർത്തിയായി. ഇനി വേണ്ടത് നാട്ടുകാരുടെ പങ്കാളിത്തവും സഹകരണവുമാണ്. 'എന്റെ നാട് ആലിൻപുറം' എന്ന ആലിൻപുറത്ത് നിവാസികളുടെ വാട്സ് ആപ് കൂട്ടായ്മയിലൂടെ അവൻ വിവരം പങ്കുവച്ചു. പ്രതീക്ഷിച്ചതിലുമപ്പുറമുള്ള പ്രതികരണമാണ് അതിനു കിട്ടിയത്. പതിനാറുവർഷംമുമ്പ് കുട്ടികളായിരുന്ന ഇപ്പോഴത്തെ യുവാക്കളും ഇപ്പോൾ വൃദ്ധരായ അന്നത്തെ യുവാക്കളുമൊക്കെ എല്ലാവിധ സഹായസഹകരണങ്ങളും വാഗ്ദാനം ചെയ്തുകൊണ്ടു മുന്നോട്ടുവരികയും തൊട്ടടുത്ത ഞായറാഴ്ച ആലിൻപുറം ദേവീക്ഷേത്രവളപ്പിൽ യോഗം ചേർന്ന്,

പരിപാടി വിജയിപ്പിക്കുന്നതിനുള്ള കമ്മറ്റി രൂപീകരിക്കുകയും ചെയ്തു.

പ്രദർശനസ്ഥലം എവിടെയായിരിക്കണമെന്നതിൽ ഒരു പാട് ചർച്ചകൾ നടന്നു. ഒടുവിൽ, ബയോസ്കോപ്പ് പ്രദർശനത്തിലൂടെ സിനിമയുടെ ലോകത്തേക്ക് ആലിൻപുറത്തെ ആനയിച്ച പഴയ തെന്നൂർക്കോണം ഗ്രൗണ്ട് തന്നെ മതിയെന്നു നിശ്ചയിച്ചു. മരണാവലിയുടെ മരണത്തെത്തുടർന്ന് സിനിമാപ്രദർശനം മതിയാക്കി കുറേക്കാലം കല്യാണമണ്ഡപമായിരുന്നു സോനാ തീയേറ്റർ. പിന്നീട് മണിയന്റെ മക്കൾ തമ്മിൽ കേസും വഴക്കുമൊക്കെയായതു കാരണം വർഷങ്ങളായി അത് അടഞ്ഞുകിടന്നു. അടുത്തിടെയാണ് കേസ് അവസാനിച്ചത്. ആ സ്ഥലത്തിന്റെ പുതിയ അവകാശികൾ മീര കൺസ്ട്രക്ഷൻസ് കമ്പനിയാണ്. മൾട്ടിപ്ലക്സ് ഉൾപ്പെടെയുള്ള ഒരു ഷോപ്പിംഗ് മാൾ നിർമ്മിക്കുന്നതിനായി അവർ തീയേറ്റർ പൊളിച്ചുമാറ്റി സ്ഥലം നിരപ്പാക്കിയിട്ടിരിക്കുകയാണ്. പ്രദർശനടെൻഡ് കെട്ടാനുള്ള അനുമതി അവരിൽനിന്നു വാങ്ങുന്ന കാര്യം റിട്ടയേർഡ് സർക്കിൾ ഇൻസ്പെക്ടറായ നാഗേന്ദ്രൻ നായർ ഏറ്റു. സ്പോൺസർമാരെ കണ്ടെത്താൻ എല്ലാവരും ആത്മാർത്ഥമായി സഹകരിച്ചതിനാൽ പ്രദർശനച്ചെലവിനുള്ള കാശ് കണ്ടെത്താൻ ഒരുപാട് ബുദ്ധിമുട്ടൊന്നുമുണ്ടായില്ല.

പഴയകാലത്തെ ബയോസ്കോപ് പ്രദർശനങ്ങളുടെ പുനരാവിഷ്കരണമായി *ഇന്നലത്തെ മഴ*യുടെ പ്രദർശനത്തെ മാറ്റുന്നതിനുള്ള പ്രവർത്തനങ്ങളാണ് പിന്നീട് നടന്നത്. തെന്നൂർക്കോണം ഗ്രൗണ്ടിൽ ബഹുവർണങ്ങളിലുള്ള ക്യാൻവാസിൽ ഒരു വലിയ കൂടാരമുയർന്നു. പ്രൊജക്ടറും 35 എം എം ഫിലിം പ്രദർശിപ്പിക്കാനുള്ള സ്ക്രീനും ഇരുന്നൂറ്റമ്പതോളം പേർക്ക് ഇരിക്കാനുള്ള കസേരകളും അതിനുള്ളിൽ സജ്ജീകരിച്ചിരുന്നു. മുൻവാതിലിനു മുകളിലായി സ്വർണവർണത്തിൽ 'ആലിൻപുറം ടാക്കീസ്' എന്ന് വലിയ അക്ഷരത്തിലെഴുതിയ ഒരു ബോർഡ് കെട്ടിത്തൂക്കി. കൂടാരത്തിനോടു ചേർന്നു വലതുവശത്തായി ടിക്കറ്റ് കൗണ്ടർ സജ്ജീകരിച്ചു. അമ്പതു രൂപയായിരുന്നു ടിക്കറ്റ് ചാർജ്. ഇടതു വശത്ത് വനജയുടെ മകന്റെ കടല -കപ്പലണ്ടി- സോഡാക്കടയായിരുന്നു. കൂടാരത്തിനു മുന്നിലായി കുലവാഴകൾ കെട്ടിയലങ്കരിച്ച പ്രവേശനകവാടം. അതിനു മുന്നിലായി *ഇന്നലത്തെ മഴ*യുടെ വലിയൊരു ഫ്ലക്സ്ബോർഡ് സ്ഥാപിച്ചു. അഭിനേതാക്കളും അണിയറ പ്രവർത്തകരും അതിൽ നിറഞ്ഞുനിന്നു. പല നിറങ്ങളിലുള്ള കൊടിതോരണങ്ങളും ചെറു ബൾബുകളും കുരുത്തോലകളുംകൊണ്ട് കൂടാരവും കൂടാരത്തിലേക്കുള്ള വഴികൾക്കിരുവശവും അലങ്കരിച്ചു.

ബയോസ്കോപ് പ്രദർശനത്തിന്റെ മാതൃകയിൽ സിനിമാ പ്രദർശനം നടക്കുന്നുവെന്ന വിശേഷം ഫേസ് ബുക്കിലും വാട്ട്സ്ആപ്പിലും ഇൻസ്റ്റഗ്രാമിലുമൊക്കെ രോഹിത് പങ്കുവച്ചു. ടുഡേ ന്യൂസിൽ പ്രത്യേക സ്റ്റോറിയും ചെയ്തു. സോഷ്യൽ മീഡിയയിലെ സിനിമാപ്രേമികളുടെ കൂട്ടായ്മകളിലേക്ക് അവ ഷെയർ ചെയ്യപ്പെട്ടു.

"പ്രിയമുള്ള ആലിൻപുറം നിവാസികളേ, പുതുമയുള്ള ദൃശ്യാനുഭവമൊരുക്കിക്കൊണ്ട് ഇന്നു രാത്രി കൃത്യം ഏഴ് മണിക്ക് തെന്നൂർക്കോണം ഗ്രൗണ്ടിൽ പ്രദർശിപ്പിക്കുന്നു... ആലിൻപുറത്തെ ജനങ്ങൾ വർഷങ്ങളായി കാണാൻ കൊതിച്ചിരുന്ന, കാത്തിരുന്ന ചലച്ചിത്രം; *ഇന്നലത്തെ മഴ.* വരുവിൻ, കാണുവിൻ, രസിപ്പിൻ....ഡും ഡും ഡും.."

നേരം പരപരാ വെളുത്തപ്പോൾ ചെണ്ടയടിയുടെ അകമ്പടിയോടെ കേട്ട വിളംബരശബ്ദത്തിൽ ആലിൻപുറം ഉണർന്നു. ആലിൻപുറം കവലയിൽനിന്നും ആരംഭിച്ച ആ വിളംബരയാത്രയുടെ മുന്നിലുണ്ടായിരുന്നത് രോഹിത്തായിരുന്നു. മെഗാഫോണിലൂടെ ഘനഗംഭീരസ്വരത്തിൽ അനൗൺസ്മെന്റ് നടത്തിയത് സായിപ്പ് സഹദേവന്റെ ചെറുമകനായ അഭിലാഷ്. ചുക്രക്കണ്ണന്റെയും ഇഞ്ചിക്കുന്നന്റെയും ചെറുമക്കളുമൊക്കെ ചേർന്ന ഒരു ചെറുസംഘമായിരുന്നു ആ വിളംബരയാത്രയിലുണ്ടായിരുന്നത്. വഴിവക്കിൽ നിന്നവർക്കെല്ലാം നോട്ടീസ് നൽകിക്കൊണ്ട് വീടുകൾ തിങ്ങിനിറഞ്ഞ ഇടവഴികളിലൂടെ ആ സംഘം സഞ്ചരിച്ചു. അനൂപിന്റെ ക്യാമറയിൽ അതെല്ലാം ചലനദൃശ്യങ്ങളായി പതിഞ്ഞുകൊണ്ടിരുന്നു.

"വിനായകനേ, വിനൈ തീർപ്പവനേ...."

അഞ്ചു മണിയായപ്പോൾ 'ആലിൻപുറംടാക്കീസി'ന്റെ മുകളിൽ സ്ഥാപിച്ചിരുന്ന കോളാമ്പി പാടിത്തുടങ്ങി. തെറ്റിയും തെറിച്ചും ആളുകൾ വന്നുകൊണ്ടിരുന്നു. ആറുമണിയായപ്പോഴേക്കും അത് വലിയൊരു ജനക്കൂട്ടമായി മാറി. ആലിൻപുറത്തുകാർ മാത്രമല്ല, വാർത്തയറിഞ്ഞെത്തിയ മറുനാട്ടുകാരും ഒരുപാടുണ്ടായിരുന്നു. ടിക്കറ്റ് കൗണ്ടറിനു മുന്നിൽ നീണ്ട ക്യൂ രൂപപ്പെട്ടു. പ്രവേശനകവാടത്തിനു മുന്നിൽ ബാൻഡ് മേളം തുടങ്ങി.

പ്രദർശനത്തിനുള്ള സമയം അടുത്തടുത്തു വരികയാണ്. ക്രമീകരണങ്ങളെല്ലാം ഓടിനടന്നു വിലയിരുത്തുന്നതിനിടയിലാണ് രോഹിത് ഒരു പ്രധാനപ്പെട്ട കാര്യം ശ്രദ്ധിച്ചത്. കഥ പറച്ചിലുകാരനായ കലാദർശൻ ഷിജു ഇനിയും എത്തിയിട്ടില്ല. അവൻ പോക്കറ്റിൽനിന്ന് ഫോൺ എടുത്തു. മൂന്നുനാലു പ്രാവശ്യം വിളിച്ചപ്പോഴാണ് ഷിജു, കാൾ എടുത്തത്.

"....സോറി. ഞാനിപ്പോ കുട്ടിക്കാനത്ത് പൃഥ്വിരാജ് സിനിമയുടെ

ലൊക്കേഷനിലാ. ഇന്ന് ഉച്ചയോടെയെങ്കിലും തീരുമെന്നാ കരുതിയത്. പക്ഷേ, തീർന്നില്ല. കുറേക്കാലം ട്രൈ ചെയ്തിട്ട് കിട്ടിയ ചെറിയൊരു റോളാണ്. ക്ഷമിക്കണം.."

ധൃതിയിൽ അത്രയും പറഞ്ഞ് ഷിജു, കാൾ കട്ടാക്കി. രോഹിത്തിന് തലചുറ്റുന്നതുപോലെ തോന്നി. ഇന്ന് രാവിലെ വിളിച്ചപ്പോഴും ഷിജു ഷൂട്ടിംഗുള്ള കാര്യം പറഞ്ഞിരുന്നതല്ല. ഇനി എന്തുചെയ്യും? ആളുകൾ ടിക്കറ്റ് വാങ്ങി കൂടാരത്തിനകത്തു കയറിത്തുടങ്ങിയിരിക്കുന്നു. അച്ഛനും അമ്മയും, സിനിമയിൽ പ്രധാനവേഷമിട്ടവരും മുഖം കാണിച്ചവരുമൊക്കെ വളരെ ആകാംക്ഷയോടെ സ്ക്രീനിൽ കണ്ണും നട്ടിരിക്കുകയാണ്. അവരോട് എന്തു പറയും? അവൻ ഫോണിലേക്കു നോക്കി. സമയം 6:45. ഇനി അധികം ആലോചിക്കാനോ മറ്റുള്ളവരുമായി ചർച്ച ചെയ്യാനോ സമയമില്ല. എന്തോ ചിന്തിച്ചുറപ്പിച്ചു കൊണ്ട് അവൻ സ്ക്രീനിനു പിന്നിലേക്കു നടന്നു.

ഏഴു മണിയായി. കൂടാരത്തിനുള്ളിൽ കാണികൾ നിറഞ്ഞു. നീണ്ട ബെൽ മുഴങ്ങി. ബൾബുകളെല്ലാം അണഞ്ഞു. കൂടാരത്തിനകം കൂരിരുട്ടിലായി. ബയോസ്കോപ്പ് പ്രദർശനം പകർത്തുന്നതിനായി കൂടാരത്തിനു മധ്യഭാഗത്ത് സജ്ജീകരിച്ചിരുന്ന ക്യാമറ അനൂപ് ഓൺ ചെയ്തു. അല്പ നിമിഷങ്ങൾക്കകം സ്ക്രീനിന് ഇടതുവശത്ത് വൃത്താകൃതിയിൽ മഞ്ഞ വെളിച്ചം തെളിഞ്ഞു. ആ പ്രകാശവലയത്തിനുള്ളിൽ കോട്ടും സ്യൂട്ടും തൊപ്പിയും ധരിച്ച രോഹിത് കൈയിൽ ഒരു മെഗാഫോണുമായി പ്രത്യക്ഷനായി. അവൻ ഉറക്കെ വിളിച്ചുപറഞ്ഞു:

"ഗുഡ് ഈവനിംഗ് എവരിബഡി...."

ശ്രീദേവനും മിനിയും മാത്രമല്ല, കാണികളായ പലരും എന്താണു സംഭവിക്കുന്നതെന്നറിയാതെ നെറ്റിചുളിച്ചു. ഒരു റിഹേഴ്സലുമില്ലാതെ കലാദർശൻ ഷിജുവിനു പകരം ഇവനെങ്ങനെ കഥപറയും? പ്രദർശനം അലങ്കോലമാകുമോ? ശ്രീദേവന്റെ നെഞ്ചിടിപ്പു കൂടി.

"എല്ലാവർക്കും നമസ്കാരം. ഞാൻ രോഹിത്. ഇന്നിവിടെ പ്രദർശിപ്പിക്കുന്ന *ഇന്നലത്തെ മഴ* എന്ന നിശ്ശബ്ദസിനിമയുടെ കഥ പറച്ചിലുകാരനാണു ഞാൻ. തികച്ചും അവിചാരിതമായ സാഹചര്യത്തിൽ എനിക്കീ റോൾ ഏറ്റെടുക്കേണ്ടി വന്നതാണ്. തെറ്റുകുറ്റങ്ങൾ വന്നേക്കാം. ക്ഷമിക്കുക. ഈ ഇരുപത്തിയൊന്നാം നൂറ്റാണ്ടിൽ ഇങ്ങനെ ബയോസ്കോപ്പ് രീതിയിൽ ഒരു സിനിമാ പ്രദർശനം നടത്തേണ്ടിവന്ന സാഹചര്യം നിങ്ങൾക്കറിയാമെന്ന് ഞാൻ കരുതുന്നു. എങ്കിലും പറയാം...."

ചുരുങ്ങിയ വാക്കുകളിൽ അവൻ അത് വിശദീകരിച്ചു.

"..... നമുക്കിനി പ്രദർശനത്തിലേക്കു കടക്കാം. ലെറ്റസ് സ്റ്റാർട്ട് ദ മൂവീ.."

അവൻ ഉറക്കെ വിളിച്ചു പറഞ്ഞപ്പോൾ, തന്റെ വിറയ്ക്കുന്ന കൈകൾ കൊണ്ട് ശശി പ്രൊജക്ടർ ഓൺ ചെയ്തു. സ്ക്രീനിൽ ' സ്വാഗതം' തെളിഞ്ഞു. സ്ക്രീനിന്റെ വലതുവശത്ത് സജ്ജീകരിച്ചിരുന്ന വാദ്യോപകരണങ്ങളിൽനിന്ന് കൂടാരത്തെ പ്രകമ്പനം കൊള്ളിക്കുന്ന സംഗീതമുയർന്നു. കാണികൾ ആവേശത്തോടെ കയ്യടിച്ചു. സ്ക്രീനിൽ ടൈറ്റിൽ കാർഡ് തെളിഞ്ഞു തുടങ്ങി. 'രചന, സംവിധാനം - സുബ്രഹ്മണ്യൻ' എന്ന എഴുത്തിൽ ടൈറ്റിൽ കാർഡ് അവസാനിച്ചപ്പോൾ തന്റെ പ്രിയപ്പെട്ട കൂട്ടുകാരനെയോർത്ത് ശ്രീദേവന്റെ കണ്ണുകൾ നിറഞ്ഞുപോയി. അവനെവിടെയായിരിക്കും? സിനിമയ്ക്ക് ഇങ്ങനെയൊരു വീണ്ടെടുപ്പുണ്ടായ കാര്യം അവൻ അറിയുന്നുണ്ടാകുമോ? അയാൾ കണ്ണ് തുടച്ചു.

വയലേലകളും തെങ്ങിൻ തോപ്പുകളുമൊക്കെയുള്ള ഒരു ഗ്രാമത്തിന്റെ പുലർകാലദൃശ്യം സ്ക്രീനിൽ തെളിഞ്ഞു.

"ഇതാണ് നമ്മുടെ സിനിമയുടെ കഥനടക്കുന്ന മേലേപ്പാടം എന്ന ഗ്രാമം.."

ദൃശ്യങ്ങൾക്കനുസരിച്ച് രോഹിത് കഥ പറഞ്ഞുതുടങ്ങി. ഹൃദ്യമായ സംഗീതവും കഥപറച്ചിലുമായി സിനിമ മുന്നോട്ടുപോയതോടെ കഥപറച്ചിലുകാരനെ കാണികൾ വിസ്മരിക്കുകയും സിനിമയിൽ പൂർണമായും മുഴുകുകയും ചെയ്തു. കഥാനായകനായ ദേവദത്തൻ പ്രത്യക്ഷനായപ്പോൾ കാണികൾ ഒന്നടങ്കം കയ്യടിച്ചു. വലിയ സ്ക്രീനിൽ തന്റെ മുഖം ആദ്യമായി കണ്ടപ്പോൾ ശ്രീദേവന് ജന്മസാഫല്യം നേടിയതിന്റെ സന്തോഷം. തൊട്ടടുത്തിരുന്ന മിനിയെ അയാൾ ചേർത്തുപിടിച്ചു; അവൾ അയാളെയും.

സായിപ്പ് സഹദേവൻ, അയാളുടെ മക്കൾ, ചോറ് മോഹനന്റെ ചെറുമക്കൾ, ഇഞ്ചിക്കുന്നൻ, കുമാരദാസ്,.... തുടങ്ങി ആലിൻപുറത്ത് ജീവിച്ചിരിക്കുന്നവരും മരിച്ചുപോയവരുമായ പലരും കഥാഗതിക്കനുസരിച്ച് വെള്ളിത്തിരയിൽ മിന്നിമറഞ്ഞുകൊണ്ടിരുന്നു. പരിചിത മുഖങ്ങളെക്കണ്ട പ്രേക്ഷകർ കയ്യടിച്ചു.

മുത്തച്ഛനായ ചമ്പക്കുളം ചന്ദ്രപ്പന്റെ ജനിതകം പേറുന്നവനാണ് താനെന്നു തെളിയിക്കുന്ന രീതിയിലായിരുന്നു രോഹിത്തിന്റെ കഥപറച്ചിൽ. കൃത്യമായ ശബ്ദവ്യതിയാനങ്ങളിലൂടെ അവൻ പല പല കഥാപാത്രങ്ങളായി മാറി. മനോധർമ്മം ആവശ്യമുള്ളിടത്തെല്ലാം അത് പ്രയോഗിച്ചു. ചില നേരങ്ങളിൽ നിമിഷകവിയായി. പക്ഷിമൃഗാദികളുടെ ശബ്ദാനുകരണങ്ങളിലൂടെ പ്രേക്ഷകരെ വിസ്മയിപ്പിച്ചു. ഹാസ്യരം

ഗങ്ങളിൽ ചിരിപ്പിക്കുകയും പ്രണയരംഗങ്ങളിൽ തരളിതരാക്കുകയും വൈകാരിക മുഹൂർത്തങ്ങളിൽ ശോകമൂകരാക്കുകയും ചെയ്തു.

മഴയും വെയിലുമേൽക്കാതെ വർഷങ്ങളായി മണ്ണിനടിയിൽ കിടന്നൊരു വിത്തിൽ വീണ മഴത്തുള്ളിപോലെ രോഹിത്തിന്റെ ഉള്ളിലെ അഭിനയകലയെ അവിചാരിതമായി തൊട്ടുണർത്തുകയായിരുന്നു

ഇന്നലത്തെ മഴ മകന്റെ പ്രകടനത്തിൽ ശ്രീദേവനും മിനിയും അതിശയിച്ചു. ഇങ്ങനെയൊരു കഴിവ് അവനുള്ളതായി ഇതുവരെ അവർക്കു തോന്നിയിട്ടില്ല. സിനിമയിൽനിന്നും നാടകത്തിൽ നിന്നുമൊക്കെ അവനെ പരമാവധി അകറ്റി നിർത്താനേ ശ്രമിച്ചിട്ടുള്ളൂ. അതുകാരണം ഒരു സ്കൂൾ നാടകത്തിൽപോലും അവൻ അഭിനയിച്ചില്ല. അഭിനയത്തിലൂടെ ഒന്നും നേടാൻ കഴിയാതെപോയ തങ്ങളുടെ ഗതി മകന് വരാതിരിക്കാൻ, ഇല്ലായ്മകൾക്കിടയിലും അവനെ പഠിപ്പിക്കുകയായിരുന്നു. അതിൽ വിജയിക്കുകയും ചെയ്തു. പക്ഷേ, അവന്റെ ജന്മസിദ്ധമായ കഴിവിനെ തിരിച്ചറിയാൻ കഴിയാതെ പോയത് തെറ്റായിരുന്നോ? ആ വഴിക്ക് സഞ്ചരിച്ചിരുന്നുവെങ്കിൽ അവൻ വലിയൊരു നടനാകുമായിരുന്നോ? അതോ തങ്ങളെപ്പോലെ ഒന്നുമൊന്നുമാകാതെ പോകുമായിരുന്നോ? ഉത്തരമില്ലാത്തതായിരുന്നു ആ ചോദ്യങ്ങൾ.

സിനിമ ക്ലൈമാക്സിലേക്കു കടന്നു. സ്വന്തം ജീവിതംപോലും ഹോമിച്ച്, കൂടപ്പിറപ്പുകളുടെ ഉയർച്ചയ്ക്കു വേണ്ടി നിലകൊണ്ട ദേവദത്തനെ ഒരു ഘട്ടത്തിൽ അവർ തെറ്റിദ്ധരിച്ച് ഒറ്റപ്പെടുത്തുന്നു. ഒടുവിൽ, യാഥാർത്ഥ്യങ്ങൾ തിരിച്ചറിഞ്ഞ ബന്ധുക്കൾ അയാളുടെ നന്മയെ തിരിച്ചറിഞ്ഞ് പശ്ചാത്തപിക്കുന്നു. ശ്രീദേവന്റെ ഭാവാഭിനയവും രോഹിത്തിന്റെ അസാമാന്യമായ വിവരണവും ചേർന്ന വികാരനിർഭരമായ ആ രംഗങ്ങളെ നെഞ്ചിലൊരു വിങ്ങലോടെയാണ് പ്രേക്ഷകർ കണ്ടത്.

അവസാന സീനായി. ഉത്സവത്തിന്റെ വർണക്കാഴ്ചകൾ സ്ക്രീനിൽ തെളിഞ്ഞു.

രോഹിത് ആവേശത്തോടെ വിവരണം തുടർന്നു:

“മേലേപ്പാടത്ത് ഇന്ന് ഉത്സവമാണ്. യാഥാർത്ഥ്യങ്ങൾ തിരിച്ചറിഞ്ഞ്, മേടയിൽ കുടുംബാംഗങ്ങളെല്ലാം ദേവദത്തനോടൊപ്പം ആഹ്ലാദത്തിമിർപ്പിലാണ്. അവർ എല്ലാംമറന്ന് ആഹ്ലാദച്ചുവടുകൾ വയ്ക്കുകയാണ്...”

ചടുലമായ ആ നൃത്തദൃശ്യങ്ങൾക്കൊപ്പം ത്രസിപ്പിക്കുന്ന സംഗീതമുയർന്നു. കാണികൾ ആ താളത്തിനനുസരിച്ച് കൈയടിച്ചു. ആകാശത്ത് വർണക്കുടകൾ പൊട്ടി വിരിയുന്ന ദൃശ്യത്തിൽ 'എ ഫിലിം ബൈ

സുബ്രഹ്മണ്യൻ' എന്ന തെളിഞ്ഞു. അപ്പോഴും ചടുലസംഗീതം തുടർന്നു കൊണ്ടേയിരുന്നു. കാണികൾ എണീറ്റുനിന്ന് കയ്യടിച്ചു. അവരിൽ ചിലർ ഓടിച്ചെന്ന് രോഹിത്തിനെ കെട്ടിപ്പിടിച്ചു. അവരെല്ലാവരും ചേർന്ന് അവനെ എടുത്തുയർത്തി നൃത്തച്ചുവടുകൾവച്ചു. കൂടാരത്തിനുള്ളിലെ വർണവിളക്കുകൾ സംഗീതതാളത്തിനനുസരിച്ച് മിന്നിമറഞ്ഞുകൊണ്ടിരുന്നു. ആൾക്കൂട്ടത്തിന്റെ ആരവങ്ങൾക്കു നടുവിൽ നിന്നുകൊണ്ട് രോഹിത് അച്ഛനെയും അമ്മയെയും നോക്കി. ആഹ്ലാദത്തിമിർപ്പിൽ അവരും കയ്യടിക്കുകയാണ്. രോഹിത്തിന്റെ ആഹ്ലാദത്തിന് അതിരുകളില്ലായിരുന്നു. അവൻ ആവേശത്തോടെ ആർപ്പുവിളിച്ചുകൊണ്ട് ആൾക്കൂട്ടത്തിനൊപ്പം ചുവടുകൾ വച്ചുതുടങ്ങി.

ശേഷം

ഇരുപത്തിയൊൻപതാമത് കേരള രാജ്യാന്തര ചലച്ചിത്രമേളയുടെ മുഖ്യവേദിയായ ടാഗോർ തീയേറ്റർ വളപ്പിലെ ആൾക്കൂട്ടങ്ങൾക്കിടയിലൂടെ രോഹിത്തും അനൂപും നടന്നു. ഒരു ഉത്സവപ്പറമ്പിലെന്നപോലെ ആഘോഷത്തിന്റെ അന്തരീക്ഷമാണെങ്ങും. ഏറെയും ചെറുപ്പക്കാർ. അവർ ആൺ-പെൺ ഭേദമില്ലാതെ, തീയേറ്റർ വളപ്പിന്റെ പല പല ഇടങ്ങളിലായി കൂട്ടം കൂടിനിന്ന് സംസാരിക്കുകയാണ്. ചിലർ വിചിത്ര വസ്ത്രധാരികളാണ്. കണ്ട സിനിമകളെക്കുറിച്ചും കാണേണ്ട സിനിമകളെക്കുറിച്ചും അവർ വാചാലരാകുന്നു. മീഡിയാസെല്ലിനു സമീപം ഒരുകൂട്ടം യുവാക്കൾ ചേർന്ന് നാടൻപാട്ട് പാടുകയാണ്. മറ്റൊരിടത്ത് പൗരത്വ ഭേദഗതിക്കെതിരെയുള്ള പ്രതിഷേധവുമായി പ്ലക്കാർഡ് പിടിച്ചു നിൽക്കുന്ന ഒരു ചെറുസംഘം. ആ ആൾക്കൂട്ടങ്ങൾക്കിടയിലൂടെ സാധാരണക്കാരെപ്പോലെ നടന്നുനീങ്ങുന്ന സിനിമാതാരങ്ങൾ, എഴുത്തുകാർ, സംവിധായകർ, രാഷ്ട്രീയക്കാർ... അവരെ തിരിച്ചറിയുന്ന ചിലർ അവരോടൊപ്പംനിന്ന് സെൽഫിയെടുക്കുന്നു. എവിടെയും ആഹ്ലാദത്തിന്റെ നിമിഷങ്ങൾ. ഈ സമയം, അടുത്ത പ്രദർശനം കാണുന്നതിനുള്ള ഡെലിഗേറ്റ് ക്യൂ ഏതാണ്ട് ടാഗോർ തീയേറ്ററിന്റെ മെയ്ൻ ഗേറ്റ് വരെ നീണ്ടു കഴിഞ്ഞിരുന്നു.

മേളയെക്കുറിച്ചുള്ള ഡെലിഗേറ്റുകളുടെ പ്രതികരണങ്ങളുടെ ബൈറ്റുകൾ എടുത്തശേഷം രോഹിത്തും അനൂപും എക്സിബിഷൻ ഹാളിലേക്കു കയറി. മലയാളസിനിമയുടെ ചരിത്രനിമിഷങ്ങൾ പകർത്തിയ ഫോട്ടോകളുടെ പ്രദർശനമായിരുന്നു അവിടെ. ബയോസ്കോപ്പിൽ തുടങ്ങി നിശ്ശബ്ദ

സിനിമയും ശബ്ദസിനിമയും കളർസിനിമയും കടന്ന് സിനിമാസ്കോപ്പും 70 എം എമ്മും പിന്നിട്ട് ത്രീഡിയിലൂടെ ഡിജിറ്റലിലേക്കു കടന്ന മലയാളസിനിമയുടെ ചരിത്രമുഹൂർത്തങ്ങളെ അനൂപ് ക്യാമറയിൽ പകർത്തി.

എക്സിബിഷൻ ഹാളിൽനിന്നും പുറത്തിറങ്ങിയ അവർ ജ്യൂസ് പാർലറിൽനിന്ന് പൈനാപ്പിൾ ചേർത്ത ഓരോ തണുത്ത നൊങ്ക് സർബത്തും വാങ്ങി സമീപത്തെ വാകമരച്ചുവട്ടിൽ ഇട്ടിരുന്ന പ്ലാസ്റ്റിക് കസേരകളിൽ മുഖാമുഖമിരുന്നു.

"ഹലോ, രോഹിത്തല്ലേ?"

താടിയുള്ള, അപരിചിതനായൊരു ചെറുപ്പക്കാരൻ രോഹിത്തിനടുത്തേക്കു വന്നു. 'അതേ' എന്നു പറഞ്ഞുകൊണ്ട് രോഹിത് അയാൾക്ക് കൈ കൊടുത്തു. അയാൾ തൊട്ടടുത്ത കസേരയിലിരുന്നു.

"ഞാൻ ജാഫർ മാലിക്. നിങ്ങളുടെ കഥപറച്ചിൽ വീഡിയോ ഞാൻ യൂട്യൂബിൽ കണ്ടിട്ടുണ്ട്. ആ സിനിമയുടെ പേരെന്താ....?"

അയാൾ ആ പേര് ഓർത്തെടുക്കാൻ ശ്രമിച്ചുകൊണ്ടിരിക്കെ രോഹിത് പറഞ്ഞു:

ഇന്നലത്തെ മഴ.

"ങാ. *ഇന്നലത്തെ മഴ.* നിങ്ങളുടെ പെർഫോമൻസ് ഗംഭീരമായിരുന്നു. ഞാനതിൽ കമന്റുമിട്ടിരുന്നു."

ബയോസ്കോപ് പ്രദർശനത്തിന്റെ വീഡിയോ രോഹിത്, യൂട്യൂബിൽ അപ്‌ലോഡ് ചെയ്തിരുന്നു. വൈറലായി മാറിയ ആ വീഡിയോ ആറു മാസത്തിനുള്ളിൽ ഏതാണ്ട് ഒരു ലക്ഷത്തോളം പേരാണ് കണ്ടത്.

"ഞാൻ ഒന്നു രണ്ടു ഷോർട്ട് ഫിലിം ഡയറക്ട് ചെയ്തിട്ടുണ്ട്. ഒരു ഫിലിമിന്റെ ഡിസ്കഷൻ നടക്കുന്നു. യൂത്ത് ഓറിയേന്റഡ് സബ്ജക്ടാണ്. അതിലെ ഒരു പ്രധാന കഥാപാത്രമായി എന്റെ മനസ്സിലുള്ളത് രോഹിത്താണ്. എന്തു പറയുന്നു?"

ജാഫർ മാലിക്കിന്റെ അപ്രതീക്ഷിതമായ ആ ചോദ്യം കേട്ട് രോഹിത് അമ്പരന്നു. അവൻ അനൂപിനെ നോക്കി. അവനും അതിശയഭാവത്തിലാണ്. എന്തു മറുപടിയാണ് പറയേണ്ടത്?

രോഹിത്തിന്റെ ഉള്ളിൽ പല തലമുറച്ചിത്രങ്ങൾ മിന്നിമറഞ്ഞു. കഥപറച്ചിലുകാരനിൽനിന്ന് സിനിമാനടനാകാൻ കൊതിച്ച് ഒടുവിൽ, അന്യനാട്ടിൽ അനാഥനായി മണ്ണടിഞ്ഞ മുത്തച്ഛൻ. സിനിമാനടനാകാൻ കഴിയാതെ ചന്തപ്പാട്ടുകാരനായി മാറിയ അപ്പൂപ്പൻ. റിലീസ് ചെയ്യാത്ത ഒരു സിനിമയിൽ മാത്രം നായകനായ അച്ഛൻ. ആ കണ്ണിയിലേക്ക് താനും ക്ഷണിക്കപ്പെടുകയാണോ? അനിശ്ചിതത്വത്തിന്റെ കലയായ സിനിമയിൽ തന്റെ ഭാവി എന്തായിരിക്കും? വിജയമോ? പരാജയമോ? ഒരു ഉത്തരം പറയാനാകാതെ രോഹിത് കുഴങ്ങി. പെട്ടെ

ന്ന് ഒരാരവം. അവൻ തിരിഞ്ഞുനോക്കി. കാറിൽ വന്നിറങ്ങിയ നടൻ ദുൽഖർ സൽമാനെ ആരാധകർ ആവേശത്തോടെ സ്വീകരിക്കുകയാണ്. സിനിമയിൽ വിജയിച്ച മമ്മൂട്ടി എന്ന താരരാജാവിന്റെ മകനാണയാൾ. ഒരു സിനിമയിലെ മാത്രം നായകനായ ശ്രീദേവന്റെ മകന് ഇതുപോലൊരു നടനായി ഉയരാൻ കഴിയുമോ? ഉറപ്പിച്ചൊരു ഉത്തരം അസാധ്യമാണ്.

അപ്പോൾ അതാ മീഡിയാറൂമിനു മുന്നിൽ വേറൊരാൾക്കൂട്ടം. അവന്റെ നോട്ടം അങ്ങോട്ടേക്കായി. ആൾക്കൂട്ടത്തിനു നടുവിൽ നിൽക്കുന്ന മെലിഞ്ഞ മനുഷ്യനെ അവൻ തിരിച്ചറിഞ്ഞു - ഇന്ദ്രൻസ്! തയ്യൽക്കാരനിൽനിന്ന് മികച്ച നടനായി മാറിയ സാധാരണക്കാരൻ.

പ്രവചനാതീതമാണ് സിനിമ. ചിലർ വിജയത്തിന്റെ വെള്ളിവെളിച്ചത്തിലേക്ക് ഉയർന്നുപോകുന്നു. മറ്റു ചിലർ പരാജയത്തിന്റെ ഇരുണ്ട ഗർത്തത്തിലേക്കു പതിക്കുന്നു. എപ്പോൾ വേണമെങ്കിലും അതു സംഭവിക്കാം; ഒരു ചൂതാട്ടത്തിലെ ഭാഗ്യനിർഭാഗ്യങ്ങൾപോലെ. ആത്മവിശ്വാസത്തോടെ മുന്നോട്ടുപോകുക എന്നതാണ് പ്രധാനം. ജാഫർമാലിക്കിന്റെ ചോദ്യത്തിന് ഉത്തരം കണ്ടെത്തിയ രോഹിത്, ഹസ്തദാനം ചെയ്യുന്നതിനായി അയാൾക്കുനേരെ കൈനീട്ടി.

www.ingramcontent.com/pod-product-compliance
Lightning Source LLC
LaVergne TN
LVHW100422051026
849518LV00004B/1352
9789348573841